'ब्रिटिश लेखक श्री. टॉएन यांच्या आगामी काळात येऊ घातलेल्या धारावाहिक कथानकाच्या तिनापैकी पहिल्या भागातल्या, अगदी डॅन ब्राऊन परंपरेतल्याच ठराव्यात अशा या चमकदार कथानकाद्वारा मती गुंग करणाऱ्या गोष्टी सामोऱ्या आल्याने... थक्क-चकित होणाऱ्या वाचकांना कथानकाच्या पुढील भागांविषयी अनिवार उत्कंठा वाटत राहील, यात शंका नाही.'

– पब्लिशर्स वीकली

'विलक्षण... आता 'फक्त आणखी एकच पान, आणखी एकच प्रकरण वाचू' अशा उत्कंठेमुळे वाचता वाचता रात्र उलटून जाते, आणि सरतेशेवटी जणू साक्षात्कार व्हावा तसे त्या अधिष्ठानस्थळाच्या अभेद्य तटबंदीपलीकडचे सामोरे येणारे रहस्य आपल्याला चक्रावून टाकते.'

– लायब्ररी जर्नल

'संन्याशांच्या श्रेणीव्यवस्थेतदेखील किती भयावह, क्रूरतेची परिसीमा असलेले, आणि क्षणाचीही उसंत न घेऊ देता वाचत राहावयास भाग पाडणारे, मती गुंग करणारे आणि तरीही रंजक रहस्य कसे असते, ते सँक्टस वाचताना तुम्हाला कळेल.'

– ब्रॅड मेल्टझर, न्यू यॉर्क टाइम्स, 'दी इनर सर्कल' या वाचकप्रिय कादंबरीचे अत्यंत प्रथितयश लेखक

'सँक्टस' ही कादंबरी आगामी काळात निश्चितपणे एक उत्कंठापूर्ण रहस्यरंजक थरारकथा ठरेल.'

– फोर्ट वर्थ स्टार – टेलेग्राम

एक आत्मविश्वासपूर्ण, आश्वासक प्रथमाविष्कार. थरारनाट्याच्या सर्वकालीन निकषांची उत्तम जाण असलेला आणि त्या निकषांच्या आधारे वेगवान, आकर्षक, आणि विनोदाची पखरण करत एखादा चित्रपटच पाहत असल्याचा परिणाम साधणारा एक नवा बुद्धिमान लेखक इथे आपल्याला भेटतो.'

— डेली टेलेग्राफ (लंडन)

'एक प्रचंड मोठी, धाडसी थरारकथा असलेली 'सँक्टस' ही कादंबरी म्हणजे आत्यंतिक गुप्तता बाळगणाऱ्या, कारस्थानी संन्याशांच्या एका समूहाच्या कारवायांविरुद्ध चालवलेल्या लढ्याची एक रक्तरंजित, विकृती आणि चमत्कृतीपूर्ण साहसकथा आहे... कित्येक महिन्यांनंतर मला वाचायला मिळालेले शेवटपर्यंत गुंतवून ठेवणारे कथानक.'

— सॅन जोस, मरक्युरी न्यूज

'हे इतका प्रचंड मोठा आवाका असलेले कथानक आहे, की या कथानकातूनच पुढील काळातील दंतकथांचाही जन्म व्हावा... उत्तम आणि कल्पक थरारकथेच्या चाहत्यांनी एक हुशार नायिका आणि कथानकाला साजेसा दुष्ट खलनायक घेऊन अत्यंत अभिरुचीपूर्ण भाषेत कल्पकतेने रचलेली ही कथा वाचलीच पाहिजे अशी आहे.'

— बुकलिस्ट

'हा पहिलाच प्रयत्न आहे यावर विश्वासच बसत नाही. खरे म्हणजे या कादंबरीद्वारा एका प्रचंड मोठ्या साहसपर्वाच्या अनुभूतीची सुरुवात झाली आहे, असेच म्हटले पाहिजे.

— द डेली मिरर (इंग्लंड)

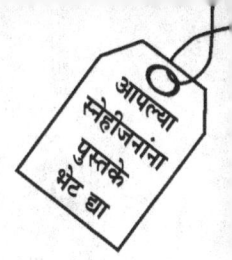

आपल्या स्नेहीजनांना पुस्तके भेट द्या

सॅक्टस

साक्षात्कार की हाहाकार?

सायमन टॉएन

अनुवाद

उदय भिडे

मेहता पब्लिशिंग हाऊस

Email : production@mehtapublishinghouse.com
Website : www.mehtapublishinghouse.com

◆ *या पुस्तकातील लेखकाची मते, घटना, वर्णने ही त्या लेखकाची असून, त्याच्याशी प्रकाशक सहमत असतीलच असे नाही.*

Translated into Marathi Language by Uday Bhide

सँक्टस / अनुवादित कादंबरी

TBC-28 Book No. 2

अनुवाद : उदय भिडे
author@mehtapublishinghouse.com

मराठी अनुवादाचे व प्रकाशनाचे हक्क मेहता पब्लिशिंग हाऊस, पुणे.

प्रकाशक : सुनील अनिल मेहता, मेहता पब्लिशिंग हाऊस,
१९४१, सदाशिव पेठ, माडीवाले कॉलनी, पुणे - ३०.

मुखपृष्ठ : चंद्रमोहन कुलकर्णी

प्रथमावृत्ती : जून, २०१९

P Book ISBN 9789353172565

विलक्षण साहसासाठी
'के'ला अर्पण

पुस्तकाविषयी

आधुनिक जगाला शाश्वत वाटणाऱ्या गोष्टी रक्तपात आणि असत्य यांवर पोसलेल्या प्राचीन कारस्थानामुळे उद्ध्वस्त होण्याच्या मार्गावर आहेत...

टर्कीमधील रुइन या ऐतिहासिक शहराजवळच्या डोंगराळ भागात अतिशय दुर्गम, उंच जागी असलेल्या मनुष्यवस्तीच्या आणि या भूतलावरील सर्वांत जुन्या मानवी संस्कृतीच्या अधिष्ठानस्थळाच्या सर्वोच्च स्थानावरून एक माणूस स्वत:ला मृत्यूच्या खाईत झोकून देतो. ही काही सर्वसामान्य आत्महत्येची घटना नसून ते त्याने हेतुपुरस्सर केलेले एक दार्शनिक कृत्य आहे आणि प्रसारमाध्यमांच्या मेहेरबानीने ते सगळ्या जगाने पाहिले आहे.

धर्मादाय संस्थेसाठी काम करणारी कॅथरीन मान आणि काही मोजक्या माहीतगार लोकांसाठी मात्र; ते प्रदीर्घ काळ ज्याची वाट पाहत होते, ती कृती करण्यासाठीचा हा संकेत आहे, तर डोंगरातील त्या उच्च स्थानी राहणाऱ्या बालेकिल्ल्यात, चेहऱ्याची खरी ओळख पटू नये, अशा प्रकारे टोप्या घातलेल्या आणि अतिशय गुप्तता बाळगत कामे करणाऱ्या कडव्या लोकांसाठी त्यांनी आतापर्यंत उभारलेल्या महासत्तेचा अंत होण्याची वेळ आल्याचा तो संकेत असू शकतो...

आणि असे घडू नये, म्हणून हे लोक कुणाचाही जीव घ्यायला, जीवघेणा छळ करायला आणि सगळे कायदे धाब्यावर बसवायला मागेपुढे पाहणार नाहीत. न्यू जर्सीमधल्या एका वृत्तपत्रासाठी गुन्हेगारी विश्वातल्या बातम्यांचा मागोवा घेणारी लिव्ह अॅडमसन हिच्यासाठी हीच घटना स्वत:च्याच एका नव्या ओळखीच्या मुळाशी पोहोचण्याच्या एका भयावह आणि धोकादायक प्रवासाची नांदी ठरते आहे.

आणि या प्रवासाच्या शेवटी सामोऱ्या येणाऱ्या गोष्टीमुळे आमूलाग्र बदलेल सगळे काही...

'सॅंक्टस' ही एक अद्वितीय अशी कारस्थानी कारवायांच्या गुंफणीतून साक्षात्कार घडवणारी कलाकृती आहे. या कादंबरीने रहस्यमय, गुंतागुंतीच्या उत्कंठावर्धक कादंबऱ्यांमध्ये नवा मापदंड प्रस्थापित केला आहे, तसेच सायमन टॉएन या प्रतिभावान लेखकाचे हे दमदार पदार्पण आहे.

उत्तर
बल्गेरिया
बर्गास
एडिर्यन
काळा
इस्तांबूल
इझमिट
मार्मराचा समुद्र
आडापाझरी
कोन्या
कास्टामोने
किझिल
कोरम
चनाक्कले
बान्डुम
बर्सा
साकर्या
अंकारा
किरक्कले
बलुकेसिर
एस्कासिर
टर्की
मेनिसा
आफयॉन
टूझ सरोवर
इझमिर
युझाक
अक्सीअर
नेवसेहीअर
एडिन
नाझिलाय
डेनिझ्ली
इस्पार्टा
बर्डर
कोन्या
इरग्ली
ॲन्टल्या
कॅरामन
मर्सीन
ऱ्होड्स
कारपाटोस
मेडिटरेनियन समुद्र
सायप्रस
निकोसिया
एडियामान
बेस्नी
सांकिया
युफ्रेटिस
रुएन
ओस्मानिए
गाझीआन्टेप
निजीप
बायरसिक
कार्कीमस
हासा
हायफा
इस्त्राएल
तेल अवीव
जेरुसलेम
गाझा

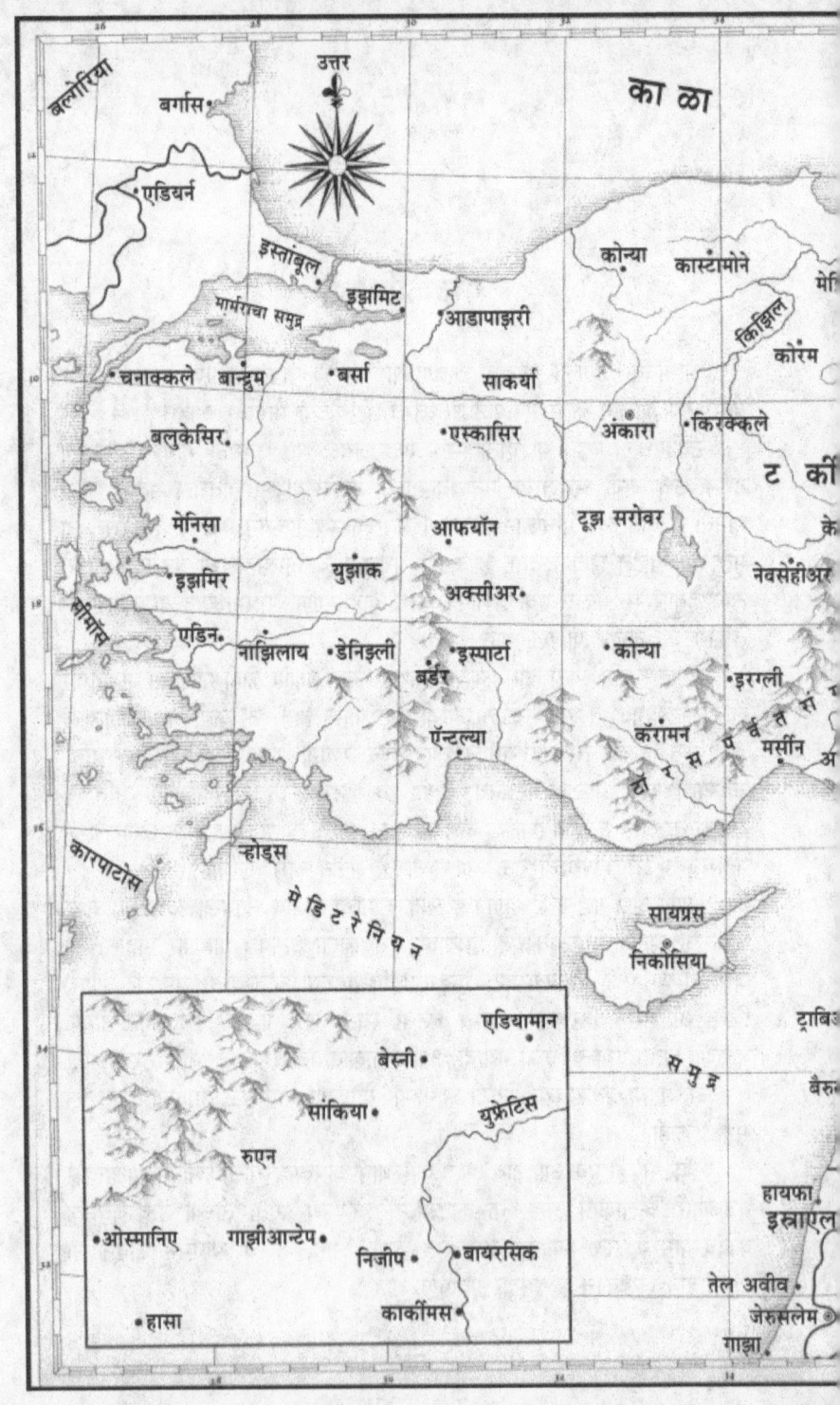

समुद्र
रशियन संघराज्ये
क्युटेसे
जॉर्जिया
कुरा
टबालिसी
बातुमी
सॅमसन
ओर्डू
गिरेसन
ट्राबझान
राइझ
ट्राबझान
पाँटस पर्वत रांगा
कारस
जायमी
येरवान
आर्मेनिया
अझर
अझर
टोकाट
सीव्स
अर्झिन्केन
अर्झुरम
म्युराट
व्यान सरोवर
व्यान
ख्वोय
मालांटिया
युफ्रेटिस
डिआरबाकिर
ओरमिया
रुएन
मराडिन
इराण
गाझीआन्टेप
उर्फा
ए-कॅमिश्ली
मोसुल
इरिल
हलाह
किरकुक
लाधिकिया
डेअर अझ-इवोर
टायग्रिस
हामा
हॉम्स
सीरिया
सॅमारा
युफ्रेटिस
बगदाद
दमास्कस
अल-फालुया
इराक
करबला
अल-हिलाह
जॉर्डन
अन-नजाफ

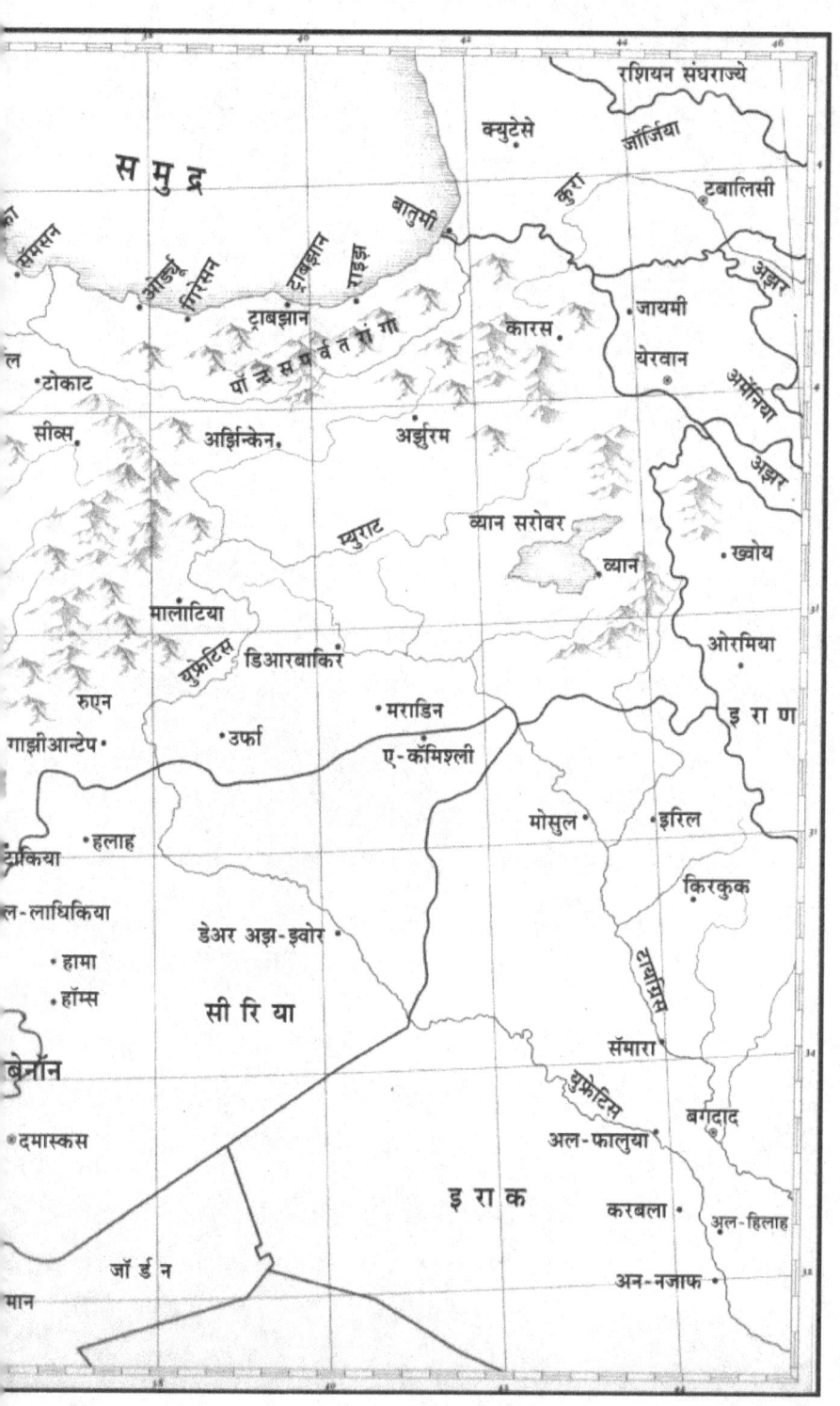

एक

मानव हा भग्नावशेषातला देव असतो.

राल्फ वाल्डो इमर्सन

१

दगडी फरशीवर आपटणारे त्याचे डोके क्षणभर लख्ख प्रकाशाच्या तिरिपेने आतल्या आत पेटल्यासारखे झाले.

मग सगळा अंधार झाला.

पाठीमागे ओकच्या लाकडाचे भरभक्कम दार बंद होऊन त्याचा जडशीळ अडसर मजबूत लोखंडी चापात अडकवला जात असल्याचे त्याला अस्पष्टसे जाणवले.

जिथे त्याला फेकले होते, तिथेच पडून तो जोरजोरात घण मारल्यासारखे पडणारे आपल्याच हृदयाचे ठोके आणि मनाची उदासी आणखीनच वाढवणाऱ्या वाऱ्याचा अंगावर काटा आणणारा आवाज ऐकत राहिला.

डोक्यावर बसलेल्या फटक्याने त्याला गरगरल्यासारखे होत होते आणि मळमळल्यासारखेदेखील वाटत होते; पण तो बेशुद्ध पडण्याचा काहीच धोका नव्हता. तसे न होण्याची काळजी तिथल्या जीवघेण्या थंडीने घेतलीच असती. चिरकाल थिजलेली आणि ती कोठडी तयार करण्यासाठी जसा तो खडक पोखरला होता, तशी निर्ममपणे हाड पोखरेपर्यंत जराही उसंत न घेणारी थंडी होती ती. प्रेताभोवती कफन बांधावे, तसे थंडीने त्याला लपेटून, दडपून टाकले होते. गालांवर आणि दाढीवर ओघळलेले त्याचे अश्रू जागच्या जागीच गोठवून टाकले होते आणि समारोह चालू असताना त्याने स्वत:च्याच शरीरावर कमरेच्या वरच्या भागात केलेल्या जखमांमधून वाहिलेले रक्तदेखील बर्फासारखे थंडगार केले होते. नुकत्याच त्याच्या डोळ्यांसमोर घडलेल्या घटनांची आणि त्यातून त्याला उमगलेल्या भयानक सत्याची चित्रे त्याच्या नजरेपुढून अडखळत घरंगळल्यासारखी सरकत होती.

आयुष्यभर घेतलेल्या शोधाची हीच परिणती होती. ज्या शोधप्रवासाच्या शेवटी त्याला एका पवित्र आणि चिरंतन ज्ञानाची प्राप्ती होईल, एक असे ईश्वरीय ज्ञान मिळेल की, ज्यामुळे त्याला ईश्वराच्या आणखी समीप जाता येईल, अशी आशा

वाटली होती, त्या त्याच्या प्रवासाचा हा अंत होता. आता सरतेशेवटी त्याला ते ज्ञान मिळालेदेखील होते, पण त्याने जे काही पाहिले होते, त्यात ईश्वरीय असे काहीच नव्हते, होते फक्त कल्पनातीत दु:ख.

या सगळ्यात ईश्वर होताच कुठे?

डोळ्यांतून पुन्हा ओघळलेले अश्रू त्याचे त्यालाच झोंबले आणि थंडीने त्याच्या शरीराचा इतका खोलवर ठाव घेतला की, शरीराने आक्रसून स्वत:ला हाडांभोवती करकचून आवळून घेतले. त्या भक्कम दाराच्या पलीकडे कसलातरी आवाज झालेला त्याला जाणवला. अगदी दूरवरून आलेला आवाज होता तो. त्या भरीव पवित्र डोंगराच्या कातळात मधमाशीच्या पोळ्याप्रमाणे हाताने कोरून घडवलेल्या वाटांच्या जाळ्यातूनदेखील वाट काढत तिथवर तो आवाज पोहोचला होता, हेच आश्चर्य होते.

ते लवकरच माझ्यासाठी परत येतील.

तो समारोह संपेल. मग ते माझे जे काही करायचे ते करतील...

ज्या पंथात तो सामील झाला होता त्याचा इतिहास त्याला माहीत होता. त्यांचे क्रूरकठोर नियम त्याला माहीत होते आणि आता त्याला त्यांचे गुपितदेखील कळले होते. ते त्याला ठार मारतील यात काहीच शंका नव्हती. कदाचित इतर धर्मबांधवांसमोर, त्यांनी एकत्रितपणे कोणतीही तडजोड न स्वीकारता घेतलेल्या शपथेच्या गांभीर्याची आठवण करून देईल असा आणि ती शपथ मोडल्यास त्याचा काय परिणाम होईल, याचा सज्जड इशारा देणारा, अगदी सावकाश हाल-हाल करून दिलेला मृत्युदंड असेल तो.

नाही!

इथे तरी नाही. अशा प्रकारे तर नाहीच नाही.

थंडगार फरशीवर डोके टेकवून हळूहळू प्रयत्न करून तो चार पायांच्या प्राण्यासारखा उठू लागला. आपली हिरवी कफनी सावकाशपणे आणि अतिशय कष्टाने खांद्यावर ओढून घेण्याचा त्याने प्रयत्न केला, कफनीची जाडीभरडी लोकर त्याच्या दंडावरील आणि छातीवरील जखमांवरून घासली जाऊन आग आग झाली. कफनीचाच डोके झाकण्यासाठी असलेला टोपीसारखा भाग डोक्यावर ओढून घेत तो पुन्हा खाली कोसळला. त्याचाच उष्ण श्वास त्याच्या दाढीत घुटमळला. गुडघे त्याने हनुवटीखाली ओढून घेतले आणि आईच्या पोटात बाळ ज्या स्थितीत असते, तशा अवस्थेत सगळ्या शरीरात पुन्हा ऊब निर्माण होईपर्यंत पडून राहिला.

डोंगराच्या अंतर्भागातून कुठूनतरी आणखी काही आवाज घुमत राहिले.

त्याने डोळे उघडून लक्षपूर्वक पाहायचा प्रयत्न केला. एका अगदी अरुंदशा खिडकीतून येणाऱ्या प्रकाशाच्या एका किरणामुळे त्याच्या कोठडीची सगळी वैशिष्ट्ये

पुरेशी स्पष्ट झाली. सजावट अशी काही नव्हतीच तिथे, ती होती फक्त ओबड-धोबड, कामचलाऊ खोली. एका कोपऱ्यात पडलेल्या दगड-मातीच्या ढिगाऱ्यामुळे ती खोली त्या शक्तिपीठातल्या नेहमी वापरात नसलेल्या आणि दुरुस्ती किंवा देखभालीकडे लक्ष न दिलेल्या शेकडो खोल्यांपैकी एक असल्याचे स्पष्ट होत होते.

त्याने पुन्हा एकदा त्या खिडकीकडे पाहिले. खिडकी कसली, कातळात कोरून काढलेली एक लहानशी वाट किंवा अगणित पिढ्यांपूर्वी तीरंदाजांना खालच्या बाजूने वर येणाऱ्या शत्रुसैन्यावर हल्ला करण्यासाठी मोक्याची म्हणून केलेली चीर असावी, एवढीच फट होती ती. आंबलेल्या शरीराने तो कसाबसा उभा राहिला आणि त्या खिडकीकडे सरकू लागला.

पहाट व्हायला अजून बराच वेळ होता. आकाशात चंद्र दिसत नव्हता; फक्त दूरवर लुकलुकणारे तारे दिसत होते; पण त्याने जेव्हा खिडकीतून पाहिले, तेव्हा तेवढा प्रकाशदेखील त्याला डोळे गपकन मिटून घ्यायला लावणारा होता. खालच्या बाजूला दूरवर चहू बाजूंनी वेढलेल्या पर्वतांमधल्या विस्तीर्ण पठाराच्या परिघावर चमकत असलेल्या रस्त्यावरील शेकडो, हजारो दिव्यांचा, जाहिरात फलकांचा आणि दुकानांच्या पाट्यांचा एकत्रित होऊन वर आलेला प्रकाश होता तो. हा होता एके काळी हिटाइट साम्राज्याची राजधानी असलेल्या, पण आता दक्षिण तुर्कस्तानमधील केवळ एक पर्यटन स्थळ म्हणून उरलेल्या युरोपच्या अगदी एका टोकाला असलेल्या आधुनिक रुइन शहराचा भगभगीत, तीव्र प्रकाश.

ज्या शाश्वत सत्याच्या शोधात तो निघाला होता, ज्या शोधप्रवासाने त्याला या उच्च जागी, एका तुरुंगात आणून सोडले होते आणि त्याचा आत्माच विदीर्ण करून टाकणारी गोष्ट त्याच्यासमोर उघड केली होती आणि त्या प्रवासाला निघताना त्याने ज्या जगाकडे हेतुपुरस्सर पाठ फिरवली होती, त्याचेच प्रतीक असलेल्या त्या महानगराच्या अवाढव्य पसाऱ्याकडे तो पाहत होता.

आणखी एक घुसमटलेला आवाज. या वेळेला जास्तच जवळ.

आता त्याला त्वरा करायलाच हवी होती.

त्याने कफनीला पट्टा बांधण्यासाठी केलेल्या जागांमधून ओवलेला दोर सोडवला. सराईतपणे त्या दोराची टोके वळवून एक फास तयार केला आणि खिडकीजवळ जाऊन बाहेर झुकून पाहिले. बर्फासारख्या थंडगार पडलेल्या खडकात चाचपून कुठे त्याचे वजन पेलू शकेल, असा खाचखळगा, कपार, उंचवटा– किंवा काहीही हाताला लागतेय का ते पाहिले. खिडकीपासून अगदी उंचावरच्या जागी त्याला एक बाकदार उंचवटा दिसला. मग त्याच्या भोवती त्याने तो फास अडकवला आणि दोर खेचून धरला, फास घट्ट केला. आपले वजन तो दोर आणि तो उंचवटा पेलू शकेल का नाही, याचा अंदाज घेतला.

दोर उंचवट्याभोवती घट्ट बसला होता.

आपले लांब, मूळचे सोनेरी, पण आता गलिच्छ झालेले केस कानामागे सारत त्याने एकदा शेवटचे खाली पसरलेल्या लाखो दिव्यांच्या सजीवपणे स्पंदन करणाऱ्या गालिच्याकडे डोळे भरून पाहिले. मग आता प्राप्त असलेल्या प्राचीन गुपिताच्या ओझ्याने जड झालेल्या अंत:करणाने त्याने शक्य तितका दीर्घ नि:श्वास सोडला. त्या अरुंद फटीतून स्वत:ला बाहेर ढकलले आणि बाहेर पसरलेल्या रात्रीच्या गडद अंधारात झोकून दिले.

२

ती कोठडीची खोली जितकी अडगळीची, कामचलाऊ होती, त्याच्या अगदी विरुद्ध स्वरूपाच्या म्हणजे अगदी भव्य आणि आलिशान सजावटीच्या एका नऊ मजले खाली असलेल्या खोलीमध्ये आणखी एक माणूस स्वत:च्याच शरीरावर केलेल्या ताज्या जखमांमधून आलेले रक्त धुवत होता.

एखाद्या गुहेसमोरच्या शेकोटीसमोर प्रार्थनेला बसावे, तसा गुडघे टेकून तो बसला. त्याचे लांब केस आणि दाढी वयानुसार रुपेरी झाली होती. त्याच्या माथ्यावरचे विरळ केस आणि कमरेभोवती गुंडाळलेल्या कफनीची इतकी सुसंगती साधलेली दिसत होती की, तो एक समर्पित मठनिवासी आहे, हे वेगळे सांगायची गरजच नव्हती.

वाढत्या वयाची पहिली पहिली सूचना देण्यासाठी त्याची शरीरकाठी जराशी वाकली असली, तरीही ती अजूनही काटक आणि कणखर असल्याचे जाणवत होते. जखमा स्वच्छ करण्यापूर्वी बाजूलाच ठेवलेल्या तांब्याच्या वाडग्यातल्या थंड पाण्यात हातातला मलमलचा रुमालासारखा तुकडा भिजवून, हलक्या हातांनी जरासा पिळून, मग जखमा पुसताना त्याचे सशक्त स्नायू हलताना दिसत होते. ते थंड पाण्याचे पोटीस तो जखमेवर थोडा वेळ दाबून धरून पुन्हा पाण्यात भिजवून पुन्हा जखमेवर धरत होता.

मानेवरच्या, दंडावरच्या आणि छातीवरच्या जखमा बंद होऊन भरून आल्यासारख्या दिसायला लागल्यावर त्याने एका नव्या, नरम टॉवेलने हलक्या हातांनीच अंगावरचे पाणी टिपून घेतले आणि सावकाश कमरेभोवती गुंडाळलेली कफनी सोडवून पुन्हा नेहमीसारखी डोक्यावर टोपी ओढून घेत आणि कफनीची खरबरीत लोकर जखमांवर घासली जात असताना झोंबल्यामुळे वाटणारे सुख अनुभवत राहिला. शुष्क दगडासारखे फिकट करड्या रंगाचे डोळे त्याने मिटून घेतले आणि एक दीर्घ श्वास घेतला. आपण एका अत्यंत प्राचीन पंथाची महान परंपरा समर्थपणे पुढे चालवत असल्याबद्दलचे

अतीव समाधान हा समारंभ पार पडल्यानंतर त्याच्या मनात दाटून येत असे आणि मठातल्या अधिकारश्रेणीतील त्याच्या स्थानानुसार त्याच्यावर सोपवलेल्या ऐहिक जगातल्या जबाबदाऱ्यांनी त्याला वास्तव जगात खेचून आणेपर्यंत या समाधानाचा जितका जास्त काळ अनुभव घेता येऊ शकेल, तितका घेण्याची त्याची इच्छा असे.

दारावर कुणीतरी घाबरत-घाबरत टकटक केले, त्या आवाजाने त्याची समाधान-समाधी भंग पावली.

आज रात्रीपुरता तरी त्याचा हा सुखदायी काळ नक्कीच अल्पजीवी ठरणार होता.

"आत या," असे म्हणत त्याने जवळच्याच खुर्चीच्या पाठीवर गुंडाळलेला दोर घेण्यासाठी हात पुढे केला.

दार उघडले, शेकोटीतल्या फडफडणाऱ्या ज्वाळांचा प्रकाश दारावरच्या सोनेरी मुलामा दिलेल्या कोरीवकामावर पडला. एक संन्यासी घाबरत-घाबरत खोलीत आला आणि आपल्या मागे ते दार बंद केले. त्यानेदेखील त्यांच्या पंथाच्या नियमांनुसार हिरवी कफनी घातली होती, लांब केस राखले होते आणि दाढीदेखील राखली होती.

"मठाधिपती बंधुवर..." तो अगदी हलक्या आवाजात, जवळपास कुजबुजल्यासारखाच बोलू लागला. "इतक्या उशिरा तसदी दिल्याबद्दल मला क्षमा करा; पण ही गोष्ट तुम्हाला तत्काळ कळवावी, असं वाटल्यामुळे मला यावं लागलं."

नजर जमिनीकडे वळवून आता पुढे काय आणि कसे सांगावे, अशा साशंक मनाने तो एकटक पाहत राहिला.

"मग सांग ना तत्काळ," कमरेभोवती तो दोर पट्ट्यासारखा गुंडाळत आणि आपला क्रक्स– इंग्रजी 'टी' (T) अक्षराच्या आकाराचा लाकडी क्रॉस त्यात खोचत मठाधिपती गुरगुरले.

"आपण बंधू सॅम्युएलना गमावलं आहे..."

मठाधिपती जागीच थिजल्यासारखे उभे राहिले. "गमावलं आहे, म्हणजे तुला म्हणायचंय काय? मेला का तो?"

"नाही, मठाधिपती बंधुवर. म्हणजे... तो त्याच्या कोठडीत नाही."

मठाधिपतींचा हात क्रक्सची लाकडी कड हातात रुतण्याइतका जोराने क्रक्सभोवती आवळला गेला. मग जे ऐकले त्याने मनात क्षणकाळ दाटून आलेल्या भीतीची जागा पुन्हा तर्कशुद्ध विचाराने घेतल्यामुळे त्यांचा हात सैल झाला.

"त्यानं उडी टाकली असेल," ते म्हणाले. "खालचा सगळा भाग पिंजून काढा आणि इतर कुणालाही सापडण्याआधी त्याचं शव आत घेऊन या."

जे करायचे ते सांगून झाले आहे, आता त्या संन्याशाने जावे, अशी अपेक्षा ठेवून ते मागे वळले आणि आपली कफनी नीटनेटकी केली.

जमिनीकडे जास्तच निरखून पाहत तो संन्यासी म्हणाला, "क्षमा करा मठाधिपती बंधुवर, पण आम्ही खालच्या सगळ्या भागात व्यवस्थित शोधलं आहे. सॅम्युएल नाहीसा झाल्याचं समजताक्षणीच आम्ही बंधुवर अथानासियस यांना तसं कळवलं. त्यांनी बाहेरच्या लोकांशी संपर्क साधला आणि त्यांनी खाली पायाकडच्या भागात अगदी झाडून काढल्यासारखा शोध घेतला; पण एकदेखील शव कुठंच सापडलेलं नाही."

मठाधिपतींनी काही क्षणांपूर्वीच अनुभवलेली नीरव शांतता आता कुठल्याकुठे उडून गेली होती.

त्या रात्री थोड्या वेळापूर्वी बंधू सॅम्युएल याला मुक्तकांच्या – त्या पंथाच्या अधिपतींच्या अत्यंत आतल्या गोटात; ज्या सर्वोच्च अधिकारी बंधुवर्गाच्या अस्तित्वाचे गुपित फक्त त्या पर्वतातल्या मधमाशीच्या पोळ्यासारख्या एकमेकांशी अंतस्थ रस्त्यांनी जोडलेल्या असंख्य खोल्यांमध्ये कायमचे राहणाऱ्या लोकांनाच माहीत होते, अशा गोटात समारंभपूर्वक सामील करून घेण्यात आले होते. समारंभ अत्यंत पारंपरिक पद्धतीनेच झाला होता आणि अखेरीस नव्याने दाखल करून घेण्यासाठी तयार केलेल्या संन्याशाला हा पंथ ज्या अतिप्राचीन पवित्र गुपिताच्या रक्षण आणि संवर्धन यांसाठी संघटित करण्यात आला होता, त्याचा धार्मिक विधी उघड करून दाखवला गेला होता. हे ज्ञान स्वीकारण्याइतका बंधू सॅम्युएल पूर्णपणे तयार झालेला नव्हता, असे समारंभाचे विधी सुरू असताना लक्षात आले होते; पण असा तयार केलेला संन्यासी प्रत्यक्षात जेव्हा त्याच्यासमोर ते पवित्र ज्ञान उलगडले जात असते, तेव्हा मानसिकरीत्या पूर्णपणे तयार नसण्याची ही काही पहिलीच वेळ नव्हती. संरक्षण करण्यासाठी आणि जोपासण्यासाठी जे गुह्य ज्ञान त्यांच्या हाती सोपवले जात होते, ते इतके जबरदस्त आणि धोकादायक होते की, पंथात नव्यानेच दाखल होऊ पाहणाऱ्या संन्याशाने ते प्राप्त करायची कितीही कसून तयारी केली होती असे म्हटले, तरी प्रत्यक्षात ते गुपित त्याच्यासमोर उलगडले जात असताना ते आपल्याला झेपणारच नाही, असे वाटणे स्वाभाविक होते. एखाद्याला ते ज्ञान प्राप्त झाले आणि नंतर ते ओझे पेलता आले नाही, तर मात्र त्या ज्ञानाइतकेच ते धोक्याचे होते. मग अशा परिस्थितीत त्या माणसाची उलघाल शक्य तितक्या लवकर संपवणे, हेच या बाबतीत जास्त सुरक्षितपणाचे, कदाचित त्या माणसावर दया करण्यासारखे होते.

बंधू सॅम्युएलचीदेखील हीच कथा होती.

आणि आता तो सापडत नव्हता.

आणि जोपर्यंत तो मुक्त होता, तोपर्यंत ते अतिप्राचीन पवित्र गुपित धोक्यात होते.

"शोधा त्याला," मठाधिपती गरजले. "खालच्या जागेचा नीट शोध घ्या. खोदून पाहायला लागणार असेल, तर सगळी जमीन खोदून पाहा, पण त्याला शोधून काढा."

"होय, मठाधिपती बंधुवर."

"त्याच्या दुभंगलेल्या आत्म्याची कणव येऊन देवदूतांच्या एखाद्या जथ्थानंच त्याला उचलून नेलं नसेल, तर तो खालीच पडला असेल आणि पडला असेल, तर जवळच कुठेतरी पडला असेल आणि जर तो पडला नसेल, तर तो या शक्तिपीठातच कुठेतरी असणार. तेव्हा सगळे बाहेर पडायचे मार्ग बंद करा आणि जोपर्यंत बंधू सॅम्युएल किंवा बंधू सॅम्युएलचं शव सापडत नाही, तोपर्यंत प्रत्येक खोलीची, झरोक्यांची, अगदी पडझडीला आलेल्या झरोक्यांचीदेखील कसून झडती घ्या. बुजवून बंद केलेल्या प्रत्येक गुप्त खोलीचीदेखील झडती घ्या. मी काय बोलतोय समजतंय का?"

मनात खदखदणाऱ्या असंतोषाला वाट करून देत त्यांनी तो तांब्याचा वाडगा लाथेने शेकोटीमध्ये थाडकन उडवला. शेकोटीतून एक वाफेचा ढग उसळला आणि तापलेल्या धातूच्या वासासकट तिथल्या हवेत भरू लागला. संन्यासी अजूनही जमिनीकडे पाहत, आपल्याला हाकलून देण्याची वाट पाहत उभा होता; पण मठाधिपतींचे मन आता दुसऱ्या विचारात भरकटले होते.

अचानक उसळलेल्या वाफेने केलेला फुस्स आवाज आणि त्यामागोमाग वर उठलेल्या ज्वाळा पुन्हा एकदा कमी होऊ लागल्या. कदाचित त्याबरोबरच मठाधिपतींचा रागदेखील कमी झाला असावा.

"त्यानं उडीच टाकली असेल," खूप वेळ शांततेत गेल्यानंतर ते म्हणाले. "म्हणजेच त्याचं शव खालीच कुठेतरी मैदानात पडलं असलं पाहिजं. कदाचित खाली पडता-पडता मध्येच कुठल्यातरी झाडात ते अडकलं असेल किंवा एखाद्या जोरदार वाऱ्याच्या झोतामुळे आपल्या डोंगरापासून दूर उडवलं गेलं असेल आणि आपण अजूनही जिथे पाहायचा विचार केला नाही, अशा जागी पडलं असेल. काहीही असलं, तरी प्रत्येक गोष्टीत नाक खुपसून लुडबुड करणाऱ्या लोकांनी भरलेली पहिली गाडी इथे आणणारी पहाट उजाडायच्या आत आपण त्याला शोधून काढलंच पाहिजे!"

"जशी आज्ञा." असे म्हणून संन्याशाने लवून नमस्कार केला आणि वळून जायला निघाला; पण तेवढ्यात दारावर पुन्हा एकदा झालेल्या टकटक आवाजाने तो चांगलाच दचकला. नजर वर करून पाहतो, तर आणखी एक संन्यासी

मठाधिपतींनी आत येण्याची परवानगी देण्याची वाटदेखील न पाहता बेधडकपणे आत आला. हा नव्याने दाखल झालेला संन्यासी अंगचणीने बारीक आणि बुटकासाच होता. चेहऱ्याची धारदार ठेवण आणि खोल गेलेल्या डोळ्यांमुळे तो एखाद्या शापित बुद्धिवंतासारखा दिसत होता. सहजपणे पेलता येईल त्यापेक्षा भरपूरच जास्त प्रमाणात ज्याला ज्ञान मिळाले असावे, तसा दिसत होता आणि त्याने जरी बंधुवर्गातील सगळ्यात खालच्या स्तरातील व्यवस्थापनवर्गातल्या संन्याशांसाठीची तपकिरी कफनी घातली असली, तरीदेखील त्याच्या हावभावातून त्याचे अधिकाराने वागणे स्पष्टपणे व्यक्त होत होते. तो होता मठाधिपतींचा खासगी सल्लागार, सात वर्षांचा असताना झालेल्या केस गळण्याच्या आजारामुळे लहानपणीच कायमचे पूर्ण टक्कल पडलेला आणि त्यामुळेच केवळ मठातच इतर सगळ्या लांब केस आणि दाढी असलेल्या संन्याशांच्या गर्दीतच नाही, तर त्या डोंगरावर कुठेही सहज आणि तत्काळ ओळखला जाणारा– अथानासियस. अथानासियसने खोलीतल्या दुसऱ्या संन्याशाकडे पाहिले आणि त्याच्या कफनीचा रंग पाहून पटकन नजर वळवली. शक्तिपीठाच्या कडक नियमांनुसार हिरवी कफनी घालणारे संन्यासी – मुक्तक – हे इतरांपेक्षा वेगळे होते. मठाधिपतींचा खासगी सल्लागार म्हणून कधीतरी एखाद्या हिरवी कफनीवाल्या संन्याशाशी वाटेने जाताना नजरभेट झाली असेल तेवढीच, अन्यथा त्याला कोणत्याही प्रकारे त्यांच्याशी संपर्क साधायला मज्जाव होता.

"असा बेधडक आत आल्याबद्दल क्षमा करा, मठाधिपती बंधुवर," तणावाखाली असल्यामुळे सवयीने आपल्या गुळगुळीत टकलावरून हात फिरवत अथानासियस म्हणाला. "पण मला तुम्हाला असं सांगायचंय की, बंधू सॅम्युएल सापडला आहे."

मठाधिपती हसले आणि जणू काही या बातमीलाच प्रेमाने आलिंगन देऊ पाहावे, तशा आविर्भावात नाटकीपणाने त्यांनी आपले हात फैलावले.

"बघा," ते म्हणाले, "सगळं काही ठीकठाक झालंय पुन्हा. आपलं गुपितही सुरक्षित आहे आणि आपला पंथदेखील निर्विघ्न झाला आहे; पण मला सांग, कुठे सापडलं त्याचं प्रेत?"

टकलावरून सरकणारा हात तसाच सावकाश सरकत राहिला. "प्रेत वगैरे काही नाही..." बोलता-बोलता तो क्षणभर थांबला आणि म्हणाला, "बंधू सॅम्युएलनं डोंगरावरून खाली उडी टाकली नाही. तो डोंगरावर चढत गेलाय. इथून जवळपास चारशे फुटांवर पोहोचलाय तो, पूर्वेच्या बाजूला."

मठाधिपतींचे हात निर्जीवपणे खाली आले आणि त्यांचा चेहरा पुन्हा काळवंडला.

त्या पवित्र मठाची किल्ल्यासारख्या मजबूत बांधणीची आणि दरीच्या दिशेला असलेली काचेसारखी गुळगुळीत ग्रॅनाइटच्या दगडाच्या कड्याची सरळ वर आलेली भिंत त्यांच्या नजरेसमोर आली.

"काही हरकत नाही," एखादा विचार झटकून टाकावा, तशा आविर्भावात हात झटकत ते म्हणाले, "पूर्वेकडच्या बाजूनं वर चढून जाणं अशक्य आहे आणि तांबडं फुटायला अजून बराच वेळ आहे. त्यापूर्वीच तो पार थकून जाईल आणि खाली पडून मरण पावेल आणि एखादा चमत्कार घडला आणि तो या महाकाय पर्वताच्या उताराकडे पोहोचला, तरी आपले बाहेरचे बंधुवर्ग त्याला पकडतीलच. या असल्या चढाईनं तो पूर्ण थकून गेलेला असेल, त्यामुळे तो त्यांना काहीच प्रतिकार करू शकणार नाही."

"तुम्ही म्हणता ते खरं आहे, मठाधिपती बंधुवर," अथानासियस घुटमळला आणि "परंतु..." असे म्हणत कधीच नाहीशा झालेल्या केसांचा शोध घेत आपल्या टकलावरून हात फिरवत राहिला.

"परंतु काय?" मठाधिपती करड्या आवाजात उद्गारले.

"बंधू सॅम्युएल डोंगर उतरून खाली जात नाहीये." शेवटी एकदाचा टकलावरून फिरत असलेला त्याचा हात खाली आला. "तो डोंगर चढून वर जातोय."

३

थंडीने काळा पडलेला वारा उंच हिमशिखरांवरून आणि हिमनदीवरून वेगाने सरकत रात्रीचा अंधार कापत, ज्ञात इतिहासापेक्षाही प्राचीन असलेला गारठा आपल्याबरोबर ओढून घेत आणि हिमनदीच्या बर्फाळ पाण्याने उधळलेले बारीक खडे आणि मातीचे कण बरोबर घेत शहराच्या पूर्वेकडे निघाला होता.

वेड्यावाकड्या, पण अखंडपणे गोलाकार पसरलेल्या पर्वतशिखरांमधल्या खोलगट पठारप्रदेशात असलेल्या रुइन शहराकडे वळल्यावर वाऱ्याचा वेग आणखी वाढला. डोंगरउतारावरच्या जुन्या पुराण्या द्राक्षबागा, ऑलिव्हची झाडे आणि पिस्त्याच्या बागांमधून फुसफुसत पूर्वी कधीतरी जिथे त्याने तंबूंच्या कनाती फडफडवल्या होत्या आणि त्या महान सिकंदर राजाचा लाल व सोनेरी सूर्याचे चिन्ह असलेला, तसेच चौथ्या अजस्त्र रोमन सैन्यदलाचे मानचिन्ह असलेला ध्वज फडकवला होता, त्या उंच काळ्याकभिन्न पर्वताच्या पायथ्याशी थंडीमध्ये थरथरत हताशपणे गोळा झालेल्या अशा अनेक सैन्यदळांचादेखील ध्वज, एकीकडे त्यांचे नेते त्या पर्वताकडे त्यात काय गुपित आहे ते काही कळतेय का, ते टक लावून पाहत असताना फडकवला होता, त्या जागी आता असलेल्या निऑन आणि सोडियमच्या दिव्यांच्या झगमगाटाच्या शहरी पसाऱ्याकडे वारा निघाला.

वारा आता दुतर्फा झाडे असलेल्या पूर्वेकडच्या रुंद हमरस्त्याकडे झेपावला. वाटेतली ऑटोमन साम्राज्याचा दहावा राजा सुलेमान दी मॅग्नीफिसंट याने बांधलेली मशीद ओलांडून वर आकाशाकडे... नाही, त्या आकाशाच्या काळजात काळा खंजीर खुपसावा, तशा अजिंक्य, उर्मट पर्वताकडे पाहत, खालच्या बाजूला आपल्या सैनिकांनी विजयोन्मादात चालवलेली शहराची लुटालूट ऐकत जिथे प्रत्यक्ष नेपोलियन उभा राहिला असेल, त्या नेपोलियनच्या अपुऱ्या राहिलेल्या साम्राज्याच्या एका बाजूने चिरफळ्या करत निघाला आणि नेपोलियन जेव्हा अज्ञातवासात कुठेतरी पडून होता, तेव्हा जसा त्याच्या डोळ्यांसमोर दु:स्वप्नांची रांगच उभी करत गेला असेल, तसाच

आताही त्या 'हॉटेल नेपोलियन'च्या दगडी बाल्कनीकडे निघाला.

वारा तसाच जुन्या शहराच्या उंच भिंतींवरून घरंगळत, पूर्वीच्या काळी आगेकूच करत येणाऱ्या शत्रुसैन्याला अटकाव करण्यासाठी मुद्दाम अरुंद केलेल्या रस्त्यांमधून, पुरातन पण आतून आधुनिक गोष्टींनी खच्चून भरलेल्या घरांमधून आणि बाहेर पूर्वी जिथे कत्तल केलेल्या शत्रुसैनिकांची रक्त ठिबकणारी कलेवरे लटकवून ठेवली असतील, तिथे आता लटकवलेल्या पर्यटकांना आकृष्ट करणाऱ्या असंख्य गोष्टींच्या जाहिरातींमधून अंग चोरून घेत पुढे जात राहिला.

शेवटी वाऱ्याने एका बांधाच्या भिंतीवरून उडी घेतली. पूर्वी कोणे एके काळी जिथे एक वाहत्या पाण्याचा खंदक होता, त्यातून 'सूं सूं' आवाज करत पुढे गेला आणि जिथून पुढे वाऱ्यालादेखील वाट काढता येत नव्हती, अशा समोरच्या पर्वतावर धडकला, आकाशाकडे वळला आणि तिथे त्याची भेट पार तेराव्या शतकानंतर आजतागायत कुणाच्याही दृष्टीस न पडलेल्या गडद हिरव्या वेषातल्या आणि त्या बर्फासारख्या थंड खडकावर अतिशय मंद गतीने आणि कष्टाने वर सरकत असलेल्या आकृतीशी झाली.

४

कित्येक दिवसांत या शक्तिपीठाच्या पर्वतकड्याइतका चढावाला कठीण भाग चढून जाण्याची सॅम्युएलवर वेळ आली नव्हती. हजारो वर्षांच्या पावसाच्या आणि गारपिटीच्या माऱ्याने पर्वताच्या कड्याची ही बाजू अगदी काचेसारखी गुळगुळीत झाली होती. त्यामुळे पर्वताच्या शिखरभागाकडे वर चढून जाण्यासाठी, जोर लावायला हात-पाय रोवण्यासाठी त्याला फारशी जागाच मिळत नव्हती.

आणि त्यात भर म्हणजे वातावरण अतिशय थंडगार होते.

वर्षानुवर्षे अनेक गोष्टींचा मारा करून, पर्वत-खडक गुळगुळीत करून टाकणाऱ्या बर्फाळ वाऱ्याने त्याचे काळीजदेखील बर्फासारखे थंडगार करून टाकले होते. वाऱ्याचा स्पर्श होताक्षणी त्याची कातडी गोठल्यासारखी होत होती; पण त्यामुळेच त्याला काही क्षणापुरता तरी का होईना, आधार मिळत होता; पण पुढच्याच क्षणी त्याला जबरदस्तीनेच आपला हात अक्षरशः ओढून काढावा लागत होता आणि तसे करताना त्याचे हात आणि गुडघे कातडी सोलवटून रक्तबंबाळ आणि हुळहुळे होत होते. वारा त्याच्या आवतीभोवती सुसाटत पिंगा घालत होता, अदृश्य बोटांनी त्याच्या कफनीला झटके देत होता, कड्यापासून खेचून खाली खोल कुठेतरी फेकून देऊन मृत्यूच्या स्वाधीन करू पाहत होता.

वरील बाजूस असलेल्या कुठल्यातरी सांदी-सपाटीत किंवा कपारीत वा उंचवट्यावर उजव्या हाताच्या मनगटाला बांधलेला दोर, पुन्हा पुन्हा लांब झोका घेऊन अडकवण्याच्या प्रयत्नात असताना, तो दोर सॅम्युएलच्या कातडीवर घासला जात होता. दोराचा फास अडकला की, दर वेळी जोराने खेचून मिळालेला आधार भक्कम आहे ना, दोर त्यात नीट अडकला आहे ना, याची तो खात्री करून घेत होता आणि त्या अशक्यप्राय दगडी सुळक्यावर इंच-इंच वर चढून जात असताना तो दगा देणार नाही, अशी इच्छा तो मनाशी करत होता.

ज्या कोठडीतून त्याने आपली सुटका करून घेतली होती, ती कोठडीची

खोली, जिथे तो धार्मिक विधी झाला होता त्या दालनापासून जवळच, शक्तिपीठाच्या अगदी वरच्या भागात होती. जितक्या उंचावर तो पोहोचू शकेल, तितका वरच्या भागातल्या इतर कोठड्यांमधून त्याच्यापर्यंत पोहोचून त्याला पकडण्याचा प्रयत्न करू पाहणाऱ्यांच्या हातांपासून दूर जाऊन त्याचा धोका कमी होणार होता.

आतापर्यंत घट्ट, कठीण आणि काचेसारखा असलेला खडक अचानक ओबडधोबड आणि भुसभुशीत लागू लागला. वर्षानुवर्षांच्या थंडीच्या माऱ्याने खालच्या थरातला ग्रॅनाइटचा दगडदेखील नरम झालेल्या मऊ मातीच्या प्राचीन भूस्तरावर आता तो पोहोचला होता. आता पृष्ठभागावर अनेक खाच-खळगे होते, त्यामुळे चढाई करणे सोपे झाले होते; पण तितकेच धोकादायकदेखील झाले होते. अंदाज येण्याच्या आतच हाता-पायाखालचा आधार फुटून निसटत होता. निसटणारी ढेकळे दगडाखालच्या गोठलेल्या अंधाराला छेद देत नाहीशी होत होती. निखळ भीतीपोटी त्याने आपले हात आणि पाय धारदार झालेल्या खाच-खळग्यात रोवले; त्यांनी त्याचे वजन तर पेलून धरले, पण त्यामुळे त्याला ठिकठिकाणी जखमा झाल्या.

जसजसे वर सरकावे, तसतसा वाऱ्याचा जोर वाढत राहिला आणि कड्याची वरची बाजू आपल्याच पाठीवर मागे झुकावे, तशी झुकू लागली. ज्या गुरुत्वाकर्षण शक्तीने आतापर्यंत पकड मजबूत करण्यात त्याला मदत केली होती, तीच आता त्याला कड्यापासून दूर खेचू लागली. त्याने पकडलेल्या खडकाची कपची त्याच्या पकडीखालीच तुटून पडण्याचा प्रकार दोनदा घडला आणि दोन्ही वेळेला फक्त त्याच्या मनगटाभोवती गुंडाळलेल्या दोरामुळे आणि आयुष्याची दोरी तुटायची वेळ अजून आलेली नाही, या त्याच्या दृढ विश्वासामुळेच, हजारो फूट खाली कोसळण्यापासून तो बचावला.

आपले सगळे आयुष्य असे डोंगरमाथ्यावर पोहोचण्याच्या प्रयत्नातच संपणार की काय, असे वाटत असतानाच त्याने आणखी एकदा वरच्या कपारीत हात रोवण्याचा प्रयत्न केला, पण त्याच्या हातात नुसती हवाच आली. उरलेल्या रात्रीमध्ये मुक्तपणे फिरण्यासाठी वारा डोंगरावरच्या ज्या पठाराकडे वेगाने निघाला होता, त्या पठाराच्या काठाकडच्या सपाट भागावर त्याचा हात पडला होता.

काठ घट्ट पकडून त्याने शरीर महत्प्रयासाने वर ओढून घेतले. ढेकळासारख्या फुटणाऱ्या आणि जेमतेम आधाराला कारण असलेल्या जमिनीवरून बधिर झालेल्या आणि जागोजागी चिरलेल्या, फाटलेल्या पायांनी सरपटतच तो पुढे पुढे सरकला आणि सगळे शरीर त्या मरणाच्या थंड खडकाच्या सपाट भागावर खेचून घेतले. हातांनी चाचपडत कितपत मोकळी जागा आहे याचा अंदाज घेतला आणि वेगाने सुसाटलेल्या वाऱ्यापासून बचाव करण्यासाठी सरपटतच त्या जागेच्या मध्यभागी पोहोचला. ज्या कोठडीच्या खोलीतून तो निसटला होता, त्यापेक्षा ही जागा काही

मोठी नव्हती; पण कोठडीत तो एक असहाय्य बंदी होता आणि इथे मात्र एखादे अलंघ्य पर्वतशिखर पादाक्रांत केल्यानंतर येतो तसा— अतीव उत्साहाचा, आनंदाचा आणि अवर्णनीय मुक्ततेचा गात्रागात्रांत भिनणारा अनुभव तो घेत होता.

५

वसंत ऋतूतला तेजस्वी सूर्य आकाशात वर येऊ लागला. खाली दरीमध्ये लांब-लांब सावल्या पाडू लागला. या काळात वर चढतो, तसा नेहमीप्रमाणेच त्या लाल खोंडासारख्या मजबूत पर्वतशिखरांच्याही वर आला आणि खाली शहराच्या मध्यभागाकडे जाणाऱ्या हमरस्त्यावर आणि शक्तिपीठाला वळसा घालून रस्ता जिथे अचूक दिशा दाखवणाऱ्या इतर तीन वर्दळीच्या ठिकाणांकडे जाऊ लागतो, तिथे तळपू लागला.

शहराच्या पूर्वेकडे असलेल्या मशिदीतून मुल्लांच्या शोकमग्न सुरांतली प्रार्थनेची बांग ऐकू आली. ख्रिस्ती धर्माच्या प्रभावाखाली असलेले हे शहर, सातव्या शतकात अरब सैन्याला अंकित झाले होते, तेव्हापासून अशी बांग रोज दिली जात होती. सकाळी लवकर उठून घाईघाईने न्याहारी करून निघावे लागल्यामुळे काहीशा त्रासलेल्या पर्यटकांची, सरकत्या गजांच्या दरवाज्याजवळ जमणारी पहिली गाडी भरून आलेली गर्दीदेखील येऊ लागली.

संस्कृतीदर्शनाचा आणखी एक दिवसभराचा फेरफटका सुरू होण्याची पर्यटक जांभया देत वाट पाहत असतानाच बांग हळूहळू थांबली; पण तरीही एक वेगळाच, गूढ ध्वनी शहरातल्या प्राचीन रस्त्यांमधून वाऱ्याबरोबर वाहत येत त्या भक्कम लाकडी महाद्वारापलीकडल्या वातावरणातदेखील भरून राहिला. मग त्या गूढ आवाजाने प्रत्येकाच्या मनात प्रवेश केला, तिथे खोल दडून असलेल्या अनामिक भीतीला त्याने डिवचले, त्या जाणिवेने प्रतिक्षिप्त क्रिया झाल्यासारखे प्रत्येकाचे डोळे विस्फारले गेले आणि भीतीमुळे थंडगार पडणाऱ्या आणि थिजणाऱ्या असहाय्य शरीराचा बचाव करण्यासाठी सगळे जण आपापले कोट आणि लोकरीचे कपडे उबेसाठी घट्ट ओढून घेऊ लागले. जमिनीच्या गर्भातून एखादे किड्यांचे मोहोळ जागे व्हावे किंवा एखादे प्रचंड जहाज फुटून महासागराचा अथांग तळ गाठत असताना जशी त्याची घरघर ऐकू यावी, तसा आवाज होता तो. तो आवाज त्यांच्याभोवती घोटाळत फिरला, तेव्हा काही जणांनी त्याच अनामिक भीतीने थरथरत एकमेकांकडे

अस्वस्थपणे पाहण्याचे धाडस केले, पण नंतर त्या आवाजाचे स्वरूप बदलत गेले आणि अगदी मोजक्याच माणसांना ओळखीच्या वाटणाऱ्या, पण तरीही कुणालाच कळत नसलेल्या भाषेत शेकडो पुरुषी आवाज एकमुखाने कोणतीतरी पवित्र सूक्ते म्हणत असावेत, तसा कंपनध्वनी जाणवू लागला.

पुरातन स्वरूप विशेष लक्षपूर्वक जपून ठेवलेला तो गजांचा भक्कम दरवाजा, सहसा दिसणार नाही, अशा बेताने कातळातच दडवलेल्या मजबूत पोलादी तारांना जोडलेल्या, विजेवर चालणाऱ्या मोटर्सनी वर उचलायला सुरुवात केली आणि दरवाजा हलण्याच्या अचानक झालेल्या आवाजाने जवळ असलेल्या अनेकांनी दचकून उडीच मारली. विजेच्या मोटर्सच्या आवाजात संन्याशांच्या मंत्रोच्चारणाचा आवाज मिसळून गेला आणि तो भक्कम दरवाजा पूर्णपणे वर उचलला जाऊन आपल्या जागी खटकन अडकून बसेपर्यंत तो आवाज विरघळून गेला आणि उरले फक्त अनामिक भीतीने भारलेल्या दबक्या शांततेत, जगातल्या सर्वांत जुन्या किल्ल्याकडे जाणाऱ्या चढावाच्या रस्त्यावर पुढे पुढे सरकणारे पर्यटक.

दगडी बांधकामाच्या रस्त्यांच्या गुंतागुंतीतून मार्ग काढत पर्यटक सावकाश एक एक गोष्ट बघत निघाले. जुन्या काळातली स्नानगृहे आणि रोमन लोकांनी या कल्पनेवर कब्जा करण्याच्या कितीतरी आधीपासूनच रुइनच्या ज्या चमत्कारी, आरोग्यदायी, पाण्याचा लाभ घेतला जात होता ते औषधी गुण असलेल्या पाण्याचे झरे पाहत पुढे सरकले. शस्त्रागार, लोहारकामाच्या जागा. अर्थात आता त्या जागांवर उपाहारगृहे आणि इथल्या भेटीची आठवण म्हणून पर्यटक घेऊन जातात तसल्या पेल्या-बिल्यांसारख्या फुटकळ गोष्टी, औषधी पाण्याच्या कुप्या आणि पवित्र क्रॉस असल्या भेटवस्तूंची विक्री करणारी दुकाने होती. ती पार करत शेवटी पर्यटक मुख्य चौकात पोहोचले. चौकाच्या एका टोकाला त्या शक्तिपीठाच्या परिसरातली सर्वसामान्य लोकांना प्रवेश करण्याची परवानगी असलेली एकमेव जागा – एक प्रचंड सार्वजनिक चर्च होते.

या ठिकाणी थांबल्यावर शक्तिपीठाकडे माना उंचावून नीट निरीक्षण केल्यावर माहिती-पुस्तकामधल्या चित्रात दाखवल्याप्रमाणे प्रत्यक्षात दिसत नाही, अशी तक्रार आपल्या गाइडजवळ करणारे मूर्ख पर्यटक हे तर नेहमीचेच दृश्य होते. चौकाच्या टोकाला असलेल्या एका दगडी महाद्वारातून पुढे जायला सांगितल्यावर पर्यटक पुढे जात, वळण घेत आणि अचानक जागच्या जागी स्तब्ध होऊन उभे राहत. करड्या रंगाचा, अत्यंत विशाल, काही भागात किल्ल्याच्या तटबंदीची, युद्धप्रसंगी शत्रूवर मारा करण्यासाठी मोक्याच्या जागांची बांधणी केलेला आणि कुठे-कुठे आकर्षक रंगवलेल्या काचांच्या खिडक्या असलेला – त्या महाकाय पर्वताच्या पवित्र हेतूचे एकमेव लक्षण असलेला आणि त्या पर्वताच्या कोंदणात एखाद्या हिऱ्यासारखा जडवलेला – एक प्रचंड दगडी मनोरा त्यांच्यासमोर दिमाखदारपणे उभा असलेला त्यांना दिसे.

६

पर्यटकांच्या पायदळावर तळपणारा सूर्य त्या पर्यटकांपासून हजारएक फुटांवर निपचित पडलेल्या सॅम्युएलच्या शरीरात ऊब निर्माण करत होता.

जसजशी ऊब अंगात भरत गेली, तसतशा त्याच्या संवेदना जाग्या होऊ लागल्या आणि त्याबरोबरच एक खोलवर जाणारी, मरणांतिक वेदनादेखील जागी झाली. प्रयत्नपूर्वक स्वतःला ढकलत तो बसता झाला आणि काही क्षण डोळे मिटून, सोलवटून पार वाट लागलेले हाताचे तळवे डोंगरमाथ्याच्या कातळावर टेकवून अनादिकालापासून थंडगार पडलेल्या त्या प्राचीन खडकाच्या गारव्यामुळे थोडेसे हलके झालेले दुःख अनुभवत बसून राहिला. अखेर त्याने डोळे उघडले आणि खूप खाली पसरलेल्या रुइन शहराकडे बघू लागला.

एखादे पर्वतशिखर सुरक्षितपणे सर केल्यावर तो नेहमी करत असे, तशी त्याने देवाची प्रार्थना करायला सुरुवात केली.

हे जगत्पित्या भगवंता...

पण त्याच्या तोंडातून हे शब्द बाहेर पडत असतानाच त्याच्या डोळ्यांसमोर एक आकृती उभी राहिली. तो अडखळला. काल रात्रीच त्याने जो नरक अनुभवला होता, त्या जगत्पित्याच्या नावाने जी काही अश्लाघ्य दुष्कृत्ये केली जाताना पाहिली होती, त्यानंतर आता आपण कोणाची आणि कशासाठी प्रार्थना करत आहोत, याची त्याला स्वतःलाच खात्री नव्हती. कालचा तो धार्मिक विधी ज्या खोलीत झाला होता, ती खोली तो आत्ता बसला होता त्याच्या खालीच कुठेतरी होती. ती खोली ज्या खडकाला कोरून तयार केली होती, त्या खडकावर टेकलेल्या त्याच्या हातांना खडकाचा थंडपणा जाणवला. त्या खडकाच्या अंतर्भागात काय काय दडलेय, ते नजरेसमोर येऊन पुन्हा एकदा त्याच्या मनात आश्चर्य, भीती आणि शरमिंदेपणा दाटून आला.

डोळे पाण्याने डबडबले आणि मनात उभ्या राहिलेल्या आकृतीला दूर सारून

त्या जागी काहीतरी दुसरे... अगदी काहीही दुसरे नजरेसमोर आणण्याचा तो प्रयत्न करू लागला. वर येणाऱ्या उबदार, गरम हवेबरोबर उन्हाने काहीशा करपलेल्या गवताचा वासदेखील येऊ लागला. त्या वासाबरोबर काही आठवणी जाग्या झाल्या. नजरेसमोर एक चित्र तयार होऊ लागले – एक आकृती, एक मुलगी, सुरुवातीला अगदी अस्पष्ट, पुसटशी आकृती; पण हळूहळू तिचा चेहरा स्पष्ट होत गेला. त्याच्याच गतकाळातून वर आलेला हा चेहरा एकाच वेळी परका, पण तरीही ओळखीचा आणि त्याच वेळी प्रेमाने ओथंबलेला होता.

अनाहूतपणे त्याचा हात त्याच्या कुशीकडे असलेल्या एका सगळ्यात जुन्या, कधीच बऱ्या झालेल्या जखमेच्या व्रणाकडे गेला. व्रणावर हात ठेवताना त्याच्या खिशात एका कोपऱ्यात खुपसून ठेवलेली एक वस्तू त्याच्या हाताला जाणवली. त्याने ती बाहेर काढून पाहिली, तर ते होते धर्मबंधुंच्या भोजनगृहात असताना त्याला खाणे अशक्य झालेले एक लहानसे, मेणचट झालेले सफरचंद. एका अतिप्राचीन आणि पवित्र धर्मबंधुवर्गामध्ये काही तासांतच आपल्याला सामील करून घेतले जाणार आहे, या जाणिवेने तो तेव्हा पुरता संकोचून गेला होता आणि आता सगळ्या जगाच्या डोक्यावर; परंतु त्याच्या व्यक्तिगत नरकात बसला होता.

ते सफरचंद त्याने आस्वाद घेत खाल्ले. त्याचा मधुर रस गळ्याखाली उतरताना आणि ते खाल्ल्यामुळे पोटात निर्माण झालेली ऊब त्याच्या संपूर्णपणे गलितगात्र, दुखऱ्या शरीराला ताजेतवाने करतानाचा आनंद त्याने मन:पूत उपभोगला. सगळा गर खाऊन आतल्या बिया त्याने हाताच्या तळव्यावर घेतल्या. दगडाची एक कपची त्याच्या हाताच्या मांसल भागात रुतली होती. हात तोंडाजवळ नेऊन त्याने ती दातांनी उपटून काढली आणि ती काढल्यामुळे झालेल्या वेदना सहन करत थोडा वेळ थांबला. दातात धरलेली कपची थुंकत पुन्हा तळहातावर घेऊन पाहिली. त्याच्या रक्ताने माखलेली ती कपची म्हणजे तो आत्ताच चढून आलेल्या कड्याचे लहानसे प्रतिरूप होते. अंगठ्याने रक्त पुसत त्याने ती साफ केली आणि खालच्या करड्या रंगाच्या खडकाकडे पाहिले. धर्मबंधुवर्गामध्ये त्याला सामील करून घेण्याच्या विधीसाठी त्याची तयारी करून घेतली जात असताना त्याला शक्तिपीठाच्या अंतर्भागात खोलवर असलेल्या ग्रंथालयात दाखवलेल्या धर्मग्रंथाच्या रंग आणि पोताप्रमाणेच या कपचीचादेखील रंग व पोत होता. त्या धर्मग्रंथाची पानेदेखील तशाच दगडापासून बनवलेली होती आणि कित्येक वर्षांपूर्वी मातीस मिळालेल्या हातांनी कोरलेल्या चिन्हांनी त्या दगडी पाट्यांच्या पृष्ठभागावर गर्दी केली होती. त्याने तिथे लिहिलेले जे काही वाचले होते, ते जणू काही ब्रह्मवाक्यच असावे तसे होते आणि शक्तिपीठातल्या धार्मिक विधींबद्दल शक्तिपीठाच्या चार भिंतींबाहेर चकार शब्दही जरी कुणाला कळला, तर त्याचा अंत होईल, असा धोक्याचा इशारा

देणारे होते.

समोर पसरलेल्या शहराकडे त्याने पाहिलं. उदासवाणे सूर्यकिरण त्याच्या घाऱ्या डोळ्यांवर आणि त्या डोळ्यांखालच्या गालफडांवर आलेल्या उंचवट्यांवर पडले. खालच्या जगात आपापली आयुष्ये आपापल्या परीने चांगले विचार बाळगून आणि चांगली कृत्ये करण्याचा प्रयत्न करत जगणाऱ्या आणि असे करता-करता एक दिवस देवाच्या पायाशी पोहोचण्याची इच्छा करत जगत असलेल्या माणसांचा विचार त्याच्या मनात आला. स्वत:च्या आयुष्यातल्या दु:खद घटनांनंतर तोदेखील याच हेतूने सर्व श्रद्धांच्या उगमस्थानी आला होता आणि आता तो त्या जगातल्या सगळ्यात पवित्र पर्वतावर जितक्या उच्च स्थानावर पोहोचणे शक्य होते, तितक्या उच्च जागी पोहोचून गुडघे टेकून बसला होता आणि देवापासून आपण इतक्या दूर असल्याचे त्याला यापूर्वी कधीच जाणवले नव्हते.

आयुष्यात त्याने जे काही गमावले, जे काही त्याने समजून, शिकून घेतले, त्या सगळ्या गोष्टींच्या प्रतिमा त्याच्या अंधारलेल्या मन:पटलावरून सरकत राहिल्या आणि त्या दगडी पाट्यांवर कोरलेल्या गुप्त धर्मग्रंथातले ब्रह्मवाक्यासारखे भाकीत सांगणारे शब्द पुन्हा एकदा त्याच्या स्मृतिपटलावरून सरकू लागले, तेव्हा त्यात नवे काहीतरी दिसू लागले. पहिल्यांदा वाचताना जे शब्द त्याला धोक्याचा इशारा देणारे वाटले होते, तेच शब्द आता काहीतरी साक्षात्कार घडवत आहेत, असे दिसू लागले.

शक्तिपीठातल्या धर्माबद्दलचे, धार्मिक विधींबद्दलचे ज्ञान आत्तादेखील त्याच्याकडे होते; मग त्याला ते आणखी कुठेही पोहोचवता येणारच नाही, असे कोण म्हणू शकत होते? कदाचित या काळपर्वतावर प्रकाश टाकून त्याचे खरे स्वरूप प्रकाशात आणण्याचे आणि त्याने स्वत:च्या डोळ्यांनी जे काही पाहिले होते, त्याचा अंत करण्याचे तो स्वत: एक माध्यम ठरू शकत होता. तो चुकीचा ठरला असता, त्याने जे काही पाहिले त्यामागच्या उदात्त, पवित्र तत्त्वाची धुरा आपल्या खांद्यावरून पुढे नेण्यास त्याच्या मनात उद्भवलेल्या श्रद्धेय गोष्टींबद्दलच्या साशंकतेमुळे तो अपात्र ठरत असता, तरीदेखील तो जे काही करू पाहत होता, त्यात प्रत्यक्ष देवानेच हस्तक्षेप केला असता. तसे झाले असते, तर पर्वताआडचे गुपित हे गुपितच राहिले असते आणि वैचारिक गोंधळात पडलेल्या एका य:कश्चित संन्याशाच्या मृत्यूचा कुणाला शोक झाला असता?

नजर उचलून त्याने आकाशाकडे पाहिले. जगाला प्रकाश देणारा, जीवन देणारा सूर्य आकाशात वर वर चढत होता. नजर पुन्हा खाली वळवत हाताच्या तळव्यावर असलेल्या धारदार कंगोऱ्यांच्या दगडाच्या तुकड्याकडे तितक्याच धारदार, तल्लख मनाने पाहत असताना आकाशातला सूर्य त्याला ऊब देत होता.

आता आपण काय करायलाच हवे आहे, हे त्याला स्पष्टपणे कळले होते.

७

रुइनच्या पश्चिमेकडे पाच हजार मैलांच्याही पलीकडे सेंट्रल पार्कमध्ये एक उत्तर युरोपीय वंशाची ओळख सांगणाऱ्या चेहऱ्याची, सोनेरी केसांची आणि सडसडीत अंगयष्टीची स्त्री एक हात बो ब्रिजवर टेकवून आणि दुसऱ्या हातात लिव्ह ॲडमसनच्या नावाने आलेले एक पत्राचे पाकीट घेऊन उभी होती. वारंवार हाताळले गेल्यामुळे पत्र जरा चुरगळले गेले होते; पण अजूनही ते उघडलेले नव्हते. पाण्यात प्रतिबिंबित झालेल्या न्यू यॉर्क शहराच्या भुरकट रंगरेषेकडे पाहत असताना त्याच जागी त्याच्याबरोबर शेवटचे उभे असतानाचा, एखाद्या पर्यटकासारखे तिथे फिरल्याचा प्रसंग आणि त्या वेळी तिथे पडलेला लख्ख सूर्यप्रकाश आठवला. आत्ता मात्र तो तसा लख्ख नव्हता.

वाऱ्याने पाण्याच्या ताणलेल्या पृष्ठभागावर लाटा निर्माण झाल्या. धक्क्याजवळ बांधलेल्या आणि आतापर्यंत दुर्लक्षित असलेल्या, वल्ह्याने चालवायच्या काही होड्या एकमेकींवर हलकेच आपटल्या. कपाळावर आलेली सोनेरी केसांची एक बट मागे करत पुन्हा एकदा तिने त्या पाकिटाकडे पाहिले, तोंडावर आपटणाऱ्या वाऱ्याकडे टक लावून पाहत राहिल्यामुळे आणि न रडण्याचा निग्रहाने प्रयत्न करत राहिल्यामुळे तिचे घारे डोळे कोरडे पडले होते. नेहमीच्या क्रेडिट कार्डांच्या अर्जांच्या आणि घरपोच पिझ्झा देणाऱ्यांच्या मेनू कार्डांसारख्या खोगीरभरती टपालामध्ये हे पाकीट एखाद्या विषारी सापासारखे जवळपास एक आठवड्यापूर्वीच येऊन पडले होते. पाकिटावर खालच्या कोपऱ्यात लिहिलेला परतीचा पत्ता वाचण्याआधी तर, ते आणखी एखादे बिलच आहे, असे वाटले होते. ज्या बातमीवर ती काम करत असेल, त्या संबंधातल्या तिने मागवलेल्या माहितीच्या छापील प्रती अशा प्रकारच्या पाकिटातून तिच्या 'इन्क्वायरर'च्या ऑफिसात नेहमीच येत असत. हे पत्र अमेरिकेच्या 'ब्युरो ऑफ व्हायटल रेकॉर्ड्स'च्या म्हणजे माणसाच्या आयुष्यातल्या सगळ्यात महत्त्वाच्या – जन्म, लग्न आणि मृत्यू यांची नोंद ठेवणाऱ्या कार्यालयातून आलेले होते.

पत्र पाहताक्षणीच बसलेल्या धक्क्याने हडबडून जात तिने ते पत्र आपल्या बॅगेत कोंबले होते आणि ते तिथेच इतर कसल्या-कसल्या पावत्या, वह्या आणि जीवनावश्यक इतर असंख्य गोष्टींसकट आपण उघडले जाण्याची योग्य वेळ कधीतरी येईल, याची वाट पाहत अंग घुसळत पडून राहिले होते. प्रत्येक वेळी किल्ल्या काढण्यासाठी किंवा फोन घेण्यासाठी बॅगेत पाहताना जवळपास एक आठवडाभर सगळ्या गोष्टींमध्ये मिसळून ते पाकीट पडून राहिले. एक दिवस कुणीतरी काहीतरी सूचक असे कानाशी कुजबुजावे, तसे झाले आणि मग ती एक दिवस लवकर जेवण उरकून जर्सीहून ट्रेन पकडून या प्रचंड आणि अनाम शहराच्या मध्यवर्ती भागात पोहोचली. इथे तिला कोणीही ओळखत नव्हते आणि मनात उसळलेला आठवणींचा कल्लोळ पाहता ते बरेच होते. शिवाय इथे ती स्वत:च स्वत:ची ओळख जरी विसरली असती, तरी त्याने कुणालाही काडीचाही फरक पडणार नव्हता.

पुलावरून ती पाण्याच्या काठाच्या दिशेने चालत गेली, चालता-चालता बॅगेत चाचपडून पाहत तिने काहीसे चुरगळलेले लकी 'स्ट्राइक्स सिगारेट्स'चे पाकीट काढले. वाऱ्याने विझू नये म्हणून सिगारेट पेटवण्यासाठी तिने ज्योतीभोवती हाताचा आडोसा केला व सिगारेट पेटवली. एक झुरका घेतला आणि एकमेकींवर आपटणाऱ्या बोटींचा हलकासा आवाज आणि जरा दूरवर असलेल्या शहराच्या वाहत्या रहदारीचे सुस्कारे ऐकत उभी राहिली. अखेर तिने टोकाच्या बाजूने बोटाने फाडत पाकीट उघडले.

पाकिटात एक पत्र आणि एक घडी केलेला दस्तऐवज होता. त्याचे दर्शनी स्वरूप आणि भाषा तिच्या अगदी परिचयाची होती; पण त्यात जे लिहिले होते, ते अगदीच विपरीत, वेगळे होते. तिचे डोळे भराभरा त्या मजकुरावरून फिरले. पूर्ण वाक्य वाचण्याऐवजी तुकड्या-तुकड्यात ते वाचत गेले :

...आठ वर्षं बेपत्ता...

...अस्तित्वाचा कोणताही नवा पुरावा नाही...

...कायद्याने मृत...

सोबतचा दस्तऐवज तिने उघडला, त्याचे नाव वाचले. वाचताक्षणीच आपल्यातलेच काहीतरी मुळापासून निखळून पडतेय, असे तिला जाणवले. इतक्या वर्षांच्या दडपलेल्या भावना अनावर झाल्या आणि प्रक्षोभ करत उसळल्या. ती हमसून-हमसून, हुंदके देत रडू लागली. तिच्या डोळ्यांतून घळाघळा वाहणारे अश्रू केवळ विचित्र तरीही स्वागतार्ह वाटणाऱ्या दु:खाचे नव्हते, तर त्या दु:खाच्या छायेमध्ये ती आता किती एकटी, एकाकी आहे, याचेही होते.

त्याच्याबरोबर व्यतीत केलेला शेवटचा दिवस तिला आठवला. शहरात नवखे असलेल्या पर्यटकांची जोडगोळी फिरावी, तसे ते दोघे त्या दिवशी शहरभर फिरले होते. इतकेच काय, इथे आत्ता रिकाम्या, थंडपणे तरंगत पडलेल्या बोटींपैकी एक बोट भाड्याने घेऊन त्यात बसण्याचा आनंददेखील घेतला होता. तिने ते सगळे नीटपणे आठवण्याचा प्रयत्न केला; पण – बोट पाण्यातून पुढे नेण्यासाठी वल्ही मारताना त्याच्या पिळदार स्नायूंची झालेली हालचाल, कोपरापर्यंत वर चढवलेल्या शर्टाच्या बाह्या, त्यामुळे उघड्या पडलेल्या हातावरची सोनेरी लव, त्याच्या डोळ्यांचा रंग आणि तो हसताना त्याच्या डोळ्यांभोवती मिश्कीलपणाची छटा दाखवत गोळा होणारी कातडी – हे सगळे तिला तुकड्या-तुकड्यांनीच आठवत राहिले. त्याचा चेहरा मात्र धूसरच राहिला. पूर्वी तो चेहरा कायमच स्पष्ट दिसायचा. नुसते त्याचे नाव उच्चारले, तरी लगेच नजरेसमोर उभा राहायचा; पण आता बहुतेक वेळी तिला पूर्वी ओळखीच्या असलेल्या मुलासारखाच, पण त्याच्यासारख्या दिसणारा आणि तरीही त्याची कोणतीच ओळख न सांगणारा चेहरा समोर येत असे.

त्याचा चेहरा नीटपणे आठवण्याचा तिने कसून प्रयत्न केला. त्याच्याबद्दलच्या सगळ्या आठवणी एकत्र करून त्याची खरी ओळख सांगणारा चेहरा साकार करण्याचा तिने प्रयत्न केला, तेव्हा न्यू यॉर्कच्या वरच्या भागातल्या हॅन्सन आजीच्या घराजवळच्या तळ्यात त्याच्या मानाने कितीतरी मोठ्या असलेल्या वल्ह्यांनी बोट चालवण्याची धडपड करणारा एक मुलगा तिच्या नजरेसमोर आला. आजीने त्यांना बोटीत बसवूनच पाण्यात ढकलून दिले होते. म्हणाली होती, "तुमचे पूर्वज व्हायकिंग्ज होते. तुम्ही जेव्हा पाण्यावर काबू मिळवाल, तेव्हाच मी तुम्हाला घरात घेईन..."

दुपारभर ते तळ्यातच होते– ती लाकडी बोट त्यांच्या शरीराचाच एक भाग असल्यासारखे तिच्याशी एकजीव होईपर्यंत ते दोघे पाळीपाळीने वल्ही मारून बोट चालवायला शिकत होते आणि मग पाण्यावर त्यांनी मिळवलेला हा विजय साजरा करण्यासाठी आजीने खास त्यांच्यासाठी एक विजय-सहल काढली होती आणि कुठल्याशा समुद्रकिनाऱ्यावरच्या पडलेल्या झाडांच्या खोडात कोरून काढलेल्या नॉर्स देवतांच्या 'आस्क' आणि 'एम्ब्ला' या नावांनी या दोघांना पुकारले होते. सगळ्याची धूळधाण करणाऱ्या हिमराक्षसांबद्दल, धाडी घालणाऱ्या व्हल्कायरीजबद्दल आणि जळत्या लांबलचक जहाजांमध्येच होणाऱ्या व्हायकिंग्ज लोकांच्या दफनविधीबद्दल अनेक कथा सांगितल्या होत्या. रात्री पोटमाळ्यावर झोप यायची वाट पाहत पडलेले असताना तो कुजबुजल्या स्वरात म्हणालादेखील होता की, पुढे जेव्हा त्यालादेखील अशाच एखाद्या लढाईत वीराचे मरण येईल, तेव्हा त्याचे दफनदेखील असेच व्हावे; म्हणजे त्याचा आत्मादेखील त्या जळत्या जहाजाच्या धुरात मिसळून वर जात

स्वर्गात पोहोचला असता.

तिने पुन्हा एकदा त्या मृत्यूच्या दाखल्यावरून नजर फिरवली, त्यात लिहिलेले त्याचे नाव आणि त्याचा मृत्यू झाल्याचे अधिकृतपणे घोषित करण्याचे – 'एखाद्या भाल्यामुळे किंवा तलवारीच्या वाराने किंवा नि:स्वार्थपणे एखादे वीरश्रीयुक्त कृत्य करताना नाही, तर फक्त त्याच्या नाहीसे होण्याने, निव्वळ कारकुनी हिशेबाने मोजलेल्या त्याच्या या जगातल्या अनुपस्थितीच्या आधारे आणि तेवढी अनुपस्थिती त्याला मृत घोषित करण्यास पुरेशी आहे,' असे मान्य करून नोंदवलेले कारण वाचले. लहानपणापासूनच अंगवळणी पडलेल्या सवयीने तिने त्या जाडसर कागदाची घडी घातली. तळ्याच्या काठावर मांडी घालून बसली आणि ती कागदी नाव पाण्याच्या पृष्ठभागावर सोडली. बोटीच्या टोकदार शिडाजवळ हात धरून तिने लायटर पेटवला. कोरडा कागद काळा होऊन जळायला लागल्याबरोबर हलकेच ती बोट तळ्याच्या मध्याकडे ढकलली. ज्वाळा क्षणभर वर येऊन काहीतरी भक्ष्य मिळवण्यासाठी फडफडल्या आणि शेवटी थंड वाऱ्याच्या झोताने विझून गेल्या. पाण्याबरोबर हेलकावे खात जाणाऱ्या त्या नावेला बंदुकीच्या लोखंडासारख्या काळ्याशार पाण्याने गिळून टाकेपर्यंत ती त्याकडे पाहत राहिली.

नाव पूर्ण बुडण्याची वाट पाहत तिने आणखी एक सिगारेट ओढली, पण ती नाव न बुडता शहराच्या पाण्यावर पडलेल्या प्रतिबिंबाला छेद देत, जणू एखादा आत्माच अधांतरी तरंगत राहावा, तशी पाण्यावर तरंगत राहिली.

हा एका अस्सल व्हायकिंगला द्यावा, तसा निरोप नक्कीच नव्हता...

मग मागे वळून तिला पुन्हा जर्सीला घेऊन जाणाऱ्या ट्रेनच्या दिशेने ती चालायला लागली.

८

“बंधूंनो आणि भगिनींनो, जरा इकडे लक्ष द्या,” खिळलेल्या नजरेने शक्तिपीठाकडे माना उंचावून पाहणाऱ्या आपल्या गटातल्या पर्यटकांचे लक्ष वेधून घेण्यासाठी त्यांचा गाइड चढ्या आवाजात सांगू लागला. “तुमच्या आजूबाजूच्या लोकांमध्ये बोलल्या जात असलेल्या भाषांचं वैविध्य पाहा : इटालियन, फ्रेंच, जर्मन, स्पॅनिश, डच आणि इतरदेखील; पण सगळ्या भाषांमधून एकच कथा सांगितली जाते आणि ती कथा म्हणजे जगातल्या सगळ्यात जुन्या, अनादिकालापासून मनुष्यवस्ती असलेल्या या स्थळाची आणि या भाषांच्या गोंधळाची. बंधू आणि भगिनींनो, तुम्हाला जेनेसिस पुस्तकातली, मानवाची स्तुती करण्यासाठी बांधलेल्या ‘टॉवर ऑफ बॅबेल’च्या प्रसिद्ध बायबल कथेची आठवण करून देतो. हा टॉवर ईश्वराची पूजा करण्यासाठी बांधलेला नसल्यानं देवाचा कोप झाला आणि म्हणून त्यानं मानवाच्या भाषाच गोंधळ करणाऱ्या केल्या. त्यामुळेच पृथ्वीवरचा मानव देशादेशांत विभागला गेला आणि एकमेकांपासून दूर गेला आणि या टॉवरचं काम अपूर्णच राहिलं. अनेक अभ्यासू विद्वानांचा असा विश्वास आहे की, कथेत संदर्भ असलेली जागा म्हणजे हे रुइनचं शक्तिपीठच आहे. इथे आणखी एक गोष्ट लक्षात ठेवा की, ती कथा आहे एका अशा बांधकामाची जे ईश्वराच्या स्तवनासाठी उभारल गेलं नव्हतं. आता तुम्ही जर या शक्तिपीठाकडे लक्ष देऊन पाहिलंत, तर बंधू आणि भगिनींनो,” आपला हात नाट्यपूर्णपणे त्या नजरेच्या आवाक्यातदेखील न येणाऱ्या विशाल, मजबूत बांधकामाकडे फेकत तो पुढे म्हणाला, “इथे धर्माचं अधिष्ठान असण्याची कोणतीही दर्शनी खूण तुम्हाला दिसणार नाही. क्रॉस नाही, देवदूतांची चित्रं नाहीत, कोणत्याच प्रकारची प्रतिमाचित्रं नाहीत. तरीही दिसतं तसं नसतं, या न्यायानं, कोणतंही धर्मचिन्ह नसूनदेखील हे रुइनचं शक्तिपीठ नि:संशयपणे ईश्वराचं अधिष्ठान आहे. याच शक्तिपीठाच्या गूढ अंतर्भागात जगातल्या पहिल्या बायबलचं लेखन झालं होतं आणि ख्रिस्ती धर्माच्या आध्यात्मिक तत्त्वांची पायाभरणीदेखील याच स्थळी झाली आहे.

हे शक्तिपीठ हेच खरं तर ख्रिस्ती चर्चचं मूळ केंद्र होतं. पुढे वेगानं वाढणाऱ्या चर्चच्या पसाऱ्याकडे सगळ्या जगाचं लक्ष वेधलं जावं, म्हणून ते रोममध्ये व्हॅटिकन येथे इसवी सन २६मध्ये स्थलांतरित केलं गेलं. तुमच्यापैकी किती जण व्हॅटिकन शहराला भेट देऊन आले आहेत?''

काही मोजकेच हात अवघडल्यासारखे वर झाले.

''अगदी थोडे लोक जाऊन आलेले दिसताहेत. तिथे तुम्ही नक्कीच सिस्टीन चॅपल आणि सेंट पीटरचे बसीलिका पाहिले असेल किंवा पोपच्या थडग्यांचं दर्शन घेतलं असेल किंवा अगदी पोपचं प्रवचन ऐकण्याचा लाभ मिळवला असेल. तिथे जशा अनेक अद्‍भुत गोष्टी तुम्हाला पाहायला, अनुभवायला मिळाल्या असतील, त्या सगळ्या गोष्टी इथेही असल्या, तरी इथे त्यातली एकही गोष्ट तुमच्या नजरेस पडणार नाही, कारण अख्ख्या जगातल्या सगळ्यात गुप्त आणि पवित्र अशा या जागेत फक्त इथेच राहणाऱ्या संन्याशांना आणि पुरोहितांनाच प्रवेश आहे आणि हा नियम इतका कडक आहे की, वर पर्वतावर एका बाजूला दिसणाऱ्या माऱ्याच्या जागा त्या भरीव दगडात कोरून काढण्याचं कामदेखील कुणा पाथरवटानं किंवा बांधकाम करणाऱ्यानं केलेलं नाही, तर ते या पवित्र पर्वतात कायमचे राहणाऱ्यांनीच केलं आहे. याच प्रथेमुळे या स्थळाला एखाद्या भग्नावशेषाचं रूप प्राप्त झालं असलं, तरी यामुळेच या शहराला रुइन – म्हणजेच भग्नावशेष असं नावदेखील मिळालं आहे.

पण याचं बाह्यस्वरूप असं असलं, तरीही हे काही भग्नावशेष नाहीत. अख्ख्या जगातलं सगळ्यात भक्कम असं हे स्थान आहे आणि याच्या सुरक्षा कवचाला भेदून कुणालाही, अगदी जगाच्या इतिहासातल्या सर्वांत कुप्रसिद्ध आक्रमणकर्त्यांनाही हर तऱ्हेचे प्रयत्न करूनदेखील प्रवेश मिळवता आलेला नाही आणि असे प्रयत्न त्यांनी कशासाठी केले असतील? तर या पर्वताच्या अंतर्भागात दडलेलं रुइनचं पवित्र गुपित – 'पवित्र धार्मिक संस्करण-विधान यासाठी.' '' अत्यंत गंभीरपणे उच्चारलेले ते शब्द जणू काही तिथल्या थंड हवेत त्यानेच निर्माण केलेले भूत तरंगत राहण्यासाठी सोडून द्यावे, तसा बोलता-बोलता तो काही क्षण थांबला. ''जगातलं सर्वांत पुरातन आणि सर्वांत मोठं रहस्य,'' कुजबुजल्या आवाजात तो पुढे बोलत राहिला. ''कुणाला असं वाटतं की, ती रहस्यमय गोष्ट म्हणजे ख्रिस्ताचा खरा क्रॉस आहे, तर कुणाला वाटतं की, अंत्यभोजनाचे वेळी ख्रिस्तानं वापरलेला पेला आहे आणि त्यातल्या जलामुळे सर्व जखमा भरून येतात आणि अमरत्व प्राप्त होतं. कुणाला असंही वाटतं की, या पर्वत खोदून, खडक कोरून बनवलेल्या गुहांच्या शांत अंतर्भागात खोल कुठेतरी प्रत्यक्ष येशू ख्रिस्तालाच अगदी चमत्कार ठरेल, अशा पद्धतीनं तो शेवटी होता त्याच पहुडलेल्या स्थितीत ठेवलेलं आहे आणि काही

लोक असेही आहेत की, त्यांना ही सगळी सबळ पुरावा नसलेली दंतकथा वाटते. बंधू आणि भगिनींनो, खरी गोष्ट हीच आहे की, कुणालाही नक्की काय आहे ते माहीत नाही आणि पराकोटीची गुप्तता राखण्याच्या कोनशिलेवरच या शक्तिपीठाच्या दंतकथेची उभारणी झाली असल्यानं, ते काय आहे, हे मला वाटतं कुणालाही कधीच कळणार नाही.

आता कुणाला काही शंका असतील, तर जरूर विचारा.'' असे तो बोलला, तरी त्याचा बोलण्याचा सूरच असा होता की, कुणीही काहीही प्रश्न विचारू नये, असे त्याला जे मनापासून वाटत होते, ते ऐकणाऱ्याला अगदी स्पष्टपणे कळत होते.

पर्वतातल्या त्या अजस्र इमारतीकडे डोळे फाडून पाहणाऱ्या कोऱ्या पाटीसारख्या सपाट चेहऱ्यांकडे बारीक भिरभिरत्या नजरेने पाहत कोणाला काही विचारण्याची इच्छा होताना दिसतेय का, याचा त्याने अंदाज घेतला. साधारणपणे कुणी काही प्रश्न विचारत नसे, त्यामुळे सगळ्यांनाच इकडे-तिकडे फिरून काही-बाही पाहायला, भेटवस्तू खरेदी करायला आणि टुकार फोटो काढून पुढच्या कुठल्यातरी पर्यटन स्थळाकडे जाण्यासाठी पुन्हा आपल्या बसपाशी जमा व्हायला वीस एक मिनिटे मिळत असत आणि हीच गोष्ट अधिकृतरीत्या जाहीर करण्यासाठी एक दीर्घ श्वास घेत गाइड तयार होत होता, इतक्यात गर्दीतून एक हात आकाशाकडे उंचावत कसलातरी इशारा करू लागला.

''ते काय आहे तिथे?'' एक पन्नाशीतला लालबुंद दिसणारा आणि इंग्लंडच्या उत्तरेकडील भागातली बोलण्याची ढब पुरेपूर भिनलेला एक माणूस विचारत होता. ''ते वर तिथे क्रॉससारखं काय दिसतंय?''

''मी आत्ताच तुम्हाला सांगितलं की, या शक्तिपीठात कुठेही क्रॉस वगैरे औषधालादेखील मिळणार–''

पण असे बोलता बोलता तो गप्प झाला. झळाळणाऱ्या आकाशाकडे डोळे मिचमिचे करून पाहू लागला. पुन्हा पुन्हा पाहू लागला.

तिथे अगदी त्याच्या डोक्यावर, त्या प्राचीन किल्ल्याच्या बोडक्या म्हणून प्रसिद्ध असलेल्या पर्वतमाथ्यावर एक लहानसा क्रॉस दिसत होता.

''मी सांगतो... पण... ते काय आहे ते मला खरोखरच सांगता येणार नाही...'' बोलता-बोलता त्याचा आवाज क्षीण होत गेला.

तसे त्याच्या बोलण्याकडे कुणाचे लक्षही नव्हतेच म्हणा. सगळे जण त्या डोंगरमाथ्यावर नक्की काय दिसते आहे, ते पाहण्यासाठी डोळ्यांना ताण देत होते.

मग तो गाइडदेखील तेच करू लागला. वर जे काही होते, ते थोडेसे हलले. इंग्रजीतल्या पहिल्या लिपीत लिहिल्या जाणाऱ्या 'टी' या अक्षरासारखे काहीतरी दिसत होते तिथे. कदाचित तो एखादा पक्षी असावा किंवा भल्या सकाळच्या

प्रकाशाने मांडलेला नजरबंदीचा खेळ असावा.

"अरे तो तर एक माणूस आहे!" जवळच उभ्या असलेल्या दुसऱ्या एका पर्यटकांच्या गटातले कोणीतरी ओरडले. गाइडने त्या मध्यमवयीन, बोलण्याच्या लकबीवरून तो डच असावा, असे वाटणाऱ्या माणसाकडे पाहिले, तर तो माणूस त्याच्या हातातल्या व्हिडिओ कॅमेऱ्याच्या उघडलेल्या एलसीडी पडद्याकडे लक्षपूर्वक पाहत होता.

"हे पाहा!" आपल्याला जे सापडले आहे, ते इतरांनाही दिसावे, म्हणून तो माणूस जरा मागे झुकला.

एकच गर्दी करून कॅमेऱ्याच्या पडद्याकडे पाहण्याचा प्रयत्न करणाऱ्या लोकांच्या डोक्यावरून गाइडनेदेखील पाहायचा प्रयत्न केला. दृश्य जितक्या जवळून टिपता येईल, तितक्या जवळून टिपण्यासाठी योग्य ती जुळवाजुळव केलेल्या कॅमेऱ्याच्या पडद्यावर गर्दीच्या धक्क्यांनी हलणाऱ्या हातामुळे थरथरणाऱ्या चित्रात संन्याशाच्या हिरव्या कफनीतील एका माणसाची आकृती दिसत होती. त्याचे गडद सोनेरी केस जोराच्या वाऱ्यामुळे त्याच्या तोंडावरच्या दाढीवर सपकारत होते; पण तरीही तो माणूस हात पूर्णपणे फैलावलेल्या, मस्तक खाली झुकवलेल्या आणि त्यामुळे पाहणाऱ्या सगळ्यांना तो एक मानवी क्रॉस आहे किंवा तो प्रत्यक्ष ख्रिस्ताची एक एकाकी, जिवंत प्रतिकृती आहे, हे अचूकपणे कळावे, अशा स्थितीत पर्वतशिखराच्या अगदी काठावर उभा होता.

१

रुइनच्या पश्चिमेकडल्या तळटेकड्यांमध्ये सरत्या मध्ययुगीन काळात कधीतरी पहिल्यांदा केलेल्या लागवडीपासून आजतागायत निगा राखली जात असलेल्या एका फळबागेतल्या उंच-सखल जमिनीवरून सहा स्वयंसेवकांना बरोबर घेऊन कॅथरीन मान चालत होती. सगळ्यांच्या अंगात जाडसर, तरटाच्या कनातीच्या कापडासारखा जाड्याभरड्या कापडाचा पांढरा पायघोळ अंगरखा होता, डोक्यावर रुंद कडांची पाठीवर पारदर्शक काळी सावली पाडणारी आणि पुढच्या बाजूने प्रत्येकाचे तोंड झाकून घेणारी टोपी होती. भल्या सकाळच्या प्रकाशात ते सगळे जण एखाद्या पुरातन पंथातले धार्मिक कृत्ये करणारे लोक बळी द्यायच्या वेदीकडे जाताना दिसतात, तसे दिसत होते.

उभ्या करून ठेवलेल्या आणि ताडपत्रीने झाकलेल्या एका तेलाच्या पिंपापाशी पोहोचल्यावर कॅथरीनने ते पिंप उभे करून ठेवण्यासाठी लावलेले दगड हलवून, ते काढायला सुरुवात केली, तेव्हा तिच्याबरोबर आलेली माणसे शांतपणे तिच्या पाठीमागे थोडीशी विखुरल्यासारखी होत उभी राहिली. भल्या पहाटेच मोकळ्या रस्त्यांवरून इथे येत असताना मिनी बसमध्ये भरून राहिलेला सगळ्यांच्या उत्साही बडबडीचा आवाज आता कुठल्याकुठे विरून गेला होता. शेवटचा जड अडसर तिने दूर केला, तोपर्यंत कुणीतरी तिच्या संरक्षणासाठी धुराचा पडदा उभारायला सुरुवात केली. हवा जितकी जास्त उबदार, गरम असेल, तितक्या मधमाश्या जास्त जोमाने कामाला लागलेल्या असतात आणि अशा वेळी त्यांना शांत राखण्याचे काम तिला करावे लागत असे; पण आजचा दिवस उष्ण असला, तरी हे मधमाश्यांचे पोळेदेखील इतर पोळ्यांसारखेच आहे, हे कॅथरीन आत्ताच सांगू शकत होती. आतून मधमाश्यांचा नेहमी येतो तसा गूं गूं आवाज अजिबात येत नव्हता आणि तळाकडे ठेवलेल्या लाल विटेवर काहीही जमा झाल्याचे दिसत नव्हते.

पोळ्याच्या खालच्या बाजूने तिने दोन-चार धुराचे लोट नावापुरते सोडले आणि नंतर ताडपत्री उचलून पिंपाच्या वरच्या बाजूला समान अंतरावर बसवलेल्या आठ

लाकडी पट्ट्यांच्या कृत्रिम घरट्याकडे पाहिले. कुठल्याही जुन्या लाकडाच्या पट्ट्या वापरून तयार करता येणारे ते वरच्या बांधणीचे पोळे होते. मधुमक्षी पालनाचे प्राथमिक धडे देण्याच्या उद्देशानेच ही फळबाग-भेट आखण्यात आली होती आणि याच प्रशिक्षणाचा पुढच्या वर्षभरात हे स्वयंसेवक जगाच्या विविध भागांत जाऊन प्रत्यक्ष कामात त्याचा उपयोग करणार होते; पण आता चांगलेच उजाडले होते आणि एकामागून एक पोळे उघडून तपासून पाहिले जाता-जाता त्या प्रशिक्षणाच्या मोहिमेचे रूपांतर एका अतिशय अस्वस्थ करणाऱ्या निष्कर्षाचा सामना करण्यात झाले.

धूर नाहीसा झाल्यावर कॅथरीनने एका बाजूची पट्टी पिंपामधून काळजीपूर्वक उचलली आणि ती आपल्याबरोबर आलेल्या गटाकडे वळली. त्या पट्टीच्या खालच्या बाजूला एक वेड्यावाकड्या आकाराचे, मोठेसे, पण जवळपास कोरडेच म्हणावे इतका कमी मध असलेले पोळे होते. हे पोळे अगदी थोड्या दिवसांपूर्वीपर्यंत मधमाश्यांनी गजबजलेले आणि मधाने भरलेले असायचे; पण आता मात्र त्या पोळ्याच्या मेणचट पृष्ठभागावर इकडेतिकडे उगाचच फिरणाऱ्या काही मोजक्या कामगार माश्या सोडल्या, तर त्या पोळ्यामध्ये काहीही शिल्लक नव्हते.

''रोग-संसर्ग झाला असेल का?'' मधमाश्या असल्या, तर बचावासाठी म्हणून तोंडावर ओढून घेतलेल्या बुरख्याआडून एक पुरुषी आवाज आला.

''नाही.'' मान हलवत कॅथरीन म्हणाली. ''नीट पाहा...''

सगळे जण काय आहे ते पाहण्यासाठी तिच्या भोवती कोंडाळे करून उभे राहिले.

''एखाद्या पोळ्याला जर सीपीव्ही किंवा एपीव्ही म्हणजे मधमाश्यांना तीव्र किंवा गंभीर स्वरूपात पंगु करणारा जंतुसंसर्ग झाला असेल, तर मधमाश्या ताप आल्यासारख्या थरथरत राहतात, त्यांना उडता येत नाही आणि त्या पोळ्यातच किंवा त्याच्या जवळपासच मरून पडतात; पण इथे आजूबाजूची जागा नीट पाहा.''

तिने असे म्हटल्याबरोबर सहा टोप्या घातलेली डोकी खाली वळली आणि तिथल्या सफरचंदाच्या झाडाच्या सावलीतल्या स्पंजासारख्या मऊ गवताचे निरीक्षण करायला लागली. ''काहीही दिसत नाहीये तिथे.

आणि आता पोळ्याच्या आत पाहा.''

आता टोप्या वर झाल्या, त्यांच्या रुंद कडा एकमेकांना ढकलू लागल्या.

''हे सगळं जर जंतुसंसर्गानं घडलं असतं, तर पोळ्याच्या तळाशी मेलेल्या माश्यांचा ढीग जमा झाला असता. त्यांचंही आपल्यासारखंच आहे. आजारी असतात तेव्हा त्या सरळ घरी येतात आणि बरं वाटेपर्यंत घरातच पडून राहतात; पण इथे तर काहीच दिसत नाही. मधमाश्या जणू अदृश्यच झाल्या आहेत आणि इथे

आणखीन एक गोष्ट दिसते आहे.'' असे म्हणत तिने हातातली पट्टी आणखी वर केली आणि पोळ्याच्या खालच्या भागात मेणाने बुजल्यासारख्या दिसणाऱ्या षटकोनी भोकांकडे बोट दाखवले.

''ही फलन न झालेली अंडी आहेत.'' कॅथरीन म्हणाली. ''फलन करण्यासाठी अंडी शिल्लक असतील, तर मधमाश्या सहसा पोळं सोडून कुठेही जात नाहीत.''

''मग इथे काय घडलं असेल?''

मधमाश्यांच्या उद्यमशीलतेची कोणतीच चाहूल नसल्याने थंड पडलेल्या पिंपात कॅथरीनने हातातली पट्टी हलकेच ठेवली आणि म्हणाली, ''मलाही काही कळत नाहीये; पण हे असं सगळीकडेच घडतं आहे.'' मागे वळून फळबागेच्या एका टोकाला असलेल्या सफरचंदांचा रस काढायच्या जागेकडे जाता-जाता ती पुढे सांगत राहिली. ''उत्तर अमेरिका, युरोप इतकंच काय अगदी अती पूर्वेकडे तैवानमध्येदेखील हे असंच घडत असल्याच्या बातम्या येत आहेत आणि हे कशामुळे होतंय, हे अजूनही कुणालाच कळलेलं नाही; पण परिस्थिती बिघडतच चालली आहे, याबद्दल मात्र सगळ्यांचं एकमत आहे.''

मिनी बसपाशी पोहोचल्यावर तिने अंगरखा वगैरे काढला आणि प्लॅस्टिकच्या एका रिकाम्या खोक्यात टाकला. मग इतरांनीही तसेच केले.

''अमेरिकेत याला 'कॉलनी कोलॅप्स डिसऑर्डर' – मधमाश्यांची वसाहत कोसळवणारा बिघाड म्हणतात. कुणाकुणाला आता जगाचा अंत जवळ आला आहे, असं वाटतंय. आइनस्टाइननं असं म्हटलं होतं की, पृथ्वीतलावरून मधमाश्या नाहीशा झाल्या, तर त्यानंतर आपल्याकडे फक्त चारच वर्षं असतील. मधमाश्या नाहीत, म्हणजे परागवहन नाही, म्हणजेच फलन नाही, म्हणजेच पिकं नाहीत, म्हणजेच अन्न नाही आणि म्हणजेच शेवटी माणूसही शिल्लक राहणार नाही.''

कॅथरीनने चेन ओढून चेहऱ्याचे रक्षण करण्यासाठी घातलेला काळा बुरखा काढत त्याला जोडलेली टोपीदेखील काढली, तेव्हा तिचा लांबटगोल चेहरा, गोरी-नितळ त्वचा आणि काळेभोर डोळे दिसू लागले. तिच्या वयातीत व्यक्तिमत्त्वात अमीर-उमरावांच्या उमदेपणाची झाक होती आणि वयाने त्यांच्यापैकी अनेकांच्या आईपेक्षाही मोठी असली, तरी तरुण पुरुष प्रशिक्षणार्थींच्या कल्पनासाम्राज्याचा ती अविभाज्य भाग होती. मोकळ्या हाताने तिने आपले गडद चॉकलेटी रंगाचे अंबाड्यासारखे बांधलेले केस सोडवले.

''पण मग आता ते त्यावर काय उपाय करताहेत?'' इतरांसारख्याच असलेल्या एका पारदर्शक काळ्या बुरख्यातून बाहेर पडलेल्या अमेरिकेच्या मध्य-पश्चिम भागातल्या उंच आणि वाळूच्या रंगाचे केस असलेल्या एका मुलाने प्रश्न विचारला. कॅथरीनकडे त्या संस्थेत काम शिकायला-करायला येणाऱ्या नवख्या प्रशिक्षणार्थी मुलांप्रमाणेच

तोदेखील एक प्रामाणिक, कसलेही छक्के-पंजे माहीत नसलेला, निरोगी आणि आशावादी, चांगुलपणाचे तेज असलेला मुलगा होता. आणखी एखाद्या वर्षानंतर जेव्हा त्याने कदाचित सुदानमध्ये भुकेने तडफडून मरणारी निष्पाप मुले पाहिली असतील किंवा जमिनीखाली दहशतवाद्यांनी सुरुंग पेरले आहेत म्हणून तुम्ही तुमच्या आजोबा-पणजोबांपासून शेती करत असलेल्या जमिनीत नांगर चालवू नका, असे त्याला सिआरा लिओनमधल्या शेतकऱ्यांना विनवून सांगावे लागेल, त्यानंतर तो कसा दिसायला लागेल, याचा ती गंभीरपणे विचार करत राहिली.

"ते यावर मोठ्या प्रमाणात संशोधन करत आहेत," ती म्हणाली, "मधमाश्यांच्या वसाहती कोसळणे आणि इतर पिकं नष्ट होण्यामध्ये काही समान दुवा आहे का ते पाहत आहेत. तंबाखूतल्या विषारी द्रव्यापासून बनवलेली जंतुनाशकं, जागतिक तापमानवाढ, आत्तापर्यंत माहीत असलेले परजीवी जंतू आणि इतर संसर्गजन्य गोष्टी यांचा अभ्यास करत आहेत. मध गोळा करायला कुठेही गेल्या, तरी आपल्या पोळ्याकडे अचूकपणे येण्याच्या मधमाश्यांच्या क्षमतेमध्ये मोबाइल फोन्सच्या सिग्नल्समुळे फेरफार होतो आणि त्या गोंधळून भरकटतात, असंही म्हटलं जातं."

अंगरख्यातून बाहेर पडत तिने अंगरखा पायाखालीच पडू दिला.

"पण हे जे काही घडतं आहे, त्याबद्दल तुम्हाला काय वाटतं?" असे विचारणाऱ्या त्या निरागस तरुणाकडे तिने पाहिले, आतापर्यंत एका क्षणापुरतीदेखील कशाची काळजी करावी न लागलेल्या त्याच्या कपाळावर पडत असलेल्या आठ्या तिला दिसल्या.

"खरंच, मलाही माहीत नाही काय कारण असावं ते," ती म्हणाली, "कदाचित या सगळ्या गोष्टींचा तो एकत्रित परिणाम असेल. मधमाश्यांचं जीवन तसं अगदी साधं असतं. त्यांची वसाहतदेखील अगदी साधीच असते; पण गोष्टी बिघडवायला थोडंसं कारणदेखील पुरतं. थोडाफार ताणतणाव त्या सहन करू शकतात, पण जगणं अगदीच गुंतागुंतीचं झालं, त्यांची स्वत:चीच वसाहत त्यांना ओळखता येईनाशी झाली, तर कदाचित त्या ती सोडून जात असाव्यात. कदाचित जे जग आपल्या ओळखीचं राहिलेलं नाही, त्या जगात राहण्याऐवजी मृत्यूकडेच झेप घेण्याचा पर्याय त्या स्वीकारत असाव्यात."

बोलता-बोलता तिने सगळ्यांकडे पाहिले. सगळे जण आपापला अंगरखा काढून उभे होते आणि अनामिक काळजीने त्यांचे चेहरे आक्रसले होते.

वातावरणातला ताण हलका करण्यासाठी उत्साहभरल्या आवाजात कॅथरीन म्हणाली, "अरे, एवढे घाबरून जाऊ नका आणि माझी बडबड फारशी मनावर घेऊ नका, मी विकीपिडीयावर फार वेळ असलं काहीबाही वाचण्यात घालवते आणि तुमच्यासमोर बडबडते. आता हे मधमाश्यांच्या प्रत्येक पोळ्याबाबत घडत नाहीये हे

तुम्ही पाहिलंच आहे; अर्ध्यापेक्षा जास्त पोळी तर मधानं ओथंबून फुटायच्या बेतात आहेत. आता हसा जरा.'' त्यांच्या काळजीने काळवंडलेल्या चेहऱ्यांवर उत्साहाची रेघ उमटावी म्हणून टाळ्या वाजवताना आपण एखाद्या बालवाडीतल्या मुलांना कुठले तरी बडबडगीत गाण्यासाठी प्रोत्साहित करतो आहोत, असे तिला वाटून गेले. ''अजून बरीच कामं आहेत आपल्यापुढे. आपापले अंगरखे, बुरखे घड्या घालून ठेवा आणि आपली कामाची अवजारं घ्या. कोरडी पडलेली पोळी आपल्याला बदलायला हवीत.'' असे म्हणून तिने तिथेच गवतावर ठेवलेल्या एका प्लॅस्टिकच्या खोक्याचे झाकण उघडले. ''हे पाहा, तुम्हाला पाहिजे ते सगळं आहे यात. अवजारं, वरच्या बांधणीचं पोळं कसं तयार करायचं याच्या सूचना, जुन्या लाकडी खोक्यांचे तुकडे आणि इतरही लाकडं आहेत यात; पण प्रत्यक्षात काम करताना तुम्हाला जे काही साधन मिळेल, त्यापासून असे सांगाडे बनवावे लागतील, आत्ता आहे तसं सगळं तयार सामान मिळणार नाही, हे लक्षात ठेवा. अर्थात तुम्ही जिथे जाणार आहात, तिथे तुम्हाला फारसं काही मिळेल असं नाही. कारण मुळात जिथल्या माणसांकडे काही नाहीच, त्यांच्याकडे टाकून देण्यासारखंदेखील काही असणार नाही.

निष्प्राण झालेल्या पोळ्यांमधलं तुम्हाला काहीही वापरता येणार नाही, हे लक्षात ठेवा. कारण जर एखाद्या बीजापासून किंवा परजीवी जंतूपासून संसर्ग होऊन माश्यांची वसाहत नष्ट झाली असेल, तर त्यातली वस्तू वापरून तुम्ही नव्या वसाहतीच्या नाशाचं कारण सुरुवातीपासूनच त्यात पेरल्यासारखं होईल.''

कॅथरीनने ड्रायव्हरच्या बाजूचे दार उघडले. या प्रशिक्षणार्थींपासून थोडे अंतर राखून असणे गरजेचे होते. बहुतेक जण सुशिक्षित, मध्यमवर्गीय घरातले होते, म्हणजेच वागणुकीला चांगले असले, तरी व्यवहारज्ञान कमी असल्यामुळे प्रत्यक्ष काहीतरी करण्याऐवजी समोरच्या समस्येवर काय करायला हवे, यावर तासन्तास चर्चा करत बसले असते. त्यांना समस्येत प्रत्यक्षच ढकलून देऊन परिस्थितीचा सामना करताना स्वत: केलेल्या चुकांमधूनच शिकायला लावणे, हाच त्यावरचा उपाय होता.

''तुम्ही काय केलं आहे, ते मी आणखी अर्ध्या तासानं पाहीन. दरम्यान माझी मदत हवी असेल, तर मी माझ्या कार्यालयात आहेच.'' असे म्हणून कुणी काही प्रश्न विचारण्याच्या आतच तिने दरवाजा धाडकन बंद केला.

अवजारांची वर्गवारी केली जाण्याचे आणि आत्ताच्या विषयावर सुरू झालेल्या चर्चेचे आवाज तिच्या कानांवर पडू लागले. तिने रेडिओ सुरू केला. त्यांचे बोलणे कानांवर पडले असते, तर न राहवून तिने ते ऐकले असते, मग तिच्यातली आई जागी झाली असती आणि त्यांना मदत करायला सरसावली असती; पण त्याने

कुणाचाच फायदा झाला नसता. कारण प्रत्यक्षात ते जिथे कुठे काम करणार होते, तिथे ती त्यांना मदत करायला असणार नव्हती.

स्थानिक रेडिओ स्टेशनवरून रहदारीची माहिती आणि ठळक बातम्या सांगणाऱ्याच्या आवाजात प्रशिक्षणार्थी स्वयंसेवकांचा आवाज बुडून गेला. बाजूच्या सीटवर पडलेल्या जाडसर फाइलीकडे कॅथरीनची नजर गेली. तिने ती उचलली. कव्हरवर एकच शब्द लिहिलेला होता – ऑर्टस – आणि होते एक चार पाकळ्यांच्या फुलाच्या मध्यात पृथ्वी असलेले एक बोधचिन्ह. सखोल विचार करून मांडलेल्या ॲमेझॉनच्या त्रिभुज प्रदेशातल्या बेकायदेशीरपणे जंगलतोड केल्यामुळे वाळवंटासारख्या रखरखीत झालेल्या भागात पुन्हा जलसिंचन आणि वृक्षारोपण करण्याच्या एका योजनेचा अहवाल त्यात होता. आपल्या संस्थेला ही योजना चालवणे परवडेल की नाही, याचा तिला आज निर्णय घ्यायचा होता. निधी गोळा करण्याचे प्रयत्न कधी नव्हे इतके दर वर्षागणिक उत्तम यश देत होते, तरीदेखील भरून काढण्याची आवश्यकता असलेल्या नव्या नव्या जखमा पर्यावरणावर जगभर कुठे ना कुठे होतच होत्या.

"आणि शेवटी," बातम्यांच्या शेवटी आधी सांगितलेल्या बातम्यांमुळे आलेला गंभीरपणा कमी करण्यासाठी एखादी नावीन्यपूर्ण बातमी सांगताना ऐकणाऱ्यांची उत्सुकता वाढवण्यासाठीच्या खास नाटकी आवाजात रेडिओवरचा बातमीदार सांगू लागला, "आपण जर रुइनच्या मध्यवर्ती भागात आज गेलात, तर तुम्हाला निश्चितच आश्चर्याचा धक्का बसण्याची शक्यता आहे, कारण संन्याशाची कफनी घातलेलं कुणीतरी शक्तिपीठ-पर्वताच्या माथ्यावर चढून पोहोचलं आहे."

डॅशबोर्डमध्ये बसवलेल्या चपट्या रेडिओकडे कॅथरीनने चमकून पाहिले.

"हा एखादा जाहिरातबाजीचा प्रकार आहे किंवा काय, हे सध्यातरी खात्रीलायकपणे सांगता येत नाही," बातमीदार पुढे सांगत होता. "पण हा माणूस पहाटेनंतर थोड्याच वेळात पर्वतमाथ्यावर दिसू लागला आणि आत्ता तो आपले हात पंखांसारखे पसरून एखादा पक्षी किंवा मानवी क्रॉसचा आकार धारण करून तिथेच उभा आहे."

कॅथरीनच्या पोटात ढवळून आले. अस्वस्थपणेच तिने मिनी बस सुरू केली आणि गियर बदलला. एका स्वयंसेवक प्रशिक्षणार्थीच्या जवळ गाडी नेत तिने काच खाली केली आणि म्हणाली, "मला ताबडतोब माझ्या कार्यालयात जायला हवं आहे, साधारण तासाभरात परत येईन."

त्या मुलीने मान हलवत होकार दिला, पण तिच्या चेहऱ्यावर कॅथरीनच्या जाण्यामुळे आईने मुलाला सोडून जावे, तसा आलेला अस्वस्थपणा कॅथरीनला दिसला नाही. तिचे डोळे कुंपणातल्या फाटकापासून रुइनकडे जाणाऱ्या हमरस्त्याला जोडणाऱ्या छोट्या रस्त्याकडे अगोदरच वळले होते.

१०

खाली फिरणाऱ्या पर्यटकांच्या गर्दीबद्दल आणि शक्तिपीठ-पर्वतशिखराच्या मधल्या भागाबद्दल पुढची बातमी काय येते आहे, याची वाट पाहत रात्र जागून काढल्यामुळे थकलेले मठाधिपती त्यांच्या चेहऱ्यावर नाचणाऱ्या ज्वाळांच्या प्रकाशात शेकोटीच्या बाजूला बसून नुकतीच एक ताजी बातमी घेऊन आलेल्या माणसाकडे पाहत होते.

"पूर्वेकडच्या बाजूनं वर चढून जाणं सर्वथा अशक्य आहे, असं आपण समजत होतो," आपण आणलेली ताजी बातमी सांगून थांबताना अथानासियसचा हात सराईतपणे टकलावरून फिरला. "कमीत कमी या बाबतीत तरी आजच्या रात्रीनं आपल्याला चांगला धडा शिकवला आहे, हो की नाही?" उद्विग्नपणे उद्‌गारत मठाधिपतींनी खिडकीकडे पाहिले. आकाशात चढणारा सूर्य खिडकीच्या निळ्या-हिरव्या रंगांच्या काचांवर प्रकाश टाकत होता; पण त्याने मठाधिपतींचा अस्वस्थपणा किंचितही कमी झाला नाही.

खूप वेळ अस्वस्थ शांततेत गेल्यानंतर ते म्हणाले, "तर आपल्यापुढे शक्तिपीठ-पर्वताच्या माथ्यावर उभा असलेला, तोदेखील एका अतिशय प्रक्षोभक चिन्हाचा शरीराकार धारण करून उभा असलेला एक बंडखोर संन्यासी आहे. त्याला तशा स्थितीत आतापर्यंत बहुधा शेकडो पर्यटकांनी पाहिलं आहे आणि आणखीदेखील किती जणांनी पाहिलं असेल, ते देवालाच ठाऊक आणि त्यावर कडी म्हणजे हे असं करण्यापासून आपण त्याला थांबवू शकत नाही, की तिथून त्याला परतदेखील आणू शकत नाही."

"अगदी बरोबर आहे तुमचं म्हणणं," अथानासियस मान हलवत म्हणाला. "पण तो तिथे असेपर्यंत तरी कोणाशीही बोलू शकत नाही आणि शेवटी कधीतरी त्याला खाली यावंच लागेल. जाऊन जाऊन जाईल तरी कुठे तो?"

"त्याला मसणात जाऊ दे रे," मठाधिपती करवादले, "आणि जितक्या लवकर जाईल, तितकं बरंच आहे ते आपल्या सगळ्यांसाठी."

"मला वाटतं, परिस्थिती अशी आहे की..." मठाधिपतींच्या संतापाला तोंड देण्याचा, त्याकडे दुर्लक्ष करणे हाच उत्तम उपाय असल्याचे दीर्घ अनुभवाने माहीत असल्यामुळे आपले म्हणणे पुढे दामटत अथानासियस म्हणाला, "त्याच्याकडे अन्नपाणी काहीही नाही. डोंगरावरून खाली येण्याचा फक्त एकच मार्ग आहे आणि अंधाराचा फायदा घेण्यासाठी रात्र होईपर्यंत थांबण्याचा त्यानं विचार केला, तरी रात्रीच्या अंधारातदेखील ज्या क्षणी तो खाली उतरताना आपल्या किल्ल्याच्या तटबंदीतल्या माऱ्याच्या मोक्याच्या जागांच्या टप्प्यात येईल, त्या क्षणी त्याचा वेध उष्णता-संवेदनशील कॅमेऱ्यांनी घेतला जाईलच. खाली मैदान-परिसरातदेखील आपले संवेदक कॅमेरे आहेतच. शिवाय पीठाबाहेरच्या सुरक्षा रक्षकांनादेखील त्याला पकडायला सांगितलं आहे. इतकंच काय, या पृथ्वीतलावरच्या अशा जागी तो अडकला आहे की, जेथून कुणाचीही कधीही सुटका झालेली नाही."

मठाधिपतींनी अधिक जाणत्या, पण त्यामुळे धास्तावलेल्या नजरेने त्याच्याकडे पाहिले. म्हणाले, "हे तितकंसं खरं नाही." हे शब्द ऐकताना धक्का बसून अथानासियस गप्प झाला. "माणसं पळाली आहेत, त्यांची सुटका झाली आहे. आत्ता नाही, पण पूर्वी कधी काळी हे घडलं आहे. आपल्या इतक्या वर्षांच्या इतिहासात असं घडणं अटळच होतं; पण अशी पळालेली माणसं नेहमीच पकडली गेली आहेत आणि देवाच्या नावानं त्यांची आणि या शक्तिपीठाच्या भिंतींबाहेर असताना त्यांच्या संपर्कात आलेल्या सगळ्यांची तोंडं बंद राखण्यात यशदेखील आलेलं आहे." अथानासियस भीतीने पांढराफटक पडला आहे, हे त्यांच्या लक्षात आले. "आपल्या धार्मिक संस्करण-विधानाचं गौप्यरक्षण हे झालंच पाहिजे."

आपल्या पंथाच्या अधिक गुंतागुंतीच्या आणि अधिक गांभीर्याने पार पाडावयाच्या कर्तव्यांसाठी आपला हा सल्लागार म्हणावा तितका सक्षम नाही, याचा मठाधिपतींना नेहमीच विषाद वाटत असे आणि यामुळेच अथानासियस इतकी वर्षे झाली, तरी पंथाची पूर्ण दीक्षा प्राप्त झालेल्या उच्च श्रेणीतल्या संन्याशांची गडद हिरव्या रंगाची कफनी घालण्याचा सन्मान प्राप्त होण्याऐवजी अजूनही खालच्या स्तरात काम करणाऱ्यांचे निदर्शक असलेली तपकिरी रंगाची कफनीच घालत होता; पण तो अत्यंत उत्साहाने काम करत असे आणि पंथाच्या कामी त्याने स्वत:ला इतके वाहून घेतले होते की, या पर्वतात दडलेले रहस्य त्याला कधीच कळलेले नाही किंवा शक्तिपीठाच्या इतिहासातला बराचसा भाग त्याला माहीत नाही, याचा मठाधिपतींना कधीकधी विसर पडत असे.

"आपल्या पंथाच्या अत्यंत गोपनीय रहस्याला यापूर्वी धोका निर्माण झाला होता तो पहिल्या महायुद्धाच्या काळात," शेकोटीतल्या थंड पडू लागलेल्या राखेचा थर जमलेल्या निखाऱ्यांकडे जणू त्यावर लिहिलेले वाचत असावे, तसे पाहत मठाधिकारी

बोलले, "एका नवख्या संन्याशानं उंच खिडकीतून उडी मारली आणि खंदक पोहून पलीकडे गेला. त्यामुळेच तर तो खंदक रिकामा केला गेला. नशीब एवढंच की, त्याला पूर्ण दीक्षा दिली गेली नव्हती, त्यामुळे आपल्या पंथाचं रहस्य त्याला माहीतच नव्हतं. आम्ही शेवटी त्याला गाठलं... तोपर्यंत तो नाझींनी ताब्यात घेतलेल्या फ्रान्सपर्यंत पोहोचला होता. आम्हाला तो सापडला तोपर्यंत लढाईच्या धुमश्चक्रीनं आमचं काम केलं होतं." मान वळवून त्यांनी अथानासियसकडे पाहिले. "पण तो काळ वेगळा होता, आपल्या चर्चचे त्या काळी बरेच मित्र, मदतनीस होते. त्यामुळे शांतता सहजपणे खरेदी करता येत होती आणि रहस्यं सहजपणे गोपनीय राखता येत होती; पण हे सगळं इंटरनेटद्वारे क्षणार्धात करोडो लोकांपर्यंत माहिती पोहोचवता येणं शक्य झालं त्याआधी. आज अशा प्रकारची घटना जगापासून लपवून ठेवणं आपल्याला केवळ अशक्य आहे आणि म्हणूनच आपल्याला मुळात अशी घटना घडूच नये, याची पुरेपूर काळजी घेणं आवश्यक आहे."

पुन्हा एकदा त्यांचे लक्ष खिडकीकडे गेले. आता ती सकाळच्या सूर्यप्रकाशात पूर्णपणे न्हाली होती. त्या प्रकाशात तिथल्या दिमाखदार चिन्हातले – ख्रिस्ताच्या आणि चिरंतनतेच्या अतिप्राचीन चिन्हातले – निळे-हिरवे रंग झळाळून उठले होते.

"बंधू सॅम्युएल याला आपलं गुपित माहीत आहे," मठाधिपती नेहमीच्या शांत सुरात म्हणाले, "त्यामुळे कोणत्याही परिस्थितीत त्याला या पर्वतावरून इतर कुठंही जाणं शक्य होऊ नये, याची काळजी घ्यायलाच हवी."

११

दारावरची घंटी वाजवून दार उघडण्याची वाट पाहत लिव्ह उभी राहिली.

बेकर पार्कच्या थोडेसे मागे आणि राज्यातल्या युनिव्हर्सिटीच्या जवळच असलेले ते नेवार्कमधले घर नव्यानेच बांधलेले आणि सुटसुटीत होते आणि त्या घराचा मालक मायरन, युनिव्हर्सिटीतच प्रयोगशाळा तंत्रज्ञ म्हणून काम करत होता. शेजारी शेजारी असलेल्या जागांच्या मर्यादा दर्शवणारे एक बुटकेसे कुंपण त्या घरांभोवती होते आणि कुंपणालगत पुढच्या बाजूने एका फरशीच्या रुंदीची एक पायवाट सगळ्या घरांच्या कुंपणांच्या दरवाजांना जोडत जात होती. रस्ता आणि घरे यांच्या दरम्यान दोन-चार फुटांची हिरवळ होती. अमेरिकन माणसाच्या स्वप्नातल्या घराचे छोटेसे रूप होते ते. दुसऱ्या एखाद्या विषयावर तिला लिहायचे असते, तर हीच घराची प्रतिमा तिने वापरली असती, त्यातून एक निराळाच मुद्दा मांडला असता, पण आत्ता ती यासाठी तिथे आलेली नव्हती.

घरात हालचाल झालेली तिला ऐकू आली– गुळगुळीत फरशीवर पडणाऱ्या जड पावलांचा आवाज ऐकू आला आणि आता दार उघडल्यावर समोरच्या व्यक्तीला आपल्या चेहऱ्यावर थोड्याच वेळापूर्वी जेवणाच्या सुटीत सेंट्रल पार्कमध्ये विमनस्कपणे फिरताना मनात भरून आलेले अतीव एकाकीपण दिसू नये, म्हणून कसलातरी मुखवटा धारण करण्याचा ती प्रयत्न करू लागली. दार उघडले गेले आणि तिला एक अगदी भरल्या दिवसांची गर्भार तरुणी हॉलमध्ये जाणारी वाट अडवून उभी असलेली दिसली.

"तू नक्कीच बॉनी असणार," आनंदी, उत्साही स्वरात लिव्ह म्हणाली, पण तो स्वर तिचा स्वतःचा नव्हता. "मी लिव्ह ॲडमसन, इन्क्वायरर मधून आले आहे."

बॉनीचा चेहरा आनंदाने फुलला. "लहान मुलांबद्दल लिहिणाऱ्या!" असे म्हणत तिने दरवाजा सताड उघडला आणि फिकट तपकिरी रंगात सजलेल्या चकचकीत

स्वच्छ वाटेने हॉलमध्ये येण्याची खूण केली.

लिव्हने आयुष्यात कधीही लहान मुलांबद्दलचे लिखाण केले नव्हते; पण आत्ता तरी ती त्याबद्दल गप्पच राहिली. बॉनीच्या अत्यंत नीटसपणे मांडलेल्या स्वयंपाकघरात एक आनंदी दिसणारा माणूस कॉफी बनवत होता. आपल्या चेहऱ्यावरचे रुंद हास्य तिने पार स्वयंपाकघरात पोहोचेपर्यंत तसेच ठेवले.

''मायरन, ही पाहा एक पत्रकार आली आहे आणि ती मुलाच्या जन्माबद्दल लिहिणार...''

लिव्हने हस्तांदोलन केले, पण ओढून-ताणून टिकवून ठेवलेल्या हास्यामुळे तिचे गाल आता दुखायला लागले होते. खरे तर आत्ता सरळ घरी जावे आणि पांघरुणात तोंड खुपसून मन मोकळे करत रडावे, असे तिला वाटत होते; पण त्याऐवजी ती आत्ता खोलीभर नजर फिरवत एक एक गोष्ट टिपत होती. अभिरुचीपूर्णतेने केलेली सजावट आणि तीन-तीन वस्तूंचा संच बनवून आयकिआद्वारे विकल्या जाणाऱ्या गृहोपयोगी वस्तूंची मांडणी – त्यातल्याच सुवासिक मेणबत्त्यांमधून निघून कॉफीच्या वासात मिसळणारा गुलाबांचा सुवास, वेताची रिकामी खोकी – या सगळ्याची तिच्या नजरेने नोंद घेतली.

''छान घर आहे हा तुमचं...'' तिच्याकडून हेच वाक्य ऐकायला मिळेल, याची ते अपेक्षा करत असणार, हे तिला माहीत होते. बोलता बोलताच तिला सगळीकडून कोंदटल्यासारखे वाटेल इतकी झाडाझुडपांची गर्दी आणि जोडीला चिकणमातीचा वास सगळीकडे पसरलेल्या स्वतःच्या घराची आठवण झाली. एक शौच-मुखमार्जन आणि पथारी पसरण्यापुरती असलेली जागा, असे तिचा एक मित्र म्हणाला होता, त्याचीही तिला आठवण झाली. कुणाही सर्वसाधारण माणसासारखे आणि सुखी, समाधानी ती का राहू शकत नव्हती? साधेपणातही आकर्षक दिसणाऱ्या त्यांच्या अंगणाकडे, तिथल्या हिरवळीकडे आणि त्याच्या बाजूबाजूने वाढणाऱ्या आणि वेळीच काट-छाट केली नाही, तर सगळ्या घरालाच खुजे करून टाकतील, असे वाटायला लागलेल्या सुरूच्या सदाहरित झाडांकडे तिने नजर टाकली. त्यातली दोन झाडे तर पिवळीदेखील पडायला लागली होती. म्हणजे काट-छाटीचे हे काम त्यांच्यासाठी कदाचित निसर्गालाच करावे लागणार होते. खरे तर वनस्पती आणि त्यांच्या औषधी गुणधर्मांबद्दल तिला असलेल्या ज्ञानामुळेच तिला या जागी खेचून आणले होते.

''ॲडमसन, तुम्हाला औषधी वनस्पती, जडी-बूटी असल्या कसल्या गोष्टींबद्दल बरीच माहिती आहे म्हणे,'' आठवड्याच्या सुरुवातीलाच एकदा लिफ्टमध्ये भेटल्यावर *न्यू जर्सी इन्क्वायरर*चा मालक, संपादक, सर्वेसर्वा असलेल्या रॉल्स बेकरने विषयाला अशी रुक्ष सुरुवात केली होती आणि त्यापाठोपाठ गुन्हेगारी जगतातल्या बातम्या

मिळवण्याचे पत्रकारितेतले तिच्या हाती असलेले काळे काम काढून घेऊन तिच्याकडे 'मुलांना नैसर्गिक पद्धतीने – निसर्गाने नियोजित केले आहे त्याप्रमाणे – जन्म देणे' या विषयावर रविवारच्या आरोग्यविषयक पुरवणीसाठी दोन हजार शब्दांचा एक लेख लिहिण्याचे काम सोपवण्यात आले असल्याचे तिला कळले होते.

"औषधी वगैरे गोष्टींमध्ये फारसं काही तथ्य आहे, असं मला वाटत नाही," लिफ्टमधून बाहेर पडता-पडता रॉल्स म्हणाला होता. "माझ्यासाठी फक्त एक काम कर, कोणीतरी जरा डोकं ठिकाणावर असलेला माणूस त्याच्या मुलाला तलावात किंवा कुठेतरी जंगलात कोणतंही झाडपाल्याच्या अर्कापासून बनवलेलं वेदनाशामक न वापरता जन्म देण्याच्या विचारात असेल, त्याची आणि थोडासा वस्तुनिष्ठ गोष्टींचा मसाला लावलेली लोकांना वाचायला आवडेल, अशी कथा तयार कर आणि ते अमेरिकेचे नागरिक असलेच पाहिजेत हेदेखील महत्त्वाचे आहे. कुठल्याही उपटसुंभांबद्दल वाचण्याची माझी तयारी नाही."

नेहमीच्याच संपर्कातल्या लोकांकडून लिव्हला बॉनीचा पत्ता लागला. जर्सी राज्य वाहतूक पोलीस दलात ती काम करत होती, त्यामुळे एखादी हिप्पी किंवा उपटसुंभ असण्याची शक्यता कमी होती. न्यू जर्सीतल्या रोजच्या धबडग्यात अडकलेले असताना शांततेने आणि प्रेमपूर्णतेने जगणे तसे अशक्यच होते आणि तरीदेखील ती आत्ता तिच्या घरातल्या इंग्रजी 'एल' अक्षराच्या आकाराच्या सोफ्यावर आपल्या समंजस, प्रयोगशाळेत शास्त्रज्ञ असलेल्या नवऱ्याचा हात हातात घेऊन मुलाला नैसर्गिकरीत्या जन्म देण्याबद्दल एखाद्या पूर्ण पैसे मिळालेल्या विक्रेत्याच्या सफाईने आणि हिरिरीने बोलत होती.

हो – हे तिचे पहिलेच मूल होते. खरे म्हणजे पहिलीच मुले, कारण तिला जुळे होईल, असा अंदाज होता.

नाही – मुलगा आहे की मुलगी, हे तिला माहीत नव्हते. जे काही जन्मेल, त्या आश्चर्याचा आनंद त्यांना घ्यायचा होता.

हो – विज्ञान क्षेत्रात काम करत असल्यामुळे मायरनचे विचार थोडेसे वेगळे होते आणि हो – तिने हॉस्पिटलमध्ये जन्म देण्याच्या सरधोपट मार्गाचाही विचार केला होता, पण पिढ्यान्पिढ्या कित्येक बायका आधुनिक औषधे आणि वैद्यकीय मदतीशिवाय जन्म देत आलेल्या तिला माहीत होत्या, त्यामुळे नैसर्गिक प्रक्रियेद्वारे जन्म मिळण्याने मुलांचादेखील फायदाच होईल, असे तिचे स्पष्ट मत होते.

मृदू आणि मुलासारख्या आवाजात बोलणारा मायरन हलक्या हाताने तिच्या डोक्यावर थोपटत आणि प्रेमाने तिच्याकडे पाहत म्हणाला, "ती मुलाला स्वतःच्या पोटात वाढवते आहे. त्यामुळे काय करणं योग्य आहे, हे मी तिला सांगायची गरज नाही."

त्या दोघांचे एकमेकातले प्रेम, एकमेकांतली गुंतवणूक आणि स्वत्व विसरून एकमेकांसाठी धडपडणे पाहताना तिच्या मनात कुठेतरी एक दु:खाचा कढ दाटला. त्याने तिच्या चेहऱ्यावरचे उसने हसू नाहीसे केले आणि पुढच्याच क्षणी स्वत:च्याच डोळ्यांतून तिला कल्पनाही न येता ओघळलेल्या अश्रूंनी तिला चकित केले. अचानक काय झाले, असे वाटून तिला दिलासा द्यायला सरसावलेल्या त्या दोघांकडे पाहत असतानाच दुसरेच कुणीतरी बोलत असावे, तसे तिने स्वत:च्याच तोंडून बाहेर पडणारे क्षमायाचनेचे शब्द ऐकले, पण नंतर स्वत:ला सावरत आणि त्यांच्या साध्यासोप्या आनंदी आयुष्यावर आपल्या दु:खाच्या ढगाची सावली पडू दिल्याचे वैषम्य मनाशी बाळगतच त्या दोघांची मुलाखत तिने पूर्ण केली.

तिथून थेट ती आपल्या घरी आली आणि तशीच बाहेरच्या कपड्यांसकट आपल्या अस्ताव्यस्त पलंगावर पसरली. तिच्या घरात तिच्याव्यतिरिक्त आणखीही काही सजीव राहतात, याची जाणीव करून देणारा, घरभर पसरलेल्या झाडांना सिंचनपद्धतीने पाणी पुरवले जात असल्याचा आवाज तिच्या कानी पडत राहिला. दिवसभरातल्या घटनांची तिने मनाशी उजळणी केली, पण तसे करताना स्वत:च्या नव्या, परिपूर्ण एकाकीपणाचा तयार झालेला अतिथंड बर्फाचा दगड जणू आता कधीच वितळणे शक्य नाही आणि बॉनी आणि मायरनच्या आयुष्यात प्रेमाची जी ऊब ओतप्रोत भरली होती, ती तिच्या वाट्याला आता कधीच येणार नाही, अशा व्याकूळ विचारांनी जितके स्वत:ला लपेटून घेता येईल, तितके घट्ट रजईत लपेटून घेतले.

१२

गावातल्या एका मोठ्या घराच्या परसदारातल्या छोट्याशा अंगणात कॅथरीनने आपली मिनी बस सफाईदारपणे वळवली आणि उडालेल्या धुळीच्या लोटातच एका जागी उभी करून इंजीन बंद केले. शहराच्या पूर्वेकडचा हा भाग तिथली हिरवाई आता नाहीशी झाली असली, तरी अजूनही बागांचा इलाखा म्हणून जाणला जात होता. मागच्या बाजूनेदेखील त्या घराचा उतरणीला लागलेला दिमाख दिसत होता. प्रदूषणाने काळवंडलेल्या भिंतीमध्ये ज्या मधाळ रंगाच्या ताशीव दगडाने सार्वजनिक चर्चचे बांधकाम आणि या घराचेही बांधकाम केले गेले होते, तो भाग अधूनमधून डोकावत होता.

ड्रायव्हरच्या सीटवरून उतरून कॅथरीन पूर्वी पिण्याचे ताजे पाणी पुरवणाऱ्या विहिरीजवळ असलेल्या सायकलींच्या रिकाम्या स्टॅन्डच्या बाजूने पुढे गेली. सकाळच्या वाढत गेलेल्या रहदारीतून मन थाऱ्यावर नसताना कसातरी मार्ग काढत, पण वेगाने इथवर गाडी चालवत येण्यामुळे आलेल्या ताणामुळे तिचे हृदय वेगाने धडधडत होते. कशीतरी चाचपडत किल्ल्या अडकवलेली रिंग तिने शोधली, पाहिजे ती किल्ली सापडल्यावर कशीबशी कुलपात सरकवली आणि फिरवून घराचे मागचे दार उघडले.

वसंतातल्या भल्या सकाळच्या झळाळत्या उन्हाच्या तुलनेत घरामध्ये अंधार आणि गारवा होता. तिने धोक्याची घंटा बंद करण्याचे सांकेतिक आकडे दाबल्यावर ते दार तिच्या पाठीमागे बंद झाले. हॉलकडे जाणाऱ्या काहीशा अंधूक प्रकाशाच्या बोळातून घाईघाईने पुढे जात ती इमारतीच्या पुढच्या भागातल्या स्वच्छ उजेड असलेल्या स्वागत कक्षामध्ये पोहोचली.

भिंतीवरच्या वेगवेगळ्या घड्याळांनी रिओ, न्यू यॉर्क, लंडन, दिल्ली, जकार्ता – जिथे जिथे संस्थेची कार्यालये होती, त्या स्थळीची वेळ तिला सांगितली. रुइनमध्ये आठ वाजायला पंधरा मिनिटे बाकी होती, म्हणजे दिवसाचे कामकाज सुरू

व्हायला अजून तिथे बराच वेळ होता. सुंदर लाकडी जिन्यावरून जात असताना वरच्या मजल्याकडून ऐकू आलेल्या अतीव शांततेने आपण घरात एकटे असल्याची तिला स्पष्ट जाणीव करून दिली. मग एक एक पायरी गाळून उड्या मारतच ती वर पोहोचली.

ते पाच मजली लहान चणीचे घर मध्ययुगीन बांधणीचे होते आणि ती ऑफिसच्या वापरासाठी असलेल्या खालच्या चार मजल्यांवरचे चकचकीत दरवाजे झपाझप ओलांडत वरच्या मजल्याकडे जात असताना जिन्याच्या पायऱ्या करकर आवाज करत राहिल्या. जिन्याच्या अगदी वरच्या बाजूला आणखी एक बिजागऱ्यांवर हलणारे मजबूत जाड लोखंडाचे दरवाजे लावलेले दार होते. जोर देऊन तिने ते उघडले आणि घरातल्या स्वत:च्या खासगी खोलीत शिरली. दार ओलांडून आत येणे, म्हणजे एकदम जुन्या काळात पाय टाकण्यासारखेच होते. तिथल्या भिंती लाकूडकामाने सजवलेल्या आणि मुलायम राखाडी रंगाच्या होत्या आणि बैठकीची खोली प्राचीन काळातल्या सुंदर कोरीवकामाच्या लाकडी वस्तूंनी भरलेली होती. एका कोपऱ्यातल्या चिनी टेबलावर ठेवलेला एक फ्लॅट स्क्रीन टीव्ही ही एकच आत्ताच्या काळाचा संदर्भ सांगणारी वस्तू तिथे होती.

तिथेच पडलेला रिमोट उचलून कॅथरीनने टीव्हीच्या दिशेने रोखला आणि टीव्ही चालू करण्यासाठी भराभरा बटणे दाबली. त्याचबरोबर ती दुसऱ्या बाजूला असलेल्या भिंतीतल्या पुस्तकांच्या कपाटाकडे गेली. एकोणिसाव्या शतकातले जे जे काही उत्तम साहित्य उपलब्ध असेल, त्यांनी ते कपाट तळापासून छतापर्यंत खच्चून भरलेले होते. जेन आयरच्या एका काळ्या चामडी बांधणीच्या पुस्तकावर तिने बोट दाबले, तेव्हा एक हलकासा 'खट्' असा आवाज होऊन त्या कपाटाचा खालचा हिस्सा उघडला गेला आणि त्यात आणखी खोलवर असलेले आणखी एक कपाट दिसू लागले. त्यात एक तिजोरी, एक फॅक्स मशीन, एक प्रिंटर – आधुनिक आयुष्यात लागणाऱ्या सगळ्या आवश्यक गोष्टी होत्या. सगळ्यात खालच्या फळीवर घरांच्या अंतर्गत सजावटीविषयीच्या पुस्तकांच्या चळतीवर तिच्या वडिलांनी ती तेरा वर्षांची असताना पहिल्यांदाच आफ्रिकेला नेले होते, तेव्हा घेऊन दिलेली दुर्बीण ठेवलेली होती. ती दुर्बीण तिने उचलली आणि रंगवलेल्या लाकडी जमिनीवरून लगबगीने चालत उतरत्या छपरातून नैसर्गिक प्रकाश आत येण्यासाठी ठेवलेल्या झरोक्याकडे गेली. खटका फिरवून झरोका उघडत तिने त्यातून आपले डोके बाहेर काढल्याबरोबर तिथला कबुतरांचा थवा प्रचंड गलबला करत आकाशात उडाला. दुर्बीण डोळ्यांवर चढवत पश्चिम दिशेला जे पाहायचे ते नीट दिसण्यासाठी जुळवाजुळव करेपर्यंत तिच्या नजरेसमोर छपरावरची लाल कौले आणि निळे आकाश तरळत राहिले. पाठीमागे टीव्ही जिवंत झाला आणि समोरच्या रिकाम्या खोलीलाच जागतिक

तापमान वाढीबद्दलच्या बातमीतला शेवटचा भाग ऐकवू लागला. खिडकीच्या चौकटीवर वाकत कॅथरीनने हातांना आधार दिला आणि काळजीपूर्वक शक्तिपीठाच्या वरच्या भागातल्या डोंगरमाथ्याच्या भागाकडे आपली दुर्बीण स्थिर केली.

आणि तिला तो दिसला.

हात पसरलेला, मस्तक धडापासून तुटल्यासारखे खाली केलेला.

ही प्रतिमा तिच्या अगदी आयुष्यभराच्या परिचयाची होती. फरक इतकाच की, तिने ती अर्धे जग ओलांडल्यावर असलेल्या एका दुसऱ्याच पर्वताच्या शिखरावर दगडात कोरून काढलेली पाहिली होती. त्या प्रतिमेचा, चिन्हाचा अर्थ तिला शाळेत असल्यापासूनच शिकवला गेला होता आणि आता, मानवजातीचे भवितव्य बदलण्यासाठी अत्यावश्यक अशी घटनांची मालिका सुरू करण्याच्या पिढ्यान्‌पिढ्यांच्या एकत्रित, सकारात्मक धडपडीनंतर, हे, घटना-मालिकांची सुरुवात ठरेल असे, फक्त एका माणसाच्या आणि एकट्यानेच केलेल्या कृतीतून तिच्या डोळ्यांसमोर उलगडत होते. बातमीदार सांगत असलेल्या ठळक बातम्या ऐकता-ऐकता तिने आपल्या हाताला सुटलेला कंप थांबवण्याचा प्रयत्न केला.

''आणि या काही सूचनांनंतर पुढच्या अर्ध्या तासात वातावरणातील बदलाविषयीच्या जागतिक परिषदेबद्दल आपण आणखी बरंच जाणून घेणार आहोत; जागतिक चलन-बाजाराचा ताजा आढावा घेणार आहोत आणि त्याचबरोबर रुइन शहरातल्या अतिशय प्राचीन अशा किल्ल्यावर आज सकाळीच कसा विजय मिळवण्यात आला, तेदेखील आपल्यासमोर सादर करणार आहोत.''

त्या अभूतपूर्व दृश्याकडे कॅथरीनने पुन्हा एकदा नजर टाकली आणि मग ती झरोक्यातून खाली उतरून या घटनेबद्दल बाकीच्या जगाचे काय विचार आहेत, ते पाहायला बसली.

१३

नक्षीकाम केलेल्या जुन्या सोफ्यावर जरा आरामशीरपणे बसत कॅथरीनने टीव्हीच्या पडद्यावरच्या घड्याळातली वेळ पाहिली, तेव्हा टीव्हीवर कुठल्यातरी शानदार कारची जाहिरात चालू होती. आठ वाजून अठ्ठावीस मिनिटे, म्हणजे रिओमध्ये सकाळचे चार वाजून अठ्ठावीस मिनिटे. फोनचे स्पीड-डायलचे बटण दाबून लांबलचक फोन नंबरचे आकडे जुळवले जात असताना वेगाने होणाऱ्या बीप-बीपचे आवाज तिच्या कानांवर पडत राहिले. इकडे टीव्हीवर कारची जाहिरात चालूच होती, शेवटी एकदाचा जगाच्या दुसऱ्या एका कोपऱ्यातल्या अंधारात फोन उचलला गेल्याचा आवाज आला.

''हॅलो?'' एका सावधपणे जाग्या स्त्रीचा शांत आवाज ऐकू आला. तो आवाज गाढ झोपेतून उठवले गेल्यावर येतो, तसा अर्धवट शुद्धीतल्यासारखा आवाज नव्हता, याचे तिला हायसे वाटले.

''मारिएला, मी कॅथरीन बोलतेय. इतक्या उशिरा... खरं तर इतक्या लवकर फोन केल्याबद्दल माफ कर. ते जागे असतील असं वाटलं, म्हणून फोन केला मी.''

तिच्या वडिलांचे झोपेचे गणित जरा विचित्रच होते, हे तिला चांगलेच माहीत होते.

''हो, बाईसाहेब,'' मारिएला म्हणाली, ''ते कधीचेच जागे झाले आहेत. अभ्यासिकेतली शेकोटी मी नीट पेटवून दिली आहे, कारण इकडे चांगलीच थंडी आहे. ते तिथेच वाचत बसले आहेत.''

''जरा फोन देतेस का त्यांच्याकडे?''

''हो देते, जरा एक मिनिट हं,'' मारिएला म्हणाली.

वडिलांच्या घराची देखभाल करणारी मारिएला फोन घेऊन नक्षीदार लाकूडकामाच्या जमिनीवरून त्या आटोपशीर घराच्या दुसऱ्या टोकाला शेकोटीचा मंद प्रकाश लवलवत असलेल्या अभ्यासिकेकडे अंधाऱ्या बोळातून जात आहे आणि तिच्या स्कर्टचा सळसळ आवाज होत आहे, असे चित्रच कॅथरीनच्या डोळ्यांसमोर उभे राहिले. पावलांचा आवाज थांबला आणि फोन वडिलांच्या हातात जाण्यापूर्वी

पोर्तुगीज भाषेत कुजबुजल्या आवाजात चाललेल्या त्यांच्या संभाषणाचे तुकडे कानावर पडू लागले.

"कॅथरीन..." वडिलांचा प्रेमळ आवाज शेकडो योजने पार करून तिच्यापर्यंत स्पष्टपणे पोहोचला. आत्ता ते अगदी छानसे हसत असणार, हे त्यांच्या आवाजावरून ती सहज सांगू शकत होती.

"बाबा..." नुकत्याच समजलेल्या बातमीचे दडपण होते, तरीदेखील मनापासून हसत कॅथरीन उद्गारली.

"रुइनमध्ये हवा कशी आहे आज?"

"एकदम लख्ख सूर्यप्रकाश आहे आज इथे."

"इकडे मात्र थंडी आहे." ते म्हणाले, "त्यामुळे शेकोटी पेटवूनच बसलोय."

"मला कळलं बाबा, मारिएलानं सांगितलं मला ते; पण एक विशेष घटना घडलीय ती सांगण्यासाठीच मी फोन केलाय. तुम्ही लगेच टीव्ही चालू करा आणि सीएनएन चॅनेल लावा."

त्यांनी मारिएलाला अभ्यासिकेच्या एका कोपऱ्यातला लहानसा टीव्ही चालू करायला सांगितलेले तिला ऐकू आले, तसे तिचे डोळे आपल्या टीव्हीकडे वळले. चॅनेलचे बोधचिन्ह पडद्यावर झळकले आणि मग दृश्य बदलत जाऊन बातमीदारावर कॅमेरा स्थिर झाला. तिने रिमोटने थोडा आवाज वाढवला. फोनवरून पोर्तुगीज भाषेतल्या कसल्यातरी स्पर्धा-कार्यक्रमाचे, मालिकांमधल्या संभाषणाचे आणि जाहिरातींचे तुकडे ऐकू येऊ लागले... आणि शेवटी जागतिक स्तरावरच्या बातम्या सांगणाऱ्याचा खास कमावलेला आवाज कानांवर येऊ लागला.

आपल्या समोरच्या टीव्हीकडे कॅथरीनने पाहिले, तेव्हा बातमीदाराच्या मागे असलेल्या पडद्यावर पर्वतमाथ्यावर हिरव्या वेषात उभी असलेली आकृती दिसायला लागली होती.

अचानक धक्कादायक दृश्य दिसल्यामुळे वडिलांचा श्वास गपकन थांबल्याचे तिला स्पष्टच ऐकू आले. "अरे बाप रे," अस्पष्टशा सुरात ते म्हणाले, "हा तर एक मुक्तक दिसतोय."

बातमीदार सांगत होता, "आतापर्यंत शक्तिपीठाकडून या व्यक्तीचा आणि त्यांचा काही संबंध असल्याचं किंवा नसल्याचं कोणत्याही स्वरूपाचं स्पष्टीकरण प्राप्त झालेलं नाही; परंतु या अत्यंत रहस्यमय घटनेवर थोडा प्रकाश टाकण्यासाठी आज आमच्या स्टुडिओत प्रसिद्ध रुइनोलॉजिस्ट आणि शक्तिपीठाबद्दलच्या अनेक पुस्तकांच्या लेखिका डॉ. मिरियम अनाता आलेल्या आहेत."

आपली खुर्ची वळवून बातमीदार बाजूला बसलेल्या पाहुण्यांकडे वळला, तसा कॅमेरादेखील दिशा बदलून पांढऱ्या टी-शर्टवर गडद निळ्या रेघारेघांचा सूट घातलेल्या,

रुपेरी केसांचा छानसा, आटोपशीर बॉबकट केलेल्या आणि नुकत्याच पन्नाशीत पदार्पण केलेल्या एका करारी मुद्रेच्या स्त्रीकडे वळला.

"डॉ. अनाता, आज सकाळच्या या घटनांबद्दल आपलं काय मत आहे?"

"एक फार विलक्षण गोष्ट आपल्याला पाहायला मिळते आहे, असं मला वाटतं," आपले निळेशार थंड डोळे चश्म्यावरून बातमीदाराकडे रोखत थोडे पुढे झुकून त्या म्हणाल्या, "अधूनमधून दिसतात तशा तटबंदीची डागडुजी करणाऱ्या किंवा खिडक्यांची तावदानं दुरुस्त किंवा साफसूफ करणाऱ्या इतर संन्याशांसारखा हा अजिबातच नाही. एक म्हणजे त्याची कफनी हिरवी आहे, तपकिरी नाही आणि हे फार महत्त्वाचं आहे; कारण संन्याशांचा फक्त एक विशिष्ट गटच या रंगाची कफनी घालतो आणि तसे संन्यासी तर साधारण नऊशे वर्षांपासून दिसेनासेच झालेले आहेत."

"मग ते आहेत तरी कोण?"

"ते कायम शक्तिपीठातच राहत होते, त्यामुळे त्यांच्याबद्दल फारच थोडी माहिती उपलब्ध आहे; पण त्यांचा वावर नेहमीच शक्तिपीठ-पर्वताच्या अगदी वरच्या भागात दिसल्यामुळे ते या पंथातले अगदी उच्चपदस्थ अधिकारीवर्गातले असावेत, असं आम्ही मानतो. कदाचित पंथाच्या विशिष्ट धार्मिक संस्करण-विधानाची गोपनीयता राखण्याची जबाबदारी त्यांच्यावर सोपविण्यात आली असावी."

कानात अडकवलेल्या संपर्कयंत्रावर हात ठेवत बातमीदार म्हणाला, "मला वाटतं आता आपण थेट घटनास्थळीच जाऊन काय चाललं आहे ते पाहू या."

पडद्यावरचे दृश्य बदलत गेले आणि सकाळच्या हलक्याशा वाऱ्यावर फडफडणाऱ्या कफनीत अजूनही हात फैलावून अविचल उभ्या असलेल्या संन्याशाचे अगदी आत्ताचे आणि अधिक स्पष्ट चित्र दिसू लागले.

बातमीदार उत्साहाने सांगू लागला, "तो पाहा, शक्तिपीठ-पर्वतावर आपल्या शरीरानंच क्रॉसचं चिन्ह तयार करून अजूनदेखील उभा आहे."

"तो क्रॉस नाही," त्या महाकाय पर्वताची छाती दडपून टाकणारी उंची प्रेक्षकांच्या मनात ठसवण्यासाठी चॅनेलचा कॅमेरा कड्याच्या बाजूने सावकाश वर सरकत असल्याचे पाहत-पाहत ऑस्कर फोनवर बोलले, "तो जे चिन्ह करून दाखवतोय, ते 'ताऊ'चं चिन्ह आहे."

रिओ दी जानेरोच्या पश्चिमेला असलेल्या टेकड्यांच्या भागात आपल्या घरातल्या अभ्यासिकेतल्या शेकोटीच्या मंद प्रकाशात ऑस्कर दे ला क्रूझ समोरच्या टीव्हीकडे एकटक पाहत होते. त्यांची शंभरपेक्षाही थोडे जास्तच उन्हाळे सोसलेली कांती जितकी काळी होती, तितकेच त्यांचे केस पांढरे शुभ्र होते. वय झाले असले, तरी

त्यांचे डोळे अजूनही तजेलदार आणि तल्लख होते आणि काटक शरीरयष्टीत ठासून भरलेली ध्येयासक्त ऊर्जा प्रत्यक्ष लढाईत धडाडीने भाग घेणाऱ्या एखाद्या लष्करातल्या जनरलला टेबल-खुर्चीवरचे लिखापढीचे काम दिले, तर जशी अस्वस्थपणे व्यक्त होताना दिसेल, तशीच व्यक्त होत होती.

"काय वाटतं तुम्हाला याबद्दल?" कॅथरीनचा आवाज फोनमधून त्यांच्या कानात कुजबुजला.

तिच्या प्रश्नावर ते विचार करत राहिले. हे असे काहीतरी घडेल, याची वाट पाहतच त्यांनी आत्तापर्यंत आयुष्य काढले होते. ते तसे घडावे, यासाठी प्रयत्नदेखील केले होते; पण आत्ता ही घटना प्रत्यक्ष घडल्यावर मात्र पुढे काय करायचे, ते त्यांना सुचत नव्हते.

खुर्चीतून सावकाश उठून हलक्या पावलांनी चालत-चालत ते चंद्रप्रकाशात चमकणाऱ्या लाद्यांची फरशी असलेल्या गच्चीकडे उघडणाऱ्या फ्रेंच पद्धतीच्या दरवाजापाशी आले.

"त्याला काहीही अर्थ नाही असंही असू शकतं," शेवटी ते म्हणाले.

आपल्या मुलीने एक जड नि:श्वास टाकलेला त्यांनी ऐकला. "तुमचा खरंच विश्वास आहे का यावर?"

"खरं सांगायचं तर, नाही, फारसा नाही." त्यांनी कबूल केले.

"मग आता?"

डोक्यात निर्माण होणाऱ्या विचारांना आणि मनात निर्माण होणाऱ्या भावनांना शब्दरूप देण्याचीदेखील भीती वाटून ते क्षणभर गप्प झाले. समोरच्या खाडीपलीकडे कोरकोवाडो पर्वताच्या शिखरावर ओ'क्रिस्तो रिदेन्तॉर, म्हणजेच आपले हात फैलावून रिओ शहरातल्या निद्रिस्त नागरिकांकडे शांतपणे पाहणाऱ्या ख्राइस्ट दी रिडीमरच्या पुतळ्याकडे पाहत राहिले. इथेच नव्या युगाचा जन्म होईल, अशा आशेने हे शहर उभे करायला त्यांनी हातभार लावला होता आणि त्यांनी अपेक्षा केली होती त्याप्रमाणे हे शहर खूपच प्रसिद्ध झाले होते; पण ते तितकेच. त्यांचे विचार शक्तिपीठाच्या माथ्यावर उभ्या राहिलेल्या त्या संन्याशाकडे वळले. प्रसिद्धीमाध्यमांमुळे एका क्षणाचाही विलंब न होता जगभरात सगळ्यांना दिसलेल्या त्याच्या प्रत्यक्ष स्वतःच्या शरीरानेच केलेल्या चिन्हाकडे वळले आणि स्टील आणि सिमेंट आणि वाळू असे सगळे साहित्य घेऊन त्यांनी स्वतः नऊ वर्षे खपून उभ्या केलेल्या अगदी तशाच चिन्हाकडे वळले. अभावितपणेच त्यांची बोटे ते नेहमी अंगात घालत त्या बंद गळ्याच्या स्वेटरच्या कॉलरमधून फिरली.

"मला वाटतं, ते भाकित आता सत्यात उतरण्याची वेळ झाली आहे," अस्पष्टशा सुरात ते म्हणाले, "आणि तसं असेल, तर आपण तयारी केली पाहिजे."

१४

सूर्य आता रुइन शहरावर चांगलाच तळपत होता. पूर्वेकडल्या हमरस्त्याकडून दुसऱ्या बाजूच्या दूरवरच्या लाल पर्वतांच्या पायथ्यांपर्यंत लहान होत चाललेल्या सावल्या सॅम्युएल पाहत होता. कितीतरी वेळ हात पक्ष्याच्या पंखांसारखे फैलावलेल्या अवस्थेत ठेवल्यामुळे आधीच पार थकलेल्या खांद्यांमध्ये उसळणाऱ्या वेदना त्याला फारशा जाणवतच नव्हत्या.

तो उभा होता तिथून खालच्या भागात जमलेली गर्दी, टीव्ही चॅनेल्सची माणसे, त्यांच्या हालचाली याची त्याला जाणीव होती. त्यांच्या बोलण्या-वावरण्याचे आवाज वर येणाऱ्या हवेवर तरंगत अधूनमधून त्याच्यापर्यंत पोहोचत होते आणि आहेत त्यापेक्षा ते लोक खूपच जवळ आहेत, असे वाटत होते; पण त्याच्या डोक्यात मात्र दोनच गोष्टी येत होत्या. पहिली म्हणजे ते धार्मिक संस्करण-विधान आणि दुसरी म्हणजे त्याच्या गत आयुष्यातून नजरेसमोर सारखा-सारखा येणारा एका मुलीचा चेहरा. इतर विचारांचा फाफटपसारा जसा कमी झाला, तसतसे त्या दोन्ही गोष्टी एकमेकांत मिसळून त्याला दिलासा देणारी, मन शांत करणारी एकच सशक्त प्रतिमा त्याच्या डोळ्यांसमोर साकार होऊ लागली.

पर्वतमाथ्याच्या काठापासच्या आणि जणू काही बऱ्याच दिवसांपूर्वी आपण महाकष्टाने चढून आलो होतो असे वाटायला लावणाऱ्या खालच्या दरीवर ओणवलेल्या कड्यासारख्या भागावरून त्याने पाहिले. खालच्या बाजूला, कमीत कमी हजार फूट खाली असलेला रिकामा खंदक त्याला दिसला.

कफनीच्या पायाकडच्या शिवणीमध्ये कापून तयार केलेल्या फटीत त्याने पाय अडकवले आणि कफनीच्या बाह्यांमध्ये केलेल्या तशाच प्रकारच्या दोन खाचांमधून हाताचे अंगठे अडकवले. हात-पाय अडकवलेली कफनी हाता-पायांची हालचाल करत नीट मोकळी केली, पाय फाकवून कफनी घट्ट ताणली, कफनीचा सगळा ताण हात आणि पायांवर राहण्याची खबरदारी घेतली. एकदा शेवटचे कड्यावरून खाली

पाहिले. सकाळच्या वाढत चाललेल्या उन्हाने तापून वर येत असलेल्या गरम हवेचा अंदाज घेतला. हवेच्या झोक्याबरोबर खालून येणारे माणसांचे आवाज ऐकले. शक्तिपीठाच्या भिंतीपलीकडे पर्यटकांचा एक गट हिरवळीच्या एका छोट्या तुकड्याजवळ उभा होता तिथे आपले लक्ष त्याने केंद्रित केले.

आपले शरीर, ताणलेली कफनी, वाऱ्याचा झोत या सगळ्याचा अंदाज घेतला.

पुढे वाकला.

आणि स्वतःला झोकून दिले.

आदल्या रात्रीच जे अंतर चढून जायला त्याला अनेक तास महत्प्रयास करावे लागले होते, तेवढेच अंतर खाली पडायला त्याला फक्त तीन सेकंद लागले. दरीतून वर येणाऱ्या वाऱ्याच्या झोताच्या वाढत्या जोरावर मात करून आपण ठरवलेल्या दिशेने जाण्यासाठी ताणलेल्या कफनीचा हवाई छत्रीसारखा उपयोग करण्यासाठी निकराचा प्रयत्न करण्यामुळे अगोदरच गलितगात्र झालेल्या त्याच्या शरीरात जागोजागी वेदनांचे प्रचंड मोहोळ उठले होते; पण तरीही निश्चित केलेल्या जागीच पडण्याच्या निर्धाराने तो देह कष्टवत राहिला.

आता त्याला खाली उभ्या असलेल्या माणसांच्या किंकाळ्या ऐकू येऊ लागल्या, तसे त्याने आपले हात आणखी जोराने खाली दाबले आणि हवेला जास्तीत जास्त दाबण्याचा प्रयत्न करू लागला आणि त्याचबरोबर शरीराला वर बाक देऊन नियोजित ठिकाणाच्या जास्तीत जास्त जवळ जाण्यासाठी प्रयत्न करू लागला. तो जिथे पडण्याची शक्यता होती, तिथली माणसे इकडेतिकडे पांगू लागली. जमीन वेगाने त्याच्याकडे येऊ लागली, वेगाने, अधिक वेगाने, अधिक जवळ!

कफनीला उजव्या हातापाशी दिलेल्या वळशापाशी एक जोराचा झटका बसलेला त्याला जाणवला. पुढच्याच क्षणी कफनी त्या बाजूने फाटली. वाऱ्याला होत असलेला प्रतिकार अचानक नाहीसा झाल्यामुळे शरीर एकदम पुढे ढकलल्यासारखे होऊन हवेतल्या हवेतच त्याने एक गिरकी घेतली. फाटलेल्या बाहीचे टोक त्याने पुन्हा पकडले आणि ताणून धरले; पण वाऱ्याने ते पुढच्याच क्षणी पुन्हा फाडले. एक तर तो फार अशक्त झाला होता आणि असाही आता फार उशीर झाला होता. गिरक्या वाढल्या. जमीनही आता खूपच जवळ आली. हवेतच गिरकी बसून त्याची पाठीकडची बाजू खाली आली.

आणि पुढच्याच क्षणी धाड् असा एक अभद्रसा आवाज होऊन तो खंदकाच्या भिंतीपलीकडे साधारण पाच फूट अंतरावर; पण हिरवळीच्या तुकड्याच्या अलीकडे, हात अजूनही पंखांसारखे फैलावलेल्या अवस्थेत आणि टक्क उघड्या डोळ्यांनी वरच्या स्वच्छ निळ्या आकाशाकडे पाहत आपटला. त्याने कड्यावरून उडी टाकल्यापासून सुरू झालेल्या किंचाळ्यांचा सूर एकवटत जाऊन तिथल्या गर्दीला

गुरफटून गेला. जे जवळ होते, त्यांनी एक तर डोळेच फिरवले, नाहीतर भीतीने विस्फारलेल्या डोळ्यांनी त्याच्या शरीराखालून आणि शरीराला झालेल्या असंख्य जखमांमधून, उन्हाने पांढऱ्या पडलेल्या त्याच्या अंगाखालच्या दगडांवर वाहू लागलेल्या आणि फाटून चिंध्या झालेल्या कफनीच्या हिरव्या कापडाला भिजवत आणि उघड्या डोळ्यांनी बघवणार नाही असा रंग देत जाणाऱ्या रक्ताच्या ओहोळांकडे बधिरपणे पाहत राहिले.

१५

घटना प्रत्यक्ष घडताना टीव्हीवर पाहूनदेखील कॅथरीनच्या मनात धस्स झाले. आत्ता या क्षणी तो शक्तिपीठाच्या डोक्यावर उभा होता आणि पुढच्या क्षणी तिथे काहीच नव्हते. त्याच्या खाली पडण्याचे चित्रण करण्याची धडपड करत कॅमेरा खाली खाली जाऊ लागला, पण एका क्षणी ते दृश्य थांबले आणि कॅमेरा स्टुडिओमधले दृश्य दाखवू लागला. बसलेल्या धक्क्यामुळे बातमीदारदेखील कानावरचे आवाजाचे यंत्र नीट कानावरच बसवण्यासाठी थरथरत्या हातांनी धडपडत होता आणि डोळ्यांसमोर घडलेल्या मृत्यूमुळे प्रत्यक्ष घटनेपासून लांब असूनही स्टुडिओतदेखील पसरलेला शहारे आणणारा थंडगारपणा झटकण्याचा प्रयत्न करत होता. कॅथरीन लगेचच पुन्हा झरोक्यापाशी जाऊन डोळ्यांवर दुर्बीण धरून पाहू लागली होती. पूर्णत: निर्लेप अशा त्या डोंगरमाथ्याचे दुर्बिणीसमोर मोठे झालेले दृश्य आणि दूरवर ऐकू येणाऱ्या सायरनच्या आवाजांनी तिला हव्या असलेल्या गोष्टीचा पुरावा दिला.

पुन्हा खाली येत तिने सोफ्यावर पडलेला फोन उचलला आणि भीतीने थंड पडत चाललेल्या बोटांनी पुन्हा आधीचाच नंबर फिरवण्यासाठीचे बटण दाबले. उत्तरादाखल पलीकडून स्वयंचलित यंत्राचा आवाज आणि काही निरोप असल्यास कृपया रेकॉर्ड करून ठेवा, असे मृदू शब्दात सांगणारा बाबांचा आवाज तिला ऐकू आला. इतक्या अचानक बाबा कुठे गेले असतील, असा विचार करत तिने तत्काळ त्यांच्या मोबाइलवर फोन केला. मारिएला पण त्यांच्याबरोबरच असणार, नाहीतर तिने फोन उचललाच असता. मोबाइलशी संपर्क साधला गेला. तोदेखील थेट व्हॉइसमेलला जोडला गेला.

"संन्यासी खाली पडला." ती फक्त एवढेच बोलली.

आपल्या डोळ्यांतून अश्रू वाहताहेत असे फोन बंद करताना तिच्या लक्षात आले. संकेतचिन्ह दिसावे, म्हणून पिढ्यान्‌पिढ्यांच्या पहारेकऱ्यांप्रमाणे तीदेखील अखखे आयुष्यभर जागरूकपणे वाट पाहत होती आणि आता आजची सकाळदेखील

इतर असंख्य दिवसांसारखीच भाकड ठरली शेवटी, असेच वाटायला लागले. डोंगराच्या माथ्याकडे एकदा शेवटचे पाहून घेत तिने दुर्बीण पुन्हा गुप्त कपाटात ठेवली आणि एक पंधरा अंकी सांकेतिक शब्द-संख्या तिजोरीच्या पुढच्या बाजूच्या कळीच्या बटणांवर अंकित केली. काही सेकंदांनी पोकळसा 'कट्' असा आवाज झाला.

स्फोट-प्रतिबंधक टिटॅनियमच्या दारामागे करड्या रंगाच्या रबरी वेष्टणात बांधलेली एक लॅपटॉपच्या आकाराची, पण त्यापेक्षा तीन पट जाड पेटी होती. वेष्टणातून बाहेर काढून कॅथरीनने ती पेटी सोफ्यापुढल्या टेबलावर ठेवली.

जबरदस्त कणखर असे पॉलिकार्बोनेटचे वेष्टण जवळजवळ दगडासारखेच दिसत होते. सहज न दिसणारे खटके उघडून तिने पेटीचे झाकण उघडले. आत पाटीचे दोन तुकडे एकावर एक असे ठेवलेले होते, त्यांच्या पृष्ठभागावर पुसटसे काहीतरी कोरलेले दिसत होते. ज्ञात इतिहासाच्याही आधीच्या, अतिप्राचीन काळात कोणीतरी अज्ञात हातांनी एका टोकापासून काळजीपूर्वक दुभागलेल्या त्या चिरपरिचयाच्या तुकड्यांकडे ती पाहत राहिली. एका अतिप्राचीन ग्रंथातले, बायबलमधल्या ओल्ड टेस्टामेंटच्याही पूर्वीच्या काळातल्या ग्रंथातले हे एवढेच अवशेष उरलेले होते आणि त्या मूळ ग्रंथात आणखी काय असेल, याचा यावरून फक्त अंदाज बांधता येणे शक्य होते आणि ते लिहिले होते मालान भाषेत – माला नावाच्या एका पुरातन जमातीच्या – कॅथरीन मानच्या पूर्वजांच्या भाषेत. पाटीच्या तुकड्यांवर लिहिलेल्या चिन्हांनी एकत्रितपणे तयार केलेल्या आकाराकडे तिने अंधूकशा प्रकाशात पाहिले.

हा आकार होता ताऊ या पवित्र तत्त्वाचा दर्शक. पुढे ग्रीकांनी ज्याचा स्वीकार त्यांच्या भाषेतले 'टी' हे अक्षर दर्शवण्यासाठी केला; परंतु प्रत्यक्षात मात्र कोणत्याही भाषेचा जन्म होण्याआधीचा, पुरातन असा, सूर्याचे प्रतीक असलेला आणि सर्व देवांच्या आदिदैवताचा आकार. सुमेरियनांसाठी तो 'ताम्मझ' होता, रोमन त्याला 'मिथ्रस' म्हणत, तर ग्रीकांसाठी तो आकार म्हणजे 'अत्तीस' होता. हे चिन्ह इतके पवित्र होते की, इजिप्तचे राजे अज्ञाताच्या प्रदेशातला प्रवास सुरू करताना हे चिन्ह त्यांच्या ओठांवर ठेवले जात असे. हे चिन्ह होते जीवनाचे, पुनरुज्जीवनाचे आणि

रक्ताच्या बलिदानाचे. शक्तिपीठाच्या डोक्यावर उभ्या राहिलेल्या त्या संन्याशाने आपल्या शरीराने हाच आकार धारण करून सगळ्या जगाला दाखवला होता.

तिने ते चिन्हलिपीतले शब्द वाचले, मनातल्या मनात त्यांचा अर्थ जुळवला, त्यांचा अर्थ नुकत्याच घडलेल्या घटनेतून समोर उभ्या राहिलेल्या चिन्हाशी आणि घटनाक्रमाशी पडताळून पाहिला.

एक जो खरा क्रॉस आहे, तो पृथ्वीवर अवतरेल
एकाच क्षणी सगळे जण तो पाहतील – सगळे आश्चर्यचकित होतील
तो क्रॉस खाली पडेल
क्रॉस पुन्हा उभा राहील
संस्करण विधान खुले करण्यासाठी
आणि एक नवे युग आणण्यासाठी

या शेवटच्या ओळीखाली तिला आणखीही काही डोकी उडवली गेलेली चिन्हे दिसत होती, पण पाटीच्या तुटलेल्या दगडाने चिन्हांना वेडीवाकडी तोडणारी रेघ उमटली होती. त्यामुळे आणखी पुढे काय लिहिले होते, ते आणि त्याचा अर्थ समजणे अशक्य झाले होते.

पहिल्या दोन ओळींचा अर्थ कळायला अगदीच सोपा होता.

खरा क्रॉस म्हणजेच ताऊ हेच आदितत्त्वाचे खरे चिन्ह होते. ख्रिश्चनांच्या क्रॉसपेक्षाही अतिप्राचीन असे चिन्ह होते ते आणि ज्या क्षणी त्या संन्याशाने आपले हात त्या पर्वतशिखरावर फैलावले, त्या क्षणी ते या पृथ्वीवर अवतरले होते.

आंतरराष्ट्रीय बातमीजालाच्या माध्यमातून ते एकाच क्षणी सगळ्यांनी पाहिलेदेखील होते. अतिशय विलक्षण आणि अभूतपूर्व असे ते दृश्य असल्यामुळे सगळे जण आश्चर्यचकितदेखील झाले होते आणि तरीही त्याचा अर्थ कोणालाही कळला नव्हता.

पुढे ती अडखळली. पुढचा शिलालेख अपूर्ण होता, हे तिला माहीत होते, पण उर्वरित भागाचा तिला काहीही अर्थ लावता येत नव्हता.

दगडावरील रेघ अशा त्या भाकिताप्रमाणे तो क्रॉस खरोखरच खाली पडला होता; पण तो क्रॉस म्हणजे एक माणूस होता.

विमनस्कपणे तिने खिडकीबाहेर पाहिले. शक्तिपीठाच्या जागेची पायथ्यापासून वरपर्यंतची उंची पाहता ती साधारण अकराशे फुटांची तरी होती आणि तो माणूस तितक्या उंचावरून पूर्वेच्या बाजूने थेट खाली पडला होता.

आणि यानंतर आता तो पुन्हा कसा काय उभा राहू शकणार होता?

१६

हातातली सुट्या कागदपत्रांची चळत छातीशी घट्ट पकडून ठेवत अथानासियसने मठाधिपतींच्या दालनाच्या सोन्याने मढवलेल्या दारावर टकटक केले. काहीही उत्तर आले नाही. हलकेच आत शिरून त्याने पाहिले, तर खोली रिकामीच होती. त्यामुळे त्याने सुटकेचा नि:श्वास टाकला. निदान आत्तातरी बंधू सॅम्युएलमुळे उभ्या राहिलेल्या अडचणीतून कशी सुटका झाली आहे, याबद्दल मठाधिपतींशी त्याला बोलावे लागणार नव्हते. त्याला स्वत:ला या घटनेमुळे अजिबात आनंद झालेला नव्हता. मुक्तकांमध्ये सामील होण्याचा निर्णय घेऊन खास मुक्तकांसाठीच्या पर्वतातल्या इतर सगळ्यांपासून कायमचे अलग करणाऱ्या अगदी वरच्या भागात लुप्त होईपर्यंत बंधू सॅम्युएल हा त्याच्या जवळच्या मित्रांपैकी एक होता आणि आता तो मृत्यू पावला होता.

टेबलापाशी येत हातातल्या कागदपत्रांचे दोन गठ्ठे करून त्याने दिवसाच्या कामाची वर्गवार मांडणी केली. पहिल्या भागात शक्तिपीठातल्या अंतर्गत व्यवस्थेची, जीवनावश्यक गोष्टींचा साठा-पुरवठा आणि सतत कुठे ना कुठे तरी चालत असलेल्या दुरुस्तीकामाची माहिती होती. कागदपत्रांच्या दुसऱ्या बऱ्याच मोठ्या चळतीमध्ये शक्तिपीठाच्या चार भिंतींपलीकडे असलेल्या चर्चच्या आस्थेच्या विषयांबाबतची – म्हणजे अगदी जगभरात होत असलेल्या पुराणवस्तु-संशोधनविषयक उत्खननापासून; ब्रह्मविद्याविषयावरील सध्याच्या प्रचलित विचारलेखांचे सारांश; प्रकाशनासाठी सादर झालेल्या पुस्तकांची रूपरेषा; कधीकधी तर टीव्हीवर करायच्या कार्यक्रमांचे आणि माहितीपटांचे प्रस्ताव – अशा विविध विषयांबाबतची माहिती त्यात होती. यातली बहुतांश माहिती चर्चतर्फे अर्थसाहाय्य पुरवलेल्या किंवा पूर्णपणे चर्चच्या मालकीच्याच असलेल्या विविध अधिकृत संस्थांकडून येत असे; पण काही माहिती मात्र आधुनिक आस्थापनांमध्ये गुपचुपरीत्या काम करत असलेल्या अनधिकृत खबऱ्यांच्या विस्तृत जाळ्याद्वारे गोळा केलेल्या माहितीतून मिळत असे आणि पारंपरिक आणि ऐतिहासिक

स्वरूपात चालत आलेल्या प्रार्थना आणि व्याख्यानांइतकाच ही सगळी माहिती आणि त्याचे व्यवस्थापन हा शक्तिपीठाचा एक अविभाज्य भाग होता.

अथानासियसने सगळ्यात वरच्या कागदाकडे पाहिले. तो काफझेलने – चर्चला सगळ्यात जास्त माहिती पुरवणाऱ्या गुप्तहेराने – खबऱ्याने दिलेला अहवाल होता. सीरियामध्ये झालेल्या एका देवळाच्या भग्नावशेषांच्या संशोधनात प्राचीन हस्तलिखिताचे तुकडे सापडल्याचे त्याने कळवले होते आणि त्यामध्ये चर्चसाठी काही आक्षेपार्ह किंवा धोकादायक आहे किंवा कसे, हे पाहण्यासाठी ते हस्तलिखित तत्काळ 'ह' आणि 'त' – म्हणजे हस्तगत करणे आणि तपासणी करण्यासाठी ताब्यात घेण्याचा सल्लादेखील दिला होता. अथानासियसने विषादाने मान हलवली. म्हणजे आता आणखी एक अनमोल प्राचीन दस्तऐवज नि:संशयपणे या शक्तिपीठाच्या अतिविशाल ग्रंथालयाच्या अथांग अंधारात गाडला जाणार होता. शक्तिपीठाच्या या धोरणाबद्दलचा त्याचा हा विसंवादी सूर हे काही गुपित नव्हते. आजच्या मुक्त आणि आधुनिक जगात उपलब्ध असलेले अपार ज्ञान बंदिस्त करून ठेवणे आणि आपल्या विचारधारेपेक्षा वेगळ्या मांडलेल्या विचारांना लोकांपर्यंत पोहोचण्यावर प्रतिबंध घालणे, हे चर्चच्या संकुचित वृत्तीचे लक्षण आहे, हे आपले विचार त्याने बंधू सॅम्युएल आणि शक्तिपीठाच्या ग्रंथालयात अनेक सुधारणा घडवणारे फादर थॉमस यांना अनेक वेळा बोलूनदेखील दाखवले होते. या अतिविशाल ग्रंथालयातले ज्ञानभांडार प्रत्यक्ष देव आणि मानवाच्या कल्याणासाठी जेव्हा कधी खुले होईल, त्या भाग्यशाली दिवसाबद्दल ते अनेक वेळा आपसांत बोलले होते; पण मग सॅम्युएलने तो मुक्तकांचा पुरातन आणि रहस्यमय धर्माचरणाचा मार्ग अनुसरायचे ठरवले होते आणि त्याने तसे केल्याने आपल्या सगळ्या आशांवर तिलांजली दिली गेली असल्याची भावनाच अथानासियसला प्रकर्षाने जाणवली होती. शक्तिपीठामध्ये असतानाच्या काळात सॅम्युएल ज्या ज्या म्हणून गोष्टीशी संबंधित होता, त्याला त्याच्या या एका निर्णयामुळे वेगळाच रंग चढला होता.

दिवसभराच्या कामकाजाबद्दलच्या कागदांच्या गठ्ठ्याकडे पाहताना येत्या काही आठवड्यांमध्ये त्यांच्या डोक्यावरून पडलेल्या त्या संन्याशाबद्दलचे न संपणारे अहवाल आणि सगळ्या जगाने त्या एकाच घटनेचे लावलेले वेगवेगळे अर्थ, या सगळ्याची जाणीव जागी होत त्याच्या डोळ्यांच्या कडा पाणावल्या. मागे वळून पालथ्या हाताने डोळे टिपत तो सोन्याने मढवलेल्या दाराकडे निघाला, मठाधिपतींच्या दालनातून बाहेर पडला आणि त्या पर्वताच्या अंतर्भागातल्या जगड्व्याळ पसाऱ्यात नाहीसा झाला. त्याला अगदी एकटे कुठेतरी बसून आपल्या दबलेल्या भावनांना वाट करून द्यायची होती.

मान खाली घालून मनाशी काहीतरी ठरवत तो शक्तिपीठातल्या वातानुकूलित

बोगद्यांमधून चालत राहिला. रुंद आणि प्रकाशात न्हालेल्या वाटा खालच्या स्तरावरच्या मुख्य चर्चला जोडणाऱ्या काहीशा अंधूक प्रकाशाच्या जिन्यापाशी अरुंद बोळासारख्या झाल्या. त्यांच्या दोन्ही बाजूला छोट्या खासगी प्रार्थनाघरांचे दरवाजे होते. बोळाच्या दुसऱ्या टोकाच्या एका दारात कोरून बनवलेल्या एका उथळशा कोनाड्यात एक मेणबत्ती जळत होती– म्हणजे त्या खोलीत कोणीतरी होते. अथानासियसने आत पाऊल टाकले. दार उघडण्या-मिटण्यामुळे हवा हलून आत प्रकाशासाठी ज्या दोन-चार मेणबत्त्या लावलेल्या होत्या त्या फडफडल्या, त्यांचा हलणारा प्रकाश काजळी धरलेल्या बुटक्या छतावर आणि दूरवर दिसणाऱ्या भिंतीतल्या एका दगडावर उभ्या असलेल्या 'टी' आकाराच्या क्रॉसवर नाचत राहिला.

पुरोहित मागे वळू लागले, पण ते कोण आहेत, ते समजण्यासाठी अथानासियसला त्यांचा चेहरा पाहण्याची काहीच गरज नव्हती. त्यांच्या जवळ जात तो अचानक त्राण गेल्यासारखा खाली पडला आणि अगतिकपणे त्यांना मिठी मारून हमसाहमशी रडू लागला. त्याचे हुंदके पुरोहितांच्या अंगावरील जाड वस्त्रांमध्ये दबून गेले. एकमेकांना दिलासा देत ते बराच वेळ मिठी मारून राहिले, दुःखातिरेकाने कुणाच्याच तोंडून एकही शब्द बाहेर पडला नाही. शेवटी मनाला आवर घालत अथानासियस दूर झाला आणि फादर थॉमस यांच्या गोऱ्या चेहऱ्याकडे आणि बुद्धिमत्तेचे तेज असलेल्या निळ्या डोळ्यांकडे पाहू लागला. त्यांचे काळे केस कपाळावरून जरा मागे हटले होते आणि कुठेकुठे त्यांना रुपेरी छटेचा स्पर्शही झाला होता आणि त्यांच्या गालांवर ओघळलेले अश्रू मेणबत्तीच्या प्रकाशात चमकत होते.

"मला वाटतं आता सगळं काही संपलं आहे."

"आपण अजून इथेच आहोत बंधू अथानासियस! आणि आपण तिघांनी याच खोलीत आपसांत जी चर्चा केली, ती व्यर्थ गेलेली नाही."

आपल्या मित्राच्या आश्वासक शब्दांनी अथानासियसच्या चेहऱ्यावर स्मित उमटले.

"आणि इतरांनी कुणी आठवण काढली नाही, तरी सॅम्युएल खरोखर कसा होता, इतकं आपल्या नक्कीच आठवणीत राहील," फादर थॉमस म्हणाले.

१७

शक्तिपीठ पर्वताच्या अगदी वरच्या भागातल्या 'कॅपेली दिऊस स्पेश्यालिस' – म्हणजेच 'चॅपेल ऑफ गॉड्स होली सीक्रेट' – मुख्य चर्चला जोडून असलेल्या अंत:स्थ देवघरात, जिथल्या पावित्र्याची जिवापाड जपणूक केली जाते, त्या खास देवघराच्या मध्यभागी मठाधिपती उभे होते. छत अगदी जवळच असलेली, भुयारासारखीच ती जागा होती, पण तिथे अंधारच इतका होता की, छताची खरी उंची कळणे अवघड होते. शक्तिपीठाची स्थापना करणाऱ्यांनी अखंड खडकात खोदून, पोखरून ती जागा तयार केलेली होती, तेव्हापासून ती जशी आहे तशीच होती आणि त्या काळी वापरण्यात आलेल्या अगदी प्राथमिक स्वरूपाच्या खोदकामाच्या अवजारांच्या वापराच्या खुणा अजूनही अंगावर वागवत होती. मेणबत्तीच्या अंधूक उजेडात ओलसरपणे चमकणाऱ्या जमिनीतल्या चिरांमधून वर येत असलेला काल रात्रीच्या समारंभानंतर तिथे पडलेल्या रक्ताचा आणि जखमांसाठी वापरलेल्या हत्यारांच्या धातूचा संमिश्र वास मठाधिपतींना जाणवत होता. चिरांचा मागोवा घेत नजर पवित्र वेदीच्या दिशेने गेल्यावर, तिथे थेट अंधारातूनच वर आल्यासारख्या त्या अतिपवित्र पवित्र स्तंभाची, हो पवित्र स्तंभाचीच आकृती पुसटशी दिसत होती.

वेदीच्या पायथ्याकडे जितक्या घाईने उपटून टाकावे, त्यापेक्षा जास्त वेगाने वाढणाऱ्या एका विचित्रशा रक्तवर्णी वेलीचे नवे रोपटे बाकदार वळण घेत वर येत असलेले त्यांना दिसले. निव्वळ त्या वेलीच्या वाढीच्या वेगामुळेदेखील त्यांचा भयंकर संताप होत असे. दिसल्याबरोबर उपटून टाकण्यासाठी ते पुढे होत होते, इतक्यात त्यांच्या पाठीमागे असलेले प्रचंड मोठे दगडी दार सरकत उघडताना होणारी घरघर ऐकू येऊ लागली. दोन माणसे दारातून आत येत असताना देवघरातील थंड, थिजलेल्या हवेत थोडी हालचाल झाली. आपल्याच वितळलेल्या मेणात उभ्या असणाऱ्या मेणबत्त्या थरथरल्या आणि तिथल्या भिंतींवर हारीने लावून ठेवलेल्या धारदार अवजारांवर त्यांचा प्रकाश वेडावाकडा नाचू लागला. पुन्हा घरघर होत दार

बंद झाले आणि मेणबत्त्यांच्या ज्योती हळूहळू स्थिर झाल्या. पेटत्या वातींजवळचे मेण तापून उकळत असल्याचा 'स्सऽऽ स्सऽऽ' आवाज फक्त कानांवर पडत राहिला.

आलेल्या दोन्ही व्यक्तींनी लांब दाढी राखली होती आणि अतिवरिष्ठ अधिकारीवर्गातल्या संन्याशांच्या हिरव्या कफन्या त्यांच्या अंगावर होत्या; परंतु त्या दोघांच्या हालचालींमध्ये किंचितसा फरक होता. दोघांपैकी जो बुटका होता, तो दुसऱ्याच्या थोडा मागे उभा होता. त्याचे डोळे पुढे असलेल्या संन्याशावर एकटक रोखलेले होते. एक हात कफनीवरून पट्ट्यासारख्या बांधलेल्या दोरामध्ये खोचलेल्या इंग्रजी 'टी' अक्षराच्या आकाराच्या क्रक्सवर ठेवलेला होता; तर पुढे असलेला संन्यासी मान खाली घालून, नजर जमिनीकडे वळवून आणि जणू काही कफनीचे वजन आता पेलवत नाहीसे झाल्यासारखे खांदे पडलेल्या अवस्थेत उभा होता.

"काय बातमी आहे, बंधूंनो?"

"आपल्या अखत्यारीत असलेल्या आवाराच्या हद्दीबाहेर तो पडला. त्याचं प्रेत आपल्या ताब्यात घेणं त्यामुळे अशक्य झालं." बुटका संन्यासी म्हणाला.

मठाधिपतींनी क्षणभर डोळे मिटले आणि एक दीर्घ नि:श्वास टाकला. चित्तवृत्ती उल्लसित करणारी बातमी ऐकायला मिळावी, अशी त्यांची अपेक्षा होती. डोळे उघडून त्यांनी अजून एक शब्दही न बोललेल्या मुक्तकाकडे पाहिले. मवाळ वाटणाऱ्या, पण उपरोधाची तीव्र धार असलेल्या सुरात त्यांनी विचारले, "तर मग आता कुठे आहे तो?"

"शहराच्या शवागारात." बोलताना संन्याशाचे डोळे थोडेसे वर झाले; पण तो मठाधिपतींच्या नजरेला नजर देऊ शकला नाही. "आमचा असा अंदाज आहे की, ते बहुतेक आता त्याची शवचिकित्सा करतील."

"तुमचा अंदाज आहे की, ते शवचिकित्सा करत असतील, हं?" मठाधिपती गरजले. "ते काय करत असतील, याचा नुसता अंदाज करत बसू नका, माहिती मिळवा, नाहीतर गप्प बसा. माझ्यासमोर येऊन नुसते तुमचे अंदाज मला सांगू नका. इथे याल, तेव्हा फक्त निखळ सत्य तेवढंच घेऊन या."

संन्याशाने अगतिक होत गुडघे टेकले.

"मला क्षमा करा मठाधिपती, तुमची सेवा करण्यात मी अपयशी ठरलो आहे."

आत्यंतिक संतापाने मठाधिपतींचा चेहरा विद्रूप झाला. बंधू सॅम्युएल ज्या कोठडीतून शेवटी निसटला होता, त्या कोठडीत बंधू ग्रबरनेच त्याला नेऊन टाकले होते. त्यांच्या पंथाच्या अतिपवित्र रहस्याची गुप्तता कर्तव्यकठोरपणे राखण्यातली कुचराई ही सर्वस्वी बंधू ग्रबरचीच चूक होती.

"तू आम्हाला सगळ्यांनाच अपयशी केलं आहेस," मठाधिपती संतापाने म्हणाले.

मागे वळत त्यांनी पुन्हा एकदा आपल्या पंथाच्या अतिपवित्र रहस्याकडे पाहिले.

सगळ्या जगाचे शक्तिपीठाकडे वळलेले डोळे क्ष-किरणांसारखे पर्वतातल्या खडकांच्याही आरपार जाऊन आत काय चालले आहे, ते पाहण्याचा प्रयत्न करत असलेले त्यांना स्पष्ट दिसू लागले. रात्रभर पुढे काय होणार, याची वाट पाहत त्यांना जागत बसावे लागले होते, त्यामुळे ते त्रासलेले होतेच, शिवाय कफनीखाली झाकल्या गेलेल्या त्यांच्या जखमादेखील आता दुखत होत्या. धार्मिक विधीदरम्यान केलेल्या जखमा जरी नेहमीप्रमाणे लवकर भरून येत असल्या, तरी आता त्या दीर्घ काळपर्यंत दुखत राहत आणि प्रत्येक वेळी हा दुखण्याचा काळ वाढत चालला होता. सावकाश का होईना; पण वय आता बोलू लागले होते आणि शरीर हळूहळू वाढत्या वयाची जाणीव करून देऊ लागले होते.

त्या भेदरलेल्या संन्याशावर त्यांना राग काढायचा नव्हता. त्यांना फक्त ही परिस्थिती पालटावी आणि अगदी अल्प स्मरणशक्ती असलेल्या जगाचे लक्ष दुसऱ्या कुठल्यातरी गोष्टीकडे लवकरात लवकर वळावे, एवढीच इच्छा होती. शक्तिपीठाला पडलेल्या अभद्र गोष्टींच्या वेढ्यातून नेहमीप्रमाणेच सुटका व्हायला हवी होती.

"उभा राहा," ते शांतपणे म्हणाले.

ग्रबर आज्ञाधारकपणे उभा राहिला. त्याची नजर अजूनही जमिनीकडेच असल्यामुळे मठाधिपतींनी मान हलवून त्याच्या मागे उभ्या असलेल्या संन्याशाला केलेला इशारा त्याला दिसला नाही, त्याने हातात धरलेला क्रक्स काढल्याचे आणि त्याचे छुपे झाकण उघडल्यावर त्यातून बाहेर आलेले लखलखणारे खास समारंभप्रसंगी वापरावयाचे धारदार पातेदेखील त्याला दिसले नाही.

"माझ्याकडे पाहा!" मठाधिपतींनी आज्ञा केली.

मठाधिपतींच्या नजरेला नजर देण्यासाठी ग्रबर आपले डोके वर उचलू लागला, एवढ्यात पाठीमागे उभ्या असलेल्या संन्याशाने वेगाने हालचाल करत अतिशय सफाईने हातातल्या खंजिराचे पाते त्याच्या गळ्यावरून फिरवले.

"ज्ञान म्हणजेच सर्वकाही असतं!" ग्रबरच्या कंठातून उडणाऱ्या रक्ताच्या चिळकांड्या चुकवण्यासाठी दोन पावले मागे सरकत मठाधिपती म्हणाले.

गळ्याभोवती अगदी रेखीवपणे ओढलेल्या रेघेसारख्या दिसणाऱ्या जखमेतून येणारे रक्त दाबून धरण्यासाठी गळ्यापाशी गेलेल्या हाताबरोबरच ग्रबरच्या चेहऱ्यावर उमटलेले भयचकितपणाचे भाव मठाधिपतींनी पाहिले. पंचप्राण शरीर सोडून जात असताना, हतगात्र होत तो पुन्हा गुडघ्यांवर कोसळला, त्याच्या शरीरातला जीवनरस जमिनीतल्या चिरांमध्ये मिसळून वाहत राहिला.

"त्या प्रेताचं नक्की काय झालंय त्याचा शोध घ्या," मठाधिपती म्हणाले. "नगर परिषदेतल्या कोणाला तरी गाठा किंवा पोलीस डिपार्टमेंटमधल्या कोणाला

तरी भेटा. आपल्याला पाहिजे असलेली माहिती ज्या कुणाकडे असेल आणि आपल्याला द्यायला तयार असेल त्याला गाठा. बंधू सॅम्युएलच्या मृत्यूबद्दलचे काढले जात असलेले निष्कर्ष आपल्याला कळायलाच हवेत आणि सगळ्यात महत्त्वाचं म्हणजे बंधू सॅम्युएलचं प्रेत आपल्या ताब्यात यायला हवं आहे.''

अजूनही थोडी धुगधुगी असलेल्या ग्रबरच्या देवघरातल्या जमिनीवर थरथरत पडलेल्या शरीराकडे संन्याशाने पाहिले, मंद होत जाणाऱ्या हृदयाच्या ठोक्यांगणिक रक्त थोडे थोडेच बाहेर पडताना दिसत होते.

''जशी आज्ञा, मठाधिपती,'' संन्यासी म्हणाला, ''अथानासियसनं त्याच्या बाह्य जगातल्या मध्यस्थांमार्फत प्रसारमाध्यमांच्या प्रश्नांचा समाचार घ्यायला अगोदरच सुरुवात केली आहे आणि माझा असा अंदाज, म्हणजे मला असं कळलं आहे की, पोलिसांनी आपल्याशी संपर्क साधायचा प्रयत्न केला आहे.''

सगळ्या जगाचे डोळे आपल्यावरच रोखले गेले असल्याची भावना पुन्हा एकदा जागी झाल्याने मठाधिपतींनी दात-ओठ करकचून आवळले.

''मला सतत माहिती देत राहा आणि अथानासियसला माझ्याकडे पाठवा.'' ते म्हणाले.

संन्याशाने मान हलवली. ''जशी आज्ञा, मठाधिपती बंधुवर,'' तो म्हणाला, ''त्यांनी तुमच्या दालनात तुम्हाला भेटावं, असा निरोप मी त्यांना देतो.''

''नको.'' मठाधिपती पवित्र वेदीजवळ जाऊन ती रक्तवर्णी वेल मुळापासून उपटत म्हणाले, ''तिथे नको.''

वर नजर उचलत त्यांनी पवित्र स्तंभाकडे पाहिले. त्यांचा हा सल्लागार मुक्तक-वर्गातला नसल्यामुळे पंथाचे पवित्र रहस्य त्याला कळण्याची गरज नव्हती. तरीही सध्याची परिस्थिती इष्ट परिणामकारकपणे हाताळण्यासाठी आपण कशाचे आणि काय करत आहोत, ते त्याला जरा जास्त स्पष्टपणे समजावण्याची गरज होती.

''आपल्या विशाल ग्रंथालयात मला भेटायला सांगा त्यांना.'' बंधू ग्रबरचे प्रेत ओलांडून दाराकडे जाता-जाता हातातली उपटलेली वेल त्यांनी बंधू ग्रबरच्या प्रेतावर टाकली. ''मी ग्रंथालयातल्या इतरांसाठी निषिद्ध असलेल्या खोलीत असेन.''

दारात बसवलेल्या लाकडी खटक्याला हात घालत त्यांनी तो जोरात खेचला. दगडावर दगड घासत सरकत जाण्याचा आवाज देवघरात घुमला आणि संलग्न दालनातील वातानुकूलित थंड हवा उघडलेल्या दारातून बाहेर पडली. मठाधिपतींनी मागे वळून ग्रबरकडे पाहिले. रक्ताच्या थारोळ्यात विसावलेल्या पांढऱ्याफटक चेहऱ्यावर मेणबत्त्यांचा प्रकाश नाचत होता.

''आणि याची विल्हेवाट लावा!'' ते पुढे म्हणाले आणि झटक्यात वळून चालायला लागले.

१८

इतिहासकाळातल्या वेगवेगळ्या कालखंडांमध्ये कधी बंदुकीची दारू साठवण्याचे कोठार म्हणून, तर कधी बर्फ साठवण्याची जागा म्हणून, तर सोळाव्या शतकात अल्प काळासाठी जिचा वापर एक तुरुंग म्हणून केला गेला होता, अशा एका दगडी बांधकामाच्या इमारतीत शवविश्लेषकाचे कार्यालय होते. दगडी बांधकामामुळे मिळणारी सुरक्षितता आणि जमिनीखाली असावे तसे अतिथंड वातावरण, नगरपरिषदेने १९५०च्या दशकाच्या शेवटी-शेवटी इथे स्थापित करायचे ठरवलेल्या रोग-मृत्यू-चिकित्सा विभागासाठी अत्यंत योग्य असेच होते आणि इथल्याच पुनर्बांधणी करून तयार केलेल्या तळघरातल्या घुमटाकार कोठड्यांमध्ये शवचिकित्सा करायच्या तीन जुन्या पद्धतीच्या चिनी मातीच्या चकचकीत टेबलांवर मध्यभागी बंधू सॅम्युएलचे छिन्न-विच्छिन्न शव ठेवलेले होते. सगळे काही स्पष्ट दिसण्यासाठी प्रखर प्रकाश त्यावर पडलेला होता आणि दोन माणसे शोधक नजरेने त्याकडे पाहत होती.

त्यापैकी एक होते डॉ. बार्थोलोमिऊ रीस, तिथले चिकित्सा-तज्ज्ञ. त्यांच्या समाजगटाची खूण असलेल्या काळ्या कपड्यांवर त्यांनी त्यांच्या व्यवसायाचे प्रतीक असलेला प्रयोगशाळेत वापरावयाचा पांढरा कोट घातला होता. पोलिसी सेवा आदान-प्रदानाच्या एका आंतरराष्ट्रीय कार्यक्रमांतर्गत चार वर्षांपूर्वीच ते इंग्लंडहून इथे आले होते. त्यांचे वडील मूळचे टर्कीश असल्याने त्यांच्या दुहेरी नागरिकत्वामुळे कागदपत्रांचे सोपस्कार सहजपणे पार पडले होते. कार्यक्रमानुसार त्यांना इथे सहा महिनेच राहायचे होते, पण प्रत्यक्षात त्यांना इथून परत जाणे जमलेच नव्हते. त्यांचे लांब केस काळे होते, पण या काळेपणाचे श्रेय निसर्गापेक्षा रसायनशास्त्राला देणे इष्ट होते आणि ते त्यांच्या उभट, फिकट चेहऱ्याच्या दोन्ही बाजूंना जणू अर्धवट उघडलेल्या पडद्यासारखे लटकलेले असत. सहज पाहताना जरी ते पडेल चेहऱ्याचे, उदास व्यक्तिमत्त्वाचे वाटले, तरी रुइन शहराच्या पोलीस खात्यातल्या सगळ्या भागांमध्ये आत्तापर्यंत आलेल्यांपैकी ते एक सगळ्यात आनंदी, उत्साही स्वभावाचे

चिकित्सा-तज्ज्ञ म्हणून प्रसिद्ध होते. ते स्वत:च नेहमी सांगत असत त्याप्रमाणे ते बत्तीस वर्षांचे होते. बऱ्यापैकी पैसा मिळवत होते आणि अनेक लोक मढ्याच्या जिवावर जगण्याची नुसती स्वप्नेच पाहत असतील, पण ते मात्र प्रत्यक्षातच मढ्याच्या जिवावर उदरनिर्वाह करत होते.

दुसरा माणूस थोडासा अस्वस्थ वाटत होता. रीसच्या थोडे मागे उभा राहून खिशात सापडलेला 'फ्रूट अॅन्ड नट'चा बार चघळत होता. तसा तो रीसपेक्षा उंच होता, पण आक्रसल्यासारखा दिसत होता आणि त्याच्या अंगावरचा राखाडी रंगाचा सूट वीस वर्षांच्या नोकरीच्या ओझ्याने वाकलेल्या खांद्यांवरून ओघळलेला दिसत होता. दाट काळ्याभोर केसांवर मधूनच रुपेरी लकेर उमटलेली होती आणि हुशारीचे तेज दाखवणाऱ्या चेहऱ्यापासून ते पूर्णपणे उलटे फिरवलेले होते. त्यामुळे त्याच्या चेहऱ्यावर एकाच वेळी कुतूहल व उदासपणाचे मिश्रण झालेले दिसत होते, अर्धचंद्राकार काचांचा चश्मा गरुडाच्या चोचीसारख्या नाकावर मध्यापर्यंत खाली उतरलेला होता आणि या सगळ्यांमुळे एक मनुष्यवध अन्वेषण-तज्ज्ञ वाटण्यापेक्षा तो एखाद्या इतिहास विषयाच्या प्राध्यापकासारखा जास्त दिसत होता.

इन्स्पेक्टर दाऊद अर्कांडियन हे रुइन पोलीस दलातले एक अजब रसायन होते. गुन्हे अन्वेषणातली त्याची वयाबरोबर वाढत्या अनुभवाने निर्विवादपणे सिद्ध झालेली क्षमता, खरे तर त्याला चीफ इन्स्पेक्टर किंवा त्यापेक्षाही वरच्या पदावर बसवण्यासाठी पुरेशी होती; परंतु आपल्यापेक्षा कमी कुवतीची माणसे बढती मिळून त्याच्या वरच्या पदावर बसताना पाहतच त्याने आपल्या आयुष्यातला बराच काळ घालवला होता आणि इकडे तो स्वत: मात्र सर्वसामान्य गुन्हे अन्वेषकाचे काम करत निवृत्त होऊन हातात मिळेल ते पेन्शन घेऊन एक अनाम जीवन जगण्याची इच्छा करत होता. अर्कांडियन कामात खूप हुशार होता, हे खरेच होते; पण कारकिर्दीच्या सुरुवातीलाच त्याने घेतलेल्या एका निर्णयाची भली मोठी सावली त्याच्या उर्वरित कारकिर्दीवर पडली होती.

त्याचे असे झाले होते की, त्याला एक स्त्री भेटली होती, तो तिच्या प्रेमात पडला होता आणि मग तिच्याशी लग्न केले होते.

सुखी वैवाहिक जीवन जगणारा गुन्हे अन्वेषक म्हणजे जरा दुर्मीळच गोष्ट होती, पण एक सब-इन्स्पेक्टर म्हणून काम करत असतानाच अर्कांडियनला त्याची बायको भेटली होती. आपल्या होणाऱ्या बायकोला तो भेटला होता, तेव्हा शहराच्या पूर्वेकडल्या ती राहत असलेल्या भागातून तिला जबरदस्तीने घेऊन तिची विक्री करणाऱ्या आणि तिला धंद्याला लावणाऱ्या लोकांविरुद्ध साक्ष देण्याची तयारी करत असलेली ती एक वेश्या होती. अगदी पहिल्यांदा जेव्हा तो तिला भेटला होता, तेव्हा ती एक अतिशय धाडसी, सुंदर आणि घाबरलेली मुलगी आहे, असे त्याला वाटले

होते. खटला कोर्टात उभा राहीपर्यंत तिची काळजी घेण्याचे काम त्याच्यावर सोपवण्यात आले होते. नोकरीच्या ठरावीक आठ तासांव्यतिरिक्तच्या वेळात काम केल्याबद्दल त्याला जादा कामाचा भत्ता मिळालाच पाहिजे, कारण खटल्यानंतर बारा वर्षे झाली, तरी तिची काळजी घेण्याचे काम तो करतच आहे, असे तो नेहमीच विनोदाने म्हणत असे. या बारा वर्षांत त्या लोकांनी तिला जबरदस्तीने लावलेले अमली पदार्थांचे व्यसन सोडवायला त्याने तिला मदत केली होती, पुन्हा शाळेत जाऊन शिक्षण पूर्ण करून शिक्षिकेचे काम करण्यासाठी आवश्यक ती पदविका मिळवायलादेखील मदत केली होती आणि मुळातच जे आयुष्य जगण्याचा तिला हक्क होता ते समाधानाचे आयुष्य तिला मिळवून दिले होते. आजवरच्या आयुष्यात त्याने केलेली ही सगळ्यात उत्तम कृती होती, हे त्याला मनोमन माहीत होते; पण त्यासाठी कोणती किंमत द्यावी लागते, हेदेखील त्याला चांगलेच माहीत होते. उच्चपदस्थ पोलीस अधिकाऱ्यांनी पूर्वायुष्यात वेश्या असलेल्या स्त्रीशी, मग तिने आपले आयुष्य आमूलाग्र सुधारलेले असले तरीही, लग्न केलेले असणे उचित समजले जात नव्हते आणि यासाठीच त्याने आपले खासगी आयुष्य लोकांच्या नजरेत कमीत कमी येईल, अशा मध्यम स्तरातला इन्स्पेक्टर म्हणून अधूनमधून आपल्या क्षमतेला साजेशा गुन्ह्याचे अन्वेषण हाती घेण्याचा, पण बहुतांश वेळी वरिष्ठ अधिकाऱ्यांना नकोशा असलेल्या गुंतागुंतीच्या गुन्ह्यांचे रहस्य उलगडण्याचे काम करण्याचा निर्णय घेतला होता.

संन्याशाच्या लोळागोळा झालेल्या आकृतीकडे त्याने पाहिले. प्रेतावर सापडू शकणाऱ्या खुणा शोधण्यासाठी डोळ्यांसमोर धरलेल्या भिंगामुळे त्याचे सतेज तपकिरी डोळे जास्तच मोठे झाल्यासारखे दिसत होते. न्यायवैद्यक शाखेच्या लोकांनी पुराव्यासाठी संपूर्ण शरीराची कसून तपासणी केली होती; पण नंतर प्रेत कपड्यांनी झाकून ठेवले होते. थिजून काळ्या पडलेल्या रक्तामुळे हिरव्या कफनीचा रंगदेखील आणखीन गडद हिरवा दिसायला लागला होता. क्रॉसचे चिन्ह दाखवण्यासाठी दीर्घ काळ पक्ष्याच्या पंखांसारखे फैलावलेले हात आता शरीराच्या दोन्ही बाजूला ठेवलेले होते. पूर्ण सोलवटलेल्या त्याच्या उजव्या हाताजवळच तो सोलवटून काढणारा दोन फासांचा दोर गुंडाळी करून ठेवलेला होता. अंगावर शहारा आणणाऱ्या त्या दृश्याने त्याच्या कपाळावर आठी पडली. शवविच्छेदन त्याला आवडत नव्हते असे नव्हते, आतापर्यंत त्याने भरपूर वेळा ते पाहिले होते; पण या शवविच्छेदनाच्या वेळी त्यानेच तिथे असावे, असे त्याला सांगण्यात आले होते. ते कशासाठी, असा त्याला प्रश्न पडला होता.

शवचिकित्सा करताना डोक्यावर घालावयाच्या टोपीमध्ये रीसने आपले लांब केस दडपले. बाजूलाच असलेल्या फिरत्या स्टॅन्डवरचा कॉम्प्युटर सुरू केला,

स्वत:चे नाव व सांकेतिक शब्द-संख्या लिहिली. आपल्या फायलींचा भाग उघडला आणि एक नवी फाइल उघडली.

"त्या फासाबद्दल तुला काय वाटतं?"

खांदे उडवत अर्काडियन म्हणाला, "आधी कदाचित गळफास लावून आत्महत्या करायचा विचार केला असेल, पण मग ते अगदीच मिळमिळीत मरण ठरेल, म्हणून बदलला असावा विचार त्यानं." फ्रूटबारच्या वेष्टणाचा चुरगळा केलेला बोळा त्याने कोपऱ्यातल्या कचऱ्याच्या डब्याच्या दिशेने फेकला, तो त्या डब्याच्या काठावर आपटला आणि एका बाकड्याखाली घरंगळला. म्हणजे आजचा दिवसदेखील तसलाच ठरणार होता तर. दुसऱ्या बाजूला भिंतीजवळ असलेल्या टीव्हीच्या पडद्याकडे त्याची नजर गेली, त्यावरच्या बातम्यांच्या चॅनेलवर तेच पर्वतमाथ्यावर उभ्या असलेल्या संन्याशाचे चित्रण दिसत होते.

"हे प्रकरण माझ्यासाठी अगदी नवीनच आहे." असे म्हणत अर्काडियनने घरंगळत गेलेला बोळा उचलला. "म्हणजे आधी टीव्हीवरचा कार्यक्रम पाहा आणि आता त्याच प्रेताचं विच्छेदन करा..."

रीसनी हसत-हसतच कॉम्प्युटरचा पडदा त्याच्या बाजूला वळवला. पडद्याच्या पाठीमागे अडकवलेला एक बिनतारी हेडसेट काढून डोक्यावर चढवला आणि त्याला जोडलेला एक बारीक काडीसारखा मायक्रोफोन तोंडासमोर आणत पडद्याच्या एका कोपऱ्यात दिसणाऱ्या एका लाल चौकोनावर बोट दाबले. चौकोन चमकू लागला. एक एमपीथ्री फाइल उघडली गेली होती आणि आता तिथे जे काही बोलले जाणार होते, ते थेट या शवचिकित्सेसंबंधात उघडलेल्या नव्या फाइलीमध्ये नोंदवले जाणार होते.

११

ऑस्कर दे ला क्रूझ आपल्या खासगी देवघराच्या पाठीमागच्या बाजूला बसले होते. गडद तपकिरी रंगाच्या सुटाच्या आत त्यांचा नेहमीचाच बंद गळ्याचा पांढरा स्वेटर त्यांनी घातला होता. त्या संन्याशासाठी देवाकडे प्रार्थना करताना ते थोडेसे पुढे झुकले होते. तो आतापर्यंत मरण पावला असेल, याची त्यांना कल्पना नव्हती. जराशाने डोळे उघडून त्यांनी आपणच सत्तर वर्षांपूर्वी उभारायला मदत केलेल्या त्या वास्तूकडे डोळे भरून पाहिले.

देवघर अगदी साधेच होते, एकही खिडकीदेखील नव्हती; जो काही प्रकाश होता तो खुबीने झाकलेल्या दिव्यांचा होता. वास्तुविशारदाच्या कुशल हातांनी तिथली प्रकाशयोजना व अंतर्गत रचना पाहणाऱ्याची नजर आपोआपच वरच्या दिशेला आकर्षित होऊन, जमिनीपासून छताकडे जाईल, अशी केली होती. युरोपमधल्या गोथिक पद्धतीच्या चर्चमधून ही प्रकाशयोजनेची कल्पना त्यांनी चोरली होती. आपण आणि आपल्या माणसांकडून त्यांनी बरेच काही नेले होते, तेव्हा आपण हे एवढेसे घ्यायला काहीच हरकत नाही, असेच या बाबतचे त्यांचे मत होते.

त्यांच्यासारखीच निशाचर पक्ष्यासारखी, जग झोपले असताना स्वत: पहारा देत काय घडतेय ते सावधपणे पाहण्याची सवय असलेली आणखी वीसएक माणसे ती संन्याशाची बातमी ऐकून आणि पाहून इथे या विशिष्ट स्थळी प्रार्थना करण्यासाठी आणि संन्याशाने दाखवलेल्या चिन्हाचा ते आणि त्यांच्या इतकी वर्षे अतिशय गुप्तता राखून वावरत असलेल्या जमातीसाठी काय अर्थ सूचित झाला असेल, याचा विचार करण्यासाठी जमलेली त्यांना दिसली. बहुतेकांना ते ओळखत होतेच आणि आणखी काही चांगल्या परिचयाचेही होते, पण नाही म्हटले, तरी हे चर्च काही सगळ्यांसाठी नव्हते. मुळात हे असे चर्च आहे, हेदेखील अगदी थोड्याच लोकांना माहीत होते.

मारिएला जवळच बसली होती आणि लॅटिन भाषेपेक्षाही जुन्या भाषेतली प्रार्थना

अगदी तल्लीनपणे म्हणत होती. प्रार्थना म्हणून झाल्यावर तिचे लक्ष ऑस्करकडे गेले.

"तू कशासाठी प्रार्थना करत होतीस?" त्यांनी विचारले.

शांतपणे स्मित करत तिने देवघराच्या पुढच्या भागात पवित्र वेदीच्या वर दिसणाऱ्या भव्य ताऊकडे पाहिले. इतकी वर्षे ती इथे येत होती, पण या प्रश्नाचे तिने कधीही उत्तर दिले नव्हते.

तिची आणि त्यांची पहिल्यांदा भेट झाली होती आणि ते तिच्याशी बोलले होते तेव्हाची एक लाजरी-बुजरी आठ वर्षांची मुलगी त्यांना आठवली. हे देवघर तेव्हा नुकतेच बांधलेले होते आणि आत उभारलेल्या पुतळ्यावर त्यांच्या जमातीच्या साऱ्या आशा टिकून होत्या आणि आता जगाच्या अर्ध्या अंतरावर एका माणसाने आपल्या पसरलेल्या हातांनी त्यांना सगळ्यांना आपल्या कुशीत घेतले होते.

भूतकाळात गेलेले त्यांचे मन पुन्हा वर्तमानात आणत मारिएला म्हणाली, "हे देवघर तुम्ही जेव्हा बांधलंत, तेव्हा यामुळे काही बदल घडेल, असं खरोखरच तुम्हाला वाटलं होतं का?"

ऑस्करनी प्रश्नावर बराच विचार केला. ख्राइस्ट दी रिडीमरचा पुतळा त्यांच्या सूचनेमुळे आणि त्यांनी स्वत: उभारण्यासाठी पुढाकार घेतलेल्या पैशांच्या मदतीनेच उभारला गेला होता. ब्राझीलच्या कॅथॉलिक राजवटीचे एक भव्य प्रतीक म्हणून तो ब्राझीलच्या जनतेला विकण्यात आला असला, तरी वास्तवात मात्र त्याहीपेक्षा जुन्या धर्माची तत्त्वे आणि शिकवण पुढल्या पिढ्यांकडे हस्तांतरित करण्याचा तो एक प्रयत्न होता.

एक जो खरा क्रॉस आहे, तो पृथ्वीवर अवतरेल
एकाच क्षणी सगळे जण तो पाहतील – सगळे आश्चर्यचकित होतील

बांधून पूर्ण झाल्यावर नऊ वर्षांनी जेव्हा जगभरातल्या प्रसारमाध्यमांना हे खुले करून दाखवले गेले होते, तेव्हा या पुतळ्याच्या प्रतिमा जगभरातल्या सगळ्याच लोकांनी चित्रवाणी माध्यमांद्वारे आणि वर्तमानपत्रांद्वारे प्रसिद्ध झालेल्या पाहिल्या होत्या. आता ही सगळ्यांनी पाहण्याची गोष्ट एकाच वेळी घडलेली नव्हती, पण तरी सगळ्यांनी ती प्रतिमा पाहिली होती आणि सगळ्यांना त्याबद्दल वाटलेले आश्चर्य प्रसारमाध्यमांमधून नंतर बराच काळ येत राहिलेल्या प्रतिक्रियांमधून स्पष्टपणे कळले होते.

आणि तरीही पुढे काहीच घडले नव्हते.

पुढच्या काळात या जागेची प्रसिद्धी वाढली होती. तरीही वेगळे, विलक्षण असे

काहीही घडले नव्हते; निदान ऑस्करना वाटत होते, तसे तरी काहीच घडले नव्हते. अर्थाअर्थी ब्राझीलच्या पर्यटन मंडळासाठी एक आकर्षणस्थळ निर्माण करण्यापलीकडे जास्त काही यश त्यांच्या हाती यातून आले नव्हते. त्यांना दिलासा देणारी एकच गोष्ट झाली होती, ती म्हणजे पर्यटकांचे आकर्षण असलेल्या भव्य पुतळ्याच्या पायाभरणीच्या भागात जमिनीखाली शक्तिपीठाची निखळ प्रतिमाच असावी, तसे पर्वताच्या आत, खडकात कोरलेले एक गुप्त देवघर ते उभारू शकले होते.

"नाही, मी हे उभं केलं त्यामुळे बदल घडावा, अशी मला आशा होती, पण बदल घडेलच अशी मला खात्री होती, असं म्हणू शकत नाही." मारिएलाच्या प्रश्नाला उत्तर देत ते म्हणाले.

"आणि त्या संन्याशाचं काय? त्याच्यामुळे काही घडेल का?"

तिच्याकडे स्थिर नजरेने पाहत ते म्हणाले, "हो, निश्चितच काहीतरी घडेल."

पुढे झुकत मारिएलाने त्यांच्या गालावर ओठ टेकले. म्हणाली, "यासाठीच मी प्रार्थना करत होते आणि आता यापुढे तुमचा विश्वास खरा ठरावा, म्हणून मी प्रार्थना करणार आहे."

चर्चच्या पुढल्या बाजूला अचानक काहीतरी गडबड झालेली ऐकू आली.

प्रार्थनेसाठी आलेल्या माणसांचा एक लहानसा गट पवित्र वेदीजवळ जमला होता आणि त्यांचे गंभीर स्वरातले आपसांतले कुजबुजणे जोर धरत असलेल्या वाऱ्यासारखे देवघरात घुमू लागले होते. त्यांच्यापैकी एक जण पुढे झाला आणि ऑस्कर यांच्या दिशेने येऊ लागला. आत्ता नुकतीच त्यांनी ज्या वास्तूमध्ये प्रार्थना म्हटली होती, त्या वास्तूच्या फ्रेंच शिल्पकारांच्या नातवाला – ज्याँ क्लॉद लँदोवस्कीला – ऑस्करनी लगेच ओळखले. प्रत्येक प्रार्थनेकऱ्याजवळ थांबत त्यांनी गंभीर स्वरात मंत्र म्हणावा, तसे काहीतरी शब्द उच्चारले.

ज्याँ क्लॉद जे काही म्हणाला, त्याच्या प्रत्ययकारी परिणामाने बदलत जाणारी प्रत्येकाची शारीरभाषा ऑस्करनी लक्षपूर्वक पाहिली, त्याच वेळी मारिएलाने आपला हात घट्ट पकडला असल्याचेही त्यांना जाणवले. तो काय सांगत होता, ते समजण्यासाठी ते शब्द प्रत्यक्ष ऐकण्याची त्यांना काहीच गरज नव्हती.

२०

"तर आता सुरुवात करू या." कमावलेल्या आवाजात साचेबद्धपणे सुरुवात करत रीसनी शवविच्छेदनाला सुरुवात केली. "प्रकरण क्र. एक-आठ-सहा-नऊ-चार छेद 'ई'. वेळ दहा वाजून सतरा मिनिटे. विच्छेदन करणार मी स्वत:, शहर शवचिकित्सा कार्यालयातील डॉ. बार्थोलोमिऊ रीस आणि रुइन शहर पोलीस खात्यातील इन्स्पेक्टर दाऊद अर्कांडियन. शवचिकित्सेचा विषय आहे एक कॉकेशियन वंशाचा अद्याप ओळख निश्चित न झालेला पुरुष, वय अदमासे तीस वर्षे, उंची..." असे बोलत त्यांनी शवचिकित्सा करायच्या टेबलालाच लावून ठेवलेली लांबी मोजायची टेप सर्रकन काढून प्रेताची उंची मोजत ती सहा फूट दोन इंच असल्याचे नमूद केले. "शवाचं प्रथमदर्शनी स्वरूप प्रत्यक्षदर्शींनी दिलेल्या अहवालाशी मिळतंजुळतं आहे. त्याची सविस्तर माहिती प्रकरणाच्या फाइलमध्ये नोंदलेली आहे. त्या माहितीनुसार खूप उंचावरून पडल्यामुळे झालेल्या जबरदस्त आघाताच्या जखमा संपूर्ण शरीरावर आहेत."

रीस यांच्या कपाळाला आठ्या पडल्या. चमचमणारे लाल चौकोनी बटण दाबून त्यांनी नोंदकाम तात्पुरते थांबवले.

"अरे अर्कांडियन," मान वर न करताच नुसताच एक कॉफीचा कप दिसत होता, त्या दिशेने अदमासे नजर फेकत, हाक मारत म्हणाले, "हे प्रकरण त्यांनी तुझ्या गळ्यात का टाकलंय? म्हणजे या माणसानं स्वत:च डोंगरावरून उडी घेतली आणि मरण पावला. या घटनेचं फार काही अन्वेषण करायची गरज आहे, असं मला वाटत नाही."

एक दीर्घ नि:श्वास टाकत अर्कांडियनने हातातला वेष्टणाचा बोळा बास्केटबॉलच्या जाळ्यात चेंडू जायलाच पाहिजे, याची खात्री करत बरोब्बर जाळ्यावरूनच चेंडू जोरात खाली टाकावा, तसा कचऱ्याच्या डब्यात टाकला. "खरंच फार महत्त्वाचा प्रश्न आहे हा." तयार केलेली कॉफी दोन कपांत ओतत अर्कांडियन म्हणाला.

“दुर्दैवाची गोष्ट हीच की, ही काही जीवनाला कंटाळून गुपचूप केलेली आत्महत्या नाही.” दुधाची एक पिशवी घेऊन त्यातला बराचसा भाग त्याने एका कपात ओतला. “आणि आपल्या या माणसानं कुठल्यातरी डोंगरावरून स्वत:ला झोकून दिलेलं नाही. त्यानं साक्षात शक्तिपीठाच्या डोंगरावरून स्वत:ला फेकून दिलेलं आहे आणि अशी एखादी तिथल्या परिवाराला त्रासदायक गोष्ट घडली की, तिथल्या अधिकारी-वर्गाला ती किती अप्रिय असते, हे तुम्हाला माहीतच आहे. अशा घटनेमुळे आपल्या या सुंदर शहराला भेट देणाऱ्या लोकांची संख्या रोडावेल आणि त्याचा परिणाम म्हणून ख्रिस्ताच्या अंत्यभोजनावेळच्या पेल्याचं चित्र असलेले टी-शर्ट आणि ‘ख्रिस्ताचा खरा क्रॉस’ असलेले मोठे स्टिकर्स – असल्या गोष्टींची विक्री मंदावेल, अशी त्यांना भीती वाटते आणि हेच त्यांना आवडत नाही. त्यामुळे अशा घटनेला त्यांच्या फायद्याच्या गोष्टींची जपणूक करत योग्य प्रकारे हाताळलं जावं, यासाठी त्यांना शक्य ते सर्व काही करताना ते पाहायला मिळतील.”

त्याने रीस यांच्या हातात एका काळ्या रंगाच्या कपात असलेली अगदी पांढऱ्या शुभ्र रंगाची कॉफी सोपवली.

सावकाश मान हलवत रीस म्हणाले, “आणि म्हणून त्यांनी एका इन्स्पेक्टरला या प्रकरणात ढकललं आहे.” असे म्हणून त्यांनी कॉफीचा एक घोट घेतला.

“अगदी बरोबर. यामुळे काय होईल की, त्यांना एक पत्रकार परिषद घेता येईल आणि असं जाहीर करता येईल की, या घटनेच्या तपासकामात इथल्या पोलीस दलाचा सगळा अनुभव आणि कौशल्य कामाला लावलेलं आहे आणि तपासाअंती त्यांनी असं शोधून काढलं आहे की, संन्याशाचा वेष धारण केलेल्या एका माणसाने शक्तिपीठाच्या डोक्यावरून उडी मारली आणि तो मेला. अर्थात, तुम्ही यापेक्षा वेगळं काही शोधून काढलं नाहीत तरच हे शक्य...”

जवळपास गार झालेल्या कॉफीचा एक मोठा घोट घेऊन रीसनी ती संपवली आणि कप अर्काडियनकडे दिला.

“ठीक आहे, पाहू या आपल्याला काय सापडतंय ते...” असे म्हणून त्यांनी मगाशी नोंद थांबवण्यासाठी दाबलेले लाल चौकोनी बटण पुन्हा दाबले आणि नोंद करायला सुरुवात केली.

२१

आपल्या गावातल्या घरातच दुसऱ्या मजल्यावर असलेल्या ऑफिसात बसून कॅथरीन मान वेगवेगळ्या भाषांमध्ये लिहिलेल्या कागदपत्रांच्या ढिगाऱ्यात बसली होती. बैठकीच्या खोलीकडे जाणाऱ्या बोळाकडचा ऑफिसचा दरवाजा नेहमीप्रमाणे उघडाच होता आणि घरात रोजची कामे करत इतरत्र वावरणाऱ्यांचे लाकडी जमिनीवर पडणाऱ्या पावलांचे आवाज, वाजणारे फोन आणि संभाषणातले तुकडे तिच्या कानांवर उघड्या दारातून पडत होते.

स्वयंसेवकांना फळबागेतून परत आणण्यासाठी तिने दुसऱ्या कुणालातरी पाठवले होते. तिला एकटे बसून थोडा विचार करायचा होता, मनात उमटणाऱ्या भावनांचा अन्वयार्थ शोधायचा होता आणि त्यामुळेच निदान आत्ता तरी मेलेल्या मधमाश्यांबद्दलच्या चर्चेत ओढले जाणे नकोसे वाटत होते. संन्याशाच्या मृत्यूच्या संदर्भासहित मधमाश्यांच्या कोरड्याठाक पडलेल्या पोळ्यांचा विचार मनात येऊन एक भीतीचा शहारा तिच्या मनावर उमटला. प्राण्यांच्या विक्षिप्त वागण्यातून मिळणाऱ्या शुभ-अशुभ संकेतांबद्दल पूर्वजांनी भरपूर अभ्यास करून ठेवलेला होता. पृथ्वीच्या ध्रुवीय परिसरातील बर्फाचे वितळणारे थर, सर्वसामान्यपणे सौम्य हवामानाच्या प्रदेशात वाढत असलेले विषम हवामानाचे प्रमाण, पूर्वी कधीही आल्या नव्हत्या, इतक्या मोठ्या सागरी लाटा आणि वादळे, समुद्राच्या पाण्याला आलेल्या आम्लीय गुणधर्मामुळे विषमय झालेले प्रवाळ खडक, नाहीशा होणाऱ्या मधमाश्या यांसारख्या आज जगभरात घडत असलेल्या विलक्षण गोष्टींबद्दल त्यांनी काय निष्कर्ष काढले असते, याचाच तिला प्रश्न पडला होता. कदाचित जगाचा अंत जवळ आला असल्याचाच निष्कर्ष त्यांनी काढला असता.

तिच्या समोर टेबलावर मिनी बसमधल्या बाजूच्या सीटवरून उचललेला अहवाल होता. तो अहवाल अजिबात उत्साहवर्धक नव्हता. अर्ध्यापर्यंतच वाचल्यावर त्या प्रकल्पाला अर्थसाहाय्य पुरवणे खूप खर्चिक ठरेल, याची तिला कल्पना आली होती. बहुधा जगाच्या आणखी एका कोपऱ्यात जीव धरू पाहणारे सर्जनकार्य पुरेशा

पैशाअभावी प्रभावहीन होत नष्ट होऊ देण्याचे दुष्कृत्य करणे त्यांच्या नशिबी होते. प्रकल्पासंदर्भात काळजीपूर्वक काढलेल्या आकृत्या आणि प्रकल्प उभारणीचा सुरुवातीचा खर्च व त्यानंतर अंदाजित केलेली झाडांची लागवड व वाढ यासंबंधीचे आलेख वाचण्याचा ती डोळे ताणून प्रयत्न करत होती; पण डोक्यात मात्र पाटीच्या तुटक्या दगडांवर कोरलेली चिन्हे आणि त्या संन्याशाने खाली कोसळण्यापूर्वी आपल्या शरीराने करून दाखवलेल्या चिन्हाचेच विचार होते.

"तुम्ही पाहिलीत का ती बातमी?"

अचानक आलेल्या प्रश्नाने चमकून कॅथरीनने मान वळवून पाहिले, तर एक हुशार दिसणारी सडसडीत बांध्याची मुलगी दारात उभी राहून तिला विचारत असलेली दिसली. तिचे नाव आठवायचा तिने खूप प्रयत्न केला, पण त्या कार्यालयात इतक्या लोकांची सारखी ये-जा चालत असे की, कुणाचेच नाव बरोब्बर आठवेल, याची तिला खात्री वाटत नसे. रेचेल – किंवा रिबेका होते का तिचे नाव? इंग्लंडमधल्या युनिव्हर्सिटीतून बहुधा तीन महिन्यांसाठी इथे अभ्यास करायला आलेल्यातली होती ती.

"हो, पाहिली ना." कॅथरीन म्हणाली.

"रहदारी सगळी ठप्प झाली आहे बाहेर. म्हणून तर उशीर झाला मला."

"बरोबरच आहे, उशीर झाला म्हणून फार काळजी करू नकोस." असे म्हणत तो विषय तिथेच संपवत ती पुन्हा अहवालाकडे वळली. तिच्या मनावर प्रचंड दडपण आणणारी ती भल्या सकाळची बातमी इतर बहुतेकांसाठी निव्वळ रोजच्या कामात अडथळा निर्माण करणारी घटना – थोडीफार चर्वितचर्वण करावे आणि नंतर सहजपणे विसरून जावे, अशी घटना होती.

"तुम्हाला कॉफी हवी आहे का?" त्या मुलीने विचारले.

पुन्हा एकदा तिच्या तजेलदार, निष्पाप चेहऱ्याकडे पाहता-पाहता अचानक तिचे नाव आठवल्यावर कॅथरीन म्हणाली, "तू करून दिलीस तर मस्तच, बेकी."

मुलीचा चेहरा उजळला. "आत्ता आणते करून," असे म्हणत ती गर्रकन वळली आणि पोनीटेलसारखे बांधलेले केस उडवत धावतच खाली स्वयंपाकघराकडे गेली.

संस्थेचे बरेचसे काम बेकीसारखे स्वयंसेवकच करत होते. त्यात सगळ्या वयोगटांतले लोक होते. आपला अमूल्य वेळ संस्थेसाठी देत होते आणि हे सगळे एखादे धार्मिक कार्य किंवा राष्ट्राच्या मानमरातबासाठी करत नव्हते, तर ज्या ग्रहावर राहत होते, त्या पृथ्वीवर त्यांचे प्रेम होते आणि तिची काळजी घेण्यासाठी काहीतरी करायची त्यांची मनापासून इच्छा होती, म्हणून करत होते. ज्या कामासाठी 'ऑर्टस' ही संस्था सुरू केली होती, त्याच स्वरूपाचे नसले, तरी या संस्थेची कामेदेखील कोरडवाहू झालेल्या जमिनींना पाणी पुरवावे, युद्धामुळे नष्ट झालेल्या किंवा

औद्योगिकीकरणामुळे विषमय झालेल्या जमिनीचा कस पुनरुज्जीवित करून झाडे आणि पिके लावणे हेच होते आणि तरीही फक्त हेच काम ही संस्था नेहमी करत होती असेदेखील नव्हते.

टेबलावरचा फोन घणघणला.

"ऑर्टस. मी आपल्याला काय मदत करू शकते?" बोलण्यात शक्य तितका उत्साही सूर दाखवण्याचा प्रयत्न करत ती म्हणाली.

"कॅथरीन." ऑस्कर यांचा प्रेमळ आवाज कानांवर पडल्याबरोबर तिला खूप बरे वाटले.

"अहो बाबा, कुठे होतात तुम्ही?" ती म्हणाली.

"प्रार्थना करत होतो."

कशा शब्दांत प्रश्न मांडायचा, याचा गोंधळ मनात चालू असतानाच ती म्हणाली, "तुम्ही ऐकलंत का? म्हणजे त्यानं... म्हणजे तो संन्यासी..."

"मी ऐकलंय ते." ते म्हणाले.

भावनांना आवर घालत गळ्यात दाटून आलेला आवंढा गिळायचा तिने प्रयत्न केला.

"बावरून जाऊ नकोस." बाबा म्हणाले. "आपण निराश होऊन चालणार नाही."

"पण कसं नाही व्हायचं?" दाराकडे पाहत तिने आपला चढलेला सूर कमी केला. "ते लिहून ठेवलेलं ब्रह्मवाक्य आता कधीच प्रत्यक्षात येणार नाही. तो क्रॉस पुन्हा कसा काय उभा राहील?"

बाबांचा आवाज पुन्हा ऐकू येईपर्यंत अटलांटिक समुद्रापारच्या भागाशी जोडलेल्या त्या फोनमध्ये फक्त खरखर ऐकू येत राहिली.

"मरण पावलेली माणसं पुन्हा जिवंत झाल्याचीदेखील उदाहरणं आहेत. बायबलमध्येच पाहा ना."

"बायबलमध्ये अनेक असत्य गोष्टी भरलेल्या आहेत. तुम्हीच शिकवलं आहे मला ते."

"नाही, मी असं नाही शिकवलेलं तुला. कोणत्या विशिष्ट आणि मुद्दाम केलेल्या चुका त्यामध्ये आहेत, त्या मी सांगितल्या आहेत. अधिकृत बायबलमध्ये अजूनही बरंच काही सत्य आहे."

पुन्हा एकदा बराच काळ दीर्घ पल्ल्याच्या संपर्कात फोनवर नेहमी काहीतरी सरपटल्यासारख्या ऐकू येणाऱ्या आवाजाव्यतिरिक्त काहीच ऐकू येईनासे झाले.

बाबांवर विश्वास ठेवावा, असे तिला मनापासून वाटत होते, तसा ती ठेवतही होती; पण सगळे काही ठीक होईल, असा आंधळा विश्वास ठेवायचा, म्हणजे डोळे मिटायचे आणि हात जोडून बसायचे यापेक्षा वेगळे काहीच करत नसल्याची भावना

तिच्या मनात दाटून येत होती.

"क्रॉस पुन्हा उभा राहील, असं तुम्हाला खरंच वाटतं का?"

"कदाचित राहीलही." बाबा म्हणाले, "मला मान्य आहे की, हे अवघड आहे; पण तू काल मला सांगितलं असतंस की, एक मुक्तक कुठूनतरी अचानक दिसायला लागणार आहे, तो शक्तिपीठाच्या वर, डोंगरमाथ्यावर चढणार आहे आणि तिथे उभा राहून ताऊचं चिन्ह आपल्या शरीरानंच करून दाखवणार आहे, तर त्यावर विश्वास ठेवणंदेखील तितकंच कठीण होतं आणि तरीही आज ते प्रत्यक्ष घडलेलं आहे."

बाबांच्या बोलण्यात तिला कुठेच विसंगती दिसली नाही. तशी ती कधीच दिसत नसे. म्हणूनच ती बातमी जेव्हा पहिल्यांदाच दाखवली जायला लागली, तेव्हा चर्चा करायला बाबा आपल्याजवळ असायला हवे होते, असे तिला सारखे वाटत राहिले. म्हणजे ते असते तर निदान विचार करकरून तिने स्वतःला असे उदास होण्यापासून तरी दूर ठेवले असते.

"मग आता आपण काय करायला हवं, असं तुम्हाला वाटतं?" तिने विचारले.

"आपण त्या शरीरावर लक्ष ठेवलं पाहिजे. ते शरीरच सगळ्यात महत्त्वाचं आहे. कारण तोच क्रॉस आहे आणि खरोखरच तो क्रॉस पुन्हा उभा राहिला, तर त्याची अवहेलना आणि हानी करणाऱ्यांपासून त्याचं आपणच रक्षण करायला हवं."

"पण त्या मुक्तकांचं काय?"

"मला वाटतं ते प्रेत शक्य तितक्या लवकर ताब्यात घेण्याचा ते प्रयत्न करतील, मग ते नष्ट करतील आणि दगडावर लिहून ठेवलेल्या भाकितातली घटनाशृंखला खंडित करण्याचा प्रयत्न करतील. एक मुक्तक असल्यामुळे त्याला कोणीही नातेवाईक नसतील, त्यामुळे त्याचं शव ताब्यात घ्यायला कोणीही पुढे होणार नाही."

हे खरोखरच असे घडत गेले, तर पुढे काय होईल, त्याची कल्पना करत दोघेही काही काळ गप्प झाले. त्याचे शव शक्तिपीठातल्या कडेकोट बंदोबस्तातल्या अगदी खिडकीदेखील नसलेल्या एखाद्या खोलीत पडलेले आहे, मग चमत्कार व्हावा, तसे त्याचे छिन्न-विच्छिन्न शरीर एकसंध व्हायला लागले आहे; मग लगेचच चेहरा झाकून जाईल, अशा प्रकारे टोप्या घातलेल्या, हिरव्या कफन्या घातलेल्या आकृत्या हातातल्या लखलखत्या खंजिरांसह आणि शारीरिक छळ करण्याच्या इतर आयुधांसह पुढे सरसावल्या आहेत, असे दृश्य कॅथरीनच्या डोळ्यांसमोर उभे राहिले.

पृथ्वीच्या दुसऱ्या भागात बसलेल्या बाबांच्या डोळ्यांसमोरदेखील यासारखीच चित्रे साकार होऊ लागली; परंतु ती काल्पनिक चित्रे नव्हती. मुक्तक काय करू शकतात, हे त्यांनी प्रत्यक्ष डोळ्यांनी पाहिले होते आणि त्यातून ती साकार झालेली होती.

२२

ते विशाल ग्रंथालय म्हणजे अथानासियसच्या दृष्टीने एक अत्यंत नावडती गोष्ट होती.

तिथल्या अनाम अंधारात आणि गुंतागुंतीची रचना असलेल्या खोल्यांमध्ये शिरल्यावर एखाद्या सापळ्यात अडकल्यासारखे वाटत असे. तिथल्या अमंगल वातावरणाने गुदमरल्यासारखे होत असे; परंतु मठाधिपतींनी त्याला तिथेच बोलावले होते, त्यामुळे तो आज्ञाधारकपणे तिकडे निघाला होता.

ते ग्रंथालय म्हणजे पर्वताच्या पायथ्याकडून साधारणपणे तिसऱ्या हिश्शाचे अंतर वर गेल्यावर असलेली गुहांची आतून जोडणी केलेली व्यवस्था होती. प्राचीन चर्मपत्रे आणि हस्तलिखिते ऊन, पाणी, हवा इत्यादींच्या परिणामामुळे पुसट होऊ नयेत किंवा खराब होऊ नयेत, यासाठी या गुहा पुरेशा अंधाऱ्या होत्या आणि तिथली हवादेखील खेळती राखलेली होती. या गुहांमध्ये अत्यंत मौलिक अशी ग्रंथसंपदा साठवलेली असल्यामुळे निव्वळ अंधार आणि कोरड्या हवेच्या भरवशावर त्यांचे जतन करण्याचे काम सोपवून चालणार नव्हते, त्यामुळे जतनकार्यासाठी योग्य त्या सुधारणा करण्याच्या कामांची समयबद्ध आखणी करण्यात आली होती. ग्रंथालयात सध्या विविध आकारमानाची बेचाळीस दालने होती आणि अर्थातच जगात अत्यंत दुर्मीळ असलेल्या, अमूल्य पुस्तकांचे ते भांडारच बनलेले होते. जगातल्या कुणाच्याही नजरेला कधीच पडले नसतील, असे प्राचीन ग्रंथ या ग्रंथालयात आहेत, असा एक उपरोधिक विनोद विविध धर्मांचे अध्ययन करणारे विद्वान आणि विद्यार्थी यांमध्ये प्रचलित होता.

ग्रंथालयात जाण्याच्या नुसत्या कल्पनेनेच वाढू लागलेली अस्वस्थता मनात घेऊनच अथानासियस ग्रंथालयाच्या एकमेव प्रवेशदारापाशी पोहोचला. दार बाजूला सरकत उघडण्यापूर्वी यंत्रणेला त्याची ओळख पटवण्यासाठी स्कॅनरचा थंड निळा प्रकाश त्याच्या तळहातावरून फिरला, तिथल्या रेषा वाचून त्याची ओळख खरी

असल्याची खात्री केली गेली. मग त्याला पुढे पाऊल टाकून एका हवाबंद जागेत उभे राहण्याची मुभा मिळाली. त्याने पाऊल पुढे टाकल्यावर त्याच्या पाठीमागे दार बंद झाले. त्याचा भयगंड आणखी वाढला. आता ग्रंथालयातून पुन्हा बाहेर पडेपर्यंत ही अनामिक भीती आपल्याला सोडणारच नाही, हे त्याला पूर्णपणे माहीत होते. आणखी एका स्कॅनरवरचा दिवा लुकलुकत होता, म्हणजेच त्याच्याबरोबर आलेल्या हवेमार्फत ग्रंथालयाच्या अंतिम दारापलीकडल्या हवाबंद वातावरणात ग्रंथांना हानिकारक असलेल्या कोणत्याही प्रकारच्या गोष्टी जाऊ नयेत, याची हवेच्या यंत्राद्वारे खातरजमा केली जात होती. तो प्रक्रिया पूर्ण होण्याची वाट पाहत थांबला. ओलावा नष्ट करून पूर्णत: कोरडी केलेली हवा त्याच्या अंगावर येऊन त्याने बरोबर आणलेल्या हवेसह त्यातल्या हानिकारक असू शकणाऱ्या गोष्टीदेखील खेचून नेत असताना त्याच्या घशातला उरलासुरला ओलावादेखील बरोबर घेऊन गेली. दिव्याचे लुकलुकणे थांबले. आणखी एक दरवाजा सरकत जाऊन उघडला आणि अथानासियसने ग्रंथालयात पाऊल टाकले.

आतल्या अंधारात त्याने पाऊल टाकल्याबरोबर प्रकाशाचे एक वर्तुळ मोठे होत गेले आणि त्याच्या भोवती स्थिर झाले. त्याच्या चहू बाजूला एक-दोन फुटांपर्यंत पसरलेले ते प्रकाशाचे वर्तुळ त्याच्या प्रत्येक हालचालीशी जुळवून घेत हलत होते आणि स्वागत कक्षातून पुढे कमानी ओलांडून तो पुढे ग्रंथालयाच्या मुख्य भागाकडे निघाला, तेव्हा अगदी अचूकपणे त्याला वर्तुळाच्या केंद्रभागी राखून त्याच्याबरोबर सरकत होते. ग्रंथालयातील हवामानाचे ६८ अंश फॅरनहीट इतके तापमान आणि पस्तीस टक्के आर्द्रता कायमस्वरूपी आणि अचूकपणे नियंत्रित करण्याची अत्यंत काळजीपूर्वक केलेली तंत्रयोजना जितकी अद्‌भुत होती, तितकीच ही प्रकाशयोजना म्हणजे आधुनिक तंत्रज्ञानाचा कल्पक आविष्कार होता. या अंतर्गत प्रकाशयोजनेतदेखील पिढी दर पिढी सुधारणा होत सुरुवातीच्या मेणबत्त्यांच्या जागी तेलाचे दिवे आणि कालांतराने त्या जागी आता विजेचे दिवे आले होते; परंतु आत्ता येथे असलेली प्रकाशव्यवस्था ही जगातली सर्वांत प्रगत व एकमेव होती. अलीकडच्या काळात करण्यात आलेल्या इतर तांत्रिक सुधारणांप्रमाणेच या प्रकाशयोजनेची कल्पना आणि ती प्रत्यक्षात प्रस्थापित करण्याचे कामदेखील एकाच माणसाने – अथानासियसच्या खूप चांगल्या मित्राने, म्हणजेच फादर थॉमस यांनी केले होते.

साधारण दहा वर्षांपूर्वी इथे पाऊल ठेवल्या दिवसापासूनच फादर थॉमस यांना इथे प्रवेश घेणाऱ्या इतर सर्वसामान्य स्नातकांपेक्षा वेगळी वागणूक दिली जात होती. पर्वताच्या गर्भभागात प्रवेश करणाऱ्या बहुतांश लोकांप्रमाणे त्यांचा भूतकाळदेखील कुणाला माहीत नव्हता; पण पर्वताबाहेरच्या आयुष्यात त्यांनी काहीही केले असले तरीही प्राचीन, पुरातन दस्तऐवज, कागदपत्रांचे जतन करण्याच्या कामात आणि

इलेक्ट्रॉनिक्स विषयात ते अत्यंत निष्णात आहेत, हे लवकरच स्पष्ट झाले होते. त्यांच्या इथे आल्यानंतरच्या पहिल्याच वर्षात प्रत्यक्ष सर्वोच्च धर्माधिकाऱ्यांनीच त्यांना या ग्रंथालयाबाबत आमूलाग्र सुधारणा करण्यासाठी आणि ते अद्ययावत करण्यासाठी काही विशेष अधिकार प्रदान केले होते. हे काम पूर्ण करण्यासाठी त्यांना जवळजवळ सात वर्षे लागली होती, पहिले वर्ष तर केवळ विविध कंपनशक्तीच्या प्रकाशकिरणांचा वेगवेगळ्या प्रकारची शाई आणि लिहिण्यासाठी वापरल्या जाणाऱ्या कोणत्याही पृष्ठभागावर काय परिणाम होतो, याचे प्रयोग करण्यात गेले होते आणि या सगळ्या सखोल अभ्यासानंतर त्यांनी संकल्पित करून प्रस्थापित केलेली प्रकाशव्यवस्था साधी, पण अत्यंत कल्पक होती आणि त्याची प्रेरणा त्यांनी पूर्वीचे विद्वान व्यासंगी लोक या ग्रंथालयात ज्ञानार्जनासाठी वावरताना बरोबर घेतलेल्या फक्त त्यांच्या जवळच्या भागातच प्रकाश पाडणाऱ्या आणि ग्रंथालयातला बाकीचा भाग संपूर्ण अंधारातच ठेवणाऱ्या एका मेणबत्तीच्या प्रकाशापासून घेतली होती.

हालचाल, हवेवर पडणारा दाब आणि उष्णतामानातला फरक यांचा वापर करून फादर थॉमस यांनी ग्रंथालयात एक असे नियंत्रित वातावरण तयार केले होते की, ग्रंथालयात प्रवेश करणाऱ्या प्रत्येकाची दखल एका केंद्रीय संगणकाद्वारे घेतली जात असे आणि प्रवेश करणाऱ्याच्या अगदी जवळचा थोडा भाग प्रकाशित करण्याएवढा निरुंद प्रकाशझोत टाकला जाण्याची व्यवस्था केली जात असे. ग्रंथालयाच्या आतल्या भागात ती व्यक्ती जिथे कुठे जाईल, तिकडे हा प्रकाशझोत त्या व्यक्तीला मध्यभागी ठेवून जात असे, कामापुरती जागा प्रकाशित करत असे आणि ती व्यक्ती काम करत नसेल, तो इतर भाग दूषित होऊ न देता त्या भागातला अंधार कायम ठेवण्याचे काम करत असे. ही प्रकाशव्यवस्था इतकी संवेदनक्षम होती की, प्रत्येक संन्याशाच्या शरीराचे तापमान, त्यात होणारा बदल आणि त्यांचे आकारमान व वजनानुसार तिथली दूर सारली जाणारी हवा व त्या हवेवरचा दाब याच्या आधारे त्या संन्याशाची ओळखदेखील प्रस्थापित केली जाणे शक्य होते. याचा अर्थ असा होता की, ग्रंथालयात प्रवेश केलेल्या प्रत्येक व्यक्तीच्या हालचालींचा फक्त मागोवा घेण्याबरोबरच, ती व्यक्ती कोण आहे आणि ती कुठेकुठे गेली, या सगळ्याची नोंद तो कॉम्प्युटर करू शकत असे आणि त्याद्वारे संन्याशांच्या ग्रंथालयाच्या वापराचे सुरक्षेच्या दृष्टिकोनातून निरीक्षणदेखील करत असे.

अंधारात दिशा आणि वाट दाखवण्यासाठी जमिनीमध्ये बसवलेल्या मंद प्रकाशाच्या दिव्यांच्या मदतीने चालत अथानासियस स्वागत कक्षातून पुढे निघाला. स्वत:च्याच प्रकाशझोतात अडकलेले आणि ग्रंथालयात वावरणारे इतर काही अभ्यासक विद्वान, काजवे चमकून जावेत, तसे इकडून-तिकडे जाताना त्याला दिसले. तो त्या विशाल ग्रंथालयाच्या अंतर्भागात पुढे पुढे जाऊ लागला, तसतसे ते काजवे अंधूक होत गेले.

प्राचीन ग्रंथांचा कालखंड, लेखनासाठी वापरलेली शाई आणि कागद आणि त्यांच्या गुणधर्मांनुसार जास्तीत जास्त काळ जतन करण्यासाठी योग्य अशी प्रकाशयोजना करण्यासाठी केलेली त्यांची वर्गवारी आणि ग्रंथालयाचे केलेले संगतवार विभाग, हा फादर थॉमस यांच्या कल्पक बुद्धीचा आणखी एक आविष्कार होता. त्यामुळे अथानासियस जसजसा अधिकाधिक जुन्या आणि अधिकाधिक जीर्ण कागदपत्रे ठेवलेल्या खोल अंतर्भागातल्या विभागाकडे जाऊ लागला, तसतसा त्याच्याभोवतीचा प्रकाशझोत मंद आणि नारंगी रंगाचा झाला. या प्रकाशयोजनेमुळे ती पुरातन कागदपत्रे ज्या प्रकारच्या प्रकाशात आणि वातावरणात प्रत्यक्ष लिहिली गेली असतील, त्या परिस्थितीचा साक्षात अनुभव घेत कालकुपीत बसून त्या काळातच चालल्यासारखे वाटू लागले.

मुख्य प्रवेशदारापासून अगदी दुसऱ्या टोकाला एक सगळ्यात लहान आणि गडद अंधाराची खोली होती. अत्यंत प्राचीन, अतिशय नाजूक अवस्थेतले आणि अत्यंत मौल्यवान असे ग्रंथ तिथे ठेवलेले होते. अनेक युगांच्या परिणामाने जीर्ण झालेले चर्मपत्रांचे तुकडे आणि त्यावर लिहिलेले तितकेच प्राचीन शब्द भुसभुशीत दगडांवर हलकेच घासल्यासारखे होत होते. एरवी अगदी क्वचितच दिसणारा, विझत आलेल्या निखाऱ्यांसारखा मंद तांबडा प्रकाश इतरांना प्रवेश निषिद्ध असलेल्या त्या खोलीत आत्ता दिसत होता.

या खोलीत प्रवेश करण्याचा कायमस्वरूपी अधिकार फक्त वरिष्ठ धर्माधिकारी, मठाधिपती आणि इथले प्रमुख ग्रंथपाल फादर मलाशी या तिघांनाच होता. इतरांना या खोलीत प्रवेश करण्याची परवानगी फक्त या तिघांपैकीच कुणीतरी देऊ शकत असे; पण तेदेखील क्वचितच घडत असे. या जागेत योग्य ती अधिकृत परवानगी न घेता जाणूनबुजून किंवा चुकूनदेखील प्रवेश केला, तर इथले दिवे बंदच राहत आणि प्रवेशदारापाशी कायम तैनात असलेल्या सुरक्षा रक्षकाला संभाव्य धोक्याची सूचना परस्पर दिली जात असे आणि तो रक्षक आतल्या अंधारातून मार्ग काढत तत्काळ तिथे पोहोचून अशा अनधिकृतपणे प्रवेश करणाऱ्याचा बंदोबस्त करत असे.

प्रवेश निषिद्ध असलेल्या खोलीत शिरण्याबद्दलची शिक्षा सार्वजनिकरीत्या दिली जात असे आणि परंपरागत चालत आलेली ही शिक्षा अतिशय कठोर, पाहणाऱ्याला त्या खोलीत शिरण्याचा विचारदेखील करण्यापासून परावृत्त करेल इतकी भीतिदायक होती. गत काळात असा अनधिकृतपणे प्रवेश करू पाहणाऱ्यांना सर्व पुरोहित आणि संन्यासी यांच्यासमोर उभे केले जात असे आणि जे पाहू नये ते पाहण्याचे पाप केले असेल, म्हणून त्यांचे डोळे काढले जात, नको ते आणि चुकून कानांवर पडून आत्मसात केलेले पुन्हा उच्चारताच येऊ नये, म्हणून तापत्या लाल पकडीने जीभच कापून काढली जात असे आणि नकळत कानात कुजबुजलेले, ऐकू

नये ते शब्द जाळून टाकण्यासाठी कानांत तापते शिसे ओतले जात असे!

आणि मग शक्तिपीठातील नियमांचे उल्लंघन करण्यात आणि काही मोजक्या लोकांसाठीच असलेल्या ज्ञानाच्या प्राप्तीचा प्रयत्न करण्यात असलेल्या धोक्यांची गंभीर सूचना इतरांनादेखील व्हावी, म्हणून असे कृत्य करणाऱ्याचे विदीर्ण शरीर शक्तिपीठाबाहेर फेकून दिले जात असे. अत्यंत समारंभपूर्वक केलेल्या या भीषण कृत्यामुळेच 'वाईट पाहू नका, वाईट ऐकू नका, वाईट बोलू नका' असा वाक्प्रचार रूढ झाला. आता या वाक्प्रचारातला उर्वरित भाग 'दुसऱ्याचे वाईट करू नका' असे सांगणारा आहे. तो या वाक्प्रचाराच्या जन्माचा हा असा इतिहास पाहता अगदीच संदर्भरहित ठरत असल्यामुळे बाजूला टाकावा असाच आहे!

शक्तिपीठातल्या इतरांप्रमाणेच अथानासियसनेदेखील या निषिद्ध खोलीत प्रवेश करू पाहणाऱ्यांचे काय झाले, त्याच्या कथा ऐकल्या होत्या, पण त्याच्या माहितीप्रमाणे गेल्या शंभरएक वर्षांत तरी कुणाला अशी शिक्षा झाल्याचे त्याच्या ऐकण्यात आले नव्हते. जगरहाटी बदलत होती आणि अशी क्रूर कृत्ये सार्वजनिकरीत्या केलेली आता सहन केली जात नव्हती, हे काही अंशी खरे असले, तरी मुख्यत: अधिकृत परवानगीशिवाय तिथे जाण्याचे धाडसच कुणी करत नव्हते, हेच जास्त खरे होते. यापूर्वी फक्त एकदाच, जेव्हा त्याची नेमणूक एक सल्लागार म्हणून करण्यात आली होती, तेव्हाच तो इथे आला होता आणि आपल्याला पुन्हा कधीही इथे यावे लागू नये, अशीच इच्छा त्याने मनाशी बाळगली होती.

'आलिया भोगासी' असे म्हणत अंधारातून चालताना त्याची नजर जमिनीमध्ये रुतवल्यासारख्या दिसणाऱ्या केसासारख्या बारीक दिव्यांचा मागोवा घेत होती आणि त्याच्या डोक्यात आपल्याला इथे आत्ता कशासाठी बोलावले असेल आणि कोणती नवी आणि जास्तच भीतिदायक गोष्ट उघडकीला आली असेल, याचे विचार भणाणत होते. कोठडीतून सुटका करून घेतल्यानंतर कडा चढून जाण्यापूर्वी कदाचित सॅम्युएल या ग्रंथालयात घुसला असेल किंवा कदाचित या निषिद्ध खोलीपर्यंत पोहोचला असेल आणि इथल्या पवित्र आणि एकमेवाद्वितीय अशा ग्रंथांपैकी, लिखितांपैकी एखादे चोरून बरोबर नेले असेल किंवा नासधूस केली असेल...

जमिनीत रुतलेल्या केसांसारख्या बारीक दिव्यांची रेघ पुढे अचानक उजवीकडे वळली होती आणि एका अदृश्य दगडी दारामागे लुप्त झाली होती. ज्या ठिकाणी ती वाट एक वळण घेऊन सगळ्यात आतल्या भागात असलेल्या त्या खोलीकडे वळली होती, ते ठिकाण त्या दिव्यांनी दर्शविले होते. मठाधिपतींनी ज्यासाठी त्याला इथे पाचारण केले होते, ते त्याला आता लवकरच कळणार होते.

२३

"मृत व्यक्तीच्या हातांवर आणि पायांवर नुकत्याच झालेल्या जखमांच्या आणि आघातांच्या खुणा दिसत आहेत." प्राथमिक तपासणी चालू ठेवत रीसनी नोंद केली. "कापल्या-फाटल्याच्या अनेक जखमा आहेत. त्या खोलवर आहेत. काही जखमा अगदी हाडापर्यंत खोल आहेत. तसेच त्या अनियमितपणे आणि फाटल्यासारख्या आहेत. काही जखमांमध्ये खडकांच्या कपच्यांसारखं काहीतरी रुतून बसलेलं आहे. मी हे तुकडे अधिक विश्लेषणासाठी काढून पुराव्याच्या पिशवीत भरत आहे."

डोक्यावर बसवलेल्या यंत्राच्या तोंडासमोर येणाऱ्या मायक्रोफोनवर हात ठेवत ते अर्काडियनकडे वळले.

"उडी मारण्यापूर्वी तो कडा चढून तो वर गेला, हो ना?"

अर्काडियनने होकारार्थी मान हलवली. "माझ्या माहितीप्रमाणे इतक्या वरपर्यंत जाणारी पुरातन काळातलीदेखील एकही लिफ्ट नाही तिथे."

रीसनी मागे वळून पुन्हा एकदा त्या संन्याशाच्या फाटून चिंध्या झालेल्या हातापायांकडे पाहिले आणि मनातल्या मनात शक्तिपीठ-पर्वताच्या उंचीचा अंदाज घेत राहिले. "अतिशय अवघड आहे तिथून चढून जाणं," शेवटी मायक्रोफोनवरचा हात काढून पुढची नोंद सुरू करण्यापूर्वी ते शांतपणे म्हणाले. "मृत व्यक्तीच्या हातापायांवरच्या जखमा ताज्या असल्या, तरी त्यामधलं रक्त लक्षणीयरीत्या गोठलेलं आहे, त्यामुळे या जखमा ही व्यक्ती मरण पावण्यापूर्वी काही तास अगोदर झाल्या होत्या, असं सूचित होत आहे. काही लहान जखमांवर मांसपेशी तयार होऊ लागल्या होत्या असं दिसतं. काही जखमांमध्ये रुतलेल्या दगडाच्या कपच्यांवरूनदेखील तयार होऊ लागल्याचं दिसतं. माझ्यामते, या जखमांच्या या भरून येण्याच्या पद्धतीवरून असं दिसतं की, ही व्यक्ती उडी मारण्यापूर्वी काही दिवस अगोदर तिथे डोंगरमाथ्यावर पोहोचून, राहिली असावी."

टेबलाच्या चिनी मातीच्या चकचकीत पृष्ठभागावरचा आपला हात वाकवत

त्यांनी प्रेताच्या उघड्या पडलेल्या हाताचे निरीक्षण केले.

"मृत व्यक्तीच्या उजव्या मनगटाजवळ अडकवलेला दोर कातडीवर मोठ्या प्रमाणात घासला गेला असून, त्यामुळे त्वचा सोलवटली आहे. दोर, काथ्या किंवा तत्सम खरबरीत तंतुमय गोष्टीचा, विणलेला, मजबूत पण खरखरीत आहे."

"तो त्याचा कमरेला पट्ट्यासारखा बांधायचा दोर आहे." अर्कांडियन म्हणाला. रीसनी त्रासलेल्या नजरेने त्याच्याकडे पाहिले. "त्याच्या कफनीकडे लक्ष द्या, खास करून कमरेच्या भागाकडे."

साकळलेल्या रक्ताने माखलेल्या कफनीकडे रीसनी नजर वळवली, तेव्हा एका बाजूला पट्टा अडकवण्यासाठी शिवलेली चामड्याची एक जाडसर पट्टी आणि दुसऱ्या बाजूला जिथे तशीच आणखी एक पट्टी असायला हवी होती, तिथे नुसतीच एक खाच पडलेली त्यांना दिसली. कफनीच्या पायाकडच्या शिवणीजवळ आणि हाताच्या मनगटाजवळच्या भागात फाटल्याच्या किंवा फाडल्याच्या इतरही खुणा होत्या, त्या त्यांच्या चौकस नजरेने टिपल्या होत्या; पण ही गोष्ट मात्र त्यांच्या नजरेतून निसटली होती.

अधिकृत नोंद करण्यासाठी रीस म्हणाले, "हा दोर म्हणजे मृत व्यक्तीचा कंबरेला बांधायचा पट्टा असू शकतो. त्याच्या कफनीवर मध्य भागात काही चामड्याच्या पट्ट्या आहेत, पण त्यातली एक नाहीशी झाली आहे. पुन्हा एकदा मी हे सगळं पुराव्यांच्या पिशवीत भरून पुढच्या विश्लेषणासाठी व तपासकार्यासाठी पाठवणार आहे."

रीस यांच्या पाठीमागे असलेल्या कॉम्प्युटरवरचे चमचम करणारे लाल चौकोनी बटण दाबून अर्कांडियनने नोंदकाम तात्पुरते थांबवले.

तो म्हणाला, "दुसऱ्या शब्दात सांगायचं, तर या आपल्या माणसानं आपल्या कमरेच्या दोराचा खडक चढून जाण्यासाठी उपयोग केला. तसं करताना खडकाच्या धारदार कपारींनी आपले हात-पाय कापून घेतले, जखमा भरून यायला वेळ देण्यासाठी पुरेसा वेळ मिळावा, म्हणून तिथेच डोंगरमाथ्यावर थांबला आणि कड्याखाली पुरेशी गर्दी जमल्यावर सुखानं चालू झालेल्या माझ्या दिवसाची पुरती वाट लावण्यासाठी स्वत:ला कड्यावरून झोकून दिलं. प्रकरण संपलं.

आता ही शवचिकित्सा पाहत उभं राहायला मला कितीही आवडत असलं, तरी यापेक्षा कमी आकर्षक, पण तरीही लक्ष देणं आवश्यक असलेली इतरही प्रकरणं माझ्याकडे तपासासाठी आहेत. तेव्हा तुमची हरकत नसली, तर तो कॉफीच्या भांड्याजवळचा तुमचा फोन मी जरा उधार घेतो आणि थोडंसं खरंखुरं पोलिसी काम करून घेतो." असे म्हणून तो शवचिकित्सा करायच्या टेबलावर पडलेल्या प्रखर पांढऱ्या शुभ्र प्रकाशाच्या कक्षेपलीकडे जाऊन दिसेनासा झाला; पण जाता जाता

त्याचे शेवटचे बोलणे ऐकू आलेच, ''तरी पण काही महत्त्वाचं सापडलं, तर मला हाक मारा.''

''हो, अवश्य.'' असे म्हणून रीसनी एक भली मोठी कातरी हातात घेतली. ''मी पुढे जे करणार आहे, ते तुला नक्की पाहायचं नाहीये ना? म्हणजे मी आता त्याची ही कफनी कापून काढणार आहे. नग्न संन्यासी पाहायची संधी पुन्हा पुन्हा मिळत नसते. विचार कर.''

''रीस, तुम्ही अगदी विकृत मनाचे आहात.'' असे म्हणत अर्कािडयनने फोन उचलला आणि हाती असलेल्या सहा प्रकरणांपैकी कुठल्या प्रकरणापासून सुरुवात करावी, त्याचा विचार करू लागला.

समोरच्या प्रेताकडे पुन्हा एकदा नजर वळवत रीस उद्गारले, ''विकृत काय!'' पुढचे वाक्य ते स्वत:शीच बोलल्यासारखे म्हणाले, ''रोज हे असलं मुडदेफरासाचं काम करत राहा आणि डोकं ठिकाणावर ठेवून दाखवा.''

असे म्हणून कातरी उघडून एक टोक संन्याशाच्या कफनीच्या मानेकडल्या बाजूने आत सरकवले आणि त्यांनी कफनी कापायला सुरुवात केली.

२४

केसासारख्या बारीक दिव्याच्या उजेडाचा माग काढत अथानासियस वळणापाशी पोहोचला आणि त्या निषिद्ध खोलीकडे जाणाऱ्या पुढच्या अंधाऱ्या बोळवजा वाटेकडे वळला. त्या अंधारात त्याच्या पुढे कुणी चालत असले, तरी त्याला ते दिसत नव्हते. प्रवेश निषिद्ध असलेल्या त्या घुमटाकार खोलीतून येणारा रक्तवर्णी प्रकाश त्यासाठी अपुरा होता. अगोदरच त्याला अंधार नकोसा वाटत असे, पण त्याहीपेक्षा काहीही ऐकूदेखील येत नाही, याचा त्याला जास्तच राग येत असे. या प्रकाराबद्दल सॅम्युएलला एकदा फादर थॉमस वर्णन करून सांगत होते, ते त्याने ऐकले होते – म्हणजे काय ते एक सतत कमी कंपनक्षमतेचा प्रक्षेपित होणारा इशारा, माणसाला ऐकू येणार नाही, पण जो इतर कोणत्याही ध्वनीच्या कंपनाला छेद देऊन व्यक्तीच्या सभोवताली असलेल्या प्रकाशवर्तुळाच्या परिघाबाहेर जायला प्रतिबंध करेल, असा इशारा-ध्वनी असे कायसे ऐकले होते. याचा अर्थ तुम्ही बोलणाऱ्यांपासून अगदी दहाच फुटांवर असलात, तरी ते काय बोलताहेत ते तुम्हाला कळण्याची शक्यता नव्हती. यामुळे सर्वच्या सर्व बेचाळीस दालनांमध्ये अनेक विद्वत्जन ब्रह्मज्ञान-तत्त्वज्ञानासारख्या विषयांवर हिरिरीने चर्चा करत असले, तरी ग्रंथालयात कायमस्वरूपी शांतता राखली जात होती. इथे स्वतःच्याच पावलांच्या आवाजानेदेखील अथानासियसला अस्वस्थ वाटायला लागत असे.

अंधाऱ्या बोळात साधारण अर्धे अंतर पार करून गेल्यावर त्याच्या स्वतःच्या प्रकाशवलयाच्या किनाऱ्यापाशी अगदी चुटपुटते असे त्याला ते दिसले. एखादे भूत अचानक दिसून क्षणार्धात दिसेनासे व्हावे, तशी पांढरी आकृती होती ती.

अथानासियसने दचकून मागे उडीच मारली आणि त्या अंधारात डोळे फाडफाडून आपण आत्ताच जे काही पाहिले, ते पुन्हा दिसतेय का म्हणून पाहू लागला. इतक्यात पाठीला काहीतरी थडकले म्हणून तो गर्रकन मागे वळला. दगडात कोरून तयार केलेले पुस्तकांचे कपाट होते ते. पुन्हा एकदा पुढे पाहून त्या अथांग अंधाराकडे तो

पाहायला लागला.

पुन्हा दिसले ते त्याला.

सुरुवातीला नुसतीच एखाद्या कोळ्याच्या जाळ्यासारखी हलणारी रेखाकृती दिसली. मग ती आकृती जसजशी पुढे येऊ लागली, तसतसा त्याचा घन आकार साकारू लागला आणि एक हाडकुळ्या शरीरयष्टीच्या पाय फरफटत चालणाऱ्या एका माणसाची आकृती स्पष्ट होत गेली. तो इतका हाडसलेला होता की, अंगावरच्या कफनीचे वजन त्याच्याने जेमतेम पेलले होते. जणू ती कफनी म्हणजे अंगापासून सुटलेली कातडीच असावी आणि विरळ, पण लांब केस कुठेतरी अज्ञातात पाहणाऱ्या त्याच्या डोळ्यांवर उतरले होते. सावकाश पावले उचलत पुढे येणाऱ्या अगदी भुतासारख्या दिसणाऱ्या संन्याशाला पाहून अथानासियसला मात्र हायसे वाटले.

"बंधू पॉन्टी," त्याचा अडकलेला श्वास पुन्हा सुरू झाला होता. "तुम्ही मला अगदी घाबरवूनच टाकलंत."

तो आंधळा असल्याने काम करण्यासाठी प्रकाशाची त्याला काहीच आवश्यकता नव्हती आणि म्हणूनच ग्रंथालयाची साफसफाई आणि देखभाल करण्यासाठी खास निवड केलेला संन्यासी होता तो. त्याने आवाजाच्या दिशेने आपले तोंड वळवले खरे, पण त्याची नजर मात्र अथानासियसच्या आरपार जात अज्ञाताचाच वेध घेत राहिली. "मला क्षमा करा." घोगऱ्या आवाजात तो म्हणाला. तिथल्या शुष्क वातावरणामुळे त्याच्या घशाला कोरड पडली होती. "कुणाच्या वाटेत येऊ नये, म्हणून शक्यतो मी भिंतींजवळच राहून काम करतो, वावरत असतो; पण हा भाग आहे ना, तो जरासा अरुंद आहे, त्यामुळे बंधुवर..."

"अथानासियस."

"हां, बरोबर, अथानासियस." मान हलवत पॉन्टी म्हणाले. "आठवलं मला. तुम्ही यापूर्वीही तिथे आत गेला होतात, बरोबर?" असे म्हणून त्याने निषिद्ध खोलीच्या दिशेने हाताने इशारा केला.

"हो, एकदाच." अथानासियसने उत्तर दिले.

"हां, बरोबर आहे." जणू स्वतःचीच खातरजमा करून घ्यावी, तसे बोलत बंधू पॉन्टीनी मान हलवली. "असो," बाहेर जायच्या दिशेने तडक वळत तो लगेच म्हणाला, "मला तुमची वाट जास्त वेळ अडवायची नाही. तिथे अगोदरच कुणीतरी पोहोचलेलं आहे आणि ते कळेलच तुम्हाला आणि बंधू, तुमच्या जागी जर मी असतो, तर त्यांना जास्त वेळ वाट पाहायला लावली नसती." असे म्हणत ते पुन्हा एकदा वळले आणि तिथल्या निबिड अंधारात वितळल्यासारखे मिसळून गेले.

२५

रक्तात भिजल्यामुळे कापायला कठीण झालेल्या कफनीवर कातरी चालवून ती शरीरावेगळी करायला रीसना बराच वेळ लागला. मानेकडच्या बाजूने सुरुवात करत पायाकडच्या शिवणीपर्यंत कापून झाल्यावर त्यांनी प्रत्येक हाताच्या बाहीची बाजू कफनीच्या आतल्या शरीराला जराही स्पर्श न करता काळजीपूर्वक कापून काढली. मग प्रेताला एका कुशीवर वळवत कफनीचे कापड त्याच्या अंगाखालून सोडवून घेतले आणि पुढच्या विश्लेषणासाठी ती कफनी एका स्टीलच्या ट्रेमध्ये ठेवली.

चांगल्या सुदृढ माणसाचे शरीर होते ते. निदान पर्वतावरून हजारभर फूट खाली पडण्यापूर्वी तरी ते नक्कीच तसे होते.

कॉम्प्युटरवरचे लाल चौकोनी बटण दाबून रीसनी पुढच्या नोंदकामाला सुरुवात केली.

"एखादा माणूस खूप उंचावरून खाली पडल्यावर त्याच्या शरीरावर ज्या काही खुणा दिसण्याची अपेक्षा असते त्या खुणा : धडाला बसलेला प्रचंड जोरदार फटका, छातीच्या दोन्ही बाजूंनी तुटलेल्या बरगड्यांची मांसातून वर आलेली टोकं आणि तुकडे इत्यादीसारख्या खुणा या व्यक्तीच्या शरीरावरील खुणांशी मिळत्याजुळत्या आहेत आणि अत्यंत उंच ठिकाणावरून कोणताही अडथळा न होता थेट जमिनीवरच आदळल्यामुळे प्रचंड दाबामुळे तुटणाऱ्या हाडांच्या जखमांशी पूर्णपणे साधर्म्य दाखवणाऱ्या आहेत.

मृत व्यक्तीचं शरीर छिद्रं पाडल्यासारख्या जखमांमधल्या दाट, सुकून काळपट झालेल्या, साकळलेल्या रक्तानं माखलेलं आहे. गळ्याजवळची दोन्ही हाडं अनेक ठिकाणी तुटली आहेत आणि त्यातलं उजव्या बाजूचं हाड कातडी फाडून गळ्याजवळच बाहेर आलेलं आहे. याव्यतिरिक्त असं दिसत आहे, की…"

पुढे वाकत जरा अधिक काळजीपूर्वक निरीक्षण करून त्यांनी पुढची नोंद केली.

"…गळ्यापाशी एका खांद्यापासून दुसऱ्या खांद्यापर्यंत धारदार वस्तूनं खोलवर

करण्यात आलेली एक जुनीच जखम आहे.''

तपासणीच्या टेबलावरच अडकवलेला पाइप काढून घेत रीसनी त्याचा खटका दाबला आणि प्रेताचा गळा आणि छातीवर पाण्याचा फवारा मारला. चिकट, सुकून काळ्या पडलेल्या रक्ताचा साकव धुतला जाऊ लागला.

''अरे बाप रे!'' काहीतरी जाणवल्यामुळे रीस स्वत:शीच पुटपुटले.

मग त्यांनी पाण्याचा फवारा आधी छाती, हात, मग पाय, असा सगळ्या शरीरावर मारला. पुन्हा एकदा त्यांनी नोंदकाम थांबवले आणि समोरच्या प्रेतावरची नजर न हटवता खांद्यावरून मागे पाहिल्यासारखे करत हाक मारली. ''अरे अर्काडियन, पुढचा तपास करायला तुला काहीतरी धागा-दोरा हवा होता ना? इकडे ये, हे बघ तुझ्या कामाचं आहे का ते!''

२६

प्रवेश निषिद्ध असलेल्या या खोलीत आपल्याला प्रवेश करण्याची परवानगी नाही, याची कल्पना असलेला अथानासियस आपण प्रवेश केलाच तर काय होईल, या भीतीचे प्रचंड दडपण घेऊन त्या खोलीच्या दारापाशी थांबला.

आणि आत डोकावून पाहिले.

तिथल्या निरुंद जागेत मठाधिपती महाकाया धारण केल्यासारखे आणि दाट अंधारात एखाद्या दैत्याची आकृती चमकत असावी, तसे दिसत होते आणि तिथला तांबडा प्रकाश जणू काही त्यांच्या शरीरातूनच निर्माण होत असावा, असे वाटत होते. दाराकडे पाठ करून उभे असल्यामुळे त्यांना अथानासियस दिसला नाही. त्यांच्या समोरच्या भिंतीमध्ये कोरून तयार केलेल्या विमानातल्या आपत्तीकालीन घटनांची नोंद करणाऱ्या ब्लॅक बॉक्ससारख्या दिसणाऱ्या पंधरा छिद्रांच्या रचनेकडे ते एकटक पाहत होते. अख्खा पर्वत जरी त्यावर कोसळून पडला, तरी आत असलेल्या अत्यंत मौल्यवान गोष्टी पूर्णत: सुरक्षित राखण्याइतकी ती खोली मजबूत असल्याचे फादर मलाशींनी एकदा सांगितले होते, ते अथानासियसला आठवले; पण त्यामुळे त्याच्या मनावरचा ताण किंचितही हलका झाला नाही.

बाहेरचा भाग आणि खोलीच्या आतली जमिनीची बाजू यांमधली अदृश्य रेषा धाडस करून ओलांडण्याचा त्याने एकदा विचार केला, पण 'वाईट पाहू नका, वाईट ऐकू नका'ची म्हण भुजंगासारखी फणा काढून उभी राहिली. त्यामुळे मठाधिपतींना आपल्या तेथे असण्याची किंवा नसण्याची तरी जाणीव होण्याची वाट पाहत तो मठाधिपती वळून थेट त्याच्याकडेच पाहू लागेपर्यंत तिथेच उभा राहिला. तिथल्या तांबड्या, गूढ प्रकाशात आपल्या मालकांच्या चेहऱ्याकडे पाहताना त्यांच्या चेहऱ्यावर प्रक्षुब्धपणाचे, युद्धाच्या जय्यत तयारीत असलेल्या एखाद्या संतप्त योद्ध्याचे भाव नसून त्याऐवजी एखाद्या समस्येवर उपाय शोधत असलेल्या विचारमग्न माणसाचे भाव दिसत असल्याचे पाहून त्याचा जीव भांड्यात पडला.

"ये आत." समोरच्या खोक्यांपैकी एक खोके खोबणीतून काढून खोलीच्या मध्यभागी असलेल्या टेबलावर ठेवत मठाधिपती म्हणाले. तरीही अथानासियस पुढे पाय टाकायला घाबरतो आहे, असे दिसल्यावर म्हणाले, "इकडे येता येता मी मलाशी यांच्याशी बोललो आहे. तू या खोलीत कमीत कमी एक तासभर तरी राहू शकतोस."

अथानासियसने खोलीत प्रवेश केल्याबरोबर त्याचा तिथला वावर अधिकृत असल्याची खात्री देणारा आणखी एक लालसर प्रकाशझोत त्याच्या बरोबरीने खोलीत वावरू लागला.

खोलीच्या मध्यभागी असलेले ते उतरत्या पृष्ठभागाचे टेबल, त्याचा उतरता भाग दाराकडे येणार नाही, अशा बेताने ठेवलेले होते. टेबलापाशी उभे राहिल्यावर दुसरे कोणी तिथे येत असेल, तर त्याची सूचना त्या व्यक्तीबरोबर येणाऱ्या प्रकाशझोतामुळे आपोआपच दिली जाणार होती आणि वाचण्यासाठी पुस्तक ठेवण्याचा उतरता भाग दाराच्या विरुद्ध दिशेने उतरता असल्यामुळे तेथे कोणते पुस्तक ठेवलेले आहे ते पाहणाऱ्याला कळणार नव्हते.

"मी तुला इथे बोलावलंय कारण मला तुला काहीतरी दाखवायचं आहे." मठाधिपती म्हणाले.

समोरच्या खोक्याची अटकळ सोडवून त्यांनी ते उघडले.

"हे काय असेल याची तुला थोडी तरी कल्पना आहे का?"

अथानासियस पुढे वाकला, त्याच्या भोवतीचा प्रकाश मठाधिपतींच्या प्रकाशात मिसळू लागला आणि ताऊचे चिन्ह असलेल्या एकमात्र दगडी पाटीमध्ये बांधलेल्या एका ग्रंथावर पडू लागला.

त्याचा श्वास घशातच अडकला. आत्तापर्यंत त्याने वाचलेल्या त्याच्या वर्णनामुळे आणि ज्या परिस्थितीत ते आत्ता त्याच्यासमोर उघड होत होते, त्या सगळ्याच्या एकत्रित परिणामामुळे पाहताक्षणीच ते काय आहे, हे त्याच्या लक्षात आले.

"एक पाखंडांचे बायबल," अथानासियस उद्गारला.

"नाही," मठाधिपतींनी दुरुस्ती करत म्हटले, "एक नाही, तर पाखंडांचे एकमात्र मूळ बायबल आणि ही त्याची शेवटची प्रत आहे."

ग्रंथाच्या बांधणीवरच्या दगडी पाटीकडे पाहत अथानासियस म्हणाला, "माझ्या कल्पनेप्रमाणे ही सर्वच्या सर्व नष्ट केली गेली होती."

"तसंच लोकांना वाटावं, अशी आमची इच्छा आहे. एखाद्या गोष्टीचा शोध घेण्यापासून परावृत्त करण्यासाठी ती गोष्ट अस्तित्वातच नाही, असं पटवून देण्यापेक्षा दुसरा कोणता योग्य उपाय असू शकेल?"

असे करण्यामागच्या बुद्धिचातुर्याचा अथानासियस क्षणभर विचार करत राहिला.

एखाद्या दंतकथेसारख्याच असलेल्या या ग्रंथाबद्दल त्याने स्वत:देखील कधी विचारच केला नव्हता, कारण तो ग्रंथ असणे, ही खरोखरच एक दंतकथा असल्याचे तो स्वत:देखील मानत होता आणि तरीही आत्ता तो त्याच्यासमोर, अगदी स्पर्श करून पाहता येईल इतक्या जवळ होता.

संतापाने दात-ओठ खात मठाधिपती म्हणाले, ''त्या ग्रंथामध्ये आपल्या खऱ्या बायबलमध्ये नोंद करून ठेवलेल्या आणि प्रत्यक्ष ईश्वराच्याच शब्दांनी अंकित केलेल्या तत्त्वांशी पूर्णपणे विसंगत, विषारी आणि विपर्यस्त अशी धादांत असत्यं भरलेली तेरा पानं आहेत.''

अथानासियस त्या निरुपद्रवी वाटणाऱ्या ग्रंथाकडे पाहत राहिला. म्हणाला, ''असं असेल, तर ही एक प्रत तरी कशाला ठेवायची? इतकी धोकादायक असेल, तर ही प्रतदेखील नष्ट का करू नये?''

बोटाने ग्रंथावर ठोकल्यासारखे करत मठाधिपती म्हणाले, ''कारण तुम्ही ग्रंथ नष्ट करू शकता, पण त्यात जे सांगितलेलं असतं, ते विचार चिरंजीव राहू शकतात आणि आपल्या शत्रूंचा पूर्ण बंदोबस्त आणि पराभव करायचा असेल, तर त्यांची मनं कसा विचार करतात, हे आपल्याला आधी कळलं पाहिजे.''

मुखपृष्ठाच्या कोपऱ्याशी धरत त्यांनी ते उलटले. आतली सगळी पानेदेखील पाटीच्या दगडाचीच होती आणि तीन चामडी दोऱ्यांनी त्यांची बांधणी केलेली होती. मठाधिपती पाने उलटत असताना त्या पानांवर काय लिहिले आहे, ते वाचून पाहण्याची अथानासियसला अनावर उत्सुकता वाटत राहिली; पण ज्या वेगाने मठाधिपती पाने उलटत होते आणि ज्या प्रकारचा अंधूक लाल प्रकाश पडत होता, त्यामुळे ते जवळपास अशक्यच होते. प्रत्येक पानावरच्या दोन स्तंभांमध्ये अतिशय दाटीवाटीने लिहिलेल्या अक्षरातला मजकूर होता आणि तो जगातल्या सर्वप्रथम, आदि-पाखंडी समजल्या गेलेल्या लोकांच्या भाषेत, म्हणजे मालान भाषेत लिहिलेला आहे, हे समजायलादेखील त्याला बराच वेळ लागला; परंतु आता बुद्धी आणि नजर सावध झाल्यामुळे पाने भराभर उलटली जात असली, तरी त्यातल्या मजकुराचे दोन तुकडे त्याने वाचले आणि त्या दोन वाक्यांचा एकत्रित अर्थ लक्षात आल्यावर आधीच त्या ग्रंथाच्या अस्तित्वाने बसलेल्या धक्क्यात आणखी एका धक्क्याची भर पडली.

ग्रंथाच्या शेवटच्या पानाकडे जाता-जाता मठाधिपती म्हणाले, ''तर हे असं आहे. या विश्वाचा उद्भव कशा प्रकारे झाला, याबद्दलच्या त्यांच्या विचारांशी साधर्म्य असलेले विचार यात सांगितलेले आहेत. माझ्या माहितीप्रमाणे तुला त्यांची ती हलकट भाषा अवगत आहे. बरोबर?''

अथानासियस गडबडला. आधीच त्याने जी दोन वाक्ये वाचली होती, त्याच्या अर्थामुळे त्याच्या डोक्यात विचारांचा अनर्थ माजला होता.

"हं... हं... हो,'' तो चाचरतच बोलला, "म्हणजे शिकलो आहे मी ती भाषा.''

"मग वाच हे –'' मठाधिपती म्हणाले.

आधीच्या इतर पानांवर असलेल्या दाटीवाटीने लिहिलेल्या ओळींऐवजी या शेवटच्या पाटीवर सुटसुटीत अक्षरांत लिहिलेल्या फक्त आठ ओळी होत्या आणि त्या ओळींमधल्या अक्षरांचे एक एकत्रित असे अक्षरचित्र – दोनच तासांपूर्वी कॅथरीन मानने ज्या चिन्हाकडे पाहिले होते, ते ताऊचे चिन्ह – तयार केलेले होते. फरक इतकाच होता की, हे संपूर्ण चित्र होते.

एक जो खरा क्रॉस आहे, तो पृथ्वीवर अवतरेल
एकाच क्षणी सगळे जण तो पाहतील – सगळे आश्चर्यचकित होतील
तो क्रॉस खाली पडेल
क्रॉस पुन्हा उभा राहील
धार्मिक विधान खुले करण्यासाठी
आणि एक नवे युग आणण्यासाठी
आपल्या दयार्द्र मृत्यूने.

अथानासियसने मठाधिपतींकडे पाहिले, त्याचे डोके आता वेगाने विचार करू लागले.

मठाधिपती म्हणाले, "आपले शत्रू, बंधू सॅम्युएलच्या मृत्यूचा कोणता आणि कसा अर्थ लावतील, हे तू तुझ्या डोळ्यांनी प्रत्यक्ष पाहावंस, यासाठीच मी तुला इथे आणलं आहे.''

दगडावर लिहिलेले ते ब्रह्मवाक्य अथानासियसने पुन्हा एकदा लक्षपूर्वक वाचले. पहिल्या तीन ओळींमध्ये त्या दिवशी सकाळीच घडलेल्या विलक्षण घटनांचे थेट वर्णन दिसत होते; पण शेवटच्या चार ओळी वाचता-वाचता मात्र त्याचा चेहरा पांढराफटक पडत गेला. त्या ओळींमध्ये जे काही सांगितले होते, ते अतर्क्य, अविश्वसनीय आणि अतिशय महत्त्वाचे होते.

"आणि यासाठीच आम्ही हा ग्रंथ जपून ठेवला आहे.'' मठाधिपती गंभीरपणे म्हणाले. "ज्ञान हीच शक्ती आहे आणि आपले शत्रू ज्यावर विश्वास ठेवतात, त्या गोष्टींचं ज्ञान असणं आपल्यासाठी फायद्याचं आहे. तेव्हा बंधू सॅम्युएलच्या प्रेतावर तू कडक नजर ठेवावीस, असं मला वाटतं. कारण या विपर्यासी विधानांमध्ये काही तथ्य असलंच आणि त्यात सांगितल्याप्रमाणे तो म्हणजे खरोखरच तसा क्रॉस असला, तर त्याचं पुनरुत्थान होईल आणि आपल्याविरुद्ध उपयोग करण्याचं एक उत्तम शस्त्र म्हणून आपले शत्रू त्याकडे पाहतील.''

२७

रीस आणि अर्काडियन समोरच्या प्रेताकडे निरखून पाहत होते. कातडीवर जागोजागी हेतुपुरस्सर आणि रीतसरपणे केलेल्या काही जुन्या, तर काही नव्या जखमांचे एकमेकांना छेद देणारे आणि आडवे-उभे गुंतागुंतीचे पांढरे पडलेले व्रण दिसत होते. शवविच्छेदनाच्या त्या भयावह खोलीच्या वातावरणात तो संन्यासी म्हणजे वेगवेगळ्या माणसांच्या शरीरांचे वेगवेगळे अवयव एकत्र शिवून तयार केलेल्या रानटी राक्षसासारखा दिसत होता.

रीसनी पुन्हा नोंद करायला सुरुवात केली.

''मृत व्यक्तीच्या शरीरावर बहुतांश भागांत लक्षणीय स्वरूपाच्या आणि एकसारख्या जखमांचे व्रण आहेत. हे व्रण शस्त्रक्रियेसाठी वापरल्या जाणाऱ्या धारदार चाकूनं किंवा वस्तऱ्यानं वारंवार केलेल्या जखमांसारखे दिसत आहेत, कदाचित ते एखाद्या विधीदरम्यान करण्यात आले असण्याची शक्यता आहे.''

पुढे त्यांनी आपल्या समोरील गोष्टींची रीतसर यादी करायला सुरुवात केली.

''डोक्यापासून सुरुवात करताना... प्रथम मान जिथे धडाला जोडली जाते, तिथे मानेच्या संपूर्ण परिघावर एक जुनी, भरून आलेली जखम दिसत आहे. अशाच वर्तुळाकार जखमा दंड जिथे खांद्याला जोडलेले असतात आणि दोन्ही पाय जिथे जांघेमध्ये धडाशी जोडलेले असतात, त्या ठिकाणीदेखील आहेत. डाव्या दंडावरची जखम नुकतीच पुन्हा नव्यानं केल्यासारखी, पण भरून येत असल्याची लक्षणं दाखवणारी आहे. या जखमा धारदार पातं अगदी सरळ धरून एखाद्या शस्त्रक्रियातज्ज्ञाच्या कुशलतेनं केलेल्या आहेत.

तसेच डाव्या दंडावरचे मागच्या आणि पुढच्या बाजूचे स्नायू जेथे जुळल्यासारखे दिसतात, तेथे एक इंग्रजी 'टी' अक्षराच्या आकाराची इतर खुणांपेक्षा जाडसर अशी एकाच जागी पुन्हा पुन्हा चटके दिल्यामुळे होणाऱ्या जखमेची खूण आहे.'' मग समोर उभ्या असलेल्या अर्काडियनकडे पाहत ते म्हणाले, ''मला वाटतं गाई-

गुरांच्या कातडीवर खूण पटवण्यासाठी खुणा करतात, तसल्या प्रकाराला या मुलाला सामोरं जावं लागलंय बहुधा.''

अर्कांडियनचे लक्ष संन्याशाच्या दंडावरच्या 'टी' आकाराच्या खुणेकडे लागले होते आणि हातातल्या इतर गुन्ह्यांच्या तपासकामाचा आता त्याला संपूर्ण विसर पडला होता. पटकन त्याने रीसचा कॅमेरा उचलला. त्याच्या एलसीडी पडद्यावर लहान आकारातले शवचिकित्सेच्या टेबलावर पडलेले संन्याशाचे प्रेत दिसू लागले. एक बटण दाबल्याबरोबर ते चित्र त्या प्रकरणाच्या फायलीमध्ये नोंदवले गेले.

''याशिवाय शरीरावर छातीच्या पिंजऱ्यावर आडवा जाणारा एक जखमेचा व्रण असून, त्याला दुभागून शरीराचे उभे दोन भाग करत बेंबीपर्यंत जाणारा आणखी एक जखमेचा व्रण आहे. तसेच हे व्रण ताजे नाहीत आणि ते प्रत्येकी सुमारे...'' असे म्हणत रीसनी पुन्हा एकदा मोजपट्टी काढली, जखमेची लांबी मोजली आणि म्हणाले, ''वीस सेंटिमीटर लांबीचे आहेत.'' आणखी लक्षपूर्वक पाहिल्यावर ते पुढे म्हणाले, ''धडावर उजव्या बाजूला आणखी एक क्रॉससारखी खूण आहे, ती छातीच्या पिंजऱ्याच्या अगदी खालच्या बाजूला आहे. ती इतर खुणांपेक्षा वेगळी आहे. साधारणपणे तेरा सेंटिमीटर लांब, अशी ही खूण एखादा ख्रिस्ती क्रॉस कुशीवर पडल्यावर दिसेल, तशी दिसते आहे. या जखमेच्या खुणेच्या आजूबाजूच्या कातडीवर वेळोवेळा ताण पडल्याच्या खुणा आहेत, याचा अर्थ ही जखम बऱ्याच वर्षांपूर्वीची आहे. ही जखम कोणतेही औपचारिक विधी करून पुन्हा उघडी करण्यात आलेली नाही. म्हणजे बहुधा ती अन्य जखमांइतकी महत्त्वाची नसावी.''

जखमेच्या त्या खुणेचे अर्कांडियनने अधिक जवळून व स्पष्ट फोटो काढले. खरोखरच एखादा क्रॉस आडवा पडावा, तशी ती खूण दिसत होती. एक पाऊल मागे होत तो या शिस्तबद्धपणे केलेल्या जखमांचा अर्थ लावायचा प्रयत्न करू लागला. ''हे असं काही यापूर्वी तुम्ही कधी पाहिलं होतं का?''

नकारार्थी मान हलवत रीस म्हणाले, ''हा कसलातरी दीक्षा देण्याचा विधी असावा, असा माझा कयास आहे; पण यातल्या बहुतेक खुणा ताज्या नाहीत, त्यामुळे त्याच्या डोंगरावरून उडी मारण्याशी त्यांचा काय आणि किती संबंध आहे, हे सांगता येत नाही.''

''त्यानं नुसती उडी टाकायची म्हणून टाकलेली उडी नाही ही.'' अर्कांडियन उद्गारला.

''म्हणजे काय म्हणायचंय तुला?''

''म्हणजे असं की, बहुतेक आत्महत्यांमागे मृत्यू हाच एकमेव उद्देश असतो; पण या माणसाबद्दल तसं म्हणता येणार नाही. कशी ते माहीत नाही; पण त्याचा मृत्यू ही तशी दुय्यम गोष्ट आहे. मला वाटतं, त्याचा मुख्य उद्देश काही वेगळाच आहे.''

रीसच्या भुवया इतक्या वर गेल्या की, त्या कपाळावरच्या केसांमध्ये दिसेनाशा झाल्या. ''पण तू जर शक्तिपीठ पर्वताच्या माथ्यावरून उडी मारणार असशील, तर तुझ्या मनात मृत्यूला कवटाळणं, हाच प्रमुख हेतू असण्याची जास्त शक्यता आहे.''

''मान्य आहे; पण मग तेवढ्यासाठी पर्वतमाथ्यावर जायची काय गरज होती? तिथल्या कुठल्याही ठिकाणावरून उडी मारली असती, तरी मृत्यू येण्यासाठी ते पुरेसं होतं.''

''कमी उंचीवरून पडून अपंग होऊन जगावं लागण्याची त्याला कदाचित भीती वाटत असावी. मनाची अर्धवट तयारी झालेल्या आणि त्यामुळे आत्महत्येचा प्रयत्न फसलेल्या कितीतरी जणांची रवानगी रुग्णालयात झालेली आहे, हेदेखील खरं आहेच ना.''

''तसं असलं, तरी डोंगर चढून जाण्याचे कष्ट घ्यायची त्याला काहीच गरज नव्हती. तसंच एकदा चढून गेल्यावर कशाची तरी वाट पाहत बसण्याचीदेखील गरज नव्हती; पण तरीही तो थांबला. तिथेच बसून राहिला, तिथल्या गोठवून टाकणाऱ्या थंडीत शरीरावरच्या असंख्य जखमांमधून वाहणाऱ्या रक्तासह, केवळ सकाळ होण्याची किती काळ वाट पाहत थांबला, ते देवालाच ठाऊक आणि हे सगळं त्यानं का केलं असावं?''

''कदाचित तो विश्रांती घेत असावा. तो तसला भयानक कठीण कडा चढून गेल्यावर कुणाचीही पुरती दमछाक होऊन जाईल; शिवाय वर चढता-चढता दुसरीकडे त्याच्या जखमांमधून रक्तदेखील वाहत असेल. त्यामुळे वर पोहोचल्यावर शरीरातलं सगळं त्राण संपल्यामुळे कोसळला असेल आणि मग सूर्याच्या उबेमुळे त्याच्या जिवात थोडा जीव आला असेल आणि मग त्यानं उडी मारली असेल.''

अर्काडियनला ते पटले नाही. ''पण हे असं घडलेलंच नाही. सूर्याची किरणं आली, त्याला ऊब मिळाली आणि उठल्याबरोबर त्यानं खाली उडी मारली, असं घडलेलं नाही. आपले हात फैलावलेल्या स्थितीमध्ये त्या ठिकाणी दोन-चार तास तरी तो उभा होता.'' असे म्हणत अर्काडियनने स्वत:च तसे हात पसरून दाखवले. म्हणाला, ''त्याला फक्त मृत्यूला कवटाळून सगळं संपवायचं असतं, तर त्यानं हे असं कशाला केलं असतं? माझी पक्की खात्री आहे की, त्यानं आपल्या मृत्यूला जे सार्वजनिक रूप दिलं, ती फार महत्त्वाची गोष्ट आहे. मुळात आपण इथे हे सगळं करत उभे आहोत, याचं कारण हेच आहे की, त्यानं पुरेसे प्रेक्षक जमा होईपर्यंत थांबून मग ही कृती केली आहे. हीच गोष्ट त्यानं रात्रीच्या अंधारात केली असती, तर मला वाटत नाही त्याची एवढी मोठी बातमी झाली असती. आपण काय करत आहोत, याची त्याला पूर्ण कल्पना होती.''

"मान्य आहे तुझं म्हणणं." शेवटी रीसनी दुजोरा दिला. "कदाचित लहान वयात त्याच्याकडे कुणी पुरेसं लक्ष दिलं नसेल. म्हणून त्यानं हे असं केलं असेल; पण त्यामुळे काय फरक पडतो? आता तो मेला आहे, म्हणजे मेला आहे. बास."

तो प्रश्न अर्कांडियनने डोक्यात घोळवला– त्यामुळे काय फरक पडतो?

त्याने हे प्रकरण झटपट आणि कोणताही त्रास न होता हाताळावे, असे त्याच्या वरिष्ठ अधिकाऱ्यांना वाटत होते, हे त्याला चांगले माहीत होते. तशा धोरणाने वागायचे, तर प्रत्येक गोष्टीबद्दल उपजतच असलेल्या कुतूहलाला मुरड घालावी लागून, इतरांना अवघड वाटणारे प्रश्न उपस्थित न करण्याचे पथ्य त्याला पाळावे लागणार होते; पण मग तसे तर तो त्याची पोलीसची नोकरी कधीही सोडून सुटीचा काळ मजेत घालवण्यासाठी लोकांना घरे देण्याचे दलालीचे काम किंवा एखाद्या पर्यटन मार्गदर्शकाचे कामदेखील करू शकत होता.

"असं पाहा की, या प्रकरणावर मला नेमावं, असं मी सांगितलं नव्हतं. एखाद्या व्यक्तीचा मृत्यू कसा झाला, हे सिद्ध करण्याचं काम तुमचं आहे आणि तो का झाला, हे शोधण्याचं काम माझं आहे आणि माझं काम करण्यासाठी या व्यक्तीची विचार करण्याची पद्धत कशी होती, हे प्रयत्नपूर्वक समजून घेणं, माझ्यासाठी अतिशय महत्त्वाचं आहे. उडी मारून मृत्यूला सामोरे जाणारे लोक सर्वसाधारणपणे कशाला तरी बळी पडलेले असतात – एक तर जगाशी जुळवून घेणं त्यांना झेपत नाही आणि मग ते कमीत कमी त्रासदायक मृत्यू देणारा पर्याय निवडतात; पण हा माणूस मोठा धीराचा होता. एक म्हणजे सर्वसामान्यपणे ज्याला बळी पडलेला म्हणावं, तसा तो नव्हता आणि सगळ्यात कमी त्रासदायक असा मृत्यूचा पर्यायदेखील त्यानं निवडला नाही. याचाच अर्थ त्यानं केलेली प्रत्येक कृती अगदी विचारपूर्वक केलेली होती आणि ते विचार त्याच्यापुरते तरी अतिशय स्पष्ट होते. कदाचित आणखी कुणासाठीदेखील या सगळ्याला काही अर्थ असण्याची शक्यता आहे."

२८

अथानासियस मठाधिपतींच्या पाठोपाठ त्या बोळासारख्या मार्गावरून लगबगीने चालत होता, त्यांचे व्यक्तिगत प्रकाशझोत त्यांच्या पुढे पडणाऱ्या प्रत्येक पावलागणिक उजळ होत होते.

"आता मला सांग," मठाधिपती म्हणाले, "तपासकाम करणाऱ्यांपैकी कुणी संपर्क साधायचा प्रयत्न केला?"

"अर्कांडियन नावाच्या एका इन्स्पेक्टरकडे हे प्रकरण सोपवण्यात आलं आहे." धापा टाकत अथानासियस म्हणाला. "मरण पावलेल्या व्यक्तीबद्दल माहिती असणाऱ्याची मुलाखत घेण्यासाठी त्यानं विनंती केलेलीच आहे. बाहेरच्या जगातल्या आपल्या बंधूंना ही एक दुर्दैवी घटना असल्याचं आणि आवश्यक ते सर्व सहकार्य करण्यास आम्ही तयार असल्याचं मी सांगितलं आहे."

"तो आपल्या परिचयातला होता, असं तू सांगितलंस का त्यांना?"

"या शक्तिपीठामध्ये असंख्य लोक राहतात आणि काम करतात. त्यामुळे त्यातलं कोणीतरी नाहीसं झालं आहे का, हे शोधून काढण्याचा आम्ही निश्चितच प्रयत्न करू, असं मी म्हणालो आहे. आत्ता या घडीला तरी तो आपल्यातलाच होता असं कबूल करायची आपली तयारी आहे की नाही किंवा आपण या सगळ्यापासून शक्य तितक्या दूरच राहण्याचा विचार केला आहे, याबद्दल मला निश्चित काही माहीत नव्हतं."

मठाधिपतींनी समाधानाने मान हलवली. "हे तू चांगलं केलंस. सध्या तरी आपल्या सार्वजनिक संपर्क कार्यालयालादेखील हेच नम्रतापूर्वक सहकार्याचं पालुपद चालू ठेवायला सांग. कदाचित आपल्याला काहीच हस्तक्षेप करावा न लागता बंधू सॅम्युएलच्या प्रेतामुळे सगळेच प्रश्न सुटतील. एकदा अधिकाऱ्यांनी शवचिकित्सेचं काम पूर्ण केलं आणि त्याचं शरीर ताब्यात घेण्यासाठी कोणीही नातेवाईक, कुटुंबीय पुढे झालं नाही की, आपण पुढे होऊन मृताबद्दल केवळ दयाबुद्धी म्हणून हे करत

असल्याचं सांगत ते आपल्या ताब्यात घेऊ. यामुळे आपलं चर्च अखिल मानवजातीबद्दल किती अपार करुणा आणि प्रेम बाळगून आहे आणि त्यापोटी एका गरीब, जीवनाचे आत्यंतिक आणि आत्मिक क्लेश भोगलेल्या आणि अशा दुर्दैवी प्रकारे स्वत:च्या आयुष्याचा अंत करून घेतलेल्यालादेखील हृदयाशी घेण्याचा कसा प्रयत्न करतं, याचंदेखील लोकांना दर्शन घडेल. याचबरोबर बंधू सॅम्युएल आपल्याच नात्यातला असल्याचं प्रस्थापित झाल्यामुळे, त्याचं शवदेखील आपल्या ताब्यात येईल.''

एवढे बोलून मठाधिपती थांबले, मागे वळले आणि अथानासियसकडे एकटक नजरेने पाहू लागले.

''असं असलं, तरीही आत्ता तू जे काही वाचलंस त्यानंतर आपण अतिशय सावध असण्याची गरज आहे. कोणतीही गोष्ट योगायोगावर सोडून देणं योग्य नाही. चाकोरीबाहेरची एखादी गोष्ट, अगदी कोणतीही गोष्ट घडल्याचं समजलं, तर बंधू सॅम्युएलचं शव तत्काळ ताब्यात घेण्यासाठी आणि तेदेखील हरप्रकारे प्रयत्न करून घेण्यासाठी आपण सज्ज असलं पाहिजे.'' दाट भुवयांखालच्या आपल्या तीक्ष्ण डोळ्यांनी अथानासियसकडे रोखून पाहत मठाधिपती म्हणाले. ''त्यामुळे, जर एखादा चमत्कार खरोखरच घडला आणि तो पुन्हा उठून उभा राहिला, तरी तो कमीत कमी आपल्या ताब्यात असेल. काहीही झालं, तरी त्याच्या शरीराचा ताबा घेण्याची संधी आपल्या शत्रूला मिळू देणं आपल्यासाठी इष्ट नाही.''

''जशी आपली आज्ञा,'' अथानासियस म्हणाला. ''पण या ग्रंथाची तुम्ही आत्ता मला दाखवलीत तेवढी एकच प्रत जर अस्तित्वात असेल, तर... या भाकिताचा कुणाला काय अर्थ...'' पाटीच्या दगडावर लिहिलेल्या त्या प्राचीन शब्दांचे वर्णन कसे करावे, हे न समजल्यामुळे बोलता-बोलता गोंधळून तो थांबला. त्याला 'ब्रह्मवाक्य' असे म्हणायचे नव्हते, कारण त्यामुळे ते शब्द प्रत्यक्ष ईश्वराची इच्छाच सांगणारे आहेत, असा अर्थ झाला असता आणि म्हणूनच पाखंडी विचार सांगणारे आहेत, असा अर्थ निघाला असता. ''ते तिथे जे काही लिहून ठेवलं आहे, त्याचा काय विशिष्ट अर्थ आहे, हे दुसऱ्या कुणालाही कसं काय माहीत असेल?''

आपल्या सल्लागाराने दाखवलेल्या सावध बुद्धिमत्तेने खूश होत मठाधिपतींनी समाधानाने मान हलवली. त्याच्या या वैचारिक बैठकीमुळेच सभ्यतेच्या आणि सुसंस्कृतपणाच्या चौकटीतच आपले बाह्य वर्तन राखले जाण्याची काळजी घेत या घटनेच्या कार्यालयीन बाजूचे नीट व्यवस्थापन करण्यासाठी तो अतिशय योग्य असल्याची त्यांना खात्री पटली. या प्रकरणाची पडद्यामागच्या कामांची व्यवस्था ते स्वत:च पाहणार होते. ''आपण हे सगळे ग्रंथ आणि ते पिढ्यान्‌पिढ्या आपल्या खांद्यांवर वाहून आणणाऱ्यांचा केवळ नायनाट केला, म्हणजे त्या ग्रंथांमधले सगळे शब्द आणि त्याद्वारे मांडलेले विचारदेखील नष्ट झाले, असं समजण्याचं काहीच

कारण नाही.'' त्यांनी वैचारिक स्पष्टीकरण सांगावे, तसे सांगितले आणि म्हणाले, ''असत्य गोष्टी या वाढणाऱ्या तणासारख्या असतात. उपटून काढा, मुळाशी विष घाला, जाळून टाका – काहीही केलं, तरी ते पुन्हा उगवतं आणि वाढतंच. म्हणूनच तू ज्याला अगदी हुशारीनं 'भाकीत' म्हणालास, ते आपल्या शत्रूंपैकी कुणाला तरी माहीत असेल आणि ते याचा आधार घेत काहीतरी कृती करायच्या तयारीला लागले असतील, असं आपण गृहीतच धरलं पाहिजे; पण बंधो, काळजी करू नकोस,'' एखाद्या अस्वलाने आपला पंजा ठेवावा, तसा आपला हात अथानासियसच्या खांद्यावर ठेवत ते पुढे म्हणाले, ''आपल्या दीर्घ काळच्या आणि लक्षणीय इतिहासात याहीपेक्षा मोठ्या धक्क्यांना आपण ठामपणे सामोरं गेल्याचे दाखले आहेत. आत्तादेखील आपण नेहमीच जे करतो तेच, म्हणजे इतरांपेक्षा एक पाऊल पुढे राहण्याचं काम आपल्याला करायचं आहे. आपल्यापर्यंत पोहोचवण्याची शक्यता असलेला संपर्कपूल ओढून घ्यायचा आहे आणि बाह्य जगानं कंटाळून माघार घेण्याची वाट पाहत थांबायचं आहे.''

''आणि जर तसं झालं नाहीतर?'' अथानासियसने विचारले.

खांद्यावरच्या हाताची पकड घट्ट झाली. ''तर आपण सर्व शक्तीनिशी त्यावर हल्ला करायचा.''

२१

संन्याशाच्या छातीच्या हाडाच्या वरच्या टोकावर लांब दांड्याचा चाकू टेकवून रीसनी जोराने दाबला आणि चाकूचे पाते कातडीखालचा मांसल भाग कापला जाईपर्यंत दाबले आणि मग त्या पात्याने सरळ खाली माकडहाडाच्या पोकळीपर्यंत आधीच अस्तित्वात असलेल्या जखमेच्या खुणेवरून कापत गेले. मग आत्ताच कापलेल्या रेषेपासून इंग्रजी 'वाय' अक्षरासारखे काप देत संन्याशाच्या तुटलेल्या गळ्याच्या हाडापासून दोन्ही दंडांच्या बाजूंपर्यंत खोलवर कापून काढले. शेवटी संन्याशाच्या छातीवरची कातडी आणि स्नायूंचा मांसल भाग कापून छातीच्या पिंजऱ्यापासून अलग केला आणि बाहेरच्या दिशेने वळवल्यावर पिंजरा दिसू लागला. हृदय, फुप्फुसे आणि इतर अवयवांचे रक्षण करणाऱ्या छातीच्या पिंजऱ्याची हाडे कापण्यासाठी एरवी त्यांना शस्त्रक्रिया करताना वापरतात तसली मोठी मजबूत कातरी किंवा स्ट्राइकर करवतच वापरावी लागली असती; पण संन्यासी खूप उंचीवरून आदळल्यामुळे यातले बरेचसे काम अनायासेच झाले होते. हाडांशी जोडलेलेच राहिलेले काही मांसल स्नायुबंध कापल्यानंतर छातीच्या पोकळीतल्या गोष्टींचे निरीक्षण करण्याचे काम सोपे झाले.

"जरा ते बटण दाबशील का, कारण माझे हात चांगलेच बरबटले आहेत." कॉम्प्युटरच्या पडद्याकडे पाहत रीस म्हणाले.

रीस यांच्या हातातल्या रक्तात माखलेल्या बरगड्यांकडे पाहत अर्काडियनने नोंदकाम पुन्हा सुरू करण्यासाठी बटण दाबले.

"ठीक आहे," रीसनी आपल्या नेहमीच्या शैलीत पुढच्या नोंदकामाला सुरुवात करत म्हटले, "प्रथमदर्शनी पाहता असं दिसतं की, एवढ्या उंचावरून पडल्यामुळे प्रचंड आघात झाल्यानंतरदेखील छातीच्या पिंजऱ्यातले अवयव आश्चर्यकारकपणे फार चांगल्या अवस्थेत राहिले आहेत. या सगळ्या प्रकारात पूर्णत: तुटून-फुटून गेल्या असल्या, तरी बरगड्यांनी त्यांचं काम उत्तमरीत्या केलं आहे."

त्यांनी छातीचा पिंजरा अलग करून स्टीलच्या ट्रेमध्ये ठेवला आणि मग सरावलेल्या हातांनी अचूक कापाकापी करत छाती आणि उदरपोकळीतील महत्त्वाच्या अवयवांची पाठीच्या कण्यातल्या मज्जारज्जूशी असलेली जोडणी कापून स्वरयंत्र, अन्ननलिका असे एक एक अवयव मोकळे केले आणि मग या सगळ्या अवयवांची एकसंध जोडणी उचलून धातूच्या एका पसरट भांड्यात ठेवली.

"यकृतामध्ये रक्तस्राव झाल्याचं दिसत आहे." ते म्हणाले, "परंतु कोणत्याही महत्त्वाच्या अवयवांचा रंग फिकट झालेला नाही, म्हणजेच इतरत्र फारसा रक्तस्राव झालेला नाही. ही व्यक्ती प्रचंड मोठ्या आघातानंतर अवयवांची कार्यव्यवस्था निकामी झाल्यामुळे मृत्यू पावली असण्याची शक्यता आहे आणि विषचिकित्सा आणि मांसपेशींच्या चाचण्यांनंतर मी मृत्यूचं कारण निश्चित करीन."

पसरट भांड्यात काढलेले अवयव घेऊन ते भिंतीजवळ असलेल्या तपासणीच्या जागी गेले आणि रीतसरपणे यकृत, हृदय आणि फुफ्फुसांचा आकार, वजन वगैरेचे मोजमाप, तसेच तपासणीसाठी या प्रत्येक अवयवातील मांसपेशीचे नमुने घेऊ लागले.

अर्कािडियनने कोपऱ्यातल्या टीव्हीच्या पडद्याकडे पाहिले आणि पुन्हा एकदा आता टेबलावर भग्नावशेषात पडलेल्या, पण त्याच वेळी शक्तिपीठ-पर्वताच्या माथ्यावर ताठरपणे आणि जिवंतपणे उभ्या असलेल्या संन्याशाचे चित्र त्याच्या डोळ्यांवर आदळले. चित्रीकरणाचा हा तुकडा आता सगळीच प्रसारमाध्यमे वापरत होती. संन्यासी सावकाशपणे कड्याच्या काठाकडे आला, त्याने खाली वाकून पाहिले, पाऊल पुढे टाकत उडी घेतली आणि अचानक कॅमेऱ्यासमोरून नाहीसा झाला. त्याच्या खाली पडण्याचा मागोवा घेण्यासाठी कॅमेऱ्याची धडपड झाली, दृश्याचा मोठा भाग आवाक्यात येण्यासाठी कॅमेऱ्याच्या भिंगांची जुळवाजुळव झाली. कॅमेऱ्याच्या आवाक्यात संन्यासी पुन्हा दिसू लागताच तो तसाच पडताना दिसत राहावा, म्हणून अधिक जवळून दृश्य टिपता येण्यासाठी पुन्हा कॅमेऱ्यातली यंत्रणा फिरली. केनेडींचा खून झाला त्याचे किंवा वर्ल्ड ट्रेड सेंटरच्या जुळ्या इमारतींवर विमाने आदळल्याचे चित्रीकरण पाहावे, तसेच वाटत होते हे पाहताना. या सगळ्या घटनादृश्यात काहीतरी अतिशय महत्त्वाचे आणि अत्यंत भयावह असे होते, त्यामुळे त्याच्या नजरेपुढून ते काही केल्या हटत नव्हते. चित्रीकरणाच्या शेवटी पुन्हा एकदा तो संन्यासी कॅमेऱ्यासमोरून नाहीसा झाला, मोठा विस्तार दृश्यचौकटीत येण्यासाठी कॅमेऱ्याची हालचाल झाली आणि पर्वताच्या पायथ्याशी खंदकाच्या काठापलीकडे तो संन्यासी जिथे आदळला, तिथली गर्दी भयचकितपणे पांगतानाचे दृश्य टिपता-टिपता कॅमेरा स्थिर झाला.

अर्कािडियनचे डोळे उदासपणे जमिनीकडे वळले. मनातल्या मनात सगळा

घटनाक्रम तो पुन्हा पुन्हा उजळणी केल्यासारखा पाहत होता आणि संन्याशाच्या खाली कोसळण्याच्या चित्रीकरणातल्या तुकड्यांची जुळवाजुळव करून पाहत होता...

"त्यानं अगदी जाणीवपूर्वक केलं आहे हे," तो आपल्याशीच कुजबुजला.

संन्याशाच्या यकृताचे वजन आकड्यांमध्ये दर्शवणाऱ्या वजनकाट्यावरची नजर हलवून रीसनी त्याच्याकडे पाहिले आणि म्हणाले, "अर्थातच, त्यानं हे जाणीवपूर्वकच केलेलं आहे."

"नाही, म्हणजे तो ज्या पद्धतीनं खाली पडला, त्याबद्दल बोलतोय मी. आत्महत्येसाठी मारलेल्या उड्यांचं तसं अगदी सरळसोपं गणित असतं. उडी मारणारे एक तर पाठीवर पडतात किंवा समोर तोंड करून उडी मारतात आणि डोक्यावर आपटतात."

"डोकं हा शरीरातला सगळ्यात जड भाग आहे," रीस म्हणाले. "गुरुत्वाकर्षणामुळे तो भाग खाली खेचला जाणं स्वाभाविकच असतं – म्हणजे पुरेशा उंचीवरून पडलं तरच बरं का."

"आणि शक्तिपीठ पर्वताच्या वरच्या टोकावरून थेट खाली, म्हणजे भरपूरच उंचावरून पडणं झालं नाही का? हजार फुटांपेक्षा जास्तच असेल ती उंची; पण आपला हा संन्यासी थेट खाली पडेपर्यंत आडवाच राहिला."

"मग, त्याचं काय?"

"त्याचा अर्थ असा की, त्याचं खाली पडणं त्यानं अत्यंत नियंत्रण राखून केलेलं आहे."

स्टेनलेस स्टीलच्या ट्रेमध्ये ठेवलेल्या कफनीपाशी जाऊन अर्कादियनने एका चिमट्याने भिजून वाळून कडक झालेल्या कापडाचा थोडा भाग उचलून सुटा केला आणि कफनीची बाही शोधून काढली. "हे पाहा, मनगटाजवळ कफनीला दिलेले हे छेद दिसताहेत? हे त्याच्या हातासाठी केले होते त्यानं. म्हणजे त्यातून हात घालून ही कफनी आपल्या अंगाशी पूर्ण ताणून धरण्याची – त्या ताणलेल्या भागाचा एखाद्या पंखाप्रमाणे उपयोग करण्याची सोय करून घेतली होती त्यानं." ते टोक सोडून देत कफनीच्या कापडात आणखी शोधाशोध करून पायाकडच्या शिवणीच्या काही इंच वर असलेल्या इतर कापल्याच्या खुणादेखील त्यानं शोधून काढल्या. म्हणाला, "आणि या फटी त्यानं पायांसाठी केल्या होत्या." चिमट्यात धरलेले कापड पुन्हा ट्रेमध्ये सोडून देत तो रीसकडे वळला आणि म्हणाला, "त्यानं हे असं केलं, म्हणून तो डोक्यावर आपटला नाही. म्हणजे त्याने पर्वतावरून नुसतीच उडी मारली नाही – तो पर्वतावरून पक्ष्यासारखा उडत खाली आला."

टेबलावर तपासणीच्या प्रखर प्रकाशात पडलेल्या, छिन्न-विच्छिन्न झालेल्या शरीराकडे पाहत रीस म्हणाले, "तर मग त्यानं आपलं विमान सुरक्षितपणे उतरवण्याचा

अजून बराच सराव करायला हवा, असंच म्हटलं पाहिजे.''

त्यांच्या रुक्ष विनोदाकडे अर्कांडियनने दुर्लक्ष केले. त्याच्या डोक्यात आता नवे विचारचक्र सुरू झाले होते. ''कफनीचा पंखांसारखा उपयोग केल्यानं आपल्या खाली पडण्याच्या वेगावर नियंत्रण ठेवता येईल आणि आपण जिवंत राहू शकू, असं त्याला कदाचित वाटलं असेल किंवा कदाचित...''

त्याच्या डोळ्यांसमोर तो हात पसरून, डोके थोडेसे पुढे झुकवून, पण नजर कशावर तरी स्थिर ठेवून, जणू काही कशावर तरी नेम धरावा तशी नजर स्थिर करून उभा असलेला संन्यासी उभा राहिला.

''कशावर तरी नेम धरत असावा.''

''काय?''

''मला वाटतं, तो कोणत्या तरी एका विशिष्ट जागेवर पडण्याचा प्रयत्न करत असावा.''

''पण तो का आणि कशासाठी करत असावा हे सगळं?''

हा खरोखरच एक प्रश्नच होता. कुठेही पडलो तरी मरणारच आहे म्हटल्यावर एखाद्या विशिष्ट जागीच पडण्याचा प्रयत्न कशासाठी करायचा? पण मृत्यू हे त्याचे प्रथम महत्त्वाचे उद्दिष्ट नव्हतेच, म्हणजे त्याच्या मृत्यूला... कोणीतरी साक्षी असले पाहिजे, यापेक्षा तरी महत्त्वाचे नव्हते. ''तो विशिष्ट जागीच पडण्याचा प्रयत्न करत होता, कारण त्याला आपल्या अखत्यारीतल्या भागात पडायचं होतं!''

रीसच्या कपाळावर आठ्यांचे जाळे झाले.

''शक्तिपीठ हे स्वायत्त राष्ट्रातलं एक स्वतंत्र राज्य आहे.'' अर्कांडियनने आपला मुद्दा स्पष्ट केला. ''खंदकाच्या भिंतीपलीकडे जे काही असतं, ते त्यांच्या मालकीचं असतं आणि या बाजूला जे काही घडतं, त्याची जबाबदारी आपल्यावर असते. भिंतीपलीकडे आपल्या भागात आपण पडू, याची त्याला खात्री करून घ्यायची होती. त्याला हे सगळं असंच व्हायला हवं होतं. या प्रकरणाची सार्वजनिक चौकशी, तपास व्हावा, त्याच्या शरीरावर असलेल्या सगळ्या जखमा आपण पाहाव्या, असं सगळं.''

''पण का?''

''ते मला काहीच सांगता येत नाही; पण काहीही असलं, तरी अशा प्रकारे आत्महत्या करण्यासाठी ते अतिशय योग्य कारण आहे, असं त्याला नक्कीच वाटत होतं. त्याची मरणापूर्वीची शेवटची इच्छा, असं म्हणा हवं तर, पण ती एकच होती की, या जागेपासून शक्य तितक्या दूर जावं.''

''पण मग आता कोणीतरी धर्ममार्तंड आमचा संन्यासी आम्हाला परत द्या, असं म्हणत तुझ्याकडे आला, तर तू काय करणार आहेस? त्यांना काय ते तुमची

अखत्यारी आणि आमची अखत्यारी वगैरेवर भाषण देणार आहेस?''

खांदे उडवत अर्कांडियन म्हणाला, ''अद्यापपर्यंत तरी तो त्यांच्यापैकीच एक असल्याचं नुसतं कबूल करतदेखील कुणी पुढे आलेलं नाही.''

पुन्हा एकदा त्याची नजर टेबलावर छिन्नविछिन्न करून ठेवलेल्या संन्याशाच्या प्रेताकडे गेली. छातीची आणि उदरपोकळी आता मोकळीच होती. गळ्याभोवती कुशल शस्त्रक्रिया करणाऱ्या हातांनी दिलेल्या छेदांची निशाणी दिसत होती आणि हात आणि पाय अजूनही जसेच्या तसेच होते. कदाचित त्याच्या शरीरावरच्या जखमांच्या खुणांमधून काही संदेश दिला जात असावा आणि जो कुणी त्याचे शव ताब्यात घेण्यासाठी पुढे होईल, त्याला त्यांना काय म्हणायचे आहे, ते अतिशय स्पष्टपणे कळावे, यासाठी त्या केलेल्या असाव्यात.

तपासणीच्या टेबलाखालून एक पुठ्ठ्याचे खोके रीसनी उचलले, नोंदकाम पुन्हा सुरू केले आणि संन्याशाच्या आतड्यांमधल्या गोष्टी आतडी पिळून बाहेर काढायला सुरुवात केली. ''मोठ्या आतड्यामध्ये फारसं अन्न नाही. याचा अर्थ आपल्या या संन्यासी मित्राचं शेवटचं जेवण काही मेजवानीचं जेवण नव्हतं, हे नक्की. त्याने खाल्लेला शेवटचा पदार्थ म्हणजे एक सफरचंद असावं आणि त्यापूर्वी कधीतरी थोडासा पाव खाल्ला असावा. या दोन्ही गोष्टी लेबलं लावून मी पुढील विश्लेषण-कामासाठी पाठवणार आहे. पोटातल्या बहुतांश पदार्थांचं पचन झालेलं नाही, यामुळे त्याची पचन प्रक्रिया पूर्णत: किंवा अंशत: ठप्प झाली असल्याचं सूचित होतं आणि यावरून मृत्यूपूर्वी या व्यक्तीवर प्रचंड मानसिक तणाव होता, असं अनुमान निघतं. पण एक मिनिट थांब,'' त्यांनी हातात धरलेल्या आतड्याच्या बुळबुळीत आवरणाच्या आत काहीतरी सरकल्याची त्यांच्या बोटांना जाणीव झाली. ''यात आणखीही काहीतरी आहे असं दिसतंय.''

अर्कांडियन टेबलापाशी येत पुढे होऊन पाहू लागेपर्यंत सफरचंदाचा रस आणि इतर पाचक रसांच्या द्रावाबरोबर एक लहानशी काळपट वस्तू आतड्यातून खाली पडली. अतिजास्त प्रमाणात शिजवलेल्या गुरांच्या मांसाच्या पट्टीच्या गुंडाळीसारखे दिसत होते ते. ''हे काय आहे तरी काय?''

रीसनी ते उचलले आणि नळाकडे गेले, हाताच्या कोपरानेच नळाची चावी फिरवून पाणी सोडले आणि हातातली वस्तू पाण्याच्या धारेखाली धरली.

''ही एक चामड्याची लहानशी पट्टी दिसते आहे.'' पाणी टिपून घेण्यासाठी कागदाचे अस्तर लावलेल्या एका ट्रेमध्ये हातातली वस्तू ठेवत ते म्हणाले, ''गिळायला सोपं व्हावं, म्हणून बहुतेक तिची गुंडाळी केलेली असावी.'' एक चिमटा घेऊन ती गुंडाळी उलगडायला त्यांनी सुरुवात केली.

''त्याच्या कफनीवरचा पट्टा अडकवायची एका बाजूची चामड्याची पट्टी सापडत

नव्हती. होय की नाही?'' अर्कांडियन स्वत:शीच पुटपुटला.

रीसनी ऐकून मान हलवली.

''मला वाटतं, आपल्याला ती मिळाली आहे.''

ट्रेच्या काठावरच कोरलेल्या मोजपट्टीजवळ ती चामड्याची पट्टी धरून रीसनी त्याची लांबी मोजली. इकडे अर्कांडियनने आणखी एक चित्र प्रकरणाच्या फाइलमध्ये नोंदवून ठेवले. दुसऱ्या बाजूला काय आहे, तेदेखील बघता यावे, म्हणून रीसनी ती पट्टी पलटली मात्र, पुढच्या एका क्षणात त्या खोलीतील वातावरण सगळी हवा खेचून घेतलेल्या एखाद्या निर्वात पोकळीतल्यासारखे स्तब्ध, नि:शब्द झाले.

काही काळ दोघांपैकी कुणीही जागचे हलले नाही.

काही काळ दोघांपैकी कुणीही काहीही बोलले नाही.

अर्कांडियनच्या हातातला कॅमेरा त्यालाही नकळत वर आला.

कॅमेऱ्याने दृश्य टिपताना झालेल्या क्लिक आवाजाने रीसची तंद्री भंग पावली. गडबडल्यासारखे होत त्यांनी उगीचच खाखरून घसा साफ केला.

''सापडलेली चामडी पट्टी उलगडल्यावर आणि स्वच्छ केल्यावर असं दिसतं की, त्या पट्टीच्या पृष्ठभागावर खरवडल्यासारखं दिसतं आहे.''

नोंद पुढे सुरू ठेवण्यापूर्वी त्यांनी अर्कांडियनकडे पाहिले.

''बारा आकडे आहेत त्यावर लिहिलेले. ते कोणत्याही विशिष्ट क्रमाने लिहिलेले दिसत नाहीत.''

अर्कांडियनने ते आकडे लक्षपूर्वक पाहिले. त्याचे डोके आता वेगाने विचार करू लागले होते. हे आकडे म्हणजे एखादे कुलूप उघडण्यासाठी आवश्यक असलेली सांकेतिक संख्या असेल का? की, काही सांकेतिक संदेश असेल हा? कदाचित बायबलमधल्या एखाद्या प्रकरणाचा आणि कवनांचा सांकेतिक संदर्भ असेल आणि अर्थभेद झाल्यावर त्यातून एखादा शब्द किंवा वाक्य तयार होईल, ज्यामुळे कशावर तरी प्रकाश टाकला जाईल किंवा कदाचित शक्तिपीठातल्या त्या अत्यंत गोपनीय अशा विधीसंबंधी काहीतरी उघड होईल. पुन्हा एकदा त्याने त्या आकड्यांकडे लक्षपूर्वक पाहिले. ते आकडे डावीकडून उजवीकडे वाचत म्हणाला, ''मनाला येतील तसे लिहिलेले नाहीत हे आकडे, अजिबातच नाही.''

मग नजर वर करून रीसकडे स्थिरपणे पाहत म्हणाला, ''हा एक टेलिफोन नंबर आहे.''

दोन

मग तो त्या स्त्रीला म्हणाला, तुझं दुःख आणि तुझी गर्भधारणा मी अनंत पटींनी वाढवीन; अतीव दुःखातच तू मुलांना जन्म देशील आणि तुझ्या इच्छा तुझ्या पतीशीच निगडित असतील आणि तो तुला त्याचे अंकित ठेवेल.

जेनेसिस ३ : १६

३०

न्यू जर्सी हॉस्पिटलमधल्या अद्ययावत, चकचकीत, स्वच्छ आणि लख्ख प्रकाशात न्हालेल्या अंतर्भागाच्या पार्श्वभूमीवर एखाद्या जनावराने जिवाच्या आकांताने मारल्या असाव्यात, असे वाटायला लावणाऱ्या त्या किंकाळ्या अगदीच विचित्र वाटत होत्या.

बॉनीचा चेहरा वेदनांनी वेडावाकडा होत असलेला पाहत लिव्ह एका कोपऱ्यात उभी होती. पहाटे दोन वाजून गेल्यावर थोड्याच वेळाने तिचा फोन घणघणला होता, त्यामुळे ती उठून आपल्या कारने आय-९५ या महामार्गावरून न्यू यॉर्क शहर सोडून रिकाम्याच परत निघालेल्या ट्रक्सच्या सोबतीने दक्षिणेकडे निघाली होती. तो फोन मायरनचा होता. बॉनीचं गर्भजल बाहेर पडू लागल्याचे त्याने कळवले होते.

आणखी एक श्वास भरभरून घेत मारलेली किंकाळी खोलीतल्या वातावरणाला फाडत गेली, तेव्हा तिला खोलीच्या मध्यभागी नग्नावस्थेत बसून बाळ पोटातून बाहेर येण्याची धडपड करत असताना होणाऱ्या वेदनांनी काळ्या-निळ्या झालेल्या चेहऱ्याची बॉनी आणि किंचाळताना तिच्या गळ्यावरच्या अति उच्च दाबाच्या केबल्सप्रमाणे टसटसून फुगलेल्या नसा तिला दिसल्या.

मायरनने एका बाजूने खांदा धरून तिला आधार दिला होता आणि दुसऱ्या बाजूने नर्सने धरले होते. तिच्या किंचाळण्याचा आवाज कमी झाला आणि त्याऐवजी किनाऱ्यावर हलकेच आपटणाऱ्या समुद्राच्या लाटांचा आवाज ऐकू येऊ लागला. हा लाटांचा आवाज खोलीच्या एका कोपऱ्यात लावलेल्या यंत्रामधून येत होता.

सिगारेट ओढण्याची तीव्र ओढ लागलेल्या लिव्हच्या डोक्यात मात्र लाटांच्या आवाजाची सिगारेटच्या नव्या पाकिटावरचे वेष्टण फाडून काढताना होणाऱ्या आवाजाबरोबर सरमिसळ झाली. आत्ता या क्षणी तिला सिगारेट ओढण्याची जबरदस्त तलफ आली होती. हॉस्पिटलमध्ये आली की, तिला हे नेहमीच होत असे. जिथे जे करायचे नाही असा दंडक असे, नेमके तिथेच ते करण्याची तिला जबरदस्त ओढ वाटत असे.

चर्चमध्येदेखील तिला असेच होत असे.

बॉनीच्या कळा पुन्हा वाढल्या, या वेळेला मात्र त्या कण्हल्यासारख्या किंवा गुरगुरल्यासारख्या आवाजात बाहेर पडत होत्या. मायरन तिच्या पाठीवर थोपटल्यासारखे करून एखाद्या भीतिदायक स्वप्न पाहून धास्तावलेल्या मुलाला शांत करावे, तसे तोंडाने 'श्शऽऽ श्शऽऽ' असे आवाज काढत होता. बॉनीने त्याच्याकडे वळून सारखे किंचाळल्यामुळे घोगऱ्या झालेल्या आवाजात जेमतेम एकच शब्द उच्चारला– 'आर्निका'.

तिने ही कशाची आणि कोणत्या वेळी मागणी केली, हे नोंदवून ठेवण्यासाठी लिव्हने समाधानाने आपली वही उघडली. आर्निका या औषधाला लांडग्याचे विष किंवा डोंगरउतारावरचा तंबाकू असेही म्हटले जाते आणि अनादि काळापासून त्याचा एक औषधी वनस्पती म्हणून उपयोग केला जातो. मामुली खरचटल्याच्या जखमेसाठी लिव्ह याचा उपयोग नेहमीच करत असे; शिवाय बाळाच्या जन्मासाठी लागणाऱ्या दीर्घ काळात होणाऱ्या वेदना कमी करण्यासाठीदेखील याचा उपयोग होतो, असे मानले जाते. मायरन त्या लहान-लहान साखरगोळ्या लहानशा बाटलीतून काढण्याची धडपड करत असल्याचे पाहताना आता या औषधीचा हा उपयोग प्रत्यक्षातदेखील व्हावा, असे लिव्हला मनापासून वाटत होते. वेदनेची आणखी एक कळ उसळल्यावर पुन्हा किंचाळणे सुरू झाले.

अगं बाई, कृपा करून पॅथेडीन घे, लिव्हच्या मनात विचार आला.

वनस्पतींच्या औषधी गुणधर्मांचा कितीही हिरिरीने पुरस्कार करणारी असली, तरी ती स्वत:लाच होणाऱ्या वेदनांमध्ये सुख पाहणारी निश्चितच नव्हती. बॉनीचे किंचाळणे आता अगदी तार सप्तकात गेले आणि अचानक झटक्याने हात वर करत तिने मायरनला धरायचा प्रयत्न केला; पण त्या प्रयत्नात निळ्या लहानशा डबीतल्या सगळ्या साखरगोळ्या तिथल्या चकचकीत, स्वच्छ जमिनीवर इतस्तत: सांडल्या.

लिव्हच्या खिशातला मोबाइल वाजला.

मोबाइल खिशातून न काढताच पॅन्टवरून चाचपून पाहत तो बंद करण्याचे बटण अंदाजाने शोधून पुन्हा वाजण्याआधीच तो बंद करण्याचा तिने प्रयत्न केला. ती त्या खोलीत असल्याची कोणतीही जाणीव त्या खोलीत असलेल्यांच्या चेहऱ्यांवर दिसत नव्हती. फोन खिशातून काढून त्याच्या राखाडी पडद्याकडे तिने पाहिले, तो बंद झाला असल्याची खात्री केली आणि पुन्हा एकदा त्या खोलीत तिच्यासमोर जी कथा उलगडत होती, त्याकडे लक्ष वळवले.

बॉनीने अतीव वेदनांनी डोळे फिरवले आणि तिचे गर्भार शरीर मायरन आणि नर्सने तिला बसते ठेवण्यासाठी घट्ट धरून ठेवले असूनदेखील जमिनीवर घसरले. केवळ अंत:प्रेरणेनेच लिव्हने तिच्या बाजूलाच लटकत असलेल्या आणीबाणीच्या

परिस्थितीत मदतीसाठी पाचारण करण्यासाठी ठेवलेल्या दोरीकडे झेप घेतली आणि जमेल तितक्या जोरात खेचली.

काही क्षणातच बॉनीच्या आवतीभोवती सहाय्यकांचा गराडा पडला. त्यांच्या पायांखाली त्या होमिओपॅथीच्या साखरगोळ्या चिरडल्या गेल्या. कुठूनतरी एक ढकलगाडीदेखील आली आणि बॉनीला त्यावर घालून लिव्ह आणि त्या किनाऱ्यावर आपटणाऱ्या लाटांच्या संगीतापासून दूर, सगळी आधुनिक औषधे आणि शल्यक्रिया करण्याची आयुधे सज्ज ठेवलेल्या हॉस्पिटलमधल्या दुसऱ्या एका खोलीत घेऊनदेखील गेली.

३१

दगडी कोरीव बांधकामाचा दर्शनी भाग असलेल्या मूळ पोलीस इमारतीच्या मागच्या बाजूला असलेल्या काचेच्या तावदानांनी सजलेल्या नव्या इमारतीतल्या चौथ्या मजल्यावरची कार्यालयीन जागा रुइनचा मनुष्यवध तपास विभाग आणि दरोडे तपास विभाग समाईकरीत्या वापरत होते. कार्यालय मोकळेढाकळे आणि अनेक आवाजांनी भरलेले होते. टेबलांच्या काठावर बसून नाहीतर खुर्चीतच मागे रेलून बसलेली माणसे फोनवर नाहीतर एकमेकांशी मोठमोठ्या आवाजात बोलत होती.

आपल्या टेबलपाशी बसून कानाला लावलेल्या यंत्रातून संपर्क साधायचा प्रयत्न केलेल्या टेलिफोन नंबरकडून आलेले रेकॉर्डेड उत्तर ऐकण्याचा अर्काडियन प्रयत्न करत होता. एका स्त्रीचा आवाज होता तो. अमेरिकन स्त्रीचा. बोलण्याच्या शैलीतून तिचा आत्मविश्वास जाणवत होता. बोलणे थेट होते. आवाजावरून वय सरत्या विशीतले किंवा चढत्या तिशीतले वाटत होते. काही संदेश रेकॉर्ड करून ठेवण्याऐवजी त्याने फोन ठेवून दिला. ज्या कुणाला तुम्ही फोन करत आहात त्यालाच कुतूहल वाटून शेवटी त्याने फोन उचलावा, हे जास्त बरे होते.

फोन पुन्हा मांडणीवर ठेवून त्याने आपल्या कॉम्प्युटरवरचे तो वापरात नसताना दिसणारे स्थिर चित्र दिसेनासे होण्यासाठी एक बटण दाबले. शवचिकित्सा करायच्या टेबलावरची दृश्ये पडद्यावर दिसू लागली. मयत संन्याशाच्या शरीरावरच्या आडव्या-उभ्या जखमांच्या खुणांकडे त्याने पाहिले. विचित्र वाटणाऱ्या त्या रेषा आणि त्यांच्या एकमेकींना छेद देण्यामुळे झालेल्या फुल्या या सगळ्यांचे मिळून एक भले मोठे प्रश्नचिन्ह समोर उभे राहत होते.

शवचिकित्सेनंतर तर संन्याशाच्या मृत्यूचे आणि त्याची ओळख पटवण्याचे गूढ आणखीनच वाढले होते. तो आपल्यातलाच एक असल्याचे सांगून शक्तिपीठाने त्याचे शव ताब्यात घेण्यासाठी अजून तरी प्रयत्न केला नव्हता आणि मृताची ओळख पटवण्याचे सर्वसामान्य उपाय कुचकामी ठरले होते. त्याच्या बोटांच्या

ठशांवरूनदेखील काही शोध लागला नव्हता आणि त्याच्या दातांच्या नोंदणीवरूनदेखील लागला नव्हता. त्याच्या डीएनएच्या चाचण्या अजून प्रयोगशाळेत चालूच होत्या; पण हा मृत माणूस कधी काळी कुठेतरी एखाद्या लैंगिक गुन्ह्यासाठी किंवा मनुष्यवधासाठी किंवा कोणत्यातरी स्वरूपाच्या अतिरेकी कारवाईसाठी अटक झालेला नसेल, तर त्याची माहिती कुठल्याच माहितीसंग्रहातून मिळणार नव्हती आणि अर्काडियनच्या वरिष्ठांनी तर तपासकामात कितपत प्रगती झाली आहे, हे जाणण्यासाठी त्याच्यावर दबाव टाकायला सुरुवात केली होती. त्यांना कसेही करून हे प्रकरण संपवायचे होते. अर्काडियनलादेखील ते संपवायचे होते; पण नुसतेच सारवासारवीचे काम त्याला करायचे नव्हते. त्या संन्याशाचेदेखील कुणाशीतरी नाते होते आणि ते कुणाशी होते, हे शोधून काढायचे काम त्याचे होते.

समोरच्या भिंतीवरच्या घड्याळाकडे त्याने पाहिले. दुपारचा एक वाजून गेला होता. आठवड्यातून तीन दिवस ज्या शाळेत काम करत असे, तिथून त्याची बायको नुकतीच घरी परत आली असणार होती. एका बाजूला आपला घरचा नंबर फिरवून दुसरीकडे कॉम्प्युटरच्या डाव्या बाजूच्या खालच्या कोपऱ्यात क्लिक करून त्याने पडद्यावर काहीतरी दिसत राहील, असे केले आणि फोन लागण्याची वाट पाहत थांबला.

तिसऱ्यांदा घंटी वाजता वाजताच त्याच्या बायकोने फोन उचलला. तिला धाप लागल्यासारखे वाटत होते.

"मी बोलतोय," इंटरनेटवर 'धर्म' आणि 'जखमांचे व्रण' असे शब्द टाइप करून कॉम्प्युटरच्या शोध इंजिनाला माहिती सादर करण्याचे आदेश देता-देता अर्काडियन म्हणाला.

"अय्याऽऽ," बारा वर्षे झाली, तरी अजूनही जो हेल काढून लांबवलेला शब्द त्याच्या काळजाचा ठाव घेत असे, तो शब्द तस्साच उच्चारत ती पलीकडून बोलली, "तुम्ही घरी येताय का?"

"नाही, एवढ्यात नाही," कॉम्प्युटरच्या पडद्यावर दिसणाऱ्या माहितीतल्या पहिल्या पानावर नजर फिरवत तो म्हणाला.

"मग कशाला फोन केलात? उगाच आपलं एका मुलीच्या आशा वाढवायच्या म्हणून?"

"काही नाही, फक्त तुझा आवाज ऐकायचा होता. आज एकूण काम कसं काय पार पडलं?"

"दमले मी. नऊ वर्षांच्या मुलांच्या भरगच्च वर्गाला इंग्रजी शिकवायचा प्रयत्न करून पाहा, म्हणजे कळेल. किमान शंभर-दोनशे वेळा तरी मी त्यांच्या समोर 'दी हंग्री कॅटरपिलर'ची गोष्ट वाचून दाखवली असेल; पण तरी शेवटी एक मात्र झालंय

की, मी शपथेवर सांगू शकते की, निदान एका मुलाला तरी माझ्यापेक्षा चांगलं वाचता येतंय.''

तिच्या बोलण्यावरून ती आत्ता हसत असणार, असा त्याने अंदाज केला. पोरा-बाळांच्या गर्दीत सकाळ घालवायला मिळाली की, तिला खूप आनंद होत असे; पण ही गोष्ट आठवली की, त्याला मात्र उदास वाटत असे.

''सगळं काही बरोबर आहे असं समजू नकोस,'' तो म्हणाला, ''त्या मुलाला एकदा सगळ्या वर्गासमोर वाचून दाखवायला सांग आणि बघ दडपणाखाली तो कसा काय वागतो ते.''

''ती ना एक मुलगी आहे खरं म्हणजे. मुली नेहमीच मुलांपेक्षा हुशार असतात.''

अर्कांडियन हसत-हसतच म्हणाला, ''हो, पण तुम्ही शेवटी आम्हा मुलांशीच लग्न करता. म्हणजे तुम्ही काही फार हुशार असता असं नाही.''

''पण मग आम्ही तुम्हाला घटस्फोट देतो आणि तुमचा सगळा पैसा-अडका घेऊन जातो.''

''पण माझ्याकडे तर एक दमडीसुद्धा नाही.''

''हां, मग ठीक आहे... तुम्हाला काळजी करायचं काही कारण नाही.''

दरम्यान त्याने नेटवरच्या पानावर क्लिक करून आदिवासींच्या अंगावर तुकतुकीत काळी कातडी कापून मांसात अगदी खोलवर लालसर भाग दिसत असलेल्या जखमांची अनेक चित्रे भराभरा पाहिली; पण कुठल्याच जखमांचे त्या संन्याशाच्या शरीरावरच्या जखमांशी साम्य दिसत नव्हते.

''कुठल्या प्रकरणावर काम करता आहात सध्या?'' तिने विचारले, ''काही महाभयंकर नाही ना?''

''ते संन्यासी प्रकरण.''

''तो कोण आहे ते शोधून काढलं, की अजून काही सांगता येत नाही?''

''काही सांगता येत नाही, कारण अजून काही कळलेलंच नाही.'' असे म्हणत त्याने आणखी एक महत्त्वाचा वाटणारा 'रक्तलांच्छन' असा शब्द टाइप करून त्यासंबंधीची म्हणजे ख्रिस्ताला क्रूसावर चढवून खिळे ठोकल्यावर जशा जखमांच्या खुणा दिसू लागल्या होत्या तशाच प्रकारच्या जखमांच्या खुणा अनाकलनीयरीत्या सामान्य माणसांच्या शरीरावरदेखील दिसू लागण्याबद्दलची माहिती दाखवणारे पान उघडले.

''म्हणजे तुम्ही घरी उशिरा येणार आहात का?''

''आत्ताच नाही सांगता येणार. हे प्रकरण मी लवकरात लवकर संपवावं, अशी त्यांची इच्छा आहे.''

"याचाच अर्थ नक्की उशिरा येणार असा होतो."

"याचा अर्थ कदाचित उशिरा येणार असा होतो."

"आता काय सांगणार... काळजी घ्या म्हणजे झालं."

"मी माझ्या ऑफिसात माझ्या टेबलावर बसून गूगलवर माहिती पाहतोय."

"मग घरी या ना."

"घरी तर मी रोजच येतो."

"बरं, वाट पाहते मी."

"मीदेखील पाहतोय," तो कुजबुजल्या स्वरात म्हणाला.

एकदा सगळ्या ऑफिसात काय-काय चाललेय त्यावरून त्याने नजर फिरवली. सगळे जण आपापल्या कामात होते. नेहमीची गडबड, आवाज ऐकू येत होते. तिथे बसलेले बहुतेक जण एक तर घटस्फोटित होते, नाहीतर त्या वाटेवर होते; पण आपल्या बाबतीत हे कधीच घडणार नाही, याची त्याला खात्री होती, कारण त्याने बायकोशी लग्न केले होते, कामाशी नाही; आणि असा पर्याय निवडल्यामुळे त्याच्या हाती ज्यांच्यामुळे कारकीर्द घडवणाऱ्या किंवा दबदबा वाढवणाऱ्या, आकर्षक, एकदम प्रसिद्धीच्या झोतात आणणाऱ्या प्रकरणांचा तपास करण्याचे काम कधीच सोपवले जाणार नाही, हे त्याला माहीत होते; पण त्याला त्याची पर्वा नव्हती. या असल्या प्रसिद्धीझोतातल्या आयुष्याच्या बदल्यात तो आपले आत्ताचे आयुष्य देण्याचा सौदा कधीच करणार नव्हता. शिवाय हे आत्महत्येचे हाती आलेले प्रकरण हे अशाच स्वरूपाचे असल्याची सूचना त्याचे अंतर्मन त्याला देत होते. येशूच्या खिळ्यांच्या जखमांसारख्या जखमांची माहिती सांगणाऱ्या पानांपैकी एका कुठल्यातरी पानावर जाऊन तिथली माहिती त्याने वाचायला सुरुवात केली.

पानावर रुक्ष भाषेतला भरपूर मजकूर होता आणि जोडीला तुरळक रक्त वाहत असलेल्या हाता-पायांची छायाचित्रे होती; पण त्यातल्या कोणत्याही जखमा संन्याशाच्या शरीरावर दिसलेल्या जखमांशी जुळत्या नव्हत्या.

त्याने चश्मा काढून कामाच्या स्वरूपामुळे रोज बराच वेळ चश्मा लावल्यामुळे नाकावर पडलेल्या खड्ड्यांवर बोटांनी चोळले. शक्तिपीठाकडून काहीतरी समजण्याची वाट पाहता-पाहता किंवा त्या अमेरिकन स्त्रीने त्याचा फोन उचलेपर्यंत हाती असलेल्या इतर प्रकरणांचा तपासदेखील पुढे सरकवायला हवा आहे, हे त्याला कळत होते; पण हे प्रकरण – त्या संन्याशाचे ते सार्वजनिकरीत्या हौतात्म्य पत्करणे, कसलेतरी विधिवत केलेल्या जखमांचे व्रण आणि अधिकृतरीत्या त्या संन्याशाच्या अस्तित्वाची, ओळखीची कोणतीही खूण न सापडणे – हे सगळे तर त्याच्या रक्तात भिनत चालले होते.

कॉम्प्युटरद्वारे चालवलेला शोध त्याने थांबवला आणि पुढची वीस मिनिटे

त्याला समजलेल्या गोष्टींची वस्तुनिष्ठ माहिती आणि त्यावरचे त्याचे प्राथमिक स्वरूपाचे विचार आणि निरीक्षणे त्याने त्या प्रकरणासंबंधीच्या फाइलमध्ये नोंद करण्यात घालवली. पूर्ण करून झाल्यावर त्याने ते पुन्हा एकदा वाचून पाहिले, मग शवचिकित्सेच्या वेळी काढलेले फोटो पुन्हा एकदा पाहिले आणि त्याला हवा असलेला फोटो शोधून काढला.

पुरावे ठेवण्याच्या ट्रेमध्ये ठेवलेल्या त्या चामड्याच्या पट्टीकडे आणि प्रखर प्रकाशझोतात स्पष्टपणे दिसत असलेल्या त्यावरच्या त्या टेलिफोन नंबरकडे पाहिले. तो फोन नंबर त्याने आपल्या मोबाइलमध्ये साठवणीत ठेवला, खुर्चीच्या पाठीला अडकवलेले जाकीट उचलले आणि दाराकडे निघाला. त्याला जरा मोकळी हवा हवी होती आणि थोडी भूकही लागली होती. पायी चालता-चालता त्याला नेहमीच चांगला विचार करता येत असे.

दोन मजले खाली, एका जुन्या फायली भरलेल्या खोक्यांचा ढीग पडलेल्या एका ऑफिसात एक लालसर बारीक-बारीक ठिपके असलेला फिकट रंगाचा हात व्यवस्थापकीय कार्यालयात बदलत्या कामाच्या पाळीमध्ये लेखनिकाचे काम करणाऱ्या आणि अजून दोन-एक तास तरी कामावर येण्याची शक्यता नसलेल्या लेखनिकाच्या कॉम्प्युटरची सुरक्षा व्यवस्था अनधिकृतरीत्या भेदून अंतरंगात शिरण्याचा प्रयत्न करत होता.

काही काळ गेल्यानंतर कॉम्प्युटरचा पडदा प्रकाशमान झाला, त्याचा प्रकाश खोलीमध्ये पसरला. एक बाण पडद्यावरून सरकला, कॉम्प्युटरचा सर्व्हर शोधून काढला गेला आणि एका क्लिकमध्ये उघडला गेला. माऊसवरच्या चाकावरून घसरत यादी वर सरकवून फायलींच्या यादीमध्ये भराभरा वाचले गेले आणि शेवटी हवे तिथे आल्यावर तो बाण थांबला. टेबलाखाली हात घालून त्याने एक माहिती सुरक्षित साठवून ठेवायची मेमरी स्टिक काढली आणि पुढचे काम करण्यासाठी योग्य जागी अडकवली. मग त्या हाताने ती संन्यासी प्रकरणाची फाइल त्या मेमरी स्टिकच्या दिशेने त्या फायलीची एक प्रत बनवण्यासाठी खेचल्यावर त्या फायलीतल्या सगळ्या गोष्टी – शवचिकित्सेचा अहवाल, शवाचे फोटो, दोघांच्या संभाषणाची नोंद आणि अर्कांडियनने करून ठेवलेली टिपणे – या सगळ्याची त्या मेमरी स्टिकमध्ये एक प्रत तयार केली गेली. अगदी सगळ्या गोष्टींची!

३२

लिव्ह अ‍ॅडमसन हॉस्पिटलच्या आवारातल्या हिरवळीतून अचानक उसळून उभ्या राहिलेल्या एकमेव सुरूच्या झाडाला टेकून उभी होती. तिने मान वर करून कसल्याशा जाचातून सुटका झाल्यासारखे सिगारेटच्या धुराचे लोट आकाशातून खाली उतरत आलेल्या फांद्यांकडे सोडले. फांद्यांच्या छत्रातून इमारतीच्या छतावर अगदी वरच्या टोकाला असलेला प्रकाशमान क्रॉस हळूहळू उजळत चाललेल्या आकाशामध्ये मध्येच दुमड घातलेल्या चंद्रकोरीसारखा दिसत होता. त्यातली एक बिघडलेली ट्यूब डोळे मिचकावल्यासारखी बंद-चालू-बंद होत असताना तिला त्या प्रकाशात आपल्या डोक्याच्या वरच्या बाजूला झाडाच्या खोडावर काहीतरी चकाकताना दिसले. हात उंच करून तिने अलगद स्पर्श करून ते काय असावे, याचा अंदाज घेतला. तिच्या हाताला काहीतरी चिकट, जंगली वासाचा पदार्थ लागला. झाडाचा आतला रस, भरपूर प्रमाणात बाहेर आलेला – आरोग्याला काही फारसा चांगला नव्हता तो.

तो रस कुठून बाहेर येतोय ते पाहण्यासाठी ती टाचा उंच करून खोडाची तपासणी करू लागली. त्यासाठी तिने खोडाच्या सालीवर बऱ्याच ठिकाणी ओळीने खाचा पाडल्या. अशा प्रकारच्या झाडांमध्ये दीर्घकाळ चाललेल्या कोरड्या, बर्फाळ थंडीमुळे होणारा एक वाळवीसारखा झाडाचे खोड कुरतडणारा सर्वसामान्य रोग होता तो. बॉनी आणि मायरनच्या बागेतल्या झाडांवरदेखील हाच रोग पसरलेला तिने पाहिला होता. वारंवार येणाऱ्या जास्तच उष्णतामानाच्या उन्हाळ्यांमुळे जमीन शुष्क पडत होती आणि त्यामुळे झाडांची मुळे भुसभुशीत कोरड्या मातीत घट्ट राहू शकत नव्हती. त्यात भर म्हणजे तीव्र थंडीमुळे या वाळवीसारख्या झाडे सडवून नष्ट करणाऱ्या रोगांचा जोम वाढत होता आणि भली भक्कम झाडेदेखील त्यात बळी पडत होती. कीड लागलेला भाग कापून टाकून झाड वाचवणे शक्य होते; पण ते लवकर लक्षात आले तरच, हे झाड मात्र आता वाचवण्याच्या पलीकडे गेले होते.

एक हात अलगद झाडावर टेकवत लिव्हने सिगारेटचा एक खोलवर झुरका घेतला. बोटाला चिकटलेल्या द्रावाचा वास सिगारेटच्या वासात मिसळला. तिच्या डोळ्यांसमोर आहे त्याच जागी जळत चाललेले सुरूचे झाड, त्याच्या आगीत कडकडणाऱ्या काळ्या पडत जाणाऱ्या फांद्या, ज्वालांच्या लपलपत्या जिभा त्या लालसर द्रव पदार्थाकडे झेपावत असल्याचे आणि तो उकळून, वाफा सुटत, स्सऽऽ असा आवाज करत आगीच्या भक्ष्यस्थानी पडत असल्याचे चित्र उभे राहिले. थोडे भानावर येत तिने आजूबाजूच्या गाड्या उभ्या करून ठेवण्याच्या शांत जागेकडे पाहिले. आपण आपल्या कल्पनाविश्वात रमलो असताना इथे एकटेच असल्याची खात्री करून घेतली. हे सगळे आपली आताची नाजूक भावनिक अवस्था आणि त्यात भरीला 'नैसर्गिक'रीत्या बाळाला जन्म देतानाच्या वेदना आणि शेवटी त्या पांढऱ्या कपड्यांतल्या परिचारकांचे ते बॉनीला बाळंतपणाच्या खोलीत घेऊन जाणे, याला प्रत्यक्ष साक्षी राहण्याने आलेला थकवा यामुळे होतेय, अशी तिने स्वत:ची समजूत घातली. या सगळ्यावर लिहायचा विचार लिव्हने केला नव्हता, तरीदेखील हा वाईट लेख झाला नसता. त्यात नक्कीच भरपूर नाट्य होते. आणीबाणीची सूचना देणारी घंटा वाजवण्यासाठी तिने दोरी ओढली, तो क्षण तिला आठवला.

मग त्याच वेळी फोन वाजला होता, तेदेखील आठवले.

हा मोबाइल फोन तिच्याकडे बरीच वर्षे होता. तो इतका जुन्या पद्धतीचा होता की, त्यावरून तिला जेमतेम संदेश टाइप करून पाठवता येत होता, फोटो काढणे किंवा इंटरनेटवर फेरफटका करण्याची बातच नव्हती. तिच्याकडे मोबाइल आहे, हे कित्येकांना माहीतदेखील नव्हते. त्याहीपेक्षा कमी लोकांना तो डिरेक्टरीत नसलेला नंबर माहीत होता. तो मोबाइल जिवंत होऊन काम करायला लागेपर्यंत ज्या मोजक्या लोकांना तो माहीत होता, त्यांची नावे आठवण्याचा प्रयत्न ती करत राहिली.

गुन्हेगारी जगतातल्या बातम्या करायला सुरुवात केल्यानंतर थोड्याच दिवसांत तिने 'घरी आणि बाहेर'चे तंत्र अवलंबायला सुरुवात केली होती. तिने केलेल्या पहिल्याच बातमीच्या वेळी तिला मुलाखतीची येनकेन प्रकारेण टाळाटाळ करणाऱ्या एका वकिलाला आणि त्याच्यापेक्षाही जास्त पळपुट्या असलेल्या त्याच्या इमारत बांधकामाचे परवाने मिळवण्यासाठी लाचलुचपत करण्यासंबंधात शासन ज्यावर खटला भरायच्या तयारीत होते, अशा मालमत्ता विकासक अशिलाला गाठण्यासाठी त्यांचा अक्षरश: पाठलाग करावा लागला होता. शेवटी त्या वकिलानेच आपल्याला फोन करावा, म्हणून तिने आपला फोन नंबर दिला होता; पण वकिलाऐवजी त्याच्या अशिलानेच तिला फोन केला. त्याचा फोन आला, तेव्हा ती एका चेरीच्या झाडावर अर्ध्यावर चढून बसली होती आणि तिच्या हातात काटछाट करण्याची करवत होती. तिने फोन घेताक्षणीच त्याने केलेल्या शिव्यांच्या जोरदार भडिमाराने खरेतर ती

खालीच पडली असती, पण सावरली होती आणि मग शांतपणे खाली येऊन स्वयंपाकघरात जाऊन एक पेन आणि कागद घेऊन तो जे काही बोलला ते शब्दन् शब्द जसेच्या तसे लिहून काढले होते. मग ही सगळी घटना आणि कोर्टासमोर थेट जसेच्या तसे सादर केलेले त्याने उच्चारलेले सगळे अपशब्द, हेच तिने तयार केलेल्या बातमीची कोनशिला ठरले होते.

या घटनेतून तिने दोन मोलाचे धडे घेतले. एक म्हणजे कुठलीही बातमी करताना त्यामध्ये स्वत:ची गुंतवणूक करायला घाबरायचे नाही आणि दुसरे म्हणजे आपला फोन नंबर कुणालाही देताना जास्त जागरूकपणे विचार करूनच द्यायचा. मग तिने एक नवा मोबाइल घेतला आणि तो फक्त ऑफिसच्या कामासाठी वापरू लागली. जुन्या मोबाइलमध्ये नवे सिमकार्ड आणि नवा नंबर टाकून तो फक्त आपले कुटुंबीय आणि मित्र-मैत्रिणींसाठी ठेवला. हाच फोन आत्ता तिच्या हातात सुरू होताना थरथरत होता. तिने मोबाइलच्या पडद्याकडे पाहिले. एकच फोन तिला घेता आला नव्हता आणि त्याव्यतिरिक्त कोणताही संदेशदेखील आलेला नव्हता.

मोबाइलचे मेनू बटण दाबून घेता न घेतलेल्या फोनची यादी उघडून ती पाहू लागली. ज्या कुणी फोन केला होता, त्याने त्याचा नंबर न दिसण्याची व्यवस्था असलेल्या नंबरवरून केला होता. लिव्ह विचारात पडली. कारण तिच्या आठवणीप्रमाणे हा नंबर असलेल्या प्रत्येकाचे नाव तिच्या मोबाइलमध्ये नोंदवलेले होते, त्यामुळे ते लगेच दिसायला हवे होते. शेवटचा झुरका घेऊन सिगारेट खाली पाइनच्या दाभणासारख्या काड्यांमध्ये टाकत तिने विझवली आणि एका ह्यूमन इंटरेस्ट स्टोरीला निरोप देण्यासाठी पुन्हा हॉस्पिटलच्या दिशेने चालू लागली.

३३

जुन्या शहरातल्या सगळ्यात मोठ्या चौकातली एक बाजू पूर्णपणे व्यापणाऱ्या त्या चर्चमध्ये त्या दुपारी मोठ्या प्रमाणात वर्दळ सुरू होती. अख्खी सकाळ शक्तिपीठाच्या पायथ्याकडच्या परिसरातल्या अरुंद दगडी रस्त्यांवरून फिरत आणि सारखे माना उंच करून शक्तिपीठाकडे पाहत घालवलेल्या पर्यटकांचे जथेच्या जथे तिथे ओतल्यासारखे येऊन पडत होते. थकलेला पाहुणा त्या थंडगार, दगडी अंतरंगात प्रवेश करे आणि आत आल्या आल्या अजून शब्दरूपही न सापडलेल्या त्याच्या प्रार्थनांना तिथल्या पॉलिश करून गुळगुळीत स्वच्छ केलेल्या ओकच्या लाकडाच्या बाकांनी आरामशीर बसण्याच्या आणि एकंदरच आपले आयुष्य, हे विश्व आणि असल्या भ्रमंतीसाठी आपण कशी चुकीची पादत्राणे निवडली, यासारख्या गंभीर विषयांवर चिंतन करण्याच्या विनामूल्य उपलब्ध असलेल्या सोयीद्वारे प्रतिसाद मिळत असे. हे चर्च अगदी पूर्ण जागर असलेले चर्च होते. रोज दिवसातून एकदा आणि रविवारी दोनदा इथे सार्वजनिक प्रार्थना होत असे. ज्यांची इच्छा असेल, त्यांना चिंतनप्रसाद आणि ज्यांना गरज असेल त्यांना आपल्या पापांची कबुली देऊन प्रायश्चित्त घेण्याची सोयदेखील इथे उपलब्ध होती.

या असल्या भाऊगर्दीत आता एका माणसाने प्रवेश केला, डोक्यावरची बेसबॉल खेळताना घालतात तसली टोपी काढण्यासाठी आणि झळझळीत प्रकाशाच्या रस्त्यावरून एकदम या भागात आल्यावर इथल्या अंधारल्या जागेला डोळे सरावण्यासाठी त्याचा चालण्याचा वेग थोडा कमी झाला. चर्चचा त्याला अतिशय तिटकारा होता – नुसत्या विचारानेदेखील त्याच्या अंगावर शहारा येत असे – पण शेवटी व्यवसाय म्हणजे व्यवसाय. पर्याय नव्हता.

उंचच उंच गेलेल्या दगडी स्तंभांकडे, रंगीत काचांची तावदाने असलेल्या खिडक्यांकडे आणि असंख्य खिडक्या असलेल्या कमानदार दगडी बांधकामाकडे डोळे विस्फारून पाहत उभ्या असलेल्या पर्यटकांच्या – ज्यांनी हे बांधकाम उभे केले

होते त्यांच्या अपेक्षेप्रमाणेच पाहणाऱ्या प्रत्येकाचे डोळे अगदी स्वर्गाकडेच पाहत असल्यासारखे वर लागलेल्या पर्यटकांच्या – गर्दीतून वाट काढत तो पुढे सरकला. त्याच्याकडे कुणाचेही लक्षदेखील गेले नाही.

चर्चच्या दुसऱ्या टोकाला पोहोचल्यावर त्याच्या चेहऱ्यावर नाखुशी स्पष्ट दिसू लागली. पडदे ओढून लोकांच्या आयुष्याचे खासगीपण जपण्याची सोय केलेल्या जागी माणसे आपली वेळ येण्याची वाट पाहत बसली होती. रांग मोडून पुढे जावे, असा त्याने एकदा विचार केला, पण लक्ष वेधले जाण्याचा धोका त्याला पत्करायचा नव्हता. त्यामुळे रांगेत बसलेल्या शेवटच्या पापी माणसाजवळ जाऊन तो बसला; पण अजिजीचे भाव कायमचे चेहऱ्यावर कोरलेल्या त्या परदेशी गृहस्थाने त्याच्या खांद्यावर थापटल्यासारखे करून पापांची कबुली देण्यासाठीच्या एका रिकाम्या जागेकडे बोट दाखवले.

"असू दे," चाचरत आणि त्याच्या नजरेला नजर न देता हातानेच कोपऱ्यातल्या शेवटच्या जागेकडे इशारा करत तो म्हणाला, "मला त्या शेवटच्या खोक्यात जायचं आहे."

तो पर्यटक गोंधळून गेला.

"फार विचार करू नका हो. माझ्या पापांची कुठे कबुली द्यायची याबद्दल मी फार चोखंदळ आहे असं म्हणा हवं तर." असे म्हणून तो माणूस अंग आकसून घेत बाकावर बसून राहिला. एरवी त्याच्या व्यवसायाचे स्वरूप असे होते की, त्याला कुठल्यातरी बारच्या एखाद्या अंधाऱ्या कोपऱ्यात किंवा एखाद्या कार पार्कच्या अंधाऱ्या जागेत जावे लागत असे; पण त्याच व्यवसायासाठी चक्क एका चर्चमध्ये यावे लागणे जरा विचित्रच होते. त्याला पाहिजे असलेले खोके त्याच्यासाठी रिकामे होण्यापूर्वी दोन पापी माणसांना तिथे आत जाऊन आपल्या पापाची कबुली देऊन बाहेर येताना त्याला पाहावे लागले. आधीचा माणूस पूर्ण बाहेर येण्याआधीच तो घाईगडबडीने खोक्यात शिरला. ताबडतोब पडदा ओढून घेतला.

जागा अगदी अडचणीची, अंधारी होती आणि धूपगंध, घामाचा वास आणि अनाम भीतीच्या मिश्रणाने भारलेली होती. त्याच्या उजव्या बाजूला लाकडी तावदानात त्याच्या डोक्यापेक्षा थोड्या कमी उंचीवर बसवलेली एक लहानशी चौकोनी जाळी होती.

"तुला काही कबुली द्यायची आहे का?" एक दबक्या आवाजातला प्रश्न आला.

"देईनही कदाचित; पण तुम्ही बंधू पिकॉक आहात का?" त्याने विचारले.

"नाही, थोडं थांब." पलीकडला दबका आवाज म्हणाला.

जाळीपलीकडे जो कोणी होता, तो उठून निघून गेला.

इकडचा माणूस बाहेरच्या पर्यटकांचे बोलण्याचे आणि त्यांच्या कॅमेऱ्यांचे आवाज ऐकत बसून राहिला. सर्ऽऽखटक् असे होणारे ते आवाज त्याला सरपटणाऱ्या किड्यांच्या चालीसारखे वाटले. जाळीच्या पलीकडे काहीतरी हालचाल झाल्याचे त्याला ऐकू आले.

"मी बंधू पिकॉक यांचा दूत आहे," एक खर्जातला आवाज म्हणाला.

इकडचा माणूस पुढे झुकून म्हणाला, "मी पाप केलं आहे, कृपया मला क्षमा करा."

"आणि तुला काय कबूल करायचं आहे?"

"मी माझ्या कामाच्या जागेतून काहीतरी घेतलं आहे. असं काहीतरी जे माझ्या मालकीचं नाही, असं काहीतरी जे तुमच्या चर्चमधल्या तुमच्या एका धर्मबंधूबद्दलचं आहे."

"ते जे काही आहे, ते आत्ता तुझ्याजवळ आहे का?"

एका लालसर बारीक-बारीक ठिपके असलेल्या फिकट रंगाच्या हाताने आतल्या खिशातून एक छोटे पांढरे पाकीट बाहेर काढले.

"हो, आहे."

"छान. देवाच्या या घरात आपल्या पापांच्या ओझ्यासह प्रवेश करून आपल्या पापाची कबुली देण्यामागचा उद्देश त्या माणसाला केलेल्या पापाच्या ओझ्यातून मुक्त होता यावं हा आहे, याची तुला कल्पना आहे का?"

इकडचा माणूस हसला. "हो, मला कल्पना आहे." तो म्हणाला.

"तू केलेलं पाप काही गंभीर स्वरूपाचं नाही. देवापुढे मस्तक झुकवून क्षमा मागितलीस, तर तुझं पापक्षालन नक्की होईल."

एक झडप उघडली जाऊन जाळीच्या खाली एक खाच दिसू लागली. खाचेतून त्याने ते पाकीट सरकवले, पलीकडे ओढले जात असताना त्याला एक हलकासा झटका जाणवला. थोडा वेळ कोणीच काही बोलले नाही. पाकीट उघडले जाऊन आत काय आहे, ते पाहतानाचे आवाज त्याच्या कानांवर पडत राहिले.

"तू घेऊ शकलास, ते सगळं आहे का यात?"

"एका तासापूर्वीपर्यंत जेवढं काही घेण्यासारखं होतं, ते सगळं आहे यात."

"छान. पुन्हा एकदा, मी म्हटलं त्याप्रमाणे तू केलेलं पाप फार गंभीर नाही. तो जगत्पिता, तो एकमेव सुपुत्र आणि पवित्र आत्म्याच्या वतीने मी तुला आशीर्वाद देतो. तुझं पापक्षालन झालं आहे, असं समजायला हरकत नाही – अर्थात त्यासाठी तुला या चर्चशी मित्रत्वाचे संबंध राखणं आवश्यक आहे. पुन्हा एकदा देवासमोर नतमस्तक हो म्हणजे तो आपल्या ईमानी सेवकाला यथायोग्य पारितोषिक देईल."

इकडच्या माणसाला आणखी एक पाकीट खाचेतून डोकावताना दिसले. खाली

हात करत त्याने ते ताब्यात घेतले. झडप बंद झाली आणि जाळीपलीकडे जो कोणी होता, तो आला तितक्याच त्वरेने बाहेर पडून दिसेनासा झाला. पाकिटामध्ये प्रत्येकी शंभर डॉलर किमतीचे सह्या न केलेले प्रवासी धनादेशांचे एक जाडसर पुस्तक होते. ते नेहमीच या पद्धतीने त्याला पैसे देत असत आणि त्यांच्या या नीटस पद्धतीचे त्याला कौतुक वाटत असे. म्हणजे समजा त्याचा कुणी पाठलाग केला असता, तसा तो झालेला नाही, हे त्याला माहीत होते; पण समजा तसे असते, तर कुणी पर्यटक अनवधानाने विसरून गेला आणि ते त्याला मिळाले, असे तो सहजपणे सांगू शकत होता. शिवाय हे धनादेश कुणी कसे खरेदी केले, याचा माग काढणेदेखील अशक्य होते, कारण बहुधा अशी खरेदी खोटी ओळख दाखवून जुन्या शहरभागातल्या कुठल्याही चलन परिवर्तन केंद्रातून करता येणे शक्य होते.

पाकीट खिशात टाकून तो खोक्यातून बाहेर पडला, आपली वेळ येण्याची वाट पाहत तिष्ठत बसलेल्यांची रांग ओलांडून पुढे गेला आणि चर्चपासून भरपूर दूर जाईपर्यंत कोणाच्याही नजरेला नजर भिडायलासुद्धा नको, म्हणून मान खाली घालून झपझप चालत गेला.

३४

हातांच्या फिकट कातडीवर लालसर बारीक ठिपके असलेल्या माणसाला त्याच्या पापातून बंधू पिकॉकच्या दूताने मुक्त केल्यानंतर पाच मिनिटांतच ते पाकीट पर्वताच्या उत्तर बाजूला असलेल्या आदरांजली वाहण्याच्या भिंतीच्या पायथ्यापाशी असलेल्या टोपलीमध्ये बारा मेलेल्या कोंबड्या आणि आठ पौंड डुकराच्या मांसाच्या बाजूला ठेवले गेले आणि मग त्या टोपलीला बांधलेल्या दोरीसह हेलकावे खात-खात वर खेचले जाऊन दिसेनासे झाले.

संन्यासी ती टोपली वर ओढून घेत असताना त्याकडे लक्षपूर्वक पाहत उभ्या असलेल्या अथानासियसने आपल्या टकलावर चमकणारा घाम पुसला. सगळ्या वस्तू एकत्र ठेवण्यासाठी तिथे असलेल्या एका तांब्याच्या मोठ्या भांड्यामध्ये टोपलीतून वर आलेल्या सगळ्या गोष्टी जाण्यापूर्वीच ते पाकीट त्याने आपल्या ताब्यात घेतले. आदरांजली वाहण्याच्या भिंतीच्या वरच्या बाजूला असलेल्या कपारीपर्यंत पोहोचण्यासाठी तो अनेक बोळ आणि जिने उतरत अर्ध्या मैलापेक्षाही जास्त अंतर चालत आला होता. पाकीट घेतल्यावर तो माघारी वळला आणि जसा आला होता, त्याच मार्गाने पुन्हा मठाधिपतींच्या सोन्याने मढवलेल्या शानदार दालनाच्या दिशेने चालू लागला.

तो दालनात शिरल्यावर दालनाचे सोनेरी दार त्याच्या पाठीमागे बंद झाले. तोपर्यंत त्याला चांगलीच धाप लागली होती. त्यात काय आहे, ते पाहण्यासाठी अधीर झालेल्या मठाधिपतींनी ते पाकीट त्याच्या हातातून जवळपास खेचूनच घेतले आणि टर्रकन फाडत उघडले. रंगीत काचांच्या खिडकीजवळच असलेल्या एका लिहिण्या-वाचण्यासाठीच्या टेबलाजवळ जात टेबलाचा भिंतीशी लावून ठेवलेला वरचा भाग खाली काढत टेबल मांडल्यावर त्यावर असलेला अत्यंत आधुनिक लॅपटॉप दिसू लागला.

कॉम्प्युटरच्या माऊसने काही विशिष्ट ठिकाणी क्लिक केल्यावर मठाधिपतींना

हवी असलेली साधारण तासाभरापूर्वीच इन्स्पेक्टर अर्काडियनने नोंद करून झाल्यावर बंद केलेली फाइल उघडली. शवचिकित्सेच्या खोलीतल्या प्रखर प्रकाशात पांढराफटक दिसणारा बंधू सॅम्युएलचा चेहरा पुन्हा पुन्हा त्यांच्या नजरेसमोर तरळत राहिला. ''एवढ्या उंचावरून पडल्यावरदेखील त्या मानानं शरीराचं फारसं काही नुकसान झालेलं दिसत नाही.'' पहिले काही फोटो भराभरा पाहत ते म्हणाले.

आपल्या भूतपूर्व मित्राच्या भग्नावशेष शरीराकडे पाहता-पाहता त्याचे शरीर फोडून बाहेर डोकावणाऱ्या बरगड्या पाहून अथानासियसने गपकन डोळेच मिटले. मठाधिपतींनी मजकूर असलेली एक फाइल उघडली आणि तो मजकूर वाचू लागले, त्यामुळे एवढे बरे झाले की, ते भीषण दृश्य दृष्टिआड गेले. अहवालाच्या शेवटी लिहिलेले निरीक्षण वाचताना मनात उसळणाऱ्या रागाला आवर घालण्याच्या प्रयत्नात त्यांचे दात-ओठ करकचून आवळले गेले.

हा जो कोणी माणूस होता, त्याने खाली पडण्याचा निर्णय पूर्ण विचार करून घेतला होता. शहर पोलिसांच्या अखत्यारीत असलेल्या भागात आपण कोसळल्याचे प्रत्यक्ष पाहणारे साक्षीदार असतील, याची खात्री होईपर्यंत त्याने वाट पाहिली. मृत्यूपूर्वी त्याने घेतलेली ही खबरदारी कशाचा संकेत होती? आणि असेलच, तर हा संकेत तो कुणासाठी करत होता – आणि महत्त्वाचे म्हणजे या कृतीतून तो कोणता संदेश देण्याचा प्रयत्न करत होता?

इन्स्पेक्टरच्या विचारांची दिशा ओळखून त्याच दिशेने पुढे विचार करत गेल्यावर मठाधिपती विचार करण्यासही निषिद्ध असलेल्या एका विषयाप्रत जाऊन पोहोचले.

''ज्या माणसानं आपल्याला ही माहिती दिली, त्यानं आपल्याला नियमितपणे ताजी माहिती पुरवत राहावी, अशी व्यवस्था करा.'' असे म्हणून मठाधिपतींनी प्रकरणाबाबतच्या नोंदी असलेली फाइल बंद केली आणि दुय्यम महत्त्वाचे पुरावे असे नाव असलेली दुसरी फाइल उघडली आणि म्हणाले, ''या प्रकरणाबाबत सापडलेली कोणतीही नवी गोष्ट, कोणत्याही दिशेनं चाललेल्या तपासकामाची प्रगती याबद्दल मला तत्काळ माहिती कळाली पाहिजे.''

चित्रे साठवून ठेवलेल्या एका फाइलवर क्लिक करत त्यांनी ती फाइल उघडली, त्याबरोबर दुय्यम महत्त्वाच्या पुराव्यांचे फोटो एकामागून एक पडद्यावर दिसू लागले; त्यात तो गुंडाळी करून ठेवलेला दोर, रक्तात भिजलेली कफनी, संन्याशाच्या हाताच्या मांसात रुतलेले खडक-कपारींचे उपसून काढलेले तुकडे, पुरावे ठेवण्याच्या ट्रेमध्ये असलेली एक चामड्याची पट्टी...

''आणि प्रमुख पुरोहितांना एक निरोप द्या,'' मठाधिपती खिन्नपणे म्हणाले, ''प्रमुख पुरोहितांना माझ्याशी बोलण्यापुरेशी ताकद देण्याची कृपा देव जितक्या

लवकर त्यांच्यावर करेल, तितक्या लवकर मला त्यांच्याशी खासगीत चर्चा करायची आहे, असा निरोप सांगा.''

मठाधिपती कशामुळे एवढे अस्वस्थ झाले होते, ते अथानासियसला कळले नाही, पण त्यांच्या बोलण्याच्या सुरावरून त्याला इथून जायला सांगण्यात येत आहे, एवढे मात्र त्याला स्पष्टच कळले.

''जशी आज्ञा मठाधिपती,'' कमरेत वाकून नमस्कार करत तो म्हणाला आणि शांतपणे खोलीतून बाहेर गेला.

दार पूर्ण बंद होण्याचा आवाज येईपर्यंत मठाधिपती पडद्यावरच्या चित्राकडे पाहत राहिले. आपण एकटेच असल्याची खात्री करून घेत त्यांनी आपली कफनी ओढली आणि कफनीच्या गळ्याभोवती असलेली चामड्याची पट्टी खेचली. एक मोठी आणि एक छोटी अशा दोन किल्ल्या त्या पट्टीला लोंबकळत होत्या. टेबलाच्या सगळ्यात खालच्या खणाला त्यातली छोटी किल्ली लावून त्यांनी तो उघडला. खणात एक मोबाइल फोन होता. पडद्यावरील दृश्याकडे पुन्हा पाहता-पाहता त्यांनी तो फोन सुरू केला.

फोनवरील आकड्यांची बटणे दाबली आणि आकडे बरोबर दाबले असल्याची खात्री करून फोनचे संपर्क साधण्याचे बटण दाबले.

३५

आय-९५ या महामार्गावरून दहा हजार इतर वाहनांच्या गर्दीत मिसळून संथ गतीने गाडी चालवत परत येत असताना लिव्हचा मोबाइल फोन थरथरू लागला.

पडद्यावर फोन करणाऱ्याची ओळख दिसते आहे का तिने पाहिले. ती दिसत नव्हती. म्हणून तिने मोबाइल पुन्हा बाजूच्या सीटवर टाकला आणि सावकाश सरकणाऱ्या रहदारीकडे आपले लक्ष वळवले. आपण सलग एक आठवडाभर न झोपता जागेच आहोत, असे तिला वाटत होते, त्यामुळे आधी घरी पोहोचावे आणि सरळ झोपून जावे, असा ती विचार करत होती.

मोबाइल पुढच्याच क्षणी पुन्हा थरथरू लागला – इतक्या झटकन पुन्हा संपर्क साधला गेला होता की, मोबाइलची पूर्वमुद्रित संदेश देण्याची सुविधा सुरू होण्याएवढादेखील वेळ गेला नव्हता. जे कोणी पलीकडून प्रयत्न करत होते, त्यांनी तो संदेश पहिल्यांदा कानावर पडल्याबरोबर तत्काळ पुन्हा संपर्क साधण्याचे बटण दाबले होते. गाड्यांचे ब्रेक पुन्हा पुन्हा दाबले गेल्यामुळे सतत पेटत-विझत असलेल्या आणि सापासारख्या वळवळत पुढे सरकत असलेल्या लाल दिव्यांच्या नदीकडे लिव्ह पाहत राहिली. थकल्यासारखे वाटत असले, तरी तिला उगाच घाई करून कुठेही जायचे नव्हते, त्यामुळे तिने गाडी रहदारीतून बाजूला घेतली, गाड्या उभ्या करून ठेवण्याच्या जागेत घुसवली. इंजीन बंद केले आणि गाडी उभी असल्याचे दर्शवणारे दिवे सुरू केले.

घाईगडबडीनेच मोबाइल उचलून तिने आपल्या बाजूने संपर्क साधण्याचे बटण दाबले.

"हॅलो?"

"हॅलो." पलीकडून ऐकू आलेला आवाज एका पुरुषाचा होता, ओळखीचा तर नव्हताच आणि त्याच्या बोलण्याला कुठल्यातरी भागातल्या बोली भाषेचे कंगोरे होते. "मी कुणाशी बोलतो आहे, हे मला कृपया कळू शकेल का?"

लिव्ह सावध झाली. "तुम्हाला कुणाशी बोलायचं आहे?"

क्षणभर पलीकडून काहीच उत्तर आले नाही.

"त्याबद्दल मी खात्रीनं काहीच सांगू शकत नाही. माझं नाव अर्काडियन आहे. मी एक पोलीस इन्स्पेक्टर आहे आणि हा फोन नंबर ज्या माणसाच्या अंगावर सापडला, त्याची ओळख पटवण्याच्या प्रयत्नात आहे." पलीकडचा आवाज म्हणाला.

गुन्हे प्रकरणांबाबत पत्रकारिता करणाऱ्या तिच्या तल्लख मेंदूने त्याचा प्रत्येक शब्द मनात घोळवला, तोलून-मापून पाहिला. मग तिने विचारले, "कोणत्या विभागात काम करता तुम्ही?"

"मनुष्यवध अन्वेषण विभागात."

"म्हणजे तुमच्याकडे बहुधा एखादा तोंड न उघडणारा गुन्हेगार तरी असेल, नाहीतर बोलूच न शकणारा गुन्ह्यातला बळी असेल."

"अगदी बरोबर."

"मग या दोघांपैकी कोण आहे ती व्यक्ती?"

एक क्षणभर पुन्हा थांबून तो म्हणाला, "माझ्याकडे एका अनोळखी व्यक्तीचं शव आहे. प्रथमदर्शनी ही आत्महत्या वाटते आहे."

लिव्हच्या काळजाचा ठोका चुकला. हा फोन नंबर ज्यांच्याकडे होता, त्या सगळ्या पुरुष व्यक्तींची तिने मनातल्या मनात यादी वाचली.

तिला तिचा पूर्वीचा प्रियकर मायकेलदेखील आठवला; पण तो आत्महत्या करणाऱ्यांपैकी नव्हता, हेदेखील तिला आठवले. कॉलेजमध्ये तिला शिकवणारे वयस्कर प्राध्यापक आठवले; पण आत्ता तर ते त्यांच्यापेक्षा वीस वर्षांनी लहान असलेल्या त्यांच्या मैत्रिणीबरोबर मजेत सुटीचा आनंद घ्यायला गेले असल्याचेही तिला आठवले – तेसुद्धा नक्कीच आत्महत्या करणाऱ्यांपैकी नव्हते.

"काय वय होतं त्या... त्या माणसाचं?"

"सरत्या विशीतला किंवा नुकताच तिशीत आलेला माणूस आहे तो."

चला, म्हणजे प्राध्यापक तर नक्कीच नाहीत.

"त्याच्या शरीरावर काही वेगळ्या, विलक्षण खुणा आहेत."

"कशा प्रकारच्या?"

"आता..." पुढे बोलावे की, न बोलावे, फोनवर आणखी माहिती सांगावी की नको, अशा संभ्रमात पडल्यासारखा पलीकडचा आवाज क्षीण झाला.

पोलीस लोक त्यांच्याकडे असलेली माहिती द्यायला कसे नाखूश असतात, हे तिला अनुभवाने चांगलेच माहीत होते.

"ही एक आत्महत्या आहे, असं तुम्ही म्हणालात, बरोबर?"

"हो, बरोबर."

"म्हणजे खोटे कबुलीजबाब शोधून काढून बाजूला करण्यासाठी महत्त्वाची माहिती आपल्या हाती राखून ठेवण्याची आवश्यकता असलेलं हे काही एखादं खुनाचं प्रकरण नाही, हो ना?"

"आमच्या कामाबद्दल तुम्हाला बरीच माहिती आहे, असं दिसतं, श्रीमती ...?"

आता संभ्रमात पडायची लिव्हची वेळ होती. आतापर्यंत आपली काहीही माहिती न सांगता ती त्याच्याशी बोलत होती, त्याने त्याचे नाव, त्याचा व्यवसाय आणि त्याने कशासाठी फोन केला, ते कारणदेखील सांगितले होते. काही काळ लांब पल्ल्याच्या संपर्कवाहिनीवरची खरखर दोन्हीकडच्या शांततेवर ओरखडे ओढत राहिली. "इन्स्पेक्टर, तुम्ही कुठून बोलता आहात?"

"मी टर्कीतल्या दक्षिण भागात असलेल्या रुइन शहरातून बोलतो आहे." फोनवरची खरखर किती लांबवरून आलेल्या फोनवरची आहे आणि त्याची बोलण्याची ढब कोणत्या भागातली आहे, याचा यावरून लगेचच उलगडा झाला. "तुम्ही अमेरिकेत आहात, बरोबर? न्यू जर्सीमध्ये. म्हणजे निदान या तुमच्या फोनची नोंदणी तरी तिथेच झालेली आहे."

"तुम्हाला उगाच कुणीतरी इन्स्पेक्टर केलं नाहीये, हे अगदी स्पष्टच आहे."

"न्यू जर्सी म्हणजे गार्डन स्टेट, हो ना?"

"हो बरोबर, तेच."

पुन्हा एकदा फोनवर फक्त खरखर ऐकू येऊ लागली. इकडच्या-तिकडच्या गप्पा मारून तिला जरा बोलायला लावायचे अर्काडियनचे प्रयत्न वायाच जात होते हे खरे होते. "ठीक आहे," शेवटी एक नवा प्रयत्न करायचा ठरवून तो म्हणाला, "मी तुमच्याशी एक सौदा करतो. तुम्ही कोण आहात, ते तुम्ही मला सांगा. त्याच्या बदल्यात या माणसाच्या शरीरावर कोणत्या विलक्षण खुणा आहेत, हे मी तुम्हाला सांगतो."

ओठ दातांनी चावल्यासारखा दाबून धरत लिव्ह त्याने दिलेल्या प्रस्तावाचा विचार करत राहिली. आपले नाव सांगायची तिची इच्छा नव्हती; पण आपला हा अत्यंत खासगी फोन नंबर आपल्या जवळ बाळगून कोण जगभर फिरत होते आणि आता तिकडे शवागारात निश्चेष्ट पडलेले होते, ते जाणून घ्यायची तिला प्रचंड उत्सुकता वाटायला लागली होती. बीप असा एक तीक्ष्ण ध्वनी तिला ऐकू आला. तिने मोबाइलच्या पडद्याकडे पाहिले. बॅटरी उतरत चालल्याची माहिती देणारे शब्द आणि त्यावर एक त्रिकोणाचे चिन्ह तिथे झळकत होते. म्हणजे मोबाइल पूर्ण बंद पडण्यापूर्वी तिच्याकडे एक मिनिट किंवा त्याहीपेक्षा कमी वेळ होता.

"माझे नाव लिव्ह ॲडमसन आहे," ती पटकन म्हणाली. "आता मला त्या प्रेताबद्दल सांगा."

पलीकडे अगदी त्रासदायक वाटेल इतक्या सावकाशपणे तिचे नाव टाइप करून कॉम्प्युटरवर नोंदवले जात असल्याचा आवाज ऐकू आला.

"जखमेच्या खुणा –" शेवटी एकदाचा पलीकडून आवाज आला.

पुढचा प्रश्न विचारायच्या तयारीत ती होती इतक्यात तिला आपल्या पायाखालची जमीनच सरकत असल्याचा भास झाला.

उतरत्या विशीतला किंवा नुकताच तिशीत आलेला...

तिचा डावा हात तिच्याही नकळत डाव्या कुशीकडे गेला. "त्या प्रेतावर... त्या माणसाच्या शरीरावर त्याच्या उजव्या कुशीला, एक साधारण सहा इंच लांबीचा... आडव्या पडलेल्या क्रॉससारखा दिसणारा व्रण आहे का?"

"हो," आयुष्यात ही भूमिका अनेक वेळा पार पाडावी लागल्यामुळे घोटून तयार झालेल्या शुद्ध सांत्वनपर सुरात पलीकडून उत्तर आले. "हो, तशीच खूण आहे."

लिव्हचे आय-९५ महामार्गावरचे आणि नेवार्कच्या सकाळच्या रहदारीतले लक्ष उडाले. तिचे डोळे अज्ञातात हरवले. तिच्या डोळ्यांसमोर सेंट्रल पार्कमधल्या बो ब्रिजवर उभ्या असलेल्या एका अस्ताव्यस्त आणि मानेवर रुळणाऱ्या लांब सोनेरी केसांच्या, गबाळ्या, पण तरीही आकर्षक व्यक्तिमत्त्वाच्या तरुण मुलाचे चित्र उभे राहिले.

"सॅम," गळा दाटलेल्या आवाजात ती म्हणाली, "त्याचे नाव सॅम आहे, म्हणजे सॅम्युएल न्यूटन. माझा भाऊ आहे तो."

आणखी एक चित्र तिच्या डोळ्यांसमोर तरळले – नेवार्क आंतरराष्ट्रीय विमानतळावर उभ्या असलेल्या सॅमच्या पाठीवर पडणाऱ्या सरत्या वसंतातल्या सूर्याच्या किरणांनी लांबच लांब पडलेल्या त्यांच्या सावल्या. त्याला युरोपमध्ये घेऊन जाणाऱ्या विमानाच्या पायऱ्यांच्या वरच्या टोकापाशी तो थांबला होता. या जगातल्या त्याच्या म्हणून असलेल्या सगळ्या वस्तू भरलेली बॅग एका खांद्यावरून दुसऱ्या खांद्यावर टाकत निरोपादाखल हात हलवत तो तिथे थांबला होता. हे असे तिने त्याला शेवटचे पाहिले होते...

"कसा काय मेला तो?" तिने कसेबसे विचारले.

"तो खाली पडला."

सोनेरी केसांच्या मुलाचा चेहरा पुसट होत नाहीसा झाला आणि पुन्हा एकदा महामार्गावरच्या लाल दिव्यांची नदी समोर हेलकावे खाऊ लागली. हे असेच घडले असावे, असे तिला नेहमीच वाटत असे; पण मग त्या इन्स्पेक्टरच्या बोलण्यात

आलेली आणखी एक गोष्ट तिला आठवली.

"हा एक आत्महत्येचा प्रकार आहे, असं तुम्ही म्हणाला होता?"

"हो."

आता आणखी काही आठवणी जाग्या झाल्या. मनाला अत्यंत क्लेशकारक असलेल्या आणि काळीज दुःखाने अगदी जडशीळ करून टाकणाऱ्या त्या आठवणींनी तिच्या डोळ्यांतून पुन्हा अश्रू वाहू लागले. "तुमच्या माहितीप्रमाणे तो मरण पावला त्याला किती वेळ झाला असेल?"

काही काळ शांततेत गेल्यावर अर्कांडियनने उत्तर दिले, "ही घटना आज सकाळी घडली... स्थानिक वेळेनुसार सकाळी."

आज सकाळी? म्हणजे इतके दिवस तो जिवंतच होता तर...

"हवं तर मी तुमच्या स्थानिक पोलीस डिपार्टमेंटला फोन करतो," अर्कांडियन म्हणाला, "काही फोटो पाठवतो आणि तुम्हाला प्रेताची ओळख पटवण्यासाठी इकडे घेऊन यायला कुणालातरी पाठवतो."

"नको!" लिव्ह कळवळून ओरडली.

"पण त्याची ओळख पटवण्यासाठी आम्हाला कोणाचीतरी गरज आहे हो."

"नको म्हणजे फोटो पाठवण्याची गरज नाही आणि मी तिकडे पोहोचते... कदाचित बारा एक तासांत..."

"खरंच, त्याची ओळख पटवण्यासाठी तुम्ही इकडे यायलाच हवं असं काही नाही."

"अहो, मी आत्ता माझ्या कारमध्येच आहे. मी अशीच विमानतळावर पोहोचू शकते."

"अहो, खरंच त्याची काही आवश्यकता नाही."

"आहे, आवश्यकता आहे," ती ठामपणे म्हणाली, "माझा भाऊ आठ वर्षांपूर्वी गायब झाला होता आणि आत्ता तुम्ही मला सांगताय की, फक्त काही तासांपूर्वीपर्यंत तो जिवंत होता. मला तिकडे यायलाच हवं... इतकी वर्षं तो नक्की काय करत होता, हे मला कळायलाच हवं आहे –"

एवढं बोलून होईपर्यंत तिच्या मोबाइलची बॅटरी बंद पडली.

३६

लालसर ठिपके असलेल्या हातांचा माणूस एका कॅफेमध्ये बसून खेळांच्या बातम्या वाचत असल्याचा बहाणा करत होता. कॅफेमध्ये गिऱ्हाइकांची बरीच वर्दळ होती. त्यामुळे त्याला फूटपाथवर बांधलेल्या कनातीच्या सावलीतल्या एका टेबलाजवळची जागा कशीबशी मिळाली होती. समोरच्या टेबलावरच्या पांढऱ्यास्वच्छ कापडावर पडणारा सूर्यप्रकाश त्याच्याकडे सरकू लागला, तेव्हा त्याने आपली खुर्ची थोडीशी हलवून आणखी मागे नेली.

तो जिथे बसला होता, तिथून अर्ध्या अंतरावर असलेले आकाशाकडे वर वर गेलेले ते शक्तिपीठ जणू काही त्याच्यावरच लक्ष ठेवून उभे असलेले दिसत होते. त्याच्या नुसत्या दर्शनानेच त्याला अस्वस्थ वाटायला लागले. त्याला वाटणाऱ्या भीतीमध्ये अगदीच काही तथ्य नव्हते, असे नव्हते. 'फर्स्ट बँक ऑफ रुइन'मधल्या फक्त त्यालाचा माहीत असलेल्या खात्यात त्याने ते प्रवासी धनादेश जमा केल्याबरोब्बर लगेचच त्याला दोन संदेश आले होते. त्यातला पहिला होता, त्याने अधूनमधून व्यवहार केलेल्या एका माणसाचा आणि तोदेखील त्याने आत्ताच विकलेल्या माहितीची मागणी करत होता आणि दुसरा होता शक्तिपीठामध्ये असलेल्या त्याच्या संपर्कातल्या व्यक्तीचा, जो शक्तिपीठाबरोबर बांधिलकी सांभाळून या प्रकरणाची ताजी बातमी सतत त्यांना पुरवत राहण्याबद्दल भरपूर बिदागी मिळणार असल्याचे सांगणारा. म्हणजे आजची सकाळ चांगलीच घबाडयोग असलेली दिसत होती! परंतु 'बांधिलकी सांभाळून' करायच्या कामाबद्दल पैसे घेण्याबाबत तो जरा साशंक होता आणि आत्ता तर तो शक्तिपीठाच्या नजरेच्या टप्प्यात, तीच माहिती दुसऱ्या कुणाला तरी विकण्याच्या बेतात होता.

हातातल्या वर्तमानपत्रावरून नजर उचलत त्याने वेटरला इशारा केला आणि आपले बिल आणायला सांगितले. हे प्रकरण इतक्या जणांना महत्त्वाचे वाटत होते, ही एक विचित्रच गोष्ट होती. आता ही काही खून किंवा लैंगिक गुन्ह्याची भानगड

नव्हती. या असल्या भानगडी नेहमीच त्याच्यासाठी भरपूर पैसे देणाऱ्या ठरत असत. वेटर टेबलाजवळून गेला आणि जाता-जाता त्याने एका लहानशा ताटलीत मिंटच्या गोळीखाली ठेवलेले बिल ठेवले. फक्त एक कॉफीच घेतली असली, तरी त्याने ती मिंटची गोळी उचलून तोंडात टाकत त्या जागी आपले क्रेडिट कार्ड ठेवले. हातातले वर्तमानपत्र घडी करून टेबलावर ठेवले आणि हातांनी दाबत त्याची घडी चपटी करण्याचा प्रयत्न केला. तसे करताना त्याला घडीखालचा जाडसरपणा जाणवला. मग खुर्चीवर मागे रेलत त्याने नजर दुसरीकडे वळवली. मग तो वेटर पुन्हा माघारी जाताना टेबलापाशी जराही न थांबता सहजपणे ती ताटली आणि ती वर्तमानपत्राची घडी उचलून घेऊन गेला, तेव्हा त्याचा सगळा आविर्भाव मस्त हवेशीर कॅफेमध्ये बसण्याची मजा चाखत बसलेल्या एखाद्या पर्यटकासारखाच होता.

सूर्याचा प्रकाश त्याच्या दिशेने आणखी पुढे सरकत असल्याचे पाहून त्याने पुन्हा एकदा आपली खुर्ची आणखी मागे सरकवली. ही नक्कीच काहीतरी लैंगिक भानगड असणार. पहिल्यांदा जेव्हा त्याने ती फाइल चोरली होती, तेव्हा त्याने त्यात डोकावून पाहिले होते आणि शरीरावरच्या जखमांच्या खुणांमुळे ही काहीतरी जबरदस्त भानगड असणार, असा त्याने कयास बांधला होता. काहीतरी विचित्र अशी गोष्ट हे धार्मिक वगैरे असलेले लोक दडपून टाकण्याचा प्रयत्न करत आहेत, असा त्याचा अंदाज होता.

आणि ज्या दुसऱ्या पार्टीला ही माहिती विकायला तो निघाला होता, त्यांना शक्तिपीठाबद्दल किंवा त्यातल्या माणसांबद्दल काडीइतकेही प्रेम, आदर नव्हता, हेदेखील त्याला चांगलेच माहीत होते. यापूर्वी त्यांना पुरवलेल्या माहितीवरून त्याला हे स्पष्टच कळलेले होते. काही वर्षांपूर्वी एका लहान मुलावर अत्याचार करण्याची विकृती असलेल्या पुरोहिताच्या भानगडीबद्दल त्याने त्यांना माहिती पुरवली होती आणि आणखी एका वेळेला शक्तिपीठातल्या चर्चशी संलग्न असलेल्या धर्मादाय संस्थांमधील पैशांच्या गैरव्यवहारांच्या सुरू असलेल्या चौकशीमधल्या महत्त्वाच्या साक्षीदारांची नावे आणि फोन नंबर त्याने पुरवले होते. त्यामुळे या वेळीदेखील तशाच प्रकारचे काहीतरी प्रकरण असेल, असा त्याने अंदाज केला होता. शक्य तितक्या धक्कादायक गोष्टींची जास्तीत जास्त माहिती मिळवून त्या सगळ्या दारूगोळ्यासह एखाद्या मोठ्या भानगडीचा इतका गवगवा करायचा, इतके आगीत तेल ओतायचे की, त्या शक्तिपीठ नामक उच्च जागी सगळ्या जगापासून अलिप्तपणे बसलेल्या आणि देवापेक्षाही स्वत:ला जास्त पवित्र मानणाऱ्या महामानवांना जगणे मुश्कील व्हावे, असाच बहुधा ते प्रयत्न करत असावेत आणि हे सगळे त्याच्या दृष्टीने चांगलेच होते. एक लैंगिक छळ वगैरेची चटकदार भानगड आणि त्याच्या जोडीला काहीतरी धार्मिक कर्मठपणा वगैरेचा मीठ-मसाला असलेले प्रकरण

म्हणजे चांगलीच सनसनाटी बातमी ठरणार होती – आणि या असल्या गोष्टीच तर त्याला भरपूर पैसा मिळवून देत होत्या.

पुन्हा एकदा शक्तिपीठ पर्वताकडे नजर गेल्यावर तो हसला. त्याच्या बांधिलकीबद्दल ते त्याला जास्त पैसे द्यायला तयार असले, तर त्यांच्याकडून आणखी पैसे उकळता येणार होते. म्हणजे ते परलोकात गेल्यावरचे अधिक उन्नत आयुष्य वगैरे गोष्टींवर ते तिथे उंच पर्वतात बसलेले लोक विश्वास ठेवू शकत असतीलही कदाचित; पण वास्तव जगात मात्र आज, आत्ता, इथे काय मिळत आहे, तेच फक्त महत्त्वाचे होते. शिवाय तो काही लगेचच त्यांना ताजी बातमी पुरवणार नव्हता. मोठ्या आकाराच्या फायली त्यांच्यापर्यंत पोहोचवणे म्हणजे फार जिकिरीचे काम होते. त्यांनीच दिलेल्या फक्त अक्षरी संदेश पाठवण्याच्या नंबरावर ठळक मुद्दे लिहून पाठवण्याला त्याची काही हरकत नव्हती; निदान ते एक योग्य दिशेने उचललेले पाऊल तरी होते; परंतु आज अगोदरच त्याने एकदा हातात फ्लॅश ड्राइव्ह घेऊन शक्तिपीठाची वारी केली होती; त्यामुळे ताजी बातमी देण्यासाठी उद्यापर्यंत थांबायला काहीच हरकत नव्हती. कसेही असले, तरी ते त्याला पैसे तर देणारच होते.

वेटर पुन्हा एकदा टेबलाजवळून गेला आणि जाता-जाता त्याने पावतीच्या खाली ठेवलेल्या क्रेडिट कार्डासकट तातली टेबलावर ठेवली. त्या माणसाने ते सगळे उचलले आणि पटकन पाकिटात टाकले. कशावरही सही करायची त्याला गरज नव्हती किंवा त्याचा सांकेतिक क्रमांकदेखील वापरायची गरज नव्हती, कारण त्याच्या कॉफीचे पैसे परस्परच दिले गेले होते आणि वर त्याच्या खात्यात एक हजार डॉलर जमा झाले होते. चोरट्या नजरेने इकडेतिकडे पाहत आणि एकदा निरभ्र आकाशाकडे पाहत त्याने आपल्या जाकिटाचे बटण लावले, डोक्यावर टोपी चढवली आणि अलगदपणे रस्त्यावरच्या गर्दीत मिसळून गेला.

तो बसला होता त्या टेबलापासून चार टेबले मागे कनातीच्या सावलीतच असलेल्या टेबलावर कॅथरीन मान बसली होती. पूर्वेकडच्या दुतर्फा झाडे असलेल्या मार्गावर पायी चालणाऱ्यांच्या गर्दीत मिसळत असलेल्या खबऱ्याकडे तिचे लक्ष होते. त्याच्या डोक्यावरची बेसबॉलची टोपी, अंगातला रेनकोट ढळढळीत सूर्यप्रकाशात अगदीच विपर्यस्त वाटत होता. वेटर तिच्या बाजूला येऊन उभा राहिला आणि त्याने तिचे बिल आणि वर्तमानपत्राची घडी तिच्या टेबलावर ठेवली. ती घडी हाताने चाचपून आतमध्ये पाकीट असल्याची खात्री करत तिने बॅगेत टाकली. मग बिलाचे पैसे तिने रोख रक्कम ठेवून भरले आणि तसे करताना वेटरसाठी भरभक्कम टिप ठेवण्याची काळजीही घेतली आणि तो माणूस गेला त्याच्या विरुद्ध दिशेने चालू लागली.

३७

नेवार्क लिबर्टी विमानतळाच्या स्टील आणि काचेने मढवलेल्या भल्या मोठ्या खोक्यासारख्या टर्मिनल 'सी'मध्ये बसून लिव्ह जवळपास बादलीभर असावी, इतकी कॉफी पीत बसली होती. तिथून सुटणाऱ्या विमानांच्या तक्त्याकडे तिने पाहिले. तिला जायचे होते त्या विमानात प्रवाशांना बसायला अजून सांगण्यात येत नव्हते.

तिचा मोबाइल बंद पडल्याबरोबर ती भर गर्दीच्या वेळी रहदारीतून जसे जायला मिळाले तितक्या वेगाने घरी पोहोचली होती आणि युरोपात जाणाऱ्या सगळ्यात लवकरच्या विमानफेरीत आपली जागा आरक्षित केली होती. तिच्या एकूण प्रवासातल्या पहिल्या टप्प्याचा प्रवास दहा वाजून वीस मिनिटांनी सुटणाऱ्या विमानाने सुरू होणार होता, त्यामुळे तिला जेमतेम एका होल्डॉलमध्ये आपल्या आवश्यक गोष्टी भरून घ्यायला, आपला कामावर असतानाचा मोबाइल फोन आणि त्याचा चार्जर घ्यायला आणि एका टॅक्सीत धावत-पळत बसून विमानतळाकडे निघायला वेळ मिळाला होता.

तिच्या खासगी फोनमधले सिम कार्ड काढून तिने दुसऱ्या मोबाइलमध्ये बसवल्यावर तिला तिकडे येण्यापासून परावृत्त करण्यासाठी अर्काडियनने पाठवलेला आणखी एक लांबलचक संदेश पाहायला मिळाला. त्यात त्याने आपल्याशी थेट संपर्क साधण्यासाठीचा फोन नंबर आणि आपल्या मोबाइलचा नंबरदेखील देऊन तिने त्याला फोन करावा, अशी विनंती केली होती. तिने तो संदेश सुरक्षित राखण्याची व्यवस्था केली आणि खिडकीतून दिसणाऱ्या विमानतळाकडे पाहत बसली. ती त्याला फोन करणार होती– टर्कीमध्ये उतरल्यावर तिथल्या टॅक्सीत बसून त्याच्या कार्यालयाकडे जात असताना खिडकीतून बाहेर पाहता पाहता ती त्याला फोन करणार होती.

पण विमानतळाच्या टर्मिनलमध्ये जाऊन बसल्यानंतर मात्र तिचा उत्साह मावळला आणि इतक्या दिवसांचा प्रचंड थकवा एकदम प्रभाव दाखवू लागला.

विमानात बसल्याबरोबर आपल्याला झोप लागेल किंवा काही नाही तरी प्रिमियम इकॉनॉमी श्रेणीतल्या भागातल्या आसनव्यवस्थेनुसार शक्य तितक्या डुलक्या तरी तिला नक्कीच काढता येतील, हे तिला माहीत होते; पण त्याआधी विमानात बसेपर्यंत तरी तिला जागे राहणे भाग होते आणि म्हणूनच तो भला मोठा कॉफीचा पेला तिच्या हातात होता.

खिशात ठेवलेला फोन थरथरू लागला. तिने जाकिटातून फोन बाहेर काढून पडद्यावर काय दिसतेय ते पाहिले. पुन्हा एकदा अनोळखी माणसाचा फोन होता तो. तिने तो घ्यायलाच नको होता. घेतला असता तर त्या इन्स्पेक्टरने नव्या प्रश्नांची रांग उभी केली असती आणि तिने तिकडे येऊ नये, म्हणून तिचे मन वळवायचा प्रयत्न केला असता. विचार करता-करता तिने दीर्घ नि:श्वास टाकला. तिला सिगारेट ओढण्याची जोरदार तलफ आली; पण मोबाइलचे आग लागल्यासारखे किंचाळणे थांबवण्यासाठी फोन घ्यावा, म्हणून तिने हिरवे बटण दाबले.

"हॅलो," ती म्हणाली.

"हॅलो," एक खर्जातला आवाज ऐकू आला.

हा त्या इन्स्पेक्टरचा आवाज नव्हता.

"कोण बोलतंय?"

बोलण्यापूर्वी पलीकडची व्यक्ती विचार करत थांबल्याचे स्पष्ट जाणवल्यामुळे कितीही पेंगुळलेली असली आणि कॉफीचा अंमल असल्यामुळे तारवटल्यासारखी झालेली असली, तरी ती तत्काळ सावध झाली. ज्या माणसांना आपले खरे नाव सांगायचे नसते तीच माणसे तुम्ही त्यांचे नाव विचारल्यावर टाळाटाळ करतात, हे तिला अनुभवाने माहीत होते.

"मी इन्स्पेक्टर अर्काडियनचा सहकारी आहे." घोगऱ्या आवाजातले बोलणे ऐकू आले. अर्काडियनप्रमाणेच त्याच्या बोलण्याची लकब होती; पण हा आवाज त्याच्यापेक्षा वयस्कर माणसाचा आणि जास्त अधिकारवाणीने बोलणाऱ्याचा होता.

"तुम्ही त्यांचे वरिष्ठ अधिकारी आहात का?" तिने विचारले.

"मी त्याचा सहकारी आहे. त्याने तुमच्याशी संपर्क केला का?"

लिव्हला संशय वाटायला लागला. एक पोलीस त्याच्या सहकाऱ्याविषयी एका साक्षीदारामार्फत चौकश्या का करत होता? पोलीस अशा पद्धतीने काम करत असल्याचे तिला माहीत नव्हते. ते एकमेकांशी बोलतील, कुणा परक्या व्यक्तीशी नाही.

"तुम्ही त्यांनाच का विचारत नाही?" ती म्हणाली.

"गेले काही तास तो कार्यालयात नाही, म्हणून मी विचार केला की, तुमच्याशी संपर्क साधावा. तुम्ही त्याच्याशी बोलला आहात, असं मी आता गृहीत

धरतो.'' पलीकडचा आवाज म्हणाला. पुन्हा एकदा तिचे मन सावधपणाचा इशारा देऊ लागले. हा नवा माणूस पोलीस तर अजिबातच नव्हता, म्हणजे तिला माहीत असलेल्या पोलिसांप्रमाणे तरी नव्हताच. कदाचित त्यांच्या देशात त्यांची घडण वेगळ्या पद्धतीने होत असावी.

टर्मिनलमध्ये एक मोठ्या आवाजात झालेली उद्घोषणा घुमली. तिच्या विमानाचीच सूचना होती ती. डोळे बारीक करून तिने सुटणाऱ्या विमानांच्या फलकाकडे पाहिले. विमानतळाच्या अगदी एका टोकाकडे, म्हणजे म्हटले तर त्या राज्याच्या अगदी सीमारेषेवरच असलेल्या क्रमांक ७८च्या दारातून तिला जायचे असलेल्या विमानात प्रवेश देण्यास सुरुवात झाली असल्याची सूचना होत होती.

बसल्या जागेवरून कष्टानेच उठत आपला होल्डॉल हातात घेता-घेता ती म्हणाली, ''हे पाहा, मला अजिबात झोप घ्यायला मिळालेली नाही. त्यावर मी जवळपास एक गॅलनभर कॉफी प्यायले आहे आणि नुकतीच मला एक अतिशय वाईट बातमी कळली आहे. त्यामुळे तुमच्याशी बोलत बसायची मला अजिबात इच्छा नाही. माझं या आधी काय बोलणं झालं, याची तुम्हाला माहिती पाहिजे असेल, तर तुम्ही अर्काडियनना विचारा. त्यांची स्मरणशक्ती माझ्याइतकीच चांगली असल्याची, किंबहुना आत्ताच्या परिस्थितीत तरी माझ्यापेक्षा कितीतरी पटींनी जास्त चांगली असल्याची मला खात्री आहे.'' असे म्हणून तिने संपर्क तोडला आणि पुन्हा एकदा घंटी वाजायच्या आत फोन 'पूर्ण बंद' करायचे बटण दाबले.

३८

इकडे लिव्हने संपर्क तोडला, त्याच वेळी मठाधिपतींनी बंधू सॅम्युएलची वैयक्तिक माहिती असलेली फाइल ग्रंथालयातून आणायची अथानासियसला आज्ञा केली. त्याचबरोबर त्यांच्या डोक्यात एक योजना घोळू लागल्यामुळे त्यांनी रक्तकर्मींच्या सध्याच्या गटातील प्रत्येक सदस्याची वैयक्तिक माहिती असलेल्या सगळ्या फाइलीदेखील घेऊन यायला सांगितल्या.

वाईट बातमी, ती म्हणाली होती. एक अगदी वाईट बातमी... आणि मुख्य म्हणजे अर्काडियनने तिला फोन करायची तसदी घेतली होती...

पण हे शक्य नव्हते. कोणत्याही स्वरूपाचे नातेवाईक जिवंत असतील, अशा माणसाला शक्तिपीठामध्ये प्रवेशच मिळत नव्हता. कुठल्याच प्रकारचे कौटुंबिक पाश नसलेल्या माणसाला त्या पवित्र पर्वतात चाललेल्या कार्यापासून दूर खेचायला कारणीभूत ठरणारे भावनिक बंध अस्तित्वातच नसण्याची आणि पर्वताबाहेरच्या कुणाशीही संपर्क साधण्याची इच्छादेखील न होण्याची खात्री केली जात होती. या एका नियमाचा कदापिही भंग न होऊ देण्याची दक्षता घेण्याद्वारेच शक्तिपीठाची सुरक्षितता आणि त्यातील कार्याबद्दल पराकोटीची गोपनीयता राखली जात होती आणि यासाठी प्रवेशासाठी इच्छुक असलेल्यांची पार्श्वभूमी तपासून पाहण्याची पद्धत अत्यंत कठोर होती. एखाद्याच्या कुटुंबाबद्दलच्या माहितीची कागदपत्रे समजा जळून गेली असतील, तरी त्याला प्रवेश दिला जात नसे. एखाद्याला अगदी दूरच्या नात्यातले कोणीतरी असेल, ते एकमेकांना कधीही भेटले नसतील, इतकेच काय; पण एकालेखी दुसरा मरून गेला असावा, असे गृहीत धरले असेल, तरी त्या व्यक्तीलादेखील प्रवेश नाकारला जात असे.

पाच मिनिटांतच सगळ्या फायली आल्या. काहीही न बोलता अथानासियसने त्या मठाधिपतींच्या टेबलावर ठेवल्या आणि तत्काळ खोलीमधून नाहीसा झाला.

शक्तिपीठात राहणाऱ्या प्रत्येकाच्याच वैयक्तिक माहितीप्रमाणे बंधू सॅम्युएलच्या

फायलीतदेखील त्याची इत्थंभूत माहिती होती. सगळ्या कागदपत्रांच्या तपशीलवार प्रती फायलीत होत्या, काही तर चक्क मूळ प्रतीच होत्या, या सगळ्यातून त्याचा आयुष्यपट उलगडत होता : त्याची शाळेतली प्रगतिपत्रे, त्याने केलेल्या नोकऱ्यांचे त्याच्या सामाजिक सुरक्षा क्रमांकावरून मिळवलेले तपशील, इतकेच काय पोलिसांनी त्याला कशासाठी तरी केलेल्या अटकेबाबतच्या कागदपत्रांच्या प्रती – असे सगळे होते त्यात.

त्याच्या कुटुंबाविषयी माहिती असलेली सर्व कागदपत्रे मठाधिपतींनी चाळून पाहिली. त्यात त्यांना मृत्यूचे दाखले मिळाले; जन्माला येऊन फक्त काही दिवसच झाले असताना त्याची आई मरण पावल्याचे त्यात नमूद होते आणि त्याचे वडील तो अठरा वर्षांचा असताना एका अपघातात मरण पावल्याचेही त्यात लिहिले होते. दोन्ही बाजूचे आजी-आजोबा वारल्यालाही बराच काळ लोटला होता. त्याचे वडील हे त्यांच्या आई-वडिलांचा एकुलता एक मुलगा होते आणि त्याच्या आईचा एकच भाऊ होता, तोदेखील वयाच्या अकराव्या वर्षीच ल्युकेमियाने वारला होता. काका, काकी, पुतणे, भाऊ, बहिणी असले कुठलेही नातेवाइक नव्हते. म्हणजे जसे असणे आवश्यक होते, तसेच सगळे होते.

दारावर झालेल्या हलक्याशा टकटक आवाजाने त्यांची तंद्री भंग पावली. दरवाजाकडे पाहताना खोलीमध्ये येण्यापुरतेच उघडले गेलेल्या दारातून अथानासियस आत येताना त्यांना दिसला.

"परवानगी न घेताच आत आल्याबद्दल क्षमा करा, मठाधिपती बंधुवर," तो म्हणाला, "पण प्रमुख पुरोहितांनी निरोप दिलाय की, तुम्हाला भेटण्याइतपत त्यांना आत्ता बरं वाटतंय. तुम्ही त्यांच्या कक्षामध्ये सायंप्रार्थनेच्या अर्धा तास आधी त्यांना भेटावं, असा निरोप दिला आहे त्यांनी."

मठाधिपतींनी घड्याळाकडे पाहिले. सायंप्रार्थनेला अजून दोन तास अवकाश होता. पुरोहितांच्या शरीरामध्ये धुगधुगी राहण्यापुरते ताजे रक्त त्यांच्या शरीरात भरायला प्रेतात्म्यांना पुरेसा वेळ मिळावा, म्हणून बहुधा भेट उशिरा ठेवली होती. म्हणजे सायंप्रार्थनेच्या निमित्ताने जमलेल्या लोकांसमोर काहीतरी दिलासादायक बातमी देता यावी, अशी आशा त्यांना बहुधा वाटली असावी. रक्तकर्मींच्या वैयक्तिक माहितीच्या फायलींच्या ढिगाकडे त्यांनी एक नजर टाकली. कदाचित तशी बातमी देणे शक्य होते.

बंधू सॅम्युएलची फाइल बंद करून एका बाजूला ठेवत ते म्हणाले, "ठीक आहे; पण त्याआधी तू माझं एक काम करावंस असं मला वाटतं. ज्या माणसानं आपल्याला पोलिसांच्या नोंदीची फाइल दिली; त्याच्याशी तू संपर्क साध. मला असं कळलंय की, या प्रकरणाचं तपासकाम करणाऱ्या इन्स्पेक्टरनं एका बाईशी संपर्क

साधला आहे. ती स्त्री कोण आहे, ते मला कळायला हवंय, त्या दोघांमध्ये काय बोलणं झालं आणि सगळ्यात महत्त्वाचं म्हणजे ती आत्ता कुठे आहे, हे मला समजलं पाहिजे.''

''अर्थातच, मी मला जमेल तितकी सर्व माहिती गोळा करतो आणि तुमच्या भेटीपूर्वी तुम्हाला नक्की कळवतो.'' अथानासियस म्हणाला.

संमतिर्शक मान हलवत मठाधिपतींनी लवून नमस्कार करणाऱ्या आणि अदबीने खोलीतून बाहेर जाणाऱ्या अथानासियसकडे पाहिले आणि मग ते त्या फायलींच्या ढिगाऱ्याकडे वळले.

एकूण बासष्ट फायली होत्या त्या आणि प्रत्येक फायलीत लाल कफनीत वावरणाऱ्या आणि शक्तिपीठाच्या पर्वतातल्या निषिद्ध क्षेत्रात जाणाऱ्या प्रत्येक मार्गाचे डोळ्यांत तेल घालून रक्षण करणाऱ्या सुरक्षा रक्षकांच्या गटातील एकेका रक्तकर्मींच्या गत इतिहासाची तपशीलवार माहिती होती. या माणसांनी आपल्या गत आयुष्यात आणि त्यानंतर इथे शक्तिपीठात दाखल झाल्यानंतरच्या जीवनात समर्पित भावनेने काम करतानादेखील आपल्या शारीरिक क्षमतांची उत्तम प्रचिती वेळोवेळी दिली होती. रक्तकर्मी गटातले असल्यामुळे अद्याप तरी त्या गोपनीय विधीच्या खऱ्या स्वरूपाविषयी त्यांना काहीच माहीत नसले, तरी पुढेमागे त्यांची मुक्तकांच्या गटात वर्णी लागण्याचीदेखील शक्यता होती, त्यामुळे शक्तिपीठाच्या गोपनीयतेला धक्का न लागू देता यांच्यापैकी कुणालाही पुन्हा बाहेरच्या जगात पाठवणे शक्य होते.

फायलींच्या चळतीतली वरची फाइल खाली घेत त्यांनी उघडली, भराभर त्यातली वैद्यकीय अहवाल, शाळेतल्या प्रवेशाचे दाखले असली सटरफटर कागदपत्रे उलटत त्यांना हव्या असलेल्या कागदपत्रांकडे – लष्करात काम केले असल्याचा इतिहास, गुन्ह्यासाठी अटक झाल्याचा, तुरुंगात गेल्याचा इतिहास – ज्यातून हा आपल्याला हवा तसाच माणूस आहे की नाही हे कळेल, अशा कागदपत्रांकडे आपले लक्ष वळवले.

३९

कॅथरीन मान आपल्या अपार्टमेंटमधल्या एकांतात आपल्या लॅपटॉपवर त्या चोरलेल्या फाइलमधली माहिती पाहत होती. शक्तिपीठातल्या लोकांना मिळालेल्या प्रतीनंतर जवळजवळ तासाभराने तिला फाइल मिळालेली असल्याने तिच्याकडे आलेल्या फायलीत थोडी जास्त अलीकडची माहिती होती आणि त्यामध्ये अर्कांडियनच्या लिव्हशी झालेल्या संभाषणाचे ढोबळ शब्दांकन होते. तसेच ती काम करत होती त्या अमेरिकन वर्तमानपत्राच्या ऑफिसात तिच्या व्यक्तिमत्त्वाची असलेली माहितीदेखील त्यात होती. तिने भराभर ती सगळी माहिती वाचून काढली आणि आपला फोन उचलून जलद संपर्क साधण्यासाठीचे बटण दाबले.

"मला मिळालीय माहिती," वडिलांनी फोन घेतल्याबरोबर ती एवढेच म्हणाली.

"मग काय आहे त्यात?"

"तो एक मुक्तक होता, असं खात्रीनं सांगता येईल." शवचिकित्सेदरम्यान काढलेल्या फोटोंवरून नजर फिरवत आणि त्यात दिसणाऱ्या प्रेतावर समारंभपूर्वक केलेल्या जखमांच्या अगदी परिचयाच्या नक्षीकडे पाहत ती म्हणाली.

"हे फार महत्त्वाचं आहे," ऑस्कर म्हणाले. "आणि इतकं असूनही शक्तिपीठाकडून त्याचा ताबा मिळवण्यासाठी अधिकृतपणे एक शब्दही उच्चारला गेलेला नाही. म्हणजे त्यांना कशाची तरी भीती वाटते आहे."

"असेलही कदाचित, पण या फायलीमध्ये आणखीही काहीतरी आहे... काहीतरी अगदी... अविश्वसनीय वाटावं असं." लॅपटॉपच्या पडद्यावरील चित्रातून तिच्याकडे थेट पाहत असलेल्या एका सुंदर पत्रकार मुलीच्या फोटोकडे पाहत ती म्हणाली, "त्याला एक बहीण आहे."

बाबांचा श्वास एकदम दचकून थांबल्याचे तिला ऐकू आले.

"पण हे शक्य नाही," ते म्हणाले. "त्याला जर एखादी बहीण असेल, तर तो मुक्तक होणं शक्य नाही. इतकंच काय, पण तो शक्तिपीठाच्या आतल्या

भागातून आलेला असणंदेखील शक्य नाही.''

''पण त्याच्या शरीरावर त्या ठरावीक जखमांचे व्रण आहेत.'' ती म्हणाली. ''याचा अर्थ त्याला पूर्ण दीक्षा मिळाली होती. त्याच्यावर 'ताऊ'चा शिक्का उमटवला गेला आहे. त्यामुळे तो नक्कीच शक्तिपीठाच्या अंतस्थ भागातून आला असणार आणि त्यानं तो पवित्र विधीदेखील पाहिला असणार.''

''मग त्याच्या बहिणीचा शोध घ्या,'' ऑस्कर म्हणाले. ''तिला शोधा आणि सर्व शक्तीनिशी तिचं संरक्षण करा आणि सर्व शक्तींनिशी, म्हणजे अगदी सर्व शक्तींनिशी रक्षण करा. अजिबात हयगय करू नका.''

फोनवर क्षणकाळ शांतता पसरली. ते जे काही सांगत होते, त्याचा पुरेपूर अर्थ दोघांनाही माहीत होता.

''हो, समजलं मला!'' शेवटी कॅथरीन म्हणाली.

''हे फार जोखमीचं काम आहे, हे मला कळतंय,'' ऑस्कर म्हणाले, ''पण तिच्यावर कोणता प्रसंग गुदरणार आहे, याची त्या मुलीला काहीच कल्पना नसेल. आपण तिचं रक्षण केलंच पाहिजे. हे आपलं कर्तव्य आहे.''

''हो, मला माहीत आहे.''

''आणखी एक गोष्ट .. .''

''काय?''

''आपली ती जास्तीची खोली आहे, ना तिची साफसफाई करून घे आणि थोडी उत्तम प्रतीची स्कॉच आणून ठेव.'' ते म्हणाले. त्यांच्या आवाजात पुन्हा एकदा प्रेमळ उबदारपणा जाणवत होता. ''मला वाटतं, मी घरी परतण्याची वेळ आली आहे.''

४०

अंधाऱ्या दगडी बोळांमधून लगबगीने प्रमुख पुरोहितांच्या खोलीकडे जात असताना मठाधिपतींच्या मनात त्या त्रासदायक बातमीचेच विचार घोळत होते. मुळात कुणीतरी शक्तिपीठातून गेल्या नव्वद वर्षांमध्ये प्रथमच पळून जाण्यात यशस्वी झाले होते, हेच कितीतरी त्रासदायक होते. त्या पलायननाट्यात तो मृत्युमुखी पडला होता हीच त्यातल्या त्यात आनंदाची वाटावी अशी गोष्ट होती; परंतु त्याच्या नात्यातले कुणीतरी जिवंत होते, ही नुकतीच समोर आलेली वस्तुस्थिती मात्र शक्तिपीठाची गोपनीयता सुरक्षित राखण्याच्या गेल्या जवळपास दोनशे वर्षांच्या – किंबहुना त्यापेक्षाही जास्त काळाच्या क्रूर-कठोर पद्धतीलाच सुरुंग लावणारी होती आणि याउपर या सगळ्याची जबाबदारी त्यांच्याच शिरावर होती, ही वस्तुस्थितीदेखील त्यांना नाकारता येणे शक्य नव्हते.

शक्य तितक्या लवकर, अगदी तत्काळ, हे सर्व प्रकरण यशस्वीरीत्या दडपून टाकणे अपेक्षित होते आणि तसे करण्यासाठी त्यांना जे-जे काही योग्य वाटेल – मग ते शक्तिपीठाच्या आत असो किंवा बाहेरच्या जगात – ते तत्काळ करण्यासाठी त्यांना सर्व अधिकार मुक्त हस्ताने वापरण्याची परवानगी असायला हवी होती आणि याचसाठी त्यांना प्रमुख पुरोहितांचे आशीर्वाद हवे होते.

प्रमुख पुरोहितांच्या खासगी कक्षाबाहेर कायम तैनात असलेल्या सुरक्षा रक्षकांसमोर येत त्यांनी मान तुकवली. पारंपरिकरीत्या म्हणाल, तर शक्तिपीठातले सुरक्षा रक्षक धनुष्यबाण, तलवार आणि खंजीर चालवण्यात तरबेज असत; पण आता काळ बदलला होता. आता त्यांच्या ढगळ लाल कफन्यांच्या अस्तन्यांमध्ये दडलेल्या चामड्याच्या होल्स्टरमध्ये एक दुहेरी बाराचे बेरेट्टा ९२ मॉडेलचे पिस्तूल गोळ्यांची अखखी क्लिप लावून जय्यत तयारीमध्ये अडकवलेले असे. रक्षकाने जोर देऊन दार उघडले आणि त्यांना आत जायला वाट करून दिली. स्वत: निवड केलेल्या सुरक्षा रक्षकांच्या नुकत्याच पाहिलेल्या फायलींमध्ये या रक्षकाची फाइल नव्हती.

धाडकन आपटून दार त्यांच्या मागे बंद झाले, त्याचा प्रतिध्वनी त्या गुहावजा दालनामध्ये उमटत राहिला. प्रमुख पुरोहितांच्या खासगी दालनाकडे जाणाऱ्या आलिशान पायऱ्या चढून मठाधिपती पुढे गेले. पुढच्या अंधारातून त्यांना कृत्रिम श्वासोच्छ्वासाच्या यंत्राचा त्या खासगी दालनात असलेल्या व्यक्तीच्या जीर्ण, पुरातन फुप्फुसांमध्ये जबरदस्तीने प्राणवायू भरण्याचा-काढण्याचा एका लयीत चाललेला 'सऽसऽऽ' असा आवाज ऐकू आला.

बाहेरच्या खोलीपेक्षा ही खोली जास्तच अंधारी होती आणि पायांत काय येईल, याची कल्पना नसल्यामुळे मठाधिपतींना अगदी सावकाश, सावधपणे चालावे लागत होते. शेगडीतल्या निखाऱ्यांमध्ये थोडीशीच धुगधुगी होती; पण ती तग धरून राहण्यासाठी खोलीतल्या हवेचा वापर करत होती आणि बदल्यात थोडासा प्रकाश आणि अतिशय शुष्क, गुदमरून टाकणारी धग देत होती. याव्यतिरिक्त फक्त प्रमुख पुरोहितांच्या रक्तामध्ये प्राणवायूचा पुरवठा करून आणि त्यांच्या शरीरातले त्याज्य पदार्थ बाहेर टाकत राहून त्यांना जिवंत ठेवण्यासाठी सतत कार्यरत असलेल्या यंत्रणेचाच प्रकाश त्या खोलीत पडला होता.

अंधारात अंदाजानेच पुढे सरकत मठाधिपती खोलीतली बहुतांश जागा व्यापलेल्या चार खांबांच्या प्रशस्त पलंगाजवळ पोहोचल्यावर त्या पलंगावर पडलेल्या एका अत्यंत कृश, अशक्तपणाने पांढराफटक दिसणाऱ्या, ज्याचे असणेदेखील नसण्यासारखेच होते, अशा देहाची आकृती त्यांना दिसू लागली. प्रमुख पुरोहितांची वेगवेगळ्या नळ्या आणि तारांच्या जाळ्यात गुरफटलेली आकृती त्यांना तिथल्या अंधुकशा प्रकाशात एखाद्या गुहेत आपणच विणलेल्या जाळ्यात गुरफटून पडलेल्या कोळ्यासारखी वाटली. त्यांचे डोळेच काय ते सजीव वाटत होते. त्या काळ्याभोर सावध डोळ्यांनी आपल्या भेटीला आलेली व्यक्ती पलंगाजवळ येत असलेली पाहिली.

प्रमुख पुरोहितांच्या कृश देहावर पांघरलेल्या लांबच लांब कापडाखालून हात घालत मठाधिपतींनी पुरोहितांचा हडकुळा पंजा हातात घेतला. खोलीत गुदमरून टाकणारी उष्णता होती; पण पुरोहितांचा हात पर्वतातल्या खडकासारखाच थंडगार होता. त्यांच्या उच्च पदाचे अधिकारचिन्ह कोरलेल्या त्यांच्या हाताच्या तिसऱ्या कृश बोटातल्या सैलसरपणाने हलणाऱ्या अंगठीचे त्यांनी मस्तक झुकवून चुंबन केले.

''आम्हाला एकांत हवा आहे,'' बोलण्याचेही कष्ट झेपत नसलेल्या शुष्क ओठांनी पुटपुटत पुरोहित म्हणाले.

आजूबाजूच्या अंधारातून दोन पांढऱ्या कफन्या घातलेले वैद्यकीय परिचारक एकदम भुतासारखे उठून उभे राहिले. तिथल्या अंधारसावल्यांमध्ये बसलेल्या त्या दोघांकडे मठाधिपतींचे तर लक्षही गेले नव्हते. प्रमुख पुरोहितांच्या जीवरक्षणासाठी त्यांच्या शरीराशी जोडलेल्या अनेक यंत्रांमध्ये आवश्यक ते फेरफार करून आणि

बाहेर जिन्यावरदेखील त्यांना ऐकू जाईल, इतपत धोक्याची सूचना देणाऱ्या घंटेचा आवाज मोठा करून एक अक्षरही न बोलता ते दोघे बाहेर निघून गेले. मठाधिपती पुन्हा आपल्या वरिष्ठांकडे वळले, तेव्हा वरिष्ठांची भेदक नजर त्यांच्या काळजाचा ठाव घेत गेली.

"सांगा... सर्व काही..." क्षीण आवाजात पुरोहित म्हणाले.

सकाळीच घडलेल्या घटनांचे कोणताही तपशील न वगळता मठाधिपती वर्णन करत असताना प्रमुख पुरोहितांचे डोळे मात्र तीक्ष्ण नजरेने त्यांचा वेध घेत होते. इकडे येताना मनातल्या मनात काय बोलायचे, त्याची उजळणी करताना वाटले नव्हते, इतके ते प्रमुख पुरोहितांपुढे प्रत्यक्ष बोलताना त्यांचे त्यांनाच भयानक वाटत होते. शिवाय प्रमुख पुरोहित अशक्त झाले असले, तरी असल्या बाबतीत काडीइतकीही दयामाया दाखवणाऱ्यातले नाहीत, हे त्यांना अनुभवाने चांगलेच माहीत होते. एक नवखा संन्यासी शक्तिपीठाचा विश्वासघात करून पहिल्या जागतिक महायुद्धाच्या काळात पळून गेला होता, तेव्हा ते स्वत:च मठाधिपती होते आणि ज्या पद्धतीने त्यांनी ते सर्व प्रकरण शक्तिपीठाच्या प्रतिमेला जराही धक्का लागू न देता हाताळले होते, त्यामुळेच तर त्यांना हे प्रमुख पुरोहिताचे उच्च पद प्राप्त झाले होते. आत्ताच्या घटनेचे प्रकरणदेखील यशस्वीपणे हाताळले, तर आपल्यालादेखील अशीच बढती मिळेल, असे स्वप्न मठाधिपती मनात बाळगून होते.

मठाधिपतींचे कथन संपल्यावर त्या अस्थिपंजर देहातल्या तीक्ष्ण डोळ्यांची मठाधिपतींवरची पकड ढिली झाली आणि ते वर छताकडच्या अंधारात अज्ञातात स्थिर नजरेने काहीतरी पाहू लागले. त्यांचे लांब केस आणि सळसळणारी दाढी त्यांच्या अंगावर कफनासारख्या पांघरलेल्या पांढऱ्यास्वच्छ कापडापेक्षादेखील पांढरी शुभ्र होती. श्वासाबरोबर वर-खाली होत असलेली छाती आणि नाडीच्या प्रत्येक ठोक्याबरोबर कागदासारख्या पातळ कातडीतून थडथडताना दिसणाऱ्या रक्तवाहिन्या एवढीच काय ती हालचाल त्यांच्याकडून होताना दिसत होती.

"बहीण?" प्रमुख पुरोहित शेवटी म्हणाले.

"अद्याप खातरजमा झालेली नाही, महाराज, परंतु ही निश्चितच अगदी गंभीर आणि तत्काळ काळजी घेण्याची गोष्ट आहे."

"गंभीर आणि तत्काळ काळजी घेण्याची गोष्ट... तिच्यासाठी, कदाचित..."

प्रमुख पुरोहितांच्या तोंडातून पुंजक्या-पुंजक्यांनी आणि तुटकपणे शब्द येत होते, प्रत्येक वाक्य बोलण्यामध्ये श्वसनयंत्राने त्यांच्या थकलेल्या फुप्फुसात भरल्या जाणाऱ्या हवेमुळे सेकंदा-सेकंदाला अडथळा येत होता.

"महाराजांना हे मान्य असल्याचं समजल्यानं आनंद झाला," मठाधिपती उत्तरले.

ती तीक्ष्ण नजर पुन्हा त्यांच्यावर रोखली गेली.

"मी कशालाही मान्यता दिलेली नाही." प्रमुख पुरोहित उत्तरले. "मला वाटतं तुमच्या या भेटीचं प्रयोजन... ज्या भेटीनं माझ्यासाठी दुसरं काही नाही... पण फक्त वाईट बातमी आणली आहे... आणि आणखी प्रश्न उपस्थित केले आहेत... आणि त्यावर तुमची अशी इच्छा आहे की, मी... त्या मुलीला गप्प करण्याची तुम्हाला अनुमती द्यावी."

"मला तरी तेच शहाणपणाचं वाटतं."

एक दीर्घ नि:श्वास टाकून प्रमुख पुरोहित पुन्हा एकदा आढ्याच्या अंधारात नजर खुपसून पाहत राहिले.

"आणखी मृत्यू," स्वत:शीच बोलल्यासारखे पुटपुटत ते म्हणाले, "इतका रक्तपात."

बराच वेळ कष्टाने दीर्घ श्वास घेत ते बोलायचे थांबले असताना तिथल्या अपार शांततेत फक्त त्यांच्या श्वसनयंत्राचा आवाज ऐकू येत राहिला.

त्याच तुकड्या-तुकड्यांनी येणाऱ्या शब्दांच्या पुंजक्यांमधून ते पुढे बोलू लागले, "हजारो वर्षं, हजारो वर्षं आपण... हे पवित्र गुप्त धन... एक असं धन, जे आपल्या पंथाच्या चर्चच्या... मूळ संस्थापकांकडून आपल्याकडे एका अखंडित विचारवारशानं सोपवलं गेलं आहे. आपणही ते गुपित... कर्तव्यकठोरपणे जतन केलं आहे... पण त्याचबरोबर... या गुपितामुळेच... आपल्याला बाकीच्या जगापासून दूर राहायला लागलं आहे... अजूनही लागत आहे... आणि त्यासाठी कशाकशाचं बलिदान आपल्याला द्यावं लागतं आहे... इतकं रक्त वाहिलं आहे... केवळ या गोपनीयतेच्या रक्षणासाठी. तुम्ही कधी स्वत:ला असं विचारून पाहिलं आहे का... मठाधिपती बंधुवर... की, आपल्या जन्माचं काय बरं खरं प्रयोजन असावं?"

हा प्रश्न विषयाला कोणत्या दिशेने घेऊन चालला आहे, याबद्दल साशंक असल्याने त्यांनी मोघमच उत्तर दिले, "नाही, खरं म्हणजे आपलं इथलं कामच आपल्या जन्माचं प्रयोजन आहे. हे देवाचं, देवानंच नेमून दिलेलं काम आहे."

"माझी भलावण करण्यासाठी धर्माची शिकवण देणाऱ्या शाळेत शिकवताना बोलतात, तसं ठरावीक साच्याचं बोलू नका." अचानक कुठूनतरी बळ आल्यासारखे प्रमुख पुरोहित जोराने म्हणाले. "मी काही तसल्या शाळेतला नवखा पोर नाही. मला आपल्या जीवनाच्या एका विशिष्ट प्रयोजनाबद्दल बोलायचं आहे. आपण इथे खरोखरच अगदी शुद्ध स्वरूपात देवाचं काम करत आहोत, असं तुम्हाला वाटतं?"

"अर्थातच," मठाधिपती त्रासलेल्या सुरात म्हणाले. "आपला पंथ सत्याचा, सदाचरणाचा आहे. मानवाच्या उज्ज्वल भवितव्यासाठी आपण त्याच्या प्राचीन इतिहासाचं ओझं आपल्या खांद्यावर घेतलं आहं."

प्रमुख पुरोहितांच्या तोंडावर स्मित उमटले. "आपल्या उत्तराच्या खरेपणावर इतका दृढ विश्वास असायला तुम्ही खरंच किती भाग्यवान आहात." असे म्हणून पुन्हा एकदा ते आढ्याकडे पाहू लागले आणि पुढे म्हणाले, "प्रत्येक जात्या क्षणाबरोबर माझा मृत्यू आता जवळ येतो आहे... तेव्हा मला हे कबूल करायलाच हवं आहे... माझ्या नजरेला सगळ्या गोष्टी वेगळ्याच दिसत आहेत... मृत्यूच्या गडद छायेत जीवन... विचित्रपणे... झळाळून चमकत आहे... परंतु मला या जीवनक्लेशातून... मुक्ती मिळणार आहे... लवकरच..."

आता काय बोलायचे, याची मठाधिपती मनातल्या मनात जुळवाजुळव करायला लागले, पण प्रमुख पुरोहितांनी आपला जवळपास पारदर्शक झालेला हात उंचावून त्यांना बोलण्यास मनाई केली.

"मी वृद्ध आहे... मठाधिपती बंधुवर... जसजसा मी माझ्या दुसऱ्या... शतकपूर्तीच्या जवळ जातो आहे तसतसा... अतिशय वृद्ध... या इतक्या सगळ्या वर्षांचं ओझं... मला जाणवतंय... मला वाटायचं... अगदी मनापासून वाटायचं की... हे दीर्घायुष्य... आणि निरोगी शरीर... हा सगळा या पर्वताच्या... कुशीत राहण्याचा परिणाम म्हणून... आणि त्याहीपेक्षा महत्त्वाचं म्हणजे आपण करत असलेलं कार्य पाहून... देव आपल्यावर प्रसन्न आहे... आणि आपल्या उत्तम कार्याची पावती म्हणून त्यानं दिलेल्या आशीर्वादानंच... आपल्याला हे उपभोगायला मिळतं आहे... परंतु... आता मला तसं खात्रीशीरपणे म्हणता येत नाही... प्रत्येक संस्कृतीमध्ये... आणि सगळ्या साहित्यामध्ये... दीर्घायुष्य म्हणजे... एक भयानक शापच असल्याचं सांगितलं गेलं आहे... पापी माणसांना मिळालेला..."

"किंवा ब्रह्मज्ञानी माणसांना..." मठाधिपती म्हणाले.

"तुमचं म्हणणं खरं ठरावं... मठाधिपती बंधुवर... अशी मलाही आशा वाटते... अलीकडे मी यावर... बराच विचार केला आहे... म्हणजे मला उत्सुकता लागली आहे... की, जेव्हा केव्हा माझी शेवटची वेळ येईल... तेव्हा मी त्याच्या नावानं आयुष्यभर... जे काही काम केलं... त्यानं देव संतोष पावला असेल, की त्याला विषाद वाटत असेल? माझे उभ्या आयुष्यातले सायास... अनंत काळापूर्वी नामशेष झालेल्या लोकांची... प्रतिष्ठा गोपनीय राखण्यासाठी केलेली... निव्वळ रक्तलांछित कृत्यं... यापेक्षा जास्त काहीही असणार नाही...?"

खूप बोलल्यामुळे घसा कोरडा पडून त्यांचा आवाज क्षीण होत गेला आणि त्यांचे काळेभोर डोळे पलंगाच्या बाजूलाच ठेवलेल्या पाण्याच्या भांड्याकडे गेले.

मठाधिपतींनी एका पेल्यात पाणी घेतले आणि प्रमुख पुरोहितांचे डोके थोडा आधार देत वर करून श्वसनयंत्राच्या अव्याहत चाललेल्या कामाचा अडथळा तात्पुरता बाजूला करत करत त्यांना घोटाघोटाने पाणी प्यायला मदत केली. तिथल्या

प्रचंड उष्म्यामध्ये प्रमुख पुरोहितांचे डोके मात्र अगदी निर्जीव वस्तूसारखे थंड लागत होते. डोके काळजीपूर्वक उशीवर ठेवून पाण्याचा पेला त्यांनी टेबलावर ठेवला. पुन्हा वळून प्रमुख पुरोहितांकडे पाहतात, तर त्यांची नजर पुन्हा एकदा छताकडल्या अज्ञातात एकाग्र झालेली दिसत होती.

"मी रोज... मृत्यूच्या डोळ्याला डोळा भिडवून पाहतो..." समोरचा अंधार निरखून पाहत ते म्हणाले. "तो माझ्याकडे... आणि मी त्याच्याकडे पाहतो... तो माझ्यापासून अजूनही... अंतर राखून का उभा आहे... याचं मला कुतूहल वाटतं... आणि मग तुम्ही येता... अगदी मृदू मुलायम शब्दांत माझ्याशी बोलता... पण त्यामुळे तुमची... रक्ताची हाव काही लपत नाही... मग मी विचार करतो... की, मृत्यूदेखील किती धूर्त आहे... तुम्हाला हवा असलेला अधिकार... मी तुम्हाला द्यावा... यासाठीच तो मला जिवंत ठेवतो आहे... म्हणजे मग तुमच्या कृत्यांद्वारे... नवे खेळ खेळण्यासाठी त्याला नवे... माझ्यापेक्षा जास्त ताज्या दमाचे आत्मे मिळतील..."

"मला रक्तपात नको आहे, पण कधीकधी आपली कर्तव्यं पार पाडताना ते करावंच लागतं. कारण जिवंत माणसांपेक्षा मेलेली माणसंच गुपितं जास्त सुरक्षित राखतात."

प्रमुख पुरोहितांनी पुन्हा एकदा आढ्याकडची नजर वळवली आणि मठाधिपतींकडे एकटक पाहत म्हणाले, "बंधू सॅम्युएल... कदाचित याच्याशी सहमत नसेल..."

मठाधिपती गप्पच राहिले.

"मी तुम्हाला तुमची इच्छा पूर्ण करण्याची... परवानगी देणार नाही..." मठाधिपतींच्या चेहऱ्यावर उमटणाऱ्या प्रतिक्रिया निरखून पाहत प्रमुख पुरोहित अचानक म्हणाले. "तिला हरप्रकारे शोधून काढा आणि तिच्यावर नजर ठेवा... पण तिला इजा करू नका... माझा या गोष्टीला स्पष्ट नकार आहे..."

"पण महाराज, तिला आपल्या पवित्र गुपिताची माहिती असण्याची अल्पशी जरी शक्यता असली, तरीदेखील तिला आपण जिवंत कसं काय राहू देऊ शकतो?"

"तिला काही माहीत असेल... असं मला वाटत नाही..." प्रमुख पुरोहितांनी उत्तर दिले. "फोन नंबर असणं, ही एक गोष्ट आहे... फोन असणं ही सर्वथा वेगळी गोष्ट आहे... बंधू सॅम्युएलला... आपल्या पंथाचं गुपित जाणून घेतल्यानंतर... आणि त्याच्या दुर्दैवी मृत्यूपूर्वी... कुणालाही फोन करण्याइतका... वेळ मिळाला असेल... असं तुम्हाला खरंच वाटतं का? इतक्या क्षीण शक्यतेच्या आधारे... एखाद्याचा जीव घ्यायची... तुम्हाला खरंच इतकी उत्सुकता का आहे?"

"आपल्या पंथाचं अस्तित्वच धोक्यात असताना कोणत्याच शक्याशक्यतेवर

विसंबून राहावं, असं मला वाटत नाही. अगोदरच चर्चची समाजमनावरची पकड सैल पडते आहे. त्यात आणखी ज्यावर त्यांची थोडीफार तरी श्रद्धा आहे, त्याबद्दल वेगळं काहीतरी त्यांच्या समोर आलं, तर सर्वनाशच होईल. कितीही काळजीपूर्वक पूर्वतपासणी आणि पूर्वतयारी करून घेतली असली, तरी अंती त्यांच्यासमोर आपल्या पंथाचं गुपित जेव्हा उघड केलं जातं, तेव्हा त्यापैकी काही जणांच्या काय प्रतिक्रिया उमटल्या होत्या, हे तुम्ही स्वत: या शक्तिपीठातच पाहिलं आहे आणि हेच गुपित जर अख्ख्या जगासमोर उघड झालं, तर काय होईल, याची कल्पना करता येईल? प्रचंड खळबळ माजेल. महाराज, तुमच्याविषयी पूर्ण आदरभाव असूनही मला हे सांगितलंच पाहिजे की, इतर कुठल्याही वेळेपेक्षा आत्ताच्या वेळी आपल्या पंथाच्या गुपिताचं रक्षण करणं सगळ्यात महत्त्वाचं आहे. आपल्या श्रद्धामार्गाचं भवितव्य कदाचित यावरच ठरेल. ही मुलगी जिवंत राहणं आपल्यासाठी फार धोक्याचं आहे.''

''सगळ्या गोष्टी अंती नाश पावतातच...'' प्रमुख पुरोहित म्हणाले. ''कोणतीच गोष्ट चिरंजीव नसते... जर चर्चची पकड ढिली पडली असेल... तर कदाचित या सगळ्याचाच... काहीतरी... कार्यकारणभाव असेल... कदाचित... आपण स्वत:ला नियतीच्या हाती... सोपवण्याची वेळ आली असेल... पडू देत नियतीचे फासे... जसे पडायचे आहेत तसे... मी माझा निर्णय घेतला आहे... माझ्या वैद्यकीय परिचारकांना सांगा... मला आता विश्रांती घ्यायची आहे... आणि जाताना... दार नीट लावून घ्या...''

आपली भेट संपली आहे किंवा आपली विनंती अमान्य करण्यात आली आहे, यावर विश्वासच बसत नसल्याने मठाधिपती काही क्षण थिजल्यासारखे तिथेच उभे राहिले. आपल्याच थडग्यावरच्या कोरीव कामाकडे थडग्याच्या आतून पाहत असल्यासारख्या प्रमुख पुरोहितांकडे त्यांची नजर गेली.

तुम्ही खरोखरच आत्तापर्यंत थडग्यात असायला हवे होतात, मानभावीपणे नतमस्तक होताना आणि मग पलंगापासून दूर होत खोलीतल्या गुदमरून टाकणाऱ्या वातावरणातून दूर जाताना त्यांच्या डोक्यात विचार येत होता.

बाहेरच्या अंधाऱ्या खोलीत वैद्यकीय परिचारक वाट पाहत बसले होते.

''त्यांना एकटंच राहू द्या.'' त्यांच्या पुढून वेगातच निघून जाता-जाता मठाधिपती त्यांना म्हणाले, ''त्यांना त्यांनीच मागं ठेवावयाच्या वारशावर चिंतन करायचं आहे.''

मठाधिपती काय म्हणाले, ते काहीच न कळून पांढऱ्या कफन्यांतल्या दोघांनी गोंधळून एकमेकांकडे पाहिलं आणि त्यांना काय म्हणायचं आहे, ते विचारण्यासाठी ते वळले, तोपर्यंत मठाधिपती जिन्याच्या पायऱ्या उतरून खाली पोहोचले होते.

मूर्ख म्हातारा, धाड्कन दार उघडून बाहेर उभ्या असलेल्या सुरक्षा रक्षकाच्या

पुढून जोशातच पुढे जाताना मठाधिपती मनाशीच म्हणाले. *असल्या कमकुवत मनाचा माणूस सर्वोच्च पदी असल्यावर आपल्या प्राणप्रिय चर्चची पकड इतकी ढिली झाली आहे, यात काहीच नवल नाही.*

लवकरच सायंप्रार्थनेसाठी सगळी माणसे जिथे जमणार होती, ते मुख्य चर्च ज्या गुहेत होते, त्या गुहेकडे जाताना अंगावर आलेल्या उंच पर्वतावरच्या मोकळ्या हवेतल्या गारव्याचे त्याने स्वागत केले आणि बाहीने कपाळावर जमलेला घाम टिपला.

तिला हरप्रकारे शोधून काढा आणि तिच्यावर नजर ठेवा.

प्रमुख पुरोहितांचे ते शब्द मठाधिपतींना परत परत टोचत होते; पण त्यांनी एक गोष्ट प्रमुख पुरोहितांना सांगितलीच नव्हती. ते जेव्हा त्या मुलीशी बोलले होते, तेव्हा पाठीमागे लाऊडस्पीकरवर होत असलेल्या उद्घोषणेचा आवाज त्यांनी ऐकला होता. याचा अर्थ त्या वेळी ती विमानतळावर होती आणि म्हणजेच ती रुइनला येत होती.

एकदा इथे आल्यावर ते तिला शोधून तर काढणारच होते, पण अशा जागी ठेवणार होते की, तिच्यावर चांगलीच नजर ठेवता येईल आणि ज्या क्षणी मृत्यू प्रमुख पुरोहित महाराजांच्या जिवाशी चालवलेला खेळ संपवेल, त्या क्षणी ते तिचा त्यांच्या पद्धतीने बंदोबस्त करणार होते.

४१

दरोडे आणि मनुष्यवध अन्वेषण विभागात आता बरीच शांतता होती. संध्याकाळचे सहा वाजून गेले होते. शांतता होती म्हणजे एकाच बोटाने कॉम्प्युटरच्या की-बोर्डावर टाइप करणाऱ्या मंडळींच्या टकटक आवाजाव्यतिरिक्त इतर फारसा आवाज नव्हता. माणसे सहसा भर दुपारी दरोडे घालणे किंवा खून करण्याचे उद्योग करत नसत, त्यामुळे कागदोपत्री व्यवहार पूर्ण करायला ही वेळ बरी असे. अर्काडियन कपाळावर आठ्या घालून आपल्या कॉम्प्युटरकडे पाहत बसला होता. त्याचा फोन सारखा घणघणत होता. प्रसारमाध्यमाच्या लोकांना कुठूनतरी त्याच्याशी थेट संपर्क साधायचा फोन नंबर मिळाला होता आणि दर दोन-तीन मिनिटांनी नवी नवी माणसे त्याच्या कॉम्प्युटरच्या पडद्यावर सध्या ज्याची फाइल उघडलेली होती, त्या प्रकरणाबद्दलच काही ना काही प्रश्न विचारत होती. पोलीस डिपार्टमेंटच्या प्रमुखांनीदेखील स्वत: त्याला फोन केला होता. या प्रकरणाबद्दल अधिकृतरीत्या आपण कधी निवेदन देऊ शकतो, ते त्यांना पाहिजे होते. साक्षीदारांच्या जबाबांची पडताळणी हाती आल्याबरोबर लगेचच निवेदन देईन, असे अर्काडियनने त्यांना आश्वासन दिले होते आणि त्यामुळेच त्याच्या कपाळावर आत्ता आठ्या पडलेल्या होत्या.

त्या मुलीबरोबर फोनवर जे बोलणे झाले होते त्याच्या आधारे त्याने व्यक्तिगत माहिती मिळवण्याचे वेगवेगळे पर्याय वापरून सॅम्युएल न्यूटन या नावाच्या इसमासंबंधीची व्यक्तिगत माहिती एकत्र करायला सुरुवात केली होती. निदान त्याला त्याच्या जन्माचा दाखला मिळाला होता, पण तोदेखील अर्धवटच होता. तो वेस्ट व्हर्जिनिया प्रांतातल्या पॅराडाइज नावाच्या गावात एका बागाईतदार पित्याच्या आणि वनस्पतीतज्ज्ञ आईच्या पोटी जन्माला आला होता, हे त्यात लिहिले होते; पण मुलाचे म्हणजे त्याचे, स्वत:चे नाव मात्र नुसते 'सॅम' असे लिहिले होते, 'सॅम्युएल' असे नव्हते. शिवाय मुलाचा लिंगभेद लिहायच्या रकान्यासह दाखल्याचा इतर बराचसा भाग कोराच सोडलेला होता; पण त्याच्या शोधकामात त्याला या मुलाच्या जन्माशी

संबंधित असलेला एक मृत्यूचा दाखलादेखील – ज्यामध्ये याच्या जन्मानंतर केवळ आठच दिवसांत त्याच्या आईचा मृत्यू झाल्याची नोंद केलेली होती – तोदेखील मिळाला होता.

त्याच्या बालपणातल्या सुरुवातीच्या वर्षांतली माहिती अगदीच तुरळक प्रमाणात उपलब्ध होती आणि सर्वसाधारण माणसाच्या आयुष्यातल्या या टप्प्यातली माहिती सांगणारी जी कागदपत्रे मिळतील अशी अर्कांडियनला आशा होती, ती मिळत नव्हती. वर्तमातपत्रातल्या काही मोजक्या कात्रणांमध्ये साधारण नऊ वर्षांच्या कोवळ्या वयापासूनच त्याच्या गिर्यारोहण आणि प्रस्तरारोहण कौशल्यामध्ये झालेल्या प्रगतीचा आलेख होता. एका कात्रणाबरोबरच्या एका कृष्ण-धवल छायाचित्रामध्ये कोवळा सॅम त्याने नुकत्याच सर केलेल्या एका सुळक्यासारख्या उंच खडकाच्या वरच्या टोकाला लटकताना दिसत होता. अर्कांडियनने त्या छायाचित्रातल्या काटकुळ्या, हसऱ्या मुलाचा चेहरा शवचिकित्सेच्या वेळी काढलेल्या प्रेताच्या चेहऱ्याबरोबर पडताळून पाहिला. दोघांत निश्चितच साम्य होते.

साधारण नऊ वर्षांनंतरची तारीख असलेल्या वर्तमानपत्रातल्याच एका शेवटच्या कात्रणानुसार सॅमच्या या गिर्यारोहण आणि प्रस्तरारोहण कौशल्यामुळेच अप्रत्यक्षरीत्या त्याच्या वडिलांचा मृत्यू ओढवला होता, असे दिसत होते. इटलीच्या बाजूच्या आल्प्स पर्वतात एका वर्षीच्या वसंत ऋतूमध्ये झालेल्या स्पर्धेत भाग घेऊन ते परत येत असताना अचानक सुरू झालेल्या बर्फाच्या वादळात कारवरचा ताबा सुटून ती दरीत कोसळली. बऱ्याच जखमा झाल्या असल्या, तरी कार दरीत कोसळण्याच्या अपघातातूनही वडील आणि मुलगा सुरुवातीला वाचले होते. कारच्या एका बाजूच्या तुटलेल्या खिडकीतून तोंडावर येणाऱ्या बर्फामुळे सॅम शुद्धीवर आला होता; पण आपण कुठे आहोत आणि इथे कसे पोहोचलो, हे त्याला काहीच कळत नव्हते. त्याच्या हातातून भयंकर कळा येत होत्या, शिवाय त्याला थंडीदेखील वाजत होती; पण एवढे सोडले, तर तो तसा ठाकठीक होता. आपले वडील जागे असले आणि सावध दिसत असले, तरी त्यांच्या डोक्याला झालेल्या एका मोठ्या जखमेतून बराच रक्तस्राव होतो आहे, असे त्याला दिसले होते, शिवाय गाडीच्या वेड्यावाकड्या झालेल्या डॅशबोर्डच्या खाली ते अडकले होते आणि कमरेखाली आपल्याला काही जाणवत नसल्याचे सारखे सांगत होते.

कारच्या आत आणि आसपास जे काही सापडले, ते वडिलांच्या अंगावर जमेल तसे गुंडाळून त्यांना ऊब देण्याचा प्रयत्न सॅमने केला होता आणि त्यानंतर दरीचा सरळ भिंतीसारखा चढाव चढून मदत मिळते का ते पाहण्यासाठी वर गेला होता. तो बर्फाळलेला खडकाळ भाग आणि त्यात चालू असलेले वादळ यांमुळे ते अंतर चढून जायला त्याला बराच वेळ लागला होता आणि मार लागल्यामुळे कळा येत

आहेत, असे त्याला वाटत होते, तो त्याचा हात प्रत्यक्षात दोन ठिकाणी मोडला होता. तरीही शेवटी तो वर रस्त्यापर्यंत पोहोचला होता आणि हातवारे करून रस्त्यावरून जात असलेला एक ट्रक थांबवला होता.

पण वैद्यकीय मदत पोहोचेपर्यंत त्याच्या वडिलांच्या डोक्यातून बराच रक्तस्राव झाला होता, बराच वेळ बर्फात गारठल्यामुळे ते बेशुद्ध झाले होते आणि त्यातून ते पुन्हा कधीच शुद्धीवर आले नव्हते. तीन दिवसांनंतर त्यांचा मृत्यू झाला होता. त्या वेळी सॅम फक्त अठरा वर्षांचा होता. एका हातात गिर्यारोहणाच्या स्पर्धेत मिळालेला चषक, तर दुसरीकडे निर्जीव वस्तूंबरोबर सामान ठेवायच्या जागेत ठेवलेल्या शवपेटिकेत वडिलांना घेऊन तो अमेरिकेला परतला होता.

गिर्यारोहण मोहिमांसाठी जगभर फिरायला सुरुवात करताना पासपोर्टसाठी सॅमने भरलेला अर्जदेखील अर्काडियनने शोधून काढला होता. या अर्जात 'ठळक खूण' या सदरातल्या माहितीमध्ये असे लिहिले होते की, अर्जदार व्यक्तीच्या अंगावर उजव्या बाजूला छातीच्या पिंजऱ्याच्या तळाच्या बाजूला एक आडवा व्रण आहे आणि हा व्रण एखाद्या क्रॉससारखा दिसतो. एवढे वाचल्यावर अर्काडियनला आपल्या माणसाची ओळख पटली असे वाटायला लागले; पण तरीही अजून काही गोष्टींची तर्कसंगती दिसत नव्हती.

खोटे साक्षीदार उभे राहणे टाळण्यासाठी प्रेताची ओळख पटवून ते ताब्यात घ्यायला पुढे येणाऱ्या व्यक्तीचीदेखील पुरेशी तपासणी आणि खातरजमा करावी, असे गुन्ह्यात बळी गेलेल्या व्यक्तीची ओळख निश्चित करण्यासंबंधीच्या कायदे-पद्धतीमध्ये नमूद केलेले होते. अर्काडियनने जेव्हा नेवार्कमधल्या न्यू जर्सी येथील लिव्ह ॲडमसनची माहिती गोळा करायला सुरुवात केली होती, तेव्हा त्याला नेहमीचीच माहिती : म्हणजे ती कुठे राहते, तिचे खरेदी/विक्रीचे व्यवहार आणि तत्सम इतर गोष्टी समजल्या होत्या; पण विशेष लक्षणीय असे काहीही सापडले नव्हते. तरीही या प्रकरणात जितके खोलात शिरावे, तितका त्याचा गोंधळ वाढत चालला होता.

नैसर्गिकरीत्याच शंकेखोर असलेल्या त्याच्या मनात दोन गोष्टींनी सावधतेचा इशारा द्यायला सुरुवात केली होती. पहिली गोष्ट होती तिचा व्यवसाय. न्यू जर्सीमधल्या एका बड्या वर्तमानपत्रासाठी लिव्ह ॲडमसन गुन्हे विषयात शोध-पत्रकारिता करत होती आणि या असल्या अति सार्वजनिक झालेल्या आणि सनसनाटी ठरलेल्या घटनेच्या संदर्भात ही गोष्ट तशी वाईटच होती. दुसरी गोष्ट म्हणजे समस्या कमी आणि गूढता जास्त असा प्रकार होता. लिव्हने मृत व्यक्तीची ओळख बरोब्बर दर्शवली होती आणि तिची प्रतिक्रियादेखील एका बहिणीची असावी तशीच होती, तरीदेखील त्यांच्यात काही नाते होते, असावे, याचा कोणताही पुरावा उपलब्ध

नव्हता. अर्कांडियनने गोळा केलेल्या कागदोपत्री पुराव्यांच्या गुंत्यातून सॅम्युएल न्यूटनच्या पूर्वायुष्याचा जितका मागोवा घेत जाणे शक्य होते, तितके गेल्यावरदेखील त्याला एखादी बहीण असल्याचा कोणताही पुरावा हाती लागलेला नव्हता.

४२

युरोपच्या दुसऱ्या टोकाला जाण्यासाठी लंडनच्या स्टॅनस्टेड विमानतळावरून 'सायप्रस टर्किश एअरलाइन्स'च्या विमानाने झेप घेतली, तेव्हा त्याच्या शेपटावरचा लॉकहीड स्टार थरथरला. विमानाची चाके जमिनीवरून उचलली गेल्याबरोबर हवेने त्याचा ताबा घेतला आणि जणू काही अदृश्य हातांनी विमानाला उभे फाडायला घ्यावे आणि पुन्हा जमिनीवर फेकून द्यायचा प्रयत्न करावा, तसे विमान हवेत झोकांड्या खाऊ लागले.

विमान आकाराने मोठे होते, ही त्यातल्या त्यात दिलासादायक गोष्ट होती; पण ते खूप जुने झालेले होते, ही मात्र दिलासादायक गोष्ट नव्हती. हात टेकायच्या जागेच्या खाचेत बसवलेली ॲल्युमिनियमच्या झाकणांची रक्षापात्रे अजून या विमानात होती आणि विमान हवेशी झगडत आकाशात वर वर जात असताना ती चांगलीच खडखडत होती. त्या रक्षापात्रांकडे पाहत आपला अस्वस्थपणा घालवण्यासाठी आपल्या जुन्या सवयीनुसार काय केले असते, याची ती कल्पना करत होती; पण तसे न करता तिने प्रवासात विमान बदलण्यासाठी थांबले असताना काहीतरी खायला घेतले होते त्याच्याबरोबर मिळालेल्या आल्याच्या लोणच्याचे एक पाकीट उघडले आणि त्यातला आल्याचा एक काप जिभेखाली ठेवला. मनावर आलेला ताण हलका करण्यासाठी आणि प्रवासात वाढणाऱ्या पित्ताने होणारा त्रास कमी करण्यासाठी आले चांगले होते. पाकिटाचा उघडलेला कोपरा दुमडून बंद करून तिने ते पुढच्या प्रवासात उपयोगी पडेल म्हणून बॅगेत नीट ठेवले. नेहमीच खराब हवामानाच्या पट्ट्यातून जाण्याचा हिसका दाखवतो, अशी त्याची असलेली ख्याती हा विमानप्रवास नक्की खरी करणार असे वाटत होते.

आल्याचा तुकडा सावकाश चावत तिने आपल्या सहप्रवाशांवरून नजर फिरवली. ती बसली होती त्या कक्षातल्या अर्ध्याच जागा भरल्या होत्या आणि रात्र असल्यामुळे कुणाशी गप्पा मारण्यासाठीदेखील ती वेळ योग्य नव्हती. हवेचा एक जोरदार फटका बसून ते जुने लॉकहीड विमान पुन्हा एका बाजूला भेलकांडले. तिच्या खिडकीतून

तिला विमानाचा डाव्या बाजूचा पंख दिसत होता. तो वाऱ्याच्या माऱ्याने फडफडतोय असे वाटत होते. त्यावर खिळलेली नजर तिने महत्प्रयासाने दुसरीकडे वळवली.

प्रवासाच्या या शेवटच्या टप्प्यात बऱ्यापैकी झोप काढायचा विचार तिने केला होता; पण विमान आत्ता कोसळेल की मग, असे वाटायला लावणाऱ्या या हवामानामुळे तिला ते अशक्य झाले होते. मग तिने मगाशी खरेदी केलेली आणखी एक वस्तू – टर्कीचा प्रवासी मार्गदर्शक – बॅगेतून काढली.

पुस्तकातली अनुक्रमणिका वाचली. एक पूर्ण भाग रुइन शहराची माहिती आणि नकाशा यांसाठी वापरलेला होता. प्रथम तिने नकाशा उघडला. इतर सर्वसामान्य लोकांप्रमाणेच तिलादेखील रुइन नामक शहर कुठे आहे, याची अगदी पुसटशी कल्पना होती. हे प्राचीन शहर आणि खास करून ते शक्तिपीठ हे इजिप्तच्या पिरॅमिड्ससारखेच होते; म्हणजे ते कसे दिसतात, हे सगळ्यांना माहीत होते; पण ते कुठे दिसतात म्हटले, तर फारच थोड्या लोकांना जगाच्या नकाशावर त्यांचे स्थान अचूकपणे दाखवता आले असते.

आणखी चार तासांनी तिचे विमान ज्या ठिकाणी उतरणार होते, त्या गाझिअॅन्टेप शहराच्या उत्तर व दक्षिण बाजूला नकाशावर तिला दोन विमानतळ दाखवणारी चिन्हे दिसली; पण तिला रुइन शहर कुठेच दिसले नाही. पुन्हा एकदा नकाशाची सूची पाहून तिने ते शोधायचा प्रयत्न केला. विमानातल्या जेमतेम उजेडात नकाशाचा काही मिनिटे कसून अभ्यास केल्यानंतर – सगळ्यात वरच्या बाजूच्या विमानतळाच्या पश्चिमेला ज्या ठिकाणी ईस्टर्न टॉरस नावाच्या पर्वतरांगा जिथून आकाशाकडे जायला सुरुवात होते, त्या ठिकाणी बरोब्बर नकाशाची घडी जिथे पडते आहे, तिथेच असलेले आणि अक्षांश-रेखांशाच्या सरळ काळ्या रेषांच्या जाळ्यात गुंतलेले असे तिला ते सापडले. आपल्या भावाने सगळ्या जगापासून लपून राहण्यासाठी ही असली जागा निवडली, ते किती योग्यच होते, याची लिव्हला प्रकर्षाने जाणीव झाली. जिथे कुठे होते, तिथे ते अगदी प्रसिद्ध असेल कदाचित; पण जगाच्या नकाशावर त्याचे स्थान नगण्य होते. नकाशाच्या एका घडीत गूढपणे त्याचे अस्तित्व चेपून गेले होते.

पुस्तकाची पाने उलटून रुइन शहराची माहिती काढून ती वाचू लागली. आपण ज्या ठिकाणी जात आहोत, त्या ठिकाणाबद्दलची सगळी माहिती आठवणींच्या कप्प्यात साठवून आपल्या पत्रकारितेच्या सरावानुसार त्यांचे वर्गीकरण करू लागली; त्यातूनच ज्या शहरात तिचा भाऊ राहिला आणि मेलादेखील होता, त्या शहराचे एक चित्र तिच्या मन:पटलावर तयार होऊ लागले. हे शहर म्हणजे एक महत्त्वाचे धार्मिक स्थळ होते आणि त्यांच्या शेवटच्या भेटीच्या वेळी सॅम्युएल तिच्याशी जे काही बोलला होता, त्या दृष्टिकोनातून पाहता त्याचा अर्थदेखील कळत होता. शिवाय तिथल्या जमिनीतून उकळ्या फुटून सतत आणि भरपूर प्रमाणात वर येत

असलेल्या औषधी गुणधर्मांच्या आरोग्यदायी पाण्यामुळे आणि त्या पाण्याला आपल्या कवेत घेऊन जाणाऱ्या पर्वतराजीतल्या वितळलेल्या बर्फाच्या पाण्यामुळे ते अख्ख्या जगातले सगळ्यात जुने असे तीर्थयात्रेचे स्थळ होते. याचाही अर्थ समजू शकत होता. म्हणजे त्याचे गिर्यारोहण कौशल्य लक्षात घेता ज्या मन:शांतीच्या शोधात तो निघाला होता, ती मन:शांती मिळवण्यासाठी कुठल्यातरी उधार घेतलेल्या नावाने आणि मानवी संपर्कापासून दूर राहण्यासाठी तो पर्वतराजीतला वाटाड्या म्हणून काम करत असण्याचीदेखील तिने कल्पना केली.

"मला शक्य तितकं ईश्वराच्या जवळ राहायचं आहे," हे असेच तो तेव्हा म्हणाला होता.

तो दिसेनासा झाल्यानंतरच्या नि:शब्द पोकळीमध्ये त्याने उच्चारलेल्या शब्दांचा जितका शक्य होईल, तितका विपरीत अर्थ लावण्याचा प्रयत्न करून तिने डोके शिणवले होते आणि तरीही त्याच्या जाण्यानंतरची ती नि:शब्द शांतता वाढत जाऊन काही वर्षांची झाल्यानंतरदेखील तो अद्याप जिवंत असल्याची तिची मनोमन खात्री होती. अमेरिकन सरकारच्या जन्म, मृत्यू नोंदणी कार्यालयाकडून आलेल्या पत्राने तिला याच्या उलट बातमी कळवली असली, तरीदेखील तिला तो जिवंत असल्याची खात्री होती आणि तो ज्या मार्गाने गेला होता, त्याच मार्गाने जाऊन तो कशा प्रकारचे आयुष्य जगला होता, ते जाणून घ्यायला ती आता चालली होती. तो इन्स्पेक्टर आपल्याला तो कुठे राहत होता ते दाखवू शकेल आणि त्याला तिथे ओळखणाऱ्या चार-दोन माणसांशी आपली भेट घडवू शकेल, अशी तिला आशा वाटत होती किंवा इतकी वर्षे त्याच्याशी काहीच संपर्क नसल्याने संदर्भाच्या तपशिलात निर्माण झालेल्या, गाळलेल्या जागा तरी ते त्यांच्या उत्तरांनी भरू शकतील, असे तिला वाटत होते.

पुस्तकाचे पान उलटल्यावर तिला महाकाय आणि उंच पर्वताच्या पायथ्याशी दाटीवाटीने वसलेल्या जुन्या शहराचे छायाचित्र दिसले. जगातले सगळ्यात जास्त माणसांनी भेट दिलेले प्राचीन स्थळ, तसेच अतिपवित्र संस्करण-विधान म्हणून जगप्रसिद्ध असलेल्या एका अत्यंत प्रभावशाली, प्राचीन लेखाचे खंडावशेष असलेले स्थळ, असा त्या छायाचित्राखाली उल्लेख केलेला होता.

समोरच्या पानावर शक्तिपीठाशी संबंधित घटनांची थोडक्यात दिलेली सनावळी होती आणि त्या सनावळीतून मानवाच्या ज्ञात इतिहासकाळादरम्यान सर्व काळी शक्तिपीठाचे असलेले अस्तित्व आणि त्यामुळेच अतर्क्य वाटणारे शक्तिपीठाचे वय उलगडले होते. हे शक्तिपीठ म्हणजे ख्रिश्चन धर्माचे सगळ्यात पवित्र स्थळ असेल, अशी लिव्हने कल्पना केली होती, पण पुस्तकातल्या वर्णनावरून तर असे दिसत होते की, चौथ्या शतकादरम्यान रोमच्या सम्राट कॉन्स्टन्टाईनच्या धर्मांतरानंतर

शक्तिपीठाने आपली नाळ ख्रिश्चन धर्माशी जोडून घेतली होती. त्यापूर्वीच्या काळात मात्र जरी शक्तिपीठाने जवळपास सर्वच प्राचीन श्रद्धा-प्रणालींवर प्रचंड प्रभाव टाकला होता, तरीदेखील ते कोणत्याही सुसंघटित धर्मापासून अलिप्त होते. बाबिलोनियन संस्कृतीने याला सगळ्यात पहिले आणि मोठे झिग्युरत मानले होते. प्राचीन ग्रीक लोक देवांचे वसतिस्थान – घर असे समजून याचे पूजन करत असत आणि त्यांनी त्याला 'ऑलिम्पस' असे नावदेखील दिले होते; इतकेच काय तर इजिप्तमधले लोकदेखील या स्थानाला अत्यंत पवित्र मानत असत आणि इजिप्तचे फारोहा राजे केवळ या पर्वताच्या दर्शनासाठी समुद्र लांघून हिटाइट साम्राज्यात दाखल होत असत. इजिप्तमधल्या गिझा भागातले प्रचंड मोठे पिरॅमिड म्हणजे या शक्तिपीठात वास करत असलेल्या अद्‌भुत आणि दैवी शक्तींचे इजिप्तमध्ये पुनर्निर्माण व्हावे, या आशेने या शक्तिपीठाची उभारलेली प्रतिकृती होती.

ख्रिश्चन धर्माशी जुळवून घेण्याची राजकीय चाल शक्तिपीठाने खेळल्यानंतर पवित्र रोमन साम्राज्याचे संरक्षण मिळत राहण्यासाठी चर्चच्या कामकाजाचे केंद्रदेखील रोम येथे हलवण्यात आले. असे असले, तरीही शक्तिपीठ हेच रोमन साम्राज्याच्या पाठीशी उभी असलेली शक्ती होती आणि आपले आदेश आणि विचारधारा आता ते रोमच्या सिंहासनाच्या माध्यमातून प्रसृत करत होते आणि याशिवाय एक अधिकृत बायबल प्रसिद्ध करण्याद्वारे शक्तिपीठाने सर्व गोष्टींना एक नवे रूप दिले होते. या अधिकृत विचारधारेला जराही सोडून असलेले विचार पाखंडी समजण्यात येऊन सर्वप्रथम रोमन लष्कराच्या सामर्थ्याचा वापर करून आणि त्यानंतर चर्चचे लांगूलचालन करून थेट देवाशी संधान बांधण्यास धडपडणाऱ्या कोणत्याही राजाचा किंवा सम्राटाचा वापर करून ठेचून टाकले गेले होते.

पुस्तकातल्या रक्तरंजित कहाण्यांवरून लिव्हने धावती नजर टाकली आणि त्यांच्या वर्णनपर मजकुरात जागोजागी पेरलेल्या उद्‌गारवाचक चिन्हांनी आणि क्रियाविशेषणांनीदेखील ती भयंकर अस्वस्थ झाली. त्या स्थळाच्या भीषण इतिहासाशी तिला काही घेणेदेणे नव्हते किंवा त्या ठिकाणी काय गुपिते दडली होती त्याचेही तिला सोयरसुतक नव्हते. तिच्या डोक्यात फक्त तिच्या भावाचा विचार होता आणि या प्राचीन शहराने त्याला त्याच्या अकाली मृत्यूप्रत का आणि कसे पोहोचवले होते, तेवढेच तिच्यासाठी महत्त्वाचे होते.

विमान पुन्हा एकदा थडथडले आणि एक हलकासा धक्का बसल्याने लिव्हने वर पाहिले. सीटचे पट्टे बांधायची सूचना झळकताना दिसत होती. शिवाय 'धूम्रपान निषिद्ध' असल्याची सूचनादेखील प्रखर इशारा देत होती. रात्र जसजशी अधिक गडद अंधारी होत गेली आणि बाहेरचे वादळदेखील एका निश्चित गतीने वाढत राहिले तसतशी ती सूचना तिला धूम्रपान निषिद्ध असल्याचे ओरडून ओरडून सांगत राहिली.

४३

शक्तिपीठातल्या साधना-दिवसाची बारा कार्यांमध्ये विभागणी करण्यात आली होती आणि त्यातले रात्रीच्या कार्याचे चार भाग अतिशय महत्त्वाचे होते. रात्रीच्या वेळी जेव्हा देवदत्त प्रकाश पृथ्वीवर पडत नसतो, तेव्हा वातावरणातल्या दुष्ट शक्ती कार्यरत होत असतात, असा विश्वास असल्यामुळे त्याच काळात ही कार्ये होत असत आणि हे तत्त्व जगातल्या कुठल्याही मोठ्या शहरातला कोणताही पोलीस अधिकारी ताबडतोब मान्य करेल : कारण जगात सगळी कृष्णकृत्ये जवळपास नेहमीच रात्रीच्या अंधारात पार पाडली जात असतात.

रात्रकाळातले पहिले कार्य होते सायंप्रार्थना, आणखी एका दिवसाच्या गच्छंतीला साक्षी राहण्यासाठी शक्तिपीठातले सगळे लोक ज्या ठिकाणी एकत्र जमू शकतील – अशा पर्वताच्या पूर्व भागात असलेल्या अतिभव्य चर्चच्या गुहेमध्ये ही प्रार्थना होत असे. चर्चमध्ये पहिल्या आठ रांगा काळ्या कफन्या घातलेल्या आत्मज्ञानी गटातल्या – ज्यांनी आपले उभे आयुष्य त्या अतिविशाल ग्रंथालयातच व्यतीत केले आहे, अशा – धर्मोपदेशकाचे काम करणाऱ्यांच्या आणि ग्रंथालयात काम करणाऱ्यांच्या गटातल्या – संन्याशांनी भरल्या होत्या. त्यांच्या पाठीमागे एक पांढऱ्या कफन्या घातलेल्या वैद्यकीय परिचारकांची रांग होती, त्यामागच्या वीस रांगांमध्ये शक्तिपीठातल्या सर्व भौतिक सोयीसुविधा अविरतपणे कार्यरत राखण्यासाठी त्यांचे सतत नियंत्रण आणि देखभाल करणारे गवंडी, सुतार आणि इतर तांत्रिक कामे करणाऱ्या कामगारवर्गातले तपकिरी कफन्या परिधान केलेले संन्यासी होते.

सुरक्षा रक्षकांच्या बदामी कफन्यांनी तिथे उपस्थित असलेल्या संन्यासीवर्गाला छेद देत पुढच्या बाजूला असलेल्या वरिष्ठ वर्गातल्या संन्याशांना मागच्या बाजूच्या मोठ्या संख्येतल्या राखाडी कफन्यांपासून – म्हणजेच जेवण बनवण्यापासून साफसफाईपर्यंत सर्व अंगमेहनतीची आणि व्यवस्थापकीय कामे करणाऱ्या संन्याशांपासून – अलग करून त्याचे दोन भाग केले होते.

आणि या सगळ्या विविधरंगी जमावाच्या वर खास त्यांच्यासाठीच असलेल्या एका सज्जामध्ये हिरव्या कफन्या परिधान केलेले अतिवरिष्ठ गटातील – मुक्तक गटातील संन्यासी होते – मठाधिपतींसह त्यांची एकूण संख्या फक्त तेरा होती; पण आज मठाधिपतीही तिथे उपस्थित नव्हते आणि बंधू ग्रबरदेखील उपस्थित नव्हते.

चर्चमधल्या पवित्र वेदीच्या पाठीमागे असलेल्या काचेच्या तावदानांच्या तीन विशाल खिडक्यांच्या खाली सूर्य उतरला आणि त्यातली गुलाबी रंगाची खिडकी आणि त्या खिडकीच्या दोन्ही बाजूच्या देवाचे सर्वसाक्षी डोळेच मानले जाणाऱ्या त्रिकोणी खिडक्या प्रकाशमान झाल्या, त्याबरोबर तिथे जमलेले सर्व जण रात्रीच्या विश्रांतीसाठी सामुदायिक शयनगृहातल्या आपापल्या कक्षाकडे जाण्यापूर्वी दिवसातल्या शेवटच्या भोजनासाठी रांगेने भोजनगृहाकडे जाऊ लागले.

सगळे जाऊ लागले, पण लाल कफन्या घातलेले तीन रक्तकर्मी मात्र मागे थांबले.

एक भुऱ्या केसांचा, सपाट, भावहीन चेहरा असलेला आणि एखाद्या मध्यम वजनी गटातल्या मुष्टियोद्ध्यासारखी शरीरयष्टी असलेला संन्यासी पावलांचा ध्वनी परावर्तित करणाऱ्या जमिनीवरून चालत थेट मुक्तकांच्या सज्जाखाली असलेल्या दारापाशी पोहोचला. इतर दोघांनी त्याचे अनुकरण केले. कोणीही एक शब्ददेखील बोलले नाही.

ब्रिटिश लष्करात अधिकारी असल्याचा कॉर्नेलियसचा पूर्वेतिहास पाहिल्यावर मठाधिपतींनी या गटाचे नेतृत्व करण्यासाठी लगेचच त्याची निवड केली होती आणि सायंप्रार्थनेच्या निमित्ताने तो इकडे येत असताना त्याला एक चिठी पाठवून त्यात गटातल्या इतर दोघांची नावे कळवली होती, सूचना दिल्या होत्या आणि एक नकाशादेखील दिला होता. चर्चच्या गुहेतून बाहेर पडता पडता कॉर्नेलियसने त्या नकाशाकडे नजर टाकली, चिठीतल्या सूचनेप्रमाणे डावीकडे वळला आणि पुढच्या अरुंद, कमी वर्दळीच्या बोगद्यांमधून पर्वतातल्या कुणाचेही वास्तव्य नसलेल्या भागाकडे चालायला सुरुवात केली.

जुन्या शहराच्या गुंतागुंतीच्या पसाऱ्यामधून संध्याकाळ गडद होत गेली. कमावलेल्या नम्रतेने बोलणाऱ्या मार्गदर्शकांनी मागे रेंगाळणाऱ्या पर्यटकांना जुन्या शहरभागातून बाहेर काढले आणि तो खाली-वर जाणारा गजांचा अजस्र दरवाजा गरगरत खाली येत योग्य जागी अटकळ साधत त्या रात्रीपुरता न उघडण्यासाठी स्थिर झाला. तिकडे पश्चिमेकडे 'वाया गेलेला भाग' असे म्हटले जाणाऱ्या भागात देहविक्रय बाजाराला रंग चढू लागला, तशा अंधारातल्या सावल्या हळूहळू मानवी आकार धारण करू लागल्या.

शहराच्या पूर्व भागात कॅथरीन मान आपल्या बैठकीच्या खोलीत बसून कॉम्प्युटरचा प्रिंटर आपले काम कधी संपवतो, याची वाट पाहत बसली होती. एक एक रेघ अगदी सावकाश सर्व तपशिलासह छापत चाललेल्या प्रिंटरकडे पाहून आपण उच्च प्रतीची छपाई मिळण्यासाठी आवश्यक असलेल्या पद्धतीने त्याचे काम नियंत्रित करण्याच्या घेतलेल्या खबरदारीचा तिला पश्चात्ताप वाटायला लागला. टीव्हीवरच्या बातम्यांमधून जगात ठिकठिकाणी – अमेरिका, युरोप, आफ्रिका, ऑस्ट्रेलिया इतकेच काय, पण जिथे कोणत्याही प्रकारच्या धार्मिक कार्याचे जाहीर प्रदर्शन करणे निषिद्ध होते, त्या चीनमध्येदेखील जो बंधू सॅम्युएल आहे, हे अजून माहीतही झाले नव्हते, अशा लोकांनी मोठ्या संख्येने एकत्र येऊन श्रद्धांजली वाहिल्याच्या बातम्या येत होत्या. न्यू यॉर्कमधल्या 'सेंट जॉन दी डिव्हाइन' चर्चच्या बाहेर एका स्त्रीची मुलाखत घेण्यात येऊन त्या संन्याशाबद्दल तिला इतकी सहानुभूती का वाटते, असा प्रश्न विचारण्यात आला.

"आपल्याला एक श्रद्धास्थान हवं असतं, खरं ना?" भावनातिरेकाने तिचा गळा दाटून आला होता. "चर्च आपली काळजी घेत आहे आणि आपल्याकडे त्याचं लक्ष आहे, ही जाणीवच आपल्याला आश्वस्त करते आणि असा त्या चर्चपैकीच एक कुणीतरी असं काही करायला विवश झाला आणि त्यावर कडी म्हणजे चर्च या सगळ्या प्रकाराबद्दल एक चकार शब्दही बोलत नाहीये... असं जर असेल, तर आपण सर्वसामान्य माणसांनी कुठे जायचं...?"

पाचही खंडांतले लोक जवळपास याच अर्थाचे काहीतरी बोलत होते. त्या संन्याशाने स्वीकारलेला एकाकी मृत्यू सगळ्यांचे हृदय हेलावून गेला होता. त्याचे ते पर्वतशिखरावर कितीतरी वेळ एकटेच एकाच अवस्थेत उभे राहणे म्हणजे प्रत्येकाच्या मनात सलत असलेल्या एकाकीपणाचे मूर्तिमंत रूप होते आणि त्यानंतरची जी तणावपूर्ण शांतता होती, ती म्हणजे चर्चला कुणाचीही काहीही काळजी उरली नसल्याचा, कुणाबद्दलही सहानुभूती नसल्याचा कोरडाठाक पुरावा होता.

कदाचित आता परिस्थिती बदलत असेल, प्रिंटरवरचा कागद काढून घेत त्यावर पोलिसांच्या फायलीतून काढून छापलेल्या लिव्ह ॲडमसनच्या चित्राकडे पाहताना तिने विचार केला.

कदाचित ते विधान आता सत्यात उतरत असेल.

टीव्ही बंद करून ती उठली आणि निघता निघता दोन सफरचंदे उचलून बॅगेत टाकली. विमानतळावर पोहोचायला तीस मिनिटे तरी लागणार होती आणि तिथे किती वेळ थांबावे लागेल, याची तिला आत्ता तरी काहीच कल्पना करता येत नव्हती.

४४

गंज चढलेल्या बिजागऱ्यांचे अवजड दार करकर आवाज करत उघडले. कॉर्नेलियसने त्या दारातून बाहेर पाऊल टाकले आणि त्यांच्यासाठीच अडकवून ठेवलेल्या जळत्या मशालीला त्याने हात घातला. शक्तिपीठातल्या लोकांच्याही विस्मरणात गेलेल्या वाटांवरून त्याने पुढे धरलेल्या मशालीच्या उजेडात ते चालू लागले. त्याच्या खांद्याला खांदा लावून चाललेल्या बंधू जोहानचे सिनेमातल्या हीरोसारखे सावळे, आकर्षक व्यक्तिमत्त्व त्याच्या स्कॅन्डिनेव्हियन वंशाची साक्ष देत होते आणि त्याच्या निळ्या डोळ्यांत त्याच्या मातृभूमीतल्या बर्फाचा थंडगारपणा पुरेपूर भरलेला होता. बंधू रॉड्रिग्ज त्यांच्या मागे दोन पावले चालत होता. त्या दोघांपेक्षा तो जवळपास एक फूटभर उंच होता. त्याची बारीक उंच अंगकाठी त्याच्या दक्षिण अमेरिकी वंशाच्या देहगुणविशेषांशी मेळ खात नव्हती आणि त्या कमी उंचीच्या बोगद्यातून वाकून चालताना त्याचे भावहीन सोनेरी डोळे सावधपणे आजूबाजूला पाहत होते.

त्यांच्या पावलांच्या करकर आवाजातून आणि त्या मशालीच्या ज्वालांच्या फडफड आवाजाच्या द्विगुणित होऊन उठणाऱ्या प्रतिध्वनींमधून त्या महाकाय पर्वताचा इतिहासच जणू त्यांच्या स्वागतासाठी टाळ्या वाजवत असल्यासारखे वाटत होते. चालता चालता अधूनमधून दिसणाऱ्या उघड्या दारांमधून कधी काळी तिथे जगल्या गेलेल्या जीवनाचे : पाण्यात भिजलेल्या दर्भाच्या ओथंबून ओघळलेल्या गाद्या आणि लाकूड कुजून पार चिरफळ्या उडालेली आणि आता तिथे वास्तव्याला असलेल्या भुतांचेही वजन पेलणार नाही, अशा अवस्थेतली बाकडी आणि तिथल्या अंधारातही अधूनमधून चमकल्यासारखा दिसणारा, वेताळयोनीतले आत्मे झर्रकन निघून जाताना चुकून त्यांचा काही अवशेष तिथे चिकटून राहिला असावा, तसा दिसणारा चुनकळीचा पांढरा मुलामा – असे कशाकशाचे अवशेष त्यांच्या दृष्टीला पडत होते.

दहा मिनिटे चालल्यानंतर पूर्वी कधीतरी माणसे जेव्हा नैसर्गिकरीत्याच बुटकी होती, तेव्हाच्या काळातल्या एका बुटक्या कोरीव छतातून धुराची रेषा हवेत सोडत असलेल्या एक फिकट नारिंगी रंगाच्या दिव्याचा उजेड त्यांना एका दारातून दिसू लागला. आणखी जवळ गेल्यावर त्यांना जळत्या लाकडाचा वासदेखील आला आणि थंड हवेच्या ऐवजी त्यांना ऊब जाणवू लागली. पूर्वी कधीतरी स्वयंपाकघर म्हणून वापर केला जात असलेल्या एका गुहेत कॉर्नेलियस शिरला. गुहेच्या दुसऱ्या टोकाला एका शेकोटीतले निखारे काठीने ढोसत बसलेली एक मानवाकृती त्यांना दिसली.

"बंधूंनो, तुमचं स्वागत आहे," जणू काही एखादा खानावळवाला बर्फाच्या वादळातून वाट काढत आलेल्या प्रवाशांचे स्वागत करत असावा, तशा सुरात मठाधिपती म्हणाले, "क्षमा करा, ही शेकोटी काही तशी उबदार नाही करू शकलो मी, मला वाटतं ती नीट पेटवण्याची कला मी जरा विसरलोच आहे. तेव्हा..." असे म्हणत त्यांनी एका टेबलावर मांडलेल्या पावाच्या दोन मोठ्या लाद्या आणि ठेवलेल्या काही फळांकडे बोट दाखवले आणि म्हणाले, "बसा, शांतपणे खा."

ते तिघेही जण टेबलापाशी येऊन पावाचे तुकडे करून घेत असताना मठाधिपतीही त्यांच्या जवळ येऊन उभे राहिले; पण त्यांनी स्वत:साठी काहीच घेतले नाही. ते शांतपणे खात असताना त्यांच्याकडे निरखून पाहत आणि नुकत्याच पाहिलेल्या त्यांच्या व्यक्तिगत माहितीच्या फायलींमधल्या चित्रांशी मेळ घालून प्रत्येक चेहऱ्याला त्याचे नाव देऊ लागले. तो उंच आहे तो – गुलिर्मो रॉड्रिग्ज. वय बावीस वर्षे. मूळचा ब्रॉन्क्स इथला. पूर्वायुष्यात रस्त्यावरचा मवाली आणि कुठल्याशा गँगमधला एक. त्याच्या नोंदींमध्ये जाळपोळीसाठी वारंवार झालेल्या अटकांची नोंद होती आणि दर वेळेला अधिक कडक शिक्षा ठोठावण्यात आल्याचेही नमूद होते. अर्धे आयुष्य त्याने गर्दच्या आहारी गेलेल्या आईबरोबर काढले होते आणि उरलेले वेगवेगळ्या बालसुधार केंद्रांमध्ये गेले होते. एड्सने आईला अखेर गाठल्यामुळे अनाथ झाल्यावर त्याला देव सापडला.

त्याच्या समोर बसला होता जोहान लार्सन. चोवीस वर्षांचा, काळ्या केसांचा, निळ्या डोळ्यांचा आणि विलक्षण आकर्षक व्यक्तिमत्त्वाचा. स्वीडनच्या उत्तरेकडच्या ॲबिस्कोच्या जंगल भागात त्याचा जन्म, जेव्हा लाखो पापी लोक सैतानी कारवाया करत सज्जनांवर घाला घालून त्यांना नामशेष करू पाहतील, तेव्हा जगाचा अंत जवळ आलेला असेल, अशी श्रद्धा बाळगणाऱ्या एका फुटीरतावादी, निमलष्करी धार्मिक समाजात झाला होता आणि म्हणून स्वत:चे आणि आपल्या विस्तारित 'परिवाराचे' त्याच्या कल्पनेतल्या पापी लोकांच्या झुंडींपासून रक्षण करण्यासाठी अ-आ-इ-ई शिकण्याबरोबरच तो बंदूकदेखील चालवायला शिकला होता. अंत, जेव्हा

तो खरोखरच आला, तेव्हा अत्यंत दुर्दैवी पद्धतीने आला. एका ट्रक ड्रायव्हरला त्याच्या गाडीसमोरून कुणा माणसाचा पाय ओढत घेऊन चाललेला एक जंगली लांडगा रस्त्यात आडवा आला आणि त्याने आरडाओरडा केला. तपासासाठी गेलेल्या पोलीस पथकाला हा सगळा समाजच आत्मघात करून घेण्याच्या शपथेमुळे पूर्णत: नामशेष झाला असल्याचे दिसले. एकटा जोहानच यातून वाचला होता. आपल्या धाकट्या भावाच्या प्रेताजवळ अंगाचे मुटकुळे करून पडलेल्या स्थितीत तो पोलिसांना सापडला. 'ईश्वराचे दर्शन' घेण्यासाठी त्याच्या वडिलांनी त्याला कसल्यातरी गोळ्या खायला दिल्या होत्या, पण ते भावावर खेकसल्यामुळे त्याला त्यांचा राग आला होता, म्हणून त्याने त्या गोळ्या फेकून दिल्या, असे त्याने पोलिसांना सांगितले. त्याला दत्तक घ्यायचा प्रयत्न केलेल्या अनेक कुटुंबांना या सुंदर, पण प्रचंड मानसिक तणावाखाली असलेल्या मुलाला सावरता आले नाही. मग तो जास्तच अलिप्त, अनोळखी माणसांवर पराकोटीचा अविश्वास बाळगणारा, एकलकोंडा झाला आणि आता तो स्वत:च आपल्या आयुष्याचा सर्वनाश ओढवून घेणार हे स्पष्ट दिसू लागले आणि याच टप्प्यावर चर्चने हस्तक्षेप केला, त्याला अमेरिकेत असलेल्या त्यांच्याच एका पुनर्वसन व शिक्षण केंद्रात पाठवले आणि आपलाच हरवलेला मुलगा मानून जवळ केले.

आणि शेवटचा होता कॉर्नेलियस वेब्स्टर. वय चौतीस वर्षे. अनाथालयातच वाढला आणि वयाची पात्रता आल्याबरोबर थेट ब्रिटिश लष्करातच भरती झाला होता तो. त्याची अख्खी पलटण क्षेपणास्त्राने मारा केलेल्या एका ग्रेनेडमुळे चहूबाजूंनी एकदमच पेटलेल्या चिलखती गाडीत अडकून जळून जाताना पाहिल्यावर आणि अंगावर झालेल्या असंख्य जखमांनी लष्करात काम करण्यास अयोग्य ठरवला गेल्यानंतर त्याला लष्करातून बाहेर पडावे लागले. चेहऱ्यावरच्या ओघळलेल्या मेणासारख्या दिसणाऱ्या जखमांच्या व्रणांमुळे त्याची दाढीदेखील तुटक-तुटक पुंजक्यात वाढली होती आणि तीच त्या दु:खद घटनेची त्याच्या अंगावर लादलेली बिरुदे होती. ज्या दिवशी त्याने लष्करातले कडक शिस्तीतले आयुष्य सोडले, त्याच दिवशी त्याने तशाच शिस्तीचे संन्याशाचे आयुष्य स्वीकारले. शक्तिपीठातल्या इतर सर्वांप्रमाणे हे शक्तिपीठ हेच आता त्याचे कुटुंब होते.

या सर्वांना आता ज्या कामगिरीवर पाठवायचे होते, त्या कामगिरीसाठी त्यांच्याकडे आवश्यक ती कौशल्ये असण्याचीदेखील मठाधिपतींनी खातरजमा करून घेतली – कॉर्नेलियसचे वयाने मोठे असणे आणि अधिकार गाजवण्याचे कौशल्य; आकर्षक व्यक्तिमत्त्वामुळे आणि अस्खलित इंग्रजी बोलण्याच्या क्षमतेमुळे कुणाही स्त्रीला मोहपाशात गुंतवण्यासाठी जोहानची असलेली उपयुक्तता आणि रॉड्रिग्जकडे असलेला अमेरिकन पासपोर्ट आणि त्याच्याकडे असलेले रस्त्यांचे आणि रस्त्यावरील व्यवहारांचे

ज्ञान. प्रत्येकाच्या गत आयुष्यात रक्तपात होताच आणि प्रत्येकाकडेच ईश्वराच्या सेवेसाठी काहीतरी चांगले कार्य करून दाखवण्याची तीव्र ऊर्मी आणि ईर्षादेखील होती. पुढे बोलायला लागण्यापूर्वी ते त्यांचे खाणे संपण्याची वाट पाहत थांबले.

''या अगदीच अपारंपरिक पद्धतीच्या भेटीबद्दल क्षमस्व,'' ते म्हणाले. शेकोटीतला धूसर लाल प्रकाश आता त्यांच्या चेहऱ्याभोवती एक चौकट रेखत होता. ''पण मी इतकी काळजी आणि गुप्तता का राखली, हे तुम्हाला या भेटीचं प्रयोजन सांगितल्यावर कळेलच.''

आपले बोट हलकेसे ओठांवर आपटत ते काही क्षण गप्प उभे राहिले.

''पर्वताच्या या भागात एके काळी आपले लढवय्ये संन्यासी – रक्तकर्मी, या शक्तिपीठाचे लाल सरदार – म्हणजेच तुम्ही ज्या गटात राहून ईश्वराची सेवा करत आहात, त्याच गटातल्या पराक्रमी पूर्वजांची फौज राहत असे. जगात पसरलेले खोटे धर्म मुळापासून नष्ट करण्यासाठी, खोटी दैवतं नेस्तनाबूत करण्यासाठी, सगळी पाखंडी चर्च धुळीस मिळवण्यासाठी आणि अंतिम चौकशीच्या आगीमध्ये सर्व दिशाभूल झालेल्या साधकांची पापं जाळून टाकून त्यांचे आत्मे शुद्ध करण्यासाठी ते नेहमीच आघाडीवर असत. या धर्मयुद्धांना 'टॅब्युला रासा' – स्वच्छ पाटी – असं म्हटलं जात असे. कारण त्यांनी पार पाडलेल्या मोहिमेनंतर पाखंडी तत्त्वांचा लवलेशही राहत नसे.''

आपला चढलेला आवाज खाली उतरवत ते टेबलावर हात टेकून पुढे झुकले, तेव्हा एखाद्या पुरातन जहाजाच्या लाकडाचा वजनाखाली दबताना व्हावा, तसा त्या टेबलाच्या लाकडातून कर्रकर्र आवाज आला.

''सर्वसामान्यांना जे कायदे लागू असतात, ते रक्तकर्मींना पाळावे लागत नसत.'' या वाक्यावर प्रत्येकाची काय प्रतिक्रिया होते, ते त्यांनी लक्षपूर्वक पाहिले. ''तसेच ते जगाच्या पाठीवर जिथे कुठे असतील, तिथल्या कायद्यांचंदेखील बंधन त्यांना पाळावं लागत नसे, कारण ते कायदे तर राजे आणि सम्राटांनी केलेले होते आणि रक्तकर्मींची बांधिलकी फक्त ईश्वराशी होती आणि त्यांच्या या पवित्र कार्याची धुरा पुन्हा हाती घेण्यासाठी मी तुम्हाला इथे पाचारण केलं आहे. आता आपण शत्रुसैन्याच्या गराड्यातच सापडण्याची परिस्थिती उद्‌भवणार नाही कदाचित, पण तरीही आपल्याला शत्रू आहेतच आणि म्हणूनच आपलं सैन्यही असण्याची गरज आहे.''

एवढे बोलून त्यांनी एक पाकीट कॉर्नेलियसकडे सरकवले.

''जे कार्य तुम्ही केलंच पाहिजे, त्या कार्याबद्दलच्या आणि आपल्या या पर्वतापासून तुम्ही कसं दूर जावं, याबद्दलच्या सूचना यात आहेत. तुमच्याकडे हे ईश्वराचं कार्य करण्यासाठी आवश्यक असलेलं उपजत कौशल्य आणि अनुभव असल्यामुळे मी या कार्यासाठी तुमची प्रत्येकाची निवड केली आहे. ईश्वराच्या

नियमांनुसार काम करा, मर्त्य जगाच्या नियमांनुसार नको. तुमच्या पूर्वसुरींप्रमाणेच तुम्हीदेखील आपलं कर्तव्य चोखपणे पार पाडावयाचं, ही एकच भावना बाळगून काम करा. आपल्याला जो धोका आहे, तो अगदी खरा आहे आणि आपल्याला तो नष्ट केलाच पाहिजे.''

असे म्हणून त्यांनी खोलीत एका बाजूला भिंतीला टेकून ठेवलेल्या तीन एकसारख्या दिसणाऱ्या कॅनव्हासच्या बॅगांकडे बोट दाखवले.

''त्या बॅगांमध्ये तुम्हाला आवश्यक असलेले पैसे, तुमची ओळखपत्रं आणि सर्वसामान्य लोकांमध्ये वावरण्यायोग्य कपडे आहेत. जुन्या शहराच्या तटभिंतींबाहेर मध्यरात्रीनंतर दोन तासांनी दोन माणसं तुम्हाला भेटतील आणि ती तुम्हाला वाहन, हत्यारं आणि तुम्हाला हवी असलेली इतर कोणतीही गोष्ट पुरवतील. तुमच्या पूर्वसुरींनी जसं मोलानं काम करणाऱ्यांना आपल्या मोहिमांमध्ये मदत म्हणून कामाला लावलं, तसंच या माणसांना तुम्हीदेखील तुमच्या कामात मदत म्हणून वापरलं पाहिजे; परंतु तुम्ही जी गोष्ट ईश्वराच्या प्रेमासाठी करत आहात, तीच गोष्ट ते लोक मात्र पैशासाठी करत आहेत, हे कधीही विसरू नका. तेव्हा त्यांचा उपयोग जरूर करा, पण त्यांच्यावर विश्वासून राहू नका.''

एक क्षणभर ते बोलायचे थांबले.

''मी तुम्हाला या मोहिमेवर पाठवतो आहे, या गोष्टीचा गंभीरपणे विचार करा. कर्तव्य करताना तुमच्यापैकी कुणाचा बळी गेला, तुमच्यापैकी कुणाचंही तसं होण्याची शक्यता आहे, तर पूर्वी कर्तव्यपालनात धारातीर्थी पडलेल्या तुमच्या पूर्वसुरींप्रमाणेच एक वीरगती प्राप्त झालेला योद्धा म्हणून देव तुम्हाला आपलंसं करेल. जे परत येतील, त्यांचं इथे स्वागतच होईल, तेसुद्धा तुम्ही आत्ता जसे सुरक्षा रक्षकांच्या गटातले सदस्य म्हणून सेवा करता आहात तसे सदस्य म्हणून होणार नाही, तर आपल्यातल्या सगळ्यात उच्च श्रेणीतल्या संन्यासी गटातले – हिरवी कफनी परिधान करणाऱ्या – मुक्तक गटातले सदस्य म्हणून होईल.'' पुढे त्यांनी अशीही पुस्ती जोडली, ''आणि तुम्हाला कल्पना असेलच की, मुक्तक गटात दोन जागा अगोदरपासूनच रिक्त आहेत; पण तुम्हापैकी आपली पात्रता सिद्ध करणाऱ्या प्रत्येकाचा मुक्तक गटात समावेश करण्यासाठी मी संख्याविस्तार करीनच. शिवाय आपल्या बंधुवर्गातल्या सर्वोच्च श्रेणीत दाखल होण्यामुळे आपल्या पंथाच्या ज्या अतिपवित्र ज्ञानाचं रक्षण करण्याची जबाबदारी मी आत्ता तुमच्यावर सोपवतो आहे, ते ज्ञान प्राप्त होण्याचं भाग्यही तुम्हाला लाभेल.''

आता ते आपल्या जागेवरून उठले आणि कमरेला बांधलेल्या दोराच्या पट्ट्यात खोचलेला क्रक्स काढला. ''पुन्हा ऐहिक जगात परत जाण्यापूर्वी तुमच्याकडे काही तासांचा अवधी आहे. तेव्हा आपण ज्या पंथकार्याचं आज रात्री पुनरुज्जीवन करणार

आहोत, त्या पंथाच्या पारंपरिक पद्धतीनं मी तुम्हाला आशीर्वाद देऊ इच्छितो.''

मग त्यांनी हातातला ताऊ आपल्या डोक्याच्या वर उचलून धरला आणि ते ज्या पर्वताच्या गर्भभागात होते त्याच्याइतक्याच प्राचीन भाषेत युद्धात विजयी होण्यासाठी वीरांना आशीर्वाद देणारे श्लोक म्हणायला सुरुवात केली. त्यांच्या पाठीमागे शेकोटीतल्या जाळाचा 'चट्‌चट्' आणि 'सऽस्सऽऽ' असा आवाज येत होता आणि त्यांची प्रचंड मोठी सावली गुहेच्या छतावर पसरली होती.

नंतर काही तासांनी त्या जुन्या शहराच्या तटभिंतीजवळची जमीन हलकासा भूकंप झाल्यासारखी, जणू उत्तरेकडे पर्वतशिखरांवर घोंगावणाऱ्या वादळाचा प्रतिध्वनी असल्यासारखी थरथरली. एका गल्लीच्या टोकाशी असलेल्या कार पार्किंगच्या दोन बहुमजली इमारतींच्या मधले एक वर सरकत उघडणारे जड पोलादी दार घरघर आवाज करत जेमतेम एक माणूस त्याखालून जाऊ शकेल एवढे उघडले. आतापर्यंत अंधाराचाच एक भाग असलेल्या तीन सावल्या अंधाराची कातडी सोलवटून निघावी आणि हे अंधाराचे एवढेसे तुकडे वाऱ्याने इतस्ततः पसरून द्यावे, तशा पसरल्या. त्या गल्लीतच उभ्या करून आणि मागचे दरवाजे उघडेच ठेवलेल्या एका व्हॅनकडे ते निघाले.

त्या तीन आकृत्या व्हॅनमध्ये शिरत असताना पावसाचे पहिले टपोरे थेंब व्हॅनच्या टपावर टपटपले आणि तिथून उसळी घेत पदपथावर पडून फुटले. व्हॅनचे दरवाजे खटकन बंद झाले आणि इंजीन गुरगुरत जागे झाले. व्हॅनच्या पेटलेल्या मुख्य दिव्यांच्या उजेडात धूळभरल्या रस्त्यावर पडणारे पावसाचे थेंब स्पर्श होताक्षणी एखाद्या संसर्गजन्य रोगाच्या जंतूंनी चवताळून उठावे, तसे दिसू लागले.

पूर्वेकडे असलेल्या विमानतळाकडे त्यांना थेट घेऊन जाणाऱ्या दुतर्फा झाडांच्या महामार्गाला जोडणाऱ्या चक्राकार रस्त्याच्या दिशेने व्हॅन शहराच्या आतल्या भागाकडे निघाली. जुन्या शहराला वळसा घालून ते पुढे जात असताना पावसाचा जोर वाढला, आतापर्यंत जे काही घडले होते आणि आता जे काही घडणार होते, त्याच्या दुःखाबद्दलचे काळे अश्रूच जणू शक्तिपीठाच्या गालांवरून ओघळत होते आणि पूर्वी कधीतरी ज्या खंदकात पाणी वाहत होते आणि जो खंदक एक माणूस पोहून गेला होता, त्या खालच्या बाजूच्या खडूसारख्या पांढरट भुऱ्या जमिनीकडे, तिथून पुढे जिथे पूर्वी लाल सरदारांच्या घोड्यांच्या टापा पडल्या असतील त्या फरसबंदीच्या अरुंद बोळवजा रस्त्यांकडे आणि त्याही पुढे जात नुकताच तो संन्यासी जिथे कोसळला होता, तिथे वाहिलेली शोकांजलीची फुले आणि शोकसंदेशाची कार्डे धुऊन नेण्यासाठी निघाले होते.

४५

गाझिअॅन्टेपच्या विमानतळाच्या दिशेने खाली उतरण्याच्या वाटेवर पहाऱ्याला बसलेल्या वादळखोर ढगांची फळी भेदून खाली येताना ते लॉकहीड ट्रायस्टार विमान डचमळत होते. हवेतल्या पोकळ्यांनी निर्माण झालेल्या खड्ड्यांमधून जाताना तोल सांभाळण्याच्या प्रयत्नात इंजिनावर ताण पडून ते गुरगुरत होते आणि त्याच वेळी ढगात चमकणाऱ्या विजांनी विमानाच्या आतल्या मंद प्रकाशाच्या भागात अचानक लखलखाट होत होता. जणू बायबल असावे, तसे ते पर्यटक – मार्गदर्शक पुस्तक हातात धरून बसलेल्या लिव्हने इतर सहप्रवाशांकडे पाहिले.

विमानाने पुन्हा एकदा जोराची झोकांडी घेतल्यावर लिव्हच्या मनात आले, *'सॅम, काय मांडलंयस तू हे! एक तर आठ वर्षं कुठं होतास, एका शब्दानंही कळवलं नाहीस आणि आता या सगळ्या भोगातून मला जायला लावतोयस.'*

विमनस्कपणे तिने पावसाचे फटकारे बसत असलेल्या खिडकीतून बाहेर पाहिले, तर नेमका त्याच वेळेला विजेचा एक लोळ विमानाच्या पंखावर आपटताना तिला दिसला. त्या धक्क्यातून सावरण्यासाठी पडलेल्या कष्टांनी विमानाच्या इंजिनाने गुरगुराट केला. दोन घटनांचा एकमेकांशी काही संबंध नसावा, अशी तिने मनोमन इच्छा केली आणि पुन्हा एकदा हात टेकायच्या जागेतल्या रक्षापात्राकडे आशाळभूतपणे पाहिले आणि व्यापारी तत्त्वाने चालवलेल्या विमानात धूम्रपान करण्याबद्दल काय दंड होत असेल, याचा विचार करत राहिली. दंड भरावा लागला तरी चालेल; पण सिगारेट ओढायला मिळेल का, याचा ती गंभीरपणे विचार करत होती.

खराब हवामानातून आता तरी आपली सुटका होणार आहे की नाही, हे पाहण्यासाठी पुन्हा एकदा तिने खिडकीतून बाहेर पाहिले. एखादा दैवी आदेश व्हावा, तसे ढग अचानक पांगले होते आणि सतत चमकत असलेल्या विजेच्या लखलखाटाने हलल्यासारखी वाटणारी जमिनीची किनाररेषा दिसू लागली होती. दूर अंतरावर पर्वतरांगांमधल्या नैसर्गिक खोलगट कपासारख्या भागात वसलेले चमकणारे

शहर सोन्याच्या उथळ तळ्यात ठिक्कपणे बसवल्यासारखे दिसत होते. खिडकीच्या काचेवरून वेगाने सरकणाऱ्या पावसाच्या पाण्यामुळे ते शहर घनरूप नसून द्रवरूप असल्यासारखे हलत होते आणि या दृश्याच्या मध्यभागी एक काळासा ठिपका होता आणि त्या ठिपक्यापासून चार सरळ रेषा प्रकाश फेकत होत्या. हे होते रुइन आणि त्याच्या केंद्रभागी होते, शक्तिपीठ. उंचावरून पाहताना तिला ते एका दीप्तिमान क्रॉसच्या मध्यभागी एखादे काळे रत्न असावे, तसे दिसत होते. लिव्हचे सगळे लक्ष त्या काळ्या ठिपक्यावर केंद्रित झाले आणि तिला ती जागा, त्या जागेत असलेले ते गुपित आणि त्याच्या गोपनीयतेसाठी आतापर्यंत झालेला सगळा रक्तपात आठवला.

इतक्यात लॉकहीड विमानाने वळण घेत गाझिअ‍ॅन्टेप विमानतळाच्या दिशेने खाली उतरायला सुरुवात केली, तसे ते शक्तिपीठ पुन्हा रात्रीच्या अंधारात गडप झाले.

आगमन कक्षामध्ये भराभर ओतल्यासारखे सांडत असलेल्या प्रवाशांच्या गर्दीकडे लक्षपूर्वक पाहत कॅथरीन मान उभी होती. पोलिसांच्या चोरलेल्या फायलीतल्या माहितीवरून केलेल्या अंदाजानुसार ही मुलगी आपल्या भावाचे पार्थिव ताब्यात घेण्यासाठी शक्य तितक्या लवकरच रुइनमध्ये दाखल होईल, असा तिचा अंदाज होता. तिचे पती बारा वर्षांपूर्वी मारले गेले होते, तेव्हा तिलादेखील असेच वाटले होते. तो मरण पावला आहे, हे कळत असले, तरी शक्य तितक्या लवकर त्याच्या जवळ पोहोचावे, असेच तिला त्या वेळेला वाटत होते, त्याची तिला आठवण झाली.

त्यांच्या फोनवरच्या बोलण्याची फायलीत नोंदवली गेलेली वेळ संदर्भात घेता, त्या मुलीला इकडे येण्यासाठी हीच सगळ्यात लवकरची विमानफेरी मिळणे शक्य आहे, असे एका ट्रॅव्हल एजंटच्या वेबसाइटवरच्या माहितीमध्ये दिलेले होते.

कस्टम्सच्या तपासण्यांमधून सुटल्यावर टॅक्सीसाठी किंवा वाट पाहणाऱ्या नातेवाइकांपर्यंत पोहोचण्यासाठी किंवा वाहनतळावर उभ्या असलेल्या त्यांच्या गाड्यांचे पैसे देऊन लगोलग बाहेर पडण्यासाठी घाईघाईने निघालेले प्रवासी दिसू लागले, पण त्यामुळे कुणाचाही चेहरा नीट ओळख पटेपर्यंत पाहणे अवघड झाले. छापून काढलेल्या चित्रावरून कॅथरीनने तिचा चेहरा व्यवस्थित लक्षात ठेवला होता; पण तरीही तिच्या नावाचा एक फलकदेखील बनवून घेतला होता. तो फलक ती बाहेर येत असलेल्या प्रवाशांना दिसावा, अशा पद्धतीने वर धरणारच होती, इतक्यात लिव्ह ॲडमसन हीच नावे ठळक अक्षरात लिहिलेला फलक हातात

धरलेला एक माणूस समोरच्या बाजूला कठड्याला रेलून उभा असलेला तिला दिसला.

कॅथरीनच्या मेंदूतल्या तारा झिणझिणल्या.

डोळ्यांच्या कोपऱ्यातून त्या माणसावर नजर ठेवता ठेवता नकळत तिचा हात कोटाच्या खिशात गेला आणि तिच्या बोटांनी खिशातल्या पिस्तुलावर पकड घट्ट केली. तो पोलीस असू शकत होता. कारण मधल्या काळात पोलिसांशी बोलणे जवळपास अशक्य होते, तरीही ते शक्यही होते. कदाचित तिला ते कळले नसेल.

तो माणूस बराच उंच आणि बलदंड होता. वाळूच्या रंगाच्या दाढीमध्ये कसल्याशा जखमांचे व्रण लपले होते. एखादे अस्वल जसे वाहत्या पाण्यातला साल्मन मासा गपकन पकडण्यासाठी सावधपणे उभे असते, तशा त्याच्या बाहेर पडणाऱ्या प्रवाशांकडे पाहण्याच्या पद्धतीने ती अस्वस्थ झाली. त्याचे उभे राहणेदेखील कुणा अधिकारी व्यक्तीसारखे होते आणि इतर कशापेक्षाही याची कॅथरीनला जास्त भीती वाटू लागली. पोलीस खाते कुणा वरच्या श्रेणीतल्या अधिकाऱ्याला केवळ एखाद्या साक्षीदाराला घेऊन येण्यासाठी विमानतळावर आणि तेदेखील इतक्या रात्रीच्या वेळेला, पाठवण्याची शक्यता नव्हती. म्हणजे तो पोलीस नव्हता.

कस्टम्सच्या कक्षातून एक स्त्री बाहेर आली आणि गर्दीत मिसळून चालू लागली. तिच्या चेहऱ्यापुढे विस्कटलेले सोनेरी केस पसरलेले होते. खाली ठेवलेल्या होल्डॉलमध्ये ती काहीतरी शोधत होती. तिची उंची, तिचे वय फायलीतल्या वर्णनाशी जुळते होते.

फलक हातात धरलेल्या समोरच्या माणसाकडे कॅथरीनने पाहिले. त्यालाही ती दिसली होती. त्या मुलीने एक मोबाइल फोन शोधून काढला आणि वर पाहिले. ती नव्हती ती. कॅथरीनची पिस्तुलावरची पकड सैल झाली आणि तिचा हात खिशाबाहेर आला. तो माणूस मात्र त्या मुलीकडे ती आणखी पुढे येत जवळ येईपर्यंत लक्षपूर्वक पाहत होता. त्याच्यापासून अगदी दोन-चार फूट अंतरावर येताच त्याने हातातला फलक उंच केला आणि त्याच्या चेहऱ्यावर एक विचित्र हसू उमटले. त्या मुलीची नजर मात्र त्याला पाहूनही न पाहिल्यासारखीच राहिली आणि ती त्याच्या पुढून निघून गेली.

त्याच्या चेहऱ्यावरचे ते हसू मावळले आणि तो पुन्हा एकदा शोधक नजरेने पाहू लागला. कॅथरीननेदेखील तसेच केले. शेवटचा प्रवासी कस्टम्सच्या कक्षातून बाहेर पडेपर्यंत ती मुलगी आत्ता पोहोचलेल्या विमानातून इथे आलेली नाही, हे स्पष्ट झाले. तसेच कॅथरीनलाही दोन महत्त्वाच्या गोष्टी कळल्या. तिच्या अंत:प्रेरणा बरोबर होत्या : त्या मुलीला गाठण्यासाठी मुक्तकांनी त्यांची माणसे पाठवली होती आणि दुसरी म्हणजे ती कशी दिसते, हे त्यांना अजिबात माहीत नव्हते.

४६

कस्टम्सच्या कक्षातून लिव्ह बाहेर पडली आणि त्या उंच छताच्या हवेशीर आगमन कक्षात येऊन दाखल झाली, तोपर्यंत पुरते दोनही वाजले नव्हते सकाळचे. कक्षातल्या भिंतीवरच्या भव्य चित्रांनी आणि शिल्पाकृतींनी कक्षाची गोलाकार गुहेसारखी जागा भरून गेली होती. रुइनच्या दीर्घ आणि रक्तरंजित इतिहासातल्या विमानात वाचलेल्या घटनांमधली त्यात बंदिस्त झालेली काही नाट्यपूर्ण दृश्ये तिने ओळखली.

त्या दृश्यांमधल्या ऐतिहासिक व्यक्तिरेखांमध्ये दिसणारे चैतन्य आणि त्या दृश्यांखालीच वावरणाऱ्या वास्तवातल्या माणसांचे दिशाहीन फिरणे, यातला विरोधाभास ठळकपणे जाणवत होता. त्यामध्ये काही कडक सुटा-बुटातले व्यावसायिक होते आणि ते आपापल्या लॅपटॉप आणि ब्लॅकबेरीमध्ये गुंतलेले होते; पण ते फारसे नव्हते. थंड, उदास दिसणाऱ्या प्रवाशांचे छोटे-छोटे कळप तिथल्या संगमरवरी फरशीवरून पाय ओढत गोंधळल्यासारखे इकडेतिकडे फिरत होते आणि एक-दोघे कंटाळलेले पोलीस या सगळ्याकडे खांद्यावर लटकवलेल्या स्वयंचलित बंदुकीवर हात ठेवून नुसतेच पाहत होते.

रुइनकडे निघालेल्या बहुतेक सर्व पर्यटकांचा ओघ गाझिॲन्टेपच्या उत्तरेकडे असलेल्या मोठ्या विमानतळाकडे वळला. कारण त्या बाजूने ते प्राचीन शहर जास्त जवळ होते. आपले तिकीट काढताना लिव्हने यापैकी कशाचाच विचार केला नव्हता; जे मिळेल ते पहिले विमान गाठायचे, एवढाच विचार तिने तेव्हा केला होता. मार्गदर्शक पुस्तकातल्या माहितीप्रमाणे जुन्या विमानतळापासून प्राचीन शहराकडे नेणाऱ्या बऱ्याच बसमार्गाच्या फेऱ्या होत्या, पण या अशा अडनिड्या वेळी एकदा इथल्या स्थानिक चलनाचे पैसे घेतले की, मिळेल त्या टॅक्सीनेच बहुधा आपल्याला तिकडे जावे लागेल, असा तिच्या मनात विचार आला.

परकीय चलनाची अदलाबदल करण्याची सोय कुठे आहे, ते शोधण्यासाठी ती आजूबाजूला पाहत असताना तिला एक उंचापुरा, उमदा तरुण तिच्याकडेच टक

लावून पाहत असल्याचे दिसले. त्याच्या त्या पाहण्यामुळे प्रथम तिने त्याच्याकडे दुर्लक्षच केले आणि नजर दुसरीकडे वळवली, पण पुन्हा त्याच्याकडे पाहिले. आता तो तिच्याकडे पाहून स्मितहास्य करत होता. तीदेखील औपचारिकपणे हसली. तेवढ्यात त्याने तिचेच नाव ठळक अक्षरात लिहिलेले एक कार्ड हातात उंच धरून तिला दाखवले.

''श्रीमती ॲडमसन?'' थोडे जवळ येत त्याने विचारले.

तो कोण असावा याचा काहीच अंदाज येत नसल्याने तिने नुसतीच मान हलवली.

''मला अर्काडियननं पाठवलं आहे.'' तो म्हणाला. खोल, भरदार आवाज होता त्याचा. त्याचा न वाटता त्याच्यापेक्षा वयाने मोठ्या असलेल्या व्यक्तीचा आवाज वाटत होता तो. कोणत्याही प्रांतातली विशिष्ट लकब त्याच्या बोलण्यातून जाणवत नव्हती.

''तुम्ही अमेरिकन आहात का?'' लिव्हने विचारले.

''माझं शिक्षण तिथे झालं.'' चेहऱ्यावरचे स्मितहास्य तसेच ठेवून तो म्हणाला. ''पण आश्चर्य वाटून घेऊ नका. हे पर्यटकांचं शहर आहे, त्यामुळे इथे प्रत्येकाला इंग्रजीत बोलता येतं.''

एका तरी प्रश्नाची उकल झाली म्हणून तिने मान हलवली, पण त्यातूनच नवा प्रश्न सामोरा आल्याने पुन्हा तिच्या कपाळावर आठ्या पडल्या.

''मी कोणत्या विमानाने येतेय, हे तुम्हाला कसं...?''

तिचे बोलणे मध्येच थांबवत तो म्हणाला, ''मला नव्हतंच कळलेलं ते. नुकत्याच इथे येऊन दाखल झालेल्या काही आंतरराष्ट्रीय विमानफेऱ्यांपैकी कुठल्याही विमानात तुम्ही असण्याची शक्यता गृहीत धरून मी इथे केव्हाचा उभा आहे.'' अर्धी रात्र उलटून गेल्यावरही जागत विमानतळावर उभ्या राहिलेल्या त्या माणसाचा आवाज मात्र चांगलाच उत्साही, ताजातवाना वाटत होता.

''जे मिळालं त्या पहिल्या विमानानं मी आले...'' आपल्या येण्याबाबत पुरेशी माहिती न कळवल्याबद्दल संकोच वाटून ती कसेबसे म्हणाली.

''ते फारसं मनावर घेऊ नका.'' असे म्हणत त्याने तिच्या हातात लटकत असलेल्या अस्ताव्यस्त होल्डॉलकडे बोट दाखवले आणि म्हणाला, ''हे एवढंच आहे का तुमचं सामान?''

''हो, पण तुम्ही काळजी करू नका, मी उचलू शकतेय ते.'' असे म्हणत तिने होल्डॉल खांद्यावर घेतला आणि त्याच्या पाठोपाठ संगमरवरी फरशीवर पावले टाकत निघाली.

ही इतकी चांगली सेवा जर्सी शहरात तुम्हाला कधीच मिळणार नाही. मंदगतीने

सरकणाऱ्या प्रवाशांच्या गुंतागुंतीतून कातरीसारखी झपाझप वाट कापत निघालेल्या त्या रुंद खांद्यांच्या माणसावर लक्ष ठेवून चालताना लिव्हच्या मनात विचार आला. भराभरा चालत असल्यामुळे त्याचा पायघोळ कोट वाऱ्यावर फडफडायला लागला, तेव्हा तो तिथल्या भिंतीवरच्या चित्रातल्या वीर योद्ध्यांप्रमाणेच वाटायला लागला.

सावकाश गोल फिरत असलेल्या दरवाजातून बाहेर जाण्याच्या जागेत त्याच्या मागोमाग जात ती उभी राहिली. त्या लहानशा जागेत तिला त्याच्या इतक्या जवळ उभे राहावे लागत होते की, त्याचा देहगंध तिला जाणवत होता. स्वच्छ, कडक, कमावलेले चामडे आणि लिंबाच्या वासाची जाणीव करून देणारा, त्याबरोबरच काहीसा पुरातन आणि आश्वस्त करणारा – कदाचित धुपाचा गंध होता तो. तिच्या माहितीतल्या बहुतेक पोलिसांच्या दृष्टीने 'ओल्ड स्पाइस' वापरणे म्हणजे त्यांच्या उच्च अभिरुचीचे लक्षण होते. तिने पुन्हा एकदा त्याच्याकडे पाहिले. तिला वाटले होते त्यापेक्षा बराच उंच होता तो, शिवाय त्याचे केस तिला आधी वाटले होते तसे काळेभोर नसले, तरी आकर्षक व्यक्तिमत्त्वाची – चांगली उंची, सावळा रंग, बर्फासारखे थंड निळे डोळे – अशी इतर सगळी पारंपरिक लक्षणे होती त्याच्या व्यक्तिमत्त्वात. ज्या आकर्षकपणापासून सावध राहण्याची सगळ्या आया आपल्या मुलींना सूचना देतील आणि तुम्ही पुरेसे पैसे दिलेत, तर काचेच्या गोळ्यात पाहून तुमचे भविष्य सांगणाऱ्यांना ज्याचा चेहरा तिथे दिसेल, तसाच चेहरा होता त्याचा!

गोलाकार फिरणाऱ्या दाराने त्यांना बाहेरच्या रात्रीकडे हलकेच ढकलले. त्याबरोबर काँक्रीटवर टपटपणाऱ्या पावसाचा वास तिच्या प्रवासाने शिणलेल्या गात्रांना ताजेतवाने करून गेला. गेल्या बारा-चौदा तासांत तिला अनुभवायला मिळालेली सगळ्यात ताजी गोष्ट असली, तरी तंबाकूचे व्यसन लागलेल्यांच्या जगात नेहमीच घडते त्याप्रमाणे तिला सगळ्यात प्रथम कशाची आठवण झाली असेल, तर आपल्याला आता सिगारेटची किती गरज आहे याची. दारातून बाहेर आल्याबरोबर ती थांबली आणि आपली बॅग उघडत म्हणाली, "तुम्ही गाडी कुठे उभी केली आहे?"

होल्डॉलमध्ये कशातरी कोंबलेल्या वस्तूंमध्ये काहीतरी शोधत असलेल्या लिव्हकडे मागे वळून पाहत तो म्हणाला, "हे समोरच." आणि रस्त्याच्या पलीकडेच असलेल्या अल्प काळ गाड्या उभ्या करून ठेवण्याच्या जागेकडे इशारा केला.

पावसाने झोडपल्या जाणाऱ्या रात्रीकडे पाहत लिव्ह म्हणाली, "मी जरा घाईघाईतच सामान घेतलं आणि बहुतेक... मी... कोट आणलेला नाही."

त्या माणसाने आपली छत्री उघडली; पण तिने त्याच्याकडे दुर्लक्षच केले. तिचे डोळे बॅगेत दिसत असलेल्या चुरगाळलेल्या सिगारेटच्या पाकिटावर खिळले होते. पाकिटावर बोटाने ठोकल्यासारखे करत वर डोके काढलेली एक सिगारेट तिने ओठांत धरूनच बाहेर काढली.

"वाराही सुटलाय बराच." थंड हवेमुळे अंग आक्रसून घेत ती पुढे म्हणाली, "माझ्यामुळे तुमची छत्री फाटून जायला नको. मी काय म्हणते... तुम्ही एकटेच जाऊन कार घेऊन का येत नाही? मी इथेच थांबते आणि ही सिगारेट ओढते, म्हणजे मला भिजावंही लागणार नाही आणि तुम्हालादेखील जबरदस्तीनं धूर खायला लावल्याबद्दल माझ्यावर खटला भरायची वेळ येणार नाही."

तो माणूस जरा घुटमळला, मग प्रवाशांना नेण्या-सोडण्याच्या त्या जागेपुढे वाऱ्याने हलणाऱ्या पाण्याच्या पडद्यासारख्या पडणाऱ्या पावसाकडे एकदा नीट पाहिले आणि म्हणाला, "ठीक आहे. इथून हलू नका. मी गाडी घेऊन लगेच येतो."

मोठमोठ्या ढांगा टाकत तो जात असताना ती पाहत राहिली. जोराचा वारा त्याच्या कोटाची सुटी टोके फडकावत होता. तिने आपल्या सिगारेटभोवती आपल्या दोन्ही हातांचा आडोसा केला, सिगारेट पेटवली आणि सरत्या रात्रीच्या थंड हवेबरोबर फुप्फुसात, अगदी खोलवर पोहोचेल, असा जोरदार झुरका घेतला. इतक्या वेळानंतर प्यायला मिळालेल्या सिगारेटचा आनंद बराच वेळ धरून ठेवून जेव्हा तिने सगळा धूर परत बाहेर सोडला, तेव्हा त्या धुराबरोबर धक्कादायक विमानप्रवासाचा शीण वितळून हवेत विरघळून जातोय, असेच तिला वाटायला लागले. सिगारेटचे पाकीट तिने पुन्हा बॅगेत ठेवले, शोधाशोध करून आपला मोबाइल काढला आणि बटण दाबून सुरू केला.

रस्त्याच्या समोरच्या बाजूच्या बस स्टॉपच्या आडोशाला रात्र काढायच्या विचारात असलेल्या तीन तरुणांना खडसावताना दिसणाऱ्या सुरक्षा रक्षकाच्या जवळून तिथल्या भर पावसात एक व्हॅन भर्रकन गेली. कुठल्यातरी कॉलेजचे जोरदार पार्टी करून आलेले विद्यार्थी असावेत किंवा ज्यांना नेहमीच एका जागेवरून दुसरीकडे हाकलले जात असते, तसे अगदी नेहमीचेच भटके असावेत ते.

रुइनमध्ये आपले स्वागत आहे...

फोन चालू झाल्याची खूण म्हणून तिच्या हातातला फोन थरथरला. ती संपर्क करू शकली नव्हती, असे तीन फोन आणि वाचू शकली नव्हती, असे दोन संदेश आलेले होते. आपल्या व्हॉइसमेलमध्ये काय संदेश नोंदवला गेला आहे, हे पाहण्यासाठी ती मोबाइलची बटणे दाबत असतानाच एक अगदी सर्वसाधारण, कसलेही चिन्ह वगैरे नसलेली लांबसडक रेनॉल्ट गाडी तिच्यासमोर येऊन उभी राहिली. खिडकीची काच खाली झाली आणि एका टापटीप पोशाख केलेल्या पोलिसाने स्टियरिंग व्हीलजवळ बसल्या बसल्याच तिच्याकडे पाहून स्मितहास्य केले. मग पुढे वाकून मागच्या बाजूचे दार उघडले.

लिव्हने सिगारेटचा एक शेवटचा जोरदार झुरका घेतला. फिरत्या दरवाजाजवळच असलेल्या रक्षापात्रात चुरगाळून दाबत सिगारेट विझवली. बॅग घेतली आणि

पावसाने चिंब भिजलेल्या पदपथावरून धावतच जात पटकन कारच्या उबदार, कोरड्या अंतरंगात शिरली.

दार लावून घेतल्यावर सीटवरचा सुरक्षापट्टा बांधताबांधता तिने विचारले, "तुमचं नाव काय?"

त्याने गाडी सुरू केली आणि विमानतळावरून बाहेर पडण्याच्या दिशेने निघालेल्या गाड्यांच्या रांगेत घुसवल्यावर म्हणाला, "गॅब्रिएल."

"म्हणजे देवदूत?"

हसू आल्याने त्याचे डोळे बारीक झाल्याचे तिला आरशामध्ये दिसले. "हो देवदूतासारखंच."

दरवाजाला टेकत ती जरा आरामशीरपणे बसल्यावर सगळा शीण तिला एखाद्या ब्लँकेटसारखा लपेटून टाकू लागला. ती डोळे मिटणार होती, इतक्यात तिला संदेशांची आठवण झाली. पुन्हा एकदा नोंदवल्या गेलेल्या संदेशांमध्ये काय सांगितले आहे, ते पाहण्यासाठी आवश्यक ती बटणे दाबून मोबाइल कानाशी लावून काय संदेश ऐकायला मिळतोय, ते पाहू लागली.

"तुम्ही कुणाला फोन करताय?" ड्रायव्हरने विचारले.

अनावर झालेली जांभई देतच ती म्हणाली, "काय संदेश आले आहेत ते पाहत होते, पण आपण नक्की कुठे चाललो आहोत?"

"रुइनमध्ये, आणखी कुठे?" रहदारीपासून आपली गाडी बाजूला घेत आणि एका सर्व्हिस रोडवर घालत तो म्हणाला.

मग वादळामुळे पाठीमागे सतत चाललेल्या खरखर आवाजाच्या पार्श्वभूमीवर तिला आलेला पहिला संदेश तिच्या कानात वाजू लागला.

४७

"हॅलो... अंऽऽ श्रीमती ॲडमसन. मी इन्स्पेक्टर अर्कार्डियन बोलतोय. पुन्हा एकदा... तुमचा भाऊ गमावल्याच्या दुःखात... आम्ही मनापासून सहभागी... मी नेवार्क पोलीस डिपार्टमेंटचे डिटेक्टिव्ह बेरिंजर यांना... काही फोटो ई-मेल केले..."

संदेश मुद्रित केला जात असताना पाठीमागे फार खरखर होती आणि त्याचे बोलणे मधून मधून नीट मुद्रित झाले नाही असे वाटत होते, म्हणून तो काय बोलला ते नीट ऐकू यावे, यासाठी तिने फोन कानावर दाबूनच ठेवला.

"ते तुम्हाला लवकरच फोन... ते फोटो पाहून औपचारिकरीत्या तुम्ही त्याची ओळख... ते तिकडच्या पोलिसी सोपस्कारांची काळजी घेतीलच... तरीही माझ्याकडून काही... मला अवश्य फोन करा..."

संदेश संपला आणि अन्वयार्थ डोक्यात शिरताच ती चमकली आणि तिचे लक्ष ड्रायव्हरच्या सीटवर बसलेल्या माणसाकडे गेले. अर्कार्डियनने ओळख पटवण्यासाठी फोटो ई-मेलने पाठवले होते, म्हणजेच ती इथे येईल, अशी त्याने अपेक्षा केलेली नव्हती आणि असे असताना तो तिला विमानतळावरून घेऊन येण्यासाठी कुणालाही का पाठवेल? इतक्यात दुसरा संदेश ऐकू येऊ लागला.

"हाय, माझं नाव डिटेक्टिव्ह बेरिंजर आहे आणि मी नेवार्क शहर पोलीस डिपार्टमेंटमध्ये आहे..."

पुढचा संदेश शेवटपर्यंत ऐकत बसण्याची तिला गरजच वाटली नाही.

हा म्हणाला होता की, त्याचे नाव गॅब्रिएल आहे आणि तो पोलीस आहे, असेही म्हणाला होता.

नाही.

तो पोलीस आहे असे तो कधीच म्हणाला नव्हता. त्याने आपली ओळख सांगताना तिला आपला पोलिसाचा बिल्ला दाखवलाच नव्हता. मला अर्कार्डियनने पाठवले आहे, एवढेच तो बोलला होता आणि बाकीच्या गोष्टी तिने आपल्या

आपणच गृहीत धरल्या होत्या. मूर्ख. स्वत:च्या शारीरिक-मानसिक थकव्यामुळे आणि त्याच्या छान दिसण्या-वागण्यामुळे ती अनायासेच जाळ्यात ओढली गेली होती. म्हणजे मग हा होता तरी कोण?

"सगळं काही ठीक आहे ना?"

वर नजर करून तिने त्याच्याकडे आरशातून पाहिले.

"हो," ती म्हणाली. आपल्या चेहऱ्यावर काळजी दिसत असावी, याची तिला अचानक जाणीव झाली.

"कामाचा ताण आहे, एक तर इकडे येण्यासाठी हे विमान मी अगदी घाईतच पकडलं. निघण्यापूर्वी काही आवश्यक कामं करायची होती, पण वेळच मिळाला नाही. त्यामुळे माझे साहेब फार चिडले आहेत."

एक व्हॅन त्यांच्या बाजूने चाकांखालून पाण्याचे फवारे उडवत प्रचंड वेगाने जात होती. त्यामुळे त्याचे डोळे आरशातून पुन्हा रस्त्याकडे वळले. टायर रस्त्यावर जोरात घासले गेल्याचा आवाज आला आणि पुढच्याच क्षणाला त्या गाडीचा आतला भाग लाल रंगात न्हाला. वेगात पुढे गेलेल्या त्या व्हॅनचे ब्रेक्स जोरात दाबले गेले होते. अगदी करकचून जोरात.

गॅब्रिएलनेदेखील तेच केले. त्यानेही जोरात ब्रेक दाबल्यावर त्यांच्या रेनॉल्टची चाके पावसाच्या पाण्याने चिकट निसरड्या झालेल्या रस्त्यावरून कचकच आवाज करत गेली. गाडीचा पुढचा बंपर त्या व्हॅनच्या मागच्या बाजूला दाणकन आपटल्यामुळे एक जबरदस्त हादरा बसला. पोटावर पट्टा बांधला होता, तरीही पट्ट्यासकट लिव्ह पुढे फेकली गेली. खाट् असा एक मोठा आवाज झाला आणि त्या आवाजामुळे गाडीतली जीवरक्षण व्यवस्था कार्यान्वित होऊन हवेच्या पिशव्या उघडल्या जाण्यापूर्वी आपल्यावर गोळी झाडण्यात आली आहे, असेच लिव्हला क्षणभर वाटले.

पण त्यानंतर मात्र सगळे भोवताल अतिमंद गतीने फिरत राहिले.

४८

ड्रायव्हरच्या सुरक्षेसाठी असलेल्या हवेच्या पिशवीतली हवा पुन्हा पुरती बाहेर पडून जाण्यापूर्वीच गॅब्रिएलने पिशवीवर थापट्या मारून हवा बाहेर काढली, एका झटक्यातच आपला पोटावरचा पट्टा सोडवला आणि दरवाजाला हात घातला. जितक्या जोराने लाथ मारता येईल, तितक्या जोराने लाथ मारून त्याने दरवाजा उघडला आणि पुन्हा मागे येऊन तो बंद होण्यापूर्वीच लोळण घेत बाहेर पडला. हे सगळे इतक्या वेगाने घडले की, तिच्या बाजूचा दरवाजा उघडला गेला, तेव्हादेखील लिव्ह ड्रायव्हरच्या रिकाम्या सीटकडेच पाहत होती.

उघडलेल्या दाराकडे तिने वळून पाहिले, तर थेट तिच्या डोळ्यांसमोरच तिला बंदुकीची नळी दिसली.

''बाहेर या!'' बंदुकीच्या नळीमागून एक आवाज कडक शब्दात ओरडला.

बंदुकीच्या नळीच्या डोळ्यांसमोरच असलेल्या काळ्या भोकावरून नजर मागे नेत तिने पाहिले, तर एक तरुण ती धरून उभा असल्याचे तिला दिसले. तरुण कसला पोरगेलासाच होता तो. तुरळक सोनेरी दाढीच्या अध्येमध्ये पेरल्यासारखे मुरुमांचे डाग त्याच्या तोंडावर होते. त्याच्या डोक्यावरच्या बेसबॉलच्या टोपीवरून पावसाचे पाणी ओतल्यासारखे पडत होते आणि त्या कपाळावर खाली ओढलेल्या टोपीखालून त्याचे फिकट निळे डोळे तिच्याकडेच पाहत होते.

''बाहेर या!'' तो पुन्हा ओरडला.

पुढे वाकून त्याने दुसऱ्या हाताने तिला बाहेर खेचायला सुरुवात केली. इतक्यात तिच्या पाठीमागची काच खळ्ळ्कन फुटली आणि गाडीच्या आतल्या भागात काचेच्या बारीक-बारीक चमचमत्या तुकड्यांचा खच पडला. डाव्या खांद्याला बांधून ठेवलेली एखादी दोरी जोरात खेचली जावी, तसा तो मुलगा एका हिसक्यात खेचल्यासारखा मागे फेकला गेला. लिव्हने मागे वळून पाहिले, तर काच फुटलेल्या खिडकीच्या चौकटीत तिला गॅब्रिएलचे तोंड दिसले.

“पळा!” तो जोरात ओरडला आणि पुढच्याच क्षणी तोदेखील त्या चौकटीतून खेचला गेला.

पूर्णपणे भेदरलेल्या लिव्हने पुन्हा आपल्या बाजूच्या उघड्या दाराकडे पाहिले, तर तो फिकट निळ्या डोळ्यांचा मुलगा मागे फेकला जाऊन जिथे पडला होता, तिथेच निश्चेष्ट पडून उघड्या डोळ्यांना झोंबणाऱ्या पावसाकडे एकटक पाहत होता. कसातरी चाचपडत पोटावरचा पट्टा सोडवून तिने बाजूला टाकल्यावर पट्ट्याबरोबर तिथे सांडलेले काचांचे तुकडे खळखळ आवाज करत खाली पडले. वाटेत पडलेले प्रेत ओलांडून ती धावतच रस्त्याच्या दुसऱ्या बाजूच्या अंधाऱ्या भागात शिरली. कुठल्याही क्षणी आपल्यावर पाठीमागून गोळी झाडली जाईल आणि ती गोळी पाठीत शिरताना होणाऱ्या वेदनेची जाणीव मेंदूपर्यंत पोहोचायच्या आतच आपण जमिनीवर थाडकन आपटलेले असू, असे तिला राहून राहून वाटत होते.

रस्त्याच्या कडेला असलेल्या पदपथापर्यंत गेल्यावर त्यापलीकडे असलेल्या खुरट्या झुडपांच्या आणि गवताळ भागात ती जवळपास घसरतच गेली. दोन वर्षांची वाढ आणि फारशा कडक नसलेल्या हिवाळ्यामुळे त्या बऱ्यापैकी वाढलेल्या झुडपांमुळे बरा आडोसा मिळू शकत होता, पण आत्ताच्या त्यांच्या अवस्थेमुळे त्यांचा आडोशापेक्षा अडथळाच जास्त होत होता. त्या झुडपांमधून नागमोडी वाट काढत ती पुढे निघाली, पण त्या अतिशय घसरड्या जमिनीवरून चालणे म्हणजे बर्फावरून पळत जाण्यासारखेच होते. मग तोल सावरत पुढे जाण्यासाठी तिने पावले जवळजवळ टाकायला सुरुवात केली. एकदा मागे वळून पाहण्याचा धोकादेखील पत्करला.

पावसाच्या पाण्याच्या जाड पडद्यामुळे स्पष्ट असे काही फारसे दिसतच नव्हते. एक कार आणि एका व्हॅनची फक्त बाह्य आकृती तिला जेमतेम दिसत होती, दुसरे काहीही दिसत नव्हते. काहीतरी येऊन आदळले आणि ती जोरात मागे फेकली गेली. ओल्या थंड जमिनीचा गारवा तिच्या शरीरात भिनायला लागला, तरी काही क्षण ती तशीच पावसाच्या पाण्याचा मारा सहन करत, डोळ्यांची उघडझाप करत पडून राहिली. आपल्यावर गोळी झाडली गेली आहे, असे तिला दोनच मिनिटांच्या आत दुसऱ्यांदा वाटले, पण मग नजर स्थिरावल्यावर आपल्या समोर कशाचा तरी आकार तयार होत आहे, असे तिला दिसले. तिथल्या अंधारावर ताणून बसवलेल्या प्रचंड मोठ्या कोळ्याच्या जाळ्यासारखे काहीतरी दिसतेय असे तिला वाटले. त्या आकाराचा मागोवा घेत गेल्यावर एक लहान, पण मजबूत असे काहीतरी जमिनीतून वर उभे असल्याचे तिला दिसले. एक खांब होता तो. म्हणजे ती एका जाळीच्या कुंपणाच्या खांबावर आदळली होती.

त्या दोन गाड्यांच्या दिशेने तिने पुन्हा एकदा सावधपणे पाहिले. एवढ्यात ती पडली, तेव्हा तिच्या हातातून निसटलेला आणि तिथेच तिच्या डोक्याजवळच

पडलेला तिचा मोबाइल तिला दिसला. मोबाइलच्या पडद्यावरचा क्षीणसा प्रकाशदेखील ती कुठे आहे, ते अचूकपणे दाखवू शकेल, या भीतीने तिने तो पटकन उचलला. पडद्यावरचे चित्र हाताने नाहीसे करत दुसरीकडे बटण दाबून फोन बंदच करून टाकला. तिच्या या नव्या जागेवरून तिला व्हॅन आणि ती कार यापैकी काहीच दिसत नव्हते, त्यामुळे तिला हायसे वाटले – पण क्षणभरच.

एक गोळी झाडल्याचा आवाज आला, मग गाडीचे इंजीन सुरू झाल्याचा आवाज आला आणि त्यानंतर रस्त्यावर जोरात घासले जातानाचा टायर्सचा कचकच असा आवाज ऐकू आला. रस्त्यावर दूर कुठेतरी बंदुकीच्या झाडलेल्या गोळ्या धातूच्या पृष्ठभागावर आपटून जाताना होतो, तसा सुंऽऽई असा आवाज आला आणि त्यानंतर एक खिडकीची काच फुटल्याचा आवाज आला. पळून जाणारी गाडी एका वळणानंतर सुसाट वेग पकडत नाहीशी झाली.

तिने पाठीमागच्या रस्त्याकडे पाहिले; पण तिला रस्त्यावरच्या दिव्यांचा धूसर पिवळा प्रकाश तेवढा दिसला. रस्त्याच्या उथळ उंचवट्यासारख्या भागाच्या पलीकडे कोणीतरी हातात बंदूक घेऊन तिथल्या अंधारात तीक्ष्ण नजरेने शोध घेत उभे आहे, तिचाच शोध घेत आहे, असे तिला सारखे वाटत होते; पण कोण होते ते? त्यांच्यावर हल्ला करणाऱ्यांपैकी की, गॅब्रिएलवर हल्ला करणाऱ्यांपैकी कुणी? अजिबात हालचाल न करता, कुठेही पळत जायचा प्रयत्न न करता, कोणत्याही प्रकारे लक्ष वेधले जाईल, असे काहीही न करता तिथेच पडून राहावे, असा विचार ती करत होती; पण ती जेव्हा कारमधून बाहेर पडली होती, तेव्हा सरळ सरळ दिसेल त्या पहिल्या आडोशाच्या दिशेने ती गेली होती. थोडीदेखील तिरकी धावली नव्हती. त्यामुळे तिचा शोध घेत जे कोणी येतील, ते याच जागी येण्याची जास्त शक्यता होती. म्हणजे तिला ही जागा सोडून दुसरीकडे जाणे भाग होते.

ज्या दिशेने ते निघाले होते, तिकडे उजवीकडे तिने पाहिले. रोजची कामे चालणाऱ्या इमारतींचा चौक होता तिकडे. बहुतेक गोदामे असावीत. विमानातून जायचे सामान-सुमान, प्रवासी बॅगा ठेवायची जागा, कदाचित रात्रपाळीमध्ये काम करणारी माणसेदेखील असतील तिथे – आणि ते ठिकाण अवघ्या काही मीटर अंतरावरच होते. दुसऱ्या बाजूला खाली उतरलेल्या ढगाच्या छताखालून चमकणाऱ्या विमानतळावरच्या आगमन-निर्गमन कक्षातल्या दिव्यांनी झगमगणारा भाग दिसत होता. तो भाग आपण आहोत तिथून किती दूर आहे, याचा तिला काही अंदाज येत नव्हता, पण या बाजूच्या विमानतळाशी संबंधित कामांच्या किंवा गोदामांच्या इमारतींपेक्षा तो बराच लांब होता, हे स्पष्ट होते. कोणी तिच्या दिशेने येतेय का, याचा तिने कानोसा घेतला. तिला फक्त पावसाच्या सरींचा सरसर आवाज ऐकायला मिळाला आणि स्वत:चाच जोरजोरात चाललेला श्वास. बाकी काही नाही.

दोन-तीन वेळा खोलवर श्वास घेऊन ती उभी राहिली आणि धावत सुटली. अशा परिस्थितीत अशा जागी असलेली कुणीही व्यक्ती सगळ्यात जवळच्या, म्हणजे त्या गोदामांच्या इमारतींकडे धावली असती आणि आपल्यावर कोसळलेल्या संकटाची सूचना देण्याचा प्रयत्न केला असता, म्हणून तिने बरोब्बर त्याच्या विरुद्ध दिशेने म्हणजे त्या उबदार, आगमन कक्षाकडे, जिकडे पर्यटकांचे जथे कोऱ्या चेहऱ्यांनी विमानांच्या सुटण्याच्या वेळा दाखवणारे तक्ते बघत उभे होते आणि दोन पोलीस त्यांच्या खांद्याला लटकावलेल्या अर्ध-स्वयंचलित बंदुकांवर हात ठेवून उभे होते, त्या दिशेने धाव घेतली.

जाळीच्या कुंपणाच्या डाव्या बाजूने कंबरेत खाली वाकून जाता जाता आपल्या मागावर जे कोणी असतील, ते देवाच्या कृपेने विरुद्ध दिशेला पाहत असावेत, अशी ती मनोमन प्रार्थना करत होती. अचानक विजेचा कडकडाट झाला आणि त्या प्रकाशाने दुभंगलेल्या रात्रीच्या अंधारातले एक संपूर्ण दृश्य कॅमेऱ्याच्या झडपेच्या क्षणार्धात होणाऱ्या हालचालीने जसे तंतोतंत टिपले जाते, तसे तिच्या डोळ्यांच्या पडद्यावर कोरले गेले; त्या दृश्यात जाळीच्या कुंपणाचे दार तिच्या पुढेच साठ फुटांवर होते, त्यापलीकडे उभ्या करून ठेवलेल्या गाड्यांच्या अनेक रांगा होत्या. कुटुंबेच्या कुटुंबे प्रवासासाठी वापरतात तसल्या मोठ्या गाड्या आणि त्याचबरोबर उभ्या असलेल्या तरुणाईच्या वापरातल्या एकट्या-दुकट्यांच्या गाड्यांच्या रांगांमध्ये आपण घुसू शकलो, तर तिच्या अंगावर झाडलेल्या गोळ्या त्या आपल्या अंगावर घेतील आणि आपण सुरक्षित राहू, असा तिने विचार केला.

वर आकाश गडगडतच होते. कुंपणाचे दार आता फक्त चाळीस फुटांवर होते आणि तिच्या डाव्या बाजूची उंचवट्याची जमीन हळूहळू सपाट होत प्रवेशमार्गाच्या समपातळीत येताना दिसत होती. तिला मिळणारा एका बाजूचा आडोसा आता कमी होत होता, पण त्याबाबत तिला काहीही करता येणे शक्य नव्हते.

कुंपणामधल्या प्रवेशमार्गावरच्या स्वयंचलित अडसरावर काळ्या-पिवळ्या रंगांच्या पट्ट्या या टोकापासून त्या टोकापर्यंत पसरलेल्या होत्या. आपल्या मागावर कोण आहे, याकडे लक्ष देण्यापेक्षा या पट्ट्यांकडे लक्ष केंद्रित करण्याचा प्रयत्न तिने चालू ठेवला.

आता फक्त बारा फूट.

दहा.

पाच.

उजवा पाय रस्त्यावर टेकताक्षणीच अडसर वर करायची यंत्रणा असलेल्या लोखंडी पेटीकडे तिने धाव घेतली, पटकन मागे जाऊन पेटीला पाठ टेकून बसली; पाठीला होणाऱ्या लोखंडाच्या ओलसर, थंडगार स्पर्शाने काही क्षण तिला आपण

अगदी सुरक्षित आहोत असे वाटले.

इतक्यात पाऊस थांबला.

तो इतक्या अचानकपणे थांबला की, ते अनैसर्गिकच वाटले. एका क्षणी ती उष्ण कटिबंधातल्या पावसाच्या पुराने वेढलेली होती, तर पुढच्याच क्षणी तो पाण्याचा पडदा वर उचलला गेला होता. मुख्य रस्त्याच्या बाजूने जोरात वाहणाऱ्या पावसाच्या पाण्याचा आणि त्याबरोबर वाहून चाललेल्या मातीचाही तिला आवाज ऐकू आला. या अचानक निर्माण झालेल्या शांततेमुळे तिचा स्वत:चा श्वासोच्छ्वासदेखील एखाद्या करवतीसारखा चालल्याचे तिला वाटू लागले. हे सगळे आवाज बाजूला ठेवून दुसरे काही ऐकायला येत आहे का, याकडे ती लक्षपूर्वक लक्ष देऊ लागली. भीतीच्या पूर्ण पगड्याखाली तिचे मन या शांततेचा अर्थ, जवळच कुठेतरी शत्रू आहे, तिच्या लहानशादेखील हालचालीकडे त्याचे लक्ष आहे आणि ज्या क्षणी त्याचे सावज टप्प्यात येईल, त्या क्षणी सध्या जमिनीकडे वळलेली त्याच्या हातातल्या बंदुकीची नळी तिच्यावर रोखली जाऊन गोळी सुटेल, असाच लावत राहिले.

आगमन-निर्गमन कक्षाची इमारत अजूनही बरीच लांब होती, पण आता तिला तिथल्या गोष्टी स्पष्ट दिसत होत्या – याचाच अर्थ तिच्यावर नजर ठेवून असणाऱ्यांनादेखील ते तसेच दिसत होते. पुन्हा एकदा उभ्या करून ठेवलेल्या गाड्यांच्या सुरक्षित भागात पळावे, असा तिने एकदा विचार केला, पण मग निग्रहाने तो दूर केला.

पंधरा फुटांचा रस्ता एवढेच काय ते अंतर ती आणि त्यांच्या दरम्यान होते आणि आता तिला हेदेखील लक्षात आले की, ती ज्या भागात खाली वाकून बसली होती, त्या भागात इतर भागांपेक्षा जास्त प्रकाश होता. दुसरीकडे बऱ्याच ठिकाणी जिथे प्रकाशांचे झोत एकमेकांमध्ये मिसळत नव्हते, तिकडे बरेच मोठे अंधाराचे पट्टे तिला दिसत होते. त्या अंधाऱ्या पट्ट्यांमधून ती पळत गेली, तर ते लक्षात येणे बरेच अवघड होते आणि असा सगळ्यात जवळचा पट्टा साधारण वीस फुटांवर होता. आणखी पंधरा तरी फूट त्या गाड्यांपर्यंत पोहोचायला किंवा मग आहे तिथूनच तिने पळत सुटायला हवे होते.

काही क्षण डोळे मिटून आणि डोके लोखंडाच्या पेटीवर टेकून ती बसून राहिली. मग धाडकन उठत अडसरावरच्या त्या काळ्या-पिवळ्या पट्ट्यांच्या पातळीखाली आपले डोके राखत तो अरुंदसा रस्ता ओलांडण्यासाठी ती वेगाने निघाली.

ती प्रवेशमार्ग वेगाने ओलांडून जात असताना ओल्या रस्त्यावर पडणाऱ्या तिच्या पावलांचा आवाज गॅब्रिएलने ऐकला आणि नंतर ती पलीकडे अंधाऱ्या पट्ट्यात पोहोचल्यावर तिने दिशा बदलली आणि नंतर त्याच्या पुढे असलेल्या लोखंड,

सिमेंट इत्यादीच्या समुद्रात दिसेनाशी झाली.

मग मागे वळून त्याने हल्ला झाला होता त्या जागेचे निरीक्षण केले, म्हणजे आपण आणखी गोत्यात येऊ शकू असे काही तिथे आहे का, ते पाहिले. वाहनतळाच्या परिघावर काही कॅमेरे बसवलेले दिसत होते, पण ते सगळे कॅमेरे आतल्या दिशेला, म्हणजे वाहने उभी होती त्या दिशेला वळलेले होते. गोदामांच्या इमारतींचीदेखील तीच कथा होती. रस्त्यावर नजर ठेवणारा एकही कॅमेरा नव्हता. म्हणजे गेल्या काही मिनिटांमध्ये इथे रस्त्यावर जे काही घडले, त्याचे चित्रण झाले असण्याची शक्यता नव्हती.

पळून जाणाऱ्या गाडीवर त्याने झाडलेल्या सात फैरींच्या पितळी पुंगळ्या त्याने गोळा केल्या. सगळ्या गोळ्या अगदी अचूकपणे त्या गाडीला लागल्या होत्या, पण एकही गोळी त्या गाडीच्या ड्रायव्हरला पळून जाण्यापासून रोखू शकली नव्हती. गोळा केलेल्या पुंगळ्या त्याने खिशात टाकल्या आणि आपले लक्ष तिथे पडलेल्या प्रेताकडे वळवले.

४१

फिरत्या दारातून विमानतळाच्या इमारतीतल्या संजीवक लख्ख प्रकाशात प्रवेश केल्यावर मनावरचे एक प्रचंड दडपण कमी झाल्याने हायसे वाटल्यामुळे लिव्हला रडूच आले. ती तशीच लंगडत चालत राहिली आणि चिखल आणि पावसाच्या पाण्याचे फराटे तिच्या चालण्याबरोबर तिथल्या संगमरवरी फरशीवर उमटत राहिले आणि तिच्या त्या अवताराकडे पाहूनच घाबरलेले पर्यटक तिच्यापासून दूर होत, पण तिच्याकडेच पाहत राहिले. पासपोर्ट नियंत्रण कक्षाजवळ उभ्या असलेल्या एका पोलिसाने काय गडबड आहे म्हणून तिकडे पाहिले. आपल्या सहकाऱ्याला कोपराने ढोसून त्याचे लक्ष तिच्याकडे वेधण्याचा तो प्रयत्न करत आहे, असे तिला दिसले. त्या चिखलाने अर्धवट माखलेल्या, वेडसर वाटणाऱ्या बाईचे दर्शन झाल्यावर आणि ती आपल्याच दिशेने येत असल्याचे पाहून तो दचकलाच. कमरेला लटकावलेल्या वॉकी-टॉकीचे बटण दाबून तो त्यावर बोलू लागला. दोघांचेही हात त्यांच्या खांद्याला लटकावलेल्या स्वयंचलित बंदुकीच्या खटक्यावरच्या अटकळीकडे गेले.

व्वा, फारच छान... म्हणजे इतक्या महत्प्रयासांनी आपला जीव वाचवून आणि वाचवण्यासाठी मी इथे आले, कशाकरता तर या दोन मूर्ख पोलिसांच्या बंदुकांना बळी पडण्यासाठी.

होते नव्हते ते सगळे अवसान गोळा करून तिने आपले थरथरणारे हात शरणागतीच्या आंतरराष्ट्रीयरीत्या मान्यता असलेल्या पद्धतीने वर केले. त्यांच्या पुढे गुडघे टेकून बसत एक खोलवर श्वास घेत ती त्यांना म्हणाली, ''कृपा करून रुइन शहर मनुष्यवध अन्वेषण विभागातल्या इन्स्पेक्टर अर्कादियनना फोन करा. मला त्यांच्याशी बोलायचं आहे.''

सामानाची तपासणी करण्याच्या जागेपाशी उभा राहून रॉड्रिग्ज आपल्या होल्डॉलमधल्या सगळ्या वस्तू तपासणीच्या स्टीलच्या टेबलावर ओतल्या जाताना आणि सुरक्षा

रक्षक त्या तपासत असताना पाहत होता. कमरेच्या पट्ट्यात अडकवलेल्या वॉकी-टॉकीवर कसलातरी इशारा ऐकू आला; पण त्याने त्याकडे दुर्लक्ष केले. मदत पाहिजे असलेल्या एका महिलेच्या समस्येवर उपाय शोधण्यासाठी मदत हवी असल्याचा तो इशारा होता. मेटल डिटेक्टरच्या चौकटीतून तपासणीसाठी चालत जाण्याच्या दुसऱ्या बाजूला असलेल्या सोयीपाशी उभ्या असलेल्या प्रवाशांच्या रांगेकडे रॉड्रिग्जने वळून पाहिले. त्याच्या उंचीमुळे त्याला मुख्य कक्षातले सगळे दृश्य दिसत होते, पण तरीही गडबड कशामुळे उडाली आहे, हे काही त्याला कळले नाही.

"धन्यवाद, साहेब. तुमचा प्रवास सुखाचा होवो.'' सुरक्षा रक्षकाने त्याचा कॅनव्हासचा होल्डॉल एका बाजूला ढकलला आणि क्ष-किरणांच्या मशीनमधून बाहेर घरंगळत येणाऱ्या दुसऱ्या बॅगला हात घातला.

एका बाजूला होत रॉड्रिग्जने आपल्या वस्तू भराभरा होल्डॉलमध्ये भरायला सुरुवात केली; प्रथम आपल्याला पुन्हा कधीही वापरायला लागणार नाही असे वाटलेला पासपोर्ट, मग जे हातात धरूनच त्याची आई मृत्यू पावली होती, ते बायबल, त्याच्या सहा फूट पाच इंच उंचीच्या देहावर काहीसे ढगळ बसणारे कपडे हे सगळे त्याने भरले. शेवटची एक वस्तू अशी होती की, एखाद्या सैनिकाच्या शवपेटीवर अंथरायचा राष्ट्रध्वज असावा तसा सन्मान देत त्याने त्या वस्तूची घडी केली आणि ठेवली. तो एक लाल रंगाचा, डोक्यावरची टोपी जोडलेलीच असलेला नायलॉनचा विंडचीटर होता. बहुतेकांच्या दृष्टीने त्या विंडचीटरला काहीच महत्त्व नव्हते, पण त्याच्यासाठी तो अतिशय महत्त्वाचा होता.

त्याने होल्डॉल बांधायचा पट्टा आवळून घट्ट केला आणि मठाधिपतींनी त्याला दिलेली टॅब्युला रासा म्हणजे रक्तवर्णी सरदारांच्या ऐतिहासिक मोहिमांची सनावळीसह माहिती देणाऱ्या पुस्तकाची चामड्याच्या बांधणीतली प्रत उचलली. पुस्तकाच्या आतल्या पानावर त्यांनी एका स्त्रीचे नाव आणि दोन पत्ते लिहिले होते. त्यापैकी पहिला पत्ता न्यू जर्सीमधल्या एका वर्तमानपत्राच्या ऑफिसचा होता. दुसरा एका राहत्या घराचा होता.

आपले सामान खांद्यावर टाकून तो विमानात जाण्याच्या दरवाजाच्या दिशेने निघाला. त्याला मागे वळून पाहायची गरजच नव्हती. विमानतळाच्या इमारतीत जे काही चालले होते, त्याच्याशी त्याला काहीही घेणे-देणे नव्हते. त्याची कामगिरी इतरत्र कुठेतरी होती.

तीन

जे व्यक्त करण्यासाठी असतं, त्याव्यतिरिक्त अव्यक्त असं काहीच नसतं आणि जे प्रकाशात येण्यासाठीच असतं, त्याव्यतिरिक्त गोपनीय असंदेखील काहीच नसतं.

मार्क ४ : २२

५०

लिव्ह समोरच्या सपाट, ध्वनिप्रतिबंधक भिंतींकडे आणि ज्याच्या पलीकडे इकडून न दिसणारा निरीक्षण कक्ष आहे हे तिला अनुभवाने माहीत होते, त्या आरशाकडे पाहत होती. तिचे निरीक्षण करत कुणी तिकडे आत्ता बसले असेल   का – असा एक विचार तिच्या मनात आला. आरशातले आपले प्रतिबिंब तिने एकदा पाहिले, चिखलाने माखलेले कपडे आणि थापल्यासारखे डोक्याला चिकटून बसलेले केस हेच दिसत होते त्यात. जरा हात फिरवून कपडे नीटनेटके करायचा तिने प्रयत्न केला, पण त्यात काही अर्थ नाही म्हणून सोडून दिला.

चौकशीची खोली ही पोलीस स्टेशनमधली एक अशी जागा असते, जिथे तुम्ही धूम्रपान करू शकता, म्हणून आपल्याला या खोलीत आणले असावे, असा विचार तिच्या मनात सुरुवातीला आला होता, पण आता स्वत:कडेच पाहताना तिला त्यात तथ्य वाटेनासे झाले होते. ती बहुधा वेडी असावी, अशा कल्पनेने केवळ इतरांपासून दूर ठेवण्यासाठी तिला इथे आणले असावे कदाचित. मुळात ती इथे विमानतळावर उतरल्यापासून तिला पळवून नेण्याच्या झालेल्या प्रयत्नातून सुटका करून घेऊन पुन्हा विमानतळाच्या इमारतीत परत येईपर्यंतच्या लागोपाठ घडलेल्या घटनांचे वर्णन आपल्या जबाबात सांगताना तिला स्वत:लादेखील ते वेडसरपणाचेच बोलणे वाटले होते.

हे सगळे कुणा दुसऱ्याच्याच आयुष्यात घडलेले असावे, असे तिला एकदा वाटत होते. तिचा जबाब नोंदवणारा तिच्यासाठी आणखी एक सिगारेट आणण्यासाठी बाहेर जाऊन परत आल्यानंतरच्या त्याच्या बोलण्या-वागण्यात झालेल्या सूक्ष्मशा फरकामुळे तर तिच्या मनातली ही त्रयस्थपणाची भावना जास्तच वाढली. सुरुवातीला सहानुभूती दाखवणारा त्याचा सूर आता काहीसा अलिप्त वाटायला लागला. जबाबाचे सोपस्कार त्याने जवळपास काही न बोलताच पार पाडले, तिला वाचायला दिले, त्यावर तिची सही घेतली आणि काही न बोलता नाहीसा झाला आणि तो कुठे

गायब झाला, ते खिडकीबाहेर लावलेल्या पडद्यामुळे तिला दिसलेदेखील नाही.

दाराच्या आतल्या बाजूला दार उघडायचा खटकाच नव्हता. त्याचे बदललेले वर्तन, जमिनीशी नट बोल्टनिशी पक्क्या जखडलेल्या टेबल-खुर्चीव्यतिरिक्त इतर काहीही नसलेल्या त्या खोलीत नुसतेच बसून वाट पाहायला लागणे, या सगळ्यामुळे आपल्याला अटक करण्यात आले आहे, असेच तिला वाटायला लागले.

रक्षापात्रात नुसतीच जळत असलेली सिगारेट उचलून तिने एक झुरका घेतला. चव नेहमीच्या सिगारेटसारखी नव्हती आणि चांगलीही वाटत नव्हती. तरीही जबरदस्तीने ती ओढत राहिली. तिचे स्वतःचे सिगारेटचे पाकीट गॅब्रिएलच्या गाडीतल्या तिच्या होल्डॉलमध्ये होते, शिवाय तिचा पासपोर्ट, क्रेडिट कार्डे, एक मोबाइल फोन सोडला, तर सगळेच त्यात होते. अर्कांडियन तिकडे यायला निघाला असावा, बहुधा. निदान तो तरी त्याच्या या सहकाऱ्यांपेक्षा जास्त सहानुभूतीने वागेल, अशी तिला आशा वाटली. मग तिला काळसर रेखाकृतींसारख्या दिसणाऱ्या डोंगरांमधून वळणा-वळणांच्या रस्त्याने, पुढे आश्चर्यकारकपणे एकाच वेळी पुरातन आणि आधुनिक दिसणाऱ्या शहरातल्या प्रकाशात न्हालेल्या रस्त्यांवरून झालेल्या तिच्या इथपर्यंतच्या प्रवासातल्या गोष्टी आठवू लागल्या. पोलिसांच्या गाडीत मागच्या बाजूला बसून बाहेर पाहताना तिच्या थकलेल्या डोळ्यांसमोरून सरकलेल्या ठळक गोष्टी आठवल्या. स्टारबक्सचे परिचित बोधचिन्ह पाहिल्याचे आठवले, तांब्याच्या वस्तू, गालिचे, स्मरणचिन्हे असल्या गोष्टी अनंत काळापासून विकत असलेली, दगडात कोरून काढल्यासारखी दिसणारी आणि रस्त्याची बाजू आत जाण्यासाठी खुलीच असलेली दुकाने आणि त्यांच्या बाजूलाच दिसलेले आधुनिक बँकांचे स्टील आणि काचांनी मढलेले दर्शनी भाग आठवले.

त्या घाणेरड्या चवीच्या सिगारेटचा आणखी एक झुरका घेऊन तिने ती नाक वेंगाडत शक्तिपीठाचे चित्र तळाकडे छापलेल्या रक्षापात्रात जोरात दाबून विझवली. मग ते रक्षापात्र बाजूला करून हातावर डोके ठेवून बसली. एअरकंडिशनरचा गूं गूं आवाज तिच्या कानांवर पडत होता. प्रखर प्रकाशाच्या दिव्यांपासून आडोसा करत थकलेले डोळे तिने मिटले आणि इतक्या अतर्क्य वाटणाऱ्या प्रसंगांमधून नुकतीच गेली असली, तरी काही क्षणांतच झोपी गेली.

५१

वाया गेलेला भाग असे, समजले जाणाऱ्या शहरभागाच्या अगदी मध्यवर्ती भागात ग्रेस आणि ॲब्सोल्यूशनच्या कोपऱ्यावर ते कुत्री, मांजरे आणि पाळीव प्राण्यांवर उपचार करायचे केंद्र होते. शहराच्या अगदी गचाळ आणि खालच्या दर्जाच्या समजल्या जाणाऱ्या भागात एखादा प्राण्यांचा डॉक्टर आपला व्यवसाय थाटून बसणे, हेच मुळात आश्चर्याचे होते, पण त्या केंद्राच्या पुढच्या बाजूच्या दुधी काचेच्या तावदानांच्या आत आत्ता दिवा लागलेला दिसत होता, हे त्याहून जास्त आश्चर्याचे होते.

कटलरचे काम चालत असे त्या सामाजिक वर्तुळात, ज्या प्रकारची अंधाऱ्या रात्रीतली कामे इथे केली जात असत, त्यावरून 'रांडांचा दवाखाना' असेच म्हटले जात असे. ज्या प्रकारच्या उपचारांची वैद्यकीय नोंद ठेवण्याची आवश्यकता नव्हती आणि बिलाचे पैसे रोखीनेच दिले जात, तसल्या प्रकारचे उपचार इथे बायकांवर केले जात. गुपचूप गर्भपात करण्यापासून ते अल्प खर्चात गर्भनिरोध-शस्त्रक्रिया करून घेण्यासाठी या दवाखान्याचा एकदाही वापर केला नाही, असा दलाल त्या शहरात सापडणे अशक्यच होते. योनीमार्गात बसवण्याची साधने आणि सावकाश काम करणाऱ्या हार्मोनच्या गोळ्या हे जरा खर्चिक काम होते, त्यामुळे त्यांची गर्भनिरोधक शस्त्रक्रिया करणेच जास्त किफायतशीर होते. हे असे काहीतरी केलेय, हे कित्येक मुलींना अनेक वर्षे कळतदेखील नसे.

जे उपचार केल्याचे उघडकीला आले, तर मोठ्या तुरुंगवासाची शिक्षा होण्याची शक्यता असे, अशा स्वरूपाचे उपचारदेखील या दवाखान्यात भरपूर पैसे घेऊन केले जात.

कटलरने या जागेचा उपयोग यापूर्वी कधीच केला नव्हता. त्याच्याकडे ना पाळीव प्राणी होते, ना त्याच्या कामाचे हे असे स्वरूप असूनदेखील अगदी आत्ता आत्तापर्यंत कधी टेबलाखालून करायच्या कामांची गरज पडली होती; पण हे सगळे

त्या पावसाने झोडपलेल्या विमानतळाच्या सर्व्हिस रोडवर व्हॅनच्या दरवाजाला भोक पाडून नंतर त्याच्या उजव्या पायांत दोन तुकडे होत शिरलेल्या नऊ मिलीमीटरच्या बंदुकीच्या गोळीमुळे बदलले होते. त्यातला एक तुकडा आता स्टेनलेस स्टीलच्या ट्रेमध्ये पडलेला होता. कटलरने त्या तुकड्याकडे एकदा पाहिले. त्याला पोटात ढवळल्यासारखे झाले, म्हणून तोंड दुसरीकडे वळवले. त्या बाजूला असलेल्या औषधांच्या कपाटाच्या काचेत त्याला आपलेच प्रतिबिंब दिसले. सफाचट केलेल्या डोक्यावर घामाचे पॉलिश केल्यासारखे वाटत होते आणि वरच्या दिव्याच्या उजेडात चमकत होते; पण त्याच उजेडामुळे त्याच्या खोल खोबणीतल्या डोळ्यांभोवती काळी सावली पडली होती. आपण मृत्यूकडेच पाहत आहोत, अशी जाणीव झाल्यामुळे त्याच्या अंगावर शहारा आला, म्हणून तिकडेही पाहायचे त्याने सोडून दिले.

तपासणीच्या टेबलाच्या उंच केलेल्या बाजूला टेकून तो डाव्या कुशीवर झोपला होता आणि एक पांढऱ्या कोटातला काळपट कातडीचा जाडा माणूस गोळीच्या दुसऱ्या तुकड्याचा हलक्या हाताने दाबत शोध घेत होता. मधूनच कधीतरी त्याला काहीतरी खेचले गेले किंवा काहीतरी कापले गेले आणि ओलसर झाल्याची जाणीव झाल्याने पुन्हा एकदा त्याला पोटात ढवळून आले, पण उलटी येणे टाळण्यासाठी तो प्रयत्नपूर्वक संथ आणि खोल श्वास घेत नाकाने श्वास भरून घ्यायचा आणि तोंडाने सोडायचा आणि त्याबरोबरच समोरच्या भिंतीवरच्या मस्त मजेत तोंडाबाहेर लोंबणारी जीभ दाखवत उभ्या असलेल्या काळ्या लॅब्रेडोर कुत्र्याच्या चित्रावर लक्ष केंद्रित करायचा प्रयत्न करू लागला.

सर्वसाधारणपणे ज्यांची जाहिरात पाहायला मिळत नाही, अशा वस्तूंची आयात-निर्यात करणाऱ्या एका ओळखीच्या माणसाकडून कटलरला या दवाखान्याबद्दल कळले होते. इथला डॉक्टर भरपूर वेदनाशामक गोळ्या देतो, अर्थात गाडीतून पडल्यामुळे मार लागला म्हणून त्याने त्या स्वतःच संपवल्या नसतील तर, असे तो म्हणाला होता. टण्ण अशा आवाजामुळे बंदुकीच्या गोळीचा पहिला आणि दुसरा जुळा तुकडा पुन्हा एकत्र आल्याचे घोषित झाले.

''सगळ्या हार्डवेअरचा हिशेब लागला आहे आता,'' त्याने ज्या सुरात ही माहिती दिली, ती एखाद्या व्यावसायिक सल्लागाराच्या तोंडून सांगितली गेली आहे, असे म्हटले असते तर वावगे ठरले नसते. ''आता मला ही जखम थोडी पाण्याच्या फवाऱ्यानं धुवावी लागेल, म्हणजे इतर काही बारके बारके तुकडे असतील, तर तेदेखील निघून जातील. त्यानंतर नसा जोडून टाकून मला तुमची जखम शिवून टाकता येईल.''

मानेनेच होकार देत कटलरने पुढच्या कळा सोसण्यासाठी दात चावले.

डॉक्टरने एक निमुळत्या तोंडाची प्लॅस्टिकची बाटली घेतली आणि कणखर हातांनी बाटली दाबून मांडीच्या वरच्या भागातल्या उघड्या लालसर जखमेत खोलपर्यंत जाईल, याची काळजी घेत थंडगार सलाईनचा स्रोत सोडला. कटलर थरथरला. आधीच तो पावसात भिजलेला होता. अंगावरचे ओलसर कपडे आणि जखमेतून आतापर्यंत वाहून गेलेल्या रक्तामुळे तो आधीच थरथरत होता, त्यात भर म्हणजे गोळी लागल्याच्या भीतीमुळे मन तणावग्रस्त झाले होते. त्याने पुन्हा एकदा त्या चित्रातल्या आनंदी कुत्र्याकडे पाहिले. कुत्रा त्याच्या परीने कसला तरी किड्यांचा उपाय सांगतोय असे वाटले आणि पुन्हा एकदा त्याला उलटीची भावना झाली.

रस्त्यावरच्या हल्ल्याच्या घटनेचा तो पुन्हा विचार करू लागला आणि कुठे काय चुकले, त्याचा अंदाज करू लागला. पहिल्या दोन माणसांना त्याने मुख्य विमानतळाबाहेरच्या भाड्याने गाड्या घेण्याच्या जागेपाशी सोडले, नंतर सर्कोला, आपल्या चुलत भावाला घेऊन त्या हडकुळ्या दक्षिण अमेरिकी माणसाला अमेरिकेला जाणारे विमान गाठण्यासाठी जुन्या विमानतळावर सोडायला गेला होता.

त्याला सोडल्यानंतर लगेचच त्यांना तो काळ्या केसांचा लांब कोट घातलेला माणूस हातात त्या मुलीच्या नावाची पाटी घेऊन बाहेर येणाऱ्या प्रवाशांच्या बाजूला उभा असलेला दिसला होता. तो पोलीस असावा असे वाटत होते, पण तो एकटाच होता. ते वाट पाहत थांबले होते आणि लंडनकडून येणाऱ्या विमानातून ती मुलगी अचानकपणे तिथे अवतीर्ण झालेली त्यांना दिसली. त्या माणसाला लोळवले आणि त्या मुलीला उचलता आले, तर आपल्याला भरघोस बक्षीस मिळेल, असा विचार करून कटलर आणि सर्कोने त्यांचा ते विमानतळाबाहेर येत असताना पाठलाग केला. तो माणूस गाडी आणायला वाहनतळाकडे गेला आणि ती मुलगी सिगारेट ओढण्यासाठी एकटीच थांबली, तेव्हा तर तिला उचलून पळवून नेण्याची सुवर्णसंधीच त्यांच्यासमोर आली होती; पण रस्त्याच्या पलीकडच्या बाजूलाच काही सुरक्षा रक्षक भटक्या लोकांना बस स्टॉपमधून हुसकून लावत होते. त्यामुळे त्यांनी पुढच्या संधीची वाट पाहिली. व्हॅनने त्यांचा पाठलाग केला आणि सर्व्हिस रोडवर हल्ला चढवायचे ठरवले.

त्यांचा प्लॅन तसा सोपा होता. त्याने त्या कोटवाल्याची काळजी घ्यायची आणि सर्कोने त्या मुलीला गाडीतून बाहेर काढून व्हॅनमध्ये आणायचे. इतका चांगला आणि सोपा प्लॅन होता त्यांचा; पण तो ड्रायव्हर इतक्या चपळाईने आणि जोरात गाडीबाहेर पडला की, त्या धक्क्याने तो उताणा तर पडलाच; पण त्याच्या हातातली बंदूकदेखील कुठेतरी पडली. पुन्हा उठून उभा राहीपर्यंत एक गोळी झाडली गेली होती. त्या माणसाच्या अंगावर झेप टाकत त्याने त्याच्या हातातली बंदूक उडवली होती आणि धडपडत व्हॅनमध्ये बसून पोबारा केला होता. फक्त त्या मुलीला घेता आले नव्हते

आणि सर्कोलादेखील. तिथून वेगाने निघून जाता-जाता मागचे दृश्य दाखवणाऱ्या आरशात त्याला काहीतरी रस्त्यावर पडलेले दिसले होते. पुन्हा गाडी मागे घेण्याचा त्याने विचार केलाच होता, पण तेवढ्यात बंदुकीच्या गोळ्या व्हॅनवर आदळायला लागल्या आणि एका खिडकीची काचदेखील फुटली. नंतर त्याने ब्रेक दाबायचा प्रयत्न केला, तर त्याचा पायच हलेना, तेव्हा कुठे त्याला जाणीव झाली की, आपल्याला गोळी लागली आहे. पुन्हा मागे जाणे म्हणजे आत्महत्या करण्यासारखेच होते. त्याच्यापुढे पर्यायच नव्हता. कारण मेलेली माणसे बदला घेऊ शकत नाहीत. चुलत भाऊ असो वा नसो.

बाहेर थांबण्याच्या खोलीत फोन वाजू लागला. कुणाचा फोन असेल, हे कटलरला माहीत होते. ते त्याला गाठेपर्यंत त्याच्याकडे किती वेळ मिळणार आहे, याचा तो विचार करायला लागला. यापूर्वीदेखील त्याने चर्चसाठी धाक दाखवणे आणि दमदाटीचे निरोप, धमक्या देण्यासारखी कामे केली होती; पण असले काम कधी केले नव्हते. कुणालाही जबरदस्तीने पळवून नेले नव्हते. इतकेच काय बंदुकीचा वापर करावा लागेल, असे कुठलेच काम केले नव्हते; पण यात पैसेच इतके मिळणार होते की, काम घ्यावे लागले. असे असले, तरी डॉक्टरचे काम झाल्याबरोबर तो यातून बाहेर पडणार होता, मग पैसे मिळोत वा ना मिळोत. त्याला या असल्या झमेल्यात फसून मरायचे नव्हते. फोनची घंटा ऐकता ऐकता आपण या दवाखान्याविषयी त्यांना सांगायला नको होते, असे त्याला वाटायला लागले. म्हणजे त्याच्याकडे दुसरा पर्याय नव्हताच ही गोष्ट वेगळी. या सगळ्या भानगडीत कुणी मारले गेलेच, तर त्यांनी कुठे जायचे, असे त्या वयस्कर माणसाने मुद्दाम विचारले होते. हेच शब्द वापरले होते त्याने – 'मारलं गेलंच तर'. त्या वेळेलाच त्यांनी यातून बाहेर पडायला हवे होते; पण आता फार उशीर झाला होता. निदान सर्कोसाठी तरी झालाच होता.

''ताप येऊ नये म्हणून मी तुम्हाला काही औषधं देतो, ही औषधं जंतुसंसर्गाचा प्रतिकार करण्याचंदेखील काम करतील.'' कुठल्या तरी मागच्या जन्मातल्या परत मिळवलेल्या आवाजात तो जाडा माणूस बोलला.

कटलरने फक्त मान हलवली, तेव्हा घामाचे ओघळ त्याच्या टकलावरून ओघळून मानेवर आणि तिथून पाठीवर घसरत गेले. या माणसाकडे त्याची जिद्द हरपून तो मॉर्फीनच्या आहारी जाण्यापूर्वी चांगले वैद्यकीय ज्ञान होते आणि त्याच्या आधारे तो चांगले उपचार करत असे, अशी वदंता होती. ''तुम्ही कुठेतरी पडून राहून विश्रांती घ्यायला हवी.'' तो डॉक्टर म्हणाला. ''जखम भरून येईपर्यंत तरी तुम्ही आराम करा.''

''किती दिवस?'' वेदना कमी करण्यासाठी जे काही औषध त्या डॉक्टरने

त्याच्या शरीरात टोचले होते, त्याने जड झालेल्या जिभेने कटलरने विचारले.

बंदुकीच्या गोळीने पडलेल्या भोकाकडे ते जणू एखादे दुर्मीळ जातीच्या लाल ऑर्किडचे फूल असावे, तसे पाहत डॉक्टर म्हणाला, "साधारण एक महिना. हा पाय टेकून चालायचा प्रयत्न करण्यापूर्वी कमीत कमी दोन-तीन आठवडे तरी हवेतच."

दाराकडून आलेल्या आवाजाने ते दोघेही चमकले.

"आम्ही निघेपर्यंत तो जाण्यासाठी सज्ज असला पाहिजे."

कटलरला दारातून आत येत असलेला कॉर्नेलियस दिसला, तिथल्या प्रखर प्रकाशात त्याच्या चेहऱ्यावरचे वितळलेल्या मेणासारखे दिसणारे जखमांचे व्रण चमकत होते. त्याच्या मागोमाग जोहानदेखील आला. त्यांचे लाल विंडचीटर पूर्णत: भिजले होते. त्यामुळे ते दोघे अगदी रक्तात बुडवून काढल्यासारखे दिसत होते.

"ठीक आहे." तो जाडा माणूस म्हणाला. आपल्या ग्राहकांशी वाद घालणे बरे नाही, हे तो चांगलेच ओळखून होता. "मी ती जखम अगदी घट्ट बांधून टाकतो आणि त्याला जास्त परिणामकारी वेदनाशामक औषधं देतो."

डॉक्टरने जखम बांधायला घेण्यापूर्वीच कॉर्नेलियस टेबलाजवळ आला आणि एखाद्या मर्मज्ञाच्या नजरेने जखमेच्या अगदी जवळ जाऊन निरीक्षण करू लागला. थोड्या वेळाने त्याने मान वर केली आणि आपल्या तोंडावरची थोडी सुटल्यासारखी झालेली कातडी बोटांनी खरवडून काढत कटलरकडे पाहून डोळे मिचकावले. आतापर्यंत बधिर वाटणाऱ्या पायामध्ये, काहीतरी हालचाल झाल्याचे कटलरला जाणवले. त्याच्या मित्राचे बरोबर होते. डॉक्टरने औषधांचा भरपूर मारा केला होता; पण वेदना जाणवू नयेत म्हणून टोचलेल्या नोव्होकेनची प्रतिबंधक भिंत आत्ताच कोसळायला लागली होती आणि वेदनांची झुंडच्या झुंड चाल करून यायला सुरुवात झाली होती.

डॉक्टरने मलमपट्टीचे काम संपवले आणि इंजेक्शनची एक सिरिंज हातात घेतली. "आता मी तुम्हाला थोडंसं मॉर्फीनचं इंजेक्शन देणार आहे आणि बरोबर घेऊन जायला काही गोळ्या देणार आहे."

अत्यंत वेगाने हलत जोहानने डॉक्टरला पकडले आणि त्याचे तोंड घट्ट दाबून ठेवले, तेव्हा आधी नुसताच एक लाल रंगाचा फटकारा खोलीत इकडून तिकडे मारला गेला असे वाटले. भुरकट चश्म्यामागच्या भीतीने विस्फारल्या गेलेल्या डोळ्यांमध्ये रक्त उतरले आणि श्वास गुदमरल्यामुळे नाकातून शेंबूडफेस येऊ लागला. कॉर्नेलियसने जाडसर हातातली सिरिंज खेचली आणि पांढऱ्या कोटातून सुई आरपार दाबत थेट डॉक्टरच्या दंडातच घुसवली. ताबडतोब दट्ट्या दाबून मॉर्फीन ढकलल्यावर आधी भीतीने विस्फारलेले डोळे हळूहळू हताश होत, निवळत गेले

आणि शेवटी मॉर्फीनचा अंमल चढायला लागला, तसतसे काचमण्यांसारखे झाले. जोहानने ओढतच नेऊन त्याला एका खुर्चीत टाकले. तोपर्यंत कॉर्नेलियसने आणखी एक अॅम्प्यूल शोधून तीदेखील इंजेक्शनमध्ये भरली. आधी जिथे खुपसले होते, तिथेच पुन्हा एकदा खुपसून इंजेक्शनमधले सगळे मॉर्फीन त्याने डॉक्टरच्या शरीरात घुसवून टाकले.

"टॅब्युला रासा," कटलरकडे पाहत तो हलक्या आवाजात म्हणाला, "कोणीही साक्षीदार असायला नको."

खुपसलेले इंजेक्शन त्या जाड्या माणसाच्या दंडातून बाहेर काढून तो कटलरजवळ आला.

शक्य असते, तर दुखरा पाय असूनदेखील कटलर तिथून पळून गेला असता, पण पळायचा विचार करणेही व्यर्थ होते, हे त्याला माहीत होते. आत्ताच्या परिस्थितीत तर तो खोलीच्या बाहेरदेखील पडू शकला नसता. रस्त्यावर भर पावसात पडलेला सर्को त्याला आठवला. ही जी कोणी क्रूर आणि हलकट माणसे होती, ती कमीत कमी ज्याने सर्कोला मारले त्याला गाठतील आणि आपला हिशेब चुकता करतील, इतकीच त्याने आशा केली. आता कॉर्नेलियसच्या जाड बोटांत सैलशी लटकणारी आणि सुईच्या टोकाला डॉक्टरच्या रक्ताचा गुलाबी रंग चढलेली सिरिंज त्याला दिसली.

कमीत कमी सुई तरी तो दुसरी वापरेल तर बरे, कटलरला आधी वाटले, पण आता ते काही फारसे महत्त्वाचे नव्हते, हेदेखील लगेच जाणवले.

"आपल्याला इथून बाहेर पडायलाच हवं." कॉर्नेलियस म्हणाला. त्याच्या अंगावरून पुढे वाकून त्याने बाजूच्या टेबलावरच्या खोक्यातला एक कागदी रुमाल घेतला आणि त्यात ती सिरिंज गुंडाळली. "निघण्याइतपत बरा आहेस ना तू?"

कटलरने नुसतीच मान हलवली. एक खोलवर श्वास घेतला. कॉर्नेलियसने ती सिरिंज आपल्या विंडचीटरच्या खिशात टाकली आणि त्याच्या खांद्याखाली हाताने आधार देत त्याला उभे राहायला मदत केली. आपल्या पायाचा सुजलेला भाग घट्ट बांधलेल्या पट्ट्यांना न जुमानता फुगतो आहे, असे कटलरला वाटले. त्याला चक्कर यायला लागली. पाऊल पुढे टाकायचा त्याने प्रयत्न केला; पण पाय त्याची आज्ञा मानत नव्हते. चमकदार डोळ्यांचा, निरोगी आणि किड्या-करड्यांचा कसलाही संसर्ग नसलेला चित्रातला तो कुत्रा हीच बेशुद्ध पडण्यापूर्वी त्याने पाहिलेली शेवटची गोष्ट होती.

५२

दगड फोडायच्या जागेपासून साधारण वीसएक फूट अलीकडेच कार थांबवून गॅब्रिएलने गाडीचे इंजीन बंद केले, तेव्हा आभाळाच्या कनातीतून पहाट नुकतीच खाली झिरपू लागली होती. शहराभोवतीच्या पर्वतांच्या कड्यातल्या उत्तरेकडच्या भागात रुइनमधल्या उत्तरेकडच्या महामार्गाच्या टोकाला जोडलेल्या वाटेच्या शेवटी असलेल्या डोंगरांमध्ये ती खडी फोडायची जागा होती. शहराच्या बांधकामासाठी पूर्वी कधी काळी त्या वाटेवरून रोज शंभर बैलगाड्या भरून खडी येत असे.

रुइनच्या मध्यवर्ती भागातल्या सार्वजनिक प्रार्थनाघराच्या बांधकामासाठी तसेच उत्तर आणि पश्चिम बाजूच्या तटभिंतीच्या बऱ्याचशा भागाच्या बांधकामासाठी इथल्याच दगडांचा वापर केला गेला होता; मात्र आजकाल ही वाट दाटीवाटीने वाढलेल्या खुरट्या झुडपांखाली आणि शेकडो वर्षांच्या पानगळीच्या कुजलेल्या पालापाचोळ्याखाली गाडली गेली होती, त्यातून अधूनमधून डोके वर काढणारा एखाद्या तुटलेल्या स्लॅबचा तुकडा, मांस फाडून बाहेर आलेल्या तुटक्या हाडासारखा येऊन आपण इथे आहोत अजून, अशी जाणीव करून देण्याइतपत कुठे कुठे दिसत होता. कोणत्याही वर्दळीच्या रस्त्यापासून दोन ते अडीच किलोमीटर दूर असा हा रस्ता कुठल्याच अलीकडच्या काळातल्या नकाशांवर दाखवला गेला नव्हता; त्यामुळे तो कुठे होता, हे तुम्हाला स्वतःला माहीत नसेल, तर दिवसाढवळ्यादेखील त्याचा पत्ता लागणे जवळपास अशक्यच होते.

कालच्या महापुरासारख्या पावसाच्या पाणलोटामुळे अनंत काळापासून त्या मलब्याखाली दबलेले अनेक प्रकारचे गंध अनुभवत गॅब्रिएल रस्त्याच्या एका बाजूला चालत गेला आणि पुढे नजर टाकली. किती खोल असावे, याचा अंदाज करणे अशक्य असलेल्या आणि तो उभा होता तिथून ऐंशी फूट खालच्या बाजूला असलेल्या एका तळ्याच्या पृष्ठभागावर शेवाळ्याचा मखमली गालिचा पसरलेला दिसत होता. खडी बनवण्यासाठी फोडलेल्या खडकांमुळे झालेले अजस्र खड्डे पावसाचे पाणी प्रचंड प्रमाणात अडवून धरत. एखादे इंजीन, कुत्रे, करवती किंवा

इतर कुणीही त्या भागात असल्याची खूण सांगणारा कसलाही आवाज होतोय का, याचा कानोसा घेत तो थांबला. त्याला फक्त खूप खालच्या बाजूला असलेल्या पाण्यात पडणाऱ्या दोन-चार दगडांचा बुडुक् आवाज ऐकू आला.

आपण एकटेच असल्याची खात्री झाल्यावर तो पुन्हा कारजवळ आला आणि कारचे सामान ठेवायच्या जागेचे दार उघडले. एका मृत माणसाचे टक्क उघडे डोळे थेट त्याच्याकडेच पाहत होते. त्याच्या छातीला पडलेल्या भोकाभोवती एक उमललेल्या फुलासारखा मोठा गुलाबी ठिपका होता. त्या मयत इसमाचे पिस्तूल उचलून त्याने पाहिले, ते ग्लॉक २२ होते. अमली पदार्थांचा व्यापार करणाऱ्यांच्या, गँगस्टर लोकांच्या आणि पश्चिमी देशांतल्या अर्ध्याअधिक पोलिसांचे आवडते पिस्तूल होते ते. त्याच्या एका फैरीमध्ये पंधरा गोळ्या आणि आणखी एक चेंबरमध्ये म्हणजे एकूण सोळा गोळ्या असतात. अटकळ उघडून गॅब्रिएलने एक बोथट नळीचे .४० एस ॲन्ड डब्ल्यू बनावटीचे तुलनेने हलक्या गोळ्यांचे पिस्तूल काढले. एस ॲन्ड डब्ल्यू म्हणजे खरे तर ज्या कंपनीने ते पिस्तूल बनवले होते, त्या कंपनीच्या नावाची – स्मिथ ॲन्ड वेसन – या नावाची अद्याक्षरे होती; पण त्याला नावे ठेवणारे लोक मात्र त्यातल्या गोळ्यांमध्ये कमी प्रमाणात भरलेल्या गनपावडरमुळे त्या गोळ्या इतर पिस्तुलातून सुटलेल्या गोळ्यांपेक्षा संथ गतीने लक्ष्याकडे जात, म्हणून त्या अद्याक्षरांचा 'शॉर्ट ॲन्ड विम्पी – म्हणजे छोटे आणि दुबळे' असा अर्थ लावत असत; पण याचबरोबर त्याचा आवाज फार मोठा नसे – खूपच कमी असे – म्हणजे आपल्याकडे कुणाचेही लक्ष जाऊ नये, असे तुम्हाला वाटत असेल, तर ही काही वाईट गोष्ट नव्हती; पण या मयत इसमाला एक गोळीदेखील झाडायची संधी मिळाली नव्हती आणि आता तर त्याला ती कधीच मिळणार नव्हती.

सामान ठेवायच्या जागेत त्या प्रेतापलीकडे ठेवलेल्या कॅनव्हासच्या दोन काळ्या बॅगा गॅब्रिएलने बाहेर काढल्या. जमिनीवर ठेवून त्यातली एक उघडली. बॅगेत दोन मोठ्या प्लॅस्टिकच्या बाटल्यांमध्ये रंग, डाग वगैरे नष्ट करण्याचे द्रव होते. त्या प्रेतावर त्याचा चुकूनही स्पर्श झाला असेल आणि त्याची गुणसूत्रे सापडण्याची शक्यता असेल, अशा सर्व ठिकाणी त्याने त्यातल्या एका बाटलीतले सगळे द्रव ओतले. दुसऱ्या बाटलीचे लक्ष्य कारचे अंतरंग होते. त्याने पाठीमागच्या सीटचे दार जोरात खेचून उघडले. तिथल्या पायाखालच्या खळग्यात ड्रायव्हरच्या सीटखाली त्याने तिला विमानतळावर पाहिले, तेव्हापासून लिव्हच्या हातात असलेली बॅग चेपली गेली होती. ती बॅग उचलून त्याने जमिनीवर टाकली आणि तिचा स्पर्श झाला असण्याची शक्यता असलेल्या सर्व ठिकाणी त्या दुसऱ्या बाटलीतले द्रव ओतले. मग चावी फिरवून गाडीचे इंजीन सुरू केले आणि खिडकीच्या काचा खाली करायचे बटण दाबले. तीन खिडक्या पूर्ण खाली गेल्या. एक अगोदरच फुटलेली होती.

बाटलीत उरलेले द्रव त्याने स्टिअरिंग व्हील, गियरची दांडी, ड्रायव्हरची सीट यावर ओतले आणि रिकामी बाटली पुन्हा सामान ठेवायच्या जागेत टाकून दिली. काखेतल्या होल्स्टरमध्ये अडकवलेले सायलेन्सर लावलेले एसआयजी पी२२८ बनावटीचे पिस्तूल काढून सामान ठेवायच्या जागेच्या तळावर एक नऊ मिलीमीटरच्या गोळ्यांची फैर झाडली, मग झाकण बंद केले आणि त्या झाकणातही आरपार गोळ्या जातील अशी एक फैर झाडली.

आजूबाजूच्या जंगलात शोधून खाली पडलेली एक फांदी आणली, ती अर्ध्यावर तोडली आणि ती रेनॉल्टजवळ टाकली. मग रेनॉल्टचा क्लच दाबला, गाडीचा पहिला गियर टाकला आणि त्या फांदीने ॲक्सिलरेटरवर इंजीन गुरगुरू लागेपर्यंत दाब दिला. मग त्या फांदीचे दुसरे टोक सीटखाली घट्ट अडकवले, स्टिअरिंग व्हील अशा पद्धतीने स्थिर केले की, गाडी फक्त सरळ रेषेतच पुढे जाईल आणि मग एकाच झटक्यात हॅन्डब्रेक खाली पाडून गाडीपासून बाजूला झाला.

क्लचवरचे त्याचे वजन हटताच कारचा गियर काम करू लागला. मऊ जमिनीवर पुढची चाके फिरू लागली. जोपर्यंत कारच्या चारही टायरनी कुजलेल्या पालापाचोळ्या-खालच्या दगडावर पकड घेतली नव्हती, तेवढ्या एक क्षणापुरतेच कार तिथेच उभी आहे असे वाटले, मग एकदम गचका बसल्यासारखी ती पुढे सरकली. गाडीने नंतर वेग घेतलेला गॅब्रिएलने पाहिले. पुढची चाके हवेत तरंगली आणि पुढच्याच क्षणी रेनॉल्ट दृष्टिआड झाली. खडक फोडून झालेल्या खड्ड्याच्या भिंतीसारख्या बाजूवर ती एकदा आपटल्याचा आणि नंतर पाण्यात पडल्याचा आवाज त्याने ऐकला आणि मग गाडीचे इंजीन पाण्यात बुडून कायमचे बंद झाल्याचेही त्याला ऐकू आले.

खड्ड्याच्या काठावर जाऊन गॅब्रिएलने वाकून पाहिले. कार पाण्यावर उताणी पडली होती आणि तळ्याच्या मध्याकडे सरकत होती आणि त्याच वेळी उघड्या खिडक्या आणि भोके पडलेल्या सामानाच्या जागेतून आत असलेल्या हवेच्या जागी पाणी शिरून हळूहळू बुडत होती. पाण्याखाली पूर्णपणे दिसेनाशी झाल्यावर फक्त काही बुडबुडे आणि एक लहानसा तेलाचा तवंग वर येईपर्यंत तो पाहत थांबला. त्या दृश्याकडे मान वाकडी करून पाहत असताना तो एखाद्या भक्ष्याकडे पाहणाऱ्या पक्ष्यासारखा वाटत होता.

नंतरच्या शांततेत ज्या गोष्टीमुळे त्या उत्पन्न झाल्या होत्या, ते कारणच विसरून जात अगदी मवाळपणे काठावर आपटणाऱ्या लाटांचा आवाज त्याला ऐकू येत राहिला. तो आवाजदेखील थांबल्यानंतर तर इतकी शांतता झाली की, त्याच्या खिशात वाजणाऱ्या फोनचा आवाज एकदम सायरनसारखा मोठा वाटला. दुसऱ्यांदा वाजण्यापूर्वी झटापट करून त्याने तो घडीचा फोन उघडला आणि कोणाचा फोन आहे ते पाहायला लागला.

"हॅलो, आई," तो फोनवर बोलला.

“गॅब्रिएल,” कॅथरीन मान पलीकडून उद्गारली, “तू नक्की कुठे आहेस, याची मला काळजीच वाटायला लागली होती.”

“विमानतळावर जरा एक गडबड झाली.” पुन्हा एकदा त्याची नजर तळ्याच्या पाण्याकडे गेली. “ती मुलगी आली, पण त्यानंतर आणखीही कुणीतरी येऊन दाखल झालं. मग मला थोडं साफसफाईचं काम करावं लागलं.”

ती थोडा वेळ त्याने जे काही सांगितले, त्याचा अर्थ नीट समजून घेत थांबली.

“ती आहे का तुझ्याबरोबर आता?”

“नाही; पण ती त्यांच्याबरोबरदेखील नाही.”

“मग कुठे आहे ती?”

“सुरक्षित आहे. आतापर्यंत ती पोलिसांकडे पोहोचली असेल. वीस एक मिनिटांत मी रुइनमध्ये परत जाईन आणि तिला परत शोधून काढीन.”

“तू ठीक आहेस ना?”

“मी ठीक आहे. माझी काळजी करू नकोस.” तो म्हणाला. एवढे बोलून त्याने फोन परत खिशात ठेवला.

गाडीच्या चाकांनी इकडेतिकडे उडवलेला पालापाचोळा पायांनी उडवत पुन्हा तिथे काही घडले होते की नव्हते, अशा प्रकारे रचून झाल्यावर तो त्या दुसऱ्या कॅनव्हासच्या बॅगेकडे वळला. बॅग उघडून त्यातली दोन चाके बाहेर काढली, मग नळ्यांसारखे अनेक सुटे भाग आणि सुदानमध्ये चालू असलेल्या प्रकल्पावर उन्हाळाभर काम करताना फिरण्यासाठी एक कुठेही घेऊन जाता येण्यासारख्या सायकलीला जोडता येणारे इंजीन बॅगेतून काढले. सगळी चौकट आणि ते १०० सीसी क्षमतेचे इंजीन ॲल्युमिनियमचे होते, त्यामुळे ते अगदी हलके होते, आणि हे सगळे इतके आटोपशीरपणे सुटे करून ठेवता येत होते की, असल्या चार सायकली आणि इंजिने एका घोड्यावर लादून तुम्ही जगातल्या काही अत्यंत दुर्गम भागांतदेखील जाऊ शकत होता. त्या सगळ्या गोष्टी जोडून सायकल उभी करायला गॅब्रिएलला पाच मिनिटांपेक्षाही कमी वेळ लागला.

बॅगेतले काळे हेल्मेट काढून त्या जागी लिव्हचा होल्डॉल आणि ती दुसरी रिकामी बॅग टाकली. बॅगची चेन ओढून बंद केली, खांद्यावर टाकली आणि सीटखालच्या स्प्रिंगा जरा मोकळ्या होण्यासाठी घोड्यावर मारतात तशी उडी मारूनच बसला. दोन-तीन वेळा किक मारल्यावर इंजिनात उतरलेल्या इंधनाने पेट घेतला आणि ते जागे झाले. दुरून ऐकणाऱ्याला तो आवाज एखाद्या स्वयंचलित करवतीच्या आवाजासारखाच वाटला असता. त्याने ती मोटारसायकल वळवली, गियर बदलला आणि रेनॉल्ट गाडी तिथे येत असताना झालेल्या टायरच्या खुणांवरूनच परत मागे फिरत शहराकडे निघाला.

५३

लिव्हला धाड्कन जाग आली, तेव्हा तिचे हृदय इतक्या जोरात धडधडत होते की, आतून लाथाबुक्क्या मारून दार तोडून कोणीतरी बाहेर यायचा निकराचा प्रयत्न करत आहे, असेच तिला वाटले. आपण कुठल्यातरी उंच ठिकाणावरून खाली पडतो आहोत आणि जमिनीवर आदळण्यापूर्वीच जाग येते, असलेच एक स्वप्न तिला पडत होते. तुम्ही खालपर्यंत कोसळला आहात एवढेच जरी तुम्हाला स्वप्नात दिसले, तरी त्याचा अर्थ तुम्ही मेलात असा असतो, असे कुणीतरी तिला एकदा सांगितले होते. या गोष्टी या लोकांना कशा काय कळतात, याचेच तिला नेहमी आश्चर्य वाटत असे.

हातांवर टेकलेले डोके वर करत तिने चौकशी कक्षातल्या प्रखर दिव्याकडे डोळे बारीक करत पाहिले.

समोरच्या खुर्चीवर एक माणूस बसला होता.

प्रतिक्षिप्त क्रिया झाल्यासारखी ती मागे सरकली; पण ती बसली होती ती खुर्ची जमिनीत घट्ट रोवल्यासारखी होती त्यामुळे करकर असा आवाज झाला.

"सुप्रभात, झाली झोप?" समोरचा माणूस म्हणाला.

तिने तो आवाज ओळखला. "अर्कांडियन?"

"हो, मीच." टेबलवर त्याच्या समोरच असलेल्या फायलीकडे त्याचे डोळे वळले. मग पुन्हा तिच्याकडे वळले. "प्रश्न असा आहे की, तुम्ही कोण आहात?"

आपण काय कुठल्यातरी काफ्का वगैरे नाव असलेल्या परग्रहावर आहोत की काय, अशा विचाराने गोंधळून लिव्ह समोरच्या फायलीकडे पाहत राहिली. फायलीजवळच काही ब्रेड रोल्स, एक काळ्या कॉफीचा वरपर्यंत भरलेला मग आणि जरा ताजेतवाने वाटावे म्हणून तोंड पुसण्यासाठी वापरतात तसले ओले कागदी रुमाल असलेले खोके दिसत होते.

"मला मिळालेल्या अगदी थोड्या वेळात नाश्ता आणि तोंड-हात-पाय धुऊन

ताजंतवानं होण्याच्या जवळपास जाऊ शकेल, एवढंच मी आणू शकलो आहे. तेव्हा प्रथम तुम्ही ते घ्या.'' अर्कांडियन म्हणाला.

लिव्हने पटकन ब्रेड घेण्यासाठी हात पुढे केला, पण हाताची अवस्था पाहिल्यावर तो आधी कागदी रुमालांकडे वळवला.

हाताच्या बोटांमधल्या जागेत चिकटून वाळलेला चिखल आणि चिकटपणा पुसून काढत असताना लिव्हकडे पाहत अर्कांडियन म्हणाला, ''तसा मी कुणावरही विश्वास ठेवणारा माणूस आहे, त्यामुळे कुणी जर काही मला सांगितलं, तर त्यापेक्षा विपरीत असं काही जोपर्यंत माझ्यासमोर येत नाही, तोपर्यंत मी त्याच्या सांगण्यावर विश्वास ठेवतो. आता मी जेव्हा तुम्हाला फोन केला, तेव्हा तुम्ही मला एका माणसाचं नाव सांगितलंत आणि त्या नावावरून आम्ही तपासही केला.'' असे म्हणून पुन्हा एकदा त्याची नजर समोरच्या फायलीकडे वळली.

त्या फायलीत काय असावे, याची कल्पना आल्यामुळे लिव्हचा गळा दाटून आला.

''पण तुम्ही असंही म्हणालात की, हा माणूस तुमचा भाऊ होता – आणि हाच माझ्यासमोर असलेला मोठा प्रश्न आहे.'' बोलण्यावर विश्वास ठेवण्याची इच्छा असलेल्या बापाचा अपेक्षाभंग झाल्यावर आक्रसतात तशा बोलता-बोलता त्याच्या भुवया आक्रसल्या. ''याशिवाय तुम्ही भर मध्यरात्री इथे विमानतळावर येऊन थडकता आणि माणसांवर झालेले हल्ले आणि झालेला गोळीबार, असल्या कसल्या-कसल्या गोष्टी सांगता, त्यामुळे माझा विश्वास डळमळीत होतो, श्रीमती ॲडमसन.'' दुःखी नजरेने तिच्याकडे पाहत तो म्हणाला. ''विमानतळाजवळ गाड्यांच्या टकरी वगैरे झाल्याची कोणतीही बातमी आमच्यापर्यंत आलेली नाही. तसेच गोळीबार झाल्याचीदेखील नाही आणि अजून तरी कुणालाही कुठेही रस्त्यावर पडलेला मानवी देह सापडलेला नाही. खरं तर, या घटकेला मुळात हे असं काही घडलं आहे, असं फक्त...''

आपले डोके खाली करत एखाद्या कुत्र्याने केसात शिरलेल्या पिसवा नखाने खरवडून काढायचा प्रयत्न करावा, तसे लिव्हने आपल्या चिखलाने बरबटलेल्या केसात जोरजोरात खरवडायला सुरुवात केली, तसे तिच्या केसातून बारीक-बारीक हिऱ्यांसारखे चमकणारे खडे टेबलावर टपाटपा पडायला लागले. जितक्या अचानकपणे खाजवायला सुरुवात झाली होती, तितक्याच अचानकपणे ती बंद झाली आणि तिचे घारे डोळे चिखल माखल्या भुवयांखालून आग ओकू लागले. ''माझ्या कपोलकल्पित कथेला सबळ पुरावा हवा, म्हणून मी नेहमी कारच्या फुटलेल्या खिडकीच्या काचांचे तुकडे केसात घेऊन फिरते, असं वाटतं का तुम्हाला?''

टेबलाच्या खरबरीत पृष्ठभागावर चमकत असलेल्या त्या बारीक-बारीक खड्यांकडे अर्कांडियनने पाहिले.

जरा स्वच्छ झालेल्या हातांनी लिव्हने डोळे चोळले, तेव्हा तिला तान्ह्या मुलाला लावतात तसल्या लोशनचा वास आला. “मला जवळजवळ पळवण्याचा प्रयत्न झाला होता, यावर तुमचा विश्वास बसत नसेल, तर ठीक आहे. मला त्याची पर्वा नाही. मला फक्त माझ्या भावाला पाहायचं आहे, भरपूर रडायचं आहे आणि नंतर कटकटीच्या असल्या, तरी सगळ्या कायदेशीर गोष्टी पूर्ण करून त्याला परत घरी न्यायचं आहे.”

“आणि तुम्हाला त्याला घेऊन जाता आलं, तर मला आनंदच होणार आहे; पण तुम्ही नुसत्याच एक कुणीतरी, या जगभर प्रसिद्धी मिळालेल्या बातमीतला इतर कुणालाही मिळाला नसेल असा सनसनाटी भाग शोधणाऱ्या, निव्वळ एक पत्रकार नाही आणि तो खरोखरच तुमचा भाऊ होता, याची मला अजून पुरती खात्री पटलेली नाही.”

लिव्हच्या चेहऱ्यावर तिच्या मनातला गोंधळ जसाच्या तसा उमटला. “कसली प्रसिद्ध बातमी?”

एखाद्या कोड्यातले तुकडे अचानक जुळलेले बघताना व्हावी, तशी अर्कीडियनच्या डोळ्यांची जलदगतीने उघडझाप झाली. मग तो तिला म्हणाला, “मला एका प्रश्नाचं उत्तर द्या. मी तुमच्याशी पहिल्यांदा बोललो, त्यानंतर तुमच्या वाचण्यात एखादं वर्तमानपत्र किंवा पाहण्यात एखादी बातमी आली नाही का?”

लिव्हने नकारार्थी मान हलवली.

“जरा थांबा.” असे म्हणून अर्कीडियनने खिडकीवर टकटक केले. दार उघडले गेले आणि तो दिसेनासा झाला.

समोरच्या पिशवीतला ब्रेड लिव्हने घेतला. अजूनही गरम होता तो. चवीने ब्रेड खाता-खाता तिने दाराच्या फटीतून दिसणाऱ्या ऑफिसच्या खुल्या रचनेकडे पाहिले. वाजणारे फोन आणि त्यावर चाललेल्या संभाषणांचे आवाज ऐकले. कामाच्या कागदपत्रांचे टेबलांवर पडलेले ढिगारे पाहिले आणि त्या दृश्यामुळे तिला एकदम घरच्यासारखे वाटू लागले.

ब्रेडचा पहिला रोल कॉफीच्या घोटाबरोबर पोटात ढकलून ती दुसरा रोल हातात घेत असतानाच अर्कीडियन परत आला. कालच्या संध्याकाळच्या वर्तमानपत्राची घडी त्याने तिच्याकडे सरकवली.

पहिल्याच पानावरचे चित्र लिव्हने पाहिले. सेंट्रल पार्कमध्ये तो मृत्यूचा कारकुनी हिशेब करून पाठवलेला दाखला वाचताना वाटले होते, तसेच आत्ताही काहीतरी आतल्या आत तुटून पडतेय असे तिला पुन्हा एकदा वाटले. तिच्या डोळ्यांत पाणी तरळले. दृष्टी धूसर झाली. शक्तिपीठाच्या शिखरावर उभ्या असलेल्या त्या दाढीवाल्या माणसाच्या चित्रावर तिने कसेबसे बोट टेकले. हृदयाच्या अगदी तळातून दाटून आलेला हुंदका एकदम बंध तोडून उसळला आणि शेवटी अश्रू बनून वाहू लागला.

५४

सरत्या रात्रीतल्या शेवटच्या धर्मकार्यासाठी, म्हणजेच तांबडे फुटतानाच्या प्रार्थनेसाठी आकाशात उजळणाऱ्या पहाटेने सगळ्यांना मरण पावणाऱ्या रात्रीला आणि जन्म घेणाऱ्या नव्या दिवसाला साक्षी होण्यासाठी, पुन्हा शक्तिपीठातल्या पूर्व भागातल्या अतिभव्य चर्चमध्ये ओढून आणले. नव्याने जन्मणाऱ्या दिवसामध्ये पापमोचन, पुनर्जन्म, दुष्प्रवृत्तींपासून मुक्ती आणि प्रकाशाच्या अंधारावर होत असलेल्या विजयाची इतकी प्रचंड लाक्षणिकता भरलेली असे की, शक्तिपीठातल्या प्रत्येकानी ही पहाटेची प्रार्थना करण्यासाठी उपस्थित राहणे अनिवार्य असे.

फक्त आजच काहीतरी वेगळे घडत होते.

फादर मलाशी चर्चमधल्या व्यासपीठावरून आपल्या अमोघ वाणीने आपला कल्पनाविस्तार श्रोत्यांसमोर मांडत होते, तेव्हा अथानासियसच्या ते लक्षात आले आणि नकळत त्याची नजर लाल कफन्या घालून त्याच्या पुढेच उभ्या असलेल्या सुरक्षा रक्षकांच्या रांगांकडे गेली. सर्वांनी सकाळची प्रार्थना म्हणायला उपस्थित असलेच पाहिजे, असा दंडक असूनदेखील त्यांच्यापैकी एक जण दिसत नव्हता. सहा फूट पाच इंचांच्या उंचीमुळे एक तर गुलिमों रॉड्रिग्ज इतर सगळ्यांच्या वर, कुठूनही चटकन दिसत असे; पण आज तोच दिसत नव्हता.

आदल्याच दिवशी मठाधिपतींच्या खोलीत नेऊन ठेवलेल्या बासष्ट जणांच्या फायलींची त्याला आठवण झाली. बासष्ट रक्तकर्मींच्या बासष्ट फायली. चाललेले आख्यान लक्षपूर्वक ऐकत असल्याचा बहाणा करत एका बाजूला थोडेसे वळून त्याने मनातल्या मनात लाल कफन्यांची संख्या मोजली.

त्या चर्चमध्ये प्रचलित असलेल्या आद्यतन भाषेतल्या प्रार्थनेतली शेवटची सूक्ते सगळ्यांच्या एकत्रित धीर-गंभीर आवाजात म्हटली जात असताना त्या कंपनांनी चर्चमधली हवादेखील थरथरली. "दररोज मी तुझं स्तवन करीन आणि तुझ्या नावाचा सतत जागर करत राहीन. हे जगत्पित्या भगवंता, कृपावंत हो आणि

मला तुझे यम-नियम शिकव.''

प्रार्थना संपल्यावर संन्यासी रांगा मोडून निघायला सुरुवात होईपर्यंत अथानासियसची मोजणी संपली. फक्त एकूणसाठ सुरक्षा रक्षक होते तिथे. तीन गायब होते.

सूर्य वर चढू लागला, तशा वेदीच्या वरच्या भव्य खिडक्या प्रकाशमान झाल्या; देवाने आपला विशाल नेत्र उघडला होता आणि तो आपल्या सश्रद्ध भक्तांकडे पाहत होता. पुन्हा एकदा प्रकाशाने अंधाराचा पराजय केला होता आणि एक नवा दिवस सुरू झाला होता.

तपकिरी कफन्यांच्या रांगेबरोबर चालत अथानासियस चर्चच्या बाहेर आला, आपल्यासमोर उलगडलेल्या माहितीच्या अर्थाच्या अनेक शक्यता त्याच्या डोक्यात पिंगा घालत होत्या. बंधू गुलिर्मोचा गत इतिहास त्याला थोडाफार माहीत होता आणि मठाधिपतींनी त्याला बाजूला का काढले असेल, याचा त्याला आता थोडा अंदाज यायला लागला आणि नुसत्या त्या विचारानेच तो खूप अस्वस्थ झाला. मठाधिपतींच्या आवेशाला आपण लगाम घालू शकतो, याचा त्याला नेहमीच अभिमान वाटत आला होता; पण आता तीन सुरक्षा रक्षक गायब होते या वस्तुस्थितीमुळे त्याच्या मनात चलबिचल झाली. ती केवळ बंधू सॅम्युएलच्या मृत्यूबद्दल मठाधिपतींची जी प्रतिक्रिया होती, त्याच्या भीतीमुळेच झालेली नव्हती, तर हे जे काही होते, ते त्याला स्वत:लाच शोधून काढणे भाग होते, म्हणून झाली होती.

इतरांना संपूर्णपणे प्रवेश निषिद्ध असलेल्या त्या खोलीमध्ये लेखी स्वरूपात असलेले ते ब्रह्मवाक्य, ज्यामध्ये त्या संस्करण-विधानाचाच अंत जवळ आला असल्याचे आणि एका नव्या जगाचा प्रारंभ होत असल्याचे भाकित सांगितले गेले होते, ते त्याच्यासमोर उघड करून दाखवण्याद्वारे ज्या गुपितामुळे या चर्चला भूतकाळाच्या बर्फात गोठवून टाकले होते, त्या गुपिताची खिळखिळी होत असलेली गोपनीयता आता वितळून चालली असल्याचेच मठाधिपतींनी दाखवून दिले होते; पण आता त्याच्या मनात उद्भवलेल्या शंका अगदी विरुद्ध इशारा करत होत्या. निखळ ज्ञानाने संपन्न होणाऱ्या भविष्यकाळाकडे चालण्याऐवजी मठाधिपती शक्तिपीठाच्या त्याच जुन्या मध्ययुगीन विचारसरणीच्या काळोख्या आणि हिंसापूर्ण भूतकाळाची वाट चालत आहेत, याकडे इशारा करत होत्या.

५५

चौकशीच्या खोलीतल्या प्रखर प्रकाशात बसलेली लिव्ह अगदी गप्प-गप्प होती.

अर्काडियन घडलेल्या घटनांची तिला सावकाश, तपशीलवार माहिती सांगत असताना तिचे डोळे मात्र वर्तमानपत्रातल्या चित्रावर खिळलेले होते. सगळे सांगून झाल्यावर त्याने आपला हात त्याच्या समोरच असलेल्या निळ्या फायलीवर ठेवला. "मला तुम्हाला आणखी काही छायाचित्रं दाखवायची आहेत,'' तो म्हणाला. "शवचिकित्सेला सुरुवात करण्यापूर्वी आम्ही ती काढली आहेत. हे खूप कठीण आहे, हे मला समजतंय आणि तुमची पाहायची इच्छा नसेल, तर मी समजू शकतो ते; पण तुम्ही ती पाहिलीत, तर सॅम्युएलच्या मृत्यूबद्दल थोडा जास्त उलगडा व्हायला मदत होईल.''

गालांवर ओघळणारे अश्रू पुसत लिव्हने मान हलवून होकार दिला.

"पण त्यापूर्वी मला काही गोष्टी स्पष्ट करायच्या आहेत.''

तिने गोंधळून त्याच्याकडे पाहिले.

"तुम्ही खरोखरच त्याची बहीण आहात, याची तुम्ही मला खात्री पटवून द्यायला हवी.''

लिव्हला भयंकर थकल्यासारखे वाटायला लागले. आपल्या अख्ख्या आयुष्याची कथा आत्ता लगेच कुणाला सांगत बसावे, इतका उत्साह तिला वाटत नव्हता आणि आत्ताच्या मन:स्थितीत तर ते अवघडच वाटत होते. शिवाय आपल्या भावाचे नक्की काय आणि कसे झाले, हे तिला आधी कळायला हवे होते. "मलासुद्धा खरं काय ते माझे वडील वारल्यानंतर कळलं.'' आठ वर्षांपूर्वी तिला समजलेल्या आणि मनातल्या एका खोल कप्प्यात कुलूपबंद करून ठेवलेल्या गोष्टी वर येऊ लागल्या. "मी कोण आहे, माझी खरी ओळख काय, हे प्रश्न त्या वेळी माझ्या मनात खदखदत होते. म्हणजे एकंदरीतच या जगात माझं नक्की स्थान काय आहे, याबद्दल मला काहीच खात्रीशीरपणे कळत नव्हतं. आता आयुष्यातल्या कुठल्यातरी

टप्प्यावर प्रत्येकच मुलाची अशी अवस्था होत असते आणि आपण आपल्या कुटुंबाचा हिस्सा आहोत की नाही, असा संभ्रम त्यांच्या मनात उत्पन्न झालेला असतो, हे मान्य केलं, तरी माझ्यापुरता तरी हा प्रश्न जास्तच ज्वलंत होता. कारण माझ्या वडिलांच्या नावापेक्षा माझं नाव अगदीच वेगळं होतं. मला माझी आई तर माहीतच नव्हती. एकदा वडिलांना मी याबद्दल विचारलंदेखील होतं; पण काही उत्तर देण्याऐवजी ते एकदम गप्पच झाले होते आणि मनानं कुठेतरी हरवल्यासारखे बसून राहिले होते. त्या रात्री उशिरा कधीतरी त्यांच्या रडण्याचा आवाज मला ऐकू आला, पण माझ्या त्या वेळच्या अर्धवट वयातल्या अतिरंजित कल्पना करण्याच्या पद्धतीप्रमाणे मी कुटुंबातल्या कुठल्यातरी लाजिरवाण्या रहस्याच्या जखमेवरची खपली काढल्यामुळे ते रडताहेत, असा समज करून घेतला. पुन्हा तो प्रश्न मी त्यांना त्यानंतर कधीच विचारला नाही...

ते जेव्हा वारले, तेव्हा मला झालेलं दुःख किंवा माझं किती नुकसान किंवा माझं काय हरवलं, जे काय तुम्ही म्हणाल ते, ते सगळं या एकाच प्रश्नावर तोललेले आहेत. माझं सगळं लक्ष त्या एकाच प्रश्नाच्या उत्तराकडे लागलं. म्हणजे मी फक्त माझ्या वडिलांनाच गमावलेलं नाही, तर मी स्वतःच नक्की कोण आहे, हे समजण्याची संधीच कायमची गमावून बसले आहे, असंच मला त्या वेळी वाटलं.''

''पण शेवटी तुम्ही ते उत्तर शोधून काढलंच,'' अर्कािडयन म्हणाला.

''हो, हो, मी काढलं ते शोधून.'' लिव्ह म्हणाली.

एक खोलवर श्वास घेऊन ती पुन्हा तिच्या भूतकाळात शिरली.

''कोलंबिया युनिव्हर्सिटीमध्ये मी नुकतीच पहिल्या वर्षात दाखल झाले होते. मी पत्रकारितेचा अभ्यास करत होते तिथे. माझ्या आवडीच्या विषयावर तीन हजार शब्दांचा एक शोधनिबंध सादर करण्याचा प्रकल्प, ही त्या वर्षी माझ्यावर सोपवलेली पहिली कामगिरी होती. मग मी एकाच दगडात दोन पक्षी मारायचा विचार केला. या कौटुंबिक रहस्याचाच शोध घ्यायचं ठरवलं. त्यासाठी सर्वप्रथम माझा आणि माझ्या भावाचा जन्म जिथे झाला, त्या वेस्ट व्हर्जिनियाला गेले. शब्दकोशात 'अमेरिकाना' या शीर्षकाखाली जसं वर्णन असतं, तसंच ते गाव होतं. गावात एकच मुख्य रस्ता. दोन्ही बाजूच्या पदपथांना लागून तंबूंमध्ये थाटलेली दुकानं. त्यातली बहुतेक बंदच होती. त्या गावाचं नाव होतं, पॅराडाइज, वेस्ट व्हर्जिनिया. ज्यांनी ते वसवलं असेल, त्या पूर्वजांनी खरोखरच मोठ्या आशेनं हे नाव दिलं असणार.

ज्या उन्हाळ्यात आमचा जन्म झाला, त्या उन्हाळाभर माझी आई आणि बाबा कुठे काही काम मिळतंय का ते पाहत फिरत होते. ते दोघंही सेंद्रिय बागायतकामातले तज्ज्ञ होते. तसे ते बऱ्याच बाबतीत काळाच्या बरेच पुढे होते; पण बहुतेक वेळा त्यांना नुसतंच माळीकाम मिळत असे, कधीकधी कुठल्यातरी नगरपालिकेत नोकरी

मिळत असे, नाहीतर शेतमजुराचं काम करावं लागत असे; पण जे मिळेल ते काम जन्माला येणाऱ्या आम्हा मुलांसाठी त्यांना करावंच लागत असे. वाटेत कुठेही दवाखाना वगैरेसारखी सोय दिसली की, ते तपासणी करून घेत; पण त्या काळी रक्तदाब तपासणं आणि नाडीचे ठोके बरोबर पडताहेत का ते पाहण्याइतपतच तपासणी काय ती होत असावी. त्या काळी गर्भाचं ध्वनिचित्र काढण्याची सोय नव्हती. त्यामुळे काहीतरी गडबड आहे, हे आई-बाबांना अगोदर कळलंच नाही – आणि कळलं तेव्हा उशीर झाला होता.

ज्या 'हॉस्पिटल'मध्ये माझा जन्म झाला, ते गावाच्या एका टोकाला असलेलं आरोग्य केंद्र होतं; पण मी जेव्हा पुन्हा तिथे गेले, तेव्हा ते ज्यामुळे नि:संशयरीत्या रस्त्यावरची इतर छोटी दुकानं ओस पडली होती, त्या यच्चयावत सर्व गोष्टी एकाच ठिकाणी मिळण्याची सोय असलेल्या एका प्रचंड मोठ्या वॉलमार्टच्या इमारतीच्या सावलीत उभं होतं. या प्राथमिक आरोग्य केंद्राचं कामही अगदी प्राथमिक स्वरूपाचं, म्हणजे लोकांना काहीतरी मलमपट्टी वगैरे जुजबी उपचार करून भरपूर ॲस्पिरिनच्या गोळ्या देऊन घरी पाठवून द्यायचं, नाहीतर सरळ त्यांना कुठल्यातरी बऱ्यापैकी सोयी असलेल्या हॉस्पिटलमध्ये उपचारासाठी पाठवून द्यायचं, अशा स्वरूपाचं होतं. मी शोधत गेले, तेव्हादेखील मला ते अगदी प्राथमिक अवस्थेतच सापडलं, म्हणजे माझे आई-बाबा तिथे गेले असतील तेव्हाची परिस्थिती काय असेल, याची कल्पनाच केलेली बरी.

तिथल्या नर्सबरोबर गप्पा मारता मारता मी काय काम काढलं आहे आणि मला काय हवं आहे, ते तिला सांगितलं. त्यावर तिनं मला कुणाला कसले उपचार त्या केंद्रात केले गेले होते, त्याची नोंद असलेली जुनी कागदपत्रं ठेवलेली खोली दाखवली. सगळी खोली धुळीनं माखलेल्या अस्ताव्यस्त कागदपत्रांनी भरलेली होती. योग्य त्या वर्षातली कागदपत्रं ठेवलेलं खोकं शोधून काढायलाच मला एक तासभर लागला. शिवाय त्यातली कागदपत्रंदेखील पद्धतशीरपणे लावलेली नव्हती. ती सगळी कागदपत्रं नीटनेटकी करून त्यातली जन्माबद्दलच्या नोंदी असलेली कागदपत्रं काढून वाचायला लागले. माझ्या जन्माबद्दलची काहीच नोंद सापडली नाही तिथं, मग मी माझ्या जन्माच्या सुमाराला तिथे कामाला असलेल्या सगळ्या लोकांची नावं लिहून काढली आणि तिथल्या स्वागतकक्षातल्या बाईला त्यातल्या ऐंशी सालाच्या सुमाराला तिथे कामाला असलेल्या एका किंटनर नावाच्या नर्सबरोबर माझी गाठभेट घालून द्यायला सांगितली. काही वर्षांपूर्वीच ती निवृत्त झाली होती खरी, पण त्याच गावात राहत होती. मग मी जाऊन तिला भेटले. तिच्या घराच्या बाहेरच्या व्हरांड्यातच लेमोनेड पिता पिता आम्ही गप्पा मारल्या. माझी आई तिला आठवत होती. म्हणाली, खूप सुंदर होती ती दिसायला आणि आम्हाला जन्म

देण्यासाठी दोन दिवस कळा सोसत होती बिचारी. आम्ही गर्भातून बाहेर का येऊ शकत नव्हतो, हे शेवटी त्यांनी जेव्हा आम्हाला तिच्या भाषेत 'छप्पर वर करून' म्हणजेच आणीबाणीच्या वेळी सिझेरिअन करून काढतात, तसं बाहेर काढलं, तेव्हाच त्यांना समजलं.''

बोलता बोलता ती खुर्चीवरून उठली.

''मी सॅम न्यूटन म्हणून जन्माला आले होते,'' अगदी हलक्याशा, कुजबुजल्यासारख्या सुरात ती म्हणाली. ''माझ्या भावाचं नावदेखील सॅम न्यूटनच होतं. आम्ही दोघं एकाच वेळी, एकाच दिवशी, एकाच आई-बापांच्या पोटी जन्माला आलो होतो. आम्ही जुळी होतो.'' असे म्हणत ती आपल्या उजव्या कुशीकडे वळली आणि जीनच्या पॅन्टमध्ये खोचलेला शर्ट त्या बाजूने वर ओढत म्हणाली, ''पण आम्ही सर्वसाधारण जुळी नव्हतो.''

आणि असे म्हणून तिने आपल्या शर्टाचे टोक वर उचलले.

तिच्या गोऱ्या कातडीवरचा जखमेचा व्रण अर्काडियनला लगेच दिसला. एक क्रॉस कुशीवर कलंडल्यासारखा व्रण होता तो. तंतोतंत त्या संन्याश्याच्या शरीरावर होता तसाच दिसत होता तो.

''बरीचशी जुळी भावंडं माकडहाडापाशी एकमेकांना जोडलेली असल्याचं सापडतं,'' लिव्ह म्हणाली, ''आम्ही खरोखरच जोडलेले होतो किंवा कुशीमध्ये जोडलो गेलो होतो, असं म्हणा. आम्हा दोघांमध्ये शेवटच्या तीन बरगड्या एकजीव होत्या. सगळे जण ज्यांना 'सयामी जुळी' म्हणतात, तशी होतो आम्ही. जेव्हा दोन मुलं छातीशी जोडली गेलेली असतात – त्याला वैद्यकीय भाषेत सांगायचं, तर 'ऑम्कोबेयस जुळी' – त्याप्रमाणे नाभीभागात जोडली गेलेली जुळी होतो आम्ही. कधीकधी अशा जुळ्यांमध्ये यकृतासारखा एखादा महत्त्वाचा अवयव समाईकपण असू शकतो. आम्हा दोघांमध्ये छातीच्या बरगड्या समाईक होत्या.''

शर्ट खाली करून लिव्ह खुर्चीवर बसली.

''नर्स किंटनर म्हणाली होती की, आम्हाला पाहून त्या वेळी बरीच गडबड उडाली होती. आमच्या आधी कधीच भिन्न लिंगी मुलं अशी समाईक अवयव घेऊन जुळी म्हणून जन्माला आली नव्हती. त्यामुळे डॉक्टर लोकांनादेखील त्याची खूपच उत्सुकता वाटली होती. एवढ्यात माझ्या आईची प्रकृती बिघडली आणि आमचीदेखील बिघडायला लागली, त्यामुळे डॉक्टरदेखील हडबडून गेले. आम्हा दोघांना जन्म देता देता तिला इतका रक्तस्राव झाला होता, विचित्र आकार झालेली जुळी शरीराबाहेर येताना शरीराच्या अंतर्भागांचंदेखील इतकं नुकसान झालं होतं की, त्यामुळे बेशुद्ध पडल्यानंतर ती पुन्हा कधी शुद्धीवर आलीच नाही. या सगळ्याला ते स्वत: किंवा निदान ते हॉस्पिटल तरी जबाबदार होतं, याची त्यांना जाणीव झाल्यामुळे, त्यांनी

सगळ्या गोष्टींचा बभ्रा होऊ नये, याची काळजी घेतली. आमच्या जन्मानंतर आठ दिवसांनी – ज्या दिवशी आम्हा दोघांना एकमेकांपासून अलग केलं जात होतं, त्याच दिवशी – तिचा मृत्यू झाला. तेव्हा कुठे त्यांच्या हे लक्षात आलं की, त्यांनी जन्माचा एकच दाखला दिला होता. मग त्यांनी एक वेगळा दाखला माझ्या जन्माचा म्हणून तयार केला आणि त्यात ज्या दिवशी आम्हाला एकमेकांपासून अलग केलं गेलं, त्या दिवशी माझा जन्म झाल्याचं नोंदवलं गेलं. एका अर्थानं, मला माझ्या भावापासून वेगळं व्यक्तिमत्त्व त्या दिवशी मिळालं आणि माझ्या आईची स्मृती म्हणून माझ्या वडिलांनी मला माझ्या आईचंच नाव द्यायचं ठरवलं. लिव्ह ॲडमसन हे, माझे वडील ज्या मुलीच्या प्रेमात पडले होते आणि नंतर त्यांनी जिच्याशी लग्न केलं होतं, ते माझ्या आईचं लग्नाआधीचं नाव होतं आणि केवळ याच कारणासाठी ते याबद्दल काहीही बोलायला तयार नसत.''

अर्कार्डियनने ही सगळी नवी माहिती डोक्यात भरली, त्याला अगोदरच जे काही माहीत होते, त्याच्याशी पडताळून पाहिली आणि आणखी कुठल्या एखाद्या प्रश्नाचे उत्तर मिळायचे राहिले आहे का, त्याचा विचार केला. मग म्हणाला, ''तुमच्या आजोबांचं नाव तुमच्या आईच्या नावापेक्षा वेगळं कसं?''

''ही नॉर्वेजियन लोकांची जुनीच परंपरा आहे. आमच्या आजीला सगळं पारंपरिक पद्धतीनं आवडत असे. सगळी मुलं आपल्या वडिलांचं नाव आपल्या नावाशी जोडून घेत. आजीच्या वडिलांचं नाव होतं हॅन्स, त्यामुळे तिला हॅन्सन म्हणून हाक मारत असत. हे जरा विचित्रच होतं. कारण हॅन्सनचा अर्थ पाहिला, तर हॅन्सचा मुलगा असा होतो. माझ्या आईच्या वडिलांचं नाव होतं ॲडम, त्यामुळे तिचं नाव ॲडमसन. या प्रथेमुळे तुम्ही जर स्कॅंडीनेव्हियन असाल, तर तुमची वंशावळ तुमच्या नावावरून शोधून काढणं महाकर्मकठीण काम होतं.'' तिने पुन्हा एकदा समोरच्या वर्तमानपत्राकडे पाहिले. चित्रातला सॅम्युएल थेट तिच्याकडेच पाहत होता. ''माझ्या भावाच्या मृत्यूबद्दल थोडंफार स्पष्टीकरण ठरेल, असं काहीतरी मला दाखवावं, असं तुम्हाला वाटतंय असं तुम्ही म्हणाला होतात? काय आहे ते?''

काय करावे आणि काय करू नये, अशा द्विधा मनस्थितीत अर्कार्डियनची बोटे त्या निळ्या फायलीवर हलकासा ठेका धरत होती. तिच्याशी बोलता-वागताना आता तो बराच निवळल्यासारखा दिसत होता, पण तरीही अजूनदेखील तो सावधगिरी बाळगूनच होता.

''त्याला नक्की काय झालं, हे सगळं का आणि कसं घडलं असावं, याबद्दल तुमच्याइतकीच मलाही उत्सुकता लागली आहे. तेव्हा माझ्यावर कितपत विश्वास ठेवायचा, हा तुमचा प्रश्न आहे; पण उपजीविकेसाठी मी काय करते, याची तुम्हाला काळजी वाटत असेल, तर तुमच्या कसल्याही आणि कितीही कठोर अटी, शर्तींचा

कागद माझ्यासमोर टाकलात, तरी त्यावर सही करायला मी तयार आहे.''

फायलीवर ठेका धरलेली अर्काडियनची बोटे एकदम थांबली. तो उठला आणि काही न बोलता खोलीबाहेर निघून गेला, ती फाइल मात्र त्याने तिथेच ठेवली.

इन्स्पेक्टर खोलीत नसताना ती फाइल उघडून त्यात काय आहे, ते पाहण्याची लिव्हला प्रबळ इच्छा झाली आणि ती फायलीकडे पाहत राहिली. थोड्याच वेळात तो परत आला, तेव्हा त्याच्या हातात एक पेन आणि मनुष्यवध विभागाचे ठरावीक स्वरूपाचे गोपनीयतेचे करारपत्र तिच्यासमोर ठेवले. तिने त्यावर सही केली आणि तिच्या पासपोर्टच्या फॅक्सद्वारे आलेल्या प्रतीमध्ये दिसणाऱ्या सहीबरोबर त्याने ती पडताळून पाहिली. मग ती फाइल उघडून त्यातले एक सहा इंच लांब आणि चार इंच रुंद आकाराचे छायाचित्र तिच्यासमोर ठेवले.

छायाचित्रात शवचिकित्सेच्या टेबलावर पडलेल्या सॅम्युएलच्या धुतलेल्या शरीरावरचे तिथल्या प्रखर प्रकाशामुळे अगदी सुस्पष्ट दिसणारे आणि त्याच्या गोऱ्या रक्तहीन कातडीच्या पार्श्वभूमीवर भयावह पद्धतीने उठावदार झालेले जखमांच्या व्रणांचे जाळे तिला दिसले.

लिव्हची वाचाच काही काळ बंद झाली. मग कसेबसे तिच्या तोंडून शब्द बाहेर पडले – ''ही अशी अवस्था कुणी केली त्याची?''

''आम्हाला माहीत नाही.''

''पण त्याला ओळखणाऱ्या लोकांशी तुम्ही बोलला असालच ना. त्यांनादेखील काहीही माहीत नाही? किमान तो अलीकडे विचित्र वागत होता... किंवा कसलं तरी दडपण घेऊन वावरत होता, असं तरी कुणी काही बोललं असेलच ना?''

अर्काडियनने नकारार्थी मान हलवली. म्हणाला, ''त्याच्याबद्दल आम्हाला बोलता आलं आहे, ते फक्त तुमच्याशीच. तुमचा भाऊ शक्तिपीठ पर्वताच्या शिखरावरून खाली पडला. तो शहरात इतरत्र कुठेही राहत असल्याचा काहीच पुरावा नसल्यामुळे तो शक्तिपीठातच काही वर्षं तरी राहत असावा, असा आमचा अंदाज आहे. किती वर्षांपासून तो नाहीसा झालेला आहे, असं तुम्ही म्हणालात?''

''आठ वर्षं.''

''आणि एवढ्या वर्षांत एकदाही कधी त्यानं तुमच्याशी संपर्क साधला नाही?''

''एकदाही नाही.''

''म्हणजे जर तो इतकी सगळी वर्षं तिथेच असेल, तर त्याला शक्तिपीठातल्याच इतर माणसांनी शेवटचं पाहिलं असण्याची शक्यता आहे आणि तिथल्या कुणाशीही आपल्याला बोलता येणार नाही, हे सांगताना मला खेद होत आहे. आता मी तशी त्यांना लेखी विनंती केली आहे, पण तो एक औपचारिक भाग आहे. माझ्याशी कोणीही बोलणार नाही.''

“तुम्ही त्यांना बोलायला भाग पाडू शकत नाही का?”

“या शक्तिपीठाचे, सर्वस्वी वेगळे, त्यांचे स्वत:चे असे कायदेकानून आहेत. एका स्वतंत्र राष्ट्रातलं ते सर्वार्थानं स्वायत्त असलेलं राज्य आहे, जिथे फक्त त्यांचे कायदे, नियम आणि न्यायदानाची व्यवस्था लागू आहे. मी काहीही करण्यासाठी त्यांना भाग पाडू शकत नाही.”

“म्हणजे इकडे कुणाचा जीव गेला असला, तरी ते 'हुडुत्' म्हणून ती गोष्ट उडवून लावू शकतात आणि कोणीही त्याबद्दल काहीही करू शकत नाही?”

“अगदी तसंच.” अर्कॉडियन म्हणाला. “तरी शेवटी ते काहीना काहीतरी वक्तव्य करतीलच, याची मला खात्री आहे. कारण जनमानसातल्या त्यांच्या प्रतिमेबद्दल ते अन्य कुणापेक्षाही जास्त जागरूक आहेत. दरम्यानच्या काळात आपण चौकशीच्या इतर मार्गांचाही अवलंब करू शकतो.”

फायलीतून आणखी तीन छायाचित्रे काढून त्याने त्यातले एक तिच्यासमोर टेबलावर ठेवले. चामड्याच्या एका पातळशा पट्टीवर तिचाच फोन नंबर कशाने तरी खरवडून लिहिलेला लिव्हला त्या छायाचित्रात दिसला.

“आम्हाला हे तुमच्या भावाच्या पोटात सापडलं. त्यामुळेच तर तुमच्याशी इतक्या झटपट संपर्क साधता आला आम्हाला.”

मग दुसरे छायाचित्र पुढे टाकत तो म्हणाला, “पण हे एवढंच सापडलं नाहीये आम्हाला.”

५६

शहराच्या वाया गेलेल्या भागातले रस्ते पूर्वी कधीतरी म्हणजे जवळपास सहाव्या शतकाच्या सुरुवातीच्या काळात सारख्या जा-ये करणाऱ्या हातगाड्या आणि घोड्यांच्या टापांनी जमीन खरवडली गेल्यामुळे तयार झालेल्या वाटा होत्या आणि आत्ताच्या काळातल्या रहदारीचे प्रमाण, वेग आणि विस्तार त्यांना अजिबातच झेपणारा नव्हता. रस्ता रुंद करायचा, तर काहीना काहीतरी पाडापाड करावीच लागणार होती आणि ते तर शक्य नव्हते, त्यामुळे नगर रचना करणाऱ्यांनी उपाय म्हणून एक-दिशा पद्धतीची वाहतूक योजना चालवली होती. ती इतकी गुंतागुंतीची होती की, रहदारी सुरळीतपणे चालण्याऐवजी सुरुवात कुठे आणि अंत कुठे आहे, याचा काहीच पत्ता न लागणाऱ्या एखाद्या मोठ्या कोळ्याच्या जाळ्यात अडकलेल्या असंख्य माश्यांसारख्या जिथे-तिथे गाड्या अडकून पडलेल्या, नाहीतर उगाचच मागे-पुढे सरकत असलेल्या दिसत.

मध्ययुगीन काळातल्या या रस्त्यांवरून रुग्णवाहिका चालवणे, म्हणजे एक अग्निदिव्यच आहे, असे इरदेमला वाटत असे. त्याच्या वैद्यकीय मदतनिसांसाठीच्या कार्यपुस्तिकेमध्ये लिहिल्यानुसार मदतीसाठी बोलावण्यात आलेल्या ठिकाणी फोन आल्यावेळेपासून पंधरा मिनिटांत पोहोचणे आवश्यक होते. तसेच ज्या स्थितीत नेली त्याच अवस्थेत रुग्णवाहिका परत आणून ठेवण्याचीही त्याच्यावर जबाबदारी होती. याचाच अर्थ असा होता की, या दगडी बांधकामाच्या जुनाट, रंग उडालेल्या भिंतींच्या भागातून त्याच्या सेवेची पहिली अट पूर्ण करण्यासाठी आवश्यक असलेल्या वेगाने एक फेरी जरी मारली, तरी त्यामुळे ही दुसरी अट पाळण्यात पूर्णत: अयशस्वी होण्याची अगदी शंभर टक्के खात्री होती!

रुग्णवाहिकेच्या एका बाजूला लावलेला क्रॉस एका दगडी कमानीखालून सावकाश बाहेर निघताना आणि त्याच्या मध्यातला ॲस्क्लेपायसच्या सळईवरचा वेटोळे घातलेला साप दिसू लागल्याचे त्याला दिसले. गाडीचा वेग जरा कमी करून

त्याने पुन्हा एकदा रस्त्यावर नजर टाकली आणि पुन्हा एखादा अडथळा येऊन रांगायला लागण्याच्या आत किती अंतर जरा वेगात जाता येईल, याचा अंदाज घेतला.

"काय परिस्थिती आहे आपली?" त्याने विचारले.

"आत्ताच आपण चौदाव्या मिनिटांवर आहोत," घड्याळाकडे पाहत केमिलने उत्तर दिले. "या वेळेलादेखील आपण काही रेकॉर्ड ब्रेक करू, असं मला वाटत नाही."

शहराच्या या वाया गेलेल्या भागाच्या एका बाजूच्या एका आडरस्त्यावर बेशुद्धावस्थेतल्या एका गोऱ्या माणसाची वर्दी त्यांना मिळाली होती, तिकडेच ते निघाले होते. वर्दी मिळाल्याची वेळ आणि जागा लक्षात घेतल्यावर इरदेमचा असा अंदाज होता की, ही व्यक्ती एकतर डोक्याला मार लागलेली, नाहीतर बंदुकीची गोळी लागलेली किंवा सुरीचा घाव वर्मी लागलेली असावी. फोन केला होता त्या व्यक्तीने फार काही सांगितले नव्हते; फक्त रुग्णवाहिकेने सांगितलेल्या जागी पोहोचावे, इतपत माहिती मात्र दिली होती, सारांश काय, तर आणखी एका दिवसाची आणखी एकदा झकास सुरुवात झाली होती.

"पोलिसांकडून काही कळलंय का?" इरदेमने विचारले.

वायरलेस रेडिओवर आलेल्या संदेशांच्या यादीमध्ये पोलिसांच्या गाडीचा कुठला नंबर दिसतोय का, ते केमिलने शोधले. "नाही. कदाचित अजून त्यांचा नाश्ता, कॉफी वगैरे झालं नसेल."

पोलिसांच्या गाडीच्या दृष्टीने ही खरोखरच आणीबाणीची परिस्थिती नव्हती. वैद्यकीय मदतनिसांसारखे फक्त पंधरा मिनिटांत हाकेला धावून जाण्याचे त्यांच्यावर बंधन नव्हते – खासकरून नाश्त्याच्या वेळेला तर नाहीच नाही!

एक वळण घेतल्यावर अंधाऱ्या रस्त्याच्या कडेला दूरवर कपड्यांच्या बोचक्यासारखे काहीतरी पडलेले दिसल्याबरोबर इरदेम उद्गारला, "हे आलं पाहा समोर." पोलिसांच्या गाडीचा तिथे मागमूसदेखील नव्हता. तसे तर कुणाच्याच अस्तित्वाचे कोणतेही चिन्ह नव्हते तिथे.

"सतरा मिनिटे." ते अपेक्षित ठिकाणी पोहोचल्याची वेळ त्यांच्या मुख्य ऑफिसात नोंदवली जाण्यासाठीचे रेडिओवरील बटण दाबत केमिल म्हणाला. "फार जास्त वेळ लावला नाही आपण पोहोचायला."

"आणि गाडीवर एक ओरखडादेखील येऊ दिलेला नाही हे महत्त्वाचं." रुग्णवाहिका एका जागी थांबवणे, इंजीन बंद करणे आणि ड्रायव्हरच्या बाजूचे दार उघडून गाडीबाहेर येण्याची कामे नेहमीच्या सराईतपणे एकाच झटक्यात करत इरदेम म्हणाला.

पदपथावर पडलेला माणूस पांढराफटक पडलेला दिसत होता आणि त्याला शुद्धीवर आणण्यासाठी सरळ करायचा इरदेमने प्रयत्न केल्याबरोबर तो तसा का दिसत होता, ते इरदेमला चांगलेच कळले. त्याची उजवी मांडी पूर्णपणे रक्ताने भिजलेली होती. किती गंभीर जखम आहे, याचा अंदाज घ्यायला त्याने फाटलेल्या पॅन्टची एक बाजू वर करून पाहिले आणि जागच्या जागीच थांबला. उघड्या जखमेऐवजी त्याला मांडीवर चांगले घट्ट बांधलेले आणि नुकतेच केले असावे असे दिसणारे; पण रक्ताने पूर्ण भिजलेले बँडेज दिसले. मागे वळून तो केमिलला हाक मारणारच होता, इतक्यात त्याला आपल्या मानेवर पाठीमागून बंदुकीची नळी टेकवली गेली असल्याची जाणीव झाली.

त्या दाढीवाल्या माणसाने उघड्या खिडकीजवळ येऊन थेट त्याच्या डोळ्यांसमोरच पिस्तूल रोखण्यापूर्वी केमिलला तर त्याच्या सीटवरून गाडीतून बाहेर यायलादेखील वेळ मिळाला नव्हता.

"मुख्य ऑफिसला कळव," त्याची बोलण्याची ढब ब्रिटिश माणसासारखी होती. "सांग, मदतीची गरज नाही. तुम्हाला जो माणूस सापडला, तो फक्त एक बेवडा होता."

रेडिओच्या हॅन्डसेटकडे केमिलने अंदाजानेच हात नेला, कारण त्याचे डोळे तर एकदा बंदुकीच्या नळीच्या काळ्या भोकाकडे आणि एकदा त्या माणसाच्या निळ्या स्थिर नजरेकडे पाहत होते. आतापर्यंतच्या सहा वर्षांच्या नोकरीत त्याच्यावर असा हल्ला झाल्याची ही दुसरी वेळ होती. अशा वेळी शांत राहणे आणि ते सांगतील ते करणेच फायद्याचे असते, हे त्याला माहीत होते; पण या माणसाची नजर फारच अस्वस्थ करणारी होती. यापूर्वी जेव्हा पहिल्यांदा त्याच्यावर असा प्रसंग आला होता, तेव्हा त्या हल्ला करणाऱ्या गँगने चेहऱ्यावर स्कीइंग करताना घालतात, तसले बुरखे ओढले होते आणि ते सगळे स्वतःच इतके घाबरलेले दिसत होते की, त्यांच्या हातातल्या बंदुकीतून गोळी झाडली जायच्याऐवजी त्या बंदुकाच हातातून गळून पडतील की काय, असे वाटत होते; पण हा माणूस मात्र अतिशय थंड होता, शिवाय बुरखा वगैरे घालायची तसदी त्याने घेतली नव्हती. त्याची खरी ओळख झाकली जाण्यासाठी पुंजक्या-पुंजक्यात आणि भाजल्याच्या जुन्या जखमांच्या बाजूबाजूने वाढलेली दाढी आणि वाळूसारख्या रंगाच्या केसांवर अगदी खालपर्यंत ओढलेल्या टोपीचा लाल विंडचीटर या फक्त दोनच गोष्टी होत्या.

शेवटी एकदाचा तो हॅन्डसेट केमिलच्या चाचपडणाऱ्या हाताला सापडला. मग तो उचलून त्याने त्याला जे करायला सांगितले होते, ते केले.

५७

समोर पडलेल्या नव्या छायाचित्राकडे लिव्ह पाहू लागली.

कागदी टॉवेलचे पांढरे शुभ्र अस्तर लावलेल्या आणखी एका स्टेनलेस स्टीलच्या ट्रेमध्ये पाच चॉकलेटी रंगाच्या छोट्या बिया ठेवलेल्या दिसत होत्या, प्रत्येक बीच्या चकाकत्या पृष्ठभागावर काहीतरी कोरलेले दिसत होते.

अर्कांडियनने एव्हाना तिसरे छायाचित्रदेखील तिच्यासमोर ठेवले.

"बीच्या दोन्ही बाजूला चिन्हं कोरलेली आहेत," अर्कांडियन म्हणाला. "पाच बिया, दहा चिन्हं – त्यातली बहुतेक अक्षरं आहेत, काही पहिल्या, तर काही दुसऱ्या लिपीत लिहिली आहेत."

एकावर एक पडतील, अशा पद्धतीने त्याने ती दोन्ही छायाचित्रे ठेवली. आता त्या अक्षरांच्या जोड्या तयार झालेल्या दिसायला लागल्या.

T	**a**	**M**	**+**	**k**
?	**s**	**A**	**a**	**I**

"दोन्ही छायाचित्रांमध्ये ती अक्षरं एकाच पद्धतीनं जुळवणी करून दाखवली आहेत, त्यामुळे प्रत्येक बीवर कोणतं अक्षर किंवा चिन्ह कोरलेलं होतं आणि त्या जोड्या तशाच का तयार करण्यात आल्या होत्या, त्यामागे काही विशिष्ट विचार होता का, ते कळायलाही सोपं जाईल. मला तरी त्यामधून काहीच अर्थबोध झालेला नाही; पण कदाचित तीच अपेक्षा असावी या बाबतीत. कुणालाही सहज कळावं म्हणून कदाचित केलेलंच नसावं हे. कदाचित फक्त तुम्हालाच याचा अर्थ लागत असेल, सांगता येईल."

त्या अक्षरांकडे लिव्हने लक्षपूर्वक पाहिले.

"काही लक्षात येतंय?"

"इतक्या ताबडतोब तरी काही डोक्यात येत नाहीये. मला जरा ते पेन देता का?" ती म्हणाली.

अर्काडियनने खिशात ठेवलेले पेन काढून दिले.

पुढ्यात पडलेले वर्तमानपत्र घेऊन त्यातल्या आपल्या भावाच्या चित्रामध्ये आजूबाजूला दिसणाऱ्या आकाशाच्या भागात लिव्हने ती अक्षरे जशीच्या तशी लिहून काढली. तिचे स्वत:चेच नाव त्यातून तयार होताना तिला दिसले आणि मग त्या पद्धतीने अक्षरे लिहिल्यावर ते प्रत्येक अक्षर ज्या बीवर लिहिलेले होते, त्या बीच्या दुसऱ्या बाजूला असलेले अक्षर तिने त्या-त्या अक्षराखालच्या ओळीत लिहिले. तेव्हा ती अक्षरे अशी दिसायला लागली :

S	**a**	**M**	**I**	**?**
a	**+**	**A**	**k**	**T**

हे काहीतरी संक्षिप्त रूपात लिहिलेले होते आणि तिला त्यातून असे सांगितले जात होते का की, सॅम्युएलवर हल्ला झाला आहे? हे जरा जबरदस्तीने काहीतरी अर्थ चिकटवण्यासारखे वाटत होते. शिवाय या बिया त्याच्या शवचिकित्सेदरम्यान मिळाल्या होत्या, म्हणजे ही हल्ल्याची सूचना असावी, असे म्हणण्याला काहीही अर्थ नव्हता.

"अशा प्रकारच्या सांकेतिक संदेशाची उकल करणारी तज्ज्ञ मंडळी तुमच्याकडे नाहीत का?"

"गाझिॲन्टेपमधल्या युनिव्हर्सिटीमधले एक प्राध्यापक आम्हाला वेळोवेळी मदत करत असतात या बाबतीत; पण मी त्यांच्याशी अजून बोललेलो नाही. हा संदेश चुकीच्या माणसांच्या हातात जाऊ नये, याची तुमच्या भावानं विशेष खबरदारी घेतल्याचं दिसतंय, त्यामुळे कमीत कमी त्याच्या या विचाराचा आदर करण्याचं काम तरी मी करावं, असं मला वाटलं. मला मनापासून असंच वाटतंय की, हा संदेश त्यानं तुमच्यासाठीच ठेवला होता आणि याचा फक्त तुम्हीच योग्य अर्थ लावू शकाल." मग अगदी हळू आवाजात पुढे म्हणाला, "शवचिकित्सा करणारे डॉक्टर, मी आणि आता तुम्ही याव्यतिरिक्त या बियांबद्दल दुसऱ्या कुणालाही काहीही माहीत नाही. मी ही छायाचित्रं फायलीत नोंदवलेलीच नाहीत, फायलीबाहेर ठेवली आहेत. हे असं काहीतरी आहे अशी नुसती कुणकुण जरी बाहेर लागली, तरी सगळे भग्नावशेषतज्ज्ञ आणि अत्यंत पवित्र गुपिताबद्दलचे तर्क-कुतर्क मांडणारी मंडळी आपापल्या परीनं याला चिकटवलेले अर्थ सांगत पुढे येतील. मी तुमच्या भावाच्या मृत्यूचा गुंता सोडवण्याचा प्रयत्न करतोय, ते कसलं ते पवित्र गुपित म्हणजे नक्की काय वगैरे शोधायचा करत नाहीये – तरी पण..." पुन्हा एकदा त्या बियांकडे लक्षपूर्वक पाहताना तो बोलायचा थांबला.

"तरी पण काय?" लिव्हने विचारलेच.

"तरी पण मला असा संशय वाटतोय की, या सगळ्याचा अर्थ आपल्याला त्याच्याकडेच घेऊन जाईल."

५८

त्याच कार्यालयात दोन मजले खाली एका ठिपकेवाल्या हाताने पोलिसांच्या ताब्यातील माहितीचा ॲक्सेस देणारे कॉम्प्युटर वापरणाऱ्याचे नाव व कॉम्प्युटर सुरू करण्यासाठी आवश्यक असलेली सांकेतिक शब्दसंख्या टाइप केली. पडदा चमकला आणि ई-मेलची प्रणाली कार्यान्वित झाली आणि सात नवे ई-मेल आले असल्याची सूचना झळकू लागली. त्यापैकी सहा तर डिपार्टमेंटमधल्या रोजच्या कामकाजासंबंधीचे फारसे कुणी लक्षही देत नाही, असे रटाळ आदेश होते आणि सातवा कुणा एका गार्गोएलकडून आलेला होता. ई-मेलच्या विषय सदरामध्ये काहीच लिहिलेले नव्हते. कॉम्प्युटरच्या पडद्यावरून इकडेतिकडे अस्वस्थपणे नजर फिरवून कोणी आसपास नाही ना याची खात्री केल्यावर त्या माणसाने तो ई-मेल उघडला. त्यात फक्त एकच शब्द लिहिलेला होता – हिरवा.

वाचून झाल्याबरोबर ताबडतोब त्याने तो ई-मेल नेटवर्कमध्येदेखील त्याचा काही मागमूसदेखील राहू नये, अशा पद्धतीने नष्ट केला आणि मग एक नवीन आज्ञा-प्रणाली उघडली. पडद्यावर एक काळा चौकोन दिसू लागला आणि पुन्हा एकदा वापरणाऱ्याचे नाव व सांकेतिक शब्दसंख्या विचारण्यात येऊ लागली. त्या दोन्ही गोष्टी पुरवल्यावर तो नेटवर्कमध्ये खूप आत खोल गेला आणि नुकतीच ताजी माहिती कोणत्या फायलींमध्ये जमा झाली आहे, ते पाहू लागला.

त्याला अधिकृतपणे पाहण्याची परवानगी नसलेल्या कोणत्याही प्रकरणाची माहिती अगदी सोप्या पद्धतीने आणि कुणालाही न कळता पाहता येण्याची सोय करून देणारी गार्गोएल ही सोपी, पण कार्यक्षम आज्ञा-प्रणाली त्याने स्वतःच तयार केली होती. माहिती साठवलेल्या केंद्रीय भागात अनधिकृतपणे प्रवेश करून कोणत्या फायलीत नवी माहिती जमा झाली आहे, ते एक एक फाइल तपासून पाहण्याऐवजी ही आज्ञा-प्रणाली तो कोणत्याही फायलीच्या कॉम्प्युटरच्या भाषेतल्या संरचनेशी थेट जोडू शकत असे. मग कोणत्याही फायलीमध्ये नवी माहिती जमा

झाली की, गार्गोएल प्रणालीकडून त्याबद्दल एक ई-मेल आपोआप पाठवली जाऊन कळवण्यात येत असे.

मयत संन्याशाची फाइल मिळाल्यावर ती उघडून काय नवे जमा झाले आहे, ते तो पाहू लागला. तेविसाव्या पानावरचा एक मजकूर लिंबासारख्या हिरव्या रंगाने अंकित करून दाखवला जात होता. त्यामध्ये कुणा एका लिव्ह ॲडमसन नावाच्या स्त्रीला ताब्यात घेतल्याची आणि तिला विमानतळावरूनच पळवून नेण्याच्या झालेल्या प्रयत्नाबद्दलच्या कोणताही पुरावा न सापडलेल्या कथनाची नोंद केलेली होती. वर चौथ्या मजल्यावरच्या चौकशीच्या खोलीमध्ये ती स्त्री होती. तिथे दरोडे आणि मनुष्यवध अन्वेषण विभाग होता. आता या सगळ्या गोष्टीचा त्या मेलेल्या संन्याशाच्या प्रकरणाशी काय संबंध होता, हे न कळल्याने तो विचारात पडला.

तरीही...

हा काही त्याचा प्रश्न नव्हताच.

दोन्हीही गिऱ्हाइकांनी या प्रकरणाबाबत फाइलमध्ये सापडणारी कोणतीही नवी माहिती तत्काळ त्यांना कळवावी, अशी विनंती त्याला केलेली होती. मग आपल्याला संदर्भ कळत असो वा नसो, नवी माहिती त्यांना का म्हणून देऊ नये?

कॉम्प्युटरच्या खाचेत एक फ्लॅश ड्राइव्ह जोडून त्याने फायलीतल्या माहितीची त्यावर एक प्रत तयार करून घेतली, मग प्रकरणाची फाइल बंद केली आणि अगदी काळजीपूर्वक प्रत्येक पायरी उलट्या दिशेने येत माहितीच्या केंद्रीय भागातून बाहेर आला आणि तसे करताना आपण कुठून आत गेलो आणि बाहेर आलो, याचा मागमूसदेखील राहू नये, याची खबरदारी घेतली.

कुणी निव्वळ कुतूहल म्हणून पाहिलेच, तर दिशाभूल करण्यासाठी त्याने नगण्य स्वरूपाची एक फाइल ज्या कॉम्प्युटरचा वापर करून तो माहिती मिळवत होता, त्या कॉम्प्युटरच्या मूळ पडद्यावर आल्यावर तिथे उघडून ठेवली. आपला कोट आणि फोन घेतला आणि बाहेर पडला. सांकेतिक भाषेत असली, तरी कोणतीही गोष्ट तो आपल्या स्वत:च्या कॉम्प्युटरवरून पाठवत नसे. तसे करणे फार धोक्याचे होते. त्यामुळे तो अतिशय काळजी घेत असे. शिवाय कोपऱ्यावरच एक इंटरनेट कॅफे होते. तिथे मस्त गरमागरम बरिस्ता आणि कॉफी मिळत असे.

५९

संदर्भरहित अक्षरांमुळे डोक्यात झालेल्या विचारांच्या गुंत्यातून बाहेर येण्यासाठी त्या अक्षरांची वेगवेगळ्या प्रकारे जुळवणी करून काही अर्थ असलेला शब्द सापडतोय का, ते पाहण्याचा लिव्हने थोडा प्रयत्न केला. साल्ट, लास्ट, टास्क, मास्क – यांसारखे काही शब्द तयार झाले – पण कुठलाच धक्कादायक अर्थाचा शब्द, म्हणजे किमान ग्रेल किंवा क्रॉस असादेखील शब्द किंवा ते संस्करण-विधान का काय असे म्हटले जात होते, त्यातला एखादा शब्द, असे काहीच हाती लागत नव्हते; ज्याच्यासाठी आपले प्राण पणाला लावावे, असे निश्चितच काही सापडत नव्हते.

पहिल्या लिपीतल्या अक्षरांपासून शब्द बनवायचा तिने प्रयत्न केला – एमएटी – मॅट आणि उरलेली अक्षरे पाहिली – ती होती एस ए एल ए के. अर्काडियनकडे पाहत तिने विचारले, "शक्तिपीठातले लोक कोणत्या भाषेत बोलतात?"

खांदे उडवत तो म्हणाला, "ग्रीक, लॅटिन, अरामेइक, इंग्रजी, हिब्रु – सगळ्या आधुनिक भाषा आणि जुन्या मृतप्राय झालेल्यांपैकीदेखील अनेक भाषांमध्ये. तिथे एक अवाढव्य ग्रंथालय आहे असं म्हणतात आणि ते प्राचीन ग्रंथांनी भरलेलं आहे. तुमच्या भावाला कोणत्याही भाषा विषयामध्ये विशेष रुची असेल, तर हा संदेश कोणत्याही भाषेत लिहिलेला असू शकतो.

"व्वा! छान."

"पण त्यानं तसं केलं नसेल, असं मला वाटतं. तुम्हाला कळणारच नाही अशा भाषेत तो संदेश कशाला लिहील?"

एक दीर्घ सुस्कारा टाकत लिव्हने आपल्या भावाच्या प्रेताचे छायाचित्र हातात घेतले. त्याचे खांदे, जांघा आणि गळा यावर केलेल्या गोलाकार जखमांचे आणि इंग्रजी टी अक्षराच्या आकाराचे डाव्या दंडावर चटके देऊन केलेल्या जखमेचे व्रण तिने पुन्हा पाहिले.

“कदाचित या जखमांच्या व्रणांवरून काहीतरी कळेल, कदाचित एखादा नकाशादेखील काढला असेल या खुणांच्या मदतीनं.” ती म्हणाली.

“त्या जखमांच्या खुणादेखील विलक्षण आहेत यात शंका नाही; पण ही चिन्हं त्याहीपेक्षा महत्त्वाची आहेत असं मला वाटतं. पाच लहानशा बियांवर चिन्ह कोरण्याचे कष्ट त्यानं घेतले, तुमचा फोन नंबर कोरला आणि त्यानंतर शवचिकित्सा करताना या सगळ्या गोष्टी आमच्या हाती निश्चित रूपानं पडाव्या म्हणून ठरवून आमच्या अखत्यारीतल्या भागात पडला.”

वर्तमानपत्रातल्या सॅम्युएलच्या चित्राकडे आणि त्याने इतरांपासून लपवून ठेवण्याचे कष्ट घेतलेल्या; पण आता त्याच्याभोवती तिनेच लिहून ठेवलेल्या त्या अक्षरांकडे तिचे पुन्हा लक्ष गेले.

“मला त्याला पाहायचंय,” ती म्हणाली.

“कृपया तुम्ही तसं करू नका.” अर्काडियन सांत्वनादर्शक सुरात म्हणाला. “तो फार उंचावरून खाली पडला. त्याला फारच मोठ्या प्रमाणात इजा झाली आणि त्यानंतर आम्ही अगदी सखोल शवचिकित्सा केली आहे. म्हणून तुम्ही शांत व्हावं आणि थोडी वाट पाहावी, अशी माझी तुम्हाला विनंती आहे.”

“कशाची आणि किती वेळ वाट पाहायची? त्याची पुन्हा बांधाबांध होईपर्यंत?”

“शवचिकित्सा करताना त्या शरीराची काय अवस्था होते, हे तुम्हाला माहीत असेलसं मला वाटत नाही, श्रीमती ॲडमसन.”

एक दीर्घ श्वास घेत लिव्हने आपले घारे डोळे त्याच्यावर रोखले आणि म्हणाली, “रीतसर आणि तपशीलवार बाह्य तपासणी करून झाल्यावर शवचिकित्सातज्ज्ञ मृत व्यक्तीच्या धडावर इंग्रजी वाय अक्षराच्या आकारात चिरतो. छातीचं मुख्य हाड तोडतो आणि पिंजऱ्यातून हृदय, फुप्फुसं आणि यकृत पुढच्या तपासणीसाठी बाहेर काढतो. मग कवटीचा वरचा भाग करवतीनं कापून वेगळा केला जातो आणि चेहऱ्याचा भाग पुढच्या बाजूला वळवून मेंदूपर्यंत पोहोचण्याची व्यवस्था केली जाते, मग मेंदूही पुढच्या तपासणीसाठी कवटीच्या खोबणीतून काढला जातो. तुम्ही कधी न्यू जर्सीला आला होता का इन्स्पेक्टर?”

“नाही.” चकित होत अर्काडियन म्हणाला.

“गेल्या वर्षी नेवार्कमध्ये १०७ हत्या झाल्या – जवळपास दर आठवड्याला दोन. गेल्या चार वर्षांत गुन्ह्यांच्या प्रत्येक अंगाबद्दल मी लेख लिहिले आहेत आणि पोलिसांच्या तपासपद्धतीचा शवचिकित्सेसह अभ्यास आणि संशोधन केलं आहे. अनेक नवख्या पोलिसांपेक्षाही जास्त वेळा मी शवचिकित्सा होताना प्रत्यक्ष पाहिली आहे. त्यामुळे ते काही फारसं चांगलं दृश्य नसतं, हे मला माहीत आहे आणि हा तर माझा भाऊच आहे हेदेखील मला माहीत आहे; पण मला हेदेखील माहीत आहे

की, फक्त एका खर्चाची मर्यादा संपलेल्या क्रेडिट कार्डाच्या जोरावर – तेसुद्धा आता चोरलं गेलं आहे – मी इथपर्यंत विमानप्रवास करत आले आहे, ते फक्त काही छायाचित्रं पाहायला नाही. तेव्हा कृपा करा आणि मला माझ्या भावाकडे घेऊन चला.'' ती म्हणाली.

अर्काडियन एकदा लिव्हचा चेहरा आणि एकदा छायाचित्रातल्या प्रतिमेकडे पाहत राहिला. दोघांच्याही कातडीचा रंग एकसारखा होता, दोघांचीही गालाच्या हाडांची ठेवण सारखीच होती आणि दोघांचेही डोळे मोठे होते. सॅम्युएलचे डोळे मिटलेले होते, पण ते तिच्यासारखेच गडद घाऱ्या रंगाचे होते, हे त्याला माहीत होते.

त्याच्या फोनच्या आवाजाने शांतता भंग पावली.

''क्षमा करा,'' असे म्हणत तो फोनवर बोलण्यासाठी उठून खोलीच्या दुसऱ्या टोकाला गेला.

फोनवर बोलण्यासाठी बटण दाबताक्षणीच त्याच्या कानावर अत्यंत उत्साही सुरातले बोलणे आदळले. ''एखाद्या तपासणीतून आता सापडलं त्यापेक्षा आणखी विचित्र काही हाती येणार नाही, असं वाटायला लागतं आणि बरोब्बर त्याच वेळी प्रयोगशाळेचे अहवाल हाती येतात!'' रीस सांगत होते.

''काय सापडलं तुम्हाला?''

''त्या संन्याशाच्या शरीरातल्या पेशी, त्या –''

ऐकू आलेल्या प्रचंड मोठ्या आवाजाने कानाचे पडदे फाटू नयेत आणि रीस काय सांगताहेत, ते नीट ऐकू यावे, म्हणून फोन कानावर दाबत तो ओरडलाच, ''काय झालं काय तिकडे? कसला आवाज होता तो?''

''आग लागल्याची सूचना देणारी घंटा!'' त्या कर्कश आवाजावर मात करून आपला आवाज पोहोचावा, म्हणून रीस जोरात ओरडत बोलले. ''मला वाटतं आम्हाला इमारतीबाहेर पडायला सांगताहेत. आपत्कालीन कामांचा हा सराव वगैरे आहे का काय, ते नक्की कळत नाही; पण हा गोंधळ संपला की, मी पुन्हा फोन करतो.''

अर्काडियनने लिव्हकडे पाहिले. तीदेखील त्याच्याकडेच पाहत होती. तत्काळ त्याने एक निर्णय घेतला.

''काही काळजी करू नका,'' फोनवर ओरडूनच सांगत तो म्हणाला, ''मीच तिकडे येतो.'' आणि रीसशी हसत-हसतच बोलत असला, तरी लिव्हला कळावे यासाठी जरा मोठ्यानेच म्हणाला, ''आणि हो, तुमच्या भेटीला मी एका पाहुण्यांना घेऊन येतोय.''

६०

विमानाच्या उजव्या पंखावरच्या पंख्यांना दोन हजार अश्वशक्तीच्या डबल वास्प इंजिनाने गती दिल्याबरोबर त्या आवाजाने कानठळ्या बसू लागल्या. विमान एका बाजूला वळले आणि विमानाच्या सामान ठेवायच्या जागेतले सामान सरकत-सरकत गोदामाच्या दरवाजाच्या समोर येत स्थिर झाले.

ब्राझीलच्या हवाई दलाकडून हवाई वाहतुकीसाठी योग्य ती दुरुस्ती संस्थेच्या खर्चाने करून घेण्याच्या आणि तीस दिवसांच्या आत लष्करी तळावरून घेऊन गेले नाही, तर ते ज्याचा उपयोग नेमबाजीच्या सरावासाठी करणार होते, त्या फक्त एक डॉलर या नाममात्र किमतीला विकत घेतलेल्या सी-१२३ जातीच्या हलक्या सामानाची ने-आण करणाऱ्या विमानाच्या मोठ्या चाकांखाली लाकडाचे ठोकळे लावणाऱ्या लाल कपड्यांतल्या कामगारांकडे कॅथरीन पाहत होती. त्या वेळी त्याची अवस्था इतकी वाईट होती की, जेमतेम तीस दिवसांत ते विमान हलवणे शक्य झाले होते; पण त्यानंतर मात्र आतापर्यंत या विमानाने वीस हजारांपेक्षाही जास्त हवाई तास नोंदवले होते.

पाठीमागचा दरवाजा उघडायला लागला, तोपर्यंत इंजिनांचा आवाज हळूहळू कमी झाला आणि त्यांच्या मागे उडणाऱ्या पाण्याच्या तुषारांचा पडदा विरळ होऊ लागला. धावपट्टीच्या ओल्या रस्त्यावरून तिच्या संस्थेत प्रशिक्षणार्थी असलेल्या बेकीसह आणि एका हाताने आपली टोपी सावरत आणि दुसऱ्या हातात एक पॅड घेऊन निघालेल्या कस्टम्सच्या अधिकाऱ्याबरोबर कॅथरीन विमानाकडे निघाली. सामान ठेवायच्या जागेत अगदी दाटीवाटीने बांधलेल्या सगळ्या सामानाची तपासणी करण्यासाठी कॅथरीनने बेकीला बरोबर घेतले होते. शिवाय तिच्यासारख्या सुंदर, उत्साही तरुणीच्या तिथल्या वावरण्यामुळे त्या सामानामधले सगळ्यात मौल्यवान आणि नोंदणी न झालेले सामान कुणाच्याही लक्षात न येता घेऊन जात असताना कस्टम अधिकाऱ्याचे आणि इतर विमानतळावर काम करणाऱ्या कर्मचाऱ्यांचेदेखील

लक्ष तिच्याकडेच असणार होते.

तशी गेल्या काही वर्षांत कॅथरीन वडिलांना बऱ्याच वेळा भेटली होती; पण रुइनमध्ये भेटली नव्हती. इतक्या वर्षांनंतरदेखील ते फारच धोक्याचे होते. त्याऐवजी ती नेहमीच विमानाने रिओला जाऊन त्यांना भेटत असे, नाहीतर काही काळ एकमेकांच्या सहवासात घालवण्यासाठी ते दुसरीकडे कुठेतरी भेटत. संस्थेच्या प्रकल्पांवर चर्चा करत. पृथ्वीवर, पर्यावरणावर होत असलेल्या अत्याचारांवर कडक ताशेरे ओढत आणि उत्तम मद्याचा आस्वाद घेत असत.

सामान उतरवायच्या उतरंडीच्या वरच्या बाजूला पोहोचल्यावर तिथल्या पातळशा ॲल्युमिनियमच्या पत्र्यावर कोरून काढलेल्या बोधचिन्हाकडे आणि नावाकडे तिचे लक्ष गेले. सामानापैकी बहुतांश भाग आपल्या व्यवसायामुळे जगावर ज्या हानिकारक गोष्टी लादाव्या लागतात, त्याच्या पापाचे थोडे क्षालन व्हावे, म्हणून एका पेट्रोकेमिकल कंपनीने भेट म्हणून दिलेले उच्च प्रतीचे नत्रयुक्त खत होते. अशा प्रकारची भेट स्वीकारण्याबाबत कॅथरीनच्या मनात नेहमीच द्विधा अवस्था निर्माण होत असे, पण अंती ज्या लोकांना याचा फायदा होत होता, त्यांच्या लेखी ते नैतिक प्रश्न वगैरे गौण होते, त्यांच्या दृष्टीने महत्त्वाचे होते ते या खताचा उपयोग करून किती जास्त अन्न उत्पादन होऊ शकते याला.

दोन-चार दिवसांत ते खत सुदानमधल्या एका गावाच्या आसपासच्या वांझ जमिनीत – अर्थात सुदानच्या शासनाने ते तिथे विमानाने घेऊन जाण्याची परवानगी दिली तरच आणि तिथल्या बंडखोर टोळ्यांच्या म्होरक्यांना गॅब्रिएल ते खत सगळेच्या सगळे चोरण्यापासून आणि बॉम्ब बनवण्यासाठी वापरण्यापासून परावृत्त करू शकला तरच – मिसळणार होते. सुदानमधून त्याला तिने परत बोलावेपर्यंत त्याने या बाबतीत चांगली प्रगती केली होती. आता त्याला पुन्हा एकदा सगळे नव्याने सुरू करावे लागणार होते.

कॅथरीनने बाजूला पाहिले.

बेकी आणि त्या कस्टम्सच्या अधिकाऱ्याने सामानाच्या खोक्यांवरचे नंबर तपासायला सुरुवातदेखील केली होती. त्यांच्या पाठीमागे विमानाच्या पंखाला वळसा घालून एकदम मागच्या भागाकडे जाणारे तिनांपैकी दोन कामगार तिला दिसले. आपण तिकडे पाहत आहोत हे कळू न देण्यासाठी तिला बरेच प्रयास पडले. त्याऐवजी सामान चढवण्या-उतरवण्याच्या उतरणीखाली येण्यापूर्वी ते दृष्टिआड होईपर्यंत ती त्यांच्याकडे पाहत राहिली. मग खांद्यावरून मागे पाहत म्हणाली, "मी त्या फोर्कलिफ्ट चालवणाऱ्याला तो इकडे येऊन त्याचं काम सुरू करू शकतो असं सांगते."

"आभारी आहे आपला." वळूनदेखील न पाहता तो कस्टम्स अधिकारी म्हणाला.

कॅथरीन आता गोदामाकडे निघाली. समान अंतर राखून नीट रचलेली सामान बांधणीची खोकी आणि फळ्यांनी गोदामाचा जवळजवळ पाऊण भाग व्यापला होता. पाणी गाळण्याची साधने असलेल्या काही खोक्यांची इल्कर पुन्हा एकदा नीट व्यवस्था लावत होता. तिने विमानाकडे बोट दाखवल्यावर उत्तरादाखल त्याने अंगठा उंचावून इशारा केला, फोर्कलिफ्ट वळवले आणि उघड्या दाराकडे निघाला. रचलेल्या सामानामधून ठेवलेल्या वाटेने कॅथरीन गोदामाच्या मागच्या बाजूला असलेल्या ऑफिसकडे गेली.

विमानात काम करणाऱ्यांपैकी एक जण समोरच्या भिंतीजवळच्या टीव्हीखाली ठेवलेल्या जगमधून कॉफी ओतून घेत होता. मागे वळून त्याने तिच्याकडे पाहिले. ती दिसल्याबरोबर त्याच्या चेहऱ्यावर रुंद हास्य पसरले. ''वैमानिक मिग्वेल रामिरेझ आपल्या सेवेस हजर आहे.'' अंगावरच्या वैमानिकाच्या पेहरावावर लटकवलेले आपले ओळखपत्र बोटाच्या इशाऱ्याने दाखवत तो म्हणाला.

मिठी मारण्याच्या नादात, जवळपास झेप टाकूनच खोलीच्या त्या बाजूला पोहोचायच्या प्रयत्नात कॅथरीनने त्यांना जवळजवळ खालीच पाडले. अत्यंत थकवा आलेला, सध्याच्या परिस्थितीबद्दलची वाटणारी काळजी, दिवसाभरातल्या घटनांनी बसलेले धक्के आणि येत्या दिवसांवर गत इतिहासाची पडलेली काळी छाया, हे सगळे काही क्षणांपुरते पूर्णपणे विसरून ती त्यांना बिलगली.

नव्वद वर्षांच्या हद्दपारीनंतर ऑस्कर दे ला क्रूझ स्वगृही परतले होते.

कॅथरीनचा फोन घणघणायला लागला तोपर्यंत ते काहीही न बोलता एकमेकांना घट्ट बिलगून उभे होते. फोनचा आवाज ऐकून ती जरा दूर झाली, आपल्या वडिलांच्या दोन्ही गालांवर ओठ टेकले आणि खिशातून फोन काढला. फोनवरचा संदेश वाचता-वाचता तिच्या कपाळाला पडलेल्या आठ्या ऑस्करनी पाहिल्या.

''गॅब्रिएल?'' त्यांनी विचारले.

कॅथरीनने मानेनेच होकार दिला, म्हणाली, ''ती मुलगी. पोलीस स्टेशनमध्ये पोहोचली आहे आत्ता.''

''कोणी सांगितलं?''

''सेन्ट्रल डिस्ट्रिक्टच्या इमारतीतच काम करणाऱ्या एकानं.''

''विश्वासाचा आहे का तो?''

''अगदी अचूक माहिती देतो तो.''

''याचा अर्थ विश्वासाचा – असा होत नाही.''

कॅथरीन खांदे उडवत म्हणाली, ''जेव्हा हवी असते तेव्हा तो माहिती देतो आणि त्यानं दिलेली माहिती उपयुक्त असते.''

''आणि आतापर्यंत अशी काय माहिती दिली आहे या माणसानं?''

"चर्चशी संबंधित तपासकामाच्या गेल्या तीन वर्षांतल्या पोलीस फायली. आपल्या ओळखीतल्या प्रसार माध्यमातल्या एका माणसाकडून या माणसाबद्दल आम्ही ऐकलं."

"म्हणजे हा माणूस आपण करत असलेल्या कार्याच्या प्रेमापोटी हे काम करत नाही, असं मी समजतो."

"नाही. तो पैसे मिळतात म्हणून माहिती देतो."

पुन्हा एकदा फोनवर दिसणारा संदेश तिने वाचला, तो किती वाजता आला ती वेळ लक्षात ठेवली आणि आपण यापूर्वीच तो का पाहिला नाही म्हणून स्वत:वरच चिडली. संदेश बंद करून तिने एका नंबरशी झटपट संपर्क करण्याचे बटण दाबले. तिला जी माहिती त्या माणसाने दिली होती, ती शक्तिपीठाला द्यायच्या आधीची होती की नंतरची, यावर तिच्या डोक्यात विचार घोळत होते; पण ते फार महत्त्वाचे नव्हते. कारण ज्या लोकांनी त्या मुलीला पळवण्याचा विमानतळावर प्रयत्न केला, त्यांनादेखील ही माहिती आत्तापर्यंत कळलीच असेल आणि त्यांच्या नव्या योजना सुरू झाल्या असतीलच.

फोनचा संपर्क साधला गेला होता.

रुइनमध्ये कुठेतरी एका फोनची घंटा वाजू लागली होती.

६१

बसीलिका फेरमव्हिआ ही चर्चच्या मालकीची नसलेली रुइनमधली सगळ्यात मोठी इमारत होती. मध्ययुगातल्या झोपडपट्ट्यांपासून शहराच्या वाया गेलेल्या भागाच्या दक्षिण बाजूपर्यंत एका नव्या आशेच्या किरणासह आणि आधुनिक काळातल्या प्रगतीच्या दिशेने वाटचाल करण्यासाठी एकोणिसाव्या शतकाच्या मध्यापासून एक एक वीट जोडत ही इमारत उभी राहिली होती. इमारतीच्या नावावरून ते कितीही धार्मिक वाटत असले, तरी या इमारतीत पूजा होत होती ती फक्त व्यापार-उदीमाची. असे हे 'लोहमार्गाचे चर्च' म्हणजे रुइनचे मुख्य रेल्वे स्टेशन होते.

स्टेशनच्या मध्ययुगीन काळातल्या गोथिक शैलीतल्या बांधकामाच्या दर्शनी भागात गॅब्रिएल पोहोचला, तेव्हा दिवसाभरातल्या गर्दीची ऐन भरातली वेळ होती. स्टेशनच्या पुढच्या बाजूला असलेल्या लोखंडी चौकटींमध्ये काचा बसवलेल्या शेडखाली एका बाजूला बऱ्याचशा स्कूटर्स लायनीत उभ्या होत्या. त्यांच्या मध्येच घुसवून त्याने आपली अनोखी मोटारसायकल उभी केली. पायानेच स्टॅन्ड खाली करून जमिनीवर टेकवत मोटारसायकलचे इंजीन बंद केले आणि कुणीही रोजचा प्रवास करणारा असावा, तसा लगबगीने ट्रेन गाठण्यासाठी स्टेशनात शिरला.

गडबड-गोंगाटाच्या सेन्ट्रल हॉलमधून झपाट्याने पुढे जाऊन तो फलाट क्रमांक १६च्या खाली तळघरात असलेल्या प्रवासी विसरून गेलेल्या सामानाच्या कार्यालयातल्या दबलेल्या शांततेमध्ये शिरला.

लॉकर नंबर ६८ हा खोलीच्या दुसऱ्या टोकाच्या भिंतीजवळ खोलीच्या अंतर्भागातल्या हालचालींवर नजर ठेवण्यासाठी बसवलेल्या सहापैकी एका कॅमेऱ्याच्या बरोब्बर खाली होता. कॅमेरा अशा जागी बसवलेला होता की, हालचालीवर नजर ठेवणाऱ्याला गॅब्रिएलचे तोंड दिसेल, पण लॉकरमध्ये काय आहे, ते मात्र दिसणार नाही. लॉकरच्या यंत्रणेला त्याने विशिष्ट संकेतसंख्या कळवली आणि लॉकर उघडला.

लॉकरच्या आत त्याच्या खांद्यावर होती तशीच काळी कॅनव्हासची बॅग होती. ती बॅग उघडून त्याने बॅगेतले एक काळ्या रंगाचे गोधडीसारखे दिसणारे जॅकेट आणि दोन पूर्ण भरलेल्या बंदुकीच्या फैरी घेतल्या. त्या फैरी लॉकरच्या तळाशी ठेवून आपल्या जवळचे एसआयजी बनावटीचे पिस्तूल काढले, त्यावर बसवलेला सायलेन्सर काळजीपूर्वक काढला आणि उघड्या बॅगेत टाकला. कारण शांतता रात्री कामाची असते, दिवसा मात्र गोळ्या झाडायला लागल्या, तर आवाज इतका मोठा व्हायला हवा की, जो कोणी तिथे असण्याची काही गरज नाही, त्याने तो आवाज ऐकूनच काढता पाय घेतला पाहिजे. अनवधानाने तिथे असलेल्या निरपराध माणसांना इजा करायची त्याची इच्छा नव्हती. लष्करात याला अप्रत्यक्ष नुकसान म्हणत; पण नागरी भागात यालाच खून म्हणत.

आजूबाजूला पाहत त्याने खांद्यावरची बॅग उतरवली आणि अंगावरचे जॅकेट काढून त्याऐवजी ते गोधडीसारखे जॅकेट घातले. बंदुकीच्या भरलेल्या फैरी त्या जॅकेटच्या खिशात गेल्या. एसआयजी पिस्तूल पुन्हा एकदा खांद्याखालच्या होल्स्टरमध्ये विसावले; आता सायलेन्सर नसल्याने ते काखेत फुगल्यासारखे वाटत नव्हते. मग खाली ठेवलेली बॅग उचलून लॉकरमध्ये ढकलली, त्यानंतर ती उघडली आणि त्यातून लिव्हचा होल्डॉल काढला. क्षणभर घुटमळला, कारण त्याची आंतरिक सभ्यता एखाद्या स्त्रीच्या व्यक्तिगत गोष्टींचा धांडोळा घेण्यापासून परावृत्त करत होती, पण शेवटी त्याने तो होल्डॉल उघडला.

तुम्ही कुठेही अगदी घाईघाईने निघाल्यावर तुमच्या बॅगेत असतीलच तसे कपडे, साबण, टूथब्रश असल्या वस्तू, फोनचा चार्जर इत्यादी गोष्टी तर त्याला होल्डॉलमध्ये सापडल्याच; पण एका बॅगेत लॅपटॉप होता, एक पैशाचे पाकीट, क्रेडिट कार्डे, पत्रकार असल्याचे ओळखपत्र आणि एक खरेदी-मर्यादा जवळजवळ संपलेले 'स्टारबक्स लॉयल्टी कार्ड'देखील सापडले. बाजूच्या कप्प्यामध्ये एक पासपोर्ट, घराच्या किल्ल्या आणि एकेका तासात छायाचित्र काढून मिळते तसले पाकीट होते. त्या पाकिटात लिव्ह आणि एका तरुण माणसाची न्यू यॉर्कमध्ये फेरफटका मारताना काढलेली एक डझनभर छायाचित्रे होती. विमानतळावर त्याला भेटली होती, त्यापेक्षा छायाचित्रात ती काही वर्षांनी तरुण दिसत होती – बहुधा नुकतीच विशीत आलेली असावी ती त्या वेळी. तो तरुण मुलगा तिचा भाऊ होता, हे सहजच कळत होते. त्याचे केसदेखील तसेच गडद सोनेरी होते, चेहरा तसाच गोलाकार, आकर्षक होता – त्याचा म्हणून आकर्षक, तिचा म्हटले, तर सुंदर – दोघांचेही डोळे चमकदार घारे होते आणि एकमेकांच्या सहवासाचा आनंद दोघांच्याही हसऱ्या डोळ्यांतून ओसंडत होता.

शेवटच्या छायाचित्रावर २००१च्या पूर्वीची तारीख होती. एक तरुण एकटाच

वर्ल्ड ट्रेड सेंटरच्या जुळ्या इमारतीच्या मध्ये उभा होता, त्याचे दोन्ही हात जणू त्या जुळ्या इमारतींना जोरात ढकलत असावेत, असे वाटत होते आणि आपण खरोखरच ढकलतो आहोत आणि त्यामुळे आपल्याला अंगातला सगळा जोर लावावा लागतोय, असा आविर्भाव त्याच्या तोंडावर होता. त्याने राखलेले लांब केस आणि थोडीशी दाढी, यांमुळे तो एकुणात फिलिस्तीनांच्या राऊलामधल्या सॅमसनसारखा दिसत होता. फक्त त्या दोन्ही इमारतींचे नंतर काय झाले त्यामुळेच नाही, तर त्या अतिशय आनंदात दिसणाऱ्या मुलाला कालांतराने ज्या अवस्थेत शक्तिपीठ पर्वतावर काही तास उभे राहावे आणि नंतर मरावे लागले होते, त्याच हात फैलावलेल्या अवस्थेत तो त्या छायाचित्रात दिसत असल्याने, ते अगदी आगामी अशुभाचे सूचक चित्र असल्याचे आत्ता त्या छायाचित्राकडे पाहताना वाटत होते.

गॅब्रिएलने ती छायाचित्रे पाकिटात परत ठेवली. त्याचे व्यवहारी मन ती बॅग लॉकरमध्येच ठेवायला सांगत होते; पण शेवटी त्याने ती खांद्यावर लटकवली, लॉकर बंद केला आणि तिथून निघाला. ती बॅग म्हणजे जणू एखादा शुभशकुनाचा ताईत असावा, एखादे भिंग असावे, ज्यातून आपले उद्दिष्ट सतत अधिक स्पष्टपणे दिसत राहिल्यामुळे ते साध्य करण्याचा आपला निश्चय प्रत्यक्षात ते साध्य होईपर्यंत अखंडपणे दृढ राहील आणि... आणि एकदा ते साध्य झाल्यावर म्हणजे तिच्या सुरक्षिततेचा पूर्ण बंदोबस्त केल्यावर तिची बॅग तो तिला देऊ शकेल, असा विचार करून त्याने तिची बॅग आपल्याबरोबर घेतली.

त्याच्या मनात तिची सुरक्षितता ही आपली वैयक्तिक जबाबदारी आहे, हे ठरून गेले होते. हे त्याने कधी आणि का ठरवले, हे त्याला स्वत:लादेखील निश्चितपणे सांगता आले नसते. कदाचित काही अंशी त्याच्यामुळेच उद्‌भवलेल्या भीतिदायक प्रसंगाला तोंड देत त्या पावसात झोडपल्या जाणाऱ्या वाहनतळाजवळून ती पुन्हा विमानतळाच्या इमारतीकडे लंगडत जात असताना पाहिले त्या वेळी हा निर्णय झाला असावा किंवा कदाचित त्याच्याही आधी – जेव्हा तिचे चटकन लक्ष वेधले जाणारे घारे डोळे त्याच्या खऱ्या व्यक्तिमत्त्वाचा शोध घेत असताना त्याने तिला पहिल्यांदा पाहिले, तेव्हा – असेल. पुन्हा भेटायची संधी मिळाली, तर कमीत कमी तिच्या मनातली भीती तरी आपण दूर करू शकू, अशी त्याला आशा होती.

प्रवाशांच्या विसरलेल्या वस्तू ठेवण्याच्या जागेतून तो पुन्हा स्टेशनाच्या मुख्य वर्दळीच्या भागात आला. वरच्या टोकाकडे साधारण शंभर फूट उंच असलेल्या काचेच्या घुमटाकार छताकडून तिथे उमटणाऱ्या प्रत्येक आवाजाचा परावर्तित ध्वनी ऐकू येत होता. हा आवाज इतका मोठा होता की, त्याच्या खिशातला फोन वाजतोय हे ऐकू येण्याऐवजी तो थरथरल्यामुळे त्याला कळले.

"त्या मुलीला पोलिसांच्या सेन्ट्रल डिस्ट्रिक्टच्या कार्यालयात नेण्यात आलं

आहे.'' कॅथरीन म्हणाली.''चौथ्या मजल्यावरच्या चौकशीच्या खोलीत बसून ती काल रात्री काय घडलं, त्याबद्दल जबानी देत्येय.''

''ही माहिती मिळून किती वेळ झालाय?''

''आत्ताच मिळाली; पण जो माणूस आपल्याला माहिती देतोय, तो त्या मुक्तकांनादेखील माहिती पुरवतो आहे, असं आम्हाला वाटतंय.''

तर्कदृष्टीने पाहता हे बरोबर होते. याचाच अर्थ ज्या लोकांनी लिव्हला काल रात्री पळवून नेण्याचा प्रयत्न केला, ते त्या वेळी तिथेच कुठेतरी आसपास होते आणि योग्य संधी मिळण्याची वाट पाहत होते.

''मी परत फोन करतो.'' असे म्हणून त्याने फोन ठेवून दिला.

आपल्या मोटारसायकलपाशी पोहोचता-पोहोचता डोक्यावर हेल्मेट चढवताना आता पुढे काय करायचे, याचा तो विचार करत होता. चौकशीच्या खोलीत आहे तोपर्यंत ती सुरक्षित असेल – पण ती काही कायम तिथेच राहणार नाही आणि सेन्ट्रल डिस्ट्रिक्टची इमारत तशी खूपच मोठी होती. आपल्याकडे कुणाचेही लक्ष न जाता तिला त्या इमारतीत शोधून काढणे जवळपास अशक्यच आहे, हे त्याला कळत होते. एक किक मारून मोटारसायकल सुरू करत त्याने बाजूच्या वर्तमानपत्राच्या स्टॉलवर पडलेल्या स्थानिक वृत्तपत्राच्या पहिल्या पानाकडे पाहिले. त्या संन्याशाचेच आणखी जवळून काढलेले – नक्कीच एका लांब पल्ल्याच्या कॅमेऱ्याने काढलेले छायाचित्र होते तिथे आणि त्यावरचे शीर्षक होते – 'मानवाचं पतन'.

मोटारसायकलचा गियर बदलून तो अलगद सकाळच्या सावकाश सरकणाऱ्या रहदारीत मिसळून गेला.

आता यानंतर ती कुठे जाईल, हे त्याला बरोब्बर माहीत होते.

६२

सेन्ट्रल डिस्ट्रिक्ट कार्यालयाच्या इमारतीचा काचेचा मोठा दरवाजा अर्काडियनने ढकलून उघडून धरला. दारातून बाहेर आल्यावर सकाळच्या प्रखर सूर्यप्रकाशामुळे लिव्हचे डोळे दिपल्यासारखे झाले. काही गणवेषातले पोलीस आणि काही व्यवस्थापकीय कामे करणारे पांढरपेशी कर्मचारी पदपथावर जमिनीतून उगवल्यासारख्या दिसणाऱ्या भल्यामोठ्या रक्षापात्राजवळ, व्यसनदेवतेच्या सामुदायिक आराधनेचे पवित्र स्थळ असल्यासारखे उभे होते. लिव्हदेखील तशीच आराधना करण्यासाठी त्यांच्यात सामील व्हायला पुढे झाली.

"त्यातली एक मी चोरू शकेन असं वाटत नाही ना तुम्हाला?'' एका पांढरा शर्ट आणि निळा टाय घातलेल्या माणसाला तिने विचारले. गणवेषातल्या लोकांपेक्षा व्यवस्थापकीय वर्गातली माणसे जरा मवाळ असतात ना. तिच्या अवताराकडे पाहिल्यावर धक्का बसून तो उडालाच.

"दचकू नकोस, त्या माझ्याबरोबर आहेत.'' अर्काडियन म्हणाला.

मग त्या माणसाने मार्लबोरो लाइट्स सिगारेटींचे मऊ वेष्टणातले पाकीट काढले आणि तिच्यापुढे धरले.

"आभारी आहे,'' असे म्हणून लिव्हने त्यातली एक सिगारेट घेतली आणि तंबाकू नीट दबून बसावी म्हणून पालथ्या हातावर हळूहळू ठोकल्यासारखे करत म्हणाली, "मनापासून आभारी आहे.''

त्या माणसाने लायटर पुढे केला, तेव्हा त्यावर सिगारेट पेटवण्यासाठी लिव्हने डोके खाली केले. सिगारेट पेटू लागताच जळत्या तंबाकूने मेंदूला जाणवणारी तरलता अनुभवण्यासाठी तिने एक जोरदार झुरका घेतला. चौकशीच्या खोलीत ओढलेल्या सिगारेटइतकीच हीदेखील चवीला अगदी भिकार होती. सिगारेट देणाऱ्या माणसाकडे एकदा हसून पाहत ती वळली आणि अर्काडियनच्या बरोबर जाण्यासाठी निघाली.

"तुम्ही तुमच्या भावाला शेवटचं कधी पाहिलं होतं?" लिव्ह त्याच्या जवळ पोहोचल्यावर अर्कांडियनने विचारले.

धूम्रपानाचा खराखुरा आनंद या झुरक्याबरोबर तरी अनुभवायला मिळेल, अशा आशेने आणखी एक झुरका घेऊन लिव्ह म्हणाली, "आठ वर्षांपूर्वी." मग तो कडवट धूर बाहेर सोडता-सोडता म्हणाली, "ज्या दिवसानंतर तो नाहीसा झाला त्याच दिवशी."

"तो असा का गेला, याची काही कल्पना?"

सिगारेटची कडवट चव रेंगाळत असल्यामुळे लिव्हचा चेहरा कसनुसा झाला. या परदेशातल्या सिगारेट्स अशा का लागतात? कुठलीही घ्या, जळक्या टायरसारखीच चव असते. "खूप मोठी कथा आहे ती."

"तसं असेल, तर आपण जरा सावकाश चालू या. कारण शवागार तसं जवळच, अगदी दोन-तीन रस्ते ओलांडल्यावर आहे."

एक शेवटचा झुरका घेऊन लिव्हने सिगारेटचे थोटूक शक्य तितके कुणाला दिसू नये अशा बेताने आणि ज्या माणसाने सिगारेट दिली तो आत्ता पाहत नसेल, अशी आशा करत पावसाचे पाणी वाहून जाण्यासाठीच्या गटारात टाकले. "मला वाटतं या सगळ्याची सुरुवात आमचे बाबा वारले तेव्हापासून झाली. तुम्हाला त्याबद्दल कितपत माहीत आहे, ते मला माहीत नाही..."

मयत संन्याशाच्या गत आयुष्याबद्दलची माहिती गोळा करून त्याची एक फाइलच बनवताना अर्कांडियनच्या हाती लागलेल्या त्यांच्या कारच्या बर्फाळ दरीतल्या अपघाताची वाचलेली बातमी अर्कांडियनला आठवली. "मला तपशील माहीत आहे," तो म्हणाला.

"बाबांचा मृत्यू झाला, त्याबद्दल माझा भाऊ स्वत:लाच पूर्णपणे दोषी समजत होता, हे तुम्हाला माहीत आहे का? त्याबद्दल डॉक्टर म्हणाले होते की, 'अपघातात वाचलेल्याची विचार-विकृती' आहे; पण घडलेल्या सगळ्या गोष्टींना तो सर्वस्वी जबाबदार होता आणि त्यामुळे त्याला जगण्याचा काहीही हक्क नव्हता, ही त्याच्या मनाची धारणा तो बदलू शकला नाही. त्यासाठी त्यानं दीर्घ काळ मानसोपचार घेतले. शेवटी तो धर्म आणि अध्यात्माकडे वळला. मला वाटतं, हे असं बऱ्याच वेळेला घडतं. आपल्याला पडलेल्या प्रश्नांची आपण उत्तरं शोधायला जातो. जिथे शोधतो तिथे ती लगेच मिळाली नाहीत की, दुसरीकडे शोधायला लागतो."

आठ वर्षांपूर्वीच्या घटना तिच्या मन:पटलावरून सरकत गेल्या – ती वेस्ट व्हर्जिनियाला गेली. त्या किंटनर नावाच्या परिचारिकेच्या व्हरांड्यात बसल्यावर किड्यांच्या किरकिर संगीताबरोबर तिने तिला माहीत असलेल्या आणि लिव्हला सांगितलेल्या गोष्टी; त्या सगळ्या गोष्टी ऐकता-ऐकता तिला उमगलेल्या गोष्टी

आणि हे सगळे जेव्हा तिने सॅम्युएलला सांगितले, तेव्हा त्या सगळ्यांवर दाटून आलेला अंधार, हे सगळे तिला आठवले. "मी सगळ्या गोष्टी त्याला सांगायलाच नको होत्या," ती म्हणाली.

"इतकं स्वत:ला दोषी मानू नका," अर्कांडियन म्हणाला. "तुमच्या वडिलांच्या मृत्यूबद्दल सॅम्युएल जेव्हा स्वत:ला दोषी समजत होता, तेव्हा तुम्हालाही तसंच वाटत होतं का?"

"नाही."

"आणि त्याची काही चूक नव्हती, हे तुम्ही त्याला सांगितलंत का?"

"अर्थातच सांगितलं."

"आता मी तुम्हाला काय सांगतो ते ऐका – सॅम्युएलच्या मृत्यूला तुम्ही जबाबदार नाही. तुम्ही त्याला काहीही बोलला असाल, तुमच्यामुळे त्याला सगळ्याचा त्याग करून अज्ञातात जावंसं वाटलं, असं तुम्हाला वाटत असेल, तर त्याला काही अर्थ नाही. कारण त्यानं या मार्गाची वाटचाल स्वत:च्या मनानं कधीचीच सुरू केलेली होती आणि त्यात बदल करण्यासाठी, असं किंवा तसं, करण्यासारखं असं काहीही तुमच्या हातात नव्हतंच."

"हे तुम्ही इतक्या खात्रीशीरपणे कसं काय सांगू शकता?"

"कारण त्याच्या मनात तुमच्याबद्दल कसलाही आकस असता किंवा कुठल्याही गोष्टीसाठी तो तुम्हाला जबाबदार मानत असता, तर काय वाट्टेल ते झालं तरी आमची तुमच्याशी भेट व्हावीच, यासाठी त्यानं इतकी काटेकोर काळजी का घेतली असती?"

खांदे उडवत लिव्ह म्हणाली, "कदाचित मला शिक्षा म्हणून केलं असेल त्यानं हे."

जोरजोरात नकारार्थी मान हलवत अर्कांडियन म्हणाला, "पण अशा प्रकारच्या प्रकरणात असं नसतंच कधी. आता तुम्हीदेखील मुलं पळवण्याच्या, माणसांना उचलून नेल्याच्या, हरवलेल्या लोकांच्या अनेक बातम्या केल्या असतील."

"हो, थोड्याफार केल्या आहेत."

"मग अशा प्रकरणात सगळ्यात वाईट गोष्ट काय असते? म्हणजे नातेवाइकांच्या दृष्टीनं म्हणतोय मी."

अशा प्रकरणांसंदर्भात घेतलेल्या लोकांच्या मुलाखती लिव्हला आठवल्या : त्यांचे ते भुताने झपाटल्यासारखे दिसणे, घडलेल्या, न घडलेल्या गोष्टींमुळे असे झाले असेल की, झाले नसेल, अशा विचारांचे त्यांच्या मनात माजलेले काहूर, न संपणारी काळजी आणि अनिश्चितता हे सगळे आठवले. सॅम्युएल नाहीसा झाल्यानंतरच्या काळात कसल्या नाही-नाही त्या विचारांनी घातलेल्या थैमानासह ती जगत होती,

तेदेखील तिला आठवले. म्हणाली, ''सगळ्यात वाईट गोष्ट असते ती हीच की, काहीही निश्चित माहीत नसतं.''

रहदारीतून वेगाने मार्ग काढत पुढच्याच रस्त्यावर वळणाऱ्या आगीच्या बंबाच्या सायरनच्या कर्कश आवाजाने दोघेही दचकले. वळणावर दिसेनाशा होणाऱ्या बंबाकडे पाहिल्याबरोबर अर्काडियनने धावायला सुरुवात केली. तो असा का धावायला लागला म्हणून क्षणभर चकित होऊन लिव्ह त्याच्याकडे पाहतच राहिली; पण पुढच्याच क्षणी त्याच्या पाठोपाठ धावायला लागली. वळणावर वळत असतानाच तिने त्याला गाठले.

६३

बुश-शर्टावर प्रयोगशाळेत काम करताना घातलेल्या कोटासह, तसेच घाईघाईने बाहेर पडणाऱ्या आणि बाहेरच्या थंडीमुळे अंग आकसून आणि पॅन्टच्या खिशात हात खुपसून उभ्या राहणाऱ्या लोकांनी रस्ता भरून गेला. त्यांच्या बाजूने नुकताच गेलेला ट्रक एका कबरीसारख्या इमारतीजवळ उभ्या असलेल्या दुसऱ्या एका ट्रकपाशी जाऊन थांबला. चटकन लक्ष वेधले जाणाऱ्या रंगाची जाकिटे घातलेल्या अग्निशमन दलाच्या जवानांनी इमारतीत असणाऱ्या लोकांच्या नावांची यादी तपासायला सुरुवात केली होती.

रस्त्यावरच्या गर्दीमध्ये कोण कोण दिसतेय ते पाहत-पाहत आणि हातातल्या मोबाइलवर एका फोन नंबरशी संपर्क साधण्याचा प्रयत्न करत अर्काडियन त्यातल्या एका जवानापाशी पोहोचला. "तुम्ही डॉ. रीस यांना पाहिलंय का?"

हातातली यादी बघून जवान म्हणाला, "नाही, अजून तरी नाही."

कानाला लावलेल्या फोनमध्ये डॉ. रीसच्या आवाजातला पूर्वमुद्रित संदेश त्याला त्याचा संदेश मुद्रित करून ठेवण्याची सूचना देत होता. फोन ताबडतोब बंद करून अर्काडियन इमारतीतून आत्ताच बाहेर येत असलेल्या दोन अग्निशमन दलाच्या जवानांकडे गेला. आपले ओळखपत्र दाखवून त्यांना विचारले, "काय परिस्थिती आहे?" जवानांच्या अंगा-कपड्यांबरोबर लपेटून राहिलेला धुराचा वास चांगलाच जाणवत होता.

"काही गंभीर प्रकार नाही." डोक्यावरचे हेल्मेट काढून कपाळावरचा घाम बोटाने निपटत एक जाडगेलासा जवान म्हणाला. "आगीची सूचना देणारी धोक्याची घंटा हॉलकडे जाण्याच्या वाटेवर वाजत होती आणि स्वच्छतागृहामध्ये एका कचऱ्याच्या डब्यात आग लागली होती."

"मुद्दाम लावली असेल का?"

"हो, तशी खात्रीच वाटतेय."

अर्काडियन विचारात पडला, म्हणाला, "मी जाऊ शकतो का आत?"

एका बाजूला वळून तो जवान त्याच्या कॉलरवर लावलेल्या मायक्रोफोनवर बोलला, "चार्ली फोर, दुसरं काही सापडलं आहे का?"

अचानक मोठी खरखर झाली आणि नंतर माणसाचा पण यांत्रिक वाटणारा आवाज ऐकू आला, "नाही. आम्ही आता बाहेर पडत आहोत."

"तुमचं स्वागत आहे." जवान म्हणाला.

पदपथ ओलांडून अर्काडियन पटकन पुढे झाला आणि पायऱ्या चढायला लागला. आपले काम कोणत्याही परिस्थितीत पूर्ण करण्याचा दृढ निश्चय करत आणि जणू काही आपण अर्काडियनबरोबर काम करणाऱ्यांपैकीच आहोत, असे भासवत कपाळाला किंचितशा आठ्या घालून आजूबाजूच्या अग्निशमन दलाच्या जवानांना आपण आपले काम किती गंभीरपणे करतो, असे भासवत लिव्हदेखील त्याच्या पाठोपाठ गेली; पण तिच्या अभिनिवेशाकडे पाहण्याऐवजी त्या अग्निशमन जवानाचे लक्ष तिच्या घाणेरड्या कपड्यांकडे आणि चिखल लागलेल्या केसांकडे गेले. तिला काहीतरी विचारण्यासाठी त्याने तोंड उघडलेच होते, इतक्यात त्याच्या जवळच्या वायरलेस रेडिओ सेटवर कसला तरी आवाज झाल्यामुळे त्यांचे लक्ष विचलित झाले. तेवढ्या वेळात लिव्ह पायऱ्या चढून इमारतीमध्ये दिसेनाशीदेखील झाली.

आता ती वेगगेगळ्या दिशांना उघडणारी अनेक दारे असलेल्या एका मोठ्या स्वागत कक्षात येऊन दाखल झाली. तिच्यासमोर पूर्णत: निर्मनुष्य स्वागत कक्ष होता आणि डाव्या बाजूला दोन लिफ्टचे दरवाजे होते. बटणे दाबून अर्काडियन काही क्षण वाट पाहत उभा राहिला, मग अचानक बाजूच्या दाराकडे वळला आणि दार उघडून पुढे गेला. लिव्हदेखील ताबडतोब तो गेला त्या दारातून पुढे गेली, तेव्हा जिन्यावरून खाली उतरणाऱ्या त्याच्या पावलांचा आवाज तिला ऐकू येत राहिला. आपण त्याच्या पाठोपाठ आलेलो आहोत, हे त्याला कळून त्याने आपल्याला माघारी पाठवू नये, म्हणून त्याच्या पावलांच्या आवाजाशी आपल्या पावलांचा आवाज जुळवून घेत तीदेखील थेट तळघरापर्यंत गेली.

जिन्यातून बाहेर येत अर्काडियन एका बोळासारख्या वाटेने जायला लागला. तिथल्या अतीव शांततेची त्याला तत्काळ जाणीव झाली. प्रयोगशाळेत काम करताना घालावयाचा एक कोट जमिनीवर पडलेला होता, बहुतेक बाहेर पडण्याच्या घाईत कुणाच्या तरी हातून हुकवर अडकवलेला कोट पडला असावा. बोळाच्या शेवटी असलेले रीसचे कार्यालय त्याला दिसायला लागले. दार उघडेच होते. त्याने

मोबाइलवर नुकताच संपर्क करण्याचा प्रयत्न केलेल्या फोनवर पुन्हा संपर्क करण्याचे बटण दाबले आणि दबक्या पावलांनी उघड्या दाराकडे चालायला लागला.

हळूच वाकून पाहिल्यावर त्यांच्या टेबलावरच पडून थरथरत वाजणारा रीसचा मोबाइल त्याला दिसला. थरथरत सरकत तो तिथल्या अर्धीमुर्धी दुधाळ कॉफी प्यायलेल्या आणि त्या फिकट कॉफीतून अजूनही वाफा येत असलेल्या काळ्या मगवर आपटला. अर्कािडियनने आपला फोन बंद केला. पुन्हा एकदा तिथली अनिवार शांतता त्याच्या कानांत शिरली. मग आपल्या पाठीमागे त्या बोळासारख्या वाटेवर झालेला आवाज ऐकू आला, त्याबरोबर गर्रकन मागे वळत काखेतल्या होल्स्टरमधल्या पिस्तुलाला हात घातला.

अर्कािडियनचा जाकिटात जाणारा हात आणि ती आहे, हे लक्षात आल्यावर त्याच्या चेहऱ्यावर उमटलेला त्रासिक भाव लिव्हला स्पष्टच दिसला. हे सगळे काय चालले आहे, हे थोडे तरी कळावे, अशा अपेक्षेने तिने त्याच्या पाठीमागच्या रिकाम्या कार्यालयात नजर टाकली, पण कसलेही प्रश्न विचारायची ही योग्य वेळ नाही, हेदेखील तिला समजत होते.

रीसच्या रिकाम्या कार्यालयाचे दार हलकेच ओढून लावताना अर्कािडियनने जाकिटाच्या बाहीनेच ते ओढलेले पाहून तिला भीती वाटायला लागली. गुन्ह्यांचे तपासकाम तिने अनेक वेळा पाहिले होते, त्यामुळे त्याने केलेल्या या कृतीचे महत्त्व तिला तत्काळ लक्षात आले. तो या जागेचा विचार गुन्हा घडण्याची जागा म्हणून करत होता.

खट आवाज होत दार बंद झाल्यावर अर्कािडियन तिच्याकडे वळला.

"इथेच थांबा," त्या बोळवजा वाटेच्या दुसऱ्या टोकाकडे असलेल्या काही दारांकडे जाता-जाता तो तिला म्हणाला, "कशालाही स्पर्श करू नका."

दारातून जाताना ते ढकलण्यासाठी त्याने आपल्या खांद्याचा उपयोग केला. लिव्हदेखील त्याच्या पाठोपाठ गेली आणि ते दार बंद व्हायच्या आत अंग चोरून पलीकडे गेली, तेव्हा ती एका अगदी अरुंद, कसलेही चिन्ह नसलेल्या, बिनचेहऱ्याच्या खोलीत आली असल्याचे तिला दिसले.

खोलीतले वातावरण गोठणबिंदूच्या जवळपास होते आणि तिथल्या हवेत जंतुविरहित करण्याच्या द्रवाचा आणि एक कसलातरी गोडसर, पण हलकासा मळमळायला लावणारा वास भरून राहिला होता. एका बाजूला वस्तू किंवा फायली साठवून ठेवण्याच्या मोठ्या ड्रॉवर्सची व्यवस्था होती – एकूण तीस ड्रॉवर होते त्यात. वातावरणातला थंडपणा आणि त्या ड्रॉवर्समध्ये काय असणार आहे, या

कल्पनेनेच लिव्हच्या अंगावर भीतीचा शहारा उमटला.

खोलीच्या मधल्या भागात कुणीतरी एक ट्रॉली सोडून दिलेली दिसत होती. ट्रॉलीच्या खालच्या अर्ध्या भागावर प्लॅस्टिकचा एक मोठा तुकडा गादीवरच्या चादरीसारखा अंथरलेला दिसत होता. आग लागल्याची घंटा वाजू लागल्यावर भराभरा बाहेर पडू लागलेल्या इतर लोकांबरोबर इथे असलेली व्यक्तीदेखील उठून बाहेर पडली असावी, असेच त्याकडे पाहताना वाटत होते. ट्रॉलीच्या बाजूने वाट काढून अर्कोडियन दूरच्या टोकाकडून तिसऱ्या रांगेतल्या खालून दुसऱ्या, ज्यावर प्लॅस्टिकच्या वेष्टणातली एक चिठी अडकवलेल्या एका चौकटीवर आठ हा आकडा कोरलेला होता, त्या ड्रॉवरपाशी जाऊन थांबला. ती उभी होती तिथून त्या चिठीत काय लिहिले आहे, हे तिला वाचता येत नव्हते, पण त्यात काय लिहिले असेल, हे तिला कळून चुकले होते.

जाकिटाच्या बाहीनेच हॅन्डल धरून अर्कोडियनने ड्रॉवर उघडला. तो सरकत बाहेर येत असतानाच लिव्हला आपल्या पाठीमागे कसलातरी आवाज झाल्याचे जाणवले. ती पटकन मागे वळली. एक निस्तेज, हडकुळा माणूस उंबऱ्याजवळ उभा होता. एका हातात अर्धवट खाल्लेला पावाचा तुकडा घेऊन तो माणूस दुसऱ्या हाताने चेहऱ्यावर आलेल्या काळ्या केसांचा पडदा मागे सारत होता.

"तुम्ही गेला होतात तरी कुठे?" अर्कोडियन ओरडलाच.

एका बाजूला झुकून लिव्हच्या बाजूने त्याच्याकडे बघत आणि हातातल्या पावाच्या तुकड्याकडे इशारा करत रीस म्हणाले, "जरा नाश्ता करायचं राहून गेलं होतं." पण पुढच्याच क्षणी त्यांची नजर खाली वळली आणि ते गोंधळल्यासारखे दिसायला लागले.

ते पाहत होते त्या दिशेने लिव्हनेदेखील आपली नजर वळवली आणि काय बघायला मिळणार आहे, त्याची मानसिक तयारी केली; पण मरण पावलेल्या तिच्या भावाचे शव तिला दिसलेच नाही कुठे, कारण तो ड्रॉवर तर रिकामाच होता!

६४

लिव्ह, अर्कांडियन आणि रीस काही काळ थिजल्यासारखे उभेच राहिले.

मग अर्कांडियननेच त्या अवघडलेल्या शांततेचा भंग केला. खोलीतल्या एका कोपऱ्याकडे पाहत तो म्हणाला, "बाहेर पडा!" आणि त्यापाठोपाठ त्या दोघांना ढकलतच बाहेरच्या बोळवजा वाटेकडे आणि तिथून जिन्याकडे घालवले. "कुणालाही तिथे जाऊ देऊ नका," त्याने रीसना बजावले, "तुमच्या कार्यालयातलं काही नाहीसं झालंय का ते नीट पाहा – आणि कशालाही स्पर्श करू नका."

रीस आणि लिव्हने एकमेकांकडे पाहिले. त्यांच्या डोळ्यांत ओळख पटल्याचे दिसले, पण ती कोण आहे, याची स्पष्ट जाणीव झाल्यामुळे त्यांना आलेला अस्वस्थपणादेखील लगेचच डोळ्यांत दिसला. तिच्याविषयी त्यांच्या डोळ्यांत करुणा दाटून येण्याआधीच तिने नजर वळवून बोळवजा वाटेकडे पाहायला सुरुवात केली. दारातून बाहेर पडून जिन्याकडे जाणारा अर्कांडियन तिला दिसला. एक तर हे सगळे काय चालले आहे, त्यातले काहीतरी कळावे आणि त्या शवचिकित्सा करणाऱ्या डॉक्टरने तिच्या भावाच्या मृत्यूमुळे आपल्याला किती वाईट वाटले वगैरे काहीतरी सांत्वनपर बोललेले ऐकण्याची तिच्यावर वेळच येऊ नये, म्हणून तीदेखील अर्कांडियनच्या पाठोपाठ जायला निघाली.

एकाच वेळी दोन-दोन पायऱ्या उड्या मारून ओलांडत आणि दरवाजा धाडकन उघडत अर्कांडियन स्वागत कक्षात दाखल झाला. पुन्हा आपापल्या कामाच्या जागी निघालेल्या कर्मचाऱ्यांनी तो कक्ष आतापर्यंत भरला होता. गर्दीतून वाट काढत तो सुरक्षा कार्यालयापाशी पोहोचला.

"सेन्ट्रल डिस्पॅच विभागाला फोन करा," तिथे टेबलावर बसलेल्या कडक शिस्तवाल्या आईसारख्या दिसणाऱ्या महिलेला त्याने सांगितले. "इथे शवागारामध्ये

अनधिकृतरीत्या प्रवेश करण्यात आला आहे. तेव्हा गुन्ह्याच्या जागेचं अन्वेषण करणाऱ्या टीमला पाठवा आणि संशयितांच्या वर्णनाची वाट पाहत थांबा, असंही सांगा.''

चंद्रकोरीसारख्या चश्म्यावरून भेदक नजरेने ती महिला त्याच्याकडे नुसतीच पाहत राहिली, तिच्या मनातला संताप तिच्या चेहऱ्यावर पुरेपूर उतरलेला होता.

''आत्ताच्या आत्ता!'' तिथे असलेल्या सगळ्यांचे लक्ष ताबडतोब वेधले जाईल, इतक्या जोरात तो ओरडला. ''आणि कुणीही, अगदी कुणीही तळघरात जायचं नाही.''

शवागाराच्या सुरक्षा व्यवस्थापनाच्या कामाचे ते मुख्य केंद्र म्हणजे एक खुर्ची, एक टेबल आणि शवागारात ठिकठिकाणी लावलेल्या अठरा कॅमेऱ्यांद्वारे त्या त्या भागातल्या घडामोडींचे सतत होत असणारे चित्रमुद्रण साठवून ठेवण्यासाठी वापरले जाणारे अनेक कॉम्प्युटर्स एवढाच पसारा होता. सपाट पृष्ठभागाचे दोन कॉम्प्युटरचे पडदे तिथल्या टेबलावर होते आणि त्या प्रत्येक पडद्यावर तीन भागांमध्ये विभागलेल्या चौकोनांमध्ये वेगवेगळ्या कॅमेऱ्याने पाठवलेले दृश्य सतत दिसत राहण्याची व्यवस्था होती. अर्कांडियन आत आल्याबरोबर तिथे असलेल्या पन्नाशीतल्या गणवेषधारी माणसाने त्याच्याकडे पाहिले, नुकताच बाहेरच्या प्रकाशातून आत आल्यामुळे त्याच्या चश्म्याच्या निवळत चाललेल्या रंगाच्या काचेवरून त्या दोन्ही पडद्यांवरचा प्रकाश परावर्तित होत होता.

अर्कांडियनने आपले ओळखपत्र आणि बिल्ला दाखवला. ''खाली तळघरात असलेल्या शीतगृहाच्या खोलीतलं दृश्य दाखवणाऱ्या कॅमेऱ्यावर काय नोंदलं गेलं आहे, ते तुम्ही मला दाखवू शकाल का?''

बाजूचा दरवाजा पुन्हा उघडला गेल्यामुळे खोलीतल्या अंधारात बाहेरचा प्रकाश एकदम पुरासारखा घुसला. अर्कांडियनने वळून पाहिले, तर लिव्ह त्याच्यापाठोपाठ तिथे येऊन दाखल झाली होती. त्याच्या नजरेला नजर न देता ती थेट त्या पडद्यांकडेच एकटक पाहत राहिली. तिला तिथून निघून जायला सांगावे, असा एकदा त्याने विचार केला, पण नंतर 'राहू दे तिला इथेच' असा निर्णय घेतला.

खिशातला फोन काढून रीस ज्या वेळेला त्याच्याशी बोलत होते आणि आग लागल्याची सूचना दिली गेली, ती वेळ काय होती, ते अर्कांडियनने पाहिले. नऊ वाजून चौदा मिनिटे. मगाशी दिसलेल्या शीतगृहाच्या एका कोपऱ्यात बसवलेल्या कॅमेऱ्यापुढचे दृश्य आता एका पडद्यावर दिसायला लागले होते. ''नऊ वाजून चौदा मिनिटांपर्यंत मागे नेऊन तिथपासून पुढचं चित्रण तुम्ही मला दाखवू शकाल का?''

रक्षकाने कॉम्प्युटरद्वारे नऊ चौदाची वेळ कळवली. पडद्यावरचे चित्र एकदम उडी मारल्यासारखे हलले आणि आतापर्यंत रिकाम्या दिसणाऱ्या चौकटीत त्या

खोलीत एक माणूस असल्याचे आणि तो माणूस एका ड्रॉवरकडे एक रिकामी ट्रॉली नेत असल्याचे दिसायला लागले.

"कोण आहे तो?" अर्काडियनने विचारले.

सुरक्षा रक्षकाने पडद्याकडे लक्षपूर्वक पाहिले. धोक्याची घंटा वाजल्याचे ऐकल्यावर चित्रातला तो माणूस थांबला आणि त्याने आजूबाजूला पाहिले.

"त्याचं नाव माहीत नाही, पण तो इथं काम करतो," सुरक्षा रक्षक म्हणाला. "मला वाटतं तो प्रयोगशाळेतल्या तंत्रज्ञांपैकी कुणीतरी असावा."

तीन सेकंदांच्या तुकड्यांमधले चित्रण गचके खात पुढे सरकत राहिले, त्यातला तो माणूस शेवटी अगदीच मामुली कौशल्य असलेल्या माणसाच्या हातातल्या कळसूत्री बाहुल्याप्रमाणे झटके देत हालचाली करत दृश्य-चौकटीतून नाहीसा झाला.

"त्या प्लॅस्टिककडे पाहा," पडद्याकडे इशारा करत लिव्ह म्हणाली, "आत्ता ते ट्रॉलीच्या वर अगदी नीट घडी घालून ठेवलेलं दिसतंय. आपण जेव्हा तिथे पोहोचलो, तेव्हा ते कसंतरीच गोळा करून ठेवल्यासारखं होतं."

"थोडा वेग वाढवता का याचा?" अर्काडियनने विचारले.

त्या रक्षकाने एक बटण दोन-तीनदा दाबल्यावर आकडे पुढे सरकले आणि आधी पाच मग दहा सेकंदांवर जाऊन थांबले. कॅमेऱ्याबरोबर चालणारे घड्याळ नऊ वाजून सतरा मिनिटे दाखवू लागले, तेव्हा आणखी एक व्यक्ती दृश्याच्या चौकटीत दिसू लागली.

"थांबवा." अर्काडियन म्हणाला.

रक्षकाने पुन्हा गती तीन सेकंदांवर आणली.

हा नवा माणूस उंच होता, त्याचे केस काळे होते आणि त्याने काळे कपडे घातले होते. त्याचा चेहरा मात्र त्यांना दिसला नाही. तिथे असेपर्यंत सर्व वेळ त्याने आपली पाठ कॅमेऱ्याकडेच ठेवली होती. ट्रॉलीच्या बाजूने पुढे जात मगाशी अर्काडियनने उघडलेल्या ड्रॉवरपाशीच जाऊन तो थांबला. हातमोजे घातलेल्या हाताने त्याने तो उघडला. थाडथाड उडणारे आपले हृदय आता छातीचा पिंजरा फोडून बाहेर येईल की काय, असेच लिव्हला वाटायला लागले. तिला उघडलेल्या ड्रॉवरमध्ये शव ठेवण्याच्या बॅगेची बाह्याकृती दिसली.

त्या माणसाने ती बॅग उघडली. चित्र फारसे स्पष्ट दिसत नव्हते, तरीदेखील दिसलेला दाढीधारी चेहरा लिव्हने लगेच ओळखला आणि तिचे डोळे पाण्याने डबडबले. पुढच्या क्षणाला तो आगंतुक माणूस कॅमेऱ्याच्या दिशेला सरकला, त्यामुळे सॅम्युएलचा चेहरा दृष्टिआड गेला. त्याच्या जाकिटाच्या खिशामध्ये तो काहीतरी शोधत असावा असे दिसत होते. थोडा वेळ प्रयत्न करून पाहिल्यावर त्याने उजव्या हातातला हातमोजा काढला आणि पुन्हा खिशात शोधायला सुरुवात

केल्यावर लगेचच त्याला हवे होते ते सापडल्याचे दिसले. खिशातून त्याने जे काही काढले होते, ते घेऊन तो ड्रॉवरवर वाकला, पण पुढच्याच क्षणी त्याने झटकन मागे वळून दाराकडे पाहिले, म्हणजे त्याला नकोसे काहीतरी तिकडे घडले असावे. असे असूनही त्याने आपले तोंड खालीच ठेवले होते. शक्यतो कॅमेऱ्याकडे न पाहायचा तो प्रयत्न करत होता; पण तरीही त्याचे तोंड जेवढे दिसले, तेवढेदेखील लिव्हला त्याची ओळख कळण्यासाठी पुरेसे होते.

"गॅब्रिएल..." एक खोल श्वास घेऊन ती म्हणाली. "काल रात्री हाच मला विमानतळावरून न्यायला आला होता."

अर्कांडियनने टेबलावरचा फोन तातडीने उचलला आणि एक नंबर फिरवला, पण त्याचे डोळे मात्र पडद्यावर दिसणाऱ्या माणसाकडे होते. त्या माणसाने शव ठेवलेली बॅग चेन ओढून पुन्हा बंद केली. ड्रॉवर बंद केला, ट्रॉलीवर चढला आणि तो प्लॅस्टिकचा मोठा तुकडा आपल्या अंगावर ओढून घेतला, ते सगळे दृश्य तपशिलासकट टिपत होते.

"मी इन्स्पेक्टर दाऊद अर्कांडियन बोलतोय. शवागारामध्ये नुकताच कुणीतरी अनधिकृतपणे प्रवेश केला होता; पोलिसांच्या सर्व युनिट्सनी संशयित इसमाचा शोध घ्यावा. संशयिताचे वर्णन गोरा, पुरुष, सडपातळ शरीरयष्टी, अंदाजे सहा फूट आणि एक किंवा दोन इंच उंची, काळे कपडे –"

तोपर्यंत परिचारकाचे कपडे घातलेल्या दोन नवीन व्यक्ती एक ट्रॉली ढकलत येत असल्याचे दृश्य पडद्यावर दिसू लागले. त्यातल्या उंच माणसाने डोळे वर करून कॅमेऱ्याकडे पाहिले, तरी पण त्याचा चेहरा दिसणे अशक्यच होते. दोघांनीही शस्त्रक्रिया करताना घालायचे बुरखे, टोप्या, प्रयोगशाळेत घालायचे कोट आणि नायट्राइल हातमोजेदेखील घातले होते. हे दोघे थेट सॅम्युएलच्या ड्रॉवरपाशीच जाताना अर्कांडियनने पाहिले. शव ठेवायची बॅग त्यांनीदेखील उघडून पाहिली, पण आणखी काही शोधाशोध न करता ती बॅगच बाहेर काढून ट्रॉलीवर ठेवली, ड्रॉवर बंद केला आणि सॅम्युएल न्यूटन नामक व्यक्तीचे पार्थिव ढकलून नेत शेवटी ते दृश्य-चौकटीबाहेर गेले. या सगळ्या गोष्टींना पंधरा सेकंदांपेक्षाही कमी वेळ लागला होता.

एखाद्या भयपटातले दृश्य असावे, तसा गॅब्रिएल अंगावर घेतलेला प्लॅस्टिकचा तुकडा त्यांना ज्या अवस्थेत सापडला होता, त्या अवस्थेत टाकून देत उठला आणि त्यांच्या पाठोपाठ गेला.

फोनवर बोलण्याच्या जागी आपला हात ठेवत अर्कांडियनने विचारले, "शवागारातून शव बाहेर घेऊन जातात, त्या भागात पण कॅमेरा बसवलेला आहे का?"

पडद्यावरच्या दृश्यातल्या शीतगृहाच्या जागी एक सिमेंट काँक्रीटचा फलाट,

त्याच्या एका बाजूला उभी असलेली रुग्णवाहिका आणि दुसऱ्या बाजूला एकमेकांवर बंद होणारे प्लॅस्टिकचे दरवाजे असे चित्र दिसू लागले. मांस-प्रक्रिया करण्याच्या कारखान्यात जाण्याचे प्रवेशाचे दारच आपण पाहतो आहोत, असे लिव्हला वाटले.

काही सेकंदांतच ती प्लॅस्टिकची दारे उघडली आणि एक ट्रॉली जरा जोरातच पुढे आली. त्या दोन परिचारकांनी ती जोरातच रुग्णवाहिकेच्या मागच्या भागात ढकलली.

फोनवरचा हात अर्काडियनने काढला आणि पुढे सांगू लागला. "आपल्यापुढे एक अधिक तातडीचं काम आहे. शहराच्या शवागारातून बाहेर पडलेल्या आणि हलेलुजाह क्रिसेन्टच्या दिशेनं निघालेल्या एका रुग्णवाहिकेचा तत्काळ शोध घेऊन त्यांना जिथल्या तिथे थांबवायचं आहे. रुग्णवाहिकेचा नोंदणी क्रमांक माहीत नाही. संशयित व्यक्ती दोन कॉकेशियन वंशाचे पुरुष, मध्यम – सुदृढ बांधा, एक अंदाजे सहा फूट तीन इंच उंच. दुसरा साधारण पाच फूट दहा इंच. दोघांनीही परिचारकांचा वेष धारण केला आहे. अनधिकृतपणे प्रवेश करणं, बेकायदेशीरपणे वस्तू ताब्यात घेणं आणि गुन्ह्याची जागा सोडून पळून जाणं, या गुन्ह्यांसाठी हे दोन्ही संशयित हवे आहेत, याची दखल घ्या. दुय्यम दर्जाच्या संशयिताचं छायाचित्र लवकरच प्रसृत केलं जाईल."

एवढे बोलून त्याने फोन आपटला. "या चित्रणातून संशयितांच्या प्रतिमा वेगळ्या करून त्या सेन्ट्रल डिस्पॅच विभागाकडे ई-मेलने पाठवता येतील का?" अर्थातच ही काही विनंती नव्हती.

सुरक्षा रक्षकाचे उत्तर ऐकायलादेखील अर्काडियन थांबला नाही. रीसशी बोलणे त्याच्या दृष्टीने जास्त महत्त्वाचे होते.

६५

गॅब्रिएल डिस्पॅचच्या निर्मनुष्य खोलीत शिरला. सकाळची वर्तमानपत्रे आणि टपालाने आलेली पुडकी, आगीची घंटा वाजल्याने माणसांनी इमारतीबाहेर घाईघाईने जाताना त्या खोलीत मध्यभागी असलेल्या लांबलचक टेबलावर टाकली होती. तो त्या टेबलाखाली शिरला. मगाशी ठेवलेल्या जागेतून आपली बॅग आणि बाइकवर बसल्यावर घालायचे हेल्मेट काढले आणि हॉलच्या बोळासारख्या वाटेवर कसलेतरी आवाज ऐकल्यामुळे सावधगिरी म्हणून तिथेच पडलेले एक मध्यम आकाराचे जाडजूड पाकीट उचलले.

"तुम्ही ठीक आहात ना?" दारापाशी उभ्या राहिलेल्या आणि जाड काचांच्या चश्म्यातून संशयी नजरेने त्याच्याकडे पाहत असलेल्या एका मध्यमवयीन स्त्रीने विचारले.

"हो... मी हे पाकीट आणलं होतं..." गॅब्रिएलने पाकिटावरचे नाव पाहिले आणि एक पाचशे वॉट क्षमतेचे स्मितहास्य तिच्याकडे फेकत म्हणाला, "कुणी डॉ. माकिन म्हणून आहेत का इथे?"

काही क्षण त्याच्या त्या आकर्षक स्मितहास्याच्या प्रभावाखाली गेल्यानंतर अभावितपणे तिचा हात आपल्या उरोभागाकडे गेला, पण तिचे करारी वाटणारे डोळे मवाळ झाले, "तुम्हाला डॉ. मेशिन म्हणायचंय का? त्यांच्या वतीनं मी ते घेतलं आणि सही केली, तर चालेल का तुम्हाला?" ती म्हणाली.

"नाही, त्याची काही गरज नाही, ज्यानं मला इकडे पाठवलं, त्यानं अगोदरच सही केली आहे."

एवढे बोलून तो लगेच हॉलच्या वाटेकडे गेला. तिथे आता बरीच गर्दी जमली होती. पाठीमागे स्वागत कक्षात कोणीतरी ओरडल्याचा आवाज त्याला ऐकू आला. मागे वळून न पाहता तो भराभरा शव बाहेर नेले जाते त्या भागाकडे गेला. इमारतीच्या पाठीमागच्या बाजूला आता कोणीही नव्हते. गल्लीच्या शेवटच्या

टोकाला एक रुग्णवाहिका बाहेर पडून हलेलुजाह क्रिसेन्टच्या दिशेने चाललेल्या सकाळच्या रहदारीत अलगद मिसळून जाताना त्याला दिसली.

काँक्रीटच्या फलाटावरून उडी मारूनच तो खाली उतरला आणि एका मोठ्या कचऱ्याच्या पेटीमागे आपली मोटारसायकल ठेवली होती त्या दिशेने धावत सुटला. दोन जोरदार किक्स मारल्यावर मोटारसायकल चालू झाली. मग तो त्या गल्लीतून वेगानेच बाहेर पडला; पण मुख्य रहदारीच्या रस्त्यापाशी येताच त्याने जोरात ब्रेक दाबले. हलेलुजाह क्रिसेन्ट हा एकदिशा मार्ग होता. सकाळच्या वेळी तर तिथे भयंकर गर्दी असे. गॅब्रिएलने डावीकडे पाहिले. ती रुग्णवाहिका त्याला कुठेच दिसली नाही. गाड्यांच्या गर्दीतून डावी-उजवी वळणे घेत-घेत वाट काढत आणि पुढच्या वाहनांच्या गर्दीवर नजर टाकत तो पुढे जात राहिला. हळूहळू पुढच्या रहदारीतल्या वाहनांचा बराचसा भाग त्याच्या नजरेच्या आवाक्यात आला; पण त्याने त्याची घालमेल आणखीनच वाढली. शेवटी तो दक्षिण बाजूच्या महामार्गाला जोडल्या गेलेल्या एका तिठ्यापाशी पोहोचला. तिथून रस्त्याचे उजवीकडे, शहराच्या बाहेरच्या परिघाकडे जाणारा उजव्या बाजूचा एक आणि शक्तिपीठाकडे जाणारा डावीकडचा एक असे दोन भाग होत होते. त्याचे मन त्याला डावीकडे वळायला सांगत होते; पण सध्या तरी आपले लक्ष्य दिसत नाही तोपर्यंत डाव्या किंवा उजव्या, कोणत्याही बाजूला वळता येईल, अशा प्रकारे त्याने आपली मोटारसायकल मधल्या भागातच ठेवली.

त्याने ब्रेकवर पाय इतक्या जोरात दाबला की, चाक तत्काळ फिरायचेच बंद झाले. त्याच्या मागेच असलेल्या व्हॅनचा हॉर्न जोरात वाजला आणि त्याला वळसा घालून पुढे जाताना व्हॅनच्या ड्रायव्हरने रागारागाने त्याला शिव्या हासडल्या; पण या सगळ्या गोष्टी गॅब्रिएलला जाणवल्यादेखील नाहीत. त्याचे सगळे लक्ष पुढे पसरलेल्या महामार्गाकडे, दोन्ही दिशांना जाणारी वाहने निरखून पाहण्यात आणि मागची ती गल्ली आणि हा तिठा या दरम्यानच कुठेतरी ती रुग्णवाहिका अंतर्धान पावली असल्याची खात्री करण्याकडे लागलेले होते.

६६

अर्काडियन त्यांच्या कार्यालयात आला, तेव्हा रीस एक कागद वाचत होते.

"काही गायब झालं आहे का?"

"नाही." रीस म्हणाले. "कदाचित हे मी तुम्हाला सांगत होतो ना, तो प्रयोगशाळेचा अहवाल – त्यांनी पळवला असेल, असं मला वाटलं होतं; पण ते काय आहे, हेच बहुधा त्यांना कळलं नसावं. हा खरोखरच... विलक्षण अहवाल आहे."

इन्स्पेक्टरच्या पाठीमागे त्यांचे लक्ष गेले आणि त्यांच्या चेहऱ्यावर आश्चर्याचे भाव उमटले.

एक निःश्वास टाकत अर्काडियन म्हणाला, "रीस, या लिव्ह ॲडमसन आहेत. त्या... त्या संन्याशाची या बहीण लागतात."

"हां... म्हणजे मी... अं... काय बरं..." कसलातरी संकोच वाटून कसेबसे हसल्यासारखे करत ते म्हणाले, "त्या घटनेबद्दल खरंच क्षमा..." आत्ता नुकतेच जे काही घडले होते, त्यावर काय आणि कशी प्रतिक्रिया द्यावी, या गोंधळामुळे त्यांचा आवाज क्षीण होत गेला.

"माझ्या भावाचं शव नाहीसं झाल्याबद्दल क्षमा मागताय का तुम्ही?" लिव्हने सुचवले.

"हो हो... म्हणजे मला वाटतं..." ते म्हणाले, "पण हे असं पहिल्यांदाच घडतंय इथे."

"ऐकून बरं वाटलं."

तिच्या उपरोधिक सुरामुळे त्यांना जास्तच संकोचल्यासारखे झाले. त्यामुळे एरवी औपचारिक सभ्यता सांभाळून असणारा त्यांचा चेहरा जास्तच म्लान दिसू लागला आणि नजर जमिनीकडे वळली. "नाही, म्हणजे मला... तसं नव्हतं..." पण आणखी काहीतरी बोलून आणखी खोल खड्ड्यात पडण्यापेक्षा गप्प राहिलेलेच

बरे, म्हणून त्यांनी तोंड बंद केले.

नाकावर चश्मा टेकलेला असतो, ती दुखरी जागा चिमटीत धरून अर्काडियन म्हणाला, "श्रीमती ॲडमसन..." आणि प्राप्त परिस्थितीतले सर्व अधिकार आपल्या हाती असल्याचे दर्शविण्यासाठी लिव्हकडे एकटक पाहत पुढे म्हणाला, "तुम्हाला राग येणं स्वाभाविकच आहे; नाही तुमचा तो अधिकारच आहे; पण असं पाहा की, अख्ख्या पोलीस डिपार्टमेंटला ती रुग्णवाहिका शोधून काढण्यासाठी मी कामाला लावलं आहे. आम्ही तुमच्या भावाला नक्कीच परत आणू. खरं म्हणजे मी तुम्हाला इथे आणायलाच नको होतं आणि आता तर ही एक गुन्ह्याची जागा आहे, त्यामुळे तुम्ही इथे असूच नये. तेव्हा तुम्ही वर स्वागत कक्षात जावं आणि आम्ही या जागेचा नीट बंदोबस्त करेपर्यंत तिथेच वाट पाहत बसावं, अशी माझी तुम्हाला विनंती आहे."

लिव्हदेखील नजरेला नजर देत म्हणाली, "नाही."

"खरं म्हणजे ही विनंती नाहीये."

अगदी मुद्दाम केल्यासारखे करत लिव्हने रीसच्या कार्यालयात पाऊल टाकले आणि थेट रीस यांच्या समोरच्या खुर्चीवर बसली. "मी इथून का जाणार नाही, ते तुम्हाला सांगते. गेल्या चोवीस तासांत मी ज्याला कधीचाच मेलेला समजत होते तो माझा भाऊ खरोखरच मेला आहे, हे मला कळलं आहे. हजारो मैलांचा त्रासदायक विमानप्रवास करून मी त्याची ओळख पटवण्यासाठी इथे आले आहे. मला पळवून नेण्याचा प्रयत्न झाला, माझ्यावर गोळ्या झाडण्यात आल्या आणि इतकं सगळं झाल्यावर – जेव्हा मला वाटलं की, आता तरी मला माझ्या भावाला भेटता येईल... तेव्हा तुम्ही त्याला गमावून बसला आहात."

आपण बोललो त्याचा अर्थ त्यांच्या डोक्यात भिनावा म्हणून ती थोडी थांबली.

"गुन्हा घडलेल्या जागी कसं वावरायचं, वागायचं हे मला चांगलं माहीत आहे. मी अगोदरपासूनच त्या जागी असल्यामुळे मी या जागेतल्या अवस्थेमध्ये आत्ता आहे त्यापेक्षा आणखी काहीच फेरफार करू शकणार नाही, जेणेकरून कोणताही पुरावा नष्ट होईल, त्यामुळे तुम्ही मला इथे राहू देणं आणि मला आनंदात ठेवणं श्रेयस्कर आहे. शिवाय," असे म्हणून तिने हातातल्या चुरगाळलेल्या वर्तमानपत्राची घडी वर धरली आणि पुढे पुस्ती जोडली, "जर तुम्ही मला इथून घालवून देण्याचा प्रयत्न केलात, तर सर्वप्रथम मी माझ्या संपादकांना फोन करेन. तुम्हाला काय वाटतं, या असल्या बातमीला ते पहिल्या पानावर छापतील?"

रीस एकदा अर्काडियनकडे आणि एकदा तिच्याकडे टकामका बघत राहिले, शेवटी अर्काडियनचे डोळे नमले.

"ठीक आहे," तो म्हणाला, "राहा इथे; पण कोणतीही गोष्ट प्रसारमाध्यमांना

कळली, अगदी कोणतीही, तर ती तुमच्याकडूनच त्यांना कळली, असं मी गृहीत धरेन आणि चालू असलेल्या तपासकामात विघ्न आणल्याचा आरोप तुमच्यावर ठेवेन. कळलं तुम्हाला?''

''अगदी बरोबर.'' असे म्हणून ती पुन्हा रीसकडे वळली. तिच्या डोळ्यांतला अंगार एका क्षणात विझून तिचे घारे डोळे पुन्हा एकदा बर्फासारखे थंडगार झाले होते. ''तर – रीस ना तुमचं नाव...?''

त्यांनी होकारार्थी मान हलवली. चिडखोर बायकांची त्यांना अतिशय भीती वाटत असे; पण त्याच वेळी त्या त्यांना आकर्षकदेखील वाटत असत. ही समोरची मात्र याला अपवाद होती.

''तुम्ही प्रयोगशाळेतून आलेल्या कसल्यातरी अहवालाबद्दल बोलत होता ना?''

रीसनी अर्कांडियनकडे पाहिले. त्याने फक्त खांदे उडवले.

''ठीक आहे, तुम्हाला माहीतच आहे की, प्रयोगशाळेचे अहवाल हा तसा वैद्यकीय अन्वेषण प्रक्रियेतला नित्याचाच भाग असतो. यामध्ये आम्ही नेहमीच मांसपेशींच्या चाचण्या आणि काही निष्कर्ष सिद्ध करण्यासाठीचा, तसंच काही गोष्टी निश्चितपणे वगळण्यासाठीचा पुरावा उभा करण्यासाठी विषमय पदार्थांचं विश्लेषण करतो. उदाहरणार्थ, मयत व्यक्तीनं स्वत: काही पदार्थांचं सेवन केलं असेल किंवा त्याला सेवन करण्यास दिलं गेलं असेल आणि जे पदार्थ त्याच्या मृत्यूला कारणीभूत किंवा पूरक ठरले असतील, याचा तपास केला जातो. यापैकी एक निकष असतो यकृत निकामी अथवा मृत होण्याचा अभ्यास. यामुळे त्या व्यक्तीच्या मरणाची वेळ निश्चित करायला मदत होते. आता या प्रकरणामध्ये आम्हाला ही चाचणी करायची काहीही आवश्यकता नव्हती, कारण या मृत्यूचे कितीतरी साक्षीदार होते; पण पद्धत म्हणजे पद्धत. त्यामुळे ही चाचणीदेखील केली गेली आणि हे त्याचे निष्कर्ष आहेत –'' अहवालाच्या सगळ्यात वरच्या कागदाला लावलेल्या लाल रंगाच्या चिठीकडे बोट दाखवत ते म्हणाले.

''प्रयोगशाळेकडून अशी विचारणा करण्यात आली आहे की, काही विषमय पदार्थ वगैरेंचा यात संबंध असल्यास पडताळून पाहावं. त्यांना असं वाटतंय की, त्यांच्याकडे पाठवण्यात आलेल्या नमुन्यावर चुकीचं लेबल लावलं गेलं आहे. यकृत मृत झाल्याची कोणतीच लक्षणं त्यांना दिसली नाहीत. खरं तर त्याच्या बरोब्बर उलट गोष्ट त्यांना दिसली आहे. यकृताच्या पेशी – पुनरुज्जीवित होताना त्यांना सापडल्या आहेत. यकृतपेशी पुनरुज्जीवित होतात, हे सर्वज्ञात आहे; पण ते ज्या शरीरात आहे, ते शरीरदेखील जिवंत असेल, तरच शक्य आहे...''

त्याबरोबर अर्कांडियन आपली बाजू स्पष्ट करायचा विचार करायला लागला –

पण लिव्हच्या कानांवर ही गोष्ट पडावी की नाही, याचा विचार करायची वेळ आता निघून गेली होती.

"मी कसून छानबीन केली आहे याची. त्यांच्याकडे जो नमुना पाठवण्यात आला, तो त्या संन्याशाच्या शरीरातलाच आहे, हे निश्चित. तेव्हा या अहवालातल्या निष्कर्षांवर विश्वास ठेवायचा आणि मी स्वतःच हे शवविच्छेदन आणि चिकित्सा केली आहे, ही गोष्ट बाजूला ठेवायची तर –'' ते क्षणभर घुटमळले. मग म्हणाले, "मी असं म्हणेन की, तो पुन्हा परतायच्या..."

६७

हलेलुजाह क्रिसेन्ट रस्त्याच्या तिसऱ्या हिश्शाचे अंतर पार केल्यावर आतला बराच भाग मोकळा, पण मजबूत बांधणीचा राखून तयार केलेल्या अतिशय महागड्या कार पार्कच्या एका उंच, बाहेरूनही आलिशान दिसणाऱ्या इमारतीचा लोखंडाच्या पडद्यासारखा दिसणारा दरवाजा वर सरकत उघडला आणि एक पांढऱ्या रंगाची व्हॅन बाहेर येऊन रहदारीत मिसळून गेली.

रस्त्यापलीकडे उभा असलेला गॅब्रिएल ते पाहत होता, त्याचा चेहरा हेल्मेटच्या डोळ्यांपुढच्या काचेमुळे ओळख न पटेलसा दिसत होता. आपल्या हातातल्या पीडीए उपकरणाकडे एखाद्या कुरिअर कंपनीच्या पार्सल पोहोचवणाऱ्या माणसाने हातातल्या पार्सलवरचा पत्ता पुन्हा नीट वाचताना पाहावे, तसे त्याने पाहिले. उपकरणाच्या पडद्यावर एक पांढरा ठिपका लुकलुकत होता आणि ठिपक्याच्या आजूबाजूला रस्त्यांचा नकाशा सरकत होता. ती व्हॅन जसजशी जात होती तसतसा तो ठिपका किंवा जास्त स्पष्टपणे सांगायचे, तर सॅम्युएलचे शव जसजसे पुढे जात होते, तसतसा त्याने त्याच्या घशात लपवलेला संदेश-प्रक्षेपक आपली जागा अचूकपणे त्या ठिपक्याच्या रूपात गॅब्रिएलच्या हातातल्या उपकरणाच्या पडद्यावर दाखवत होता!

पीडीए उपकरण खिशात टाकून त्याने आपली मोटारसायकल किक मारून सुरू केली. क्रिसेन्ट रस्त्याच्या टोकाला पोहोचल्यावर व्हॅन डावीकडे वळून जुन्या शहराच्या मध्यवर्ती भागाकडे निघाली. मध्ये काही गाड्यांचे अंतर ठेवून गॅब्रिएलदेखील त्या व्हॅनच्या मागे निघाला.

उत्तरेकडच्या हमरस्त्याला तो रस्ता मिळण्याच्या थोडे अलीकडे ती व्हॅन शहरात आलेल्या पाहुण्यांचे 'अम्ब्रेशियन क्वार्टर्स' भागात स्वागत करणाऱ्या, एका मोठ्या पाटीच्या बाजूने गेलेल्या एका उताराच्या रस्त्याकडे वळली.

रुइन अस्तित्वात आल्यापासूनच अम्ब्रेशियन किंवा शॅडो क्वार्टर्स म्हणून

ओळखला जाणारा शहराचा हा भाग अगदी कमी लोकप्रियतेचा आणि म्हणूनच अगदी कमी लोकवस्तीचा होता. शक्तिपीठ पर्वताच्या उत्तरेकडच्या तळभागात असलेल्या या भागातले रस्ते नेहमीच शक्तिपीठाच्या सावलीत दबलेले असत. अगदी भर उन्हाळ्यातदेखील हीच परिस्थिती असे. इथल्या जागा स्वस्तात मिळत असल्यामुळे अलीकडच्या काळात प्रचंड संख्येने येणाऱ्या पर्यटकांच्या गाड्यांची सोय करण्यासाठी मोठमोठे वाहनतळ उभारण्यासाठी हा भाग अगदी योग्य समजला जाऊ लागला होता आणि याच थंडगार काँक्रीटच्या दरीमध्ये ती व्हॅन आता शिरली होती.

रहदारीतल्या गाड्यांचे वेगळेपण उठून न दिसणाऱ्या रिंग रोडवरच्या रहदारीतून बाहेर पडून उताराच्या रस्त्याकडे वळल्यानंतर गॅब्रिएलने व्हॅनपासून थोडे आणखी मागे राहत स्वत:ला एका बसच्या मागे ठेवले. व्हॅनने अचानक उजवीकडे वळण घेतले आणि दोन अजस्र बहुमजली इमारतींच्या मधून जाणाऱ्या एका अरुंद बोळात शिरली.

गॅब्रिएल लगेच न वळता थोडे अंतर तसाच पुढे गेला, मग यू टर्न घेऊन मागे आला, मोटारसायकल पदपथावर चढवली, इंजीन बंद केले आणि पायाने स्टॅन्ड जमिनीवर टेकवला. पटकन मोटारसायकलच्या हॅन्डलवरचा आरसा काढून घेत आणि दुसऱ्या हाताने डोळ्यांपुढची हेल्मेटची काच वर करत तो इमारतीच्या कोपऱ्याकडे धावला. कोपऱ्यापाशी पोहोचल्यावर भिंतीला टेकून बसत त्याने हातातला आरसा जमिनीलगत धरत गल्लीच्या उताराच्या दिशेने वळवला, गल्ली त्या बाजूच्या टोकाला थेट एका कभिन्न दगडाला थडकत होती आणि तो दगड जुन्या शहराच्या तटभिंतीतलाच एक असल्याचे दाखवत होती. ती व्हॅन गल्लीत येऊन थांबताना त्याला दिसली. लांब केस आणि दाढी राखलेल्या एका माणसाने ड्रायव्हरच्या खिडकीतून डोके बाहेर काढले आणि प्रवेशाची परवानगी मिळवण्यासाठी तिथे असलेल्या यंत्राच्या खाचेतून आपल्या हातातले कार्ड फिरवले आणि पुढच्याच क्षणाला त्याच्या दिशेला पाहिले.

गॅब्रिएल क्षणभर जागीच थिजला.

आरशावरून परावर्तित व्हायला सूर्यप्रकाशच त्यावर पडत नसल्यामुळे कोणतीही हालचाल हीच फक्त अस्तित्वाची खूण ठरणार होती.

त्या ड्रायव्हरकडे त्याने लक्षपूर्वक पाहिले. तो माणूस गुंड असण्यापेक्षा एखादा रॉक स्टार किंवा सिनेमातला हीरो असावा, तसा वाटत होता. थोड्याच वेळात ती व्हॅन पुढे सरकली आणि इमारतीच्या एका बाजूच्या भागात गडप झाली.

गॅब्रिएलने खिशातले पीडीए उपकरण काढले. लुकलुकणारा पांढरा ठिपका पडद्याच्या अगदी वरच्या बाजूला, जिथे त्या गॅरेजची मागची बाजू पर्वताशी भिडत

होती, तिकडे सरकताना दिसत होता. आरसा खिशात टाकून तो उभा राहिला. त्याच्या डाव्या बाजूच्या बुटक्या भिंतीपलीकडे तुरुंगातून सुटका होण्याची वाट पाहत उभ्या असलेल्या कैद्यांच्या डोळ्यांसारखे शेकडो गाड्यांचे हेड लाइट्स मुक्ततेच्या आशेने लुकलुकत होते.

जागा थंडगार आणि ओलसर होती. तिथे तेल, पेट्रोलच्या वाफा आणि मुताचा संमिश्र वास पसरलेला होता. तिथल्या घडामोडींचे चित्रण करणारे कॅमेरे बसवले असतील, याची जाणीव असल्यामुळे तो दूरवर उभ्या असलेल्या एका ऑडी कारकडे गेला आणि जणू आता गाडीचे दार उघडून बसणार आहोत, अशा पद्धतीने दाराकडे हात नेला, मग जणू हातातली किल्ली खाली पडली म्हणून शोधण्यासाठी वाकावे तसा वाकला आणि आपल्या हातातील पीडीए उपकरणाच्या पडद्यावर बराच वेळ लक्षपूर्वक पाहिले.

तो पांढरा ठिपका आता त्या वाहनतळ इमारतीच्या क्षेत्रात नव्हताच, उलट तो आता त्या पर्वताच्या पायथ्याकडे असलेल्या खडकाळ भागातून पुढे चालला होता. जुन्या शहरातले रस्ते आणि इमारती ओलांडून तो ठिपका थेट शक्तिपीठाच्या दिशेने निघाल्याचे त्याने पडद्यावर पाहिले. साधारण तिनांपैकी दोन भाग अंतर गेल्यावर तो ठिपका एका ठिकाणी थांबला, एकवार लुकलुकला आणि दिसेनासा झाला.

पाठीमागच्या बाजूला असलेल्या काँक्रीटच्या थंडगार भिंतीकडे जाऊन जास्त चांगले संदेश पकडून व्हॅनची जागा अचूकपणे कळत राहावी, म्हणून तो ठिपका शेवटी दिसला त्या दिशेने गॅब्रिएलने हातातले पीडीए उपकरण वळवले. आता तो ठिपका पुन्हा दिसू लागला आणि आता तो शक्तिपीठाच्या आणखी जवळ पोहोचला होता.

शक्तिपीठाच्या सभोवती असलेल्या खंदकाच्या काठापाशी पोहोचेपर्यंत दिसत राहिलेला तो ठिपका, त्यानंतर मात्र पूर्णपणे अदृश्य झाला!

६८

पुढच्या सीटवर बसलेला कटलर बोगद्यातल्या भयाण अंधारामध्ये डोळे फाडफाडून पाहत होता. खडबडीत रस्त्यावरून गडगडणाऱ्या चाकांचा आवाज आणि जोडीला डिझेलच्या इंजिनाचा गुरगुराट एकत्रितपणे एक शोकमग्न ध्वनी निर्माण करत होते. गाडीला बसणाऱ्या हादऱ्यांनी गाडीचा प्लॅस्टिकचा डॅशबोर्ड थडथडत होता आणि कटलरच्या जखमेच्या टाक्यांना हिसके बसत होते. त्या वेदना त्याला एका परीने बऱ्याच वाटत होत्या. कारण एक तर त्यामुळे त्याचे लक्ष सगळ्या घटनांवर केंद्रित राहत होते आणि तो अद्याप जिवंत असल्याची जाणीवही राहत होती.

वेदनाशामक औषधांमुळे त्याला जरा गरगरल्यासारखे वाटत होते. या गोष्टीकडे लक्ष द्यायची गरज असल्याचे त्याला जाणवत होते. या सगळ्या भानगडीतून बाहेर पडण्यासाठी त्याला सतत सावध राहणे आवश्यक होते. कॉर्नेलियस आणि जोहानने त्या दवाखान्यातून बाहेर पडायला आणि व्हॅनमध्ये बसायला केलेल्या मदतीमुळे तर त्याला ही गोष्ट अगदी स्पष्टच कळली होती.

"काय घडलं ते तुला आम्हाला सांगावंच लागेल," एखाद्याने मित्रत्वाचा सल्ला द्यावा, तशा सुरात कॉर्नेलियस त्याला म्हणाला होता. "त्या मुलीनं आपली सुटका कशी करून घेतली, ते सांगावं लागेल." आणि कटलरच्या कानाला आपल्या मिश्या घासल्या जातील, इतक्या जवळ जाऊन अगदी खर्जातल्या आवाजात पुस्ती जोडत म्हणाला, "आणि सगळ्यात महत्त्वाचं म्हणजे, ती मुलगी कशी दिसते, हे सांगावं लागेल."

आणि तो अद्याप जिवंत असण्याचे ते एकमेव कारण होते. त्यांना फक्त तिचे नाव माहीत होते, त्यांनी तिला पाहिले नव्हते आणि जोपर्यंत तिचा शोध घेत त्यांना फिरावे लागणार होते, तोपर्यंत तो जिवंत असणे त्यांच्या फायद्याचे होते.

बोगद्यातला रस्ता अचानक चढावाचा झाला आणि एका गुहेसारख्या भागात

पोहोचला. ब्रेक दाबून गाडी उभी करण्यापूर्वी जोहानने गाडी झपकन वळवली. त्याबरोबर गाडीच्या दिव्यांचा प्रकाश एका स्टीलच्या दरवाजावर पडून दरवाजा चमकू लागला. गाडीचे इंजीन बंद करून जोहान आणि कॉर्नेलियस खाली उतरले. कटलर होता तिथेच बसून राहिला. त्याने गाडीच्या मागच्या बाजूचे दृश्य दिसणाऱ्या आरशातून त्यांच्याकडे पाहिले. गाडीचे मागचे दार उघडले जाऊन जाडसर प्लॅस्टिकमध्ये गुंडाळलेले एक प्रेत बाहेर काढले गेल्यामुळे वजनात झालेल्या फरकामुळे गाडी एका बाजूला झुकल्यासारखी वाटायला लागली.

त्या डॉक्टरचे मरण एक वेळ समजण्यासारखे होते; म्हणजे त्यांनी त्याला ज्या अवस्थेत त्याच्या खुर्चीमध्ये बसल्या स्थितीत सोडले होते, त्या अवस्थेत पाहिल्यावर लोकांना त्याचे फारसे आश्चर्य वाटले नसते. हे कधीतरी होणारच होते, असेच त्यांचे मत असते, कारण त्यांच्यामते तो गर्द वगैरेच्या नशेमध्ये गुरफटल्याचे आणि बंदुकीच्या गोळ्यांच्या जखमांवर उपचार करायला लागल्याने ती सभ्य जगात जगण्याची मर्यादा त्याने कधीच ओलांडली होती; पण ते रुग्णवाहिकेचे परिचारक – ते तर केवळ नागरी सेवा पुरवणारे, या कशाशीही संबंध नसलेले होते.

गाडीच्या ब्रेकमुळे लागलेल्या लाल दिव्यांच्या प्रकाशात न्हायलेले ते दोन संन्यासी त्यांनी गाडीतून काढलेल्या पहिल्या प्रेताच्या बॅगेसह आरशात दिसायला लागले. त्यांनी ती बॅग आणून स्टीलच्या दारापाशी ठेवली. आणखी दोन वेळा हीच क्रिया केल्यावर जोहानने खिशातले कार्ड काढले आणि यंत्राच्या खाचेतून फिरवले, त्याबरोबर तो दरवाजा आतल्या दिशेने उघडला. काही सेकंदांतच तो पुन्हा बंदही झाला, पण आता ती प्रेते त्या दरवाजामागे गुप्त झाली होती.

कॉर्नेलियस आणि जोहान पुन्हा गाडीत येऊन बसले.

"मी तिला शोधण्यात तुम्हाला मदत करू शकतो.'' कटलर म्हणाला.

ओठ वाकडा करत कॉर्नेलियसने विचारले, "कशी?''

"इथून बाहेर पडू या, मग मी दाखवतो, कशी ते.'' हसत बोलण्याचा कटलरने प्रयत्न केला; पण त्याच्या बोलण्याला हसण्यापेक्षा वेदनेचीच धार जास्त होती. "मला एक फोन करावा लागणार आहे,'' नाटकीपणाने खांदे उडवत तो म्हणाला, "पण इथे तर ते शक्य नाही.''

तिथल्या थंडगार वातावरणातदेखील घामाने डबडबलेल्या कटलरकडे कॉर्नेलियस थोडा वेळ काहीच न बोलता एकटक पाहत राहिला. मग शेवटी म्हणाला, "ठीक आहे.''

जोहानने गाडी सुरू केली.

इंजीन धडधडू लागले. त्या बंदिस्त जागेत तो आवाज एकदम अंगावर चाल

करून येत असल्यासारखा वाटू लागला. कटलरने बाजूच्या आरशात पाहिले, तेव्हा तिथला लाल प्रकाश अंधूक होत असलेला त्याला दिसला.

पर्वताच्या अंतर्भागातल्या काळ्याभोर शांततेत ती तीन प्रेते पडून होती आणि त्यांच्या वरच्या भागात असलेल्या बोगद्यांच्या जाळ्यासारख्या वाटांवर ती प्रेते घेऊन जाण्यासाठी निघालेल्या लोकांच्या हातातल्या टॉर्चचे प्रकाशझोत फेकले जात होते. शक्तिपीठातून पलायन केल्यानंतर चोवीस एक तासांनी बंधू सॅम्युएल परत आला होता!

चार

सुरुवातीला जग होतं
आणि जग देव होतं
आणि तेव्हा जग चांगलं होतं.

पाखंडी बायबलमधील एक अंश

६१

एखादा गुन्हा घडण्याचे ठिकाण म्हणून विचार करायचा, तर शहराच्या शवागारातली ती अतिथंड खोली, म्हणजे एक अगदी योग्यच ठिकाण होते. अत्यंत मर्यादित प्रवेश असल्यामुळे एरवी गुन्ह्याच्या ठिकाणी सापडतात, तसले कसलेही अर्धेमुर्धेदेखील ठसे मिळणे, गुन्ह्यात गुंतलेल्या एखाद्या व्यक्तीचे केस सापडणे आणि इतरही कुठला पुढची दिशा दर्शवणारा पुरावा मिळण्याची इथे शक्यता नव्हती. सगळे पृष्ठभाग अगदी चकचकीत स्वच्छ होते. शिवाय तिथे असलेल्या सीसी टीव्हीच्या कॅमेऱ्याने संशयित व्यक्ती कुठे कुठे फिरल्या आणि त्यांनी कशाकशाला स्पर्श केला, त्या सगळ्याचे स्पष्ट चित्रण केले होते.

"हे पाहा" ट्रॉलीवर कसेबसे गुंडाळून ठेवलेल्या प्लॅस्टिकच्या हिरव्या तुकड्याकडे बोट दाखवत अर्काडियन म्हणाला, "पहिल्या संशयित व्यक्तीने स्वतःच्या अंगावरून हा प्लॅस्टिकचा तुकडा काढताना त्याला स्पर्श केला आहे."

पीटरसन हसला. कोणतेही ठसे मिळवण्यासाठी सर्वांत सोपा म्हणावा, असा पृष्ठभाग फक्त काचेचाच असतो, हे त्याला चांगलेच माहीत होते.

"त्याने त्या ड्रॉवरलादेखील हात लावलाय." आठ नंबरच्या लॉकरकडे बोट दाखवत अर्काडियन पुढे म्हणाला. "या ठिकाणी कसलेही ठसे वगैरे आढळले, तर मला लगेच कळवा." पीटरसन आपल्या कामासाठी आवश्यक ती आयुधे, म्हणजे वेगवेगळ्या प्रकारचे ब्रश आणि अतिशय मुलायम अशी ॲल्युमिनियमची पावडर भरलेला डबा काढत असताना अर्काडियन तेथून निघाला.

एक गणवेषातला अधिकारी दाराजवळ उभा राहून दुसरे कुणीही त्या खोलीत येणार किंवा जाणार नाही, याची खात्री करण्यासाठी पहारा देत होता. रीस आपल्या कार्यालयाबाहेरच्या बोळवजा मार्गात येरझाऱ्या घालत होते. तपासणीसाठीचा नमुना ठेवायचे भांडे जवळ येत असलेल्या अर्काडियनला त्यांनी हात वर करून दाखवले.

चालता चालताच ते आपल्या हातात घेत अर्काडियन म्हणाला, "कुठे

आहे ती?''

"चौथ्या मजल्यावर, कर्मचाऱ्यांच्या खोलीमध्ये.'' त्याच्या मागोमाग चालता चालता रीस म्हणाले.

शवागारात पाय ठेवल्यापासून ते सीसी टीव्हीच्या चित्रणामध्ये दिसलेल्या माणसाची ओळख सांगेपर्यंत काय काय घडले, त्याचा संपूर्ण तपशील तिच्या जबाबामध्ये तिने लिहिला होता. अर्काडियन तिथे पोहोचला, तेव्हा ती त्यावर सही करण्याच्या बेतात होती; पण या सगळ्या प्रकारात गॅब्रिएलची भूमिका काय होती आणि ती तो का करत होता, याचा उलगडा मात्र तिला अजूनही झालेला नव्हता. 'मला पळवून नेण्याचा प्रयत्न केलेला माणूस' असे तिने त्याचे वर्णन केले नव्हते. आपण एक अधिकारी असल्याची त्याने फक्त बतावणी केली होती आणि तिला शहरात आपल्या गाडीतून सोडण्याची तयारी दाखवली होती. तिच्या कपाळावर बंदूक रोखण्याचे काम तर त्याने केलेलेच नव्हते. तो त्या शवागारातल्या शीतखोलीत काय करत होता, हे जरी कळले नव्हते, तरी त्याने तिच्या भावाचे शव पळवून नेण्याचा प्रयत्नदेखील केलेला नव्हता, हेही खरेच होते. म्हणूनच त्याची ओळख सांगताना तिने विमानतळावर भेटलेला आणि मला शहरात नेण्यासाठी पोलिसांतर्फे आलेला ऑफिसर असल्याचं सांगणारा माणूस' एवढेच सांगितले होते. ही काही एखाद्याची चांगल्या प्रकारे करून दिलेली ओळख नक्कीच नव्हती, पण ती अगदी बिनचूक होती. आपल्या नावापुढे तिने त्या दिवसाची तारीख लिहिली.

गणवेषातल्या अधिकाऱ्याने तिची सही तपासून पाहिली आणि त्या अरुंदशा टेबलापासून आपली खुर्ची मागे ढकलत तो उभा राहिला. खोलीत आल्यावर अर्काडियनने दार बंद केले.

टेबलावर पडलेली उदासवाणी दिसणारी फुलदाणी लिव्हने आपल्याकडे ओढली आणि त्यातली मलूल पडलेली फुले मुरगळून पडलेल्या देठांपासून खुडून काढून चुरगाळून टाकत विचारले, "सापडला का तो?''

अर्काडियनने विमनस्कपणे खिडकीतून खाली रस्त्याकडे पाहिले. आत्ता या क्षणी पोलिसांची व्हॅन येऊन करकचून ब्रेक मारत इमारतीच्या दारात उभी राहावी आणि हातात बेड्या अडकवलेले ते तिन्ही संशयित इसम त्यातून खाली उतरावेत, असे त्याला मनापासून वाटले; पण तसे घडले मात्र नाही.

"अद्याप नाही.'' तो शेवटी उद्गारला. पाच ट्रक उभे असलेल्या ओल्या रस्त्यावर ओघळलेल्या डिझेलचे इंद्रधनुषी रंग पसरले होते. "आमचा तपास चालू आहे.'' मग टेबलावर चुरगाळून टाकलेल्या वर्तमानपत्राकडे आणि त्यावर लिहिलेल्या

अद्याप कसलाही अर्थबोध न दाखवणाऱ्या अक्षरांच्या नक्षीकडे पाहत त्याने विचारले, "काही अर्थ लागतोय का त्या अक्षरांचा?"

"लक्षपूर्वक पाहायला आणि विचार करायला फारसा वेळ मिळाला नाही खरं सांगायचं तर. म्हणजे माझं लक्ष जरा दुसरीकडे वेधलं गेलं होतं."

आपण काही बोललो नाही, तर कदाचित तिची उद्विग्नता कमी होईल, अशा उद्देशाने अर्काडियन गप्पच राहिला.

पुन्हा एकदा त्या विचित्र वाटणाऱ्या चिन्हांकडे आणि अक्षरांकडे लक्षपूर्वक पाहत तिने विचारले, "या कसल्यातरी निरर्थक वाटणाऱ्या चिन्हाक्षरांसाठी त्यांनी त्याला नेलं असेल, असं तुम्हाला खरंच वाटतंय का?"

"तशी शक्यता वाटते. त्यांना पकडल्याबरोबर पहिला प्रश्न आम्ही हाच विचारू; पण तोपर्यंत मला तुम्हाला काहीतरी विचारायचं आहे." असं म्हणून रीसनी दिलेले पुडके त्याने तिच्यासमोर टेबलावर ठेवले.

डोळे बारीक करून लिव्हने त्याकडे पाहिले. "हे तर 'बकल स्वॅबिंग किट' – म्हणजे डीएनए तपासायचं सामान आहे."

'बरोबर' अशा अर्थाने अर्काडियनने मान हलवली आणि म्हणाला, "प्रयोगशाळेकडून जो अहवाल रीसना मिळाला, त्या अहवालाचा विचार करून तुमचा डीएनए तुमच्या भावाशी किती जुळतोय, याची पडताळणी करून पाहण्यानं आपल्याला फार मदत होईल. शिवाय तुम्हा दोघांमधलं नातं वैद्यकीय निकषांवर वादातीतपणे सिद्ध होईल." आणि असे म्हणून त्याने ते सामान तिच्यापुढे सरकवले.

शेवटचे मलूल फूल तोडून लिव्हने चुरगाळून टाकले. मग आपले हात एकमेकांवर चोळून स्वच्छ केले. तपासणीसाठी नमुना ठेवायचे भांडे उघडून त्यातला कापसाचा बोळा घेतला आणि तोंडाच्या आतल्या बाजूला गालावरून फिरवला आणि पुन्हा त्या भांड्यात ठेवून झाकण घट्ट बंद केले आणि ते भांडे अर्काडियनना परत केले. रस्त्यापलीकडच्या इमारतींच्या पाठीमागे शक्तिपीठ आपली मान उंचावून टळटळीतपणे आणि निर्विकारपणे उभे होते. त्याकडे नुसती नजर गेल्यानेदेखील तिच्या अंगावर भीतीचा एक शहारा उमटला.

ती कुठे बघते आहे, हे पाहण्यासाठी अर्काडियनची नजरदेखील खिडकीबाहेर वळली. इतक्यात त्याला खिडकीतून खाली रस्त्यावर काहीतरी गडबड चालू असल्याचे दिसले. पुढच्याच क्षणी खुर्चीवरून ताडकन उठत तो उद्गारला, "अरे देवा," टीव्हीवरील एका बातम्यांच्या चॅनेलची गाडी शवागाराच्या दाराशी येऊन उभी होत असलेली त्याला दिसली होती.

"मी त्यांना बोलावलेलं नाही," ती म्हणाली. "मी फक्त छापील वर्तमानपत्राचं काम करते. आम्हाला तर हे चॅनेलवाले अजिबात आवडत नाहीत."

दारावर टकटक झाली.

"क्षमा करा, साहेब," पीटरसन म्हणाला, "त्या प्लॅस्टिकच्या कापडावर मला ठशांच्या अनेक शक्यता आढळल्या आहेत. आपल्या नेहमीच्या, पण अधिक जलद गतीच्या तपासकामासाठी मी ते प्रयोगशाळेत पाठवू का?"

"एक मिनिट थांब, मीदेखील तुझ्याबरोबर येतो," असे म्हणून तो लिव्हकडे वळला आणि म्हणाला, "तुम्ही त्या चॅनेलवाल्यांना बोलावलेलं नाही, याची मला खात्री आहे, म्हणूनच... तुम्हाला या इमारतीतून तत्काळ दुसरीकडे कुठेतरी हलवलं पाहिजे... असं मी म्हणतोय, त्याचा कृपया चुकीचा अर्थ घेऊ नका."

अनामिक भीतीने लिव्हचा चेहरा काळवंडला.

"हा काही तुमच्यापासून सुटका करून घेण्याचा प्रयत्न नाहीये; इथल्यापेक्षा दुसरीकडे तुम्ही जास्त सुरक्षित असाल, एवढंच फक्त मला म्हणायचं आहे. प्रसारमाध्यमांना इथे काय घडलं आहे, याची कुणकुण जरी लागली, तरी ते या सगळ्या इमारतीची झाडाझडती घेतील. तुमच्या भावाला नेलेल्यांना, आता लगेच सहाच्या बातम्यांमध्येच तुम्ही इथे असल्याचं कळावं, अशी माझी अजिबात इच्छा नाही; पण तरीही तुम्ही आमच्या संरक्षणात राहावं, हे उत्तम. तुम्हाला परत सेन्ट्रलमध्ये घेऊन जाण्याची मी व्यवस्था करतो. तिथे तुमची स्नान करून कपडे बदलायचीदेखील सोय होईल. मी तुम्हाला नंतर भेटेनच, ठीक आहे?"

चिखलाने माखलेल्या आपल्या कपड्यांकडे लिव्हचे लक्ष गेले.

"ठीक आहे." ती म्हणाली. "पण मला तपासकामापासून बाजूला ठेवण्यासाठी जर तुम्ही हे करत असाल, तर मी थेट बाहेर पडेन आणि चक्क एक पत्रकार परिषदच घेईन, एवढं लक्षात ठेवा."

"पण तोपर्यंत तरी माझा पाहुणचार घ्या!" तो म्हणाला."एकच करा, खिडकीतून बाहेर डोकावू नका. तुमचा चेहरा चॅनेलवरच्या पुढच्या बातम्यांमध्ये पाहण्याची माझी अजिबात इच्छा नाही."

'माझी स्वत:चीदेखील इच्छा नाही', आपल्या अवताराकडे पाहत लिव्हने विचार केला. वाळलेल्या चिखलाने माखून खरबरीत झालेली एक बट डोळ्यापुढे ओढत तिने खिडकीच्या काचेतल्या आपल्याच धूसरशा प्रतिबिंबाकडे पाहिले; पण प्रतिबिंबाकडे जाण्याऐवजी तिची नजर खिडकीतून पलीकडे आभाळापर्यंत उंचावत गेलेल्या काळसर उंच पर्वतशिखराकडेच वेधली गेली.

७०

मटिन्सनंतर थोड्याच वेळात अथानासियसलादेखील त्याच्या मालकांच्या कार्यालयात पाचारण करण्यात आले होते आणि एका कामात – "आपल्या समस्त बंधुवर्गासाठी," मठाधिपती म्हणाले होते, "एका अशा कामात 'ज्याबद्दल त्यानं चकार शब्ददेखील कुणाशी बोलू नये, अशा कामात' सहभागी व्हायला सांगितले होते."

आणि म्हणूनच ते आता एका अरुंदशा, निव्वळ दगडांच्या पायऱ्या असलेल्या जिन्यावरून पुढची वाट त्यांच्या हातातल्या फक्त एका पेटत्या मशालीच्या उजेडात शोधत निघाले होते. अधूनमधून त्यांना इतरही काही अरुंद आणि गूढ वाटा आडव्या येत होत्या.

सावकाश आणि सावधपणे साधारण पाचएक मिनिटे खाली गेल्यानंतर अथानासियसला एक अंधुकसा प्रकाशाचा ठिपका दिसला. काळाच्याही विस्मृतीत गेलेल्या आजूबाजूच्या गोष्टींपेक्षा नव्या वाटणाऱ्या आणि जरा सुबकपणे कोरून काढलेल्या एका कमानदार दारातून तो प्रकाश येत होता. मठाधिपतींच्या पाठोपाठ तोदेखील एका छोट्याशा गुहेत शिरला. तिथे दोन संन्यासी आपापल्या हातात बॅटरी घेऊन अगोदरपासूनच शांतपणे उभे होते. दोघांनीही मुक्तकांचा गणवेष असलेली हिरवी कफनी घातली होती.

अथानासियसने नजर दुसरीकडे वळवली, तेव्हा त्याला भिंतीतले आणखी एक दार दिसले आणि ते दार मजबूत पोलादी होते. या दाराजवळदेखील ग्रंथसंग्रहालयाच्या महाद्वाराजवळ होती, त्याच प्रकारची अत्याधुनिक तंत्राच्या कुलुपाची एक बारीकशी खाच दिसत होती. काहीही न बोलता मान झुकवून मठाधिपतींनी त्या दोन मुक्तकांना अभिवादन केले. आपल्या बाहीतून एक मॅग्नेटिक कार्ड काढले. कार्ड खाचेतून फिरवल्यावर एक दबकासा खट असा आवाज झाला. मठाधिपतींनी दार ढकलून सताड उघडल्यावर ते तिघेही पलीकडे गेले. एक क्षणभर घुटमळून अथानासियसदेखील त्यांच्या मागोमाग गेला.

ते आले होते त्या खोलीपेक्षा ही खोली थोडी आणखी लहान होती. तिथली हवा अजूनही उबदार वाटत होती. त्या सगळ्यांच्या भोवताली पसरलेल्या नारिंगी प्रकाशझोतात चमकणाऱ्या धूलिकणांमुळे दाट धुक्यासारखी वाटत होती. विरुद्ध बाजूच्या भिंतीमध्ये तंतोतंत तशाच प्रकारचे एक पोलादी दार होते आणि त्या दारापुढे जाडसर मजबूत प्लॅस्टिकच्या कापडात गुंडाळलेल्या तीन वळकट्या दिसत होत्या. त्यामध्ये काय असेल, याची अथानासियसला पाहताक्षणीच कल्पना आली.

एका मुक्तकाने त्याच्या जवळच असलेल्या एका वळकटीची चेन सरकवून आतल्या व्यक्तीचे तोंड दिसेल इतपत उघडली. कपाळाला पडलेल्या भोकातून त्याच्या केसांपर्यंत एक बारीकशी रक्ताची रेघ ओघळलेली दिसत होती. ही व्यक्ती किंवा अगदी दुसऱ्या वळकटीतली व्यक्तीदेखील अथानासियसला ओळखता आली नाही; पण तिसरी व्यक्ती कोण होती, ते त्याने ओळखले. तिसऱ्या वळकटीची चेन सरकवल्यानंतर आपल्या मित्राच्या चेहऱ्याकडे पाहताना गलबलून आल्यामुळे तोल सावरण्यासाठी त्याला भिंतीचा आधार घ्यावाच लागला.

बंधू सॅम्युएलच्या भग्न अवस्थेतील तोंडाकडे पाहत असताना मठाधिपतीदेखील मृदू शब्दात म्हणाले, ''क्रॉस शक्तिपीठात परतला आहे.''

ते चौघेही काही क्षण त्या शवाकडे एकटक पाहत राहिले आणि मग मात्र आधीच आज्ञा केली असावी, तसे झटकन चेन ओढून बॅग बंद करून मुक्तकांनी ते उचलून नेले. इतर दोन प्रेते घेऊन जायला ते परत येतील, म्हणून तो वाट पाहत थांबला; पण ते आलेच नाहीत.

''या दुर्दैवी जिवांची नीट व्यवस्था केली पाहिजे,'' मठाधिपती म्हणाले. ''हे काम तुझ्यावर सोपवताना मला खरोखरच वाईट वाटतं. ते किळसवाणं काम आहे, याची मला पूर्ण जाणीव आहे, पण तुझे बंधुवर्ग शक्तिपीठाच्या खालच्या भागात येऊ शकत नाहीत आणि मला अत्यंत भरवशाचा वाटणारा असा तूच एकमेव माणूस आहेस...''

ती माणसे कोण होती किंवा ती का आणि कशासाठी मेली होती आणि या काळाच्याही विस्मृतीत गेलेल्या गुहेतल्या जमिनीवर आता का पडली होती, यातले काही एक सांगण्याचा प्रयत्नदेखील त्यांनी केला नाही.

''पूर्व भागातल्या निर्मनुष्य भागात यांना घेऊन जा,'' ते म्हणाले. ''तिथल्या जुन्या दफनघरात टाकून दे. त्यांचे देह विस्मृतीत जातील; पण त्यांचे आत्मे शांत होतील.'' दारापाशी जाऊन ते थांबले आणि जणू हात धुवावे तसे आपले हात त्यांनी एकमेकांवर चोळले. ''हे दार आणखी पाच मिनिटांनी बंद होईल. त्यापूर्वी तू इथून बाहेर पड.''

त्यांच्या दूर जाणाऱ्या पावलांचे दारापलीकडच्या अंधारात उमटणारे प्रतिध्वनी

ऐकत अथानासियस क्षणकाल थांबला.

क्रॉस शक्तिपीठात परतला आहे...

अथानासियसला पाखंडी बायबलमधल्या ओळी आठवल्या.

क्रॉस खाली पडेल
क्रॉस पुन्हा उभा राहील

त्याच्या मित्राच्या छिन्न-विछिन्न शरीराचे काय करणार आहेत ते, असा विचार त्याच्या मनात घोळत राहिला. त्या पवित्र विधानाच्या देवघरात ते त्याला घेऊन तर नक्कीच जातील, नाहीतर प्रत्यक्ष मुक्तक त्याला घेऊन जाण्यासाठी कशाला आले असते?

पण तो पुन्हा उभा राहील, असे म्हणणे म्हणजे...

असा विचार म्हणजे ठार वेड्या माणसाच्या तर्कशास्त्रात बसणारा विचार होता.

पुन्हा एकदा त्याची नजर उरलेल्या दोन बॅगांकडे वळली. दोन अनाम माणसांची प्रेते. त्या दिवशी झोपेतून उठताना ते कसला विचार करत उठले असतील आणि आता त्यांच्या कायमच्या शांत होण्यामुळे बायको, प्रिय व्यक्ती, की एखाद्या बाळाला – अशा कोणाकोणाला कसली अस्वस्थता दाटून आली असेल, या विचाराने त्याचे डोके भिरभिरले.

गपकन गुडघ्यांवर टेकून बसत बॅगांची तोंडे चेन सरकवून बंद करून पुन्हा त्यांना त्यांच्या प्लॅस्टिकच्या कफनात झाकून टाकता-टाकता त्याने मनातल्या मनात त्यांच्यासाठी प्रार्थना म्हटली. मग कोणत्याही क्षणी ते पोलादी दार सरकत बंद होईल आणि त्या धूळभरल्या खोलीचे त्याच्या स्वत:च्याच कबरीत रूपांतर होऊन, तो जिवंत गाडला जाईल, या भीतीने त्याने त्या दोन्ही बॅगा घाईघाईने खेचून बाजूच्या खोलीत नेल्या.

७१

शहराच्या शवागारात काम करणाऱ्या कर्मचाऱ्यांच्या खोलीत बसून लिव्ह आपल्या भावाच्या चित्राकडे पाहत होती आणि भूतकाळातल्या आठवणींना उजाळा देत होती. आपल्या कुटुंबाची कथा अर्काडियनला ऐकवताना जणू काही त्या सगळ्यावर पुन्हा एकदा प्रकाशझोत टाकल्यासारखेच वाटले होते. आपल्या होस्टेलच्या खोलीत सॅम्युएलला बसवून वेस्ट व्हर्जिनियामध्ये गेल्यावर तिला समजलेल्या गोष्टी उत्साहाने सांगतानाचा प्रसंग तिला आता स्पष्टच आठवला.

जेमतेम एका माणसाला पुरेल एवढ्या अरुंद पलंगाच्या काठावर अस्वस्थपणे बसलेला सॅम्युएल तिला आठवला. त्याच्या चेहऱ्यावर तीव्र दुःख आणि उदासपणा दाटला होता आणि त्यांच्या जन्माची चित्तरकथा त्याला ऐकवत असताना त्याचा चेहरा काळवंडत जाऊन पार राखेसारखा झाला होता, तेदेखील तिला आठवले. तिच्या बालपणात आणि कळते सवरते होतानाच्या काळात तिला भंडावून सोडणाऱ्या सगळ्या प्रश्नांची उत्तरे तिला मिळाली होती आणि हे सगळे त्याला सांगितल्यामुळे त्याचे मनदेखील एकदाचे शांत होईल, असेच तिला वाटले होते; पण स्वतःच्या जन्माबद्दल आजवर काही माहीत नसल्यामुळे निर्माण झालेल्या स्वतःबद्दलच्याच घृणेच्या आगीत तिच्या या प्रयत्नामुळे उलट जास्तच तेल ओतल्यासारखे झाले होते. अगोदरच वडिलांच्या मृत्यूसाठी तो स्वतःला जबाबदार समजत होता. त्यात आता आपल्या आईच्या मृत्यूलाही आपण कारणीभूत झालो असल्याची नवीच जाणीव तिने त्याला करून दिली होती.

या नव्या दुःखाने विदीर्ण होत तो भुतासारखाच वावरायला लागला होता.

त्यानंतर कित्येक महिने तो तिच्याशी एक शब्ददेखील बोलला नव्हता. तिच्या फोनना त्याने उत्तरदेखील दिले नव्हते. तो उपचार घेत होता त्या तज्ज्ञाकडेदेखील तिने त्याच्यासाठी निरोप ठेवले होते; पण त्या तज्ज्ञाकडे जायचेच त्याने बंद केले आणि त्याऐवजी त्याच्या चर्चमधल्या चकरा वाढल्या असल्याचेच तिला कळले होते.

तिने त्याला शेवटचे न्यू यॉर्कमध्ये पाहिले होते. अचानकच त्याने कुठूनतरी फोन केला होता. त्याचा आवाज पूर्वीसारखाच आनंदी, उत्साही वाटला होता. तो प्रवासाला निघाला असल्याचे आणि जाण्यापूर्वी तिला भेटायचे असल्याचे त्याने सांगितले होते.

मग ते ग्रँड सेन्ट्रल स्टेशनमध्ये भेटले होते आणि जणू पर्यटक म्हणून आलो आहोत, अशा थाटात अख्खा दिवस सगळीकडे फिरले होते. काही गोष्टींची आता त्याला स्पष्ट जाणीव झाली आहे आणि जगण्याला एक नवा अर्थ मिळाला आहे, असे त्याने तिला सांगितले होते तेव्हा. एखाद्याने जगावे, म्हणून दुसरा एखादा जेव्हा मरण पत्करतो, तेव्हा ज्याला जीवन मिळते, त्याच्या जिवंत राहण्याला काहीतरी कारण असते. त्यांच्या जिवंत असण्याचेही एक कारण होते आणि ते दिव्य कारण काय आहे, हे जाणून घेण्याच्याच प्रवासाला तो आता निघाला होता, असेही त्याने तिला सांगितले होते.

त्याचा हा प्रवास म्हणजे कुठले तरी धडकी भरवणारे अलंघ्य पर्वत चढून जाण्यातला काहीतरी प्रकार असेल, असा तिने विचार केला होता; पण ईश्वराच्या समीप जाण्याचा तो मार्गच नसल्याचे त्याने तिला सांगितले होते; परंतु यापेक्षा जास्त काही तपशील त्यानेही सांगितला नव्हता आणि तिनेही विचारला नव्हता. त्याला आयुष्यात रस वाटावा, असे काहीतरी गवसले असल्याचाच तिला जास्त आनंद झाला होता. विमानतळावर हात हलवून त्याला निरोप देताना आपण त्याला पुन्हा कधीही पाहू शकणार नाही, अशी शंकादेखील तिच्या मनाला शिवली नव्हती.

डोळ्यांत साचलेले अश्रू लिव्हने कसेबसे परतवले आणि निरभ्र काळ्या रात्रीचाच ढलपा काढून खाली ठेवला असावा, तशा दिसणाऱ्या शक्तिपीठ पर्वताकडे डोळे वळवले. आपल्या भावाला त्या वेळी काय वेदना झाल्या असतील, याची तिला आता खरी जाणीव झाली. आपल्या आई-वडिलांच्या मृत्यूसाठी तिने स्वत:ला कधीच दोषी मानले नव्हते; पण सॅम्युएलच्या मृत्यूला मात्र आपणच जबाबदार असल्याचे तिला वाटू लागले. अर्काडियन काहीही म्हणाला असला, तरी आपल्या जन्माबद्दलचे सत्य जाणून घेण्याची तिची तीव्र इच्छाच तिला त्या दिशेने घेऊन गेली होती आणि कसलाही विचार न करता तिने त्याला सगळे जसेच्या तसे सांगितले होते, त्यामुळेच पुढे सॅम्युएलचा त्या रक्तपिपासू पर्वतावरून खाली पडून जीव गेला होता.

खट असा आवाज होत दरवाजा उघडला गेल्याने ती भानावर आली. डोळ्यांच्या कडेला जमलेले अश्रू तिने चटकन पुसले आणि कोण आले आहे ते पाहिले, तर तिला एक साध्या कपड्यातला, गोल, सपाट चेहऱ्याचा आणि विरळ विटकरी रंगाच्या केसांचा एक पोलीस दिसला. त्याच्या मवाळ चेहऱ्यावरचे डोळे तिच्याकडेच पाहत होते आणि कमरेवर ठेवलेल्या हातांमुळे किंचितशा मागे खेचल्या गेलेल्या

जाकिटातून त्याच्या काखेत होल्स्टरमध्ये अडकवलेले पिस्तूल पुसटसे दिसत होते आणि त्याच्या पट्ट्यात अडकवलेल्या बेड्याही दिसत होत्या. त्याचे वाढलेले पोट शर्टाने कसेबसे सावरून धरले होते. त्यावर एक बॅचदेखील गळ्यातल्या दोरीवर लटकून विसावला होता.

गणवेष घातला नसला तरी आपण पोलीस आहोत, हे पाहणाऱ्याला लगेच कळावे, अशी इच्छा असणारे असे हजारो न्यूनगंडाने ग्रासलेले पोलीस तिने पाहिले होते. एखादी बातमी मिळवायची असेल, तर अशा प्रकारच्या पोलिसांबरोबर ती नेहमीच सूत जुळवत असे. कारण त्यांना बडबड करायला आवडत असे.

त्याच्या भुवया आक्रसल्या. "तुम्ही ठीक आहात ना?" त्याने विचारले.

"हो, ठीक आहे... काही आठवणी जाग्या झाल्या म्हणून..."

काय बोलायचे ते न कळून त्याने नुसतीच मान हलवली. हसायचा प्रयत्न केला. मग तो प्रयत्न सोडून देत अंगठ्याने खांद्यावरून मागे इशारा करत म्हणाला, "तुमच्यासाठी तिकडे बाहेर मी एक पोलीस व्हॅन तयार ठेवली आहे. इथून कुणाच्याही नकळत तुम्हाला बाहेर काढून मी सेन्ट्रलच्या इमारतीत घेऊन जाणार आहे. तिथे एक जिमखाना आहे. तिथे तुम्ही स्नान करू शकाल आणि तुम्हाला कपडेही बदलायला मिळतील."

ब्लाऊझच्या बाहीने लिव्हने डोळे टिपले आणि म्हणाली, "छान!" त्याच्यापेक्षाही फिकट हास्य चेहऱ्यावर आणत तिने विचारले, "तुमचं नाव काय...?"

"मी सुलेमान," आपले ओळखपत्र वर करून दाखवत तो म्हणाला, "मित्र म्हणून तुम्ही मला सुली म्हणू शकता." ओळखपत्रावरील त्याच्या फोटोकडे पाहता पाहता डोळ्यांच्या कोपऱ्यातून तिने त्याच्या होल्स्टरमध्ये अडकवलेले पिस्तूल बहुधा .३८ कॅलिबरचे असावे, असा अंदाज बांधला. कॅमेऱ्याच्या फ्लॅशमुळे त्याचा फोटोतला चेहरा जास्तच पांढरा फटक दिसत होता आणि फोटोत तो प्रत्यक्षातल्यापेक्षा जास्तच गंभीरही वाटत होता; पण तरीही तो त्याचाच फोटो होता : सब इन्स्पेक्टर सुलेमान मन्टुस, आरपीएफ.

"ठीक आहे." आपल्याला पुन्हा एकदा पळवून नेले जात नाही, याची खात्री झाल्यावर ती म्हणाली, "सुली, चला निघू या." टेबलावरचे वर्तमानपत्र उचलून घेत ती त्याच्या मागोमाग बाहेर पडली.

स्वागत कक्षात नेहमीची वर्दळ चालू होती. गणवेषातले दोन अधिकारी प्रवेशदारापाशी पहारा देत होते, येणाऱ्या जाणाऱ्या प्रत्येकाची कसून तपासणी करत होते. त्यांच्या पलीकडे काही नवीन माणसे दिसत होती. दिवे झगमगत होते, कॅमेरे सरकत होते, बातमी देणारी वार्ताहर इमारतीकडे पाठ करून समोरच्या कॅमेऱ्यात पाहत बातमी रेकॉर्ड करत होती किंवा थेट चॅनेलवर सांगत होती. लिव्ह त्या सब-

इन्स्पेक्टरच्या पाठोपाठ कुणाचेही आपल्याकडे लक्ष वेधले जाणार नाही, अशा पद्धतीने हॉलमधून जात इमारतीच्या मागच्या बाजूला पोहोचली. एकमेकांवर येत बंद होणाऱ्या प्लॅस्टिकच्या दरवाजांबाहेर आणखी एक गणवेषातला अधिकारी उभा होता. ते तिथे पोहोचल्यावर त्याने मान तुकवून अभिवादन केले.

"आधी आपण..." असे म्हणत सुली एका बाजूला झाला.

प्लॅस्टिकचा दरवाजा उघडला आणि क्षणभर आपल्या डोळ्यांवर झळझळीत सूर्यप्रकाशच पडल्यासारखे लिव्हला वाटले.

मग एक महिला ओरडली, "संन्याशाच्या नाहीसं होण्याशी तुमचा काही संबंध आहे काय?"

इमारतीच्या सुरक्षित वातावरणात परतण्यासाठी लिव्ह गर्रकन मागे वळली; पण सब-इन्स्पेक्टरने दंडाला धरून खेचतच तिला गल्लीच्या टोकाशी उभ्या असलेल्या पोलिसांच्याच, पण एका निशाणीरहित कारकडे नेले. चालताना तिने आपली मान खाली केली, त्यामुळे तिचे केस तिच्या चेहऱ्यासमोर आले आणि चेहरा झाकला गेला.

"तुम्हाला अटक करण्यात आलं आहे काय?" पत्रकार महिलेने विचारले.

तिच्या उजवीकडे एक कॅमेऱ्याची फ्लॅशगन झगमगली आणि एका माणसाने विचारलेल्या प्रश्नाची त्यात भर पडली.

"नाहीशा झालेल्या माणसाशी तुमचा काय संबंध आहे?"

"ही चोरी हे इथल्याच कुणा माणसाचं काम आहे का?"

सब-इन्स्पेक्टरने कारचे मागचे दार उघडले, लिव्हला जोरानेच मागच्या सीटवर ढकलले आणि धाडकन दार बंद केले.

लिव्ह मान वर करून पाहत असतानाच कारच्या खिडकीच्या काचेवर टेकवलेल्या एका कॅमेऱ्याच्या फ्लॅशच्या प्रखर उजेडाने कारचा अंतर्भाग झळाळून गेला. झटकन तिने तोंड दुसरीकडे वळवले.

सुली ड्रायव्हरच्या सीटवर बसल्याबरोबर त्याच्या वजनाने हबका बसून कार डचमळल्यासारखी हलली.

"झाल्या प्रकाराबद्दल क्षमा करा." मागच्या बाजूला पाहायच्या आरशातून तिच्या रोखलेल्या नजरेकडे पाहत इंजीन सुरू करता-करता तो म्हणाला. "पण या प्रसारमाध्यमाच्या लोकांना किती लवकर अशा गोष्टींचा सुगावा लागतो, याचं मला नेहमीच आश्चर्य वाटतं."

हॅन्डब्रेक खाली करून त्याने त्या गर्दीतून गाडी बाहेर काढली. कारच्या मागच्या खिडकीतून मागे वळून पाहत असताना थेट तिच्याकडेच रोखलेला कॅमेऱ्याचा डोळा आपण पाहत असल्याचे शेवटचे दृश्य तिच्या स्मरणात राहिले.

७२

गोदामातल्या काँक्रीटच्या जमिनीवरच्या एका धूळभरल्या जागेकडे कॅथरीन मानने बोट दाखवल्यावर फोर्कलिफ्टने सफाईदार वळण घेत सी-१२३ विमानातले सामान आपल्या सामान उचलण्याच्या पट्ट्यांवर ओढून घेतले. पुढचा माल खाली उतरवला जाताना युगांडामधल्या त्यांच्या प्रकल्पासाठी पाठवायचे शेतीसंबंधीचे सामान तिथे रचल्या जात असलेल्या सामानात कुठेतरी दडपले जाऊ नये, म्हणून त्याकडे लक्ष ठेवण्याचा आणि आपले सामान आपल्या खुणेने लावून घेण्याचा कॅथरीन प्रयत्न करायला लागली. विमानात सामान म्हणून वाहतूक करण्यासाठी ठरावीक पद्धतीने बांधणी केलेल्या दोन मोठ्या फ्रीजच्या एकत्रित आकाराएवढ्या प्रत्येक खोक्याबाहेरून ॲल्युमिनियमचा पातळसा पत्रा गुंडाळलेला होता. हे सगळे काम म्हणजे एक मोठे त्रिमितीदर्शी कोडेच होते; पण ऑस्करबरोबर ऑफिसात बसून टीव्हीवरच्या बातम्या पाहण्यापेक्षा आणि गॅब्रिएलच्या फोनची वाट पाहत बसण्यापेक्षा हे खूपच बरे होते.

सामानाच्या खोक्याखालून फोर्कलिफ्टने आपल्या सामान उचलण्याच्या पट्ट्या काढून घेतल्या आणि मागे सरकत पुन्हा वाहतुकीच्या वाटेच्या पातळीवर गेले. ही सगळी खते नशीब जोरावर असले, तर थोड्याच दिवसांत पुन्हा विमानात पुढच्या प्रवासासाठी चढवली जाणार होती.

टक टक अशा जोराच्या झालेल्या आवाजाने कॅथरीनने झटकन वर पाहिले. रचलेल्या सामानाच्या मधल्या वाटेत पलीकडे एका खिडकीपाशी उभे असलेले ऑस्कर खूण करून तिला तिकडे बोलवत होते. ते फार गंभीर दिसत होते.

कॅथरीनने हातातली यादी बेकीकडे देत म्हटले, "हे सगळं सामान या पुढच्या बाजूलाच राहील, याची काळजी घेशील का?"

"हे पाहा," तिने ऑफिसात पाऊल ठेवल्याबरोबर भिंतीवर बसवलेल्या टीव्हीकडे हातातल्या रिमोटने इशारा करत ऑस्कर तिला म्हणाले आणि त्यांनी टीव्हीचा आवाजही थोडा वाढवला.

एखादी संहारक घटनेची किंवा युद्ध जाहीर झाल्याची बातमी सांगण्यासाठीच्या खास ठेवणीतल्या आवाजात टीव्हीवरचा बातमीदार सांगत होता, ''संन्याशाच्या मृत्यूच्या घटनेच्या तपासकामाला आज सकाळी एक भयानक वळण मिळाले आहे. तपासकामाशी घनिष्ट संबंध असलेल्या सूत्रांची अशी खात्री आहे की, संन्याशाचं शव शहराच्या शवागारातून नाहीसं झालं आहे...''

पडद्यावरचे दृश्य बदलले आणि चिखलाने माखलेल्या कपड्यातल्या एका स्त्रीला माणसे कारकडे घेऊन जात असल्याचे चित्रीकरण करताना कॅमेरा फारच हलल्यामुळे स्पष्ट न दिसणारे चित्र दिसू लागले.

वार्ताहराचा आवाज ऐकू आला, ''संन्याशाच्या नाहीशा होण्याशी तुमचा संबंध आहे का? तुम्हाला अटक करण्यात आलं आहे का?''

क्षणभर त्या स्त्रीने वर पाहिले, थेट कॅमेऱ्याकडेच रोखून पाहिले आणि मग मान खाली घालून आपला चेहरा आपल्या घाणेरड्या केसांच्या पडद्यामागे झाकून घेतला.

''हीच ती मुलगी असणार!'' ऑस्कर म्हणाले.

पण कॅथरीनचे त्यांच्याकडे लक्ष नव्हते. तिचे सगळे लक्ष लिव्हच्या बाजूलाच असलेल्या साध्या कपड्यांतल्या पोलिसाकडे लागले होते. थोडेसे धसमुसळेपणानेच त्या पोलिसाने तिला कारच्या पाठीमागच्या सीटवर ढकललेले तिला दिसले. कॅमेरा त्याच्या तोंडाकडे वळलेला दिसला आणि त्याचा वर आलेला हात कॅमेऱ्याला दूर ढकलत असलेलेही तिला दिसले.

मग तो स्वत: कारमध्ये बसला आणि तिला घेऊन गर्दीतून झटपट बाहेर पडला.

७३

चर्चमधल्या खासगी प्रार्थनाघराकडे प्रार्थनेसाठी चालायला लागल्यावरदेखील अथानासियस गोंधळलेल्या मन:स्थितीतच होता. एक एक प्रेत शक्तिपीठातल्या गुंतागुंतीच्या बोगद्यांमधून खेचत खेचत पूर्वेकडे असलेल्या मध्ययुगीन काळातल्या गुहांकडे ओढून नेण्याच्या श्रमांमुळे अजूनही त्याला दरदरून घाम येत होता. आता जरी तो शक्तिपीठाच्या मुख्य भागात परत आला होता, तरी त्या विचित्र कामामुळे आलेले भीतीचे सावट त्या वातावरणात भरून उरलेल्या प्रेतांना गुंडाळून ठेवलेल्या बॅगांमधील रसायनांच्या वासासारखे अजूनही त्याच्या मनावर पडलेलेच होते. पावसाच्या पाण्याच्या हात-पाय, कपडे धुण्यासाठी केलेल्या व्यवस्थेपाशी घासघासून हात धुतल्यावरदेखील तो वास काही गेला नव्हता, असेच त्याला वाटत होते.

तिथल्या अंधाऱ्या गुहांमध्ये चर्चच्या रक्तरंजित इतिहासाची गर्भित सूचना होती. गंज चढलेल्या साखळ्या आणि भयावह दिसणाऱ्या चिमट्यांवर वाळून काळपटलेल्या रक्ताची याद होती. शक्तिपीठाचा सगळा इतिहास तर त्याला माहीतच होता. आतापेक्षा जास्तच क्रूरपणे धाकदपटशा आणि गांजणूक करून देवावर श्रद्धा ठेवण्याच्या केलेल्या प्रचाराच्या आणि दिलेल्या शिकवणीच्या कालखंडातली ती धर्मयुद्धे आणि तो छळ तर त्याला माहीत होताच; पण ते सगळे आता काळाच्या उदरात गडप झाले आहे, असेच त्याला वाटले होते; पण आता मात्र एक एक करून ती प्रेते त्या अंधाऱ्या गुहांच्या गर्तेत फेकून देत असताना तिथल्या अतिप्राचीन मृत्यूचा दर्प जसा त्याच्या मनावर ओरखडे काढत होता, तसेच त्या भीषण इतिहासाचे पंजे वर्तमानावर फटके मारताना दिसत होते. काळाच्या विस्मृतीत गेलेल्या लोकांच्या अस्थींवर ती प्रेते पडल्यामुळे अस्थी फुटताना होणाऱ्या आवाजामुळे आपल्या आतदेखील काहीतरी तुटत-फुटत चालल्यासारखे त्याला वाटले होते. जणू त्याच्या श्रद्धा आणि त्याच्या कृती पार ताणल्या जाऊन शेवटी फटकन एकमेकांपासून तुटल्या होत्या. पर्वतगर्भातल्या अतिथंड हवेमुळे एकटाच थरथरत

चालला असताना त्या पाखंडी बायबलमधली ओझरतीच दृष्टीस पडलेली दोन वाक्ये पुन्हा पुन्हा त्याच्या मन:पटलावर झळकत राहिली.

खासगी प्रार्थनाघरापाशी पोहोचल्यावर तो जरासा घुटमळला. आपण कसल्या पापाचे भागीदार आहोत, अशा भावनेने स्वत:चीच लाज वाटत असल्यामुळे आत पाऊल टाकायचीदेखील त्याला भीती वाटली. अनवधानानेच त्याने आपल्या टकलावरून हात घासल्यासारखा फिरवला; पण त्या प्रेतांच्या बॅगांमधल्या जंतुनाशकांचा कफनीच्या बाहीवर चढलेला दर्पच पुन्हा एकदा त्याच्या नाकात शिरला.

आता प्रार्थना करणे अतिशय आवश्यक होते. दुसरी आशा तरी काय होती? शेवटी एक खोलवर श्वास घेत धीर एकवटून त्याने पाऊल आत टाकले.

समोरच्या भिंतीकडे इंग्रजी 'टी' अक्षरासारख्या दिसणाऱ्या क्रॉसच्या भोवती लावलेल्या मेणबत्त्यांच्या प्रकाशात प्रार्थनाघर उजळले होते. तिथे बसायला खुर्ची वगैरे नव्हती, खाली बसण्यासाठी आसने होती आणि दगडी फरशीच्या थंडाव्यापासून म्हाताऱ्या गुडघ्यांचे संरक्षण करण्यासाठी पातळशा उश्या होत्या. प्रार्थनाघराच्या बाहेर लावलेली मेणबत्ती त्याच्या लक्षात आली नव्हती; पण आत आल्याबरोबर तिथे अगोदरच कुणीतरी प्रार्थना करण्यासाठी येऊन बसलेले असल्याचे त्याला दिसले. कोण बसले आहे हे दिसल्यावर एकदम मानसिक ताण उतरल्यामुळे त्याला जवळजवळ रडूच आले.

भीतीने की थंडीने, थरथरणाऱ्या आपल्या मित्राच्या खांद्यावर हात टाकत फादर थॉमस म्हणाले, "प्रिय बंधू, तू कशामुळे इतका अस्वस्थ झाला आहेस?"

स्वत:च्या मनावर ताबा मिळवण्याचा प्रयत्न करत अथानासियसने दोन-तीन खोल श्वास घेतले. त्याच्या छातीतली धडधड आणि धपापणारा श्वास पूर्वपदावर यायला बराच वेळ लागला. एकदा दाराकडे नजर टाकून मग त्याने आपली नजर पुन्हा आपल्या मित्राकडे वळवली. आत्मरक्षणाचा विचार येऊन आपल्या या मित्रालादेखील विश्वासाने काही सांगावे की काहीच सांगू नये, असे द्वंद्व त्याच्या मनात चालले होते. एखाद्या कड्याच्या टोकावर उभे राहण्यासारखेच होते ते, एकदा पाऊल पुढे टाकले की, ते पुन्हा मागे घेता येणारच नव्हते.

कुतूहल आणि काळजीने ओथंबलेल्या आपल्या मित्राच्या डोळ्यांत एकदा खोलवर शोध घेऊन त्याने बोलायला सुरुवात केली. त्या प्रवेश निषिद्ध असलेल्या दालनाला दिलेली भेट, ते पाखंडी बायबल आणि मठाधिपती त्या बायबलची पाने उलटत असताना त्यातल्या त्याच्या नजरेला पडलेल्या, मनावर थंडगार शहारा उमटवणाऱ्या ओळी, हे सगळे त्याने सांगितले. त्या ग्रंथामध्ये भविष्याबद्दल काय विधान केलेले होते, तेदेखील त्याने सांगितले आणि मग आत्ता नुकत्याच केलेल्या एका भयंकर कामाबद्दलदेखील सांगितले. मनातले सगळे भडाभडा बोलला.

सगळे बोलून झाल्यावर ते दोघे मित्र बराच वेळ शांत बसून राहिले. आपण आत्ता जे काही सांगितले, त्यामुळे आपल्या दोघांचीही आयुष्ये आता धोक्यात आली आहेत, हे अथानासियसला माहीत होते. थॉमसनी दरवाजाकडे चटकन नजर टाकली. मग वाकून त्याच्या अगदी जवळ जात कुजबुजल्या आवाजात विचारले, "त्या निषिद्ध ग्रंथामधली तुला दिसलेली ती वाक्यं काय होती?"

पुन्हा एकदा मोठे दडपण उतरल्यासारखे अथानासियसला वाटले. "पहिलं वाक्य असं होतं, 'देवदत्त प्रकाश, अंधारकुपीत बंदिस्त केलेला,' " तोदेखील अगदी हलक्या आवाजात म्हणाला, "आणि दुसरं वाक्य असं होतं : 'एक पवित्र पर्वत नाही, तर एक शापित तुरुंग.' "

एवढे बोलून तो जरा मागे रेलल्यासारखा झाला आणि मनात वेगाने उठणाऱ्या विचारांच्या आवर्तांच्याच गतीने त्या अंधाऱ्या खोलीत टकमक पाहणाऱ्या फादर थॉमसच्या बुद्धिमान डोळ्यांकडे पाहत राहिला.

"अलीकडे मला हे जरा जास्तच जाणवायला लागलं होतं... काहीतरी चुकीचं... या जागेमध्ये आहे..." शब्द फार काळजीपूर्वक निवडून ते बोलले. "म्हणजे हे इथे एकत्रित केलेलं सगळं ज्ञानभांडार, मानवाच्या बुद्धिमत्तेनं निर्माण केलेलं ज्ञान– इथल्या ग्रंथालयाच्या अंधारात दडपून ठेवलेलं, म्हणजे ते ज्ञानही अंधारात आणि त्यामुळे त्याच्या प्रकाशानं कुणाचंच जीवन उजळणार नाही याची निश्चिती. ज्ञानभांडाराचं रक्षण करण्यासाठी मी हे काम करायला घेतलं, त्याचं जतन करण्यासाठी प्रयत्न केले, ते बंदिवान करून टाकण्यासाठी नव्हे.

ग्रंथालयाच्या सुधारणांचं काम संपवल्यावर आणि सगळी यंत्रणा उत्तम कार्य करत असल्याची खात्री केल्यानंतर मी प्रमुख पुरोहितांना विनंती केली होती की, आपण वापरत असलेल्या या सगळ्या यंत्रणेच्या रचनेची माहिती इतर ग्रंथालयांनादेखील देऊन त्यांनादेखील याचा फायदा घेऊ द्यावा; पण त्यांनी नकार दिला. ग्रंथ आणि त्या ग्रंथांमधलं ज्ञान ज्याचे ज्ञानचक्षू उघडलेले नाहीत, अशा माणसाच्या हातात पडलं, तर त्या ज्ञानाचं धोकादायक शस्त्र होतं, असं तेव्हा ते म्हणाले होते. हे ज्ञानग्रंथ त्याऐवजी इथेच पडून जीर्ण होत शेवटी त्यांची माती होऊन गेली. तरी ते बरंच म्हणावं, असंही ते म्हणाले होते." आजवर मनात खोलवर दडपून ठेवलेले व्यक्तिगत दुःख आणि निराशा त्याच्या चेहऱ्यावर उमटत असलेली त्यांना स्पष्टपणे दिसली. "म्हणजे मी एक अशी व्यवस्था उभारली आहे, जी सगळ्यात दैवी अशा या वरदानाला – ज्ञानाला बंदिवान करून टाकण्यात स्वारस्य असलेल्यांच्याच फायद्यासाठी उभारली आहे, असंच दिसतं आहे."

"देवदत्त प्रकाश, अंधारकुपीत बंदिस्त केलेला," त्यांच्या विचारांना नेमक्या शब्दांत सांगणारे एकच वाक्य अथानासियसने पुन्हा उच्चारले.

जणू त्याच्या उद्‌गारांना प्रतिसाद द्यावा, तसे फादर थॉमस म्हणाले, ‘‘एक पवित्र पर्वत नाही, तर एक शापित तुरुंग.’’

पुन्हा एकदा काही काळ ते दोघे काहीही न बोलता शांत बसून राहिले.

शेवटी अथानासियस म्हणाला, ‘‘तुम्ही तुमच्या कल्पक बुद्धीच्या जोरावर उभी केलेली सुरक्षा यंत्रणाच तुम्हाला या ग्रंथांमध्ये काय ज्ञान भरलेलं आहे, त्यावर नुसती नजर टाकायलादेखील मज्जाव करत आहे, हेच किती निराशाजनक आणि विरोधाभासी आहे.’’ मग त्याची नजर तिथे तेवणाऱ्या नवसाच्या मेणबत्त्यांकडे गेली.

क्षणभर त्यांच्याकडे पाहत राहिल्यावर फादर थॉमसनी एक दीर्घ श्वास घेतला. मग आत्मविश्वासाने चमकणाऱ्या डोळ्यांनी त्याच्याकडे पाहत म्हणाले, ‘‘सायंप्रार्थना संपेपर्यंत तरी आपल्याला थांबायला हवं. तेव्हा बहुतेक बंधुवर्ग एक तर रात्रभोजन घेत असतात किंवा आपापल्या शयनकक्षात जाऊन झोपण्याच्या तयारीत असतात आणि त्या वेळी ग्रंथालयात अगदी नीरव शांतता असते.’’

७४

खिशातला फोन थरथरत असल्याची गॅब्रिएलला जाणीव झाली, मग फोन हातात घेत कोण आहे ते त्याने पाहिले.

"आई."

"तू आहेस तरी कुठे?" कॅथरीनने विचारले.

"प्रेत पळवणाऱ्यांच्या मागे आहे. त्या संन्याशाचं प्रेत त्यांनी शक्तिपीठात परत नेलं आहे. नंतर त्यांच्यापैकी दोघं जण शहराच्या वाया गेलेल्या भागात कुठेतरी गडप झाले आहेत आणि तिसरा एक जण त्यांच्या व्हॅनपाशी पहारा देत उभा आहे."

"ते काय करताहेत तिथे?"

"काही कल्पना नाही, पण त्यांच्या मागावर राहण्याची गरज आहे, असं मला वाटलं. ती मुलगी सध्या तरी – जोपर्यंत ती अर्कांडियनबरोबर आहे तोपर्यंत तरी सुरक्षित आहे, असं मला वाटतं."

"तेच तर म्हणतेय मी," कॅथरीन उद्गारली. "ती सुरक्षित नाही, अजिबात सुरक्षित नाही."

गंजलेले टाकाऊ सामान भरलेल्या दुकानाच्या मागच्या भागात कटलर बसला होता. कॉर्नेलियस त्याच्या डाव्या बाजूला होता. आणखी एक माणूस त्याच्या समोर कॉम्प्युटर आणि मोबाइलच्या आतले सुटे भाग पसरलेल्या टेबलापाठीमागे बसला होता. दोन नंबरच्या तंत्रज्ञानासाठी ज्याच्याकडे नि:संकोचपणे जावे, अशा प्रकारचाच हा झिल्ली नामक माणूस होता. नोटा मोजायच्या मशीनमध्ये तो एका प्लॅस्टिकच्या खोक्यातून काढलेली नोटांची बंडले नोटा मोजण्यासाठी अडकवण्याची हालचाल करत असताना तो बसलेली खुर्ची करकरत होती. आता अस्तित्वातही नसलेल्या कुठल्याशा ट्रॅक्टर कंपनीचे बोधचिन्ह असलेल्या बेसबॉलच्या टोपीखालून त्याचे लांब काळे केस बाहेर पसरले होते. त्या टोपीखाली कुणाच्याही दृष्टीला पडू नये

म्हणून झाकून ठेवलेले थोडे गोलाकार टक्कल आहे, हे कटलरला माहीत होते.

रोजच हाता-तोंडाची गाठ पडण्याची भ्रांत असलेल्या लोकांच्या वस्तीतल्या त्या दर्शनी भागात भंगार आणि जुन्या वस्तूंच्या दुरुस्तीच्या वाटणाऱ्या; पण पडद्यामागे चोरीचा माल खपवण्यापासून ते बंदुका, शस्त्रे, मादक पदार्थ आणि कधीकधी चक्क माणसांचीदेखील विक्री चालणाऱ्या त्या दुकानाच्या उदासवाण्या वातावरणात झिल्लीच्या अंगावरचा हवाइयन शर्ट, हीच काय ती तजेलदार गोष्ट होती. बंदुकीच्या गोळ्यांच्या जखमांवर उपचार करून घेण्याची योग्य जागा म्हणून या झिल्लीनेच या जागेची – 'बिच क्लिनिक'ची – कटलरला शिफारस केली होती.

एखादा गर्दुला तयार होत असलेल्या नशेच्या नव्या डोसाकडे चटावलेल्या नजरेने पाहतो, तसा मशीनमध्ये फडफडणाऱ्या नोटांकडे झिल्ली पाहत होता. मग कॉर्नेलियसवरची आपली नजर जराही न हटवता त्याने टेबलाखाली हात घातला. एक छोटा पंखा खाली ठेवलेल्या कॉम्प्युटरचा मदरबोर्ड थंड करण्याचे काम करत होता.

झिल्लीने खालून काढलेली धातूची गडद रंगाची वस्तू कॉर्नेलियसवर रोखलेली पाहताना कटलरच्या दुखऱ्या पायातून एक जोरदार कळ डोक्यापर्यंत झिणझिण्या आणत सरकली. कॉर्नेलियसच्या डोळ्यांची पापणीदेखील हलली नाही.

"तुमच्याबरोबर व्यवहार करण्यानं आनंद झाला." तोंड वाकडे करत झिल्ली म्हणाला, तेव्हा त्याचे आश्चर्यकारक मोत्यांच्या माळेसारखी ठेवण असलेले दात त्याच्या विलग ओठांतून दिसले. "कटलरचा कोणीही मित्र..." असे म्हणत त्याने टेबलावरची रोकड रक्कम एका बाजूला सरकवली आणि एक इलेक्ट्रॉनिक नोटबुकसारखी दिसणारी वस्तू मधोमध ठेवून त्याच्या घडीतला वरचा भाग उचलून ते उघडले. पडदा सजीव झाल्यावर त्यावर जगाचा नकाशा आणि दोन शोधकामाची स्थिती दर्शवणाऱ्या विंडोजच्या खाली पुढील शोधकामाची आज्ञा देण्यासाठीचा रिकामा रकाना दाखवणारे चित्र दिसू लागले.

"चिनी तंत्रज्ञान," जणू काही एखादे घड्याळ विकायला जावे, तशा आविर्भावात झिल्ली म्हणाला. "जगातल्या कुठल्याही टेलिकॉम नेटवर्कमध्ये हॅक करून सहजपणे घुसण्याची याची क्षमता आहे. फक्त एक आकडा टाइप करायचा की, एखाद्याची वेळ, कालावधी, बिलाचा तपशील आणि नोंद केलेले पत्ते, अशी सगळी जंत्री आपल्यासमोर तत्काळ सादर होते."

मख्ख चेहऱ्याने काही क्षण बघत राहिल्यावर कॉर्नेलियसने मठाधिपतींनी दिलेल्या पाकिटात घालून ठेवलेला एक कागद काढला. त्या कागदावर दोन नावे आणि दोन नंबर लिहिलेले होते. लिव्हचे नाव पहिले होते. तो नंबर त्याने जसाच्या तसा शोधकामाची आज्ञा द्यायच्या चौकटीत लिहिला आणि कॉम्प्युटरला शोध

घ्यायची आज्ञा केली. शोधकाम चालू असल्याचे दर्शवणारी वालुकाघडी पडद्यावर दिसू लागली. काही सेकंद गेल्यावर शोधकामाच्या रिकाम्या रकान्याखाली एक नवा नंबर झळकू लागला.

"कॉम्प्युटरला नेटवर्क सापडलं आहे," झिल्ली म्हणाला. "गेल्या बारा तासांत फक्त या एका नंबरवरच फोन केला किंवा याच नंबरचा फोन आला आहे. बारा तासांची मुदत कॉम्प्युटरमध्ये आपोआपच निश्चित झालेली असते. तुम्ही वाटलं तर ती बदलू शकता, पण मी तसा सल्ला तुम्हाला देणार नाही. कारण मग घरपोच पिझ्झा पोहोचवणाऱ्याच्या फोनपासून नको नको त्या फोन्सची जंत्री आपल्याला वाचावी लागते आणि आणखीही बऱ्याच अनावश्यक गोष्टी बघाव्या लागतात; पण हे – हे पाहा काय..."

त्याने त्या नव्याने दिसू लागलेल्या नंबरावर पॉइन्टर स्थिर केला. त्याबरोबर बाजूला एक माहिती दर्शवणारी खिडकी उघडली व त्यात एक व्हॉइसमेल सेवा दर्शवली जाऊ लागली. त्याशिवाय तिथे कॅलिफोर्निया भागातील पालो आल्टोमधला एक पत्तादेखील दिसू लागला.

"हा सेवा पुरवणाऱ्याचा नंबर आहे. हा नंबर एखाद्या व्यक्तीचा असता, तर ती व्यक्ती कुठे राहते ते तुम्हाला समजलं असतं."

मोबाइल फोन्सच्या नेटवर्कमधून शोध घेत लिव्हच्या मोबाइलपर्यंत पोहोचण्याचा प्रयत्न करत असलेल्या कॉम्प्युटरकडे कॉर्नेलियस लक्ष ठेवून होता. कटलरने झिल्लीकडे पाहून त्याचे लक्ष आपल्याकडे वेधण्याचा प्रयत्न केला; पण त्याचे लक्ष कॉम्प्युटरच्या पडद्याकडेच लागलेले होते. शेवटी आणखी एक माहितीदर्शक खिडकी उघडली, "नंबर सापडत नाही."

कॉर्नेलियसने प्रश्नार्थक नजरेने झिल्लीकडे पाहिले.

"अच्छा... याचं असं आहे की..." बोलता-बोलता झिल्ली खुर्चीतल्या खुर्चीत मागे झुकल्यामुळे खुर्ची करकरली. "कोणत्याही उपकरणाचा शोध ही प्रणाली ते उपकरण चालू अवस्थेत असेल, तरच घेऊ शकते. मोबाइल्सद्वारे जवळच्या नेटवर्क टॉवरकडे संपर्कक्षमता तपासणीसाठी ठरावीक काळानं संदेश पाठवला जातो; पण मोबाइल बंद म्हणजे ऊर्जा नाही, म्हणजेच संदेश नाही आणि संदेश पाठवला जात नाही, म्हणजे त्याचा शोधही घेता येत नाही. एखादा चालू असलेल्या मोबाइलचा नंबर लिहा. म्हणजे मी काय म्हणतोय ते तुम्हाला कळेल."

पंख्याचा वेग वाढला, तशी कटलरच्या पायातून पुन्हा एकदा एक जोरदार कळ मस्तकापर्यंत उठली.

शोधकामाची आज्ञा द्यावयाच्या दुसऱ्या रिकाम्या चौकटीत कॉर्नेलियसने आपला स्वत:चा नंबर लिहून बटण दाबले. आपले हात डोक्यापाठीमागे घडी घालून ठेवत

डोक्यावरची टोपी मागच्या बाजूने उचलून डोळ्यांपुढे आणून झिल्ली शांत बसला. आता त्याचा चेहरा एखाद्या मुखवट्यासारखा दिसत होता.

कॉम्प्युटरला साधारण दहा सेकंद लागले. पडद्यावरच्या नकाशात आता अधिकाधिक तपशील दिसायला लागला. रुइन शहराच्या थेट डोक्यावरून पाहत असावा, तसा कॅमेऱ्याचा डोळा वरून खाली येत शहराच्या मध्यवर्ती भागात आला. इमारतींची बाह्य रूपरेषा दिसू लागल्यावर जरा धिम्या गतीने पुढे सरकत कॅमेरा रस्त्यांची गुंतागुंत झाल्यासारखे दिसणाऱ्या एका भागात येऊन स्थिर झाला. 'ट्रिनिटी' असे नाव असलेल्या एका इमारतीकडे अर्ध्यावर निर्देश करणारा एक बाण दिसायला लागला.

"बघा!" आपल्या तंत्रज्ञानविकसित प्रणालीवर पूर्ण विश्वास असलेला झिल्ली पडद्याकडे पाहण्याचीदेखील तसदी न घेता म्हणाला, "या प्रणालीमध्ये अक्षांश रेखांश निश्चित करण्याचीदेखील क्षमता आहे. एखादा संदेश येत असलेली जागा एका त्रिकोणात बंदिस्त करूनदेखील यामुळे दाखवली जाऊ शकते. एकाच वेळी दोन नंबरदेखील शोधता येतात आणि ते एकमेकांपासून किती लांब आहेत तेदेखील कळते. म्हणजे दुसऱ्या कुणाचा नंबर तुमच्या नंबराच्या तुलनेत कुठे आहे, हेदेखील तुम्ही शोधू शकता आणि या प्रणालीद्वारे त्या बिंदूपर्यंत पोहोचण्याचा मार्गदेखील तुम्ही आखू शकता; मात्र हे दोन्ही फोन चालू असण्याची खात्री असायला हवी."

कॉर्नेलियसने फटकन नोटबुक बंद करत म्हटले, "तुम्ही केलेल्या मदतीबद्दल धन्यवाद."

"बंदा हाजिर है." कॉर्नेलियसने कटलरकडे नजर टाकली. कटलरदेखील आनंदाने उठला आणि दाराबाहेर गेला. कॉर्नेलियस त्याच्यापाठोपाठ बाहेर पडला.

"तुमचा जेवणाचा डबा घेऊन जा!" टेबलावर राहिलेल्या प्लॅस्टिकच्या लाल डब्याकडे इशारा करत झिल्ली ओरडून म्हणाला.

मागे वळूनदेखील न बघता कॉर्नेलियस त्याला म्हणाला, "तुमच्यासाठीच ठेवा तो."

७५

बंदुकीच्या छऱ्यांसारख्या जोरात अंगावर पडणाऱ्या शॉवरच्या पाण्याखाली उभी राहून लिव्हने जितके सहन होईल तितके शॉवरचे पाणी गरम केले. जोरात आपटणाऱ्या गरम पाण्याच्या थेंबांनी होणाऱ्या वेदनादेखील सुखद वाटत होत्या. स्वच्छ, ताजेतवाने झाल्यासारखे वाटायला लागले होते. अंगावरून खाली पडणाऱ्या पाण्याचा गढूळ रंग बदलत जाऊन पाणी पुन्हा स्वच्छ होत वाहून जाताना आपल्याबरोबर आदल्या रात्रीतली सगळी घाण घेऊन जात असलेले तिने पाहिले.

अभावितपणे तिचा हात आपल्या कुशीकडे असलेल्या क्रॉसच्या व्रणाकडे गेला. तिची बोटे हळुवारपणे त्यावरून फिरली आणि पूर्वी तिच्या भावाच्या शरीराशी जोडल्या गेलेल्या त्या शरीराच्या भागाची आठवण होऊन तिचे मन हळवे झाले. तिचा हात तसाच वर सरकत काखेजवळ असलेल्या आणखी काही छोट्या जखमांच्या व्रणांमुळे खडबडीत झालेल्या कातडीवरून फिरला आणि आपण आपल्याच म्हटल्या जाणाऱ्या कुटुंबात एक आगंतुक आहोत, या भावनेने त्रस्त झालेल्या बालपणाने आणि आईविना पोरके असल्याच्या भावनेने विद्ध झालेल्या मनाने स्वत:लाच क्लेश देण्यासाठी केलेल्या ओरखड्यांसारख्या बारीक रेघांसारख्या जखमांच्या व्रणांनी तिच्या सगळ्या आठवणी ताज्या झाल्या!

शॉवरच्या अंग भाजणाऱ्या पाण्याखाली उभे असताना तिला मन बधिर करून टाकणाऱ्या भावनांचा विसर पडावा, म्हणून कळत्या-नकळत्या वयात दुसऱ्या गोष्टींवर लक्ष केंद्रित करण्यामुळेदेखील झालेल्या मनस्तापाची तिला आठवण झाली. वेस्ट व्हर्जिनियामधल्या पॅराडाइज गावातल्या त्या नर्सच्या घराच्या दर्शनी भागात बसून तिने जी माहिती शोधून काढली होती, तीच गोष्ट तिच्या बाबांनी तिला आधीच सांगितली असती, तर किती फरक पडला असता, असे तिला वाटले; पण त्या वेळेला अगदी दु:खाने भरलेल्या नजरेने तिच्याकडे ते नुसतेच पाहत बसले होते, ते तिच्याबद्दल त्यांच्या झालेल्या निराशेने नव्हते, हे तिला आत्ता स्पष्टपणे कळले.

ती ज्या स्त्रीचे नाव घेऊन जगू पाहत होती, ती त्यांची पत्नीच त्यांना तिच्या रूपात दिसत होती आणि किती प्रेमाचे माणूस त्यांनी गमावले होते, ते त्यांना प्रकर्षाने जाणवले.

गरम पाण्याचे थेंब नवे आघात करतच होते आणि तिचे मन भरकटत तिच्या स्वत:च्या झालेल्या हानीकडे वळले – आधी आई, मग बाबा आणि आता भाऊ, सगळेच गेले होते. आवेगातच तिने शॉवरचा वेग पूर्ण वाढवला, तेव्हा पाण्याच्या तापलेल्या सळया कातडीला छिद्रे पाडून आत घुसताहेत आणि बाहेर पडून वाहून जाताना आपल्याबरोबर तिच्या डोळ्यांतून चुकारपणे बाहेर पडलेले अश्रू घेऊन जाताहेत, असे तिला वाटले. वेदनांची जाणीव होणे, हे कसलीच जाणीव न होण्यापेक्षा खूपच बरे होते.

सब-इन्स्पेक्टर सुलेमान मन्टुस हॉलमध्ये येरझाऱ्या घालत होता. एका जागी स्वस्थपणे बसून राहणे त्याच्या स्वभावातच नव्हते; पण एका परीने ते चांगलेच होते. खेळ ऐन भरात असताना एखाद्या खेळाडूला जसे वाटत असेल किंवा आपल्या सावजावर झडप घालण्याच्या बेतात आलेल्या शिकाऱ्यासारखे वाटत असेल, तर ते त्याच्या दृष्टीने बरेच होते.

शवागारातून झालेल्या चोरीची बातमी प्रसारमाध्यमांपासून दूर ठेवण्याचे काम म्हणजे हिमनगाचा फक्त वरच्या टोकाचा भाग होता. या सगळ्या गोष्टींचे खरे स्वरूप कसे असते, हे त्याला पुरते माहीत होते. सगळ्या गोष्टींचा फार बभ्रा होऊ न देण्याचा प्रयत्न त्यांचे डिपार्टमेंट करणार होते, कारण कसेही केले, तरी अशा प्रकरणातून बाहेर येताना तुम्ही एखाद्या तुरुंगातल्या शौचालयातल्यासारखाच दर्प घेऊन येणार आणि तुम्ही कितीही झाकायचा प्रयत्न केला, तरी प्रसारमाध्यमेदेखील तितक्याच जोमाने बातमी हुडकून काढायचा प्रयत्न करणार, हे निश्चितच होते आणि अशा परिस्थितीत हे पत्रकार बातमी मिळवण्यासाठी भरपूर बिदागी द्यायला तयार असतात, हे त्याला माहीत होते, शिवाय ही घटना म्हणजे अगदी आंतरराष्ट्रीय दर्जाची पहिल्या पानावर छापण्यासारखी बातमी होती, त्यामुळे या घटनेबद्दलची ज्यांची उत्सुकता तिळमात्रदेखील कमी होताना दिसत नव्हती, अशा एका मोठ्या बातम्यांच्या चॅनेलच्या नेटवर्ककडून आणि या प्रकरणात गुंतलेल्या दोन प्रमुख बाजूच्या लोकांकडून भरपूर पैसे उकळण्याच्या योजना बनवायला त्याने सुरुवात केली होती.

त्याने हॉलच्या दाराकडे पाहिले. तिथे असलेले दोन गणवेषातले पोलीस कसल्यातरी उखाळ्या-पाखाळ्या काढत उभे होते. त्यांची बडबड त्याला ऐकू येत

होती, पण ते काय बोलताहेत ते त्याला कळत नव्हते. मग आपला मोबाइल काढून त्याने कुणाशी तरी संपर्क साधण्याचा प्रयत्न केला. ''तुम्हाला उत्सुकता असेल, असं माझ्याकडे काहीतरी आहे.'' फोनवर तो एवढेच बोलला.

७६

व्हॅनच्या बाजूला उभा राहून कॉर्नेलियस दुखऱ्या पायाने लंगडत-लंगडत आपल्याकडे येत असलेल्या कटलरकडे पाहत होता. त्याची अवस्था आणखी वाईट झाली, तर त्याच्या उपयुक्ततेचा फेरविचार करावा लागणार होता. ड्रायव्हरच्या जागेवर बसलेला जोहान फोनवर आपल्या खबऱ्याशी बोलत होता. फोनवरून पलीकडच्याचे बोलणे ऐकता-ऐकता त्याने एक पत्ता लिहून घेतला आणि फोन बंद केला.

"ती मुलगी इथे पोहोचली आहे." तो म्हणाला.

तो कागदाचा तुकडा हातात घेऊन कॉर्नेलियसने आपल्या पाठीमागे असलेल्या रस्त्याच्या टोकापर्यंत नजर टाकली. तिला प्रत्यक्ष पाहिलेले असणारा कटलर हा एकमेव माणूस होता, पण मठाधिपतींनी त्यांचे कार्य समजावून दिल्यापासून ती कशी असेल, याची त्याने आपल्या परीने कल्पना करून ठेवली होती आणि वारंवार उजळणीदेखील केली होती. आता कधीच दाढी उगवण्याची शक्यता नसलेल्या, आपल्या गालावरच्या जखमांच्या व्रणांवरून बोट फिरवताना त्याला काबूल शहराच्या बाहेरच्या भागातल्या एका रस्त्याची आठवण झाली. त्या निळ्या बुरख्यातल्या शोकाकुल व्यक्तीच्या हातात कसलेतरी गुंडाळे होते आणि कदाचित ते तान्हे मूल असावे, असे त्याला वाटले; पण ते तसे नव्हते. रॉकेट प्रक्षेपण यंत्रातून सोडलेला हातबॉम्ब व त्यांच्या गाडीची कमी झालेली गती त्याला आठवली. त्या स्त्रीच्या हाती तान्हे मूल नव्हते तर! आपला शत्रू कसा असेल, याची कल्पना करून ठेवणे नेहमीच चांगले असते. त्यामुळे लक्ष एकाग्र करायला मदत होते.

त्याला जवळ करणाऱ्या चर्चला तो आपले कुटुंब समजत असे आणि आता ही मुलगी त्याला, हातबॉम्बने त्याची संपूर्ण पलटणच्या पलटण ध्वस्त करणाऱ्या त्या स्त्रीसारखीच वाटत होती. ही मुलगी आता त्याच्या या नव्या कुटुंबाच्या अस्तित्वाला धोका निर्माण करत असल्यामुळे तिला नेस्तनाबूत करण्यासाठी त्याला आयतेच कारण मिळाले होते आणि स्फुरणही चढले होते. आता या वेळी मात्र तो

एका स्त्रीचा असा प्रयत्न हाणून पाडणार होता.

कटलर लंगडत-लंगडत कॉर्नेलियसपाशी येऊन उभा राहीपर्यंत जोहानदेखील ड्रायव्हरच्या सीटवरून उतरून गाडीच्या पाठीमागे त्यांच्याजवळ आला.

"बस आत." कॉर्नेलियस म्हणाला.

एखाद्या इमानी कुत्र्याने आपल्या मालकाची आज्ञा कसलाही विचार न करता पाळावी, तसा कटलर आज्ञाधारकपणे आत गेला.

अंगावर नेहमीचा लाल विंडचीटर घातलेला जोहान एक शब्दही न बोलता कटलर ज्या दिशेने लंगडत आला होता, त्या दिशेला चालायला लागला.

ड्रायव्हरच्या सीटवर बसत कॉर्नेलियसने तो पत्ता लिहिलेला कागदाचा तुकडा कटलरकडे देत म्हटले, "आम्हाला या जागी घेऊन चल."

म्युनिसिपालिटीने कधीच्या काळातल्या फरसबंदी आणि डांबर ओतलेल्या खडबडीत रस्त्यांवरून गचके खात व्हॅन जायला लागली, तसे बसणारे हिसके प्रत्येक वेळी कटलरच्या जबर जखमी झालेल्या पायातून एक जीवघेणी कळ मस्तकात पोहोचवू लागले. खिशातल्या वेदनाशामक गोळ्या घ्यायचा विचार त्याने एकदा केला; पण तसे करण्याची आपल्याला मुभा नाही, हे त्याला स्पष्टच कळत होते.

त्याला जिवंत राहायची इच्छा असेल, तर अशी मुभा नक्कीच नव्हती.

व्हॅन पुढे जाऊ लागली, तरी जोहानने मान वर करून पाहिले नाही. कोपऱ्यापर्यंत सरळ जाऊन त्याने गाडी झिल्लीच्या जागेकडे वळवली. जवळ पोहोचता-पोहोचता त्याने उजव्या हाताने खिशातून मोबाइल बाहेर काढला, डावा हात विंडचीटरच्या खिशात घातला आणि खिशातल्या ग्लॉक बनावटीच्या पिस्तुलाभोवती आवळला.

झिल्ली काऊंटरच्या मागे खुर्चीवर उभा राहून एक प्लॅस्टिकचा लाल डबा एका उंचावरच्या शेल्फवर असलेल्या रिकाम्या तबकड्या फिरवायच्या यंत्राच्या आणि एका जुन्या सेगा मेगाड्राईव्हच्या मधोमध ठेवत होता.

"हे कसं सुरू करतात तुम्हाला माहीत आहे का?" असे म्हणत जोहानने हातातला फोन उंचावून दाखवला.

झिल्लीने मागे वळून डोळे किलकिले करून पाहिले.

"हो, आहे ना," असे म्हणत तो खुर्चीवरून उतरला आणि म्हणाला, "काय आहे तुमच्याकडे – ब्लॅकबेरी आहे का?"

जोहानने मान हलवत हो म्हटले.

"चांगला आहे हा तुमचा फोन," असे म्हणून त्याने खूप जुना दिसत असला,

तरी कोणत्याही फोनच्या यंत्रणेत घुसखोरी करून त्याची इत्थंभूत माहिती मिळवण्याची क्षमता असलेल्या आपल्या कॉम्प्युटरच्या कीबोर्डवर काहीतरी टाइप केले.

मग त्याने फोनमधला माहितीचा अनुक्रम दाखवण्यासाठीचे बटण दाबले; पण तो फोन अगोदरपासूनच चालू अवस्थेत होता, हे त्याला कळले, तेव्हा फार उशीर झाला होता.

७७

कार्यालयाच्या एका कोपऱ्यात असलेल्या कॉफी बनवण्याच्या यंत्रामधून सगळीकडे पसरत असलेला कॉफीचा दरवळ शवागारातल्या वासावर पांघरूण घालायला अपुरा पडत होता. कॉम्प्युटरवर एक मोठ्या साइजची पीडीएफ फाइल डाउनलोड केली जात असलेली पाहत अर्कािडियन रीसच्या अस्ताव्यस्त पसरलेल्या टेबलापाठीमागे बसला होता. बाहेर प्रयोगशाळेत होत असलेल्या बाटल्या, परीक्षानळ्या इत्यादींच्या आवाजांवरून प्रयोगशाळेतले कामकाज काहीसे पूर्वपदावर येत असल्याची जाणीव होत होती.

प्लॅस्टिकच्या तुकड्यावरून घेतलेल्या बोटांच्या ठशांबद्दल केलेल्या चौकशीच्या उत्तरादाखल अमेरिकेच्या अंतर्गत सुरक्षा खात्याच्या अधिकृत नोंद विभागाकडून ही फाइल पाठवण्यात येत होती. एका मिनिटापेक्षाही कमी वेळात त्यांना त्या ठशांच्या पडताळणीद्वारे माहिती उपलब्ध झाली होती. अर्कािडियनचा तर त्यावर अजूनही विश्वास बसत नव्हता. टीव्हीवर दाखवल्या जाणाऱ्या कोणत्याही पोलिसी चातुर्यकथांमधले पोलीस कसले-कसले ठसे कॉम्प्युटरला पडताळणीसाठी देतात आणि काही सेकंदांतच तो कॉम्प्युटर त्या ठशांच्या मालकाचे नाव, पत्ता आणि त्याचा अलीकडचा फोटोदेखील पडद्यावर झळकवतो, ही गोष्ट म्हणजे पोलीस खात्यातल्या कोणत्याही विभागात अतिशय लोकप्रिय असलेला विनोद होता. प्रत्यक्षात बोटांचे ठसे फारच कमी वेळा संशयितांची ओळख निश्चित करण्यासाठी वापरले जात; दुसऱ्या जास्त वेळखाऊ पद्धतीने संशयितावरचा गुन्हा बऱ्याचशा प्रमाणात सिद्ध झाल्यानंतर त्याची जास्तीत जास्त खात्री करण्यासाठी जमवण्यात येणाऱ्या अन्य अनेक पुराव्यांच्या साखळीतला आणखी एक पुरावा म्हणून त्यांचा समावेश होत असे. पडताळून पाहायला बहुतेक ठशांची तर अधिकृतरीत्या नोंददेखील केलेली नसे.

फाइल पूर्णपणे डाउनलोड झाल्याची सूचना झळकल्यावर अर्कािडियनने फाइलच्या चिन्हावर क्लिक केले. फायलीतले पहिले पान उघडले गेल्याबरोबर ते ठसे इतक्या

लवकर जुळून त्याच्या संदर्भातली सगळी माहिती इतक्या झटपट कशी काय उपलब्ध झाली, याचा अर्कािडियनला उलगडा झाला. ती चक्क लष्करी सेवेतल्या एका व्यक्तीची माहिती होती. लष्करी सेवेत असणाऱ्या स्त्रिया आणि पुरुषांच्या बोटांचे नियमितपणे ठसे घेतले जातात. आपले कर्तव्य करताना त्यांचा मृत्यू झाल्यास त्यांची ओळख पटवण्यासाठी त्याचा फार उपयोग होतो. अगदी आत्ता आत्तापर्यंत आपल्या लष्करी सेवेतल्या माजी व्यक्तींची माहिती असलेल्या फायलींच्या गोपनीयतेची बहुतांश देश अत्यंत काटेकोरपणे काळजी घेत असत; पण ही झाली ९/११च्या घटनेपूर्वीची गोष्ट. आता कोणत्याही मैत्रीचे संबंध असलेल्या देशाकडून विचारणा झाली, तर ही माहिती मिळण्याची शक्यता निर्माण होत असे.

पहिले पान पटकन पुढे सरकवून अर्कािडियनने वाचायला सुरुवात केली. फायलीमध्ये पूर्वी अमेरिकेच्या पाचव्या स्पेशल फोर्सेस ग्रुपमध्ये सार्जंटपदावर असलेल्या गॅब्रिएल द ला क्रूझ मान या (आता निवृत्त झालेल्या) व्यक्तीच्या कारकिर्दीचा इतिहास होता. एका फोटोमध्ये लष्करी खाक्यानुसार अगदी बारीक केलेल्या केसांखाली गोरी सपाट कातडी आणि फिकट निळ्या रंगाचे भेदक डोळे असलेला गणवेषातला एक माणूस दिसत होता. अर्कािडियनने सीसीटीव्हीवरील चित्रणातून मिळवलेला शवागारात वावरलेल्या माणसाचा चेहरा या फोटोतल्या चेहऱ्याशी पडताळून पाहिला. केस आता बऱ्यापैकी वाढवलेले असले, तरी हा तोच माणूस होता, यात शंका नव्हती.

मग अर्कािडियनने त्याची सर्व माहिती वाचून काढली – त्याची कौटुंबिक पार्श्वभूमी, मानसिक जडणघडणीचे अहवाल, विश्वासार्हतेबद्दल केलेल्या तपासाचे अहवाल, सगळे वाचून काढले. तो एक बत्तीस वर्षांचा तरुण होता, त्याचे वडील अमेरिकन आणि आई अर्धी ब्राझिलियन व अर्धी टर्किश होती. वडील पुराणवस्तूसंशोधक होते, तर आई 'ऑर्टस' नावाच्या एका आंतरराष्ट्रीय धर्मादाय संस्थेचे सुरुवातीला काम करत होती आणि कालांतराने तीच संस्था पुढे चालवू लागली होती. त्यामुळे सुरुवातीच्या काळात जगभर प्रवास केला होता.

त्याचे शिक्षण वेगवेगळ्या कालखंडात वेगवेगळ्या आंतरराष्ट्रीय दर्जाच्या शाळांमधून होत शेवटी आधुनिक भाषा आणि अर्थशास्त्र विषयांमध्ये शिष्यवृत्तीसह त्याने हार्वर्ड युनिव्हर्सिटीत प्रवेश मिळवला होता. इंग्रजी, टर्कीश आणि पोर्तुगीज भाषेसह एकूण पाच भाषा त्याला अस्खलितपणे बोलता येत होत्या आणि लष्करात असताना अफगाणिस्तानमध्ये काही काळ कर्तव्य बजावण्यासाठी व्यतीत केल्यामुळे पश्तू आणि दरी या भाषादेखील त्याला बऱ्यापैकी अवगत होत्या.

फाइल चाळता-चाळता अर्कािडियनचे लक्ष अचानक कशाकडे तरी वेधले गेले, त्यामुळे तो तिथला मजकूर सावकाश वाचू लागला. हार्वर्डमध्ये शेवटच्या वर्षात

असताना काहीतरी घडले आणि त्यामुळे गॅब्रिएलच्या जीवनात अगदी भूकंप झाल्यासारखा बदल झाला. इराकमधल्या वाळवंटाजवळच असलेल्या 'अल-हिल्लाह' या जागी उत्खननात एका अत्यंत प्राचीन हस्तलिखिताच्या अतिशय महत्त्वपूर्ण शोधाची रीतसर आणि तपशीलवार नोंद करण्याचे काम करत असताना डॉ. मान यांना त्यांच्या अनेक सहकाऱ्यांसह ठार मारण्यात आले होते. या घटनेचे आंतरराष्ट्रीय स्तरावर गंभीर पडसाद उमटले होते. त्या वेळचे हुकूमशहा – सद्दाम हुसेन यांनी या घटनेबद्दल कुर्दिश बंडखोरांना दोषी ठरवले. जगभरातले जाणकार मात्र स्वत: सद्दाम यांनीच एकीकडे ते प्राचीन ज्ञानभांडार लुटत असताना हे कृत्य केले आणि दोष मात्र कुर्द लोकांवर टाकला असल्याचे मानत राहिले. त्या हस्तलिखितांपैकी एकदेखील दस्तऐवज पुन्हा कधीही कुणाच्याही दृष्टीला पडला नाही.

आपल्या वडिलांच्या मृत्यूला गॅब्रिएल कुणाला जबाबदार धरत होता, ते फाइलमधल्या माहितीतून स्पष्ट होत नव्हते; पण त्याने शिक्षण सोडून दिले आणि इराकबरोबर युद्ध होण्याची अटळ शक्यता दिसत असतानाच सरळ अमेरिकन लष्करात दाखल झाला होता. त्यावरून त्याच्या मनात काही संशय ठाण मांडून बसले असल्याचे सूचित होत होते. एक साधा सैनिक म्हणून तो लष्करात भरती झाला होता. वास्तविक पाहता त्याच्या शैक्षणिक पात्रतेनुसार त्याला वरचा हुद्दा मिळणे शक्य होते आणि लष्कराच्या पायाभूत प्रशिक्षणामध्ये तो इतक्या उत्तम प्रकारे उत्तीर्ण झाला होता की, त्याची निवड थेट खास हवाई प्रशिक्षणासाठी करण्यात आली होती.

केन्चुकी-टेनेसीच्या सीमेवर असलेल्या फोर्ट कॅम्पबेल येथील प्रशिक्षणामध्ये विमान चालवणे, विमानातून उड्या मारणे आणि वेगवेगळ्या प्रकारांनी आणि वेगवेगळ्या हत्यारांनी माणसांना ठार मारण्याचे त्याने नऊ महिने प्रशिक्षण घेतले होते. कारकिर्दीच्या पुढच्या काळात त्याच्यावर सोपवलेल्या कामांचे स्वरूप अत्यंत गोपनीय असल्याने त्या काळातली फारशी माहिती उपलब्ध नव्हती, पण 'ऑपरेशन एन्ड्युअरिंग फ्रीडम'च्या मोहिमेत त्याने प्लॅटून सार्जंटची कामगिरी बजावली असल्याचे आणि त्याला दोनदा, एकदा युद्धाच्या धडाक्यात अतुलनीय साहस दाखवल्याबद्दल आणि एकदा ओलिसांची सुटका करण्याच्या कामात उत्तम कामगिरी केल्याबद्दल गौरवण्यात आले असल्याचे नमूद केलेले होते. तो आणि त्याच्या पलटणीने अपहरण करून बंदिवान केलेल्या लष्कराची मदत करणाऱ्या कामगारांची तालिबान्यांच्या बालेकिल्ल्यातून सुटका केली होती. चार वर्षांपूर्वी त्याने लष्करी सेवेचा त्याग केला होता. कारण काय होते, ते नमूद केलेले नव्हते.

फायलीच्या शेवटी लावलेल्या एका जास्तीच्या पानावर लष्करी सेवेतून बाहेर पडल्यावर तो कुठे काय करत होता, त्याबद्दलची उपलब्ध माहिती दिलेली होती.

एक सुरक्षा सल्लागार म्हणून ऑर्टस संस्थेसाठी तो काम करत होता आणि त्याने दक्षिण अमेरिका, युरोप आणि आफ्रिकेमध्ये भरपूर प्रवास केला होता.

अर्काडियनने ऑर्टस संस्थेची इंटरनेटवर माहिती शोधली. संस्थेच्या नेटवरील प्रमुख पानावर एक गूढ; पण ओळखीची प्रतिमा : एका दाढीधारी माणसाची हात फैलावलेल्या अवस्थेत उभी असलेली आकृती – रिओ दी जानेरो शहराकडे पाहणारी ख्राइस्ट द रिडीमरची शिल्पाकृती – दिसत होती. ऑर्टस ही या पृथ्वीवरील सर्वांत जुनी धर्मादाय संस्था असल्याचा दावा तिथे केलेला होता. अकराव्या शतकात, त्याहीपूर्वीच्या काळापासून चालत आलेल्या संन्याशांच्या एका पंथाचे – माला बंधुवर्गाचे – ज्यांची वंशमालिका इतिहासपूर्व काळापर्यंत मागे सापडत होती – त्या पंथाचे विसर्जन करून ही संस्था स्थापण्यात आली होती. चर्चने त्यांना पाखंडी ठरवल्यानंतर त्यांना आपल्या आध्यात्मिक वचनांचा त्याग करणे भाग पडले होते. केवळ, हे जग म्हणजे एक देवता असून, सूर्य हा देव आहे आणि त्यांच्या मीलनातून ही जीवसृष्टी निर्माण झाली असल्याच्या त्यांच्या श्रद्धेपायी त्यांच्यापैकी अनेकांना जिवंत जाळण्यात आले होते. इतर काही सुटका करून पळून गेले, पुन्हा एकत्रित झाले आणि एक सर्वधर्मसमभाव बाळगणारी संस्था म्हणून पूर्वी जे काम त्यांचे पवित्र कर्तव्य म्हणून करत होते, तेच काम पुन्हा समर्पित भावनेने करण्यासाठी झटू लागले.

संस्थेतर्फे चालू असलेल्या प्रकल्पांबद्दल पुढे दिलेल्या माहितीमधली गॅब्रिएल द ला क्रूझ मान याचा संबंध असेल त्या प्रकल्पांची माहिती तो वाचत गेला. त्यामध्ये ब्राझीलमध्ये उच्च पर्जन्यमानाच्या प्रदेशातले मोठे जंगलभाग बेकायदा लाकूडतोडीपासून आणि सोन्याचे खाणकाम करणाऱ्यांपासून वाचवण्याचा एक महत्त्वाचा प्रकल्प होता, तर दुसरा सुदानमधल्या यादवी युद्धामुळे वैराण झालेल्या जमिनी पुन्हा लागवडीखाली आणण्याचा प्रकल्प होता आणि आणखी एका प्रकल्पाद्वारे पद्धतशीर औद्योगिकीकरणाद्वारे जमिनी हडप करण्यामुळे आणि अनेक वर्षे चाललेल्या युद्धामुळे शुष्क झालेला इराकमधला नैसर्गिक दलदलीचा भूप्रदेश पुन्हा समृद्ध करण्याचा प्रकल्प होता.

या अशा प्रकल्पांमध्ये एक सुरक्षा सल्लागार म्हणून करायच्या कामाचे स्वरूप काय असेल, याची अर्काडियन फक्त कल्पनाच करू शकत होता. संस्थेचे स्वयंसेवी कार्यकर्ते जगभरातल्या अतिगरीब भागापर्यंत अन्न-पाण्यासारख्या मूलभूत गरजेच्या गोष्टी पोहोचवण्याचा प्रयत्न करत असताना त्यांचे चोर-दरोडेखोरांपासून रक्षण करणे, जिथे कसलीच काही व्यवस्था नाही, अशा ठिकाणी कायदा आणि सुव्यवस्था आणण्याचा प्रयत्न करणे, अशाच प्रकारचे काहीतरी असणार होते ते. या सगळ्यावरून तरी हा जो कोणी होता, तो तर एखादा सज्जन असावा, असे

वाटायला लागले होते; पण त्यामुळेच त्याचे त्या शवागारात असणे, जास्त गोंधळात टाकणारे ठरत होते.

संस्थेच्या मुख्य पानावर पुन्हा येऊन त्याने संपर्क साधण्याचा तपशील असणाऱ्या विभागाकडे लक्ष वळवले. यादीतला पहिला पत्ता रिओ दी जानेरोमधला होता. आता त्या पुतळ्याचे चित्र तिथे का होते, ते स्पष्ट झाले. असे आणखी काही पुतळे न्यू यॉर्क, रोम, जकार्ता आणि एक इथे रुइनमध्ये – गार्डन डिस्ट्रिक्टमधल्या एक्सेजेसिस रस्त्यावर, पोलीस कार्यालयाच्या पूर्वेला अगदी जवळच होता.

सीसीटीव्हीमधल्या चित्रणातून घेतलेल्या गॅब्रिएलच्या चित्राच्या पाठीमागे त्याने हे सगळे थोडक्यात लिहिले. त्याची घडी केली आणि खिशात ठेवून दिली.

७८

सगळीकडे पांढऱ्या टाइल्स लावलेल्या कपडे बदलायच्या खोलीत उभे राहून लिव्हने गरम पाण्याने लाल झालेले अंग पातळशा टॉवेलने हलक्या हाताने पाणी टिपून कोरडे केले. शॉवर घ्यायच्या जागेपलीकडे पोहण्याच्या तलावात कोणीतरी पोहत फेऱ्या मारत असल्याचा आवाज येत होता.

तिच्या जुन्या आणि खराब झालेल्या जीन्स आणि ब्लाऊजच्या जवळच ठेवलेली सब-इन्स्पेक्टरने दिलेली व्यायाम करताना वापरायची निळी आणि पांढऱ्या रंगाच्या कपड्यांची जोडी चांगलीच चमकदार दिसत होती. तिने ती निळी ट्रॅकसूटची पॅन्ट चढवली आणि पांढरा टी शर्ट डोक्यावरून घातला. त्यावर पुढे आणि पाठीवर मोठ्या काळ्या अक्षरांत पोलीस असे लिहिले होते. आपल्या जुन्या कपड्यांच्या खिशातून चाचपून पाहत सापडलेले काही डॉलर्स आणि नाणी अंगावरच्या कपड्यांच्या खिशात टाकली आणि चिखलाने माखलेला मोबाइल पुसून स्वच्छ केला. मोबाइलचे बटण दाबल्यावर पडदा उजळला. मोबाइल तिच्या हातातच थोडासा थरथरल्याचे तिला जाणवले; एक संदेश आलेला होता. ज्या नंबरवरून आला, तो नंबर ओळखीचा नव्हता.

संदेश उघडून तिने वाचायला सुरुवात केली आणि भीतीचा थंडगार शहारा पुन्हा एकदा तिच्या पाठीवर उमटला.

पोलिसांवर विश्वास ठेवू नका.

मोठ्या आणि ठळक अक्षरांत लिहिलेला तो संदेश यापेक्षा जास्त स्पष्ट असणे शक्यच नव्हते.

मला फोन करा, म्हणजे मी व्यवस्थित सांगेन.

काल रात्रीची ती धडक बसण्यापूर्वी आणि बंदुकीच्या फैरी झाडल्या जाण्यापूर्वी तिला मिळालेली धोक्याची सूचना तिला आठवली.

संदेश वाचून लिव्ह थिजल्यासारखी उभी राहिली. आता तिला फक्त पलीकडचा

शॉवरचा, बाहेर जे कोणी पोहत होते त्याच्या हातपाय मारण्याचा आवाज ऐकू येत होता आणि तिच्या डोक्यावरच असलेल्या एअर कंडिशनरचा आवाज ऐकू येत होता. बाकी काहीही समजत नव्हते. तिच्या दिशेने येणाऱ्या पावलांचे आवाज नव्हते की, बाहेरच्या कॉरिडॉरमध्ये कुणी कुजबुजल्या स्वरात बोलल्याचेदेखील आवाज येत नव्हते. तरीही तिला या खोलीत आपल्याबरोबर आणखी कुणीतरी आहे, मुख्य दारापासून कपडे बदलायची खोली वेगळी करणाऱ्या भिंतीमागे कोणीतरी उभे आहे आणि तिच्या हालचालींचा कानोसा घेतेय, अशी जाणीव झाली...

मोबाइल खिशामध्ये टाकून तिने व्यायाम करताना घालायचे मोजे पायांत घातले.

तुम्ही आमच्या संरक्षणात राहिलात तर उत्तम ठरेल, असे मला वाटते... तिला आपल्या माणसाबरोबर घाईगडबडीने पाठवून देताना अर्काडियन म्हणाला होता.

पोलिसांचे संरक्षण. तिच्या भावाला तरी या पोलिसी संरक्षणाचा काही फायदा झाल्याचे दिसले नव्हते, नाही का?

तिने पायांतल्या झकास मोजांवर व्यायाम करताना घालायचे कामचलाऊ बूट चढवले. गडद निळ्या रंगाचा कोट तिची बारीक अंगकाठी झाकून घेऊनही ढगळच राहिला. त्यावरदेखील 'पोलीस' असे अगदी ठळक अक्षरांत लिहिलेले होते. एकदा मुख्य दरवाजाकडे नजर टाकून तिने शाईचे डाग पडलेले आपले वर्तमानपत्र उचलले आणि उलट दिशेने चालायला लागली, अजूनही पाणी गळत असलेल्या शॉवरच्या पुढे होत पोहण्याच्या तलावाकडे गेली.

पोहण्याच्या तलावाच्या भागातली हवा उबदार आणि थोडी दमट होती. तलावाच्या काठाकाठाने चालत आग लागल्यावर इमारतीतून बाहेर पडण्याच्या सुटकेच्या मार्गाच्या दिशेने जात असताना तिथल्या हवेतल्या क्लोरीनमुळे तिच्या घशाला खरवडल्यासारखे झाले. आजूबाजूच्या इमारतींच्या दाटीवाटीतून सूर्याचा एक कवडसा मार्ग काढत तलावापर्यंत पोहोचला होता आणि तलावातल्या फिकट निळ्या पाण्यावर पडून चमकत होता.

दार बंद ठेवणारा खटका लिव्हने जोरात खाली केला. इमारतीत सायरनचा कर्कश आवाज घुमला. झटक्यात बाहेर पडून तिने आपल्यामागे दार बंद केले, जितक्या अचानक सायरनचा आवाज सुरू झाला होता, तितक्याच अचानकपणे तो बंदही झाला. पोहणाऱ्या व्यक्तीने मान वर करूनदेखील पाहिले नाही. आपले फेऱ्या मारायचे काम त्याने चालू ठेवले आणि त्याच्या पाण्यातल्या हालचालींनी सूर्यप्रकाशाचे परावर्तित कवडसे तिथल्या पांढऱ्या शुभ्र भिंतींवर नाचत राहिले.

सुली एका वृत्त निर्मात्याशी फोनवर बोलत होता. धोक्याचा इशारा फक्त काही सेकंदच वाजला होता, पण त्यामुळे तो लगेच सावध झाला.

तो ताबडतोब फोनवर म्हणाला, "हे पाहा, मी तुम्हाला पुन्हा फोन करतो."

महिलांच्या लॉकरच्या खोलीकडे तो चालायला लागला, तेव्हा चकाकत्या व्हिनाइलच्या फरशीवर वेगात पडणाऱ्या त्याच्या बुटांचा कचकच आवाज येत राहिला. या बायका म्हणजे, देवा . ही बाई बराच म्हणजे बराच वेळ स्नान करत होती. शॉवरचा काही आवाज येतोय का म्हणून त्याने कानोसा घेतला. काहीच आवाज आला नाही. मग त्याने दारावर टकटक केले.

"श्रीमती ॲडमसन?" अशा हाकेला काहीच प्रत्युत्तर न मिळाल्याने त्याने आत डोकावता येईल इतपत दार ढकलले.

काहीच उत्तर आले नाही. आतल्या बाजूला एक विभाजक भिंत होती, त्यामुळे त्याला काहीच दिसत नव्हते.

"श्रीमती ॲडमसन?" पुन्हा एकदा जरा जोरातच त्याने पुकारा केला. "तुम्ही ठीक आहात ना?"

तरीही काही उत्तर आले नाही.

धीर करून पुढे होत त्याने भिंतीच्या कोपऱ्यापाशी जात डोकावून पाहिले. घाण झालेल्या कपड्यांच्या एका गाठोड्याखेरीज ती जागा पूर्ण रिकामी होती. अनामिक भीतीच्या जाणिवेने आपले अंग शर्टाखाली तापत चालल्याचे आणि उसळलेल्या रक्ताने कातडीचा गोरा रंग लाल होत चालल्याचे त्याचे त्यालाच जाणवले. *"श्रीमती ॲडमसन?"*

डावीकडच्या स्नानाच्या जागांमध्ये त्याने डोकावून पाहिले. चारही खोल्यांची दारे सताड उघडी होती.

झपाट्याने मागे वळून तो शॉवर्सच्या जागेत आला.

कोणीही नव्हते तिथे.

तसाच पुढे गेल्यावर आपण पोहण्याच्या तलावाच्या भागातल्या रासायनिक वाफांच्या प्रखर प्रकाशात झगमगणाऱ्या धुक्यात दाखल झाल्याचे त्याला कळले. प्रखर प्रकाशाला सरावण्यासाठी डोळ्यांची उघडझाप करत पोहणारी व्यक्ती म्हणजे तीच असेल, अशा तीव्र आशेने पोहणाऱ्या व्यक्तीकडे पाहिले; मग त्याला त्या व्यक्तीचे बारीक काळे केस आणि पोलिसांना पोहताना घालण्यासाठी दिला जातो तसला पोशाख दिसला. आपण तो तिला दिला नसल्याचे त्याच्या लक्षात आले. तेव्हा ती तीच नसल्याची त्याची खात्रीच झाली. एवढे होईपर्यंत त्याला आग लागल्यावर वापरायच्या सुटकेच्या मार्गाकडचा दरवाजादेखील दिसला आणि त्याचा घसा कोरडा पडला. तो धावतच दरवाजापाशी पोहोचला. दार उघडण्यासाठी त्याने

खटका दाबल्याबरोबर धोक्याची घंटा वाजली आणि काय घडले असावे, याची त्याला तंतोतंत कल्पना आली.

दाराबाहेरचा रस्ता माणसांनी फुलून गेला होता. सुटाबुटातली माणसे, भटकंतीच्या वेळी घालायचे कपडे ल्यायलेले पर्यटक, यांची हीऽऽ गर्दी होती रस्त्यावर. त्या गर्दीतदेखील कुठेतरी पोलिसांच्या व्यायाम करताना घालायच्या ट्रॅक सूटमधला गडद निळ्या रंगाचा कोट दिसतोय का म्हणून अगदी निरखून पाहिले; पण त्याला काहीही दिसले नाही. त्याच्यापाठीमागे सरकत येऊन दार बंद झाले, त्यासरशी धोक्याची घंटादेखील वाजायची थांबली. पुढच्याच क्षणाला त्याच्या हातातला फोन थरथरू लागला, म्हणून हा अर्काडियनचा हालहवाल विचारायला केलेला फोन तर नाही ना, या काळजीने त्याने पडद्याकडे पाहिले. फोन करणाऱ्याचा नंबर दाखवला जात नव्हता.

"हॅलो?"

एक पांढरी गाडी त्याच्या बाजूला येऊन उभी राहिली.

"हॅलो," गाडीच्या ड्रायव्हरने प्रतिसाद दिला.

७१

गर्दीतून वाट काढत लिव्ह चालत होती. आपण कुठे चाललो आहोत, हे तिला माहीत नव्हते; पण आपण शक्यतो कुणाच्या दृष्टीस पडू नये आणि आपल्या डोक्यातला विचारांचा गुंता जरा नीट उलगडला जाईपर्यंत तरी पोलीस डिपार्टमेंटच्या इमारतीपासून शक्य तितक्या दूर लवकरात लवकर जायला हवे, इतके तिला स्पष्टच कळत होते. आपल्या ओल्या केसांवरून आपल्या नव्या कोटाची टोपी ओढून घेत आणि महिलांच्या एका गटाबरोबर त्यांच्यातलीच एक असल्यासारखे दाखवत ती चालत राहिली. ती वेळच अशी होती की, रस्त्यावर पर्यटकांची गर्दी जास्त होती. त्यांच्या सुटाबुटांच्या पेहरावात तिचा पोलिसी ड्रेस चांगलाच उठून दिसला असता, शिवाय स्थानिक महिलांपैकी फारशा स्त्रियांचे केस सोनेरी असल्याचे काही तिला दिसले नव्हते.

फूटपाथवरचे विक्रेते त्यांच्याकडच्या वस्तूंची जोरजोरात जाहिरात करून येणाऱ्या-जाणाऱ्यांना आपल्याकडच्या बहुतांशी तांब्याच्या बनवलेल्या फुटकळ भेटवस्तू, नाहीतर कसले-कसले गालिचे वगैरे घेण्यासाठी आकर्षित करत होते आणि पुढे थोड्या अंतरावर असलेला वर्तमानपत्र विक्रेत्याचा एक स्टॉल वाहत्या पाण्याच्या मध्यभागी उभ्या राहिलेल्या बेटाप्रमाणे पायी चालणाऱ्या माणसांचा प्रवाह दुभंगत होता. स्टॉलपुढून जाता-जाता लिव्हने वर्तमानपत्रांच्या मथळ्यावर नजर टाकली. प्रत्येक पहिल्या पानावर तिच्या भावाचाच फोटो होता. तिला एकदम भरून आल्यासारखे झाले, दुःखाने नव्हे, तर उबग आल्याने. त्याच्या मृत्यूच्या घटनेभोवती इतके प्रश्न घोंगावत होते की, हे शब्दखेळ आणि त्यांचा वाढणारा गुंता सोडवत बसायला आता वेळ नव्हता. या असल्या केवळ दुःखदायी असलेल्या वाटेवर आपल्या भावाला पाठवल्याबद्दल ती काही प्रमाणात स्वतःला दोषी मानत होती, हे खरे असले, तरी त्याला स्वतःचाच जीव घ्यायला प्रवृत्त करणारी दुसरीही काहीतरी गोष्ट होतीच आणि त्याच्यासाठी ती गोष्ट काय होती, हे किमान शोधून काढणे, हे

तिचे कर्तव्य होते.

रस्त्यावरच्या पर्यटकांच्या खाली-वर होणाऱ्या डोक्यांच्या वर आकाशाकडे उंचावत निघालेल्या शक्तिपीठाकडे तिने पुन्हा एकदा पाहिले. एखाद्या वावटळीत सापडलेल्या पानांप्रमाणे प्रत्येक जण त्या शक्तिपीठाच्या आकर्षणाने अगतिकपणे त्याच्याकडे खेचल्यासारखा चालत होता. तिलादेखील ओढ जाणवली, पण ती सर्वथा वेगळ्या कारणासाठी होती आणि तरीही ते जरा बाजूला ठेवणे आत्ता तरी गरजेचे होते. जुन्या शहरभागात जाण्यासाठी वीस लिरा भराव्या लागत होत्या आणि सध्या तरी तिच्याकडे फक्त काही डॉलरच होते.

खिशातून आपला मोबाइल काढून तिने तिला आलेला शेवटचा संदेश उघडला आणि तो ज्या नंबरावरून आला त्या नंबरावर फोन करण्यासाठी बटण दाबले.

व्हॅन रस्त्यावरून मार्ग काढत निघाली. भर उन्हाळ्याचे दिवस असावेत, तशा घामाघूम झालेल्या एका माणसाच्या बाजूला सुली दरवाजाजवळच बसला होता. चिकटवल्यासारखी तुकड्या-तुकड्यांची दाढी असलेला थोराड अंगाचा एक माणूस गाडी चालवत होता. तिघेही जण काही न बोलता फक्त रस्त्याकडे लक्ष ठेवून होते.

सुलीला त्यांच्याबरोबर जायचे नव्हते. बातम्या पुरवणे ही वेगळी गोष्ट होती, पण प्रत्यक्षात माणूस पळवण्याच्या घटनेत सहभागी होणे, म्हणजे फार भयानक गोष्ट होती; नव्हे तो तर चक्क गुन्हाच होता आणि यामुळे सगळीच गणिते बदलत होती; पण तो थोराड अंगाचा आणि वितळलेल्या मेणासारख्या जखमांच्या खुणा आणि तुकड्या-तुकड्यांत दाढी असलेला माणूस ऐकतच नव्हता. शिवाय पोलिसांच्या इमारतीबाहेर फार वेळ अशा माणसाशी बोलत उभे राहायची सुलीला इच्छा नव्हती, म्हणून तो व्हॅनमध्ये शिरला होता.

खिडकीतून बाहेरच्या गर्दीकडे लक्षपूर्वक पाहत त्या मुलीचे होते तसे सोनेरी केस किंवा गडद निळ्या रंगाच्या कोटावर ठळक पांढऱ्या अक्षरांत लिहिलेली पोलीस ही अक्षरे कुठे दिसताहेत का, ते पाहत होता आणि यातले काहीही आपल्या नजरेला पडू नये, म्हणून मनातल्या मनात प्रार्थना करत होता. पोलीस ठाण्यामध्ये गेल्यावर तिला गमावल्याबद्दल बरेच काही ऐकावे लागणार आहे, हे त्याला माहीत होते; पण ते परवडणारे होते. या असल्या लोकांबरोबर जाऊन तिला शोधून काढण्यापेक्षा ते फार म्हणजे फारच बरे होते.

''सापडली!'' मोठ्या सीटच्या मधोमध बसलेल्या त्या घामाघूम झालेल्या माणसाने शोधक यंत्राचा पडदा गाडी चालवणाऱ्याला दिसावा म्हणून जरा तिरका करत म्हटले. पडद्यावरचा नकाशा त्याने क्षणभर लक्षपूर्वक पाहिला आणि पुन्हा

पुढच्या रस्त्याकडे नजर वळवली, पुढे रस्ता डावीकडे वळत होता आणि काँक्रीटचे मोठमोठे खांब घालून उभ्या केलेल्या अडसरापलीकडे रुंदच रुंद फूटपाथ दूरपर्यंत पसरलेले दिसत होते. म्हणजे त्या भागात गाड्या जाऊ शकत नव्हत्या आणि फक्त पायी फिरणाऱ्यांसाठी असलेल्या त्या भागात जुन्या जुन्या इमारतींचा दर्शनी भाग तसाच ठेवून आतून आधुनिक वस्तूंनी सुसज्ज केलेली दुकाने होती आणि त्या भागात अर्थातच तुडुंब गर्दी होती. "ती तिथे आहे," तो म्हणाला.

व्हॅन आणखी जवळ जात असताना सुलीने सगळीकडे शोधक नजरेने पाहिले. पर्यटकांचा एक गट त्यांच्यापासून दूर जात होता. त्यातल्या एका व्यक्तीने गडद निळ्या रंगाचा कोट घातला होता. वर्तमानपत्राच्या स्टॉलपाशी पोहोचताना गर्दीचा प्रवाह दुभंगला आणि गर्दी दोन्ही बाजूंनी पुढे सरकत दिसेनाशी होत असतानाच त्याला कोटाच्या पाठीवरची 'पोलीस' ही अक्षरे ओझरती दिसली.

गाडी चालवणाऱ्यालादेखील ती दिसली. "फक्त पायी चालणाऱ्यांसाठीच्या या भागाच्या दुसऱ्या टोकाकडे जिथे हा भाग पुन्हा रहदारीच्या रस्त्याला मिळतो तिकडे आम्ही जातो, तू इथे उतर आणि तिला तिकडे घेऊन ये."

भीतीची एक प्रचंड लाट सुलीच्या मनात उसळली.

"एक तर आधी तूच तिला गमावलंस," गाडी चालवणारा म्हणाला. "ती तुला पाहून पळून जाण्याचा प्रयत्न करण्याची शक्यता कमी आहे."

गाडी चालवणाऱ्याची थंड निळी नजर आणि त्याच्या गालावरच्या भाजल्याच्या मेण ओघळल्यासारख्या दिसणाऱ्या जखमांच्या खुणांकडे टकमक पाहताना सुलीचे तोंड नुसतेच एखाद्या माशासारखे उघडझाप करत राहिले. या माणसाशी वाद घालण्यात काही अर्थ दिसत नव्हता, त्यामुळे सुलीने तसा प्रयत्नदेखील केला नाही. मग त्याने दरवाजा उघडला, फूटपाथवर उतरला आणि ती मुलगी शेवटची जिथे दिसली होती, त्या दिशेने चालायला लागला.

८०

लिव्हच्या कानात फोनची घंटा वाजली.

"हॅलो?"

"तुम्ही मला धोक्याची सूचना देणारा संदेश पाठवलात." लिव्हने विचारले, "कोण आहात तुम्ही?"

पलीकडची व्यक्ती क्षणभर काहीच बोलली नाही. एरवी लिव्हच्या ते लक्षातही आले नसते, पण आत्ता मात्र तिला ते संशयास्पद वाटले.

"मला तुमची मैत्रीण समजा." पलीकडच्या स्त्रीने उत्तरादाखल म्हटले आणि विचारले, "आत्ता तुम्ही कुठे आहात?"

पर्यटकांच्या लाटेबरोबर लिव्ह ढकलली जात होती, सर्वसामान्य, कुणाच्या अध्यातमध्यात नसणाऱ्या सरळमार्गी माणसांच्या आजूबाजूच्या गर्दीत असण्याचेही तिला सुख वाटत होते. "हे मी तुम्हाला का सांगावं?"

"कारण आम्ही तुमचं रक्षण करू शकतो. कारण अगदी आत्तादेखील तुमच्या पाठलागावर काही माणसं आहेत. या माणसांना तुम्हाला कायमचं गप्प करायचं आहे. मला जे म्हणायचंय ते दुसऱ्या सोप्या शब्दांत सांगताच येणार नाही, लिव्ह. या माणसांना तुला ठार मारायचं आहे..."

लिव्हच्या मनात चलबिचल झाली. कुणाला तरी तिला मरण आलेले हवे आहे, या सांगण्यामुळे तिला त्या स्त्रीच्या सरळ सरळ आपले नाव घेऊन एकेरीत बोलण्यापेक्षाही जास्त अस्वस्थ वाटायला लागले.

"कोण मला मारायचा प्रयत्न करतंय?"

"क्रूर आणि शक्तिमान लोक. दुसऱ्या कुणाकडेही असू नये, अशी काही विशिष्ट माहिती तुझ्या भावानं तुला सांगितली असावी, असं त्यांना वाटतंय. त्यामुळे त्यांना तुला गप्प करायचं आहे."

हातातल्या वर्तमानपत्रावर लिहिलेल्या अगम्य वाटणाऱ्या अक्षरांकडे पाहून

लिव्ह म्हणाली, "मला काहीही माहीत नाही."

"पण त्यानं त्यांना काही फरक पडत नाही. तुला काहीतरी माहीत आहे, इतकं जरी त्यांना वाटत असेल, तरी तेवढं त्यांना पुरेसं आहे. त्यांनी विमानतळावरूनच तुला पळवायचा प्रयत्न केला. याच कारणासाठी त्यांनी तुझ्या भावाचं शवदेखील पळवलं आणि तू सापडेपर्यंत ते तुझा शोध घेतच राहतील. ते कोणताही धोका पत्करत नाहीत." आपण जे बोललो त्याचा अर्थ तिच्या डोक्यात पूर्णत: शिरण्यासाठी थोडा वेळ देत ती स्त्री बोलायचे थांबली. मग जरा मृदू स्वरात पुढे बोलताना म्हणाली, "जर तू आत्ता कुठे आहेस ते सांगितलंस, तर तुला सुरक्षित जागी घेऊन येण्यासाठी मला कुणालातरी पाठवता येईल. कुणालातरी म्हणजे तुझ्या संरक्षणासाठी काल रात्री मी पाठवलं होतं त्यालाच."

"गॅब्रिएल?"

"हो." कॅथरीनने उत्तर दिले. "तो आमच्यातलाच आहे. त्याला तुझी काळजी घेण्यासाठी पाठवलं होतं. त्याने काळजी घेतलीदेखील. आता लवकर सांग तू कुठे आहेस, म्हणजे मी त्याला तिकडे पाठवते."

तिच्यावर विश्वास ठेवावा, असे लिव्हला वाटत होते, पण कुणावरही विश्वास टाकण्यापूर्वी थोडा सरळ विचार करून मनातला गुंता सोडवण्यासाठी स्वत:लाच वेळ द्यावा, असेही तिला वाटत होते. उसन्या घेतलेल्या कपड्यांव्यतिरिक्त फक्त काही मोजके डॉलरच तिच्या खिशात होते, एक फोन होता, पण त्याची बॅटरी कधीही संपणार होती आणि कालच्या वर्तमानपत्राची एक घडी होती. तिने त्याकडे एकदा पाहिले, भोवताली लिहिलेल्या अगम्य अक्षरांमधून आणि चिन्हांमधून तिच्याकडेच पाहणाऱ्या आपल्या भावाचा चेहरा तिला दिसला. अचानक काहीतरी उलगडा झाल्यासारखे तिला वाटले. मग वर्तमानपत्राची बाजू उलटी करून तिने मागच्या पानावर अगदी लहान अक्षरात लिहिलेला मजकूर वाचला.

"मी तुम्हाला पुन्हा फोन करते." ती म्हणाली.

सुली वर्तमानपत्राच्या स्टॉलला वळसा घालून पुढे आला.

ती मुलगी त्याच्या पुढे पन्नास फुटांपेक्षाही कमी अंतरावर होती. रमतगमत चालणाऱ्या लोकांमधून लगबगीने वाट काढत तो तिच्या जवळ जायचा प्रयत्न करायला लागला, प्रत्यक्षात तिच्या जवळ पोहोचल्यावर काय करायचे, याबद्दल अजूनही काहीच विचार त्याच्या मनात पक्का होत नव्हता. सरळ मागे फिरावे आणि थेट पोलिसांच्या इमारतीत जावे, असेही एकदा त्याला वाटले; पण तसे केले, तरीही तो व्हॅनमधला माणूस त्याला चव्हाट्यावर आणीलच. त्याने दिलेल्या माहितीच्या कागदपत्रांच्या प्रतींसह पोलिसांच्या फायलीतली माहिती देणारा पोलीस

म्हणून सांगणारा फक्त एक निनावी फोन करायला त्याला वेळ लागणार नव्हता. आपला माग लागू नये, याची तो भरपूर काळजी घेत होता; पण तरीदेखील असे करणे अवघड नव्हतेच. त्या संन्याशाच्या नाहीसे होण्याशी जर त्याचा संबंध ते जोडू शकले, तर ते फारच महागात पडणार होते : कारण त्याचा अर्थ पोलिसांच्या तपासकामात बाधा आणणे, न्यायदानाच्या पद्धतीला विपरीत दिशा देणे, विशेष गोपनीय माहिती विकणे, असाच होणार होता आणि प्रत्येक पोलिसाच्या मनात नेहमी धडकी भरवणारी गोष्ट म्हणजे, या सगळ्या गुन्ह्यांबद्दल तुरुंगवास भोगावा लागणार होता.

त्यामुळे त्या मुलीने मागे पाहिलेच आणि आपल्याकडे तिची नजर गेलीच, तर अशा वेळी ती मुलगी आणि आपल्यादरम्यान काही माणसे राहतील, याची काळजी घेत तो चालत राहिला. शिवाय पाठलागाची ही पारंपरिक पद्धतही होतीच. तिच्या अगदी जवळ गेल्यावर तिला चक्क पळून जायला सांगावे आणि आपणही हे सगळे प्रकरण थंड होईपर्यंत कुठेतरी नाहीसे व्हावे, असा एक विचार त्याच्या मनात आला.

निळ्या कोटाला जोडलेल्या डोक्यावरच्या टोपीवर लक्ष ठेवत तो थोडा भराभरा पावले टाकू लागला. आता फक्त दहा फूट अंतर होते त्यांच्यामध्ये.

पाच.

तो तिच्या अगदी जवळ पोहोचला होता आणि त्याच सुमाराला त्या पायी फिरणाऱ्यांसाठी राखीव भागाच्या पलीकडच्या बाजूला एक पांढरी व्हॅन ड्रेनेजच्या पाइपातून बाहेर पडणाऱ्या उंदराला अडवावे, तसा तिचा रस्ता अडवून थांबत असताना त्याला दिसली. आता तिची सुटका होणे शक्य नव्हते. तिचीही आणि त्याचीही. या सगळ्या भोगातून त्याला जावेच लागणार होते.

आपल्या दोघांतले अंतर थोडे वाढावे आणि गर्दीच्या रेट्याने आपोआपच ती व्हॅनजवळ जावी, यासाठी त्याने सावकाश चालायला सुरुवात केली. आवश्यकता नसताना तिला उगाचच खेचत नेण्याची त्याला अजिबात इच्छा नव्हती. व्हॅनकडे पाहताना तो थोराड अंगाचा दाढीधारी माणूस गाडीतून खाली उतरताना आणि गाडीचे मागचे दरवाजे उघडण्यासाठी मागे जाताना दिसला. ते एकमेकांपासून अवघ्या दहा फुटांवर होते. त्याने एक पाऊल पुढे टाकून तिला व्हॅनकडे खेचण्याचा प्रयत्न केला. व्हॅनमध्ये बसलेला दुसरा माणूस एकदा हातातल्या वहीकडे आणि एकदा तिच्याकडे पाहून नाखुशीने मान हलवत असल्याचे त्याला दिसले; पण आता उशीर झाला होता.

त्याचा ठिपक्या-ठिपक्यांची कातडी असलेला हात त्या मुलीच्या खांद्यावर पडला आणि त्याने त्या मुलीला आपल्या बाजूला वळवले.

"ए, काय आहे काय?'' असे म्हणत त्या मुलीने त्याच्या पकडीतून आपली

सुटका करून घेतली.

अचानक काहीतरी विपरीत घडल्यामुळे बसलेला धक्का स्पष्ट दिसत असलेला चेहरा सुलीला दिसला. ही ती मुलगी नव्हती.

"माफ करा," उघड्या वायरला हात लागल्यावर शॉक लागावा, तसा झटकन आपला हात मागे घेत सुली म्हणाला. "मला वाटलं तुम्ही..." असे म्हणत त्याने त्या पोलिसी कोटाकडे बोट दाखवले. "हा कुठे मिळाला तुम्हाला?"

ती मुलगी थोडा वेळ एकटक त्याच्याकडे पाहत राहिली. मग त्याने आपले पोलीस असल्याचे ओळखपत्र काढून दाखवल्यावर तिच्या चेहऱ्यावरचा राग निवळत गेला.

ते जिकडून चालत आले होते, त्या दिशेने बोट दाखवत ती म्हणाली, "एका मुलीबरोबर मी अदलाबदल करून हा कोट घेतला."

तिने दाखवलेल्या दिशेकडे सुलीने पाहिले; पण त्याला फक्त अनोळखी माणसांची गर्दीच दिसली. "किती वेळ झाला याला?"

खांदे उडवत ती म्हणाली, "थोड्याच वेळापूर्वी."

"याच्या बदल्यात तुम्ही काय दिलंत?"

"असाच एक घामावर वारा लागू नये म्हणून घालायचा कोट."

"त्याचं वर्णन करता येईल तुम्हाला?"

हा काय प्रश्न आहे, अशा अर्थाने हातवारे करत ती मुलगी म्हणाली, "पांढरा. धुवट. बाह्या थोड्याशा विरलेल्या."

दुपारच्या उबदारपणामुळे रस्त्यावरच्या गर्दीतल्या बहुतेकांनी कोट जॅकेट्स वगैरे उतरवली होती आणि अर्ध्यापेक्षाही जास्त लोकांच्या अंगावर पांढऱ्या रंगाचे कपडे होते. व्हॅनकडे असलेली पाठ तशीच ठेवत सुलीने थोडेसे हसण्याची स्वतःलाच परवानगी दिली.

फार छान काम केलेस मुली, फारच छान. त्याने स्वतःशीच विचार केला.

८१

पर्यटकांना स्थानिक गोष्टींची माहिती देणाऱ्या कार्यालयातून बाहेर पडून लिव्ह गर्दीच्या प्रवाहाविरुद्ध उलट्या दिशेने चालायला लागली. त्याचा तिला थोडासा त्रास वाटत होता; पण ती जिथून सटकली होती, त्या पोलीस इमारतीच्या दिशेनेच चालायला लागली होती, या विचाराने ती जास्त अस्वस्थ झाली होती.

तिला मोफत मिळालेल्या नकाशावर काळ्या पेनाने वर्तुळ केलेल्या रस्त्याशी जोडलेल्या वेगवेगळ्या रस्त्यांचा ती अंदाज घ्यायला लागली; पण त्यात पुष्कळ वेळ जात होता आणि खरे म्हणजे आत्तादेखील ती उधार घेतलेला वेळ खर्च करत होती; पण तिला हा धोका पत्करणे आवश्यक होते. खिशातला फोन काढून तिने पडद्याकडे पाहिले. बॅटरी कितपत जिवंत आहे, हे दाखवणारे चिन्ह ती जवळपास संपली असल्याचेच दाखवत होते. तरीदेखील एक फोन करण्याइतपत ताकद बॅटरीत शिल्लक असेल, अशी आशा करत तिने तत्काळ संपर्क साधण्याचे बटण दाबले.

"ती आपल्याला पाहिजे असलेली मुलगी नव्हती.'' पोलिसाला काही बोलायची संधी मिळण्याआधीच कटलर म्हणाला. त्यालाही स्वत:ची उपयुक्तता कॉर्नेलियसला दाखवून द्यायची होती.

"नाही, ती नव्हतीच ती,'' व्हॅनच्या खिडकीतून आत डोकावत पोलीस म्हणाला. 'तिनं अदलाबदल करून एक पांढरा शर्ट घेतला. जिच्याबरोबर अदलाबदल केली, त्या मुलीला ती कुठल्या दिशेने गेली ते सांगता आलं नाही.''

कॉर्नेलियसने गाडी सुरू केली आणि म्हणाला, "बसा''.

थोडासा घुटमळून तो पोलीस अंगठ्याने खांद्यावरून मागे इशारा करत म्हणाला, 'खरं म्हणजे मला परत –''

त्याचे बोलणे मध्येच तोडत कॉर्नेलियस त्याला जरब देत म्हणाला, "गाडीत बसा.''

तो आज्ञाधारकपणे गाडीत बसला.

कटलरने एकदा पडद्याकडे नजर टाकली आणि थोडासा सैलावून बसला. ती मुलगी दिसायला कशी आहे, हे माहीत असण्यामुळेच तो निदान आत्तापुरता तरी जिवंत राहू शकत होता, हे त्याला कळत होते. तो पोलीस बरोबर येण्यामुळे त्याला जरा भीती वाटायला लागली. कारण त्यालादेखील ती कशी दिसते ते माहीत होते; पण या सगळ्या झमेल्यातून लवकरात लवकर बाहेर पडणे इष्ट होते.

व्हॅन निघाली आणि खडबडीत रस्त्यावरून जाताना कटलरच्या पायाला पुन्हा झटके बसून वेदनांच्या लाटा उठू लागल्या.

जीपीएसच्या पडद्यावर पुन्हा चित्र दिसावे, म्हणून बटण दाबल्याबरोबर गोल फिरणारी वालुकाघडी दिसू लागली आणि कॉम्प्युटरने त्या मुलीचा ठावठिकाणा शोधायला सुरुवात केली.

८२

चालता-चालता रस्त्यावरच लावलेल्या एका ताज्या मसाला ब्रेडच्या स्टॉलजवळून जाता-जाता लिव्हने केलेल्या फोनची रिंग वाजायला लागली. खमंग भाजलेल्या कांद्याचा आणि मसालेदार, खरपूस पावाचा वास नाकात शिरल्याबरोबर आपल्याला बराच वेळ काही पोटभरीचे खायला मिळालेले नाही, याची लिव्हला जोरदार जाणीव झाली. पांढऱ्या फटक रंगात न्हायलेल्या इमारतींवर तळपणाऱ्या सूर्याच्या प्रकाशात सगळ्या इमारती चर्चसारख्याच वाटत होत्या.

"तू आहेस तरी कुठे?" एक परिचित आवाज तिच्या कानातच ओरडला. नाहीतरी *न्यू जर्सी एन्क्वायरर*चा मालक आणि संपादक असलेला रॉल्स बेकर कुजबुजत बोलणाऱ्यांपैकी नव्हताच. "ती 'नैसर्गिक जन्माची गोष्ट' तू ताबडतोब पाठवली नाहीस, तर वेगळ्या जीवनशैलीबद्दलच्या आपल्या सदरात एक ट्रक आरपार जाईल इतकं मोठं खिंडार पडेल."

"हे बघ रॉल्स, माझं ऐकून –"

"मला कारणं नकोयत. फक्त ती वृत्तकथा पाठव."

"रॉल्स, मी अजून लिहिलीच नाहीये ती.."

फोनवर बराच वेळ शांतता झाली. "ठीक आहे. नसशील लिहिली, तर आत्ताच्या आत्ता लिहायला सुरुवात कर..."

"एन्क्वायररच्या पहिल्या पानावर कोणती बातमी आहे आज?" त्याने आपली सरबत्ती तशीच पुढे रेटायला सुरुवात करण्यापूर्वीच तिने विचारले.

"त्याचा इथे मी काय सांगतोय त्याच्याशी काय संबंध आहे?"

"आधी माझ्या प्रश्नाचं उत्तर दे."

"संन्याशाची बातमी. सगळ्या पेपरांमध्ये त्याचीच बातमी आहे पहिल्या पानावर."

"तो माझा भाऊ होता."

क्षणकाळ फोनवर शांतता झाली..

"तू थापा मारते आहेस.''

"मी आत्ता या घडीला रुइनमध्ये आहे. आज सकाळीच मी विमानानं इथे पोहोचले. इथे काहीतरी विचित्र घटना घडताहेत. काय प्रकार आहे ते मला कळत नाहीये; पण हा काहीतरी गंभीर मामला आहे. मी त्यात पुरती अडकले आहे आणि मला तुझी मदत हवी आहे.''

पुन्हा एकदा फोनवर शांतता पुरासारखी पसरली. तो ऑफीसमध्ये बसला आहे, खिडकीबाहेर नदीकडे पाहत आहे आणि एक एकमेव अशी सनसनाटी खबर काय किमतीची ठरू शकेल, याचा अंदाज बांधतो आहे, असे चित्रच तिच्या डोळ्यांसमोर उभे राहिले. फोनमधून बीप असा जोराचा आवाज तिच्या कानात शिरला आणि क्षणभर फोन बंदच पडला की काय, असे तिला वाटले. मग रॉल्सचा आवाज अवकाशातून तरंगत आल्यासारखा कानावर पडला, "काय हवं आहे तुला?''

"मी 'इतात इडन किम्से' नावाच्या एका स्थानिक वृत्तपत्राच्या ऑफिसात जाते आहे. मी तिथे पोहोचण्यापूर्वी तू त्यांना फोन करावास आणि मला थोडे पैसे, एक वही आणि दोन-चार पेनं द्यायला सांगावीस. शिवाय काही तासांपुरतं तरी काम करायला एक टेबल.''

"ठीक आहे, काळजी करू नकोस.'' रॉल्स पेनाने काहीतरी लिहीत असल्याचा आवाज तिला ऐकू आला. "याची व्यवस्था करतो, पण कोणतीही मोलाची माहिती त्यांना देऊ नकोस. तुला पगार कोण देतं, ते लक्षात ठेव. काहीतरी प्रवासवर्णन वगैरे लिहिते आहेस, असं सांग त्यांना हवं तर.''

"बरं,'' ती म्हणाली. पुन्हा एकदा बॅटरी संपत आल्याचा इशारा देणारा बीप आवाज तिच्या कानात शिरला. "माझा मोबाइल बंद पडण्याच्या मार्गावर आहे. ते लोक मला एक चार्जर पण देऊ शकतील का, ते पण पाहशील का?'' असे म्हणून तिने आपल्या मोबाइलचा प्रकार वगैरे माहिती सांगितली, पण फोनच्या दुसऱ्या बाजूला आता पूर्ण शांतता होती.

मोबाइलचा पडदादेखील काळा पडला होता. तिने तो खिशात ठेवून दिला. आपल्या पाठीमागे रस्त्याकडे पाहिले. एक गाडी तिच्या दिशेने येत असलेली तिला दिसली.

८३

“त्या तिथे...” मसाले भरलेले पाव खात एका स्टॉलपाशी उभ्या असलेल्या टोळक्याकडे हातातल्या जीपीएस उपकरणाच्या पडद्यावरची नजर न हटवताच बोट दाखवत कटलर म्हणाला. कॉर्नेलियस त्यांच्याकडे वळला. गाडी पुरती थांबण्यापूर्वीच सुलीच्या बाजूचा दरवाजा उघडला गेला होता. “मी पाहतो आजूबाजूला,” तो म्हणाला आणि धाडकन बंद केलेल्या दरवाजाबरोबर मसाले आणि कांद्यांचा उग्र वास गाडीत ढकलून तो गर्दीत घुसला. पडद्यावरची नजर उचलून कटलरने पाहिले. पॅन्ट कमरेपाशी वर ओढून घेत गर्दीत निरखून पाहणारा पोलीस त्याला दिसत होता.

“दिसतेय का कुठे?” कॉर्नेलियसने विचारले.

रस्त्याच्या दोन्ही बाजूला पसरलेल्या असंख्य चेहऱ्यांच्या गर्दीकडे पाहत कटलर शेवटी म्हणाला, “नाही.” खाद्यपदार्थांचा वास नाकातोंडात गेल्याने त्याला मळमळत होते.

कॉर्नेलियसने कटलरच्या हातातून उपकरण खेचून घेतले. पडद्यावरचा रस्त्याचा नकाशा स्थिर होता, नकाशाच्या मध्यावर असलेला बाण त्यांनी गाडी जिथे उभी केली होती, ती जागा दाखवत होता. बाजूच्या भागात तिने शेवटी ज्या फोनवर संपर्क केला होता तो नंबर दाखवला जात होता आणि पुढील गोष्टींचा शोध घेण्याचा प्रयत्न चालू असताना पडद्यावर वालुकाघडी गोल गोल फिरत होती.

गाडीच्या बाजूच्या आरशात कटलरने पाहिले. तो पोलीस स्टॉलवाल्याशी काहीतरी बोलत होता आणि स्टॉलवरचे काहीतरी उचलून खातदेखील होता. नुसत्या खाण्याच्या कल्पनेनेच त्याच्या पोटात ढवळल्यासारखे झाले. मग त्याने दुसरीकडे नजर वळवली. एकदिशा रहदारीच्या नियमामुळे त्यांना तिथवर पोहोचायला जवळपास पाच मिनिटे लागली होती. हेच काम यापेक्षा अर्ध्या वेळात त्याला करता आले असते, पण उपग्रहाकडून मिळणाऱ्या माहितीवर चालणाऱ्या या उपकरणामुळे त्यांना मुख्य रस्ते आणि इतर रस्त्यांच्या गुंतागुंतीतून फिरवून इतक्या वेळाने तिथे आणून सोडले होते आणि उपकरणाच्या उपयुक्ततेला आव्हान द्यायची त्याची आत्ता

तरी अजिबात इच्छा नव्हती. त्यांना तिला शोधून काढण्यात जितका जास्त वेळ लागणार होता, तितकी त्याला या अवघड परिस्थितीतून बाहेर पडण्याचा मार्ग शोधण्याची जास्त संधी मिळणार होती.

आणखी एक काम करायची त्याला तीव्र इच्छा होती, स्वत:चा जीव वाचवण्याइतकी तीव्र नसली तरी तीव्र तरी होतीच. त्याच्या पायात ज्याने गोळी मारली आणि आपल्या चुलत भावाला तसेच रस्त्यावर मेलेल्या अवस्थेत बेवारशी सोडून जायला भाग पाडले, त्या माणसाशी या गोष्टीचा संबंध होता. सर्कोशी त्याची तशी काही फार जवळीक होती असे नव्हते. तरी पण तो परिवारातलाच एक होता. या माणसांना जर ती मुलगी सापडली, तर सर्कोला कुणी मारले, त्यालादेखील ते नंतर हुडकून काढतीलच, अशी त्याला खात्री वाटत होती. तसे झाले, तर त्यामध्ये त्यांना प्रयत्नपूर्वक साथ देण्याचे त्याने मनोमन ठरवले.

गोल गोल फिरणारी वालुकाघडी पडद्यावरून नाहीशी झाली होती आणि पडद्यावर एक नाव व पत्ता झळकत होता. कॉर्नेलियसने ती माहिती अक्षरी स्वरूपात संदेशासारखी साठवून घेतली.

मसालेदार पावाचा शेवटचा घास चघळत तो पोलीस खिडकीत वाकून पाहत म्हणाला, ''आपल्याला हवी आहे त्या वर्णनाची मुलगी साधारण पाच एक मिनिटांपूर्वी पाहिली असल्याचं तो सांगतोय.'' त्याच्या तोंडाला येणाऱ्या लसणीच्या उग्र भपकाऱ्याने कटलर तटकन फेकल्यासारखा मागे झाला. ''त्याच्या म्हणण्याप्रमाणे ती एका टॅक्सीत बसली.''

कॉर्नेलियसने संदेश पाठवण्याचे बटण दाबले, संदेश पाठवला जाईपर्यंत वाट पाहिली.

सुलेमान म्हणाला, ''हे पाहा, आता टॅक्सीत वगैरे बसली असेल, तर ती आता कुठेही असू शकते. म्हणजे तिनं तिचा फोन पुन्हा सुरू केला की, तुम्हाला त्याची बातमी, जागा कळेलच; पण मला मात्र पोलीस ठाण्यामध्ये परत जाणं आवश्यक आहे. त्या मुलीबद्दल तुम्हाला आगाऊ सूचना देऊन आधीच मी मोठा धोका पत्करला आहे... आणि आता जर मी परत गेलो नाही आणि ती मुलगी हरवली असल्याचं कळवलं नाही, तर माझ्यासाठी ते फार धोक्याचं ठरेल.''

संदेश पाठवला गेल्याचे कळेपर्यंत कॉर्नेलियसने वाट पाहिली, मग डोळे बारीक करून रहदारीकडे पाहिले. जवळपास प्रत्येक दुसरी गाडी एक टॅक्सीच होती. ''बऽऽरं.'' सरतेशेवटी तो म्हणाला, ''बसा, आम्ही पोहोचवतो तुम्हाला.''

एक क्षणभर घुटमळून सुलेमान शेवटी गाडीत शिरला.

त्याच्यापासून जितक्या लांब राहता येईल, तितक्या लांब बसण्याचा कटलरने प्रयत्न केला. लसूण आणि घामाच्या संमिश्र दर्पामुळे त्याला अगदी गुदमरल्यासारखे वाटत होते.

८४

न्यू यॉर्कमध्ये रॉड्रिग्जच्या आठवणीतल्यापेक्षाही जास्त थंडी होती. त्यामुळे विमानातून बाहेर पडून इतर प्रवाशांबरोबर चालता-चालताच त्याने आपला लाल विंडचीटर अंगावर चढवला होता. आगमन झालेल्या आंतरराष्ट्रीय विमानातील प्रवाशांच्या स्वागत कक्षामधून चालायला लागला असतानाच त्याच्या खिशातला मोबाइल थरथरला. पडद्यावर झळकलेले नवे नाव आणि न्यू यॉर्कमधलाच एक पत्ता त्याला दिसला, बहुधा निवासी घराचा पत्ता असावा तो.

वर्तमानपत्र किंवा पुस्तकांचा स्टॉल कुठे दिसतोय का म्हणून त्याने नजर फिरवून पाहिले. टीडब्ल्यूए कंपनीचे विमानसेवा केंद्र अगदी रेखीव वक्ररेषांनी कोरून काढल्यासारखे आणि आलिशान वाटत होते. कुणा कंपनीच्या कडक इस्त्रीतल्या अधिकाऱ्यांनी किंवा कर्मचाऱ्यांनी उभारण्याऐवजी महाकाय किड्यांनी उभारलेल्या घरट्यासारखे दिसत होते ते. शेवटी त्याला 'बार्नेस अॅन्ड नोबल'चा स्टॉल दिसला.

सहा वर्षांपूर्वी आला होता तो इथे. त्या वेळी आपण हा देश आणि आपले जुने आयुष्य कायमचे मागे टाकून जात आहोत, असेच वाटले होते; पण आत्ता तो इथे परत आलेला होता आणि त्याच्याच शहरात येऊन जवळजवळ मागील आयुष्याचीच री ओढण्यासारखे काहीतरी करणार होता. आलेला संदेश पुसून टाकल्यावर त्याने साठवणीतल्याच एका फोन नंबरशी संपर्क साधायचा प्रयत्न केला. आपण लावतोय तो फोन नंबर अजूनही चालू आहे का किंवा ज्याला फोन करतोय तो जिवंत आहे का मेलाय, का तुरुंगात आहे, याची त्याला काहीच कल्पना नव्हती. पुस्तकाच्या दुकानात शिरत असताना पलीकडे फोनची रिंग वाजत असल्याचे ऐकू येऊ लागले. ती ऐकत तो तसाच प्रसिद्ध शेफनी लिहिलेल्या पाककलेच्या पुस्तकांच्या पुढे फक्त एकाच अर्थपूर्ण शब्दाची शीर्षके असलेल्या पुस्तकांच्या शेल्फना वळसा घालून आत गेला.

"हॅलो?"

एखादा कोरडा कागद चुरगळताना होतो, तसा खसखसणारा आवाज ऐकू आला. पाठीमागे टीव्हीचा बराच वाढवलेला आवाज ऐकू येत होता. कोणीतरी रागारागाने काहीतरी ओरडत होते, इतर लोक आरोळ्या ठोकून दाद देत होते.

"मिसेस बॅरो?" असे फोनवर विचारेपर्यंत तो शहरात फिरायला उपयोगी असलेल्या मार्गदर्शिका ठेवलेल्या शेल्फपाशी पोहोचला होता.

"कोण बोलतंय?" पलीकडून सावध स्वरात प्रश्न आला.

"माझं नाव गुलिर्मो," आपल्या आवाजात पुन्हा एकदा जुनी रांगडी लकब आणत तो म्हणाला. त्याला स्वत:लाच ती अगदी परकी वाटली. "गुलिर्मो रॉड्रिग्ज. मला गिल म्हणूनच ओळखायचे. मी जेजेचा जुना दोस्त आहे, मिसेस बॅरो. बरेच दिवस मी नव्हतो इथे. जेजेला पुन्हा भेटायचं आहे – तो असला इथेच, तर."

टीव्हीवरच्या कार्यक्रमातली डायलॉगबाजी आणि त्यावर दिली जाणारी उत्साही दाद थोडा वेळ फोनवर ऐकू येत राहिली. 'स्पिंगर' नाहीतर 'रिकी लेक' असल्या कुठल्यातरी कार्यक्रमातले काहीतरी असावे ते बहुधा. तो तर ते विसरूनही गेला होता.

"लॉरेटाचा मुलगा ना तू!" पलीकडच्या स्त्रीचा आवाज अचानक ऐकू आला. "रस्त्याच्या बाजूला एक-दोन खोल्यांचं घर होतं, तिथे राहायचात ना तुम्ही?"

"हो, बरोबर. लॉरेटाचाच मुलगा आहे मी."

"बऱ्याच दिवसांत तिला पाहिलं नाही कुठे."

हाडांच्या सांगाड्यावर कशीबशी ताणून बसवलेली कातडी, जिथे आधी हेरॉइन वगैरे मादक पदार्थ टोचण्यासाठी छिद्रे पडत होती, तिथे कसली-कसली औषधे शरीरात भरण्यासाठी हातापायांना जोडलेल्या नळ्या, असे काहीसे दृश्य त्याच्या नजरेसमोर तरळून गेले.

"ती मेली, मिसेस बॅरो. जवळपास सात वर्षांपूर्वीच वारली ती." तो म्हणाला.

"अरेरे! ऐकून वाईट वाटलं रे, मुला. तशी चांगली बाई होती ती."

"हो, खरं आहे." तिला काय म्हणायचे होते, ते चांगलेच कळत असल्यामुळे तो एवढेच म्हणाला.

पुन्हा एकदा फोनवरच्या शांततेत टीव्हीवरच्या कार्यक्रमातले आवाज ऐकू येऊ लागले. एक वेळ तर त्याला वाटले की, तो फोनवर आहे हे ती बहुधा विसरलीच असावी.

"असं कर, तू तुझा नंबर दे, मी तो जेसनला देते. त्याला तुझ्याशी बोलायचं असेल, तर तो तुला फोन करेल."

रॉड्रिग्ज हसतच म्हणाला, "आभारी आहे तुमचा, मिसेस बॅरो. खरंच बरं होईल ते."

आपला फोन नंबर सांगून झाल्यावर तो पुन्हा एकदा तिचे आभार मानत असतानाच तिने फोन बंददेखील करून टाकला. नेवार्कचा एडीसी रस्त्यांचा नकाशा उचलून घेत तो बाहेर निघाला. बाकीचे पैसे घेऊन बाहेर पडत असतानाच त्याचा फोन पुन्हा वाजला. गल्ल्यावरच्या माणसाचे आभार मानून तो पुन्हा एकदा स्वागत कक्षात आला.

''गिल? अरे आहेस कुठे तू, साल्या?''

''गिलच बोलतोय, दोस्ता.''

''गिल, म्हणजे गिली रॉड्रिग्ज, व्वा!'' त्याच्या तोंडावर रुंद हसू फुलले आहे, हे त्याच्या आवाजावरूनही कळत होते, नाही दिसतच होते. ''मी ऐकलं होतं की, तुला कुणी ते देव-देवस्की करणाऱ्यांच्या पलटणीत सामील करून घेतलं होतं म्हणून, खरं ना?''

''नाही रे, मी काही काळ फक्त या शहराबाहेर होतो इतकंच...''

एवढे बोलून तो मुद्दामच बोलायचे थांबला. त्याच्या पूर्वीच्या आयुष्याचे संदर्भ घेऊन विचार केला, तर शहराबाहेर याचा अर्थ तुरुंगात असणे, असाच घेतला गेला असता.

''मग दोस्ता, आता कुठे आहेस?''

''क्वीन्सला आहे. काही कामं करायची आहेत. तुला तर माहितीच आहे, आपलं कसं असतं ते. पुन्हा एकदा जुन्या लोकांना भेटायचं आहे.''

''असं?'' जेजेच्या आवाजातही त्याच्या आजीच्या आवाजात जाणवला होता, तसा साशंकपणा जाणवला. ''तुला काय हवं आहे?''

पाखंडी लोकांना टॅब्युला रासाच्या आगीमध्ये जाळून टाकून जग पवित्र करण्याबद्दलच्या विमानप्रवासात वाचलेल्या कथा त्याला आठवल्या. ''तू माझ्यासाठी काही... खास गोष्ट मिळवून देऊ शकशील का?''

''मी तुला हवी असलेली कोणतीही गोष्ट मिळवून देऊ शकतो, पण तुझ्याकडे पुरेसा पैसा असेल तरच.''

रॉड्रिग्ज हसला. ''हो,'' असे म्हणत त्याने बाहेर पडायचा दरवाजा ढकलला आणि न्यू यॉर्कच्या बर्फगार थंडीत पाऊल टाकत पुढे म्हणाला, ''आहे, माझ्याकडे.''

८५

भिंतीवरची भली मोठी ब्रासची पाटी 'ही इमारत इतात इडन किम्से' – ज्याचा अर्थ रुइनचा निरीक्षक होतो – त्या वृत्तपत्राच्या कार्यालयाची आहे, असे घोषित करत होती. टॅक्सी ड्रायव्हरने गाडी उभी असल्याचे दर्शवणारे दिवे चालू केले, लिव्हने आपला मोबाइल त्याच्याकडे देत म्हटले, "हा घेण्यासाठी मी लगेच कुणाला तरी पाठवते."

जगातल्या सगळ्यात जुन्या स्वागतिकेने तिला पहिल्या मजल्यावरच्या आंतरराष्ट्रीय वृत्तकक्षाकडे जायची दिशा दाखवली. वृत्तकक्षात पाऊल टाकल्याबरोबर तिथल्या ठरावीक साच्यातल्या अंतर्गत रचनेमुळे तिला एकदम घरीच आल्यासारखे वाटले. आतापर्यंत ती ज्या-ज्या वृत्तकक्षात गेली होती, तिथली टेबले, खुर्च्या, अर्ध्या उंचीची पार्टिशन्स, विशिष्ट पद्धतीने प्रकाश टाकणारे बारीक पट्ट्यांवरचे दिवे आणि रात्रंदिवस चालणारी वर्दळ, हेच दृश्य तिला पाहायला मिळाले होते. आधुनिक पत्रकारितेतल्या सगळ्या महाबातम्या, सरकारदरबारचा घोडेबाजार, पुलित्झर पारितोषिक मिळवणे आणि यांसारख्या जीवन अर्थपूर्ण आणि समृद्ध करणाऱ्या बातम्यांनी स्टॉल्सवर जाणाऱ्या वृत्तपत्रांचे रकानेच्या रकाने रोजच्या रोज दुथडी भरून वाहवणाऱ्या गोष्टींची निर्मिती या असल्या एखाद्या विमा कंपनीचे ऑफीस असावे, तशा रुक्ष वाटणाऱ्या जागी होत असते, याचे तिला नेहमीच अप्रूप वाटत असे.

ठोकळेबाज ऑफीसवर तिने एक नजर फिरवली. तेवढ्यात एक १९४०च्या जमान्यातली केशरचना केलेली उत्साही स्त्री अगदी बिनचूकपणे लावलेल्या लिपस्टिकच्या ओठांवरचे हसू रेसभरदेखील न बदलता तिच्याच दिशेने येत असलेली तिला दिसली. ती इतकी उत्साही दिसत होती की, अगदी कोणत्याही क्षणी ती एकदम गायलाच लागली असती किंवा अगदी लयबद्धपणे पदन्यास करत नाचायला लागली असती, तरी लिव्हला आश्चर्य वाटले नसते.

"श्रीमती ॲडमसन?" नखांची उत्तम निगा राखलेला आपला हात नाझी लोक अभिवादन करताना वर उचलतात, तसा झोकात तिच्यापुढे करत विचारले.

तिच्या एकंदर आविर्भावाने गुंग झालेल्या लिव्हने नुसतीच मान हलवली आणि आपला हात पुढे केला.

"मी आहला." समोरचे दर्शन बोलले. तिचा हात हातात घेतला गेला, हस्तांदोलन झाले आणि मशीनमध्ये तारीख छापण्याकरता घातलेले तिकीट परत दिले जावे, तसा तो तिला परत दिला गेला. "मी इथली ऑफिस मॅनेजर आहे." तिने स्वत:ची ओळख करून दिली. एखाद्या चिनी बाहुलीप्रमाणे दिसणाऱ्या त्या स्त्रीचा आवाज मात्र अगदी आश्चर्यकारकरीत्या खोल आणि घोगरा होता. "मी तुमच्या पैशांची व्यवस्था करते आहे." मागे वळून ऑफीसच्या दुसऱ्या टोकाकडे लिव्हच्या पुढे चालता-चालता तिने सांगितले.

"अच्छा," लिव्ह म्हणाली. पैशाचा उल्लेख झाल्याबरोबर एकदम भानावर येत म्हणाली, "खाली एक टॅक्सीवाला उभा आहे, त्याच्याकडे माझा मोबाइल गहाण ठेवला आहे. कुणालातरी पाठवून तो सोडवून घेता का? माझ्याकडे एक छदामदेखील नाही म्हणून म्हणते."

कोरीव ओठ घट्ट मिटले गेले. "चिंता सोडा," असे तिच्या तोंडातून शब्द बाहेर पडले खरे, पण त्यातला सूरच सांगत होता की, चिंता आहे. "आजचा दिवस तुम्ही हे टेबल वापरा." सध्या कोणीही न बसलेल्या एका टेबलाकडे आपल्या हाताने लयबद्धपणे इशारा करत ती म्हणाली. "पण तुम्हाला जास्त दिवस लागणार असतील, तर मात्र तुम्हाला दुसऱ्या कुणाबरोबर तरी टेबल अर्ध-अर्ध वापरावं लागेल. काय आहे, त्या शक्तिपीठाच्या बातमीसाठी सगळीकडूनच बातमीदार आले आहेत इथे. तुम्हीसुद्धा त्याच्यासाठीच आलात का?"

"अं, नाही... मी सध्या... एक प्रवासविषयक लेख लिहिते आहे."

"अच्छा अच्छा! तुम्हाला हवं होतं ते सगळं आहेच इथे. पैशांची व्यवस्था करायला मंजुरी देण्यासाठी कोणी अधिकारी भेटला की, मी तुमच्या पैशांचीही व्यवस्था करते आणि मी... स्वत:च जाते आणि टॅक्सीचे पैसे देते." पायांतल्या बुटांच्या आकर्षक टाचांवर सफाईदारपणे मागे वळून ती दाराकडे निघाली आणि जाता-जाता म्हणाली, "आणि हो, तुमच्या साहेबांनी त्यांना फोन करायला सांगितलं आहे." खांद्यावरून मागे नजर टाकत पुढे म्हणाली, "बाहेरगावी फोन करायचा, तर आधी नऊ नंबर फिरवा."

उधार मिळालेल्या टेबलावरील वस्तूंकडे तिने एक नजर टाकली. ठरावीक फिकट खाकी रंगाचा कॉम्प्युटर, अनेक लाइन्स एक्स्चेंज बोर्डद्वारे जोडलेला टेबलावरचा फोन, उगाचच भरपूर पाणी घालून मरायला घातलेले एक निवडुंगाचे छोटे झाड, आणि आपल्या गुडघ्यावर एका तीन वर्षांच्या चुळबुळ्या मुलाला पोटाजवळ घेऊन बसलेल्या एका स्त्रीच्या पाठीमागे तिच्या मानेजवळ झुकून त्या मुलाकडे पाहणाऱ्या

एका पस्तिशीतल्या माणसाचा फ्रेममध्ये लावलेला फोटो, असे सगळे होते तिथे. तो मुलगा म्हणजे त्या माणसाचेच लहान रूप होते. हे टेबल कुणाचे असेल, कदाचित या माणसाचेच असेल, असा काहीसा विचार लिव्हच्या मनात आला. एकंदरीत हा माणूस जरा विक्षिप्तच असावा. कारण हे टेबल ज्या कुणाचे होते, तो माणूस पत्रकार म्हणावा तर अगदी संशयास्पदरीत्या नीटनेटका दिसत होता किंवा कदाचित तिला त्याचा चक्क हेवा वाटत असावा.

चित्रबद्ध झालेल्या सुखी कौटुंबिक जीवनाकडे तिने एकवार पाहिले. चित्रात न दिसणाऱ्या, पण तरीही चित्रातल्या तीनही व्यक्तींकडून येणाऱ्या, तिघांनाही एकमेकांच्या अतूट भावबंधनात बांधून ठेवणाऱ्या भावना तिला प्रकर्षाने जाणवल्या. कदाचित कधीही जाता येणार नाही, अशा एखाद्या पर्यटन स्थळाचे माहितीपत्रक चाळत असावे, तसे तिला तो फोटो पाहताना वाटले.

कष्टानेच फोटोवरची नजर काढून तिने जवळच ठेवलेली पाने फिरवण्यासाठी वरच्या बाजूला स्प्रिंग लावलेली एक वही उचलली. वरचे पान फिरवून तिने पहिल्या पानावर त्या दिवसाची तारीख आणि ती जिथे होती त्या जागेचे नाव लिहिले. रोजची कामे करताना या सगळ्या गोष्टी ती अगदी न चुकता करत असे, कारण बातम्यांच्या बाबतीत लिहिलेली माहिती आणि त्याच्याशी संबंधित स्थळ-काळाचे अचूक वर्णन केले जाणे अतिशय महत्त्वाचे असे.

मग मानवी शरीराचा आकार काढून तिने लक्षात ठेवले होते त्याप्रमाणे शवचिकित्सेच्या फोटोत पाहिल्यानुसार जखमांचे व्रण त्यावर काढले. चित्र पूर्ण झाल्यावर लक्षपूर्वक त्याकडे पाहिले, चितारलेली प्रत्येक रेष तिच्या भावाने भोगलेल्या दुःखाची, यातनांची न पुसता येणारी नोंद होती.

पान पलटून दुसऱ्या पानावर तिने सफरचंदाच्या बियांच्या जोड्यांवर लिहिलेली अक्षरे आणि चिन्हे, तसेच तिला त्या अक्षरांच्या जोडाजोडीतून आतापर्यंत तयार करता आलेले शब्द लिहिले. हे सगळे पुन्हा वाचताना तिच्या मनात दोन शब्द पुन्हा पुन्हा पिंगा घालत राहिले – 'सॅम' हाच शब्द का, हे सांगायची काहीच गरज नव्हती आणि दुसरा होता 'आस्क', कारण तो अगदी ठळकपणे सामोरा येत होता. एक तर हा शब्द म्हणजे मोजक्या क्रियापदांपैकी एक होते आणि तो वाचताना आपल्याला आज्ञाच केली जाते आहे, असे वाटत होते.

कॉलेजातल्या तिच्या प्राध्यापकांनीदेखील सांगितले होते की, सगळी पत्रकारिता या एकाच शब्दात साकार झालेली आहे. एक चांगला वार्ताहर आणि एक वाईट वार्ताहर यांतला फरक अगदी सोपा आहे – तो म्हणजे, योग्य प्रश्न विचारण्याची क्षमता, असेही ते म्हणाले होते. एखाद्या बातमीच्या मागावर असताना जर कधी गोंधळात पडायला झाले, तर स्वतःलाच इंग्रजी 'डब्ल्यू' अक्षराने सुरू होणारे पाच

प्रश्न विचारायचे आणि त्यांच्या उत्तरांतले सांधले जात नसलेले दुवे शोधण्यावर लक्ष केंद्रित करायचे असेही सांगण्यात आले होते.

पुन्हा एक पान उलटून लिव्हने नव्या पानावर लिहिले :

हू – कोण	–	सॅम्युएल
व्हॉट – काय	–	आत्महत्या केली
व्हेन – कधी	–	स्थानिक वेळेनुसार काल सकाळी साधारण ८.३० वाजता
व्हेअर – कुठे	–	रुइन शहरामध्ये, शक्तिपीठापाशी
व्हाय – का	–	

शेवटच्या प्रश्नापुढली आडवी रेघ लांबच लांब गेल्यासारखी वाटत होती. का केली होती त्याने आत्महत्या? नेहमीची गोष्ट असती, तर अशा गुन्ह्यात बळी गेलेल्या माणसाबरोबर तो तसे करण्यापूर्वी ज्या कुणाशी बोलला होता, त्याचा छडा लावून त्याची मुलाखत घेण्याचा तिने प्रयत्न केला असता; पण ते शक्य नाही असे अर्काडियनने तिला सांगितले होते. शक्तिपीठ कुणाशीच संवाद साधत नसे. सगळ्या गोष्टीच्या केंद्रस्थानी असलेला आणि तरीही तोंड बंद असलेला भाग होता तो.

लिव्हचा फोन आणि एक जाडजूड लिफाफा घेऊन अगदी अचानक तिच्यापुढे उभ्या राहिलेल्या ऑफिस मॅनेजरने म्हटले, "हे घ्या, तुमच्या पैशांतले वीस लिरा मी टॅक्सीवाल्याला देण्यासाठी घेतले. पावती पाकिटात आहे. प्लीज यावर सही करा..." असे म्हणत तिने दोन पानांमध्ये कार्बन पेपर घातलेली एक पावती-वही तिच्या पुढे धरली.

सही करून लिव्हने फोनचा चार्जर भिंतीवरच्या स्विचमध्ये अडकवला. मोबाइलचा पडदा जागा झाला आणि बॅटरी जिवंत होत असल्याचे चिन्ह दिसू लागले. "शक्तिपीठाबद्दल माहिती मिळवायची, तर मला कुणाशी बोलायला हवं काही सांगता येईल?"

"डॉ. अनाता; पण सध्या त्या संन्याशाच्या घटनेमुळे त्यांना अजिबात वेळ नाही. प्रवास किंवा पर्यटन वगैरेबद्दल बोलायला तर त्यांना वेळच नसेल सध्या..."

एक खोलवर श्वास घेत लिव्हने बळेबळेच चेहऱ्यावर हसू आणले. "ते ठीक आहे, पण तरीही तुम्ही मला त्यांचा फोन नंबर देऊन ठेवता का?" आपला मूळ हेतू झाकण्यासाठी निवडलेले हे प्रवासवृत्त वगैरे उपयोगी ठरावे, अशी अपेक्षा ठेवून ती म्हणाली, "कमीत कमी मी प्रयत्न तर करून पाहीन त्यांच्याशी बोलण्याचा."

८६

टॅक्सीच्या खिडकीतून बाहेर पाहताना रॉड्रिग्जला आपले पूर्वायुष्यच रस्त्याच्या बाजूबाजूने सरकताना दिसत होते. पूर्वी जिथे पडीक जमिनींचे तुकडे होते, तिथे उभ्या झालेल्या नव्या चकाचक इमारती आणि मॅनहॅटन काय, ब्रुकलिन पण परवडत नसेल, अशा लोकांसाठी बांधलेल्या दक्षिण ब्रॉन्क्स भागातल्या जांभ्याच्या दगडाचे बांधकाम असलेल्या चाळी, हे सगळे मागे पडत गेले. जसजसे ते १६व्या प्रभागाकडे जाऊ लागले, तसतसे सगळे ओळखीचे वाटायला लागले. नव्या व्यवस्थेतला पैसा अजूनही या भागात पोहोचला नव्हता. इन्कम टॅक्स लागू होण्याइतका तर नक्कीच नव्हता आणि हंट्स पॉइन्टला पोहोचेपर्यंत तर आपण इथून कधी कुठे गेलोच नव्हतो, असेच त्याला वाटायला लागले.

गॅरिसन ॲव्हेन्यूकडे वळल्यानंतर ड्रायव्हरने टॅक्सी थांबवली, मागे वळून ड्रायव्हरच्या पिंजऱ्याच्या प्लॅस्टिकच्या खिडकीतून त्याच्याकडे बघत म्हणाला, ''इथपर्यंतच मी माझी टॅक्सी नेऊ शकतो, मित्रा.'' जेजेने सांगितलेल्या पत्त्यापासून जवळजवळ तीन चौक लांब टॅक्सी थांबली होती; पण रॉड्रिग्ज काहीही न बोलता उतरला, पैसे दिले आणि चालायला लागला.

हा परिसर पूर्वी होता तसाच असेलही अजून, पण इथे नसल्याच्या काळात रॉड्रिग्ज मात्र खूपच बदलला होता. मागच्या वेळी इथे असताना त्याच्या सगळ्या जगण्यावरच भीतीची आणि संशयाची छाया पडलेली असे. आता मात्र तो साक्षात देवाच्या उबदार प्रकाशात उभा होता. तिथल्या दूषित रस्त्यांवरून चालताना पाठीवर पडणाऱ्या प्रकाशाची ऊब त्याला स्पष्टच जाणवत होती. इतर लोकांनादेखील ते कळत होते. ते त्याच्याकडे ज्या नजरेने पाहत होते, त्या त्यांच्या नजरांमधूनच ते कळत होते. रस्त्याकडेला काहीबाही विकायला उभे असलेले फेरीवाले आणि वेश्यांनीदेखील त्याला त्रास दिला नाही. पूर्वी ज्या लोकांना तो रस्त्यात समोर आले तर टाळायचा, त्यांच्यासारखा तो आता स्वतःच झाला होता. आता तो एक

ध्येयवादी माणूस होता. अगदी आत्मविश्वासपूर्ण, निर्भीड आणि धोकादायक.

कोळशाच्या ढिगाऱ्यावर उभ्या करून ठेवलेल्या एका कारच्या सांगाड्याच्या बाजूने आणि लोखंडी खिडक्यांच्या आग व धुराने काळवंडलेल्या खिडक्या असलेल्या एका स्टोअरजवळून तो पुढे गेला. पूर्वी या भागात राहत असताना त्यानेच या दुकानाला आग लावली होती, ते त्याला आठवले. त्या वेळी हे एक पिझ्झाचे दुकान होते. खिडकीच्या फटीमध्ये चिंध्या कोंबून त्या पेटवून दिल्यावर धूर वगैरे पाहून काही माणसे आली आणि त्यांनी ते विझवलेले पाहत लांब अंधारात उभा राहिला होता. कोणतीही गोष्ट जळताना पाहायला त्याला फारच आवडत असे आणि आता तर त्याला एक अशी ज्योत मिळाली होती, जी कधीच विझणार नव्हती. त्या ज्योतीची शुद्धता, पावित्र्य त्याला मनोमन जाणवत होते आणि तोच त्याचा या अंधारात असलेल्या जीवनातला मार्गदर्शक प्रकाश होता.

घरात कुणी नाही असे वाटत होते. रस्त्यावरही कुणी नाही असे दिसत होते. तरीदेखील तो पायऱ्या चढायला लागला, तेव्हा अनेक नजरा आपल्याकडे लागलेल्या आहेत, असे त्याला जाणवत होते. तो दारापाशी पोहोचण्यापूर्वीच दार उघडले गेले. सिनेमा किंवा सीरियल्समध्ये दाखवतात तसल्या उनाड पोरांसारखाच वेष असलेला एक छोटा मुलगा पटकन दाराबाहेर आला. त्याने रस्त्यावर नजर फिरवली आणि रॉड्रिग्जचीदेखील तपासणी केली; पण इतके करूनही तो दरवाजा अडवूनच उभा राहिला. त्याच्या पाठीमागच्या बाजूला कुठेतरी बंदुकीच्या गोळ्या झाडल्याचा आवाज ऐकू आला.

"जेजे आहे का आत?" त्याने विचारले.

"येऊ दे त्याला आत." झाडल्या जाणाऱ्या गोळ्यांच्या दणक्यातून एक आवाज जोरात म्हणाला. त्या मुलाने एकवार हळूच डोळ्यांची उघडझाप केली आणि बाजूला सरकत त्याला आत जाऊ दिले.

आतल्या भागाचे दर्शन बाहेरच्यापेक्षा अगदीच वेगळे होते. छोटा बोळासारखा भाग ओलांडून गेले की, समोर येणारी खोली नव्या कोऱ्या फर्निचरने आणि इलेक्ट्रॉनिक्सच्या वस्तूंनी भरलेली होती. एका बाजूला जवळजवळ पूर्ण भिंत झाकेल इतकी मोठी पाळीव मासे ठेवलेली काचेची टाकी होती आणि दुसऱ्या भिंतीपुढे डबल बेडच्या आकाराएवढा मोठ्ठा फ्लॅट स्क्रीन टीव्ही होता. उच्च चित्र-ध्वनितंत्राच्या त्या पडद्यावर चालेला एक हाणामारीचा खेळ अतिशय रंगात आलेला होता. दोन माणसे पडद्यावर नजर खिळवून बसली होती. हातातल्या खेळाच्या साधनावरची त्यांची बोटे पटापट त्यांना हव्या त्या आज्ञा देत होती. खेळातली हत्यारे बिनचूकपणे आघात करावीत, यासाठी खटके दाबत होती आणि त्यांच्या खऱ्या बंदुका त्यांच्या बाजूलाच ठेवलेल्या ॲश ट्रे आणि चरसच्या पाइपांजवळच ठेवलेल्या होत्या.

दोघांपैकी एकाने अगदी क्षणभरच पडद्यावरची नजर हटवून त्याच्याकडे पाहिले आणि पुन्हा आपल्या खेळातल्या युद्धामध्ये रंगून गेला.

"गिली रॉड्रिग्ज!" त्या खेळातल्या हाणामारीच्या दणदणाटावर आवाज चढवून तो ओरडला. "काय दिसतोयस तू पाहिलंस का कधी? दाढीबिढी वाढवलीय. जणू काय आधुनिक वेषातला जीझसच!" आपल्याच विनोदावर तो मोठ्याने हसला.

रॉड्रिग्ज उत्तरादाखल फक्त हसला. आपल्या जुन्या मित्राकडे निरखून पाहताना पूर्वी होता त्याची आत्ता पाहतो आहोत ती फक्त सावली आहे की काय, असेच त्याच्या मनात आले. शेवटचा भेटला होता त्या मानाने जेजेचे वजन जवळपास तीस पौंडांनी तरी कमी झालेले दिसत होते आणि त्याची आई जेव्हा उभ्या आयुष्याशी झुंजत खंगून चालली होती आणि काळजी करण्यापलीकडे गेली होती, तेव्हा तिच्या कातडीचा रंग झाला होता, तसाच त्याच्या कातडीचा रंगदेखील झालेला दिसत होता. रस्त्यावरच्या जगण्यातले सगळे यशस्वी आडाखे त्याच्याकडे होते. त्याचे कपडे आणि त्याच्या गँगमध्ये असलेल्यांकडे पाहून ते कळत होते; पण रस्त्यावरचे जगणे फार भारी पडते. सतत प्रचंड तणावाखाली वावरण्यामुळे त्याच्या तारुण्याचा जोश हरवलेला दिसत होता आणि एकूणच त्याची आग मंदावलेली दिसत होती. हा आणखी फारतर दोन वर्षे जगेल किंवा त्यापेक्षाही कमी, रॉड्रिग्जच्या मनात विचार आला. "तुला भेटून बरं वाटलं." तो म्हणाला. "बरं चाललेलं दिसतंय तुझं."

विषादाने मान हलवत जेजे म्हणाला, "नाही रे, मला थोडी विश्रांती हवी आहे. ती मिळाली की मग थोडी दाढी वाढवतो. तुझ्या शिंप्याशी माझी गाठ घालून दे. मग बघ माझ्याकडे." खेळ मध्येच थांबवण्याचे बटण दाबून रॅड्रिग्जच्या पाठीमागे उभ्या असलेल्या मुलाकडे रिमोट देत तो म्हणाला, "आता तू खेळ माझ्या बाजूनं. दोन-चार गोऱ्यांना हाणून पाड."

नरम सोफ्यावर हाताने जोर देत तो उठला आणि रॉड्रिग्जसमोर उभा राहत म्हणाला, "बाप रे, तुझी उंची वाढलीय?"

नकारार्थी मान हलवत रॉड्रिग्ज म्हणाला, "मी असाच आहे पूर्वीपासून. तू मला बऱ्याच दिवसांनी पाहतोयस म्हणून वाटत असेल तुला तसं."

दोघांनी एकमेकांना अलट-पलट खांदेपालट करत मिठ्या मारल्या आणि अगदी पूर्वीप्रमाणेच एकमेकांच्या पाठीवर थोपटून सगळे काही पूर्वीसारखेच केले. मग जरा एक पाऊल मागे होत एकमेकांकडे पाहत राहिले, पण आता बरेच काही पूर्वीसारखे राहिले नव्हते.

"तू मला हवं असलेलं घेतलंयस का?" रॉड्रिग्जने विचारले.

जेजेने पाळीव माशांच्या टाकीत हात घालून त्यातल्या प्रवाळाच्या टॉवरमागे ठेवलेली एक प्लॅस्टिकची पिशवी काढली आणि त्याच्या हाती देत म्हणाला,

"एकदम उंची वस्तूंची चटक लागलेली दिसतेय तुला मित्रा."

पिशवी हातात घेऊन रॉड्रिग्जने त्यातल्या वस्तू पाहिल्या – एक ग्लॉक ३४ मॉडेलचे रिव्हॉल्वर, एक जास्तीची गोळ्यांची फैर, एक ईव्होल्यूशन-९ प्रकारचा सायलेन्सर आणि एका छोट्या जेवणाच्या डब्यामध्ये एक जाडजूड बॅरलचे पिस्तूल व त्याबरोबर शॉटगनच्या गोळ्यांसारख्या जाडसर बारा गोळ्या होत्या.

"हे कशाला पाहिजे आहे तुला?" जेजेने विचारले. "अंधाराची भीती वाटते का?"

डब्याचं झाकण फटकन बंद करत रॉड्रिग्जने खांद्यावरची बॅग उतरवली आणि म्हणाला, "मी कशालाच भीत नाही." आणि बॅगेतून नोटांचे एक जाडजूड बंडल काढून जेजेकडे टाकले.

जेजे पैसे मोजत असताना, त्याची थरथरणारी बोटे नोटा मोजता-मोजता जणू कधीच न जाणारी खाज घालवण्याचा प्रयत्न करावा, तसे अस्वस्थपणे मध्येच नाकाचा शेंडा चोळून पुन्हा मोजायला सुरुवात करताना रॉड्रिग्ज शांतपणे पाहत राहिला. त्याच्या आईलादेखील हीच सवय होती. नाकाचा शेंडा अगदी लाल होईपर्यंत चोळायची ती. मग त्याने खेळातल्या बंदुकांनी एकमेकांवर गोळ्या झाडत आणि बाजूच्याच टेबलावर खऱ्या बंदुका घेऊन बसलेल्या दोघांकडे पाहिले. जेजे आणखी दोन वर्षेदेखील जगणार नाही हे नक्की, निदान पश्चात्तापातून पापमुक्तीचा प्रकाश त्याला दिसला नाही, तर नक्कीच नाही. नाताळपर्यंत जरी त्याने दिवस काढले, तरी नशीबच म्हणावे लागेल.

८७

स्थानिक बातमी केंद्रातल्या विविध प्रकारची पेये देणाऱ्या स्वयंचलित यंत्रापाशी आपल्या सुटाच्या खिशातून कानांवर पडणारे 'ओडे टू जॉय'चे सूर ऐकत डॉ. मिरियम अनाता उभ्या होत्या. त्यांचा सूट कोळशासारखा काळपट रंगाचा आणि त्यावर बारीक रेघांची नक्षी असलेला होता. ती त्यांची ओळख ठरावी, यासाठी त्या तो कायमचा अंगावर असण्याची काळजी घेत.

त्यांनी आपला फोन बंद ठेवणे आवश्यक होते; पण कितीतरी माणसे त्यांची मुलाखत घेण्यासाठी उत्सुक होती आणि केवळ आपला फोन बंद होता म्हणून ते दुसऱ्या कुणाकडे तरी गेले, असे ऐकावे लागण्याची त्यांची अजिबात इच्छा नव्हती. कुणाचा फोन आहे ते पाहून बोलावे, म्हणून त्यांनी खिशात हात घातला, पण चुकून फोन बंद करण्याचेच बटण दाबले गेले. आपण असे काही केल्याचे कुणी पाहिले तर नाहीना म्हणून त्यांनी चोरट्या नजरेने आजूबाजूला पाहिले.

मग स्वयंचलित यंत्राकडे लक्ष वळवून एक थंडगार चहाची बाटली मिळवण्यापुरती नाणी यंत्रात सरकवली, त्यासरशी गडगडत बाटली खाली ट्रेमध्ये आली. झाकण उघडून त्यांनी तो घटाघट प्यायला. आदल्या दिवशी तो संन्यासी आपल्या मृत्यूकडे झेपावला, तेव्हापासून जवळपास सतत कुठल्या ना कुठल्या तरी स्टुडिओमधल्या आर्कलाइट्सच्या उष्णतेखालीच त्यांना बसावे लागले होते. म्हणजे त्याचे त्यांना वाईट वाटत नव्हते. कारण त्यांनी लिहिलेल्या पुस्तकांचा खप वाढवण्यासाठी मिळालेली ही एक सुवर्णसंधीच होती. मुलाखतीत द्यायच्या उत्तरांमध्येच आपल्या पुस्तकांची नावे संदर्भासाठी म्हणून सांगितली की, काम होते, हे त्यांना उमगले होते. तसे केले म्हणजे बातम्या संपादित करणाऱ्याला तो भाग वगळता येत नसे.

'ओडे टू जॉय'ची धून पुन्हा एकदा ऐकू येऊ लागली त्यासरशी त्यांनी गाण्याची पहिली ओळ पूर्ण होण्याआधीच झडप घातल्यासारखे करत संपर्क साधण्याचे बटण दाबले.

"हाय, डॉ. अनाता?" पलीकडून एका स्त्रीचा आवाज ऐकू आला. अमेरिकन, नाहीतर कॅनडियन असणार – त्यातला फरक काय, ते कदाचित त्यांना बरोबर सांगता आले नसते; पण त्यांच्या पुस्तकांसाठी या दोन्ही जागा म्हणजे प्रचंड खपाचा बाजारच होत्या.

"हो, बोलतेय..."

"फारच छान." ती स्त्री पुढे म्हणाली, "हे पाहा, मला माहीत आहे तुम्हाला फारसा वेळ देता येणार नाही माझ्यासाठी; पण काही प्राथमिक माहिती देण्यास तुम्ही आत्ता माझ्यासाठी वेळ काढलात, तर मला त्याची फार म्हणजे फारच मदत होईल."

"माझी मुलाखत घेण्यासाठी विचारताय का तुम्ही मला?"

"अंऽऽ... म्हणजे... हो, तसंच समजा."

"तुम्ही कुठल्या चॅनेलसाठी काम करता म्हणालात?"

काही काळ फोनवर शांतता झाली.

"डॉ. अनाता, मी कोणत्याही बातम्यांच्या चॅनेलतर्फे बोलत नाहीये... मी त्या घटनेशी संबंधित एक व्यक्ती आहे." लिव्ह म्हणाली आणि तिला फोन बंद करण्याची संधीच मिळू नये, यासाठी घाईघाईने पुढे म्हणाली, "मी... त्या संन्याशाची बहीण आहे."

डॉ. अनाता विचार करू लागल्या, आपण जे ऐकले ते बरोबर ऐकले का – जी कुणी हे बोलली, तिच्यावर विश्वास ठेवावा की नाही, अशा संभ्रमात पडल्या.

"मी त्याचं शव पाहिलं आहे." लिव्ह पुढे बोलत राहिली, "म्हणजे निदान त्याचे फोटो तरी पाहिलेच आहेत. प्रत्यक्ष पाहायला मिळण्यापूर्वीच तो गायब झाला. त्याच्या शरीरावर काही खुणा होत्या. एखादा धार्मिक विधी करताना केलेल्या जखमांचे व्रण होते ते. ते व्रण पाहून या विषयातल्या एक तज्ज्ञ म्हणून त्या खुणांचा काय अर्थ आहे, ते तुम्ही सांगू शकाल का, असा मी विचार करत होते."

जखमांच्या व्रणांचा उल्लेख तिच्या बोलण्यात आल्याबरोबर डॉ. अनातांचे डोके गरगरू लागले. "तुमच्याकडे ते फोटो आहेत का?" त्यांनी कसेबसे विचारले.

"नाही," लिव्ह म्हणाली, "पण ते व्रण कसे दिसतात, ते मी तुम्हाला दाखवू शकते. शिवाय आणखीही काही गोष्टी आहेत सांगण्यासारख्या. अशा गोष्टी, ज्यांचा थेट त्या पवित्र विधानाशी संबंध आहे."

डॉ. अनातांनी जडावल्यासारखे होत जवळच्या स्वयंचलित यंत्राचा आधार घेतला. "कोणत्या गोष्टी?" बळ एकवटून त्यांनी विचारले.

"ते सांगत बसण्यापेक्षा दाखवणंच सोपं ठरेल."

"हो तेही खरंच."

"मग कधी वेळ देऊ शकता तुम्ही?"

"मला आत्ता सवड आहे. मी शहराच्या मधल्या भागातल्या एका टीव्ही स्टुडिओमध्ये आहे आत्ता. तुम्ही कुठे आहात?"

काही बोलण्यापूर्वी लिव्हने आपण कुठे आहोत हे सांगावे की नाही, यावर थोडा विचार केला. लपण्याची सर्वांत उत्तम जागा म्हणजे गर्दी, असे एकदा तिला तिच्या एका पोलीस मित्राने सांगितले होते. म्हणजे तिने कुठेतरी एखाद्या सार्वजनिक, गर्दीच्या आणि जवळच असलेल्या ठिकाणी असणे आवश्यक होते. जगातल्या सर्वांत प्राचीन आणि सर्वांत जास्त पर्यटकांचे आकर्षण असलेल्या स्थळावर उभ्या राहिलेल्या सॅम्युएलचे चित्र असलेल्या वर्तमानपत्राकडे तिने एक नजर टाकली. "मी तुम्हाला शक्तिपीठापाशी भेटते." ती म्हणाली.

८८

बाजूच्या रिकाम्या सीटकडून अजूनही येत असलेला लसूण आणि घामाचा उग्र दर्प कटलरला जाणवत होता. व्हॅन बोगद्यातून बाहेर पडली, तेव्हा त्याने डोळ्यांची उघडझाप केली. उभ्या केलेल्या गाड्यांमधून एका माणसाची आकृती त्यांच्याच दिशेने येत होती.

कटलरने स्थलनिर्देशक उपकरण उघडले. पडद्यावर गोल फिरत असलेल्या वाळूच्या घड्याळाकडे आणि त्यात खाली पडताना दिसणाऱ्या वाळूच्या कणांकडे पाहत असताना आपल्या हातातली वेळ संपत चालल्याची जाणीव त्याला झाली.

व्हॅनजवळ येऊन जोहानने कॉर्नेलियसबरोबर जागेची अदलाबदल केली, तोपर्यंत पडद्यावरचे चित्र स्पष्ट होऊ लागले होते. पडद्यावर एका बाणाने लिव्हच्या फोनची जागा दाखवली जात होती. काही क्षणांसाठी वाळूचे घड्याळ पुन्हा दिसू लागले आणि मग नकाशा विस्तार पावून आणखी एक बाण आधीच्या बाणाच्या वर डावीकडे – त्यांची स्वत:ची जागा कॉर्नेलियसच्या फोनच्या आधारे दाखवू लागला. म्हणजे ते जवळच होते.

पडद्याच्या मध्यभागी असलेला बाण एकदम उडी मारल्यासारखा पुढे जाताना कॉर्नेलियसला दिसला. "ती पुढे निघाली आहे."

जोहानने गाडी परिघावरच्या वर्तुळाकार रस्त्याकडे वळवली.

चित्र पुन्हा पडद्यावर दिसायला लागले, तेव्हा दुसरा बाणदेखील हलू लागला होता आणि तो पहिल्या बाणाच्या बाजूबाजूने एखादा ससाणा जसा गोलाकार फिरत शेवटी भक्ष्यावर झडप घालायला जातो, तसा फिरताना दिसू लागला.

बंधू सॅम्युएलचे प्रेत कमरेपर्यंत उघडे केले गेले होते आणि त्याचे हात दोन्ही बाजूला फैलावलेल्या स्थितीत – त्या पवित्र विधानाच्या प्रार्थनाघराच्या दुसऱ्या टोकाला

असलेल्या वेदीजवळच्या आकृतीसारख्या स्थितीत, ठेवलेले होते. अक्षरश: तुकडे तुकडे झालेल्या आणि दगडी फरशीच्या पार्श्वभूमीवर काहीशा मेणचट, पण चमकताना दिसणाऱ्या आणि आतून तुटलेल्या हाडांनी जागोजागी छिद्रे पाडलेल्या आणि सरकारी शवचिकित्सा तज्ज्ञाने एकदा कापाकापी करून नंतर पुन्हा खरबरीत धाग्यांनी शिवून टाकलेल्या हाडामांसाच्या लगद्याकडे मठाधिपती पाहत होते.

या इतक्या भग्न अवशेषांमधून कुणी खरोखरच पुनरुज्जीवित होऊन ते विधिलिखित खरे करून दाखवू शकेल?

वेदीच्या बाजूनेच वर डोके काढत असलेले रक्तवेलीचे एक रोपटे मठाधिपतींना दिसले. अंधारातच त्याच्या मुळापर्यंत हात नेत त्यांनी ते आपल्या हाताभोवती गुंडाळले आणि जोर एकवटून जमिनीतल्या ओल्या चरांमधून उपटून काढले आणि मग ते लवचिक रोप जवळच वनस्पती आणि चरबीच्या जळत असलेल्या मशालीवर धरले. उष्णतेने प्रथम त्यातून वाफ बाहेर आली आणि फसफस आवाज झाला, मग ते जळत सुरकुतत जाऊन शेवटी एखाद्या काळ्या पडलेल्या जळक्या तंतूसारखे झाले आणि एक लाल ठिपका मठाधिपतींच्या हातावर टाकून नाहीसे झाले.

त्यांच्या मागचे दार उघडले गेल्यामुळे मशालीची ज्योत फडफडली. रक्तवेलीच्या रसाचा ठिपका पडलेल्या ठिकाणी खाज सुटल्यामुळे हात कफनीवर चोळून साफ करत मठाधिपती मागे वळले. दाराजवळचे सॅम्युएलचे प्रेत पर्वताच्या वरच्या भागात आणण्यासाठी मदत केलेल्या संन्याशांपैकी एक, बंधू सेप्टस उभा होता.

"आम्ही तयार आहोत, मठाधिपती बंधुवर." तो म्हणाला.

मान तुकवून मठाधिपती त्यांच्या पाठोपाठ शक्तिपीठाच्या वरच्या भागातल्या दालनांपैकी, महाचौकश्यांच्या काळापासून बहुतांशी शांतच असलेल्या एका खोलीत शिरले.

ते आत आल्यावर दार बंद झाले आणि त्याचबरोबर पवित्र विधानाबरोबर बंधू सॅम्युएल एकाच खोलीत बंद झाले. पुन्हा एकदा चलबिचल झालेल्या हवेत मेणबत्त्या थरथरल्या आणि त्यांचा मंद प्रकाश त्याच्या शरीरावर हलत राहिला.

एक क्षणभर तो हालचाल करत आहे, असा भास झाला!

८९

रॉड्रिग्जदेखील सॅम्युएलकडेच पाहत होता; पण हा सॅम्युएल सेंट्रल पार्कमधल्या एका पुलावर, अगदी त्याच्यासारख्याच दिसणाऱ्या मुलीच्या खांद्यावर हात ठेवून तिला जवळ घेऊन उभा होता. हा फोटो एका स्वस्तातल्या क्लिपने त्या घरातल्या भिंतीवर जागोजागी असलेल्या इतर फ्रेमसारख्याच एका फ्रेममध्ये लावलेला होता.

घरात प्रवेश करायला फारशी अडचण आली नव्हती. सर्वसाधारणपणे जिथे तरुण व्यावसायिक राहतात, त्या शहराच्या मध्यवर्ती भागाजवळच असलेल्या इमारतीमध्ये तळमजल्यावरच्या एका कामचलाऊ ब्लॉकमध्ये ती राहत होती. तो तिथे पोहोचला तोपर्यंत बहुतेक सगळे जण आपापल्या कामाला निघून गेलेले होते. तिच्या ब्लॉकबाहेरच्या छोट्याशा बागेत तो उडी मारून उतरला. पुरेशी झाडी असल्यामुळे ते कुणाच्या लक्षातही आले नाही. आपल्या विंडचीटरचा आडोसा करून आवाज कुणाला ऐकायला जाणार नाही, याची काळजी घेत, खिडकीची काच फोडली. रुइनमधले त्याचे बांधव तिची 'व्यवस्था' लावणारच होते. फक्त तिचे कुठलेही धागेदोरे मागे राहू नयेत, याची त्याला काळजी घ्यायची होती.

शक्तिपीठातल्या वास्तव्यादरम्यान सॅम्युएलशी त्याची फारशी गाठ पडली नव्हती. त्यामुळे त्याच्या गत आयुष्यातील काही आठवणी त्याच्या बहिणीच्या घरात भिंतीवर बंदिस्त स्वरूपात पाहणे, हा त्याच्यासाठी एक वेगळाच अनुभव होता. आणखी एका फोटोमध्ये तो अगदी तरुण असतानाचा, वल्हे मारण्याच्या बोटीत एका त्याच्याइतक्याच तरुण उत्साही मुलीबरोबर बसलेला असतानाचा फोटो होता. डोळ्यांवर पडणाऱ्या सूर्यप्रकाशामुळे दोघांनीही डोळे किलकिले केले होते. हे फोटो त्याला फोनजवळ घरभर जिथे-जिथे आडवी मोकळी जागा होती, तिथे पसरलेल्या झाडे-वेलींच्या पानाफुलांच्या दाटीत सापडले होते.

फोनवर आलेले संदेश पाहण्याचे बटण दाबत रॉड्रिग्जने घरात जेवढे सापडले तेवढे सगळे कागद बैठकीच्या खोलीत मध्यभागी एकत्र केले. दोन फोन आले होते,

दोन्ही तिच्या साहेबांचेच असावेत, कारण सांगितलेला लेख लिहून न देताच कुठेतरी गायब झाल्याबद्दल आरडाओरड करत होते ते.

गादीवरची रजई ओढून त्याने तीदेखील खोलीच्या मध्यात केलेल्या ढिगावर टाकली. परग्रहावरची माणसे येतील या भीतीने आपल्या घरात असल्याच कसल्यातरी वस्तूंचा ढीगच्या ढीग रचून ठेवणाऱ्या माणसाची गोष्ट असलेला लहानपणी पाहिलेला एक सिनेमा त्याला आठवला.

आपण स्वत:च परग्रहावरून आलेलो आहोत, असे त्याला आत्ता वाटले.

बसायच्या खोलीत पुरेसे पेट घेऊ शकणारे सामान जमा केल्यानंतर त्याने अपार्टमेंटमध्ये फिरत पलंग, जाजम, कोच असे करत सगळीकडे गॅसोलीन शिंपडले. अख्ख्या घराची झडती घेऊन पाहायला वेळ नव्हता. त्यामुळे सगळ्या गोष्टी नष्ट होतील याची खात्री करणे आवश्यक होते.

जिथून आला त्याच वाटेने तो बाहेर पडला, मग माचिसची एक पेटती काडी फुटलेल्या खिडकीतून आत टाकली, गॅसच्या वाफांनी पेट घेतल्यामुळे अचानक निर्माण झालेल्या हवेच्या दाबामुळे घराच्या इतर खिडक्यांच्या काचा फुटण्याचे आवाज ऐकले. त्याने त्याचे थोडेसे समाधान झाले. घर पुरते पेटलेले पाहायला तो थांबला नाही. खरे म्हणजे ते जळताना पाहायला त्याला खूप आवडले असते; पण इथून कायमचे निघून जाण्यापूर्वी त्याला अजून दोन ठिकाणी भेट द्यायची होती.

तो देवाचे काम करत होता. आपली हौस पुरवायला वेळ नव्हता त्याच्याकडे आत्ता!

१०

शक्तिपीठ शोधण्यासाठी नकाशा पाहायची लिव्हला काहीच गरज नव्हती. त्या दिशेने जाणारा एक कुठलाही रस्ता धरायचा आणि पर्यटकांची गर्दी घेऊन जाणाऱ्या मुख्य प्रवाहापर्यंत जायचे. मग तो प्रवाहच तिला आपल्याबरोबर ढकलत घेऊन जात, पार तिकिटांच्या रांगा पार करून, त्या मोठ्या फाटकांमधून शेवटी त्या अत्यंत प्रसिद्ध पर्वताच्या पायथ्याशी नेऊन सोडणार होता.

शक्तिपीठाच्या सगळ्यात जुन्या भागात येईपर्यंत ही खरोखरच किती प्राचीन जागा आहे, याची तिला कल्पना आली नव्हती. इथले फरसबंदी रस्ते दुतर्फा असलेल्या इमारतींमुळे अधिकच ठसठशीत दिसत होते. सगळी लहान-लहान आकाराची, तशाच लहान खिडक्या आणि बुटकी दारे असलेली, पुरेसे अन्नपाणी न मिळणाऱ्या आणि कष्टाचे जीवन जगणाऱ्या, तीसएक वर्षांपेक्षाही जास्त आयुष्य नसणाऱ्या लोकांची घरे होती ती. शिवाय शहराच्या प्रदीर्घ इतिहासाची साक्ष असलेल्या सामग्रीतूनच मिळवलेल्या गोष्टींनी त्यांचे बांधकाम आणि दुरुस्त्यांची कामेदेखील वेळोवेळी झालेली दिसत होती. त्यामुळे मध्ययुगीन भिंतींमधून रोमन खांब उगवलेले आणि त्यामधल्या खाचा ओकच्या तुळयांनी आणि तट्ट्या-मातीचे लिंपण करून भरलेल्या होत्या. एका अर्धवट उघड्या दाराच्या नक्षीमधल्या फातिमाचा मध्यातच खाली वळलेला लोखंडी हात तिथे कधी काळी होऊन गेलेल्या क्रुसेड्सच्या काळात शहराच्या या भागात मूरिश लोक राहत असावेत, अशी जाणीव ती तिथून पुढे जात असताना तिला देऊन गेला. त्या फाटकापलीकडे एक छोटेसे अंगण, त्याच्या बाजूबाजूने नक्षीदार कमानी, विविध प्रकारची झाडे, पूर्ण बहरात आलेली लिंब आणि आपली लांबच लांब पाने फडफडवत असलेले केळीचे खांब आणि या सगळ्यांचे मोझेइक डिझाइनच्या भिंती आणि जमिनीवर ओणवून उभे राहणे, असे दृश्य होते ते. पुढचे घरदेखील एखाद्या अठराव्या शतकातल्या इटालियन घरासारखे होते. त्याच्यापुढचे घर म्हणजे प्राचीन ग्रीक व्हिला, नेपोलियनच्या स्टाइलचा

अर्धवट किल्ला असे काहीसे होते. अधूनमधून या विचित्र वाटणाऱ्या घरांमध्ये खंड पडत असे आणि मग आधुनिक शैलीच्या इमारती दूरवर पसरत गेलेल्या, थेट पर्वताभोवतीच्या आणि शहराला सर्व बाजूंनी बंदिस्त करणाऱ्या लाल खडकाच्या दातेरी कुंपणापर्यंत गेलेल्या दिसत होत्या.

अरुंद गल्लीवजा रस्त्यात घरंगळत आलेली एक वाऱ्याची झुळूक आपल्याबरोबर उबदार हवा आणि खाद्यपदार्थांचा वास घेऊन आली. त्यामुळे आपल्याला खूप भूक लागली आहे, याची तिला जाणीव झाली. ज्या स्टॉलकडून तो वास येत होता, त्या दिशेने ती नकळत ओढली गेली. तिथे ब्रेड आणि इतर ओळखीच्या गोष्टी विकल्या जात होत्या. या शहराने किती वेगवेगळ्या संस्कृतींचे प्रभाव आपल्यावर ओढून घेतले होते, त्याचे हे आणखी एक प्रतीक होते. या शक्तिपीठाभोवती पिंगा घालत फिरणाऱ्या रक्तरंजित इतिहासाचे, त्याच्या छत्रछायेत धर्माच्या नावाने झालेल्या सगळ्या युद्धांचे आणि विस्मृतीत गेलेल्या साम्राज्यांचे उरलेले सार काय म्हणावे, तर स्थापत्यकलेचा उत्तम नमुना ठरणारे भग्न अवशेष आणि हे चविष्ट, स्वादिष्ट अन्न.

मिळालेल्या पैशाच्या पाकिटातून एक नोट काढून लिव्हने त्या बदल्यात स्टॉलवरून एक पाव, त्यात कसल्या तरी बिया टोचलेल्या आणि ते बुडवून घास ओला करण्यासाठी लसूण वगैरे लावलेला मसालेदार दाट रस्सा घेतला. दाट रस्सा एका पावाच्या तुकड्यावर लादून घेत तिने घास घेतला. त्याला खरपूस भाजल्याचा आणि लसणीचा वास येत होता. तिळाचे तेल, भाजलेले वांगे, जिरे आणि यांच्या जोडीला इतरही काही मसाल्याचे पदार्थ घातल्याचे जाणवत होते. तिने आजपर्यंत इतकी चविष्ट गोष्ट कधीही खाल्ली नव्हती. पुन्हा एक पावाचा तुकडा घेऊन त्या रश्शात बुडवून तिने खाण्यासाठी तोंडापाशी नेला, इतक्यात तिच्या खिशात फोनची रिंग वाजली. घास तोंडात टाकून तिने फोन घेतला.

"हॅलो," भरल्या तोंडानेच ती म्हणाली.

"तू आहेस तरी कुठे?" रॉल्स फोनवरून करवादला. लिव्ह मनातल्या मनात करवादली. वर्तमानपत्राच्या ऑफीसमधून बाहेर पडल्यावर त्या रुइनच्या इतिहासाबद्दल जाणकार मानल्या जाणाऱ्या स्त्रीला आपल्याशी संपर्क साधता यावा, म्हणून तिने आपला फोन चालू ठेवला होता; रॉल्सबद्दल तिला पूर्ण विसरच पडला होता.

"माझा इथे काळजीनं जीव जातोय," तो ओरडतच म्हणाला, "आत्ताच मी तुला एका पोलीस व्हॅनमध्ये ढकलून बसवलं जात असलेलं सीएनएनवर पाहिलं. काय चाललंय काय तिकडे?"

"काळजी करू नकोस, मी ठीक आहे." घास भरलेल्या तोंडानेच लिव्हने उत्तर दिले.

"नक्की?"

"हो."

"मग तू मला फोन का केला नाहीस? त्या ऑफीसमधल्या मुलीला मी सांगितलं होतं तसं."

"विसरली असेल कदाचित ती. तशी जरा धांदरटच वाटली ती."

"मग आता तूच सांग काय चाललंय ते."

अगदी हेच संभाषण होणे तिला टाळायचे होते. "माझ्या भावाचं काय झालं, ते समजून घेण्याचा मी प्रयत्न करते आहे इतकंच." ती म्हणाली. "पण मी ठीक आहे, माझी काळजी करू नकोस."

"तुला दम लागल्यासारखं वाटतंय."

"हो, लागलाच आहे मला दम. मी अगदी भराभर एका उंच डोंगरावर पायी चालते आहे."

"ते ठीक आहे, पण तरीदेखील श्वासाची अशी शिट्टी वाजणं काही बरोबर नाही. तू काळजी घ्यायला हवीस. मुख्य म्हणजे सिगारेट पिणं सोडून दे."

अतिशय तणावग्रस्त असतानादेखील तिला कित्येक तास सिगारेटची आठवणदेखील झाली नव्हती, याची तिला जाणीव झाली. "मला वाटतं मी सोडली आहे आता," ती म्हणाली.

"हे बरं झालं. आता ऐक. तू माझ्यासाठी एक काम करायचंस." आता तो खऱ्या मुद्द्यावर आलाय. तो काही तिच्याबद्दल वाटणाऱ्या प्रचंड काळजीपोटी केवळ फोन करत नाहीये, हे तिला चांगलेच माहीत होते. "मी सांगतो तो नंबर लिहून घे," तो म्हणाला.

"थांब जरा." असे म्हणून तिने पेन काढले आणि त्याने सांगितलेला नंबर हातावरच लिहिला.

"कोणाचा आहे हा फोन?"

"तू ज्या वाहतूक पोलीस बाईला जुळ्या मुलांना जन्म देताना साक्षी होतीस तिचाच फोन नंबर आहे हा."

"बॉनीचा?"

"हो, बॉनीचा. तू अगदी अडचणीच्या प्रसंगातून जात आहेस, याची मला कल्पना आहे; पण ती 'नैसर्गिक जन्माची कथा' या आठवड्याच्या शेवटच्या दिवसाच्या पुरवणीत मला यायला हवी आहे. आपल्या जीवनशैलीविषयक सदरामध्ये अजूनही मोठी जागा मोकळी आहे. म्हणून तू तिला फोन कर आणि तुझ्याऐवजी दुसरं कुणीतरी तिला भेटून ती वृत्तकथा पुरी करण्यासाठी येईल, असं सांगून तिला तयार कर. ठीक आहे?"

"मी आत्ताच तिला फोन करते. आणखी काही?"

"नाही, एवढंच आणि काळजी घे – भरपूर टिपणं करून ठेवायला विसरू नकोस." लिव्हला हसू आले.

"मी नेहमीच काळजी घेते," असे म्हणून तिने फोन बंद केला.

आपला फोन फटकन बंद करून रॉल्सने पुढचा दरवाजा बंद केला. सिटी हॉलमध्ये होणाऱ्या एका निधी उभा करण्याच्या कार्यक्रमासाठी जायला त्याला उशीर झाला होता आणि भावी मेयर समजल्या जात असलेल्या माणसाला भेटायची त्याला फार इच्छा होती. सत्ता ग्रहण करणाऱ्या व्यक्तीशी जवळीक साधणे केव्हाही फायद्याचेच असते.

आपल्या मस्टँग कारच्या स्टिअरिंग व्हीलमागे तो सरसावून बसला. व्यक्तिगत आयुष्यात अगदी मध्यम वयात आलेल्या कठीण वळणाबद्दल आता त्याच्या मनात काहीच विचार नव्हते. गाडीची किल्ली फिरवून तो इंजीन सुरू करण्याच्या बेतात होता. इतक्यात त्याच्या खिडकीवर टकटक झाली. मान वळवून त्याने पाहिले, तर थेट त्याच्यावर रोखलेल्या बंदुकीची नळीच त्याला दिसली. बंदुकधारी कसलासा लाल रंगाचा विंडचीटर घालून उभा होता आणि त्याच्या उभट, तरुण चेहऱ्यावर वाढलेली दाढी अगदीच विपरीत दिसत होती.

आपले हात वर करून रॉल्सने त्याला सांगितले गेले तसेच केले. खिडकी अर्धी खाली केल्यावर पाण्याची एक मोठी बाटली फटीतून आत सरकवली गेली. "पकड ही," बंदुकधारी म्हणाला. रॉल्सने ती घेतली. "काय हवंय तुला?" असे म्हणेपर्यंत त्या बाटलीतून बाहेर पडत असलेल्या गरम वाफांचा वास त्याच्या लक्षात आला आणि त्या बाटलीत अजिबात पाणी नाही, याची त्याला जाणीव झाली.

"मला तुझं थोबाड बंद करायचं आहे!" त्या माणसाने उत्तर दिले आणि हातातल्या बंदुकीतून जळत्या मॅग्नेशियमचा एक तुकडा झाडून रॉल्सच्या हातातल्या टर्पेंटाइनने भरलेल्या बाटलीतून आरपार रॉल्स बेकरच्या छातीत घुसवला.

११

सार्वजनिक चर्चच्या चौकाकडच्या वाटेकडे असलेल्या भव्य दगडी कमानीखालून लिव्ह पुढे पाऊल टाकत असतानाच बॉनीच्या फोनचा पूर्वमुद्रित उत्तर ऐकवणारा आवाज तिच्या कानी पडू लागला. साध्या तरीही भव्य चर्चकडे पाहता-पाहता छोट्याशा गावातल्या मुलीच्या नम्र सुरात कानी पडत असलेली आपला संदेश मुद्रित करून ठेवण्याची विनंती ऐकणे, हा एक वेगळाच अनुभव होता.

"ए बॉनी," पर्यटकांच्या झुंडीबरोबर भरकटल्यासारखी चर्चच्या चौकाकडे जाता-जाता लिव्ह फोनवर बोलू लागली. "मी लिव्ह ॲडमसन बोलते आहे, न्यू जर्सी इन्क्वायररमधून. तू, मायरन आणि तुमची छान-छान जुळी मुलं मस्त मजेत असाल, अशी मी आशा करते. हे बघ, तुमची कथा अर्ध्यातच सोडून गेले त्याबद्दल मला तुमची माफी मागायची आहे; पण परिस्थितीच अशी होती की, मला काही दिवसांसाठी बाहेरगावी जाणं भाग होतं. अर्थात आम्हाला तुमची गोष्ट लोकांना सांगायची आहेच, त्यामुळे मी केलं होतं त्याच्या पुढचं काम पूर्ण करून तुमची गोष्ट पूर्ण करायला आमच्यापैकी दुसरं कुणीतरी लवकरच तुमच्याशी संपर्क साधेल. आठवड्याअखेरच्या खास पुरवणीतच तुमची कथा छापण्याची न्यू जर्सी इन्क्वायररची इच्छा आहे, अर्थात तुमची हरकत नसेल तरच आणि हो, मी परत आले म्हणजे तुम्हाला फोन करीनच. बरंय, आपली काळजी घ्या." एवढे बोलून लिव्हने फोन बंद केला आणि ती दुसऱ्या कमानीखालून पुढे गेली.

कमानीच्या सावलीतून तिने पुढे पाऊल टाकले, मात्र एकदम प्रखर प्रकाश डोळ्यांवर आल्याने तिचे डोळे पटकन मिटले आणि ती गपकन थांबली. सावरून डोळे उघडले, तर अंधाराच्या काळ्या कभिन्न भिंतीसारखे ते शक्तिपीठ तिच्या नजरेच्या कक्षेपेक्षाही उंच-उंच आकाशात गेलेले तिच्या डोळ्यांसमोर ठाकले होते. असे इतक्या जवळून पाहताना ते भीतिदायक तर वाटत होतेच; पण त्याबरोबरच त्याच्या दर्शनाने अवाक व्हायला होत होते. लिव्हचे डोळे अभावितपणे शक्तिपीठाच्या

शिखराकडे गेले आणि मग तिचा भाऊ ज्या प्रकारे खाली कोसळला होता, त्या दिशेने खाली सरकत गेले. पर्वताच्या तळाकडे तिची नजर पोहोचली, तेव्हा तिला तिथे फारशा उंच नसलेल्या एका दगडी भिंतीपाशी माणसांची बरीच गर्दी जमा झालेली दिसली. गर्दीमधलीच एक सोनेरी केसांची आणि पायघोळ पोशाख घातलेली स्त्री आपले दोन्ही हात दोन्ही बाजूला पसरून उभी होती. ते दृश्य पाहताना लिव्हच्या अंगावर भीतीचा एक थंडगार शहारा सरसरून गेला. आपण आपल्या भावाचा आत्माच तिथे उभा असलेला पाहतो आहोत, असे एक क्षणभर तिला वाटले. पर्यटकांच्या गर्दीने तिला आपल्याबरोबर जवळपास ढकलतच त्या भिंतीच्या दिशेने नेले. अगदी जवळ पोहोचल्यावर तिला त्या गर्दीच्या मध्यभागी वेगवेगळ्या रंगांचा भडका उडाल्यासारखे दिसले. असंख्य अपरिचितांनी तिथे वाहिलेल्या विविधरंगी फुलांचा जणू समुद्रच होता तो आणि त्या तटभिंतीच्या तुटक्या-फुटक्या अवशेषांमधून रुजून वर येत ज्याने स्वतःच्या आत्मार्पणाने त्यांना विदीर्ण केले, त्या अनाम माणसाच्या स्मृतीला मूक श्रद्धांजली असावी, तशी ती फुले दिसत होती. त्या फुलांचे विविध रंग आणि रचनांमध्ये दडलेल्या मूक भावना वाचत लिव्हचे डोळे पुढे सरकले – निखळ आदरभाव दाखवणारी पिवळी डॅफोडिल्सची फुले, गडद लाल रंगांचे शोकमग्नता दर्शवणारे गुलाब, स्मृती जागवणारी मंद गंधाची लाल फुले आणि उद्याच्या आशा जागवणारी शुभ्र धवल रंगाची नाजूक फुले होती तिथे. अधूनमधून समुद्राच्या उथळ पाण्यात अर्ध्या बुडाल्यासारख्या वाटणाऱ्या बोटींच्या शिडांसारखी डोके वर काढलेली, सांत्वनपर संदेश लिहिलेली कार्डेदेखील होती तिथे. त्यातलेच एक कार्ड काढून घेत लिव्हने त्यावर लिहिलेला संदेश वाचायला सुरुवात केली आणि वाचता-वाचता पुन्हा एकदा एक थंडगार शहारा तिच्या अंगावरून सरसरत गेला. 'माला हुतात्मा' एवढे दोनच शब्द आणि त्या शब्दांच्या वरच्या बाजूला इंग्रजी पहिल्या लिपीतले मोठ्या आकाराचे 'टी' लिहिलेले होते त्यावर.

"श्रीमती ॲडमसन?"

हाक कानी पडल्याबरोबर लिव्हने चमकून पाहिले. प्रतिक्षिप्त क्रिया झाल्यासारखी ज्या बाजूने आवाज आला त्यापासून शक्य तितके दूर होत त्या आवाजाचा उगम कुठून झाला ते पाहण्यासाठी तिचे डोळे तिकडे वळले.

अगदी बिनचूक केशभूषा आणि त्या केसांपेक्षा जरा जास्त गडद करड्या रंगाच्या बारीक काडीसारख्या रेघांची नक्षी असलेला सूट परिधान केलेली एक पन्नाशीतली महिला उभी असलेली तिला दिसली. लिव्हकडे पाहणारी नजर वळवून त्या महिलेने तिथे जमिनीवर पसरलेल्या फुलांकडे एकदा पाहिले आणि मग पुन्हा आपली नजर तिच्याकडे वळवली.

"डॉ. अनाता?" अभिवादन करण्यासाठी उठून उभे राहता-राहता लिव्हने विचारले. त्या महिलेने हसतच आपला हात पुढे केला. लिव्हने हस्तांदोलन केले. "पण मला तुम्ही कसं काय ओळखलंत?"

"मी आत्ताच एका बातम्यांच्या चॅनेलच्या स्टुडिओतून आले आहे," एवढे बोलल्यावर पुढे झुकून अगदी कानात सांगितल्यासारखे ती पुढे म्हणाली, "आणि तुला सांगू का, तू स्वत:च सध्याची सनसनाटी बातमी झालेली आहेस बातम्यांच्या चॅनेल्सवर."

लिव्हने अस्वस्थपणे आजूबाजूच्या गर्दीकडे नजर टाकली. गर्दीचे लक्ष सध्या तरी तो प्रचंड पर्वत आणि ती हात पसरवून मूकपणे उभी असलेली स्त्री यांच्यात विभागले गेलेले दिसत होते. तिच्याकडे कुणाचेही लक्ष नव्हते.

"आपण कुठेतरी शांतपणे बोलता येईल अशा जागी बसून बोलू या का?" तटभिंतीच्या दुसऱ्या टोकाकडे असलेल्या कॉफीच्या दुकानांबाहेर गिऱ्हाइकांनी बसून कॉफी पिण्यासाठी मांडलेली बरीच टेबले दिसत होती, तिकडे इशारा करत डॉ. अनातांनी सुचवले.

तिच्या भावाचा जिथे मृत्यू झाला होता, त्या जागेकडे एकदा वळून पाहत लिव्हने मान हलवली आणि पुढे जाणाऱ्या डॉ. अनातांच्या पाठोपाठ चालू लागली.

जुन्या शहराच्या परीघ-भिंतीमधल्या दक्षिण बाजूच्या दारापाशी ती व्हॅन येऊन थांबली. कॉर्नेलियसने पडद्याकडे पाहिले. पडद्यावरचा बाण जुन्या तटबंदीजवळच्या कोरड्या खंदकाच्या बाजूला एका जागी स्थिर होता. म्हणजे ती मुलगी गेली काही मिनिटे तरी तिथून हलली नव्हती.

सीटवरून खाली उतरून त्याने दार उघडून धरले. कटलरने इलेक्ट्रॉनिक नोटबुक बंद केले, कॉर्नेलियसकडे दिले आणि दुखऱ्या पायाने कसाबसा सरकत गाडीबाहेर पदपथावर उभ्या असलेल्या कॉर्नेलियसजवळ पोहोचला. हलकीशी उडी मारल्यासारखा पाय खाली टाकावा लागला; पण तेवढ्या हालचालीनेदेखील पायात गोळीच मारली गेली असावी, तशी एक जीवघेणी कळ त्याच्या मस्तकापर्यंत गेली. वेदना सहन करताना त्याचे दात-ओठ करकचून आवळले गेले, पण आपल्या वेदना लपवण्याचा त्याने आटोकाट प्रयत्न केला. ते करताना शर्टाच्या आतल्या बाजूला उमटलेले घामाचे टपोरे थेंब त्याचे त्यालाच जाणवले. व्हॅनचे दार पकडून ठेवत त्याने स्वत:चा तोल सावरला; पण पाय सरळ करण्याच्या प्रयत्नात त्याचे डोके खाली झुकले. कॉर्नेलियसचे बूट आपल्याच दिशेला वळलेले आहेत, हे त्याला डोळ्यांच्या कोपऱ्यातून पाहताना जाणवले. तो वाट पाहतो आहे, आपल्याला हे

काम एकट्याने करणे शक्य नाही, हे त्याला माहीत आहे.

कटलरने खिशात हात घालून स्वत:च गेले कित्येक तास टाळत असलेली वेदनाशामक गोळ्यांची बाटली काढली, झाकण उघडले आणि थोड्या गोळ्या आपल्या घामेजलेल्या हातावर काढल्या. दर चार तासांनी या गोळ्या घ्याव्या, असे त्या बाटलीवर लिहिले होते. दोन गोळ्या पटकन तोंडात टाकून तशाच कोरड्याच गिळताना त्याला ठसका लागला.

नजर वर करून त्याने कॉर्नेलियसच्या पाठीमागे दक्षिण दरवाजाकडे पाहिले. ती जुन्या शहरभागात कुठेतरी होती आणि ती कशी दिसते ते माहीत असलेला तो एकटाच माणूस होता. शिवाय त्या प्राचीन शहराच्या तितक्याच प्राचीन, उंच चढाच्या रस्त्यांवरून फक्त मोटारसायकलीच चालवण्याची परवानगी होती; म्हणजे त्यांना पायीच चालणे भाग होते. त्याने गोळ्यांची बाटली खिशात टाकून व्हॅनच्या दारावरचा हात काढला आणि प्रवेशद्वाराजवळच्या तिकिटांच्या खिडक्यांकडे लंगडत-लंगडत चालू लागला. अर्ध्यावर जाईपर्यंतच त्याचा पाय वेदनांनी बधिर झाला होता.

१२

तटभिंतीपासून आणि मुख्य वर्दळीपासून थोडेसे बाजूलाच असले, तरी त्या कॉफीच्या दुकानात बरीच गर्दी होती. तिथे बसल्यावर शक्तिपीठाचे स्पष्ट दर्शन होत नसल्यामुळे ते पर्यटकांच्या खास आवडीचे नव्हते; पण तरीदेखील शक्तिपीठाचा प्रभाव त्याला नजरेआड करणाऱ्या एका दगडी इमारतीला पूर्णपणे व्यापून शिल्लक राहिल्याचे लिव्हला स्पष्ट जाणवत होते. एखादी सावली त्रिमितीपूर्ण घन आकार घेऊन साकार व्हावी किंवा एखादे वादळ घोंगावत आपल्यासमोर येऊन ठाकावे तसेच तिला तिकडे पाहताना वाटत होते. रुइन शहराच्या इतिहासाबद्दल जाणकार महिलेसमोर, गर्दीकडे पाठ आणि भिंतीकडे तोंड करून लिव्ह बसली होती. पांढरा ॲप्रन आणि काळे जाकीट घातलेला एक चटपटीत वेटर गिऱ्हाइकांची ऑर्डर घेत होता. त्यांची ऑर्डर लिहिलेला कागद पॅडमधून फाडून त्याने रक्षापात्राखाली अडकवून ठेवला.

"सांगा आता, मी तुम्हाला काय मदत करू शकते?" त्यांचे बोलणे ऐकू येणार नाही इतक्या अंतरावर तो वेटर निघून गेल्यावर डॉ. अनातांनी तिला विचारले.

हातातली वही लिव्हने टेबलावर ठेवली. फुलांमध्ये खोवलेल्या कार्डांमधले तिने मगाशी काढून घेतलेले कार्ड अजूनही तिच्या हातातच होते. बाजू पलटून तिने पुन्हा एकदा त्यावर लिहिलेला मजकूर वाचला.

T

MALA
MARTYR

"याचा अर्थ काय हे सांगण्यापासूनच सुरुवात करता का तुम्ही?" कार्ड त्यांच्यापुढे सरकवत तिने विचारले.

“ठीक आहे,” डॉ. अनाता म्हणाल्या. “पण त्याआधी तुम्ही मला एक गोष्ट सांगा.” कार्डावरच्या इंग्रजी टी अक्षराकडे बोट दाखवत त्या म्हणाल्या, “तुम्ही म्हणालात की, तुमच्या भावाच्या अंगावर तुम्हाला काही खुणा दिसल्या. त्या खुणांमध्ये अशीही एखादी खूण होती का?”

वहीचे पहिले पान उलटून लिव्हने सॅम्युएलच्या शरीरावर पाहिलेल्या खुणा दाखवणारे स्वत:च काढलेले चित्र त्यांच्या दिशेला वळवले. “अशी खूण त्याच्या दंडावर केलेली होती.” ती म्हणाली.

संन्याशाच्या शरीरावरच्या जखमांच्या गुंतागुंतीच्या जाळ्याकडे, त्यातल्या भीषण, तरीही रेखीव सौंदर्यामुळे नजरबंदी झाल्यासारख्या डॉ. अनाता एकटक पाहत राहिल्या. वेटर त्यांची पेये टेबलावर कापडाऐवजी घातलेल्या कागदाच्या घडीवर ठेवायला येत असताना पाहून त्यांनी पटकन वही बंद केली. “याला ताऊ असं म्हणतात,” त्या म्हणाल्या. “आणि ते एक अतिशय शक्तिशाली व प्राचीन, अगदी ज्याचं नाव पृथ्वीच्या या भागानं धारण केलं आहे, त्या भूभागाइतकंच प्राचीन आहे.”

‘ताऊ’ या मूळ शब्दापासून ‘टर्की’ असा शब्द कसा काय तयार झाला असेल, अशी कल्पना करत डोक्याला ताण देता-देता लिव्हच्या कपाळाला आठ्या पडल्या.

“हे शक्तिपीठ ज्या जमिनीवर उभं आहे, त्या भागाबद्दल बोलते आहे मी.” तिचा गोंधळ उडालेला पाहून डॉ. अनातांनी खुलासा केला. इमारतींच्या मधून-मधून दिसणाऱ्या दूरवरच्या शिखरांकडे पाहत आणि आकाशाकडे दात काढत हसल्यासारख्या दिसणाऱ्या सुळक्यांकडे पाहत तिने काहीतरी समजल्यासारखी मान हलवली. ‘ताऊचे साम्राज्य’.

त्यांच्या नजरेचा अंदाज घेत लिव्हने नजर वळवली, मार्गदर्शक पुस्तिकेतला नकाशादेखील तिला आठवला आणि त्यातली पर्वतांची शहराला वेढा घालून असलेली आणि देशभर मध्यातूनच पसरलेली पाठीच्या कण्यासारखी रांगदेखील आठवली. ‘वृषभ पर्वतरांगा,’ इंग्रजी टी अक्षराने सुरू होणाऱ्या टॉरस या राशीचे नाव आठवून त्या नावाने उमजलेला नवा अर्थ मनावर प्रभाव टाकत असतानाच अभावितपणे तिच्या तोंडून उद्‌गार बाहेर पडले.

डॉ. अनातांनी होकारार्थी मान हलवली. “ताऊचं महत्त्व तुम्हाला नीट समजून घ्यायचं असेल आणि या जागेसंदर्भात त्याचा अर्थ काय आहे हे जाणून घ्यायचं असेल, तर थोडासा इतिहास माहीत असणं आवश्यक आहे.” असे म्हणून त्या पुढे झाल्या आणि त्या पांढऱ्यास्वच्छ कागदी टेबलक्लॉथवर आपली चांदीच्या अंगठ्या चढवलेली बोटे एकमेकांत गुंफून ठेवत पुढे बोलू लागल्या. “मानवी जीवनाच्या अस्तित्वाच्या या भागातल्या नोंदी पाहिल्या, तर या भूप्रदेशावर आपली हुकूमत जमवण्याचा प्रयत्न करणाऱ्या दोन लढाऊ जमातींचा उल्लेख सर्वप्रथम आढळतो.

एका जमातीचं नाव होतं 'याह्वेह'. पर्वतरांगांमध्ये वर असणाऱ्या गुहांमध्ये हे लोक राहत आणि त्यांचा शक्तिस्रोत असलेल्या एका पवित्र अवशेषाचं रक्षण करत असत, असं समजलं जात असे. त्या इतिहासपूर्व काळातदेखील इतर जमातींचे लोक त्या अवशेषांचं पावित्र्य मानत असत किंवा निदान एखाद्या देवस्थानाप्रमाणे आदरयुक्त भीतीनं या पर्वताच्या यात्रा तरी करतच असत आणि इथे वास्तव्य करतात, अशी श्रद्धा असलेल्या देवतांना अन्न आणि पाळीव प्राण्यांचे बळी देत.

जसजसा काळ पुढे सरकला, तसतशी या पर्वताला भेट देऊन केलेले नवससायास फेडायला आणि इथलं चमत्कारी, आरोग्यवर्धक, दीर्घ आयुष्य देणारं औषधी पाणी तीर्थ म्हणून प्राशन करायला येणाऱ्या यात्रेकरूंच्या वर्दळीमुळे या भागाची समृद्धी वाढतच गेली. शक्तिपीठाच्या ऐहिक गोष्टींची काळजी घेण्याच्या निमित्तानं आणि पर्वतातल्या देवतांचा उपदेश सामान्य जनांपर्यंत लिखित स्वरूपात पोहोचविण्याचं माध्यम म्हणून एका सार्वजनिक चर्चचा उदय झाला. या लिखितांमध्ये देवाचं नाव इंग्रजीत लिहिल्यास 'वायएचडब्ल्यूएच' (YHWH) असं लिहिलं जाई आणि त्याचा अर्थ जेहोवाह आणि येह्वेह – असा होई आणि हीच त्या जमातींची नावंदेखील होती. या लिखितांमध्ये या विश्वाची निर्मिती कशी झाली आणि मानवानं आपलं अस्तित्व येथे कसं निर्माण केलं, याचं वर्णन होतं. विश्वनिर्मितीबद्दलच्या या अधिकृत विचारांच्या सत्यासत्यतेबद्दल प्रश्न उपस्थित करणाऱ्याला पाखंडी ठरवलं जाई आणि शक्तिपीठातील देवतेच्या अधिकारचिन्हाच्या ध्वजाखाली सर्वत्र संचार करणाऱ्या क्रूर-कठोर लढवय्या पुरोहितांचे जथे अशा लोकांची शिकार करत असत.'' पुन्हा एकदा त्या इंग्रजी 'टी' अक्षरासारख्या चिन्हाकडे बोट दाखवून त्या पुढे म्हणाल्या, ''हाच तो ताऊ. एक आणि एकमेव खरा क्रॉस. ज्या पवित्र अवशेषापासून प्रथमच इतरांवर सत्ता गाजवण्याची शक्ती प्राप्त झाली, त्या अत्यंत पवित्र अवशेषाचं चिन्ह. त्याच अतिपवित्र संस्करण-विधानाचं मूर्त रूप म्हणावं असं चिन्ह.''

सार्वजनिक चौकाकडे जाणाऱ्या वाटेवरच्या त्या भव्य दगडी कमानीच्या थोडे अलीकडे थांबून कॉर्नेलियसने ती मुलगी आत्ता नक्की कुठे आहे, ते तपासून पाहण्यासाठी इलेक्ट्रॉनिक नोटबुक उघडले. त्याची स्वत:ची जागा दाखवणारा बाण आता दुसऱ्या बाणाच्या अगदी जवळचीच जागा दाखवत होता. किंबहुना ते दोन्ही एकच जागा दाखवत होते.

त्या मोठ्या चढावाच्या रस्त्यावर अजूनही उताराच्या बाजूलाच असलेल्या कटलरकडे त्याने नजर टाकली. लंगडत-लंगडत तो त्या चढावाच्या रस्त्याने येत

होता अजूनही वीसएक फूट तरी मागे होता तो आणि त्याचा शर्ट घामाने पुरता भिजला होता. एका ठरावीक संथ गतीने थांबत-थांबत, दुखरा पाय एखादा ओंडका उचलून पुढे टाकावा तसा; पण सावकाश टाकत आणि चांगल्या पायाने उडी मारल्यासारखे पटकन पुढे पाऊल टाकत, दुखऱ्या पायावर शक्य तितके कमी वजन देऊन तो पुढे येत होता.

एकदा का त्याने ती मुलगी दाखवली की, सायलेन्सर लावलेल्या पिस्तुलाने त्याला गोळी घालायची आणि तटभिंतीच्या बाजूला असलेल्या बाकांपैकी एखाद्या बाकावर त्याला बसते करून ठेवायचा विचार कॉर्नेलियसने केला होता आणि हे सगळे त्या मुलीसमोरच केल्यामुळे जो धक्का बसेल, त्यामुळे ती मुलगी निमूटपणे आपण सांगू ते ऐकेल आणि स्वतःच्या पायांनी चालत पर्वताच्या पायथ्याशी त्यांच्या व्हॅनपर्यंत येईल, असाही विचार त्याने केला होता; पण तरीही जास्तीची खबरदारी म्हणून हाल्डोलच्या इंजेक्शनची एक भरलेली सिरींज त्याने खिशात तयार ठेवलीच होती. कासवाच्या गतीने येणाऱ्या कटलरकडे त्याने एकवार पाहिले. अगदी जवळ येईपर्यंत वाट पाहिली, मग हातातल्या उपकरणाच्या पडद्याकडे पाहिले. ती मुलगी अजूनही तिथेच होती. उपकरण बंद करून त्याने खिशात ठेवले आणि कमानीच्या सावलीत शिरला.

१३

इंग्रजी 'टी' अक्षरासारख्या ताऊच्या चिन्हाकडे लिव्हने पुन्हा पाहिले. विमानप्रवासादरम्यान तिने पवित्र संस्करण-विधानाबद्दल बरेच काही वाचले होते; पण त्याचा आपल्या भावाच्या मृत्यूशी इतका संबंध असेल, असे तिला वाटले नव्हते.

"तुमच्या भावाच्या अंगावर ही खूण होती, याचाच अर्थ त्यांना पवित्र संस्करण-विधानाचं ज्ञान झालं होतं." रुइन तज्ज्ञ डॉ. अनाता सांगत होत्या. "आणि ते ज्ञान इतरांना देण्याचा ते प्रयत्न करत असावेत."

लिव्हला अर्काडियनचे बोलणे आठवले. तो म्हणाला होता, 'संस्करण-विधानाच्या रहस्याची उकल करा, सॅम्युएलच्या मृत्यूचं गूढ लगेच उलगडेल.' तिने डॉ. अनातांकडे पाहिले. "ते संस्करण-विधान म्हणजे काय असावं, याचा तुम्ही स्वत:सुद्धा काहीतरी अंदाज बांधलाच असेल, नाही का?" तिने विचारले.

रुइनॉलॉजिस्ट डॉ. अनातांनी नकारार्थी मान हलवत सांगितले, "आता माझ्या हातात ते नक्कीच येईल असं मला वाटायला लागतं, तोच ते माझ्या हातातून निसटलेलं असतं. ते कसं नाही, हे मी तुम्हाला सांगू शकते. काही लोकांचा विश्वास आहे त्याप्रमाणे त्याचं स्वरूप ख्रिस्ताच्या क्रॉससारखं नाही. त्या पर्वताच्या आत अधिष्ठान असलेल्या धर्मपंथाच्या तुलनेत ख्रिस्त तसा अगदीच आधुनिक काळातला आहे. म्हणूनच तो त्याचा काट्यांचा मुकुटही नाही की, त्याच्या हातांमध्ये ठोकलेला खिळादेखील नाही किंवा अंत्यभोजनाच्या वेळी ख्रिस्ताने वापरलेला पेलादेखील नाही. संस्करण-विधानाच्या खऱ्या स्वरूपापासून लोकांना दूर ठेवण्यासाठी शक्तिपीठानं वर्षानुवर्षं प्रचारात ठेवलेल्या या सगळ्या दंतकथा आहेत."

"पण मग कुणीही कधीही ते पाहिलंच नसेल, तर प्रत्यक्षात तिथे काही आहे की नाही, हे तरी कसं कळणार?" लिव्ह म्हणाली.

"जगातल्या सगळ्यात मोठ्या धर्माची उभारणी कुणीही नुसत्या वदंतेवर करू शकत नाही, हेदेखील सत्य आहेच ना."

“का नाही? जरा विचार करा. काय दिसतं आहे आपल्याला. दोन इतिहासपूर्व कालीन जमाती आपसात लढताहेत. कशासाठी, तर दुसऱ्यावर वर्चस्व गाजवण्यासाठी. मग त्यातली एक या डोंगरात शिरते आणि असं स्वत:च घोषित करते की, त्यांना आता एक दैवी शस्त्र प्राप्त झालं आहे. कदाचित दुष्काळ पडला असेल किंवा नुसतं ग्रहण लागलं असेल आणि ते म्हणाले असतील की, आम्हीच हे घडवलं. मग त्यांच्याकडे खरंच दैवी शक्ती असण्यावर लोकांचा विश्वास बसला असेल आणि लोक त्यांना देव मानू लागले असतील. त्यांनाही ही नव्याने मिळालेली सत्ता हवीशीच असेल, म्हणून मग त्यांनी लोकांच्या या विश्वासाला खतपाणी घातलं असेल. म्हणजे जोपर्यंत मुळात तिथे काहीच अस्तित्वात नाही हे जोपर्यंत कोणीतरी उघड करत नाही, तोपर्यंत ही फसवणूक अशीच चालू राहील. आता मधला हजार एक वर्षांचा काळ ओलांडून पुढे या, माणसं अजूनही तोच विश्वास बाळगून असतील; मात्र आता त्याचं रूपांतर एका अजस्र धर्मसंप्रदायामध्ये झालेलं आपल्याला दिसेल.” सॅम्युएल तिला सोडून जात असतानाची वेळ तिला आठवली. देवाच्या अधिक समीप जाण्यासाठी तो जातो आहे, असे त्याने तिला सांगितले होते. “आणि माझ्या भावाला जर ते समजलं असेल, ज्या सगळ्या भवतापातून तो गेला आणि ज्या एका गोष्टीसाठी, त्याच्या मनातल्या एका श्रद्धेसाठी तो त्या सगळ्या गोष्टी सहन करत गेला, ते प्रत्यक्षात अस्तित्वातच नसल्याचा जेव्हा त्याला साक्षात्कार झाला असेल...”

लिव्हच्या डोळ्यांत तरळलेले अश्रू डॉ. अनातांना दिसले. त्या म्हणाल्या, “पण तिथे काहीतरी आहे, हे निश्चित. शक्तिदायी असं काहीतरी आहे.” आपली पाण्याची बाटली उचलून घेत त्यावरच्या लेबलकडे पाहत आणि मग त्यांच्या बोटांतल्या अंगठ्या बाटलीवर आपटत आवाज करत असताना, पाणी ग्लासात ओतत त्या म्हणाल्या, “मी असं म्हणते... की, आपल्याला काय हवं असतं आयुष्यात? आपल्याला सगळ्यांनाच काय हवं असतं? आरोग्य, आनंद, दीर्घ आयुष्य, बरोबर? हे तर कुठल्याही काळात असंच राहिलेलं आहे. आपले अगदी आदिपूर्वज, ज्यांनी सर्वप्रथम अग्नी प्रज्वलित केला आणि जंगली जनावरांपासून स्वत:चं रक्षण करण्यासाठी लाकडाच्या काठ्यांना तासून टोकं काढून शस्त्रं बनवली, त्यांनादेखील याच गोष्टी हव्या होत्या आणि हा पर्वत तर तेव्हादेखील होताच आणि त्यात वास करणारी माणसंदेखील होतीच. मग त्या सामान्य जमातीची लोकं, ज्यांना जरा जास्त आयुष्य हवं होतं आणि आजारी पडायची इच्छा नव्हती, त्यांनी साहजिकच या पर्वतात राहणाऱ्या लोकांची, कसल्यातरी अक्कलहुशारीनं प्रचारात ठेवलेल्या दंतकथेमुळे नाही, तर ही पर्वतात राहणारी माणसं दीर्घायुष्य असलेली आहेत आणि आजार त्यांना स्पर्शदेखील करीत नाहीत, म्हणून त्यांची पूजा करू

लागली असतील. मला सांगा, देव म्हटलं की, कोणती प्रतिमा तुमच्या मनात उभी राहते?''

खांदे उडवत लिव्ह म्हणाली, ''एका पांढरी शुभ्र लांब दाढी असलेल्या माणसाची.''

''आता ही प्रतिमा कशी काय आणि कुठून आली असेल?'' हातातली पाण्याची बाटली फिरवून लेबलवरचे शक्तिपीठाचे चित्र दाखवत ती पुढे म्हणाली, ''अगदी सुरुवातीला इथे आलेल्या माणसानं या पर्वताकडे आणि त्या पर्वतात राहणाऱ्या माणसांकडे, म्हणजे त्याच्या दृष्टीनं देवच असलेल्यांकडे पाहिलं असेल, तर त्याला लांब केसांचे, लांब पांढऱ्याशुभ्र दाढ्या असलेले लोकच दिसले असतील. ज्या काळात सर्वसामान्य माणसाचं सरासरी आयुष्य तीसच्या आसपास होतं, त्या काळात ही वृद्ध, अतिवृद्ध, पण निरोगी माणसं त्यांना पाहायला मिळाली असतील.

हे पाणी जगभरात सगळीकडे निर्यात केलं जातं, अगदी रोमन सम्राटांना जेव्हा याचा शोध लागला, त्या काळापासून निर्यात केलं जातंय. इथून पार रोमपर्यंत हे पाणी काय फक्त गोड लागतं म्हणून त्यांनी नेलं असेल का? नाही, प्रत्येक माणसाला जे हवं असतं, तेच त्यांनादेखील आणि त्यातल्या त्यात राजा-महाराजांना तर जास्तच ते हवं होतं. अगदी आजदेखील रुइनमधल्या सामान्य माणसाला इतर कोणत्याही प्रमुख शहरांतल्या लोकांपेक्षा सरासरी सात वर्षं जास्त जगण्याची अपेक्षा असते आणि हजारो माणसं आजही आपल्या आजारांपासून मुक्ती मिळवण्यासाठी इथे येत असतात. इतकं असल्यावर तिथे वर काहीच नसेल, असं कसं म्हणता येईल?''

समोरच्या रक्षापात्राकडे लिव्हचे लक्ष गेले. जवळपास दहा वर्षांचे तिचे धूम्रपानाचे व्यसन रुइनमध्ये आल्यापासून पूर्ण सुटल्यासारखे वाटत होते. डॉ. अनाता म्हणत होत्या त्यात तथ्य होते. काहीतरी असणारच तिथे खास. काहीच अर्थ नसता, तर सॅम्युएलनेदेखील तिला या सगळ्या भानगडीत ओढले नसते आणि जर ती कशाकडेच इशारा करणार नसती, तर त्या बियांवर ती अक्षरे कोरण्याची तसदीदेखील त्याने घेतलीच नसती. आता प्रश्न एवढाच होता की, काय होते ते?

वहीचे पान उलटून बियांवरची अक्षरे लिहून ठेवलेले पान तिने उघडले. पुन्हा लक्षपूर्वक त्यांच्याकडे पाहिले आणि ढगांआडून सूर्य अचानक बाहेर पडून प्रकाश पडावा, तसे त्या अक्षरांमधून काहीतरी नवीन अर्थ तिला प्रतीत होऊ लागला.

१४

त्या विस्तीर्ण तटभिंतीपाशी भर दुपारच्या उन्हात बसेसमधून भराभरा ओतल्या जात असलेल्या आणि इतर मार्गांनी आलेल्या फोटोसाठी थाटात उभे राहणाऱ्या, किंवा नुसतेच अवाक होत उत्तुंग पर्वताकडे आ वासून पाहत उभ्या राहिलेल्या आणि आपल्याच विचारात हरवलेल्या पर्यटकांच्या गर्दीमध्ये नजर खुपसून कॉर्नेलियस लक्षपूर्वक पाहत होता. त्या गर्दीत भरपूर तरुण मुली होत्या आणि त्यापैकी कोणतीही एक त्यांना हवी असलेली मुलगी असणे शक्य होते. चेहऱ्यावरच्या जखमांच्या व्रणांवर त्याने सवयीने बोटाने टोकल्यासारखे केले. डोळ्यांसमोर आपल्या शत्रूचा चेहरा आणायचा प्रयत्न केला. कातडी प्रत्यारोपणाच्या शस्त्रक्रियेनंतर गुंगीच्या औषधाच्या प्रभावाखाली अर्धवट जागृतावस्थेत हॉस्पिटलमध्ये पडला असताना त्याने तिच्याबद्दल बऱ्याच वेळा विचार केला होता. अज्ञाताच्या धुक्यातून एकदम अवतीर्ण झाल्यासारखीच त्याला प्रत्येक वेळी, ती हातात कसले तरी गाठोडे घेतलेली, बुरख्याआड डोळे आणि हात सोडून बाकीचे सगळे शरीर झाकलेली अशीच दिसली होती. कधी तिच्या हातात वर्तमानपत्रांचे भेंडोळे असायचे. अगदी त्याच्या आईने लिव्हरपूलकडे जाणाऱ्या ट्रेनखाली स्वतःला झोकून देण्यापूर्वी अनाथालयाबाहेर त्याला गुंडाळून ठेवले होते, तसेच वर्तमानपत्रांचे भेंडोळे असायचे. तिचाही चेहरा त्याने कधीच पाहिला नव्हता; पण त्या सगळ्या कशा आहेत, हे समजण्यासाठी त्या कशा दिसतात, ते माहीत असण्याची त्याला काहीच गरज वाटत नव्हती. त्या सगळ्या धोकेबाजच असतात.

पाठीमागून आलेल्या धापा टाकण्याच्या आणि थबकत टाकल्या गेलेल्या पावलांच्या आवाजाने एखाद्या गुहेतून बाहेर पडलेला एखादा महारोगी आल्याची सूचना मिळावी, तशी कटलर पोहोचल्याची वर्दी दिली. कॉर्नेलियसने आपला हात खिशात टाकून ग्लॉक रिव्हॉल्वरवरची पकड घट्ट केली.

"यांपैकी ती मुलगी कोणती आहे?" त्याने विचारले.

बियांवर कोरलेल्या मूळ जोड्यांमधली तिने लिहून ठेवलेली अक्षरे लिव्हने निरखून पहिली :

<u>T</u>	**a**	**M**	**+**	**k**
<u>?</u>	**s**	**A**	**a**	**l**

मग फुलांमध्ये खोवलेले तिने घेतलेले कार्ड पाहून त्यावर जे लिहिले होते, त्याच्याशी त्यांची तुलना केली :

T

MALA
MARTYR

मग 'माला' हा शब्द आपल्या वहीत टिपून ठेवला आणि ती अक्षरे वगळून काय उरते आहे, ते पाहिले.

'T' हे अक्षर नसून चिन्ह आहे, प्रतीक आहे, असे गृहीत धरले, तर – एस, के आणि ए ही तीनच अक्षरे उरत होती आणि त्याव्यतिरिक्त '+' आणि '?' ही दोन चिन्हे उरत होती. लक्षपूर्वक राहिलेल्या अक्षरांकडे पाहत तिने शेवटचा शब्द लिहिला आणि ती दोन उरलेली चिन्हेदेखील लिहिली आणि मग आपणच काय लिहिले आहे, ते वाचून पाहिले.

<u>T</u> + <u>?</u>
Ask Mala

अधोरेखित चिन्हे ज्या क्रमाने लिहिली होती, ते बरोबर वाटत होते. तसेच प्रत्येक शब्दातले पहिले अक्षर इंग्रजी पहिल्या लिपीत लिहिलेलेदेखील बरोबरच वाटत होते. तिच्या भावाने तिला पाठवलेला संदेश हाच असावा का? हाच असावा असे वाटत होते. इंग्रजी टी अक्षर म्हणजे ताऊ, संस्करण विधानाचे चिन्ह होते. अधिकची फुली म्हणजे क्रॉस असण्याची शक्यता होती. प्रश्नचिन्हामुळे त्याच्या खऱ्या स्वरूपाविषयीची गूढता प्रतीत होत होती आणि उरलेले दोन शब्द म्हणजे पुढे काय करावे, याची तिला दिलेली सूचना असणार होती. तिने रुइनॉलॉजिस्ट महिलेकडे पाहिले.

"हे माला कोण आहेत?" तिने विचारले.

आपल्या पुढ्यातल्या वहीतल्या पानावर लिव्हने लिहिलेल्या शब्दांवरून नजर वर करून डॉ. अनातांनी तिच्याकडे पाहिले. "मी तुम्हाला मगाशीच सांगितलं की, सुरुवातीला माणसांच्या दोन जमाती होत्या. एक होती येह्वेह, म्हणजे ते डोंगरात राहणारे लोक आणि दुसरी होती पवित्र संस्करण-विधान येह्वेह लोकांनी चोरलं, कड्या-कुलुपात बंदिस्त करून ठेवलं आणि सगळ्या नैसर्गिक गोष्टींमध्ये अधिक्षेप केला, असं मानणारी वाळीत टाकलेली, बहिष्कृत जमात. जगाला ज्यापासून वंचित केलं गेलं आहे, ते पवित्र संस्करण-विधान शोधून काढून त्यातलं ज्ञान जगासाठी मुक्त केलं पाहिजे, असं ते मानत. याच जमातीचं नाव 'माला' असं आहे. येह्वेह जमातीच्या लोकांनी त्यांच्यावर अत्याचार केले, त्यांच्या अशा विचारसरणीबद्दल त्यांना शोधून शोधून ठार मारलं. तरीही त्यांनी आपली विचारधारा जिवंत ठेवली आणि त्यांच्या छुप्या चर्चचा प्रभाव वाढत राहिला. एकीकडे पर्वतीय लोकांचं सामर्थ्य प्रचंड वेगानं विस्तार पावत असलं, तरीदेखील हे होत राहिलं. येह्वेह लोकांनी रोमन लोकांबरोबर संगनमत करून आपल्या धर्माला राजाश्रय देण्यापर्यंत मजल मारतानाच दुसरीकडे माला जमातीबद्दल जनमानसामध्ये भाषेच्या माध्यमातून विष भिनवण्याचं कामदेखील सूत्रबद्धपणे केलं – इतकं की, लॅटिन भाषेत 'माला' या शब्दाचा अर्थच मुळी 'नकारात्मक' असा निश्चित केला गेला; परंतु शक्तिपीठाने या लोकांची अगदी राक्षसांमध्ये गणना केली. त्यांची प्रार्थनाघरं जाळली. त्यांचे पवित्र ग्रंथ जप्त करून नष्ट करून टाकले. तरीदेखील त्यांच्या आत्म्याचं चैतन्य नष्ट करू शकले नाहीत."

अनामिक अपेक्षेने लिव्हचे मन थरारले. "ही लोकं अजून आहेत का कुठे?" तिने विचारले.

उत्तर देण्यासाठी डॉ. अनातांनी तोंड उघडले; पण अचानक त्यांची नजर वर गेली. त्यांची नजर पाहून सावध होत लिव्हने मागे वळून पाहिले, तर झळझळीत प्रकाश पसरलेल्या आकाशाच्या पार्श्वभूमीवर एका थोराड अंगाच्या माणसाची फक्त आकृतीच तिला दिसली. झळाळत्या प्रकाशाला सरावल्यावर त्याच्या पाठीमागून येत असलेल्या प्रकाशामुळे अंधारात असलेले त्याचे व्यक्तीविशेष एक एक करून स्पष्ट होऊ लागले – आधी डोळे – फिकट निळे, थेट तिच्याकडेच रोखलेले. चेहऱ्याची ओळख पटत गेल्याबरोबरच तिच्या मनात भीतीचे काहूर उठले.

"हो," गॅब्रिएल म्हणाला. "आम्ही आहोत अजूनही!"

१५

कटलर जिथे उभा होता तिथून पर्वताच्या पायथ्याच्या बाजूने वेढा घातल्यासारखी वळणे घेत दूरवर रांगेने उभ्या झालेल्या हर प्रकारच्या रोग निवारण आणि संजीवनी उपचार पद्धती देऊ करणारी केंद्रे असलेल्या दगडी इमारतींपर्यंत गेलेली तटभिंत आणि त्याच्या आसपासचा सगळा परिसर त्याला दिसत होता.

''ती नाहीये इथे,'' तो म्हणाला.

कॉर्नेलियसने खिशातल्या पिस्तुलावरची पकड ढिली केली. कटलर वेळ काढतोय, हे स्पष्टच कळत होते. इलेक्ट्रॉनिक नोटबुक उघडून पडद्यावरच्या नकाशात तो बारीक रेषेने दाखवलेली तटभिंत आणि त्याबाजूचा परिसर पाहू लागला. दोन्ही बाण जवळजवळ एकच बाण असल्यासारखे दिसत होते आणि ते आत्ता जिथे उभे होते, त्याच जागेकडे थेट निर्देश करत होते. "ती इथे आहे." असे जोर देऊन बोलत त्याने खिशातला मोबाइल काढला आणि त्यावर नोंदवलेल्या फोन नंबरांमधून लिव्हचा नंबर शोधून काढून फोन करायची तयारी केली.

फोनचा संपर्क साधण्यासाठी बटण दाबून तिच्याकडे असलेल्या फोनचा आवाज कुठून येतो आहे ते कळावे, म्हणून त्याने आपल्या हातातला फोन एक पाऊल पुढे येत खाली टाकला. संन्याशाच्या समाधिस्थळाजवळ जात लोकांच्या बोलण्याच्या आवाजातून फोनचा आवाज नीट ऐकू यावा, म्हणून लक्षपूर्वक कान देऊन अंदाज घ्यायला लागला, तर त्याच्या समोरच्या बाजूनेच आवाज ऐकू येतोय, अशी त्याला जाणीव झाली.

मान वाकडी करत कावळ्याच्या नजरेने पाहायला गेल्यावर त्याला समोर पसरलेल्या फुलांमध्ये जमिनीवर थोडीशी हालचाल जाणवली आणि एखादी मधमाशी गूं गूं करत फुलांमध्ये फिरत असावी, तसा फुलांखाली दबलेला आवाजदेखील ऐकू आला. गुडघ्यांवर बसत कॉर्नेलियसने त्या नरम मुलायम फुलांच्या पाकळ्यांमध्ये हात खुपसला. त्याच्या हातात प्लॅस्टिकच्या कव्हरमध्ये असलेला फोन आला, तो

फुलांमधून बाहेर काढेपर्यंत पुन्हा एकदा त्याच्या हातातच वाजला आणि थरथरला. तो जिथून उचलला गेला तिथे पसरलेल्या फुलांच्या गालिचामध्ये एक भगदाड पडल्यासारखे झाले. त्याच्या स्वत:च्या फोनमधून येणारा यांत्रिक आवाज त्याला आपला निरोप नोंदवण्याची विनंती करत होता. आपला फोन बंद करून त्याने लिव्हच्या फोनवरून नुकत्याच करण्यात आलेल्या किंवा तिला आलेल्या फोनच्या नोंदी, कुणाकुणाचे फोन नंबर त्यात साठवून ठेवले आहेत आणि लेखी संदेश काय आले किंवा पाठवले गेले आहेत, ते पाहायला सुरुवात केली. या सगळ्या विभागांमध्ये एकही नोंद सापडली नाही, सगळे रिकामे होते.

कुणीतरी सगळ्या नोंदी नष्ट करून फोन टाकून दिलेला होता.

तो दाढीवाला माणूस समाधिस्थळापासून घाईघाईने दूर जाताना डॉ. अनातांनी पाहिले. दुसऱ्या टोकाकडे असलेल्या भिंतीजवळ जाऊन तो थांबला, तिथे असलेल्या दुसऱ्या एका माणसाशी काहीतरी बोलला आणि त्याच्या हातात असलेल्या लॅपटॉपसारख्या उपकरणाकडे पाहत असल्याचेदेखील त्यांनी पाहिले. गॅब्रिएल म्हणाला ते खरे होते. ते तिच्या फोनच्या मदतीने तिचा माग काढत इथवर आले होते.

हे सगळे पाहिल्यावर त्यांनी खिशात हात घालून आपला स्वत:चा फोन काढला आणि कसल्या कसल्या उपचार पद्धती असलेल्या केंद्रांच्या दिशेने आणि त्या लॅपटॉपवाल्या लोकांपासून दूर जाण्यासाठी चालायला लागली. आपला फोन तिने बंद केला आणि खंदकाच्या भिंतीच्या बाजूबाजूने ठरावीक अंतरावर ठेवलेल्या कचऱ्याच्या डब्यात टाकायचा विचार केला, पण मग विचार बदलून पुन्हा खिशात ठेवला आणि काही दिवस इथून नाहीसे व्हावे, असा विचार केला. फोन काय ती नंतरदेखील फेकून देऊ शकत होती – म्हणजे एकूणच पुढे काय काय घडतेय ते पाहून तिला ते ठरवता येणार होते. एक बरे होते की, ती मुलगी आता सुरक्षित होती आणि तीच मुख्य महत्त्वाची गोष्ट होती.

फरसबंद रस्त्यावरून चालणारे पर्यटक आणि मध्येच उभे असलेले खाद्यपदार्थांचे स्टॉल यांतून वळणे घेत-घेत मार्ग काढत मोटारसायकल चालली होती. लिव्हने हेल्मेट घातले नव्हते, त्यामुळे गॅब्रिएलच्या पाठीमागे बसलेल्या लिव्हचे वाऱ्याने उडणारे केस तिच्याच तोंडावर सपकारे मारत होते. वेगात चालले असल्यामुळे तिने गॅब्रिएलला घट्ट धरले होते आणि त्याच्या अंगावरच्या कपड्यांमधूनदेखील त्याचे

कणखर शरीर जाणवत होते. उंच-सखल, खडबडीत रस्त्यावरून जाताना मोटारसायकल गचके खात असताना आणि कधीकधी घसरल्यासारखी होत असताना आभावितपणे तिच्या मांड्या त्याच्या शरीराभोवती आवळल्या जात होत्या. चोवीस एक तासांपूर्वीच ते जेव्हा यापूर्वी भेटले होते, तेव्हा धुपाच्या वासासारखा जाणवलेला गंध पुन्हा एकदा तिला लपेटून घेत होता आणि ती दुपारच्या उबदार हवेवर तरंगत चालली होती. त्याच्या रुंद खांद्यापाशी तिचे नाक होते, त्यामुळे तिला त्या गंधाची प्रकर्षाने जाणीव होत होती. त्याच्या खांद्यावर डोके टेकण्याची झालेली अनिवार इच्छा तिने महत्प्रयासानेच दूर सारली. मग मन थोडे सावरल्यावर तिला जाणवले की, तो त्याने लावलेल्या कोलनचा सुगंध नव्हता, तर तो त्याचा स्वत:चा देहगंध होता आणि तो फारच छान होता.

आपण कुठे चाललो आहोत, हे तिला माहीत नव्हते. आपल्याकडे आपला फोन नाही, तेव्हा आपण कुणाशीही कसा काय संपर्क साधायचा, हेदेखील माहीत नव्हते. इतकेच काय, ती आत्ता ज्या माणसाला मिठी मारून बसली होती, त्याच्याबद्दलदेखील तिला काही म्हणजे काहीही माहीत नव्हते आणि तरीही इतक्या दिवसांत आज पहिल्यांदाच आपण सुरक्षित असल्याची भावना तिला जाणवत होती. त्याने ज्या तातडीने तिला निघायला सांगितले, त्यावरून त्याचे म्हणणे ऐकायलाच हवे, असे तिला वाटले होते. तो तिला जे काही करायला सांगत होता, ते तिच्या भल्यासाठीच होते. त्याला त्यातून काहीच मिळवायचे नव्हते, हे त्याने त्याच्या वर्तनातूनच तिला दाखवून दिले होते. पहिले म्हणजे तिची सुरक्षितता हा त्याचा एकमेव उद्देश होता. दुसरे म्हणजे तो एक माला जमातीतला माणूस होता आणि जर त्या रुइनॉलॉजिस्ट बाईंकडून मिळालेली माहिती खरी मानली, तर तिच्या भावाने माला जमातीच्या लोकांना विचारण्याची तिला जी दिशा दाखवली होती, त्या संदेशावर विश्वास ठेवून त्या दिशेने जाण्याचे काम करणे तिला भागच होते.

शहराभोवतीच्या परीघ-भिंतीतल्या पश्चिम दरवाजातून पुढे जात मोटारसायकल शहराभोवतालच्या गोलाकार रस्त्यावरच्या रांगत-रांगत सरकणाऱ्या रहदारीत शिरली आणि शहराबाहेर पडण्यासाठी निघाली, तेव्हा तिच्या मनात हाच विचार येत होता की, नाहीतरी आपण आत्ता दुसरे काय करू शकत होतो?

१६

पोलीस खात्याचे कोणतेही चिन्ह नसलेल्या गस्तीच्या कारमधल्या प्रवासी सीटवर बसलेला अर्काडियन खोळंबून उभ्या राहिलेल्या वाहनांकडे पाहत असताना त्याला पलीकडे फोन उचलला गेल्याचा आवाज ऐकू आला.

"रुइन पोलीस डिव्हीजन."

"हां, मला सब-इन्स्पेक्टर सुली मन्टुस यांच्याशी बोलता येईल का?" त्याने विचारले.

"आपण कोण बोलता आहात?"

"इन्स्पेक्टर अर्काडियन."

संपर्क साधून देण्यासाठी घेतल्या जाणाऱ्या वेळात त्याच्या कानावर किणकिणत्या आवाजातले विवाल्डीच्या 'फोर सीझन्स' या गाण्याचे सूर पडत राहिले. ऑपरेटर पुन्हा फोनवर बोलेपर्यंत खोळंबलेली रहदारी एका अख्ख्या कारच्या लांबीएवढी पुढे सरकली होती.

"क्षमा करा, त्यांच्या फोनवर कोणी उत्तर देत नाहीये."

"मग तुम्ही मला त्यांच्या मोबाइलशी जोडून देऊ शकाल का?"

पुन्हा एकदा फोनवर शांतता पसरली. संपर्क साधला गेला, तेव्हा तो थेट पूर्वमुद्रित उत्तर ऐकवण्याच्या व्यवस्थेशी जोडला गेला. *हा माणूस नक्की गेला आहे तरी कुठे?* आपला निरोप नोंदवताना अर्काडियन सपाट, पण त्रासलेल्या आवाजात म्हणाला, "मी अर्काडियन बोलतो आहे. मला तत्काळ फोन कर."

फोन बंद करून त्याने परत तुंबलेल्या रहदारीकडे पाहिले. शवागाराकडे बातम्यांच्या चॅनेलवाल्यांनी धाव घेतल्याचे समजल्याबरोबर त्याने सुलीला फोन केला होता. एखादी संशयित व्यक्ती असावी, तसे लिव्हला वागवताना आणि जवळजवळ खेचतच नेऊन पोलिसांच्या गाडीत कोंबल्यासारखे बसवताना सुलीला त्याने टीव्हीवर पाहिले होते. तावडीत सापडल्यावर सुलीची तो चांगली खरडपट्टी

काढणार होता. कदाचित हाच संशय असल्यामुळे सुली त्याच्या फोनला उत्तरच देत नव्हता. हातातला फोन किरकिरल्याबरोबर त्याने कानाला लावला आणि विचारले, ''कोण सुली का?''

''नाही, मी रीस बोलतोय. तुला सांगण्यासारखं काहीतरी आहे माझ्याकडे.''

मनातल्या वैतागाला वाट करून देत अर्काडियन कारच्या काचेकडे एक जोरदार सुस्कारा सोडला. ''काही चांगली बातमी आहे का?''

''नाही, पण... विस्मयकारक आहे हे निश्चित. मी नुकताच प्रयोगशाळेत आलो आणि संन्याशाच्या डीएनएचे ठसे पाहायला घेतले आणि काही नवी माहिती मिळते का ते पाहत होतो. त्या मुलीच्या डीएनएचा नमुना मी संन्याशाच्या नमुन्याशी पडताळून पाहत होतो. इलेक्ट्रोफोरेसिसची प्रक्रिया अर्धीअधिक पूर्ण झाली असली, तरी डीएनए कितपत वेगळेपणा दाखवायला लागली आहेत, ते पाहण्यासाठी मी आत्ताच ती फ्लोराइज करून ठेवली आहेत.''

''तुम्ही हे सगळं जे सांगताय त्यातलं मला एक अक्षरदेखील कळलेलं नाही. मला फक्त एवढंच सांगा – ती डीएनए जुळताहेत की नाही?''

''त्यांच्यातलं वेगळेपण पुरतं बाहेर पडायला बराच वेळ आहे अजून, पण जो प्रकार आत्ता दिसतो आहे, त्यावरून मला असं म्हणावंसं वाटतं की, ती नुसती जुळत नाहीयेत, तर ती तंतोतंत एकसारखी आहेत आणि हेच जरा विचित्र आहे.''

''विचित्र काय आहे त्यात? उलट त्यानं तिनं सांगितलेल्या त्यांच्या जुळेपणाला पुष्टीच मिळते आहे.''

''हो, ते खरंच आहे; पण ती मुलगी त्या संन्याशाची बहीण नसल्याचे पुरावे या तपासणीतून मिळतील, अशी मी अपेक्षा करत होतो.''

''का?''

''कारण शरीरानं एकमेकांशी जोडल्या गेलेल्या जुळ्या मुलांच्या आतापर्यंत नोंदलेल्या इतिहासात दोन्ही मुलं भिन्न लिंगी असल्याच्या एकाही घटनेची नोंद झालेली नाही. उत्पत्तीशास्त्रानुसार अशी मुलं समान लिंगी असली पाहिजेत, कारण प्रत्यक्षात ती एकच व्यक्ती असतात.''

''मग तुम्ही जे सांगताय, ते अशक्य आहे का?''

क्षणभर विचार करून रीस म्हणाले, ''वैद्यकशास्त्रानुसार सांगायचं, तर हे अतिशय असंभव आहे.''

''पण अशक्य नाही, बरोबर?''

''नाही. एकाच व्यक्तीमध्ये दोन्ही लिंगांचे व्यक्तिविशेष आढळल्याच्या – द्विलिंगी आणि त्यासारख्या व्यक्ती जन्माला आल्याच्या – भरपूर नोंदी आहेत; शिवाय या घटनेला असलेली एक धार्मिक छटा लक्षात घेता, मला असं वाटतं की,

तुमचा जर स्व-फलित बीजांडजन्मावर विश्वास असेल, तर सर्व शक्याशक्यतांचे दरवाजे सताड उघडे...''

''चमत्कार म्हणायचं आहे का तुम्हाला?''

''मला 'कार्यकारणभाव सांगता न येणाऱ्या घटना' असं म्हणायचं होतं.''

''त्याचा अर्थ तोच, नाही का?''

रीस काहीच बोलले नाहीत.

''तर पुराव्याच्या आधारे तुम्हाला असं वाटतंय की, ती मुलगी खरं बोलतेय, बरोबर?''

पुन्हा एकदा रीस बोलायचे थांबले, उपजत शास्त्रशुद्ध तर्कविचारानुसार आपल्या समोर काय आहे, त्याची उजळणी केली. शेवटी म्हणाले, ''हो, ती त्याची बहीणच आहे. डीएनएच्या चाचणीचा अहवाल पाहिला नव्हता, तोपर्यंत मला तसं वाटत नव्हतं; पण हा अहवाल खोटा असूच शकत नाही.''

त्या मुलीवर आपण जो विश्वास ठेवला, तो खोटा ठरला नाही, याचे बरे वाटून अर्काडियन हसला. संन्याशाच्या मृत्यूचे रहस्य उलगडण्यामध्ये ती मुलगीच सगळ्यात महत्त्वाची ठरणार आहे, याची आता त्याला खात्री झाली. ''एक मेहेरबानी करता का माझ्यावर?'' त्याने विचारले. ''आत्ता जे सांगितलंत, ते सगळं आपल्या या घटनेसंबंधीच्या फायलीत नोंदवून ठेवाल का, म्हणजे मी ऑफिसात परत आलो म्हणजे पुन्हा एकदा मला ते नीट पाहता येईल.''

''नक्कीच. त्यात काय अवघड आहे? पण तुम्ही कुठे आहात आत्ता?''

गार्डन डिस्ट्रिक्टकडे जाणाऱ्या अरुंद रस्त्यावर तुंबलेल्या रहदारीकडे अर्काडियनने एक नजर टाकली. ''अजूनही त्या मृत संन्याशाचा शोध घेत फिरतोय,'' तो म्हणाला. ''पण एक मेलेला माणूस माझ्यापेक्षा जास्त वेगाने हालचाली करतोय सध्या तरी. तुमच्या तिथे काय परिस्थिती आहे? बातम्यांच्या मागावर असलेले भोचक पत्रकार कंटाळले आहेत की नाही?''

''स्वप्न वगैरे पाहत नाही ना तुम्ही? तसले शेकडो लोक आत्तादेखील बाहेर ठाण मांडून बसले आहेत. मला वाटतं सहाच्या बातम्या पाहायला मिळेपर्यंत वाट पाहण्याची गरज नाही.''

''हो, तेही खरंच,'' 'संन्याशाचे प्रेत पोलिसांच्या नाकाखालून पळवले' असले सनसनाटी मथळे असलेल्या बातम्या झळकण्याची अपरिहार्यता विचारात घेत अर्काडियन उत्तरला. नंतर ''अच्छा, रीस,'' एवढेच बोलून रीसना आणखी काही बोलायची संधी न देता फोन बंद केला. मग पोटावर बांधलेला सुरक्षापट्टा काढत बाजूला मुफ्तीमध्ये बसलेल्या पोलिसाकडे वळून म्हणाला, ''जरा पाय मोकळे करावे असं वाटतंय. तुझ्याकडे तो पत्ता आहेच. मी भेटतो तुला तिथे.''

ड्रायव्हरने उत्तरादाखल काही बोलण्याआधीच प्रवासी बसायच्या सीटवरून उतरून कारबाहेर पडत तो रस्त्यावर चालूदेखील लागला. हळूहळू सरकणाऱ्या गाड्यांमधून वाट काढत, त्याच्या मध्ये येण्यामुळे किंचाळत उठलेल्या कुणा गाडीच्या हॉर्नमधून व्यक्त होणारे शिव्याशाप झेलत आणि एका व्हॅनच्या त्रासलेल्या ड्रायव्हरच्या त्याच्यावर उगारलेल्या बोटाकडे दुर्लक्ष करत पुढे जात राहिला. सुलीच्या संपर्क न साधण्यामुळे मात्र तो अस्वस्थ होता. आपल्याला आलेल्या फोन्सची यादी धुंडाळून त्याने लिव्हचा नंबर शोधून काढला. तिला फोन करण्यासाठी बटण दाबले आणि वर नजर केली. जरा दूर अंतरावर उष्म्यामुळे रस्त्यावर उठणाऱ्या वाफा आणि धुळीमुळे हलत असल्यासारख्या वाटणाऱ्या एका पाटीवर 'एक्सेजेसिस स्ट्रीट' असे लिहिलेले त्याला दिसले.

ज्या व्यक्तीशी संपर्क साधायचा प्रयत्न करतो आहोत ती सध्या उपलब्ध नाही, असे सांगणारा यांत्रिक आवाज तो त्या पाटीच्या दिशेने जात असताना त्याच्या कानावर पडत राहिला. तो विचारात पडला. मागच्या वेळेला फोन केला होता, तेव्हा लिव्हच्या स्वत:च्या आवाजातला संदेश तुमचा काही संदेश असल्यास कृपया मुद्रित करून ठेवा, असे सांगत होता. पुन्हा त्याने फोन लावण्याचा प्रयत्न केला. पुन्हा तोच यांत्रिक आवाज ऐकू आला. हा तिचाच फोन नंबर होता हे नक्की; पण ती फोनपाशी नव्हती. कसलाही संदेश नोंदवून न ठेवता त्याने फोन बंद केला.

तो ज्या रस्त्याने आला होता, त्या रस्त्यापेक्षा एक्सेजेसिस रस्ता बराच रुंद होता आणि पूर्वी अतिशय देखणी घरे असलेल्या; पण आता अवकळा आलेल्या कार्यालयीन इमारती बनलेल्या आणि अखंड वाहणाऱ्या रहदारीमुळे आणि कालौघात काळवंडलेल्या इमारती दुतर्फा पसरलेल्या होत्या. रस्त्यावरून सावली असलेल्या बाजूने चालत घरे मोजत-मोजत तो रुंद दरवाजाच्या बाजूच्या दगडी खांबात ३८ असा आकडा कोरलेल्या घरापाशी आला. आकड्याखालच्या पितळी चौकोनावर ऑर्टस असे नाव आणि त्याखाली कमळाच्या चार पाकळ्यांमध्ये अलगद धरलेला पृथ्वीगोल असलेले बोधचिन्ह काढलेले होते. फोन खिशात टाकून दगडात कोरून काढल्यासारख्या जुन्या पद्धतीच्या प्रवेशद्वारात बेमालूमपणे बसवलेल्या आधुनिक जाडसर काचांच्या दाराकडे जाणाऱ्या तीन पायऱ्या त्याने उडी मारूनच ओलांडल्या. मग काचेची दारे ढकलून तो आत शिरला.

१७

सुली अगदी सावकाश भानावर आला.

गडद काळ्या तेलकट पदार्थाच्या तळातून आपण सावकाश वर येत आहोत, असे त्याला वाटत होते. डोळे उघडण्याआधीच काहीतरी चुकले आहे, चुकते आहे, याची जाणीव त्याला होत होती. तो जिथे कुठे होता तिथे दमटपणा, धुराचा वास आणि अंधार भरून उरला होता. डोळे उघडायचा त्याने प्रयत्न केला, पण त्याचे डोळे नुसतेच जडशीळ पापण्यांच्या आत फिरत राहिले आणि पापण्यांनी उघडायला स्पष्ट नकार दिला. आठवडाअखेरीला जरा जास्तच घेतल्यावर ठणकते, तसे त्याचे डोके ठणकत होते; पण त्याने बऱ्याच दिवसांत तसे काही केले नव्हते, हे त्याला आठवत होते. मग त्याने एक खोलवर श्वास घेतला, त्यासरशी पुन्हा एकदा तिथला दमट, धुरकट वास त्याच्या नाकात भरला. एखाद्या खेळाडूने वजन उचलताना जोर करावा, तसा त्याने आपली सगळी शक्ती एकवटून डावा डोळा उघडला. तो लगेच फटकन बंदही झाला, पण तेवढ्या वेळात आपण कुठे आहोत, हे त्याला स्पष्टच कळले. तो कुठल्यातरी गुहेत होता.

झालेल्या श्रमामुळे थकून थोडा वेळ तसाच पडून राहून विश्रांती घेता-घेता विचारांचा गुंता सोडवण्याचा आणि आपण जे काही पाहिले, त्याचा अर्थ लावण्याचा त्याने प्रयत्न केला. आपण नक्की कुठे आहोत, याचा अंदाज येण्यासाठी आजूबाजूला काही आवाज होताहेत का, याचा तो कानोसा घेत राहिला; मात्र हृदयाच्या प्रत्येक ठोक्याबरोबर पुढे सरकणाऱ्या रक्ताच्या आवाजाव्यतिरिक्त त्याला काहीच ऐकू आले नाही. मोठ्या जड लाटा शंखशिंपल्यांनी भरलेल्या किनाऱ्यावर खसखसत जाव्यात, तसा आवाज होता तो. त्या संथ गतीत, एका लयीने चाललेल्या आवाजाने भारावल्यासारखा होत तो पुन्हा एकदा बेहोषीच्या गर्तेत खोल बुडत गेला, तेव्हादेखील या समुद्राकाठच्या गुहेमध्ये आपण कसे काय पोहोचलो, याचाच विचार तो करत होता.

बेशुद्धपणाच्या गाढ झोपेतून तो पुन्हा शुद्धीवर आला, तेव्हा मात्र त्यात कसलीच तरल, मुलायमता नव्हती. या वेळेला त्याच्या कवटीच्या खालच्या बाजूला कुणीतरी एखादा हुक अडकवला आहे आणि तो जोरात खेचून वर ओढते आहे, असेच त्याला वाटत होते. त्याने जोरात ओरडायचा प्रयत्न केला; पण प्रत्यक्षात त्याच्या तोंडून फक्त एक गुदमरल्या आवाजातला चिरका हुंकार बाहेर पडला. दुखतेय म्हणून त्याने डोके दुसरीकडे वळवायचा प्रयत्न केला; पण ते हललेच नाही. कशामुळे या वेदना होताहेत, ते पाहण्यासाठी डोळे उघडून पाहण्याचा त्याने प्रयत्न केला; पण त्याचे डोळे डोळ्यांच्या खोबणीत कसेतरीच फिरले. ओबडधोबड दगडी भिंतींवर नाचणारा शेकोटीतल्या जाळाचा प्रकाश मात्र त्याला ओझरता दिसला. भयावह वाटणाऱ्या छळ-साधनांच्या आकृती त्या अंधारातही उठून दिसल्या. तरीही आपल्याला होणाऱ्या वेदना कशामुळे होताहेत ते न कळल्यामुळे भीतीची एक नवी लहर वेगाने त्याच्या मनात उमटून गेली. त्यामुळे बर्फाचे पाणी टाकल्यानेदेखील जितक्या लवकर आला नसता, त्यापेक्षा जास्त वेगाने तो पूर्णपणे भानावर आला.

शेवटी डोक्यातला ठणका हळूहळू कमी झाला आणि धुके बाजूला सरून एक-एक गोष्ट स्पष्ट दिसू लागावी, तशा त्याला गोष्टी आठवू लागल्या. आपण व्हॅनमध्ये बसलो, आपला सुरक्षापट्टा लावायला घेतला, इतक्यात आपल्या उजव्या पायात काहीतरी टोचल्याची वेदना झाल्याचेदेखील आठवले. मग आपल्याला ती इंजेक्शनची सिरिंज दिसली. बसलेल्या धक्क्यातून सावरून ती खेचून घेण्यासाठी आपण हात पुढे करायचा प्रयत्न केला; पण हात जागचा हललाच नाही, हेदेखील आठवले. यानंतर मात्र काही नाही.

सुई जिथे टोचली गेली होती तिकडे त्याने पाहिले. हाताने त्या जागी स्पर्श करायचा प्रयत्न केला; पण हात हललाच नाही. खाली वाकून पाहायचा प्रयत्न केला, तर मानदेखील खाली वळवता आली नाही. फक्त त्याचे डोळे जितके शक्य होते तितके डोळ्यांच्या खोबणीच्या खालच्या बाजूकडे गेले. आपले हात मनगटापाशी एका खुर्चीच्या हातांना घट्ट बांधून ठेवले आहेत, असे त्याला दिसले. याशिवाय आणखीही एक गोष्ट त्याला दिसली – एक अशी गोष्ट, जी त्या दमट गुहेच्या वातावरणाशी पूर्णत: विसंगत आणि म्हणूनच आश्चर्यकारक होती. त्याच्या उजव्या हाताशी एक लहानसे टेबल होते आणि त्या टेबलावर एका छोट्याशा केबलने एका लॅपटॉपला जोडलेला एक मोबाइल फोन होता. आपण कसले तरी अतिरंजित स्वप्नच पाहत आहोत, असे त्याला क्षणभर वाटले; पण डोक्यातल्या कळा आणि मानेवरून ओघळणारे थोडेसे गरम, चिकट असे काहीतरी जाणवत असल्यामुळे ते

स्वप्न नसून सत्य असल्याची ग्वाही मिळत होती. आपले पाय हलवण्याचा त्याने प्रयत्न केला; पण तेदेखील तो बसला होता त्या खुर्चीच्या पायांना घट्ट बांधून टाकलेले होते. आपल्याला किती घट्ट बांधलेले आहे, ते आजमावून पाहण्याचा त्याने प्रयत्न केला; पण लवकरच मानेमागच्या भागात पुन्हा वेदना उसळू लागल्या. त्यामुळे कळवळून तो खुर्चीतच पुढे झुकला; पण कपाळ आणि गळ्याभोवतीदेखील बांधलेल्या पट्ट्यांमुळे त्याला तेदेखील करता आले नाही. त्याला हलता येत नव्हते. श्वासही घेता येत नव्हता. मानेत जे काही टोचत होते, ते तसेच आत घुसत आता थेट मणक्यात पोहोचून आतला मज्जारज्जू तोडून टाकणार, असेच त्याला वाटायला लागले. वेदनेच्या त्या सर्वोच्च बिंदूपाशी ते टोचणारे जे काही होते ते स्थिरपणे पकडून ठेवले गेले आणि नंतर थोडेसे शिथिल होत मागे सरकत त्याला एक कणभर; पण हवाहवासा दिलासा देऊन गेले.

डोक्यातून येणाऱ्या 'खस्स खस्स' अशा रक्ताच्या आवाजातही आपल्या पाठीमागे झालेला पावलांच्या सरकण्याचा आवाज त्याला ऐकू आला. "कोण आहे तिथे?" पाण्यातून बुडबुडे फुटावेत तशा फुटक्या, चिरक्या आवाजात त्याने विचारले. आपल्या आवाजातली भीती त्याला लपवता आली नाही.

आपल्या उजव्या हातापाशी काहीतरी खेचले गेल्याची त्याला जाणीव झाली आणि बांधलेले हात सैल केले गेल्याचे जाणवले. हात वर उचलून त्याने मानेवर चोळायचा प्रयत्न केला; पण धातूच्या एका जाडसर साखळीने हाताची ती हालचाल तत्काळ थांबवली. एक जाड चामड्याचा पट्टा त्याच्या मनगटाभोवती बांधलेला होता आणि तो एका छोट्याशा साखळीने खुर्चीच्या हाताशी जोडून टाकलेला होता. मग हताशपणे त्याने हात खुर्चीच्या हातावर टाकला आणि आणखी काही हालचालीचा आवाज येतोय का त्याकडे लक्ष देऊ लागला.

"मी एक पोलीस अधिकारी आहे." जणू काही हे शब्द म्हणजे हर प्रकारच्या संकटापासून संरक्षण करणारा ताईतच असावा, अशा सुरात, पण अंधाराशीच बोलावे तसा तो बोलला.

डाव्या कानाच्या अगदी जवळून ऐकू आलेल्या बोलण्यामुळे तो भयचकितच झाला.

"तुझा रंग साक्षात एका विश्वासघातक्याचा आहे," तो आवाज म्हणाला. "जुडासदेखील लाल केसांचाच नव्हता का?"

सुलीने डावीकडे डोळे वळवले. फक्त अंधाऱ्या भिंती आणि एक थरथरता प्रकाशाचा कवडसाच त्याला दिसला.

तो आवाज मात्र ऐकू येत राहिला, "तू आत्ता देहान्त शासनाच्या खुर्चीत बसलेला आहेस. महाचौकशीच्या काळात समाजाला कॅन्सरसारखं ग्रासणाऱ्या पाखंडी

लोकांचा नायनाट करण्याचं एक प्रमुख शस्त्र म्हणून वापरण्यात आलेल्या खुर्चीत. ही खुर्ची म्हणजे शुद्धीकरणाचं इतकं जिवंत प्रतीक आहे की, त्याच्या सच्चेपणाबद्दल तुला दाद द्यावीच लागेल. खुर्चीच्या पाठीवर जिथे डोकं टेकलं जातं, तिथे बरोब्बर डोक्याच्या कवटीच्या तळाशी येईल, असा एक धातूचा मोठा स्क्रू लावलेला आहे. मी तो एका दिशेनं फिरवला, तर...'' सुलीला ताबडतोब तो स्क्रू त्याच्या मानेत घुसत असलेला जाणवला आणि अचानक उसळलेल्या वेदनेने क्षणभर त्याचा श्वासच थांबला. ''... तो स्क्रू घट्ट होईल आणि तुला वेदना होतील आणि मी तो दुसऱ्या दिशेनं फिरवला...'' आता टोचणारा भाग मागे सरकला आणि वेदना कमी झाल्या. ''... तर तुझ्या वेदना कमी होतील. तर मग, मी तो कोणत्या दिशेनं फिरवावा, असं तुला वाटतं?'' त्या आवाजाने पुन्हा कानाजवळ येत विचारले.

''काय हवंय तुम्हाला?'' सुलीने अंधारालाच प्रश्न केला. ''मी पैसे देऊ शकतो. पैसाच हवाय का तुम्हाला?''

''आम्हाला फक्त तुझी बांधिलकी हवी आहे,'' गुरगुरल्या सुरात तो आवाज म्हणाला, ''आणि थोडीशी माहिती. तुला इथे आणण्यात आम्हाला काहीही आनंद होत नाही. उलट तुझ्या कृत्यांमुळेच ती आमच्यासाठी गरजेची गोष्ट झाली आहे. आम्ही तुला आमच्याशी बांधिलकी राखायला सांगितलं होतं. तू ती राखायची नाही, असं ठरवलंस. तू चर्चचा विश्वासघात केलास आणि ते पाप आहे.'' तो आवाज पुन्हा एकदा त्याच्या कानाजवळ आला. इतका जवळ की, त्याच्या बोलण्यामुळे हवेत निर्माण होणारी कंपने त्याच्या कानांना जाणवू लागली. ''तुला आता आपल्या पापांची कबुली द्यावीशी वाटते आहे का?''

वेदना आणि निर्णय न घेता येण्यामुळे डोक्यात उडालेल्या गोंधळाचा आवाज सुलीच्या मनात घुमू लागला. त्याने दुसऱ्या लोकांनाही माहिती विकली होती, हे कबूल करावे की, करू नये? कबूल केले नाही, तर सरतेशेवटी तो कबूल होईपर्यंत त्याचा छळ केला जाईल, हे स्पष्टच होते आणि त्याला वेदना नको होत्या.

''मला क्षमा करा.'' तो घाईघाईने म्हणाला, ''माझी चूक झाली. हे पाप असेल तर... कृपा करून मला क्षमा करा.''

''उजवा हात वर कर.'' आवाजाने आज्ञा केली.

बंधनांनी जितके वर जाऊ दिले, तितका त्याने हात वर केला.

''ती साखळी आहे ना तिला 'मेआ कल्पा' असं म्हणतात.'' तो अंधाराचा आवाज म्हणाला. ''महाचौकशीच्या शेवटी पाखंडी लोकांना आपल्या कबुलीजबाबावर स्वाक्षरी करण्याची प्रेरणा या साखळीमुळेच मिळाली. मेआ कल्पा याचा अर्थ 'माझीच चूक' असा आहे. आपली चूक कबूल करणं, ही क्षमायाचनेतली पहिली पायरी आहे. दुसरी पायरी कोणती ते तुला माहीत आहे का?''

"नाही," प्रचंड भीती आणि वेदनेच्या चिमट्यात सापडून ताणला गेल्याने त्याचा आवाज चिरकला.

"प्रायश्चित्त. केलेल्या पापाबद्दल एक तरी पुण्याचं कृत्य तुला करावंच लागेल."

धास्तावलेल्या मनाने भराभरा श्वास घेत सुलीने मनातली खळबळ शांत करायचा प्रयत्न केला; पण त्याच्यासमोर एक व्यावहारिक प्रस्ताव टाकला जात होता आणि तो न कळण्याइतका तो मूर्ख नक्कीच नव्हता.

"ठीक आहे," तो म्हणाला, "मी काय करावं, असं तुमचं म्हणणं आहे?"

१८

स्वागतिकेच्या टेबलापाशी पोहोचता-पोहोचता अर्कािडयनने आपले पोलीस असल्याचे ओळखपत्र उघडले.

"मला गॅब्रिएल मान यांना भेटायचं आहे." आश्वासक हास्य तोंडावर ठेवत तो म्हणाला, "ते इथंच काम करतात ना?"

खरोखरीच निष्पाप व्यक्तीने पोलीस समोर येऊन विचारपूस करायला लागल्यावर जसे बावचळून उगाचच अपराधी असल्यासारखे पाहावे, तसे त्या स्वागतिकेने एकदा त्याच्या ओळखपत्राकडे आणि एकदा त्याच्याकडे पाहिले. मग तशाच गोंधळलेल्या अवस्थेत बोलू लागली. "हो. म्हणजे... नेहमी नाही. नाही नाही, म्हणजे मला असं म्हणायचं आहे की, ते नेहमी कुठल्या ना कुठल्या तरी कामासाठी बाहेरच असतात; पण ते या धर्मादाय संस्थेसाठीच काम करतात. ते सध्या कुठे आहेत ते पाहते हं मी."

एका एक्स्टेन्शन नंबरवर तिने संपर्क साधला आणि हलक्या आवाजात बोलली. तिच्या पाठीमागे एक आकर्षक लाकडी जिना वरच्या मजल्याकडे गेलेला दिसत होता आणि वरच्या मजल्यावरच्या ऑफिसात चाललेल्या हालचालींचे आवाज खाली आणत होता. बटण दाबून फोन बंद करत स्वागतिकेने त्याच्याकडे पाहिले आणि म्हणाली, "ते सुदानमध्ये आहेत. निदान एक महिनाभर तरी परत येणार नाहीत." अर्कािडयनने काहीतरी समजल्यासारखी मान हलवली. ज्या बोटांच्या ठशांमुळे त्याला शहराच्या शवागारात नेऊन सोडले होते, त्या ठशांचा तो विचार करत होता. "त्यांच्याशी संपर्क करण्यासाठी एक फोन नंबर देऊ शकते मी, तुम्हाला हवा असेल तर." तिने सुचवले. "तिकडे बेस कँपमध्ये एखादा फोन असेल किंवा एखादा उपग्रहाद्वारे जोडलेला फोन असेल. त्यांच्या आई त्यांच्याशी एवढ्यात बोलल्या होत्या का, ते विचारून पाहण्याचा मी प्रयत्न करत होते. त्याच ही संस्था चालवतात." तिने स्पष्टीकरण दिले.

“त्यांचा फोन नंबर आहे का तुमच्याकडे?” अर्कादियनने विचारले. “किंवा त्या कधी परत येतील, ते सांगता येईल का?”

“हो, सांगते ना.” तिच्या समोरच असलेल्या डिरेक्टरीमधून एक फोन नंबर एका कागदावर लिहून घेत ती म्हणाली. “हा घ्या त्यांचा मोबाइल नंबर. विमानतळावरून त्या आतापर्यंत परत यायला हव्या होत्या. मी त्यांना तुम्हाला फोन करायलादेखील सांगू शकते...”

“नको, हे ठीक आहे,” कागद हातात घेऊन त्यावर लिहिलेले नाव आणि नंबर वाचत तो म्हणाला. “मी त्यांना फोन करेन. कोणत्या विमानतळावरून त्या येणार आहेत म्हणालात?”

“शहराच्या. आमचं विमानमार्गानं येणारं सामान सगळं तिथेच तर येतं ना.”

मान हलवत अर्कादियन हसला. “तुम्ही केलेल्या मदतीबद्दल आभारी आहे,” तो म्हणाला आणि तडक वळून काचेच्या जाड दारातून बाहेर पडत रस्त्यावर त्याच्यासाठीच उभ्या असलेल्या पोलिसांच्या कारकडे चालत गेला.

११

खबऱ्या पोलिसाचा थरथरता हात लॅपटॉपच्या कीबोर्डवर आणि माऊस पॅडवर दूरवरच्या कॉम्प्युटरवरील माहिती मिळवण्यासाठीचे आवश्यक ते सांकेतिक शब्द व संख्या टाइप करत असताना त्याच्या मनगटाला बांधलेली लहानशी साखळी किणकिणत होती. मठाधिपती हे सगळे शांतपणे पाहत होते. फोनद्वारे जोडल्या गेलेल्या इंटरनेटवरून फारच सावकाश संपर्क साधला जात होता. त्यामुळे त्या संन्याशाच्या फायलीपर्यंत पोहोचून ती उघडायला बरीच मिनिटे लागली.

"मी पोहोचलो आहे त्या फायलीपर्यंत." त्याने अंधारालाच सांगितले, तेव्हा त्या गुहेतल्या बर्फगार दगडी वातावरणातदेखील त्याला दरदरून फुटलेला घाम त्याच्या नाकाच्या शेंड्यावरून खाली टपटपत होता.

"काही नवीन माहिती नोंदवली गेली आहे का तिथे?" लॅपटॉपच्या पडद्याजवळ वाकून पाहत मठाधिपतींनी विचारले.

तो ठिपक्यांची कातडी असलेला हात आणखी काही संकेताचे शब्द व संख्या टाइप करून एक ई-मेल खाते उघडून पाहण्याचा प्रयत्न करत असताना, ती साखळी एकदा ताणली जात होती, एकदा जवळ येत होती. खाते उघडले गेल्यावर त्या खात्याकडे आलेले संदेश पाहून त्याने त्यातला गार्गोएलकडून आलेला संदेश उघडून पाहिला, त्यामध्ये 'लाल' असा फक्त एकच शब्द लिहिलेला होता.

"जे काही लाल रंगानं अधोरेखित केलेलं असेल ते पाहा," खबऱ्याने थरथरत्या आवाजात स्पष्टीकरण दिले. "तेवढा भाग नवीन आहे, असा याचा अर्थ आहे."

हा आलेला संदेश नष्ट करून टाकून त्याने संन्याशाची फाइल उघडली आणि त्यात काय आहे, ते पाहू लागला. शक्तिपीठाच्या बाहेरच्या एकाही व्यक्तीच्या कधी दृष्टीलाही पडू नये, अशा प्रकारची माहिती असलेली पानेच्या पाने लॅपटॉपच्या पडद्यावर सरकत जाताना मठाधिपतींना दिसली. या सगळ्या पानांवरून अनेकांच्या अधाशी नजरा फिरल्या असतील आणि एखाद्या हाडाला चिकटलेला कण न् कण

घेऊन जाण्यासाठी धडपडणाऱ्या मुंग्यांसारखी त्यांनी ती माहिती पूर्णत: टिपून नेली असेल, या विचारानेच त्यांना अस्वस्थ वाटायला लागले. लाल रंगाचा एक पट्टा पडद्यावरील माहितीच्या पानावर पसरला आणि त्याचा लालसर प्रकाश पडद्यावर नजर खिळवून बसलेल्यांच्या तोंडावर पडू लागला. ठिपक्या-ठिपक्यांची कातडी असलेला हात गपकन थांबला. मठाधिपती पडद्यावरची माहिती वाचण्याचा प्रयत्न करू लागले. स्वत:चा जन्म आणि आईच्या लग्नानंतरच्या नावापेक्षा वेगळे वाटणारे आपले नाव व जन्मतारीख या संदर्भात लिव्हच्या अर्काडियनबरोबर झालेल्या संभाषणाचे शब्दांकन होते त्यात. वाचत जाता-जाता मठाधिपतींनी समजुतीने मान हलवली. शक्तिपीठात पहिल्यांदाच दाखल झाल्यानंतर सॅम्युएलच्या पूर्वायुष्याबद्दल माहिती मिळवताना त्यात त्याला बहीण असल्याची कोणतीच माहिती का सापडली नव्हती, याचे कारण त्यांना कळले.

"पुढे पाहा," ते म्हणाले.

लाल रंगाने अधोरेखित केलेली माहिती पडद्यावरून नाहीशी झाली आणि त्यानंतर तो खबऱ्या संपूर्ण फाइल तपासून पाहायला लागला, तेव्हा बरीच मिनिटे पडद्यावर नुसतीच पांढरी पाने सरकताहेत, असे वाटत होते. फक्त फायलीच्या शेवटच्या भागातल्या प्रयोगशाळेतील तपासण्यांच्या नोंदींकडे आल्यावर पुन्हा एकदा लाल रंगात अधोरेखित झालेला मजकूर पडद्यावर आला आणि त्याचा लालसर प्रकाश गुहेमध्ये चमकू लागला.

या नव्या भागाचे आणखी दोन भाग केलेले होते, पहिल्या भागात संन्याशाच्या शरीरातील यकृताचा चाचण्यांसाठीचा नमुना त्यामधील पेशी पुनरुज्जीवित होत असल्याचे दिसून आल्यामुळे दूषित म्हणून कसा वेगळा ठेवण्यात आला होता, ते नोंदवले होते. त्या भाकितात सांगितल्याप्रमाणे किंवा ते पवित्र संस्करण-विधान पाहायला मिळाल्याचा एक परिणाम म्हणून बंधू सॅम्युएल पुन्हा सजीव होत असल्याचा हा पुरावा तर नाही ना, असे एकदा मठाधिपतींना वाटले; पण लाल रंगाने अधोरेखित केलेल्या दुसऱ्या भागातली माहिती ते वाचत गेले, तसतसा या घटनेचा एक नवा अर्थ सामोरा आल्याने ते हडबडून गेले. कुणा डॉ. रीस यांनी तो पर्वतावरून कोसळलेला संन्यासी आणि त्या मुलीच्या डीएनएच्या केलेल्या तुलनात्मक अभ्यासाचा तपशीलवार अहवाल आणि त्यातून त्यांनी काढलेले निष्कर्ष त्यात नोंदवलेले होते.

मठाधिपतींचे डोळे समोरच्या लाल रंगात माखलेल्या पडद्याकडे पाहत होते. त्या शवचिकित्सकाला आढळलेल्या गोष्टी आणि त्याने काढलेले निष्कर्ष त्यांच्या मेंदूला झिणझिण्या आणत होते. डीएनए तंतोतंत सारखे होते. म्हणजे बंधू सॅम्युएलला फक्त एक बहीण होती असे नव्हे, तर ती त्याचे तंतोतंत जुळे भावंड होती.

माहितीच्या या एकमेव तुकड्यामुळे सगळ्या गोष्टींचे संदर्भ पूर्णपणे जुळत होते. ते भाकीत अगदी खरे होते. सॅम्युएल हाच खरा क्रॉस होता; पण तो कोसळला होता, आणि आता त्याच्या जागी त्याची बहीण उभी राहिली होती – तंतोतंत त्याचेच रक्त, मांस, हाडे यांनी बनलेले अख्खे शरीर घेऊन! अगदी तंतोतंत!

म्हणजे आता तीच तो क्रॉस होती.

याचा अर्थ त्या संस्करण-विधानाचा नाश होण्याला आणि त्याच्या पाखंडी असण्याच्या समजुतीतून जगाला मुक्त करण्याचे तीच एकमेव माध्यम होती. ती सगळ्याच दृष्टीने सगळ्यात महत्त्वाची होती आता.

''नष्ट कर ती फाइल,'' ते गरजले. ''आधी ती या लॅपटॉपवर डाऊनलोड करून घे आणि मग पोलिसांच्या कॉम्प्युटरवरून ती नष्ट करून टाक.''

स्पष्टच सांगायचे तर मौल्यवान माहितीबद्दल असे विध्वंसक कृत्य करायला तो खबऱ्या जरा कचरला. मठाधिपतींनी त्याच्या कवटीच्या तळाशी टेकलेल्या स्क्रूचे दोन आटे कसून आवळल्याबरोबर वेदनेची एक प्रचंड कळ त्याच्या पाठीच्या कण्यातून सळसळत गेली. त्याचा हात तत्काळ कीबोर्डकडे जाऊन ती फाइल, मग ती फाइल ज्या भागात होती तो भाग आणि असे सगळे नष्ट झाल्यावर स्वत:लाच नष्ट करून टाकणारा एक व्हायरस पोलिसांच्या कॉम्प्युटरमधील नोंदलेल्या फायलीला जोडून द्यायला तेवढ्या वेदना पुरेशा होत्या.

लॅपटॉपला जोडलेल्या मोबाइल फोनकडे मठाधिपतींनी नजर टाकली, त्यांच्या मनात मात्र या नव्याने हाती आलेल्या माहितीचा लख्ख प्रकाश चमकत होता. आता कॉर्नेलियसला सावध करून त्या मुलीला कुठलीही दुखापत होऊ न देता शक्तिपीठात त्याच्याकरवी आणणे अतिशय महत्त्वाचे होते. एकदा का ती इथे आली की, हजारो वर्षांपासून देवाला जे वचन दिले गेले होते, त्याची पूर्तता करण्यासाठी आणि ते भाकीतदेखील खरे करण्यासाठी तिचा उपयोग करता येणार होता. हेच त्यांचे स्वत:चे विधिलिखित होते. याचसाठी त्यांचा जन्म झाला होता, याचा त्यांना आता जणू साक्षात्कारच झाला. आयुष्यभर केलेल्या प्रयत्नांबद्दल देवाला काय वाटत असेल, या साशंकतेने जीव कुरतडत पडलेल्या अवस्थेतल्या प्रमुख पुरोहितांची आठवण होऊन त्यांना त्यांची कीव आली. आता त्यांना हातून निसटलेल्या संधींबद्दल त्रागा करत आयुष्य संपण्याची वाट पाहावी लागणार नव्हती. काहीही विपरीत करू नका, असे प्रमुख पुरोहितांनी निक्षून सांगितले होते. तरीदेखील आपल्या अंतर्मनाची सूचना ऐकण्याचे आणि आवश्यक ती कृती करण्याचे धाडस त्यांनी केले होते आणि आता त्यांना त्याचे इष्ट फळ मिळाले होते.

प्रमुख पुरोहितांना शेवटचे भेटलो, तेव्हा त्यांची विनंती धुडकावून लावताना नकारार्थी हललेला त्यांचा अस्थिपंजर हात मठाधिपतींना आठवला. अशक्त होते ते,

पण दृढनिश्चयी होते; नव्हे दुराग्रही होते आणि त्यांच्या या दुराग्रही वृत्तीमुळेच देवाची यथायोग्य सेवा करण्यापासून त्यांना जवळजवळ वंचित व्हावे लागले असते.

पण अजूनही शक्तिपीठाचे सर्वाधिकार त्यांच्याच हाती होते.

मठाधिपतींनी या मुद्द्यावर थोडा विचार केला. प्रमुख पुरोहितांचा अशक्तपणा आणि कोणतीही कृती करण्याबद्दलच्या त्यांच्या अनास्थेमुळे मठाधिपतींना त्यांचे जीवनकार्य करण्यापासून रोखले जात होते. शक्तिपीठ पर्वताच्या कक्षेबाहेर प्रमुख पुरोहितांचा शब्द न पाळणे, ही एक गोष्ट होती; पण इथे त्यांचा प्रभाव प्रबळ होता. इथल्या माणसांच्या मनात माणसाबद्दल नसली, तरी हुद्द्याबद्दल आदराची, बांधिलकीची भावना होती. त्यामुळे प्रमुख पुरोहित त्यांना काहीही करण्यापासून रोखू शकत होते. त्याहूनही वाईट म्हणजे ते मठाधिपतींचे अधिकारदेखील आपल्या हाती घेऊ शकत होते. मरणशय्येवरून उठून भाकितात वर्णन केल्यानुसार सर्व कार्ये टप्प्याटप्प्याने पूर्ण करून अनेक वर्षे देवाची काहीच सेवा न करू शकल्यामुळे आलेल्या रिकाम्या, वैफल्यग्रस्त आयुष्याला एक कायमचा आणि खरा अर्थ प्राप्त करून घेऊ शकत होते आणि एकदा ते भाकीत सिद्ध करून झाले की, मग काय होईल? अनेक विद्वान समजतात त्याप्रमाणे खरेच त्यांना त्या संस्करण-विधानाची ऊर्जा प्राप्त होईल? केवळ त्या विधानाच्या सूचकतेऐवजी त्यांना खरोखरीचे अमरत्व प्राप्त होईल का? तसे झाले, तर हे प्रमुख पुरोहित कधी मरणारच नाहीत आणि मठाधिपतींना कायमचे त्यांचा साहाय्यक म्हणूनच जगावे लागेल.

मठाधिपतींची नजर आजूबाजूच्या नि:शब्द शांततेची जाणीव होऊन वर उचलली गेली. चाललेल्या कामाची प्रगती दाखवणारी लॅपटॉपच्या पडद्यावरची पट्टी काम शंभर टक्के पूर्ण झाल्याचे दाखवून नाहीशी झाली. "ती फाइल पूर्णपणे नष्ट झाली का?"

"हो," तो खबऱ्या म्हणाला, "पार नाहीशी झाली आहे."

"छान," खुर्चीच्या पाठीमागे असलेल्या स्क्रूवर दोन्ही हात ठेवत मठाधिपती म्हणाले. प्रमुख पुरोहित हा एक त्रासाचा मुद्दा होता. ते अजूनदेखील सगळ्या गोष्टी उलट्या-पालट्या करू शकत होते. "टॅब्युला रासा," ते कुजबुजल्या स्वरात बोलले आणि वळले.

पाच

तू जगण्यासाठी क्रूर कृत्ये सहन करायला हवीस, असे नाही.

एक्झोडस २२ : १८

१००

सुरक्षा रक्षकाच्या चौकीपासून दूर जात ती मोटारसायकल १२ नंबरच्या हँगरमध्ये उभ्या असलेल्या बुटक्याशा मालवाहू विमानाकडे वाटेतली शांत गोडाऊन्स मागे टाकत निघाली, तेव्हा वसंतात लवकरच येणाऱ्या संधिप्रकाशाने दुपारच्या उन्हाने भरलेल्या आकाशाच्या कडा कुरतडायला सुरुवात केली होती.

त्यांना पुढे जायची नुकतीच परवानगी दिलेल्या सुरक्षा रक्षकाकडे पाहून गॅब्रिएलने हात हलवला. ओळखपत्र नसतानादेखील त्याने तिला तिथे प्रवेश करू दिल्याचे लिव्हला आश्चर्यच वाटले होते. आपल्याकडे विमानतळावरची सुरक्षा व्यवस्था इतकी ढिलाईची नव्हती – म्हणजे निदान नसावी, अशी आशा होती. हँगरमध्ये काहीतरी सामान ठेवायचे आहे आणि ही माझी मैत्रीण आहे, असे गॅब्रिएलने त्या रक्षकाला सांगितले होते. तिने त्याला विरोध केला नव्हता. खरे तर तिला आवडलेच होते ते.

विमानाच्या पंखाखालून जात हँगरच्या उघड्या दारातून ते आत शिरले. अचानक बंदिस्त जागेत शिरल्यामुळे मोटारसायकलच्या इंजिनाचा आवाज कानठळ्या बसवणारा वाटू लागला. सगळीकडे चंदेरी रंगांच्या बांधणीमध्ये उंच-उंच सामान लादून ठेवलेले होते आणि त्यामधून जाणारी वाट जेमतेम मोटारसायकल जाईल एवढीच रुंद होती. अशाच एका वाटेने ते इमारतीच्या मागच्या बाजूला खिडक्यांमधून उबदार उजेड दिसत असलेल्या एका ऑफिसकडे गेले. एक सफाईदार वळण घेत गॅब्रिएलने मोटारसायकल उभी केली आणि इंजीन बंद केले. "वाट संपते बरं का इथे," तो म्हणाला.

त्याच्या कमरेभोवती घातलेला हातांचा विळखा सोडवून लिव्ह खाली उतरली. ती वाऱ्याने इतस्ततः झालेले केस नीटनेटके करत होती, तोपर्यंत ऑफिसचा दरवाजा उघडला आणि एक सुंदर, आकर्षक व्यक्तिमत्त्वाची स्त्री बाहेर आली. तिच्यापाठोपाठ वैमानिकाच्या पोशाखातले एक उत्साही वृद्ध गृहस्थ बाहेर आले.

त्या स्त्रीचे तिच्याकडे फारसे लक्षही नव्हते. ती तडक गॅब्रिएल त्याची मोटारसायकल स्टॅन्डवर लावत होता तिकडे गेली. तिने त्याला मिठी मारली, तिचे डोळे आनंदाने मिटले. तिच्या घट्ट मिठीमुळे तिचे मऊशार रेशमी काळे केस त्याच्या रुंद छातीवर पसरले. लिव्हच्या मनात अचानक भावनांचा कल्लोळ झाला आणि आश्चर्य म्हणजे तिला चक्क असूया वाटू लागली. तिने अस्वस्थ होत नजर वळवली, ती थेट तिच्याकडेच लक्षपूर्वक पाहत असलेल्या त्या वृद्ध गृहस्थाच्या नजरेला भिडली.

''माझं नाव ऑस्कर द ला क्रूझ,'' ऑफिसच्या उघड्या दारातून पाऊल मागे घेत ते म्हणाले. त्यांच्या साखरेसारख्या गोड आवाजात तिचे स्वागत करत ते म्हणाले, ''कृपया आत यावे.''

अजूनही त्या आकर्षक स्त्रीच्या मिठीत असलेल्या गॅब्रिएलकडे एकदा नजर टाकून ती त्या वृद्ध गृहस्थामागोमाग ऑफिसच्या जागेत गेली. मोटारसायकलवरून थंड वाऱ्यात वेगाने केलेल्या प्रवासाच्या तुलनेत ऑफिसात खूपच उबदार वातावरण होते. कॉफीचा दरवळणारा सुगंध आणि पार्श्वभूमीवर टीव्हीवरच्या बोलण्याचा हलक्या कुजबुजल्यासारख्या सुरात येत असलेला आवाज, यांमुळे आपण अगदी घरातच आलो आहोत, असे तिला वाटले.

''तुम्हाला कॉफी चालेल का?'' ऑस्करनी विचारले. सूर्यप्रकाशात वावरण्यामुळे चमकदार दिसणाऱ्या कांतीप्रमाणेच त्यांचे काळेभोर डोळेदेखील चमकदार दिसत होते. ''की... त्याच्यापेक्षा काहीतरी कडक हवंय?'' एक चोरटा कटाक्ष दाराकडे टाकत ते हळूच म्हणाले, ''फक्त तुम्हाला म्हणून सांगतो, माझ्या खिशात एक व्हिस्कीची चपटी बाटली आहे, बरं का.''

''कॉफी चालेल.'' बरीचशी कागदपत्रे आणि एक कॉम्प्युटर असलेल्या टेबलाजवळच्या खुर्चीवर बसत लिव्ह म्हणाली.

गॅब्रिएल आत आला, तेव्हा ती जराशी त्या बाजूला वळली. त्या सुंदर स्त्रीच्या खांद्याभोवती त्याने हात टाकला होता आणि मान खाली केली होती. हळू आवाजात, पण भराभर बोलत असताना त्याच्या चेहऱ्यावर प्रांजळपणाचे भाव एकत्रित झाले होते. गॅब्रिएलचे बोलणे संपले तोपर्यंत त्या स्त्रीने दार बंद केले. मग लिव्हकडे पाहिले आणि टेबलाला वळसा घालून तिच्या समोर येऊन बसली, तेव्हा ती सौम्यसे हसत होती. ''तू आमच्याबरोबर इथे सुरक्षित आहेस, याचा मला अतिशय आनंद होतोय.'' ती म्हणाली. ''मी कॅथरीन. मीच तुला धोक्याचे इशारे दिले होते. आत्तापर्यंत काय काय घडलं, ते आत्ताच मला माझा मुलगा सांगत होता.''

लिव्हने एकदा त्या स्त्रीकडे आणि एकदा गॅब्रिएलकडे पाहिले.

हा हिचा मुलगा?

दुसऱ्या एका टेबलापाशी असलेल्या दोन खुर्च्या गॅब्रिएलने ओढल्या आणि

एका खुर्चीवर बसत कॅनव्हासची बॅग जमिनीवर ठेवली आणि उघडली. त्या दोघांना एकमेकांच्या बाजूला बसलेले पाहताना त्यांच्यातले साम्य लिव्हला जाणवू लागले. अर्थात ती स्त्री त्याची आई म्हणवण्याइतकी वयस्कर अजिबात दिसत नव्हती. बॅगेतून काहीतरी काढून गॅब्रिएलने तिला दिले. तो तिचा होल्डॉल होता. त्याने विचारपूर्वक आणि लक्षात ठेवून केलेल्या या कृतीमुळे समाधान वाटून आभारादाखल ती हसली. जणू सर्वसामान्य जीवनाशी पुन्हा एकदा तिचे नाते जोडले गेले होते. होल्डॉलच्या बाहेरच्या कप्प्यात तिला ते पाकीट मिळाले. ते उघडून त्यातला तिचा आणि सॅम्युएलचा फोटो काढून ती पाहत राहिली.

"तुला जे काही गमवावं लागलं आहे, त्याबद्दल मला खरोखर वाईट वाटतं," कॅथरीन पुढे म्हणाली, "आणि तुझ्या भावाच्या मृत्यूची बातमी कळल्यापासून तुला ज्या संकटांना सामोरं जावं लागलं आहे, त्याबद्दलदेखील मला खेद होतोय. आमच्या या युगानुयुगं चाललेल्या संघर्षात तुला अडकून पडायला लागावं, अशी माझी अजिबात इच्छा नव्हती; पण नियतीच्या मनात काही वेगळंच होतं."

शेवटच्या मोकळ्या खुर्चीत बसण्यापूर्वी ऑस्कर तिच्या बाजूला आले आणि काळ्या कॉफीचा मग लिव्हच्या बाजूला ठेवला. त्या तिघांचे चेहरे एकमेकांच्या बाजूबाजूला दिसू लागल्यावर त्यांच्यातले साम्य लिव्हला स्पष्ट दिसू लागले.

"तुझा भाऊ संन्याशांच्या एका अत्यंत प्राचीन अशा बंधुवर्गाचा सदस्य होता," खुर्चीत बसल्यावर जरा पुढे झुकत ते म्हणाले. "त्या संस्करण-विधानाचं रक्षण करणं, हे त्यांचं एकमेव काम आहे आणि तुझ्या भावाचा मृत्यू, म्हणजे त्या विधानाचं सत्य स्वरूप काय आहे, याबद्दल सगळ्या जगाला संदेश देण्यासाठी त्यानं केलेला सर्वोच्च कोटीचा त्याग आहे, असं आम्हाला वाटतं." त्यांनी आपले चमकदार डोळे तिच्यावर स्थिर केले होते आणि त्यांच्या डोळ्यांच्या कोपऱ्यांमधल्या सुरकुत्यांमध्ये आयुष्यभराचे मिश्कील हास्य लपलेले होते. "आणि तो संदेश त्यानं तुम्हाला पाठवला आहे, असंही आम्हाला वाटतं."

काही काळ एकटक त्यांच्याकडे पाहून लिव्हने हळूच आपली वही त्यांच्या समोर टेबलावर ठेवली. वहीकडे पाहत तिने पान उलटून बियांवर कोरलेली अक्षरे आणि चिन्हे लिहिलेले दुसरे पान उघडले.

"त्यानं हे पाठवलं मला," वही त्या तिघांकडे सरकवत ती म्हणाली. "ती चिन्हं आणि अक्षरं मी वेगवेगळ्या प्रकारे जुळवून काही अर्थ समजतो का ते पाहिलं. मग मी डॉ. अनाता यांना भेटले आणि हे मला माझा भाऊ प्रत्यक्ष जिथे कोसळला तिथे मिळालं." असे म्हणून तिने वहीच्या पानांमध्ये खुपसून ठेवलेले समाधिस्थळापाशी तिला मिळालेले कार्ड त्यांच्यासमोर ठेवून त्यावरचा सांकेतिक संदेश त्यांना दाखवला.

T

MALA
MARTYR

"हे पाहिल्यावर मी ती बियांवरची अक्षरं पुन्हा एकदा जुळवली आणि हे तयार झालं –'' असे म्हणून तिने सगळ्यात शेवटी लिहिलेले शब्द दाखवले –

T + ?
Ask Mala

"आणि याच वेळेला तू तिथे आलास,'' असे म्हणत तिने गॅब्रिएलकडे पाहिले, तर तो तिच्याकडेच केव्हाचा एकटक पाहत होता, असे तिच्या लक्षात आले. त्याच्या ओठांवर फुललेले छोटेसे हास्य थेट त्याच्या डोळ्यांत उतरले होते. लाजून गोरीमोरी होत तिने आपली नजर दुसरीकडे वळवली आणि त्या वृद्ध गृहस्थाकडे पाहत म्हणाली, "तर आता – तुम्ही माला जमातीचे आहात. म्हणून मी तुम्हाला विचारते – हे इंग्रजी 'टी' अक्षरासारखं चिन्ह म्हणजे काय आहे?''

ऑस्करनी तिच्याकडे पाहिले. आता अचानकपणे त्यांची नजर थकलेली आणि उदास वाटत होती. "एके काळी हे चिन्ह आमचं होतं,'' ते म्हणाले. "आणि कधीकधी त्याचा उल्लेख 'माला लोकांचे टी' असा केला जातो; पण त्याचा अर्थ काय आहे, असं विचाराल, तर आम्हाला माहीत नाही, असं मला खेदानं सांगावं लागतंय.''

आपण काय ऐकतो आहोत त्यावर विश्वास न बसल्याने काही क्षण लिव्ह त्यांच्याकडे नुसतीच पाहत राहिली. मग एकदम विचारले, "पण तुम्हाला माहीत असलंच पाहिजे. माझ्या भावानं त्यासाठी त्याचं आयुष्य पणाला लावलंय. तुम्ही मदत करू शकाल, असं त्याला वाटत नसतं, तर त्यानं मला तुमचा शोध घेण्यासाठी इथपर्यंत कशाला यायला लावलं असतं?''

ऑस्करनी विषादाने मान हलवली. म्हणाले, "कदाचित हा तो संदेश नसेलही.''

पानावर अगदी खालच्या बाजूला लिहिलेल्या शेवटच्या शब्दांकडे लिव्हने पुन्हा एकदा पाहिले. तिच्या मते तिने त्या शब्दांपासून शक्य होते तितके सगळे शब्द तयार करून पाहिले होते आणि हे शेवटचे लिहिलेलेच शब्द काहीतरी अर्थ सांगणारे असे होते. आपली वही हातात घेत तिने पुन्हा पहिले पान उघडले. "इकडे पाहा,'' आपल्या भावाच्या शरीरावर, त्याच्या दंडावर डाग देऊन उमटवलेल्या टी अक्षराच्या

चिन्हाकडे बोट दाखवत ती म्हणाली, "*त्याच्या शरीरावर या इतर जखमांच्या व्रणांबरोबरच हेदेखील उमटवलं गेलं आहे. कदाचित जो काही संदेश असेल, तो या व्रणांमध्ये असेल!*"

अचानक कुणाच्या तरी चिरकलेल्या आवाजामुळे तिने झटकन तिकडे पाहिले. "*या जखमांच्या खुणा म्हणजे कोणताही संदेश नाहीत.*" आपल्या अंगावरचे वैमानिकाचे कपडे ओरबाडून काढत ऑस्कर म्हणत होते. "*त्या फक्त तुम्ही काय स्वरूपाचा कार्यभार सांभाळता आहात, ते दर्शवतात. त्या संस्करण-विधानासंदर्भात जे विधी केले जातात, त्या विधींच्या त्या जखमा आणि म्हणून त्या जखमांच्या खुणा त्या विधींचा एक भाग आहेत; पण ते संस्करण-विधान म्हणजे काय, हे त्या खुणा सांगत नाहीत.*"

वैमानिकाच्या हिरव्या रंगाच्या अखंड सूटमधून आपले हात काढून घेत त्यांनी तो अंगावरच्या पांढऱ्या बंद गळ्याच्या स्वेटरवरून कमरेकडे सरकवला, मग अंगातला शर्ट डोक्यावरून वर घेत काढला. लिव्ह त्यांच्या उघड्या अंगाकडे पाहतच राहिली. शिसवी लाकडासारखी मधाच्या रंगाची कांती असलेल्या त्यांच्या शरीरावर जुनाट झालेल्या जखमांच्या व्रणांच्या गडद, जाडसर रेषांचे जाळे दिसत होते. त्या खुणांचे ओळखीचे झालेले आकृतिबंध तिच्या नजरेने लगेचच टिपले. सगळ्या जखमा आणि त्यांचे व्रण अगदी अचूकपणे व जाणीवपूर्वक केलेल्या आणि सगळ्याच्या सगळ्या अगदी तिने तिच्या भावाच्या शरीरावर पाहिल्या होत्या, तशाच होत्या.

१०१

फादर थॉमस त्या अतिविशाल ग्रंथालयाच्या प्रवेशद्वारापाशी असलेल्या हवाबंद जागेतून पलीकडे जात असताना चर्चच्या प्रांगणातल्या अँजेलस घंटेच्या धीरगंभीर ध्वनीचे प्रतिध्वनी शक्तिपीठातल्या अंधाऱ्या गल्ल्यांमधून मंदपणे उमटत होते. सामुदायिक उपासनेचा दिवस संपून सायंभोजनाची वेळ झाली असल्याचे त्या प्रतिध्वनींद्वारे सूचित होत होते. पर्वताच्या अंतर्भागात वास्तव्याला असणारे बहुतेक जण सायंभोजनासाठी भोजनगृहाकडे निघालेले असणार होते, त्यामुळे ग्रंथालयामध्ये फारसे कुणी असेल, अशी त्यांना अपेक्षा नव्हती.

दुसरा दरवाजा सरकत जाऊन उघडला आणि ते ढकलले गेल्यासारखे ग्रंथालयातल्या स्वागत कक्षामध्ये दाखल झाले. मग त्यांनी आजूबाजूला नजर फिरवली, तर तिथल्या अंधारात प्रकाशाची काही वर्तुळे आणि त्या वर्तुळांच्या मध्यात अंडी घालणाऱ्या बेडकांसारखे बसलेले संन्यासीदेखील त्यांना दिसले. विद्वान लोकांची दिवसभर ग्रंथालयातल्या ज्ञानभांडाराची उचकाउचकी करून झाल्यानंतर पुन्हा सगळ्या गोष्टी ठीकठाक लावायचे काम करणारे काळ्या कफन्या घालणारे बहुतांश संन्यासी होते त्यात. प्रमुख ग्रंथपाल बंधू मलाशी मुख्य दालनाच्या प्रवेशद्वारापाशीच बसलेले त्यांना दिसले. थॉमस यांना तिथे आल्याचे पाहून ते पटकन उठून उभे राहिले. ते तिथे असतील, याची थॉमसना अपेक्षा होतीच. तरीदेखील त्वरेने आपल्याच दिशेने येत असलेल्या मलाशींची गंभीर मुद्रा पाहून त्यांच्या छातीमध्ये भीतीची पाखरे फडफडू लागली. कोणतीही गोष्ट फार काळ गुपित म्हणून दडवून ठेवण्याची थॉमसना सवय नव्हती. तो त्यांचा स्वभावच नव्हता.

"फादर थॉमस, आपल्या विनंतीनुसार ती हस्तलिखितं आणि पाटीच्या दगडावर कोरलेले शिलालेख इतिहासपूर्व काळातील दस्तऐवजांच्या विभागातून हलवले आहेत." अगदी जवळ येऊन कानाजवळ कुजबुजल्या स्वरात मलाशींनी सांगितले.

"हा, बरं झालं." थॉमस म्हणाले. बोलताना स्वतःच्याच आवाजातून व्यक्त

होणारा ताण त्यांना चांगलाच जाणवला.

"ते हलवण्यामुळे काय साध्य होणार आहे, हे मी विचारू शकतो का?"

"अर्थातच," आपला आवाज शक्य तितका मृदू आणि मनातला ताण जाणवू न देणारा असेल, याची काळजी घेत थॉमस म्हणाले. "आपल्या यंत्रणेच्या संवेदकांनी ग्रंथालयाच्या त्या विभागात अनाहूतपणे थोडासा दमटपणा दाखल झाला असल्याची सूचना दिली. तो दमटपणा त्या विभागातल्या कोणत्या जागी आहे, ते मी निश्चित केलं आहे आणि तिथे काही पाणी जमा होतं आहे का, तसंच तिथल्या हवामान नियंत्रण व्यवस्थेच्या सद्य:स्थितीबद्दल काही चाचण्या करण्यासाठी मला तिथल्या दस्तऐवजांच्या शेल्फांपर्यंत सहजपणे पोहोचता येण्याची आवश्यकता वाटते आहे. एक खबरदारीचा उपाय म्हणून हे करायलाच हवं आहे."

मलाशींच्या डोळ्यांमध्ये अनभिज्ञपणाची चमक दिसू लागली. माणसाच्या आयुष्यात छपाईचा कारखाना दाखल झाला म्हणजे तंत्रज्ञानाच्या आधुनिकतेची कमाल झाली, असेच त्यांना ठामपणे वाटत असे. त्यापेक्षा अलीकडच्या काळातल्या तंत्रज्ञानामुळे ते पार गोंधळून जात. "ठीक ठीक," सगळे आपल्याला समजले आहे, असे दाखवत ग्रंथपाल म्हणाले, "तुमचं काम झालं की मला सांगा, म्हणजे ते दस्तऐवज पुन्हा कुठे ठेवायचे, त्याची मी व्यवस्था करेन."

"काही काळजी करू नका." थॉमस म्हणाले. "मला जास्त वेळ लागणारच नाहीये. फक्त काही चाचण्या मी आत्ता करून घेणार आहे." असे म्हणून त्यांनी हलकेच मान तुकवली आणि धडधडत्या अंत:करणाने जितक्या सहजपणे जाऊ दिले, तितक्या सहजपणे चालत प्रवेशद्वाराच्या बरोब्बर विरुद्ध बाजूला असलेल्या एका छोट्याशा दारापाशी जात ते उघडले आणि हायसे वाटल्यागत आत प्रवेश केला.

दारापलीकडच्या एका छोट्याशा खोलीमध्ये एक टेबल, एक कॉम्प्युटर टर्मिनल आणि भाजक्या विटेसारख्या रंगाची सुरक्षा रक्षकांची कफनी घातलेला एक माणूस होता. त्याने मान वर करून त्यांच्याकडे पाहिले.

"कसं काय, बंधो," त्याला ओलांडून दूरच्या बाजूच्या भिंतीतल्या दरवाजाकडे जाताना आवाजात उत्साह आणत थॉमस त्याला म्हणाले, "सगळं काही ठीकठाक?" रक्षकाने सावकाशपणे मान हलवली. कुणीतरी आणून दिलेला पावाचा तुकडा तो चघळत होता. "छान!" दारापाशी येऊन तिथले मुख्य कॉम्प्युटरशी जोडलेले यांत्रिक कुलूप उघडण्यासाठीचा परवलीचा संकेत टाइप करता-करता थॉमस त्याला म्हणाले. दाराचे हॅन्डल खाली करून दार उघडता उघडता त्यांनी पुढे सांगितले, "या प्रकाशव्यवस्थेबाबत आत्ता मी काही चाचण्या करणार आहे. मागोमाग येणाऱ्या प्रकाशांच्या बाबतीत थोडा विलंब होताना दिसतो आहे. कदाचित तुझा कॉम्प्युटर बंद

होऊ शकतो; पण मला जास्त वेळ लागणार नाही.'' टेबलावरच्या कॉम्प्युटरकडे बोट दाखवत ते म्हणाले आणि त्या रक्षकाला पुढे काही बोलायची संधी न देता पटकन पुढच्या खोलीत शिरले.

खोलीतले वातावरण थंडगार होते आणि सतत चालू असलेल्या इलेक्ट्रॉनिक यंत्रणांचा गूं गूं आवाज ऐकू येत होता. तिथल्या प्रत्येक भिंतीवरच्या शेल्फांमध्ये त्या अतिविशाल ग्रंथालयातली प्रकाशव्यवस्था, वातानुकूलन व्यवस्था आणि सुरक्षा यंत्रणेमागे उभ्या असलेल्या कृत्रिम मेंदूच्या असंख्य संवेदक वायरींची गुंतागुंतीची रचना भरलेली होती. दूरवर गेलेल्या वायरींच्या बोळवजा मार्गातून वातानुकूलन व्यवस्थेच्याही पुढे जात थॉमस उजव्या बाजूच्या भिंतीच्या मध्यभागी असलेल्या नियंत्रण स्थळापाशी पोहोचले.

नियंत्रण स्थळापाशी असलेल्या कॉम्प्युटरला व्यवस्थापकीय व्यवस्था हाताळण्याची मुभा मिळण्यासाठी आवश्यक तो संकेत त्यांनी कळवला, तेव्हा पडद्यावर ग्रंथालयातल्या सर्व भागांतल्या व्यवस्थेचे दृश्य दिसू लागले. पडद्याच्या काळ्या पार्श्वभूमीवर प्रकाशाचे परागकणांइतके बारीक ठिपके थरथरताना दिसत होते. आत्ता ग्रंथालयात उपस्थित असलेल्या प्रत्येक व्यक्तीचे ते ठिपके प्रतिनिधित्व करत होते. त्यांनी पडद्यावरचा बाण सरकवून एका ठिपक्यावर आणला. त्याबरोबर बाजूला एक संदेश झळकला, त्यात ती व्यक्ती म्हणजे इतर ग्रंथपालांपैकीच एक बरब्बस नावाचा ग्रंथपाल असल्याचे दर्शविले गेले. याच पद्धतीने इतर ठिपक्यांवर बाण नेत त्यांना हवी असलेली व्यक्ती सापडेपर्यंत शोध घेता-घेता शेवटी रोमन लिखितांच्या दालनामध्ये उगाचच फिरत असल्यासारख्या दिसणाऱ्या ठिपक्यावर गेल्यावर त्यांना ती सापडली. बाहेरच्या सुरक्षा रक्षकाला या खोलीत येण्यासाठीचा संकेत माहीत नाही, याची खात्री होती तरीदेखील त्यांनी दाराकडे एक चोरटी नजर टाकली. आपण एकटेच आहोत, याची पूर्ण खात्री झाल्यावर कॉम्प्युटरला पुढची आज्ञा देण्याची सोय पडद्यावर दिसू लागावी, म्हणून की-बोर्डवरची तीन विशिष्ट बटणे एकत्रितपणे दाबली आणि दुसऱ्या एका दूरस्थ कॉम्प्युटरवर त्यांनीच लिहून ठेवलेली आज्ञाप्रणाली सुरू केली. आज्ञाप्रणाली सुरू होत असताना क्षणभर पडद्यावरची हालचाल पूर्णपणे थांबली, पण पुढच्याच क्षणी उसळी मारून उठल्यासारखे सगळे ठिपके त्या काळ्या पडद्यावर पूर्वीप्रमाणेच लुकलुकताना, हलताना, थरथरताना दिसू लागले.

काम झाले होते.

यंत्रव्यवस्थेच्या खोलीतले वातावरण थंडगार असूनदेखील थॉमसना डोक्यावरून मानेकडे निघालेला घाम स्पष्टपणे जाणवला. छातीतली धडधड थोडी शांत करावी म्हणून त्यांनी दोन-चार वेळा खोलवर श्वास घेतला, कॉम्प्युटरला आज्ञा देण्यासाठी उघडलेली व्यवस्था बंद केली आणि तडक खोलीच्या बाहेर पडले.

"सगळं काही पडद्यावर दिसतं आहे ना?'' खोलीतून बाहेर येत सुरक्षा रक्षकाच्या पलीकडच्या टेबलावरच्या कॉम्प्युटरच्या पडद्याकडे पाहत त्यांनी विचारले. रक्षकाने तोंडात पाव आणि चीजचा तोबरा भरलेला होता, त्यामुळे त्याने नुसतीच मान हलवली. "छान,'' त्याच्या मान हलवण्याकडे पाहत थॉमस म्हणाले आणि आणखी काहीच संभाषण होऊ नये आणि नको ते प्रश्न विचारले जाऊ नयेत, म्हणून गर्रकन टाचेवर वळत खोलीतून बाहेर पडण्याच्या दरवाजाकडे लगबगीने जात सरळ मुख्य प्रवेशद्वाराकडच्या स्वागत कक्षाकडे गेले.

प्राचीन लिखितांच्या विभागाकडे जाणाऱ्या गल्लीजवळ उभा असलेला अथानासियस त्यांना दिसला. त्या स्तरावरची संपूर्ण रचना दाखवणारा तिथे लावलेला नकाशा तो पाहत होता आणि एकाग्रतेने नकाशावर बोट फिरवून तिथल्या असंख्य दालनांच्या गुंत्याची उकल करण्याचा प्रयत्न करत होता. फादर थॉमस त्याच्याजवळ गेले आणि आपणही नकाशाचा अभ्यास करत असल्यासारखे दाखवू लागले. "ते रोमन ग्रंथांच्या दालनात आहेत.'' असे अगदी हलक्या आवाजात सांगून ते लगेच वळले आणि निघून गेले.

थोडा वेळ तिथेच थांबून अथानासियसदेखील त्यांच्या पाठोपाठ निघाला. रुइनच्या त्या अतिविशाल ग्रंथालयाच्या महाप्रचंड अंधारात आपल्या पुढेच चाललेल्या आपल्या मित्राच्या हलत्या आणि लुप्त होत चाललेल्या प्रकाशवर्तुळावर त्याने लक्ष केंद्रित केले होते.

१०२

त्या वृद्ध गृहस्थाच्या शिसवी कातडीवर पसरलेल्या जखमांच्या खुणांच्या आडव्या उभ्या रेषांच्या जाळ्यावर लिव्हची नजर खिळली होती. प्रश्नार्थक मुद्रेने तिने त्यांच्या डोळ्यांकडे थेट पाहिले.

"मी शक्तिपीठात चार वर्षं राहिलो होतो," ऑस्कर जखमांच्या खुणांचे स्पष्टीकरण देत म्हणाले. "मला एक परिपूर्ण मुक्तक म्हणून दीक्षा दिली जाण्याचं निश्चित झालं होतं. इतक्यात... त्यांना माझा पुनर्शोध लागला."

विमानात तिने वाचलेली या संबंधीची माहिती आठवून लिव्हने समजल्यासारखी मान हलवली आणि विचारले, "पण शक्तिपीठातून आजपर्यंत कोणीही बाहेर येऊ शकलेलं नाही, अशी माझी समजूत होती."

"बरीच माणसं जिवंत बाहेर पडली आहेत तशी; पण फार काळ जिवंत राहू शकलेली नाहीत त्यानंतर. अशा लोकांचा शेवटपर्यंत पाठलाग केला जातो आणि अत्यंत क्रूरपणे, निर्दयपणे त्यांचं तोंड कायमचं बंद केलं जातं." मग आपला शर्ट अर्ध्यावर गुंडाळत ते पुढे म्हणाले, "तुला आत्ता तुझ्यासमोर जो दिसतोय, तो खरं तर एक मयत इसम आहे." बोलताना त्यांच्या डोळ्यांच्या बाजूच्या मिश्कील छटा दाखवणाऱ्या सुरकुत्या जास्तच दाट झालेल्या दिसत होत्या. इतके बोलून हातातला शर्ट त्यांनी मांडीवर पसरून त्यावर हात फिरवत नीटनेटका केला आणि तिच्याकडे बघत पुढे म्हणाले, "तुला ती ट्रोजन हॉर्सची गोष्ट माहीत आहे का?"

मान हलवून होकार देत लिव्ह म्हणाली, "एखाद्या अभेद्य सुरक्षा व्यवस्थेचा भेद कसा करायचा, याचं उत्तम उदाहरण आहे ते."

"अगदी बरोबर. ट्रॉयच्या महाद्वारापाशी हताशपणे बसलेल्या ग्रीकांनी जसं शेवटी ठरवलं, तसंच आमच्या लोकांनीदेखील शक्तीपेक्षा युक्तीचा वापर करायचा आणि अभेद्य समजल्या जाणाऱ्या पर्वतागारात प्रवेश मिळवून आमचं दैवी संकेत सांगणारं ब्रह्मवाक्यासारखं पवित्र संस्करण-विधान पुन्हा प्राप्त करायचं असं ठरवलं

आणि या कामासाठी त्यांनी त्यांचा स्वत:चा ट्रोजन हॉर्स तयार केला.''

''म्हणजे तुम्ही!''

''हो, मी. विसावं शतक सुरू होत असताना त्यांना मी एका अनाथालयात सापडलो. ना आई, ना बाप, ना कुणी भावंड. कोणीही नातेवाईक नाही; म्हणजे बंधुवर्गात सामावून घेण्यासाठी एक अत्यंत योग्य पार्श्वभूमी असलेला मुलगाच होतो मी. ते मूळ पवित्र संस्करण-विधान खरोखरच कसं आहे, ते शोधून काढणं आणि ते ज्ञान घेऊन शक्तिपीठातून पळून जाण्याची गुप्त आणि एकतर्फी कामगिरी अंगावर घेऊन वयाच्या चौदाव्या वर्षी मी शक्तिपीठात प्रवेश केला.

''त्याच्या जवळपास पोहोचायलादेखील मला तीन वर्षं लागली. यातला बहुतांश वेळ मी त्यांच्या त्या विशाल ग्रंथालयात ठासून भरलेल्या ग्रंथसंग्रहात नव्यानं दाखल होणाऱ्या ग्रंथांच्या खोक्यांमधील ग्रंथांची वर्गवारी करण्यात घालवला. अशीच काही वर्षं गेल्यानंतर एक दिवस निनेवेह येथील उत्खननात सापडलेल्या पुराणवस्तूंनी भरलेलं मोठं खोकं तिथे येऊन पडलं. त्या सगळ्या गोष्टींची माहिती असलेल्या दस्तऐवजांमध्ये या सगळ्या गोष्टी त्या संस्करण-विधानाशी संबंधित असलेल्या एका ग्रंथाचा भाग असाव्या, असं सांगितलं गेलं होतं. त्यामध्ये दगडाच्या पाट्यांचे शेकडो तुकडे होते. मुख्य ग्रंथपालाचं माझ्याकडे लक्ष जाण्यापूर्वी आणि त्या खोक्यामध्ये जे जे काही होतं, त्याचं खरं स्वरूप कळून माझ्या हातून ते काम काढून घेण्यापूर्वी मी त्यातला एक मोठा तुकडा चोरला. एकटाच असताना त्या तुकड्यावर काय लिहिलं आहे, ते मी तपासलं; पण मी कधीच न पाहिलेल्या भाषेत त्यावरचा मजकूर लिहिलेला होता. म्हणून मग मी त्याबद्दल शिकायला सुरुवात केली. त्यासाठी मी वयस्कर संन्याशांना ग्रंथालयात स्वत:हून मदत करायला लागलो. एकीकडे त्या मजकुरात काय सांगितलं आहे ते समजेल, या आशेनं त्यांच्याकडून तो अगम्य भाषेत लिहिलेला मजकूर वाचण्याची, समजण्याची तंत्रं आणि त्या भाषेचं ज्ञान मिळवत राहिलो आणि दुसरीकडे ते संस्करण-विधानाचं रहस्य उलगडायला मदत होईल, अशी हाती आलेली प्रत्येक नवी वस्तू, ग्रंथ, असं काहीही जमवत राहिलो. शेवटी नियतीनंच मला माझ्या लक्ष्यापर्यंत थेट पोहोचण्याची वाट दाखवली. वरिष्ठ संन्याशांना माझी ज्ञानलालसा लक्षात आली आणि त्यामुळे मला शक्तिपीठातल्या संन्याशांच्या सर्वोच्च श्रेणीत – 'सँक्टस कस्टोडिस दियुस स्पेश्यालिस' म्हणजे देवाच्या पवित्र रहस्याचं रक्षण करणाऱ्या, फक्त ज्या मुक्तक श्रेणीतल्या संन्याशांनाच त्या संस्करण-विधानाचं सत्य स्वरूप माहीत होतं, त्या संन्याशांच्या श्रेणीत उमेदवारी करण्यासाठी निवडलं गेलं.''

लिव्हने पुन्हा एकदा त्यांच्या अंगावरच्या व्रणांकडे पाहिले. त्या तिच्या भावाच्या अंगावरच्या खुणांसारख्याच होत्या. ''हे व्रण कशामुळे झाले?''

''मोजक्या लोकांनाच प्रवेश असलेल्या शक्तिपीठ पर्वताच्या वरच्या भागातल्या एका दालनामध्ये उमेदवाराची तयारी करण्याच्या प्रक्रियेतला एक भाग, असा एक समारंभ करण्यात येतो. प्रत्येक नवशिक्या उमेदवाराला बलिदानासाठीचा एक खंजीर लपविलेलं ताऊचं एक लाकडी चिन्ह दिलं जातं आणि आम्ही खोलवर जखम करावी, अशी अपेक्षा असते.'' हे सांगताना त्यांचे डोळे आठवणींचा शोध घेऊ लागले आणि त्यांचे बोट डाव्या दंडाभोवतीच्या गोलाकार जखमेच्या व्रणाचा मागोवा घेत ती कशामुळे झाली, त्याची आठवण जागी करत फिरू लागले. ''खोल जखम. ती जितकी खोल, तितकी तुमची पंथाशी बांधिलकी सखोल समजली जाते. हे अगदी नेमानं, श्रद्धेनं करायचं कृत्य असतं आणि त्याचं पारितोषिकदेखील तितक्याच चमत्कारी प्रकारचं असतं.'' हे सांगताना त्यांचे बोट छातीच्या दुसऱ्या बाजूकडे गेले. सावकाशपणे त्यांनी पूर्वी भोगलेल्या दु:खांवरून फिरत राहिले. ''आम्ही आमच्याच शरीरावर कितीही खोल जखमा केल्या, तरी त्या ताबडतोब, अगदी अक्षरश: ताबडतोब भरून येत.'' पुन्हा एकदा त्यांनी वर पाहिले. म्हणाले, ''संस्करण-विधानाच्या अत्यंत समीप असण्याचं पारितोषिक म्हणून उत्तम आरोग्य आणि दीर्घ आयुष्याचं वरदान मिळत असे. मी स्वत: जवळ जवळ एकशे सहा वर्षांचा आहे आणि तरीही माझ्यापेक्षा चाळीस वर्षांनी लहान असणाऱ्या माणसाइतका मी तंदुरुस्त आहे. तुझा भाऊ जिवंत राहिला असता, तर त्यालादेखील दीर्घ आयुष्याचा आनंद घेता आला असता. कारण त्याचीदेखील सर्वोच्च श्रेणीतल्या संन्यासी वर्गात सामील करून घेण्यासाठी, माझी जशी त्याच्या बराच काळ आधी करून घेतली जात होती, तशीच तयारी करून घेतली जात होती.''

त्यांनी टेबलावरच्या की-बोर्डवर काहीतरी टाइप केले. त्याबरोबर पडदा सजीव झाला आणि त्यावर आता अगदी ओळखीची झालेली एक प्रतिमा दिसायला लागली. शवचिकित्सेदरम्यान सॅम्युएलच्या डाव्या दंडावर उमटवलेले ताऊचे चिन्ह दाखवणारा फोटो होता तो. ''तुझा भाऊ माझ्यापेक्षाही पुढे गेला होता,'' कॉम्प्युटरच्या पडद्याकडे बोट दाखवत ऑस्कर म्हणाले. ''तू जे पाहते आहेस, ते प्रत्यक्ष संस्करणाचं चिन्हच त्याच्या शरीरावर उमटवलेलं आहे,'' असे म्हणून थोडेसे वळून त्यांनी आपला उघडा दंड दाखवला आणि म्हणाले, ''माझ्या दंडावर ते नाही. फक्त ज्यांना संपूर्ण दीक्षा दिली जाते, अशांनाच ते चिन्ह प्राप्त होतं. याचा अर्थ त्याला ते रहस्य कळलं होतं.''

पुन्हा एकदा भावाचे शव पाहताना डोळे भरून आल्यामुळे लिव्हच्या डोळ्यांपुढचे दृश्य धूसर होत गेले. ''पण मग काय झालं? तुम्हाला ते रहस्य का शोधून काढता आलं नाही?'' तिने विचारले.

आपला बंद गळ्याचा सुती शर्ट पुन्हा अंगात चढवत ते म्हणाले, ''आम्हा

मालान लोकांचा इतिहास वाचलेला असलेले आम्हीच फक्त नव्हतो. त्या मुक्तकांनीदेखील त्यांचा एक माणूस आमच्यात घुसवला होता आणि त्याद्वारे त्यांना आमच्या अस्तित्वाचा शोध लागला. फक्त नशीबानंच मी कोण होतो, ते उघडकीला आलं नाही.'' दंडाभोवती गोळा झालेली शर्टाची बाही सारखी करून आणि गळ्याभोवतीची कॉलर नीटनेटकी करून त्यांनी जखमांच्या सगळ्या खुणा झाकल्या जातील, याची खबरदारी घेतली. ''माझा शोध घेण्याचा प्रयत्न चालू असताना शक्तिपीठात मोठा गोंधळ उडाला. प्रत्येक संन्यासी दुसऱ्या संन्याशावर संशय घेऊ लागला. बहुतांश वेळा आपल्या जुन्या वैमनस्याचा हिशेब चुकता करण्याचा केलेला तो प्रयत्न असे. ते सगळं अगदी असह्य झालं. माझी घटिका भरत आली आहे, हे मला चांगलंच कळत होतं. त्यामुळे मी थोडे धोके पत्करले. एरवीपेक्षा मी जास्तच निष्काळजी झालो. माझ्यासारखीच उमेदवारी करत असलेल्या तैबेरियस नावाच्या एका नवशिक्या संन्याशानं पाटीच्या दगडाचा एक तुकडा लपवताना मला पाहिलं. ग्रंथालयातून ताबडतोब बाहेर पडायला लागल्याचं दिसल्याबरोबर, माझा मित्र असला, तरी तो मला दगा देणार आहे, हे मला स्पष्टपणे समजलं. मग मी ग्रंथालयात चक्क आग पेटवली आणि आगीच्या धुराचा आणि उडालेल्या गोंधळाचा वापर करून तिथून पळालो. पर्वताच्या खालच्या भागाकडे मी पळालो. एका खिडकीतून एक बाकडं फेकलं आणि त्या बाकड्यापाठोपाठ स्वत:लाही रात्रीच्या अंधारात झोकून दिलं. जवळपास शंभर फूट खाली असलेल्या खंदकाच्या पाण्यात पडलो आणि जिवाच्या आकांतानं पोहत सुटलो. त्या सुमाराला जागतिक युद्ध चालू होतं. जुलै १९१८चा महिना होता तो. माझ्या पलायनाची चुकीची दिशा दाखवणाऱ्या खुणा जागोजागी पेरल्या गेल्या होत्या आणि एका बॉम्बस्फोटात ओळख पटण्यापलीकडे चिंधड्या उडून ध्वस्त झालेल्या कुण्या बापड्याला माझी ओळख चिकटवली गेली होती. संस्करण-विधानाचे रक्षणकर्ते – म्हणजे ते रक्तकर्मी सरदार – पेरलेल्या खुणांचा माग काढत गेले. त्यांना त्या निष्पाप जिवाचा फुटून विदीर्ण झालेला देह सापडला. मग मी फक्त शक्तिपीठातून पळून जाण्यात यशस्वी झालो; पण थेट मृत्यूच्या पंजातच सापडलो, याचं समाधान बाळगत परत गेले. दरम्यान माझी रवानगी ब्राझीलला करण्यात आली. तेव्हापासून मी तिथेच गुप्तपणे राहत आहे.''

''मग आत्ता कसे काय परत आलात?'' लिव्हने विचारले. ''माझ्या भावाचा मृत्यू म्हणजे अशी काय विशेष गोष्ट आहे की, त्यामुळे तुम्ही तुमच्या विजनवासातून परत आलात आणि इतर कुणाला तरी मला ठार मारावंसं वाटतंय?''

''कारण मी पळालो, तेव्हा मी तो पाटीच्या दगडाचा तुकडा घेऊन गेलो आणि त्याचबरोबर त्यावर लिहिलेल्या मजकुराचा अनुवाद करण्याचं ज्ञानही घेऊन गेलो. त्यावरच्या मजकुरातून दैवी संकेतातल्या सुरुवातीच्या ओळी – ते संस्करण-विधान

जगासमोर कधी उघड होईल आणि सगळी जगरहाटीची व्यवस्था खऱ्या अर्थानं पूर्ववत, चांगल्या पद्धतीनं कधी चालायला लागेल, ती वेळ सांगत होत्या. *तो क्रॉस खाली पडेल / क्रॉस पुन्हा उभा राहील / संस्करण विधान खुलं करण्यासाठी / आणि एक नवं युग आणण्यासाठी.*

त्या ओळींमुळे आम्हाला आशा वाटायला लागली. मग वीस वर्षांपूर्वी भाकिताच्या लेखाचा आणखी एक भाग सापडला. ज्यानं तो शोधून काढला, त्याचं नाव होतं जॉन मान.'' असे म्हणून त्यांनी कॅथरीनकडे पाहिले. त्या नावाचा उल्लेख झाल्याबरोबर तिच्या डोळ्यांतले तेज मंदावताना दिसू लागले. ''म्हणजे माझ्या मुलीचा नवरा. गॅब्रिएलचे वडील. एका ग्रंथाचे एकत्रित केलेले अवशेष होते ते. त्याला जे तुकडे सापडले, त्यावरून जगाच्या आरंभासंबंधी आणि एकूणच उत्पत्तीशास्त्राविषयीची एक पर्यायी विचारधारा त्यात वर्णिलेली असावी, असा जॉननं कयास बांधला; पण त्याला लागलेल्या या शोधाची बातमी शक्तिपीठापर्यंत पोहोचलीच. त्यांचे खबरे सगळीकडेच पसरलेले असतात. उत्खनन चाललं होतं ती जागा अगदी एका बाजूला होती. तिथे क्रूर हल्ला करण्यात आला. कोणी केला हे आम्हाला माहीत नाही, हे खरं आहे; पण आम्ही त्याचा अंदाज करू शकतो. आम्हाला त्याचं ना शरीर मिळालं, ना त्यानं शोध लावलेल्या वस्तू मिळाल्या.'' दु:खावेगाने डोळे मिटून घेत ऑस्करनी मान खाली घातली. त्यांचे मूक रुदन हजारो शब्दांपेक्षा जास्त प्रभावीपणे बरेच काहीतरी सांगत होते. खोलीतला प्रत्येक जण आपापल्या आठवणीत हरवल्याने काही काळ तेथे स्तब्ध शांतता पसरली. टीव्हीच्या पडद्यावरची मूक चित्रे, एवढी एकच गोष्ट हलत होती.

''माझे वडील सत्याचा शोध घेताना मरण पावले,'' गॅब्रिएल म्हणाला. ''आणि त्यांना सापडलेले सगळेच तुकडे हरवले नाहीत. त्यांनी तशी काळजी घेतली होती. त्या तुकड्यांपैकी सगळ्यात महत्त्वाचा तुकडा सुरक्षित राहिला. तो तुकडा आम्ही माझ्या आजोबांनी आणलेल्या तुकड्याबरोबर जुळवला आणि त्या भाकिताचं पूर्ण – हे असं स्वरूप आमच्या समोर साकार झालं.

एक जो खरा क्रॉस आहे, तो पृथ्वीवर अवतरेल
एकाच क्षणी सगळे जण तो पाहतील – सगळे आश्चर्यचकित होतील
तो क्रॉस खाली पडेल
क्रॉस पुन्हा उभा राहील
संस्करण विधान खुलं करण्यासाठी
आणि एक नवं युग आणण्यासाठी''

लिव्हच्या कानी हे शब्द पडत होते आणि तिच्या डोळ्यांसमोर पर्वताच्या शिखरावर ताऊचे चिन्ह आपल्या देहाने साकार करून उभ्या असलेल्या आपल्या भावाचे चित्र उभे राहिले. मग तो खाली कोसळू लागला.

तो क्रॉस खाली पडेल.

तिची नजर समोरच्या वहीकडे आणि त्यातल्या पानावरच्या चित्राकडे गेली. तिथल्या चित्रात तिच्या भावाच्या शरीरावर दिसणाऱ्या दुसऱ्या एका आडव्या पडलेल्या क्रॉससारख्या दिसणाऱ्या खुणेकडे, ज्या ठिकाणी ती स्वत: तिच्या भावाच्या शरीराशी जन्मत: जोडली गेली होती, त्या खुणेकडे गेले आणि ती चमकली. अभावितपणे तिचा हात तिच्या शरीरावरच्या तसल्याच जखमेच्या खुणेकडे गेला.

क्रॉस पुन्हा उभा राहील

तिने ऑस्करकडे पाहिले.
"माझ्याबद्दल आणि माझ्या भावाबद्दल तुम्हाला माहीत असणं आवश्यक असलेली आणखी एक गोष्ट आहे." ती म्हणाली. मग उठून उभी राहिली आणि मगाशी ऑस्करनी जसा आपल्या अंगावरचा शर्ट वर गुंडाळून घेत काढला होता, त्याचीच पुनरावृत्ती करू लागली.

१०३

त्या विशाल ग्रंथालयातल्या रोमन विभागात अथानासियस आणि फादर थॉमस शिरले आणि तिथल्या काळ्याकुट्ट अंधारातल्या स्मशानशांततेत कसल्याही अस्तित्वाची खूण दिसते आहे का, याचा शोध घेत स्तब्ध उभे राहिले.

रोमन विभाग हा ग्रंथालयातल्या सगळ्यात जुन्या विभागांपैकी एक प्रचंड मोठा विभाग होता आणि त्यामध्ये अन्य अनमोल साहित्याबरोबरच सगळ्यात पहिल्या, आद्य बायबलमध्ये समाविष्ट केलेली येशूच्या बारा अनुयायांची सर्वच्या सर्व लिखिते होती. परिणामस्वरूप त्या काळ्याकुट्ट अंधारात त्यांच्या सोबतीला असलेला त्यांच्या व्यक्तिगत प्रकाशवर्तुळाचा प्रकाश काहीसा मंद होऊन काळपटलेल्या तांब्यासारखा झाला. तिथल्या दगडी जमिनीमध्ये रुतवलेल्या बारीक तारेसारख्या मार्गदर्शक दिव्यांचा प्रकाश, एवढाच काय तो अन्य प्रकारचा प्रकाश तिथल्या अंधारात पडलेला दिसत होता. याव्यतिरिक्त संपूर्ण दालन अगदी रिकामे दिसत होते.

एकदा फादर थॉमस यांच्याकडे पाहून अथानासियस वळला आणि ग्रंथांच्या शेल्फातल्या पहिल्या रांगेच्या दिशेने खाली जाऊ लागला. अंधाऱ्या बोळवजा मार्गिकेतून जात असताना तिथल्या मुद्दाम कोरड्या राखलेल्या हवेने जशी तिथल्या मधमाशीच्या पोळ्याप्रमाणे रचना असलेल्या शेल्फांमधली दुर्मीळ लिखिते कोरडीठाक राखली गेली होती, तसाच त्याच्या घशातला ओलावादेखील शोषून घेतला गेला आणि त्याला धापदेखील लागल्याचे दिसू लागले. मार्गिकेच्या टोकाला इतर मार्गिका येऊन मिळतात तिथे पोहोचल्यावर एक मार्गिका उजवीकडे निघाली असून, ती मध्यवर्ती मार्गिकेला समांतर अशी भिंतीलगत पुढे जात असलेली त्याला दिसली. तिथेच थांबून ज्या मार्गिकेतून आलो त्या मार्गिकेकडे त्याने एकदा मागे वळून पाहिले. दुसऱ्या टोकाला एखाद्या मेणबत्तीच्या ज्योतीसारखे हेलकावे खाणारे फादर थॉमस यांचे नारिंगी प्रकाशवर्तुळ त्याला दिसत होते. त्या प्रकाशवर्तुळावर आपले लक्ष केंद्रित करून तो सावकाशपणे नव्या मार्गिकेत चालू लागला. ग्रंथांच्या

शेल्फच्या टोकाला पोहोचल्यानंतर थॉमसनी चालायची गती वाढवून ते जवळ आले असल्यामुळे त्यांचे प्रकाशवर्तुळ त्याला पुन्हा दिसू लागले. त्यांनी प्रार्थनाघरात भेटल्यावर ठरवले होते त्याप्रमाणे, या पद्धतीने चालल्यामुळे त्यांच्या दोघांच्या प्रकाशवर्तुळातल्या प्रकाशामुळे इतर कोणत्याही गोष्टीची आकृती त्यांना लवकर दिसणार होती आणि त्यांना जे शोधायचे होते, ते लवकर सापडण्याची शक्यता होती.

एका विशिष्ट गतीने ते दोघे तिथे ठेवलेली आणि त्यांच्या प्रकाशवर्तुळाच्या प्रकाशात उजळून उठणारी हस्तलिखिते, चर्मपत्रे, शिलालेख पटापट मागे टाकत निघाले, तेव्हा प्रत्येक वेळी फादर थॉमस यांचा वर्तुळप्रकाश एखाद्या दीपस्तंभावरच्या दिव्याप्रमाणे उघडझाप होताना दिसत होता. एका लयीत होत असणाऱ्या या क्रियेनंतर प्रत्येक वेळी तो प्रकाश जास्तच अंधूक होत होता आणि शेवटी तर तो उघडझाप होणारा ठिपका दिसण्यासाठी अथानासियसला डोळे बारीक करून अगदी लक्षपूर्वक पाहावे लागू लागले. अंधूक होणाऱ्या प्रकाशामुळे फादर थॉमस आपल्यापासून दूर जात आहेत, असाही आभास होऊ लागल्यामुळे अथानासियसच्या छातीत भीतीने धडधडायला लागले. इतर वेळीदेखील या ग्रंथालयाचा त्याला अगदी तिटकारा वाटत असे. त्यात आत्ताची वेळ तर अगदीच विपरीत होती आणि याच कातर अवस्थेमुळे त्याच्या मनात अतार्किक भीतीचे मेघ दाटून येत असतानाच, तो आणखी एका ग्रंथांच्या शेल्फला वळसा घालून पुढे झाला आणि त्याला ते दिसले – थॉमसच्या दुरून दिसणाऱ्या प्रकाशामुळे वेड्यावाकड्या रेषांची; पण मानवी बाह्याकृतीच वाटणारा तो आकार शेल्फांच्या रांगांच्या अर्ध्या अंतरावर दिसत होता.

अथानासियस जागच्या जागीच थांबला. नीट निरखून त्या आकाराकडे पाहिले. काही हालचाल दिसते आहे का, याचा अंदाज घेतला. फादर थॉमस यांचा प्रकाश शेल्फांच्या रांगांच्या दुसऱ्या टोकाला स्थिर झालेला दिसत होता, म्हणजे त्यांनीदेखील तो आकार पाहिलाच असणार. छातीतली धडधड कमी करण्यासाठी दोन-चार वेळा हलकेच श्वास घेऊन अथानासियसने पाऊल पुढे टाकले आणि पावलांचा आवाज होऊ न देता हळूहळू त्या आकाराच्या जवळ जाण्याचा प्रयत्न करू लागला. थॉमसदेखील तेच करू लागल्यामुळे त्यांचा नारिंगी प्रकाशाचा ठिपका हलत-हलत पुढे येताना आणि मोठा होताना दिसू लागला. थॉमस त्या सावलीवजा आकारापाशी आधी पोहोचले. "बंधू पॉन्टी," अथानासियसला ऐकू जावे म्हणून मुद्दामच मोठ्या आवाजात बोलत ते म्हणाले, "तू आहेस होय."

ग्रंथालयाची देखभाल करणाऱ्या अंध संन्याशाचा तो स्तब्ध आकृतिबंध सजीव होत त्याच्या पुढ्यातच अगदी एक-दोन फुटांवर येत फादर थॉमस यांच्या प्रकाशवर्तुळाच्या

कक्षेत येऊन प्रकाशमान झालेला अथानासियसला दिसला.

"दुसरं कोण असणार इथे!" ग्रंथालयात सतत झाडलोट करताना उडणाऱ्या धुळीने आणि तिथल्या शाश्वत अंधारामुळे शुष्क पडलेल्या खरखरीत आवाजात तो उत्तरला.

दोघांच्या प्रकाशवर्तुळाच्या कक्षेत आणि उबेत आल्यानंतर त्या पर्वताच्या अंतस्थ भागातल्या शाश्वत अंधारातदेखील जीव धरून राहणाऱ्या भिंतीवरच्या कोळ्यांसारख्या इतरही अनेक फिकट रंगाच्या प्राण्यांप्रमाणेच पॉन्टीसुद्धा पांढऱ्या फटक कातडीचे आणि रक्तहीन दिसत होते.

अतिशय मवाळ सुरात थॉमस म्हणाले, "मला खात्री नव्हती, म्हणजे मी खरं तर एक चाचणी करत होतो आणि यंत्रणेद्वारे तुमच्या ठावठिकाण्याबद्दल प्रश्न उपस्थित केले गेले. म्हणजे यंत्रणेला तुम्ही कुठे आहात ते समजत नव्हतं. तुम्ही आत येताना योग्य पद्धतीनं तुमची नोंद केली होती ना?"

"हो, अगदी नेहमीसारखीच." दुधाळ काचेसारख्या दिसणाऱ्या आपल्या डोळ्यांपुढे हात धरत पॉन्टी म्हणाले.

अथानासियस काहीही न बोलता, हलकासादेखील आवाज होणार नाही, याची काळजी घेत एक-एक पाऊल टाकत त्यांच्या जवळ गेले. आपल्या प्रकाशवर्तुळाची कक्षा त्या ग्रंथालयात काम करणाऱ्या संन्याशाच्या प्रकाशवर्तुळाकडे जात नंतर त्याला ओलांडून पुढे सरकत जाताना आपणही त्याला स्पर्श करण्याइतपत जवळ पोहोचलो असल्याचे अथानासियसला दिसले.

त्याच क्षणी तिकडे यंत्रणेच्या नियंत्रण कक्षामध्ये फादर थॉमस यांनी प्रस्थापित केलेली कार्यप्रणाली कार्यरत झाली. प्रणालीच्या मुख्य पडद्यावर पाहणाऱ्याला ते रोमन विभागातले तीन ठिपके एकत्र आलेले दिसले असले, तरी पण त्याचे त्यांना काही विशेष किंवा वेगळे घडले आहे, असे वाटले नसते. खरे तर फादर थॉमस यांच्या कार्यप्रणालीद्वारे दोन प्रकाशवर्तुळांची अदलाबदल केली गेली होती, त्यामुळे प्रमुख सुरक्षा व्यवस्थेद्वारे अथानासियसला पॉन्टी आणि पॉन्टीला अथानासियस समजले जाणार होते.

इकडे दालनात अथानासियस अगदी श्वास रोखून स्तब्धपणे उभा होता. तो काहीही बोलला नाही की, त्याने कसलाही आवाज केला नाही, तरीदेखील काहीतरी जाणवल्यासारखे पॉन्टी वळले आणि आपल्या दुधाळ, दृष्टिहीन डोळ्यांनी अथानासियसच्या आरपार पाहत अंदाज घेत राहिले. एखाद्या उंदराने हवेत तरळणारा वास हुंगत धोक्याची तपासणी करावी, तसे त्यांचे डोके आणि नाक वर झाले आणि त्यांनी एक पाऊल पुढेदेखील टाकले, इतक्यात फादर थॉमसनी त्यांच्या दंडाला धरून त्यांचे लक्ष आपल्याकडे वेधले.

"मला तुम्ही एक मदत कराल का," असे म्हणत त्यांनी पुस्तकांनी भरलेल्या त्या मार्गिकांमधून हलकेसे खेचतच पॉन्टीना दुसरीकडे नेले आणि म्हणाले, "तुम्ही पुन्हा एकदा ग्रंथालयाच्या प्रवेशदारातून परत आत आलात, तर तुमची ओळख ही यंत्रणा पुन्हा प्रस्थापित करेल आणि झालेली चूक दुरुस्त होईल, अशी मला खात्री वाटते." असे घेऊन जात असतानादेखील पॉन्टी अथानासियसच्या दिशेने आपल्या अंध डोळ्यांनी एकटक पाहत राहिले. काही क्षणांनंतर मात्र वळले आणि आज्ञाधारकपणे प्रवेशदाराकडे गेले.

त्या दोघांना असे दूर जाताना पाहून अथानासियसला छातीवरचा मोठा दगड उतरवल्यासारखे हायसे वाटले खरे; पण ते क्षणिकच होते. फादर थॉमस आणि त्यांच्या हाताशीच असलेले पॉन्टी, केंद्रभागी असलेले फादर थॉमस यांचे नारिंगी प्रकाशवर्तुळ निरुंद मार्गिकेतून दूर जाताना त्यांनी पाहिले. त्याचबरोबर त्यांच्या बोलण्याचा काहीसा आश्वस्त करणारा आवाजदेखील मंद होत तिथल्या अंधारात गडप झाला. ते प्रकाशवर्तुळही लहान होत होत शेवटी मुख्य मार्गिकेकडे गेले आणि त्या अतिविशाल ग्रंथालयाच्या निःस्तब्ध अंधारात अचानकपणे त्याला एकटे करून गेले.

१०४

आपल्या जन्माच्या वेळच्या विचित्र परिस्थितीची कहाणी लिव्ह दिवसभरात दुसऱ्यांदा सांगत होती आणि ऐकणाऱ्यांच्या प्रतिक्रिया पाहत होती. आपल्या समोर बसलेल्या तिघांचेही डोळे तिच्या कुशीकडच्या भागातल्या क्रॉसच्या खुणेकडे एकटक पाहत असलेले तिने पाहिले.

"क्रॉस पुन्हा उभा राहील," स्वतःशीच बोलल्यासारखे ऑस्कर पुटपुटले. "संस्करण-विधान खुलं करण्यासाठी.'' पटकन त्यांची नजर वर झाली आणि तिच्या नजरेला भिडली. त्यांच्या नजरेत आश्चर्यमिश्रित कुतूहल दिसत होते. "आणि तो तूच आहेस," ते म्हणाले.

आपण असे शर्ट वर करून परक्या माणसांसमोर काय उभे आहोत, याची अचानक जाणीव होऊन लिव्हने पटकन शर्ट खाली केला आणि संकोचून पाहत म्हणाली. "कोण जाणे! म्हणजे ते संस्करण-विधान म्हणजे काय आहे, त्याची मला सुतरामही कल्पना नाही आणि ते मी कसं खुलं करायचं आहे, हेदेखील मला सांगता येणार नाही.''

तिने खाली बसून ती विशिष्ट अक्षरे आणि चिन्हे लिहिलेले आपल्या वहीतले पान उघडले आणि त्यामधून तिला समजलेला संदेश पुन्हा एकदा वाचला. काहीतरी अर्थ होईल, असे शब्द तिने पहिल्यांदा जेव्हा लिहिले होते, तेव्हा आपल्याला काहीतरी मार्ग सापडतो आहे, असेच तिला वाटले होते; पण आत्ता तरी ती पुढे मार्गच नाही असे दिसणाऱ्या एका बिंदूपाशी उभी होती. या मालान लोकांनादेखील त्या संस्करण-विधानाबद्दल तिच्यापेक्षा फार काही माहीत नव्हते. त्यामुळे जणू कुणीतरी एखाद्या धरणाचे दार उघडावे आणि प्रचंड थकव्याच्या महापुरात आपण सापडावे, तसा अचानक तिला थकवा जाणवायला लागला.

"त्या फोन नंबरसारखीच ही अक्षरंदेखील त्या चामड्याच्या तुकड्यावर कोरलेली होती का?" गॅब्रिएलने विचारले.

"नाही," तळव्याने डोळे चोळत ती म्हणाली. "ती अक्षरं बियांवर कोरलेली होती." डोळे चोळायचे थांबवून तिने पाहिले, तर सगळे जण थेट तिच्याकडेच एकटक पाहत असल्याचे तिला दिसले.

"बियांवर?" ऑस्कर पुन्हा उद्गारले.

तिने होकारार्थी मान हलवली. त्या वृद्ध गृहस्थाचे अवघे शरीर, विचार कशावर तरी अचानकपणे केंद्रित झाल्यामुळे आक्रसल्यासारखे दिसले. मग त्यांनी एक मोठा नि:श्वास टाकला आणि पुढे होत कॉम्प्युटरचा की-बोर्ड जवळ ओढला. कॉम्प्युटरवर माहितीचा शोध घेण्याचे एक संकेतस्थळ उघडत ते म्हणाले, "मी शक्तिपीठात असतानाच्या काळात त्यांची काही रहस्यं मी शिकून घेतली होती." त्यांनी शोध घेण्यासाठी आज्ञा देण्याचे बटण दाबले. पडद्यावर एक चित्र साकार होऊ लागले. हिरव्या, राखाडी आणि बहुतांशी निळ्या रंगाचे तुकडे जोडल्यासारखे ते दिसू लागले. चित्र अधिक स्पष्ट होत गेल्यावर त्यातून उपग्रहाद्वारे घेतलेला युरोपच्या पूर्व भागाचा फोटो दिसू लागला. चित्रावर एका विशिष्ट जागी ऑस्करनी बाण नेला आणि बटण दाबले. पडद्यावरची प्रतिमा मोठी होत गेली आणि तुर्कस्तानच्या दक्षिण भागाचे चित्र आणि त्यात मध्यभागी असलेल्या काळ्या आकारापासून बाहेर फेकले गेल्यासारखे दिसणारे रस्त्यांचे जाळे दिसू लागले.

"हे रुइनचं १९८०च्या सुमाराला उपग्रहाद्वारे घेतलेलं चित्र आहे." ऑस्कर समजावून देत म्हणाले. "त्यापूर्वीच्या काळात या शहरावरून उडायला सगळ्याच विमानांना पूर्णपणे बंदी होती." चित्र अधिक स्पष्ट होत होते. पूर्णपणे पडद्यावर दिसू लागल्यावर ते नीट पाहता यावे, म्हणून लिव्ह पुढे झाली. शक्तिपीठ अख्ख्या चित्राच्या केंद्रस्थानी होते. त्याचा आकार अंडाकृती होता आणि त्याच्या अगदी मध्याजवळचा काही गडद हिरव्या रंगाचा भाग सोडला, तर त्याचा रंग पूर्णपणे काळा होता. "हा फोटो नासातर्फे प्रसिद्ध झाल्यानंतर विमानांवरची बंदी उठवली गेली," ऑस्कर यांनी आणखी माहिती पुरवली. "इतकंच नाही, तर शक्तिपीठाच्या अखत्यारीत अजूनपर्यंत तरी अवकाश क्षेत्राचा समावेश झालेला नाही."

मध्यभागाजवळच्या गडद हिरव्या तुकड्याकडे लिव्हचे लक्ष केंद्रित झाले.

"हे काय आहे? तळं वगैरे आहे का?"

"नाही." चित्र जास्तीत जास्त जितके मोठे करता येईल तितके करत ऑस्कर म्हणाले. "ती एक बाग आहे."

१०५

डोळ्यांना न दिसणाऱ्या अडथळ्यांचा हातांनी अंदाज घेत दगडी जमिनीत रुतवल्यासारख्या दिसणाऱ्या बारीक रेघेसारख्या दिव्यांवरची आपली नजर अजिबात ढळू न देता अथानासियस त्या नि:शब्द ग्रंथालयात आपला मार्ग काढत होता. पर्वत प्राकारात राहणाऱ्या इतरांप्रमाणेच तोदेखील अंधाराला बराचसा सरावलेला होता; पण या असल्या अंधाराला नव्हे. अंधाराच्या दुसऱ्या टोकाला एक मृदू पांढरा आवाज नाचतो आहे, असे वाटत होते. त्याची नजर जाताक्षणी गुपचुप बसलेल्या मधमाश्यांचे थवे उठून नाहीसे व्हावेत, तसे काहीसे वाटत होते.

आपल्यामागे कुणी ग्रंथालयातल्या या अत्यंत खोलवरच्या अंतर्भागात आलेले नाही ना, या शंकेने अस्वस्थपणे त्याने मागे कुणाचे प्रकाशवर्तुळ दिसतेय का, ते चोरट्या नजरेने पाहिले. त्याला काहीही दिसले नाही – जिथवर दृष्टी जात होती, तिथे टोकाला काहीतरी थरथरल्यासारखी हालचाल आणि तिथल्या काळ्याकुट्ट अंधाराला छेद देत गेलेल्या दगडी जमिनीतल्या प्रकाशरेषा फक्त होत्या तिथे. तो मागे वळला, त्याच्या स्वत:च्याच हृदयाची धडधड त्याच्या कानात ठण् ठण् कानठळ्या बसवत होती, त्यामुळे त्याला इतर कुठलाही आवाज ऐकू येत नव्हता. अगदी त्या दगडी जमिनीवरून चालताना त्याच्या स्वत:च्याच पावलांचा होणारा आवाजदेखील त्याला ऐकू येत नव्हता. जमिनीतले दिवे पुढे उजव्या बाजूला वळून नाहीसे होताना दिसत होते. तिथेच सरतेशेवटी ती मार्गिका त्या प्रवेश निषिद्ध दालनाकडे जाणाऱ्या मार्गिकेकडे वळत होती. जमिनीमध्ये रुतवलेल्या दिव्यांच्या रेषेबरहुकूम तारेवरची कसरत करणाऱ्या माणसाप्रमाणे एक पाऊलदेखील चुकीचे पडले, तर आपण खाली पडू याची पक्की खात्री असल्यासारखी पावले टाकत तो त्या दिशेने चालत गेला. शेवटच्या मार्गिकेकडे घेऊन जाणारे वळणदेखील त्याने गाठले आणि पाय खिळल्यासारखा थांबला.

प्रकाशाच्या बारीक रेषा त्याच्या पुढे सुमारे तीसएक फुटांपर्यंत गेलेल्या दिसत

होत्या; पण पुढे काहीच नव्हते. प्रकाशरेषांच्या शेवटच्या टोकाला असलेल्या अंधाराच्या दिशेने अथानासियस खेचल्यासारखा एक एक पाऊल मोजत पुढे सरकला. अठ्ठावीस पावले मोजली, तेव्हा तो प्रकाशरेषेच्या शेवटाला पोहोचला, मग मागे वळून पुन्हा अठ्ठावीस पावले मोजत मार्गिकेच्या प्रवेशापाशी आला. आपल्या स्वतःच्याच सुरक्षा व्यवस्थेला कशी बगल देता येते, ते फादर थॉमस सांगत असलेले शब्द त्याला पावले मोजता मोजता आठवले; पण एकदा अथानासियस त्या निषिद्ध दालनामध्ये शिरल्यानंतर मात्र ते काहीच करू शकत नव्हते, हेदेखील त्याला आठवले. त्याने त्या दालनाचा उंबरा ओलांडताक्षणीच त्याच्या कानी न पडणारी धोक्याची घंटा वाजायला लागणार होती आणि ती ऐकून सुरक्षा रक्षक तिथे पोहोचण्यापूर्वी त्याला जास्तीत जास्त दोनच मिनिटांचा अवधी मिळणार होता.

अथानासियस मार्गिकेमध्ये पावले मोजत, आपले हात तोल सांभाळण्यासाठी बाजूला फैलावून निषिद्ध दालनापर्यंतच्या भागात येरझाऱ्या घालत राहिला. आपल्या सुटकेचा मार्ग स्पष्ट आणि मोकळा आहे, याची खात्री झाल्यावर पुन्हा एकदा जिथे प्रकाशरेषा संपत होती आणि निबिड अंधार सुरू होत होता त्या जागी, एखाद्या कड्याच्या टोकावर उडी मारण्यासाठी उभ्या राहिलेल्या माणसासारखा उभा राहिला.

आपण जाणार आहोत त्या खोलीची त्याने मनातल्या मनात कल्पना केली – खोलीच्या मधोमध असणारे एक उच्चपीठ; गुहेच्या दगडात खोदून कोरून बनवलेले खण, प्रत्येक खणात प्राणपणाने जतन करून ठेवलेले त्यांच्या पंथाचे रहस्य, हे सगळे त्याच्या नजरेसमोर आले. तिथल्या भक्कम तिजोरीसारख्या जागेत सर्व काही जसे होते तसे पूर्ववत ठेवून तिथून मार्गिकेकडे निसटण्यासाठी त्याला एक मिनिट लागेल, असा त्याने अंदाज केला. म्हणजे हवा असलेला ग्रंथ शोधण्यासाठी त्याला साठ सेकंद मिळणार होते. आदल्याच दिवशी मठाधिपती तिसऱ्या आडव्या आणि दुसऱ्या उभ्या खणातून तो काढत असताना त्याने पाहिले होते. खोलीत शिरल्याबरोबर आपल्याला काय करायचे आहे, याची त्याने मनातल्या मनात उजळणी केली. साठ सेकंद म्हणजे पुरेसा वेळ नव्हताच – पण फक्त तेवढाच वेळ त्याच्या हाताशी होता.

समोरच्या अंधाराकडे त्याने डोळे फाडून पाहिले, डोळ्यांच्या कोपऱ्यात मुळात अस्तित्वातच नसलेल्या प्रकाशाच्या मुंग्या सरकताना त्याला दिसल्या. मग त्याने एक खोलवर श्वास घेतला. सावकाशपणे सोडला. साठ आकड्यापासून उलटे मोजायला सुरुवात केली आणि पाऊल पुढे टाकले.

धोक्याचा इशारा करणारी घंटा घणघणताक्षणीच सुरक्षा रक्षकाची नजर वर गेली.

अथानासियस निषिद्ध दालनातल्या दूरच्या भिंतीच्या दिशेने अंधारात चाचपडत पोहोचण्यापूर्वीच तो रक्षक खुर्चीतून उठलादेखील होता आणि आपल्या टेबलाच्या खणाचे कुलूप काढत होता.

रक्षकाच्या कपाटात एक बेरेटा जातीचे रिव्हॉल्वर होते, गोळ्यांच्या फैरी होत्या आणि निशाण साधण्यासाठीची कपाळावर अडकवण्याची दुर्बीण होती. या सगळ्या गोष्टी त्याने उचलल्या. फटकन गोळ्यांची पहिली फैर रिव्हॉल्वरमध्ये अडकवता अडकवताच मुख्य स्वागत कक्षात उघडणाऱ्या दारातून पुढे गेला.

एका हातात बंदूक आणि दुसऱ्या हातात रात्रीच्या अंधारातही स्पष्ट दिसण्याची सोय असलेले गॉगल्स घेतलेला तो रक्षक आपल्याच दिशेने येत असल्याचे पाहून फादर मलाशींच्या चेहऱ्यावर चिंतेचे जाळे पसरले.

''मला फक्त एकच मिनिट द्या,'' बंदूक आपल्या शर्टाच्या बाहीमध्ये सरकवत आणि कमानीतून पुढे मुख्य ग्रंथालयाच्या दिशेने जाता-जाता तो रक्षक म्हणाला.

भिंतीवर चाचपडत आणि खणांची संख्या मोजत अथानासियस पुढे गेला. तिसरा आडवा, दुसरा उभा. त्याचे हात त्या थंडगार कोनाड्यात पोहोचले. आतल्या गुळगुळीत खोक्याभोवती त्याने पकड घेतली.

ते उचलून खाली जमिनीवर ठेवले. थरथरत्या हातांनी खोक्याच्या बाजूचे चाप शोधायचा त्याने प्रयत्न केला.

त्याला ते सापडले.

ते खोके उघडले.

आतल्या गुळगुळीत पाटीच्या दगडाचा स्पर्श त्याला जाणवला. त्याची बोटे त्यावरून फिरली. त्यावर कोरलेल्या ताऊच्या चिन्हाचा त्याने बोटांनीच मागोवा घेतला, मग बोटे कडेला नेऊन त्याने ग्रंथ उघडला.

ग्रंथालयात धोक्याची घंटा वाजली नव्हती, तरी तपकिरी कफनीतला सुरक्षा रक्षक बाहीमध्ये हात दडवून वेगाने मार्गिका ओलांडत निघालेला दिसल्यावर याचा अर्थ काय, ते प्रत्येकालाच माहीत होते.

अशा परिस्थितीत काय करायचे, याच्या विहित पद्धतीनुसार प्रत्येकाने सरळ प्रवेशदाराकडे जायचे आणि सर्व काही पूर्ववत झाल्याची सूचना मिळेपर्यंत वाट पाहायची, असा शिरस्ता होता. ग्रंथालयातल्या विद्वानांनी माना वर करून हातातली पुस्तके आपसूकच बंद केली आणि त्या सुरक्षा रक्षकाचे प्रकाशवर्तुळ तो ग्रंथालयाच्या

आणखी खोलवरच्या भागाकडे जात असताना अंधूक होत जाताना पाहिले. फादर थॉमसदेखील त्यांच्यापैकी एक होते. ते पॉन्टीच्या बाजूला उभे होते, त्यांच्या स्वत:च्या प्रकाशवर्तुळाचे अस्तित्व वेगळे ठेवून पॉन्टीलादेखील त्याचे स्वत:चे प्रकाशवर्तुळ असेल, याची त्यांनी खात्री केली होती आणि तो रक्षक मध्ययुगीन कालखंडाचा विभाग मागे टाकत इतिहासपूर्व काळातील अत्यंत दुर्मीळ लिखितांच्या दालनामध्ये शिरताना पाहत राहिले.

"काही गडबड आहे का?" कुत्र्याला जसे भुतांचे अस्तित्व ती न दिसता देखील समजते, तसाच वातावरणात उमटलेला तणाव जाणवून पॉन्टीने विचारले.

"शक्य आहे." फादर थॉमसनी उत्तर दिले. तिकडे दूर तो रक्षक आपले हात वर करून अंधारातही स्पष्ट दिसण्याचे गॉगल्स कपाळावर अडकवून डोळ्यांसमोर आणताना त्यांना दिसत होता. दोन ढांगा टाकल्यावर तो बारा अनुयायांच्या खोलीत शिरला. मग त्याच्या प्रकाशवर्तुळाची आभा विझल्यासारखी झाली.

१०६

कॉम्प्युटरच्या पडद्यावरच्या चित्रात भुरकटशा दिसणाऱ्या हिरव्या तुकड्याकडे लिव्ह पाहत होती. चित्र फारसे स्पष्ट नव्हते, तरी पण रंगछटांच्या बदलत्या आकारांवरून तिने चित्रातल्या झाडाझुडपांचे आकार वेगळे करण्याचा आणि चित्रात तपशील भरण्याचा प्रयत्न केला.

''वर्चस्व मिळवण्यासाठी घातलेल्या वेढ्यांच्या काळात खायला अन्नदेखील नसताना हे शक्तिपीठ चमत्कारच म्हणावा अशा पद्धतीनं कसं जिवंत राहिलं, हे एक ऐतिहासिक गूढ आहे.

शक्तिपीठातल्या माझ्या पहिल्या वर्षात मी बागकाम करणाऱ्यांच्या हाताखाली काम शिकलो. तण काढायचं, नवी रोपं लावायची, तयार फळं गोळा करून आणायची कामं करत राहिलो. जमिनींना पाणी पाजणं, हेदेखील एक काम होतं माझं. डोंगराच्या अंतर्भागातून वाहून जाणारं आणि पावसाचं पाणी साठवायच्या मोठमोठ्या टाक्यांमधल्या पाण्याचा वापर आम्ही करत असू. कधीकधी या अंतर्भागातून वाहत येणाऱ्या पाण्यामध्ये खडकामधल्या खनिजांचं मिश्रण होऊन ते पाणी लाल होत असे, त्यामुळे तुम्ही धरणीला रक्त पाजताय की काय, असं वाटायचं.

जे काही मिसळत होतं, त्यामुळे जमीन आश्चर्यकारकरीत्या सुपीक होत असे. ही बाग खरं तर ज्वालामुखीच्या थंड पडलेल्या मुखातच होती आणि बहुतांश वेळ ती सावलीतच असे, तरीदेखील तिथे काहीही पेरलं तरी उगवत असे. एकदा उंच वाढलेलं गवत उपटून टाकत असताना मला जमिनीत गाडला गेलेला एक जुना डब्याचा भाग सापडला. त्याच्या लाकडी मुठीतून हिरवी पालवी फुटताना दिसत होती.'' वर पाहत त्यांनी आणखी काही माहिती शोधण्याची कॉम्प्युटरला आज्ञा दिली. ''शक्तिपीठाच्या संपूर्ण इतिहासात या बागेनंच शक्तिपीठाचं पोषण केलं आहे.'' असे म्हणत त्यांनी विस्तारित माहिती पडद्यावर येण्यासाठी कॉम्प्युटरला आज्ञा केली. ''मुक्तक गटातल्या संन्याशांच्या हिरव्या कफन्यांमध्ये – तसेच त्यांची

ज्या नावानं ओळख दिली जात असे, त्या त्यांच्या – 'नंदनवननिवासी' या नावातदेखील हीच गोष्ट प्रतिबिंबित झालेली आहे.'' एवढे बोलून होईपर्यंत त्यांचे कॉम्प्युटरला आज्ञा देण्याचे कामही पूर्ण झाले. उपग्रहाने काढलेला तो फोटो नाहीसा होत त्याची जागा एका नव्या पानाने घेतली. ''काहींच्या मते, हे नाव त्यांच्या पंथाची कालातीतता दर्शवतं आणि त्यांचा उदय प्रत्यक्ष मानव जातीच्या या पृथ्वीतलावरील उदयाबरोबरच झाला असल्याचं सूचित करतं. तर काही इतर लोकांना या नावाचा शब्दश: अर्थ घ्यावा, असं वाटतं. तसंच ताऊ म्हणजे क्रॉस नाहीच, असंही त्यांना वाटतं.''

पडद्यावर डाऊनलोड होत असलेले पान पूर्णपणे दिसू लागले. ऑस्कर आत्ताच जे काही सांगत होते, त्याच्याशी पुरेपूर साधर्म्य दाखवणाऱ्या त्या पडदाभर पसरलेल्या प्रतिमेकडे लिव्ह लक्षपूर्वक पाहू लागली.

एका प्रतीकरूप झाडाचे ते चित्र होते. त्याच्या नाजूकशा सरळसोट वाढलेल्या खोडापासून दोन बाजूंना फुटलेल्या फांद्या त्यांना लगडलेल्या फळांमुळे वाकल्या होत्या आणि या सगळ्यातून इंग्रजी 'टी' अक्षराचा तो अतिशय परिचित आकार दृश्यरूप धारण करत होता. झाडाच्या खोडाला वेटोळी घालत एक सर्प वर निघाला होता आणि झाडाच्या एका बाजूला एक पुरुष आणि दुसऱ्या बाजूला एक स्त्री उभी असलेली दिसत होती. ऑस्कर जे काही सुचवत होते, त्याबद्दलच्या अविश्वासाने तिने त्यांच्याकडे पाहिले.

''ती अक्षरं बियांवर खरवडल्यासारखी लिहिली होती, असं तू म्हणालीस.'' ते म्हणाले. ''त्या कशाच्या बिया होत्या, ते तुला माहीत आहे का?''

त्यांच्या काळ्याभोर डोळ्यांत डोकावून पाहताना लिव्हला ज्ञानवृक्षाच्या समोर उभ्या ॲडम आणि ईव्हची तिने आयुष्यभरात पाहिलेली सगळी चित्रे आठवली. दोघांपैकी एकाच्या हातात नेहमीच ते आदिम लालसेचे फळ असे.

''सफरचंदाच्या!'' ती पटकन उद्गारली. ''ती अक्षरं सफरचंदाच्या बियांवर खरडलेली होती.''

१०७

गडद अंधारातही समोरचे सर्व काही स्पष्ट दिसण्याची सोय असलेला गॉगल लावल्यामुळे सुरक्षा रक्षकाला ग्रंथालयातील त्या खोलीचा बारीकसारीक तपशीलदेखील हिरव्या रंगात प्रकाशमान झालेला दिसत होता. पुढचा मार्ग स्पष्ट दिसत असल्याने आपली चालण्याची गती वाढवता वाढवता रक्षकाने आपल्या बाहीत लपवलेले बेरेट्टा बाहेर काढले. कोणाही व्यक्तीची उपस्थिती दर्शवणारे उबदार प्रकाशवर्तुळ कुठे दिसतेय का, ते डावीकडे, उजवीकडे लक्षपूर्वक पाहत तो चालत होता. त्याला कोणत्याही अस्तित्वाची जाणीव दिसली नाही. हिरव्या प्रकाशात फक्त तिथले बारीक काड्यांसारखे मार्गदर्शक दिवे त्याच्या पायांपुढल्या मार्गावर गंधकाच्या हेलकावणाऱ्या वाफांसारखे हलत हलत थेट प्रवेश निषिद्ध असलेल्या खोलीपर्यंत गेलेले दिसत होते.

तिथे पोहोचायला त्याला एका मिनिटापेक्षाही कमी वेळ लागला.

शेवटच्या मार्गिकेपाशी पोहोचत असताना त्याने आपली गती थोडी कमी केली. दबा धरून बसावे तसा खाली वाकला आणि थांबला. कमानीच्या बाकदार भिंतीच्या काहीशा सरळ असलेल्या भागावर त्याने पाठ टेकली. भिंतीच्या कोपऱ्यावरून हळूच पलीकडे डोकावून पाहिले. मग थेट त्या निषिद्ध खोलीकडेच नजर टाकली.

गॉगलपुढील दृश्यातले जमिनीत खोचून बसवलेले दिवे भगभगीत प्रकाश टाकत होते आणि एक प्रखर हिरव्या प्रकाशाचा ठिपका मार्गिकेच्या दूरच्या टोकाकडे इशारा करत होता. प्रखर प्रकाशापलीकडे काही दिसतेय का म्हणून तो लक्षपूर्वक पाहू लागला. कसलीही हालचाल तिथल्या अंधारात होतेय का, याचा शोध घेऊ लागला.

त्याला काहीही होताना दिसले नाही.

मग अजिबात आवाज होऊ न देता तो खेकड्यासारखा सावधपणे सरकत कमानीच्या भिंतीच्या कोपऱ्यावर वळला आणि मार्गिकेच्या मध्यातून सावधपणे

सरकत थेट निषिद्ध खोलीच्या दिशेने निघाला. आता त्याच्या हातातले रिव्हॉल्वर समोर रोखलेले होते. त्याची नजर एखाद्या मांजराने झडप घालण्यासाठी उंदराच्या हालचालीचा अंदाज घेत असावे, तशी सावधपणे पुढचा अंदाज घेत होती.

मार्गिकेतल्या मार्गदर्शक दिव्यांची रेघ आपल्या समोर जवळपास फक्त सहा फुटांपाशी तुटत असल्याचे अथानासियसला दिसले. फादर थॉमस यांच्या आदेशानुसार अगोदरच रिकाम्या करून ठेवलेल्या एका शेल्फमध्ये तो अंग आखडून बसला होता. तो खण प्रवेश निषिद्ध असलेल्या खोलीच्या प्रवेशद्वाराच्या विरुद्ध बाजूला अगदी जमिनीलगत होता आणि प्रवेशद्वाराकडे तोंड असलेला होता.

प्रकाशवर्तुळाच्या बाजूने सरकणारा अंधाराचा तुकडा आपल्यापासून दूर जाताना त्याने पाहिला. बारीक रेषांसारख्या दिव्यावरून सरकत पुढे गेला आणि मार्गिकेमध्ये त्याच्याबरोबर आणखी कुणीतरी असल्याचे दर्शवू लागला. तो बसला होता तो खण अशा जागी होता की, मार्गिकेमधून निषिद्ध खोलीकडे चालत येणाऱ्याला तो दिसला नसता; पण उलट दिशेने, मागे फिरून येणाऱ्याला मात्र तो एका क्षणातच दिसला असता. याचा अर्थ सुरक्षा रक्षकाने मागे वळून पाहण्यापूर्वीच त्याने तिथून सटकायला हवे होते.

अगदी सावकाशपणे तो त्या जागेतून बाहेर आला, तिथल्या भयावह शांततेत उमटणारा अगदी लहानसा आवाजदेखील कानठळ्या बसतील इतक्या जोरात त्याच्या कानावर आदळत होता. जमिनीत रुतलेल्या दिव्यांच्या फुटीर प्रकाशरेषेवरून त्याच्यापासून दूर सरकत जाणाऱ्या त्या अंधाराच्या तुकड्यावर त्याचे डोळे खिळल्यासारखे झाले होते.

अंग आखडून बसलेल्या अवस्थेतून मोकळा होत आधी तो रांगण्याच्या अवस्थेत आला, मग नीट उभा राहिला. मग एखाद्या कुशल नर्तकाने अलगदपणे पदन्यास करावा, तसे अगदी अलगदपणे पाऊल उचलून तिथल्या निर्गुण अंधारात दाराच्या दिशेने पहिले पाऊल टाकले. पाऊल जमिनीवर पडताना दगडी फरशीवर जरासे जरी घासले गेले आणि आवाज झाला, तरी तो रक्षक सावध होईल, त्याला आपले अस्तित्व जाणवेल आणि ते तर साक्षात मृत्यूला आमंत्रणच ठरेल, या भीतीने त्याचा जीव कासावीस झाला होता.

त्याचे हात आपल्याला या मार्गिकेच्या सापळ्यातून बाहेर काढणाऱ्या कमानीच्या भिंतीचा कोपरा सापडतोय का, याचा अंदाज आपल्यापुढचा निराकार अंधार चाचपडत घेत होते; परंतु त्याच्यापासून दूर जात असलेल्या त्या अंधाराच्या तुकड्यावरची त्याची नजर एका क्षणासाठीदेखील हलली नव्हती.

मग त्याने दुसरे पाऊल टाकले.

मग तिसरे.

चौथे.

पाचव्या पावलाला त्याच्या हाताला भिंतीच्या गुळगुळीत, थंडगार दगडाचा स्पर्श जाणवला. त्या स्पर्शाने त्याला एकदम हायसे वाटले; पण पुढच्याच क्षणी तो भीतीने गळाठला. दिव्यांची रेष संपत होती तिथेच तो अंधाराचा तुकडा थांबलेला दिसत होता. थंडगार दगडावरून अथानासियसने हात पुढे सरकवला. आपल्याच हाताचा दगडावर घासले गेल्याचा आवाज त्याला भयावहरीत्या मोठा वाटला. त्याच्या डोळ्यांसमोर तो सुरक्षा रक्षक काय करत असेल, याचे चित्र उभे राहिले. मार्गिकेच्या टोकापाशी तो उभा असेल. त्याच्या हातात त्याचे रिव्हॉल्वर सज्ज असेल. तो निषिद्ध खोलीत पाहत असेल. तिथे कोणीच नाही, हे समजल्यावर त्याला मागे वळायला किती वेळ लागेल? हा प्रश्न मनामध्ये फणा काढून उभा राहत असतानाच त्याच्या हाताला भिंतीचा कोपरा लागला. हाताची भिंतीच्या कोपऱ्यावर घट्ट पकड बसली, हाताने त्याला दारातून पलीकडे खेचले आणि त्याला अत्यंत पवित्र हस्तलिखितांच्या दालनात नेले.

त्याच्या देहाचा प्रत्येक रेणु आता सुसाट पळत सुटावे, असा आक्रोश करत होता; पण हे दालन किमान वीस फूट लांबीचे आहे, हे त्याला चांगलेच माहीत होते. इथे झालेला कोणताही आवाज तो ज्या मार्गिकेतून नुकताच निसटून आला होता, त्या मार्गिकेत ऐकू जाईल, हेदेखील त्याला माहीत होते. त्यामुळे कसलाही आवाज होऊ न देणे आवश्यक होते. आपल्या पाठीमागच्या अंधारात एक माणूस हातात रिव्हॉल्वर घेऊन उभा आहे, त्याला अंधारातही सगळे स्पष्ट दिसतेय, याची पूर्ण जाणीव ठेवून त्याने शक्य तितक्या चपळाईने एकापुढे एक पाऊल टाकत चोरपावलांनी चालायला सुरुवात केली.

दालनातल्या काळ्याकुट्ट अंधारातून चपळाईने पावले टाकत बाहेरच्या दिशेने जात असताना त्याच्या हृदयाचे ठोके प्रत्येक पावलागणिक धाऽड धाऽड आवाज करत होते. डोळे पुढचा मार्ग दाखवणाऱ्या जमिनीत रुतलेल्या दिव्यांच्या रेषांवर खिळले होते आणि प्रचंड भीतीने त्याचे मन इतके व्यापले होते की, अगदी त्याच्यावर येऊन जवळपास आदळल्यासारखेच होईपर्यंत आपल्या दिशेने येत असलेले प्रकाशवलय त्याला दिसलेदेखील नव्हते.

दालनाच्या दुसऱ्या टोकापाशी पोहोचल्यावर त्याला ते दिसले. ज्या कमानीखाली वाकून त्याला पलीकडे जायचे होते, त्या कमानीच्या वळणदार जागेखालीच जमिनीवर तो अंधुकसा प्रकाश पडलेला होता. तो दिसताक्षणीच तो बर्फासारखा थंडगार पडला. कोणीतरी त्याच्याच दिशेने येत होते आणि तो प्रकाश आता जास्त

स्पष्ट होऊ लागला होता.

लपायला वेळच नव्हता.

लपायला जागाही नव्हतीच.

त्यामुळे आहे तिथेच उभे राहणे आणि त्या प्रकाशवलयाचा मालक मार्गिकेच्या वळणावरून पुढे येऊन त्या दालनात त्याच्यापासून दहा फुटांपेक्षाही कमी अंतरावर एखाद्या धूमकेतूसारखा येऊन आदळेपर्यंत फक्त पाहत राहणे एवढेच त्याच्या हातात होते. ते फादर मलाशी होते आणि त्या निषिद्ध खोलीत ठेवलेल्या गोष्टींची तपासणी करण्यासाठी ते तिकडेच निघाले होते, हे स्पष्टच होते.

आता या ग्रंथपालांचे आपल्याकडे लक्ष जाईल, प्रचंड धक्का बसून ते जागीच उभे राहतील, मग लगेचच सुरक्षा रक्षकाला ओरडून बोलावतील, अशा अपेक्षेने अथानासियस हात शरणागती पत्करल्यासारखे वर करू लागला; पण अपेक्षेप्रमाणे घडलेच नाही. मलाशींची नजर जमिनीकडेच खिळलेली राहिली. गहन विचारात गुंतल्याने त्यांचा चेहरा आक्रसला होता आणि त्यांच्या वलयाचा प्रकाश अथानासियसच्या अंधार-भिजल्या डोळ्यांना धूमकेतूच्या प्रकाशासारखा दिसत होता. मलाशी दालनामधून सरळ चालत अथानासियस ज्या मार्गिकेतून नुकताच सटकला होता, त्या मार्गिकेत शिरत दिसेनासे झाले, त्यांनी त्याच्या दिशेने एकदाही नजर वळवली नाही.

सगळी गात्रे बधिर झाल्यासारखा अथानासियस एक क्षणभर त्यांच्या जाण्याकडे पाहतच राहिला, मग त्यांच्या नाहीशा झालेल्या प्रकाशवलयानंतर पुन्हा एकदा तिथे पसरायला लागलेल्या आणि त्याचा जीव वाचवणाऱ्या अंधाराच्या साम्राज्याला त्याचे डोळे सरावू लागले.

मग मात्र तो तातडीने वळला आणि पळायला सुरुवात केली.

१०८

झाडाच्या त्या प्रतीकरूप चित्राकडे लिव्ह एकटक पाहत होती. बराच वेळ टीव्हीच्या पडद्यावरचा हलणारा प्रकाश इतकीच हालचाल तिथे होती आणि बातम्या सांगणाऱ्याचा गुणगुणल्यासारखा ऐकू येणारा आवाज, एवढाच काय तो आवाज होता. शेवटी कॅथरीनने त्या शांततेचा भंग केला.

ती म्हणाली, ''आपल्याला त्या बिया मिळवायलाच हव्यात. नुसत्या मिळवायला नाही, तर त्यावर लिहिलेल्या संदेशाचं नीट विश्लेषणही करायला हवं आहे.''

आता या कामासाठी जी काही कृती करणे आवश्यक ठरणार आहे, त्यासाठी सज्ज व्हावे, असा विचार करत गॅब्रिएल उभा राहिला आणि आळोखे-पिळोखे देत त्याचे चपळ आणि लवचीक शरीर सज्ज झाले. ''पोलिसांच्या फायलीमध्ये त्यांचा उल्लेख केलेला नव्हता, त्यामुळे शक्तिपीठाला त्यांच्याबद्दल अद्याप काही कळलं नसण्याची शक्यता होती आणि यामुळे त्यांच्या दोन पावलं पुढे राहायला मदत होणार होती.'' दबकत खिडकीपाशी जाऊन त्याने मध्ये रचलेल्या सामानाच्या खोक्यांच्या रांगांपलीकडे गोदामाच्या दाराकडे पाहिले. ''पुरावे ठेवलेल्या लॉकर्समध्ये किंवा पोलिसांच्या प्रयोगशाळेत त्या बिया असण्याची शक्यता जास्त आहे आणि तेच जरा धोक्याचं आहे. शवागारामध्ये जे घडलं, त्यानंतर या ठिकाणची सुरक्षा व्यवस्था जास्तच कडक केलेली असेल, हे उघड आहे.''

''मी त्या बिया मिळवू शकते,'' लिव्ह म्हणाली. ''म्हणजे मी अर्काडियनला फोन करून असं सांगू शकते की, त्या बियांवर लिहिलेल्या अक्षरांचा काय अर्थ आहे, ते मला थोडंसं उलगडलं आहे; पण ती अक्षरं ज्या बियांवर लिहिली आहेत, त्या बिया मला पाहायला मिळणं आवश्यक आहे. मग जेव्हा त्या माझ्या हाती येतील, तेव्हा वेंधळल्यासारखं दाखवत मी त्या जमिनीवर पाडेन किंवा काहीतरी करून त्याचं लक्ष दुसरीकडे वेधून त्यातली एक बी घेईन किंवा त्या बीऐवजी दुसरी त्यासारखीच दिसणारी बी त्यात मिसळून टाकेन.'' मग गॅब्रिएलकडे पाहत ती पुढे

म्हणाली, "तुम्हाला फक्त एकच बी हवी आहे, हो ना?"

गहन विचारात आणि कशाची तरी काळजी करत असल्यासारखा गॅब्रिएल काही वेळ तिच्याकडे एकटक पाहत राहिला. मग त्याच्या चेहऱ्यावरच्या तणावरेषा पुसल्या जाऊन तिथे हास्य उमलले.

"हो," त्याच्यावतीने उत्तर देत ऑस्कर म्हणाले, "आम्हाला एक बी पुरेल. या कामासाठी तुलाच आमची ईव्ह व्हावं लागेल आणि ते निषिद्ध फळ हस्तगत करावं लागेल आणि जर या बिया खरोखरच काही विलक्षण गुणधर्माच्या असतील, तर त्यांचा आपण किती चांगला उपयोग करू शकतो, याची कल्पना करून बघ."

ते आत्ता जे काही बोलले, त्याचे तर्कापलीकडचे संदर्भ लक्षात घेऊन लिव्हचे डोके विलक्षण वेगाने चालू लागले आणि अचानक एक काळजी तिच्या मनात जागी झाली. "पण या बिया जर खरोखरीच त्या..." पुढचे शब्द बोलण्यासाठी तिची जीभ वळत नव्हती. "... ज्ञानवृक्षाच्या फळाच्या असतील, तर त्यांच्याबरोबर असा खेळ करणं जरा... चुकीचंच ठरेल." शेवटी एकदाचे तिला वाक्य पूर्ण करता आले.

तिने उपस्थित केलेल्या काळजीच्या मुद्द्याच्या दडपणाखाली दबून जाण्याऐवजी त्यांच्या चेहऱ्यावरचे स्मितहास्य अधिकच रुंदावले आणि तसेच एकटक तिच्याकडे पाहत ऑस्कर तिला म्हणाले, "का बरं?"

"म्हणजे मागच्या वेळी काय घडलं, तेच पाहा ना." ती म्हणाली.

"म्हणजे ते मानवाचं अध:पतन वगैरे? ते आदिम पाप? ते स्वर्गलोकीच्या नंदनवनातून बहिष्कृत केलं जाऊन शाश्वत वेदना आणि दु:खभोगांचं आयुष्य जगावं लागणं वगैरेबद्दल बोलते आहेस का तू?"

होकार देत लिव्ह म्हणाली, "हो तसंच काहीतरी."

ऑस्करच्या चेहऱ्यावरील स्मितहास्याची जागा आता खळाळत्या हसण्याने घेतली.

"आणि हे सगळं तू कुठे वाचलंस म्हणायचं?" त्यांनी विचारलं.

ते काय म्हणाले, त्यावर लिव्हने थोडा वेळ विचार केला आणि त्यांना काय म्हणायचे होते ते तिला समजले. तिने हे सगळे बायबलमध्येच वाचले होते, जे या डोंगरातल्या माणसांनी लिहिले होते आणि त्या लिखिताचा उगम मुळात ज्या कशापासून झाला होता, ते आजवर कुणाच्याही दृष्टीलाच पडलेले नव्हते. एखाद्या गोष्टीचे इतरांना ज्ञान होऊच नये, यासाठी त्यांना भीती दाखवून त्यापासून दूरच ठेवण्यापेक्षा दुसरा कोणता चांगला उपाय असणार होता? आपणच दैवी शिकवणीचे एक अधिकृत म्हणवले जाणारे लिखित रूप त्यांच्यासमोर ठेवायचे आणि एका निषिद्ध झाडाचे फळ खाल्ल्यामुळे अख्ख्या मानवजातीला स्वर्गातून बहिष्कृत केले गेल्याची भयंकर कथा सांगूनच या सगळ्याची सुरुवात करायची.

"शक्तिपीठात काहीतरी आहे – हे आपल्याला माहीत आहे." ऑस्कर पुढे

बोलत राहिले. "काहीतरी दैवी, शक्तिशाली आहे आणि ते जे काही आहे, ते इतकं प्रभावी आहे की, पर्वताबाहेर राहणाऱ्या लोकांनादेखील त्याच्या सर्व व्याधी बऱ्या करण्याच्या क्षमतेचा प्रत्यय येतो. त्यामुळे त्या संन्याशांनी त्याची इतक्या प्राणपणानं इतकी वर्षं जपणूक केली आहे, यात काहीच नवल नाही. एखाद्या दुर्लभ गोष्टीच्या इतकं समीप असण्याचीदेखील एक नशा असते आणि त्यामुळे आपणच देव असल्यासारखंही त्यांना वाटू शकतं; पण तो निसर्गशक्तीचा अत्यंत शुद्ध स्रोत त्या पर्वतातून जर मुक्त करता आला आणि अख्ख्या जगात पसरवता आला, तर काय होईल, याची कल्पना कर. जास्त धान्य मिळावं म्हणून जमिनीमध्ये टनावारी रासायनिक खतं कोंबायची गरज लागणार नाही, याची कल्पना करून बघ." असे म्हणत त्यांनी खिडकीबाहेर हारीने लावून ठेवलेल्या खोक्यांकडे हाताने इशारा केला. "फक्त एकच बी पेरली, रुजवली, वाढवली की, तो सगळा भूभाग त्या शक्तिपीठाच्या माथ्यावर मधोमध असलेल्या त्या हिरव्यागार नंदनवनसमान बागेप्रमाणेच सुपीक होईल. वाळवंटांच्या जागी सुंदर बागा तयार होतील. पडीक जमिनीवर दाट जंगलं उभी राहतील आणि आपली मरू घातलेली वसुंधरा पुनर्जीवित होईल."

आश्चर्यचकित होत लिव्ह स्तब्ध बसून राहिली. या असल्याच गोष्टीसाठी तिच्या भावाने नि:संशयपणे आपला जीव पणाला लावला असता. याच कार्यासाठी दैवाने आपली निवड केली असल्याचे त्याने शेवटच्या भेटीत तिला सांगितले होते. म्हणजे कदाचित फक्त या पाच बिया तिला मिळाव्या, म्हणून त्याने मृत्यू पत्करला असावा. आता त्या बिया खरोखरच तशा होत्या की नाही, हे पाहणे तिचे कर्तव्यच होते. मोबाइलसाठी तिने खिशाकडे हात नेला, पण आपण तो कुठे ठेवला ते तिला आठवले. "माझ्या फोनमध्ये अर्काडियनचा नंबर होता," ती म्हणाली. तिचे लक्ष गॅब्रिएलकडे गेले. तो अजूनही एकटक तिच्याकडेच पाहत होता. नजरानजर झाल्यावर त्याच्या चेहऱ्यावर सुंदर हास्य फुलले आणि त्याकडे पाहता-पाहता लाजेने गाल आरक्त होऊ लागले, तेव्हा लिव्हने महत्प्रयासाने नजर दुसरीकडे वळवली.

"त्याची सगळी माहिती फायलीच्या शेवटी दिलेली आहे," कॉम्प्युटरवरची फाइल उघडण्यासाठी टेबलाजवळ वाकून कॉम्प्युटरला सूचना देत कॅथरीन म्हणाली. इथे फोन असेल म्हणून लिव्हने आजूबाजूला पाहिले. इतक्यात टीव्हीच्या पडद्यावर दिसणाऱ्या दृश्यातल्या बातम्या सांगणाऱ्याच्या पाठीमागे दिसणाऱ्या एका दिलखुलास हसणाऱ्या माणसाची प्रतिमा पाहताच तिच्या काळजात धस्स झाले. "अरे अरे!" भयचकित झालेल्या लिव्हच्या तोंडून अभावितपणे शब्द बाहेर पडले, "मी ओळखते याला."

मग तिथे असलेल्या प्रत्येकाची नजर टीव्हीकडे वळली आणि दिलखुलासपणे हसणाऱ्या रॉल्स बेकरच्या प्रतिमेवर स्थिर झाली.

१०९

तत्त्वज्ञान विषयावरच्या ग्रंथदालनात पोहोचेपर्यंत अथानासियस पळायचा थांबला होता. दालनात आल्याबरोबर आपल्या डावीकडे त्याला एक मंदसा प्रकाश दिसला आणि तो थांबला.

पुस्तकाच्या एका शेल्फची रेखाकृती दर्शवणाऱ्या त्या अंधुकशा प्रकाशाकडे त्याने निरखून पाहिले, मग शांतपणे, पण त्वरेने त्याच्याकडे गेला. कोपऱ्यापाशी पोहोचल्यावर एक खोलवर श्वास घेऊन तो पलीकडे डोकावला.

आत्तापर्यंत सततच्या अंधाराला त्याचे डोळे इतके सरावले होते की, समोरच्या चमकदार प्रकाशवलयाच्या मध्यभागी कोण आहे, याचा त्याला काही काळ अंदाजच करता आला नाही; पण जेव्हा त्याचे डोळे प्रकाशाला सरावले आणि प्रकाशाची चमक नजरेआड करून तो पाहू लागला, तेव्हा ते कोण आहे, ते कळून त्याचा जीव भांड्यात पडला.

पुस्तकांच्या शेल्फांच्या रांगेत अर्ध्यावर फादर थॉमस पॉन्टीच्या जवळच उभे होते, वाचून झाल्यावर तिथेच ठेवून दिलेल्या एका पुस्तके वाचण्यासाठीच्या टेबलाजवळ वाकून पॉन्टी उभा होता, त्याच्या ढकलगाडीमध्ये वेगवेगळ्या प्रकारचे झाडलोटीचे साहित्य आणि ब्रश होते आणि तो त्याच्याभोवती सध्या कडे करून पसरलेल्या त्याच्या परिचयाच्या नसलेल्या प्रकाशवलयाबद्दल पूर्ण अनभिज्ञपणे आपल्या कामात मग्न होता.

पुस्तकांच्या रांगेमधून चालत अथानासियस त्यांच्या जवळ गेला. जरा खाकरून घसा साफ करत त्याने हाक दिली, "बंधू पॉन्टी! फादर थॉमस!" जबरदस्त भीतीमुळे लादल्या गेलेल्या मौनातून सुटका झाल्यामुळे त्याचा आवाज विचित्रपणे मोठा झाला होता. "मला वाटतं, मला कसलातरी आवाज ऐकू आला."

पॉन्टी आपल्या पांढऱ्या फटक डोळ्यांनी थेट त्याच्या आरपार पाहत राहिला. थॉमसनी त्याच्याकडे पाहिले आणि हसले. आपल्या मित्राला पुन्हा एकदा जिवंत

समोर पाहताना झालेल्या आनंदाने त्यांचा चेहरा फुलला.

ग्रंथालयाच्या मुख्य प्रवेशद्वाराजवळच्या नियंत्रण कक्षातल्या कॉम्प्युटरच्या पडद्यावर दोन प्रकाशाचे ठिपके एकमेकांत मिसळले. त्या प्रकाशवलयांच्या मालकांच्या ओळखीची अदलाबदल झाली आणि ते पुन्हा अलग झाले.

''सुरक्षा व्यवस्थेची तालीम चालू आहे,'' अगदी स्वाभाविक सुरात वस्तुस्थिती सांगावी, तसे थॉमस म्हणाले. आपल्या कफनीच्या बाहीतून घडी केलेले चार कागद अथानासियस काढत असताना ते पाहत राहिले. ''आपण खरं तर आता इथून बाहेर पडायला हवं, नाही का?''

''तुम्ही दोघं पुढे व्हा,'' पॉन्टी म्हणाला. ''निम्म्या वेळा त्यांचं माझ्याकडे लक्षदेखील जात नाही. कुणी बाहेर घालवलं, तरच मी जाईन. नाहीतर मी आपला माझं काम करत राहतो इथंच.''

वाचायच्या टेबलावर उघडेच पडलेले एक भले मोठे पुस्तक हातात घेऊन अथानासियसने ते घडी केलेले कागद त्या पुस्तकात ठेवले आणि पुस्तक बंद केले. ''ठीक आहे, तर मग तू दिसला होतास, असं आम्ही कुणाला सांगणार नाही.'' असे म्हणून ते दोघे तिथून दूर जायला लागले. त्यांच्याबरोबर त्यांची प्रकाशवलयेदेखील निघाली.

''अतिशय आभारी आहे तुमचा, बंधू, अतिशय आभारी आहे.'' ग्रंथांची देखभाल, निगराणी करणाऱ्याचा शुष्क आवाज त्याच्याबरोबरच तिथल्या अंधारात वितळून मिसळून गेला.

अथानासियसने हातातल्या पुस्तकाकडे नजर टाकली. मुळात जर्मन भाषेत छापलेल्या फ्रेडरिक निएत्शे या लेखकाच्या 'ऑल्सो स्प्रॅच झरतृष्टा' या ग्रंथाची एक प्रत होती ती आणि आता त्यात पाखंड्यांच्या बायबलमधील बहुतेक उताऱ्यांची मेण घासून उमटवलेली प्रतिकृती होती. आता त्याची स्वत:ची ओळख असलेले प्रकाशवलय पुन्हा मिळाल्यानंतर ती पाने उघडून लगेच वाचायचा मोह टाळणे फार अशक्यप्राय होते; पण ते अतिशय धोक्याचे होते. ग्रंथालयात वाजलेल्या धोक्याच्या इशाऱ्यानंतर सगळे स्थिरस्थावर होऊन ग्रंथालय पुन्हा नेहमीसारखे उघडले जाईपर्यंत वाट पाहणेच इष्ट होते. मग तो ते सगळे अगदी यथावकाश वाचू शकणार होता.

ग्रंथालयाच्या खोल गर्भातून दोघेही एकत्र बाहेर पडताना दिसू नये, म्हणून आधीच ठरवल्याप्रमाणे पुढे होत थॉमस मुख्य प्रवेशद्वाराकडे निघाले. अथानासियस पुस्तके चाळण्याचा बहाणा करत, हातातले पुस्तक लपवण्यासाठी खुणेची जागा शोधत तिथेच थोडा रेंगाळला. ते निएत्शेचे पुस्तक जो कोणी वाचत होता, तो परत आला, तर त्या पुस्तकात आत्ता काय दडवले गेले होते, ते त्याच्या हाती लागावे, अशी त्याची अजिबातच इच्छा नव्हती. पुस्तकांच्या रांगेच्या अगदी शेवटाकडे

त्याला एकसारखी दिसणारी बरीच पुस्तके खालच्या शेल्फमध्ये ठेवलेली दिसली. मान खाली करून त्याने त्या पुस्तकांच्या वरून मागे निरखून पाहिले. त्या पुस्तकांच्या मागे आडोशाला थोडी जागा होती. चटकन त्याने हातातले निएत्शेचे पुस्तक त्या पुस्तकांच्या वरून मागच्या जागेत सरकवले. मग मागे होत पुढची पुस्तके नीटनेटकी करून एका पुस्तकाच्या बांधणीच्या बाजूवर लिहिलेले पुस्तकाचे नाव वाचले. सोरेन किर्कगार्ड याचे संपूर्ण साहित्य एकत्रित केलेले होते त्यात. आता निएत्शेला त्याच्या समविचारी डॅनिश लेखकाने पूर्णपणे नजरेआड केले होते.

समाधान झाल्यावर तो पुन्हा उठून उभा राहिला आणि आपल्याच प्रकाशवर्तुळाच्या दीप्तीमान होत चाललेल्या कोषात स्वत:ला गुरफटून घेत बाहेर पडण्याच्या दाराकडे चालायला लागला.

११०

पुढे जायला अटकाव करणाऱ्या अडसरापाशी सुरक्षा रक्षकाच्या चौकीच्या खिडकीजवळ येऊन ती गाडी थांबली. गाडीचा आवाज ऐकून रक्षकाने हातातल्या पेपरवरून नजर वर करून पाहिले आणि खिडकीची काच बाजूला सरकवली. 'विमानतळ सुरक्षा' असे समोरच्या बाजूलाच छापलेल्या बोधचिन्हातून सांगणारी त्याची टोपी त्याच्या समोरच टेबलावर पडलेली होती.

गाडीत बसलेल्या माणसांची ओळख पटवून घेण्याचा प्रयत्न करत त्याने विचारले, "मी आपल्याला काही मदत करू का?"

"गॅब्रिएल मान नावाचा एक माणूस आज इथे आला आहे का?" ड्रायव्हरच्या बाजूला बसलेल्या माणसाचा प्रश्न ऐकू आला.

"शक्य आहे; पण आपण कोण?"

ड्रायव्हरच्या पुढून वाकून खिडकीबाहेर तोंड दाखवत अर्काडियनने आपले चामड्याचे पाकीट उघडून धरले. चौकीच्या खिडकीतूनच वाकून बघत रक्षकाने पाकिटात लावलेल्या पोलीस इन्स्पेक्टरच्या सोनेरी बिल्ल्याचे निरीक्षण केले. मग अडसर दूर करण्यासाठी टेबलाखालचे बटण दाबले, तसा रस्त्यावरचा अडसर हळूहळू वर जाऊ लागला. "साधारण अर्ध्या तासापूर्वीच ते इथे आले आणि त्यांच्याबरोबर त्यांची मैत्रीणही आहे." रक्षक म्हणाला.

मैत्रिणीचा उल्लेख झाल्याबरोबर मेंदूला झिणझिण्या आल्यासारखे होऊन अर्काडियनचे डोके वेगाने विचार करू लागले. "दिसायला कशी आहे त्यांची ही मैत्रीण?" आपला बिल्ला पुन्हा जाकिटाच्या खिशात ठेवता ठेवता अर्काडियनने विचारले.

खांदे उडवत रक्षक म्हणाला, "तरुण, सोनेरी केसांची, सुंदर."

आता हे काही अचूक शब्दचित्र म्हणावे, असे वर्णन नव्हते; पण ती कोण असावी, याची अर्काडियनला चांगलीच कल्पना होती. सुलीकडून त्याला अजूनही

काही बातमी मिळाली नव्हती आणि लिव्हकडूनदेखील काही कळले नव्हते. “आता मला ते कुठे सापडतील?”

“या पिवळ्या रेषेमागोमाग जा.” कुंपणाच्या कडेकडेने गेलेल्या रस्त्यावर काढलेली एक जाडसर रंगाची पट्टी खिडकीतूनच वाकून दाखवत तो सुरक्षा रक्षक म्हणाला. “तसे गेलात म्हणजे तुम्ही गोदामांच्याही पुढे पोहोचाल. डाव्या बाजूला साधारण ३०० यार्डांवर हँगर क्रमांक १२ मध्ये ते असतील. समोरच एक जुनं टेल गनर मालवाहू विमान उभं असलेलं दिसेल तुम्हाला.”

“आभारी आहे.” अर्कांडियन म्हणाला. “आणि हो, आम्ही येत आहोत म्हणून त्यांना कळवू नका. आम्ही काही हवापाण्याच्या गप्पा मारायला आलेलो नाही.”

गोंधळलेल्या रक्षकाने आधी नुसतीच मान हलवली. “हो, म्हणजे नाही.” तो कसेबसे म्हणाला.

वर जाणाऱ्या अडसराखालून ती कार पुढे सरकली आणि पिवळ्या पट्ट्याचा मागोवा घेत राखाडी रंगाच्या लांबट आकाराच्या गोदामांच्या दिशेने निघाली. बहुतेक गोदामे बंद आणि शांत होती. कारसारख्या लांबट आकाराच्या थडग्यांसारख्या दिसणाऱ्या गोदामांच्या उघड्या खिडक्यांसमोरून त्यांची कार पुढे सरकली.

पुढे काँक्रीटवर एक बसकट दिसणारे विमान उभे करून ठेवलेले होते. त्याच्या शेपटीकडचा काहीसा आखूड भाग हँगरच्या दिशेला होता. इमारतीच्या पुढच्या बाजूचे एक सरकवून उघडायचे दार अर्धवट उघडलेले होते आणि तिथे गोळा होत असलेल्या अंधारात आतला पिवळसर नारिंगी प्रकाश सांडत होते. “कारचे दिवे बंद कर.” अर्धवट उघडलेल्या दारातून पलीकडचे काही दिसतेय का, याचा अंदाज घेत अर्कांडियनने ड्रायव्हरला सांगितले. “आणि जरा अलीकडेच थांबव. मला आधी लांबूनच सगळं जरा नीट पाहायचंय.”

ड्रायव्हरने स्विच दाबल्यावर कारचे हेडलाइट्स बंद झाले. त्याबरोबर पुढचा रस्ता अंधारात बुडाला. कार न्यूट्रल गियरमध्ये टाकून त्याने इंजीनही बंद केले. हेडलाइट्स आणि इंजीन बंद झाल्यामुळे थंड व्हायला लागलेल्या रस्त्यावरून नुसतेच घरंगळत जाताना टायर्सच्या होत असलेल्या खसखस आवाजाच्या साथीने अर्कांडियनला आभाळाच्या काळ्या शाईतून चमकू लागलेले तारे हँगरच्या पलीकडच्या बाजूला दिसू लागले.

साधारण पन्नास फूट अंतरावर आल्यावर अर्कांडियनने हात वर करून इशारा केला. ब्रेक लावले तर ब्रेकचे दिवे पेटतील, म्हणून हॅन्डब्रेकचा वापर करत ड्रायव्हरने कार थांबवली. गोदामातून कुणी काही बोलत असल्याचा किंवा दुसरा कसलाही आवाज येतोय का, याचा अंदाज घेण्यासाठी अर्कांडियनने कारच्या उघड्या खिडकीतून डोके बाहेर काढले. दूरवर असलेल्या विमानांच्या जेट इंजिनांची

घरघर आणि संध्याकाळच्या गारव्यात थंड होत असताना कारच्या इंजिनाचा होत असलेला टकटक आवाज, एवढेच फक्त त्याला ऐकू आले.

सीटचा पट्टा उघडून त्याने जाकिटात हात घातला आणि काखेतल्या होल्स्टरमधली बंदूक काढली. त्याच्याकडे पाहत ड्रायव्हरने विचारले, "मी येऊ का तुमच्याबरोबर?"

पोलिसांच्या या विभागात तसा तो नव्यानेच दाखल झालेला होता. मुफ्तीमध्ये असला, तरीदेखील अजून त्याच्या कपड्यांना रस्त्यावरील गस्ती पथकाच्या गणवेषाचा वास चिकटलेला होता. "नको. मी एकटाच जातो. मला सगळं जरा नीट पाहू दे. मला मदत हवी असेल, तर हात हलवून मी तुला इशारा करेन."

वर हात करून अर्कािडियनने कारच्या आतला दिवाही बंद केला आणि दार उघडून गडद होत चाललेल्या रात्रीच्या अंधारात मिसळून गेला.

१११

कॅथरीनने टेबलावरचा रिमोट पटकन उचलला आणि घटनेचा संपूर्ण तपशील देत असलेल्या बातमीदाराचे बोलणे नीट ऐकू यावे म्हणून टीव्हीचा आवाज वाढवला.

'आंतरराष्ट्रीय स्तरावर सुप्रसिद्ध असलेल्या वृत्तपत्र संपादक श्री. रॉल्स बेकर यांच्या निवासस्थानी अग्निशमन दलाच्या जवानांनी धाव घेतली असून, मोठ्या प्रमाणात भाजल्यामुळे मृत्यू पावलेल्या श्री. बेकर यांचा जळालेला मृतदेह त्यांच्या कारमध्येच स्टिअरिंग व्हीलजवळ बसल्या जागी सापडला असल्याचे वृत्त नुकतेच आमच्या हाती येत आहे.'

"अरे देवा! हे काय झालंय?" लिव्हच्या तोंडून कसेबसे शब्द बाहेर पडले. "हे तर माझे साहेब आहेत."

पडद्यावरचे दृश्य बदलले आणि तिथे एका राहत्या घरांची रांग असलेल्या रस्त्यावर मोठ्या प्रमाणात जमलेले अग्निशामक आणि रुग्णवाहिन्या दिसू लागल्या. घटनास्थळापासून सर्वसामान्य लोकांना दूर ठेवण्यासाठी पोलिसांनी लावलेली पिवळी पट्टी पुढेच फडफडत होती आणि त्यापलीकडे जरा दूर अग्निशामक दलाचे जवान, पोलीस आणि वैद्यकीय मदतनीस धुराने वेढलेल्या एका कारभोवती जमा झालेले दिसत होते.

"तू त्यांना फोन केला होतास का?" गॅब्रिएलने विचारले.

लिव्हने मान हलवून होकार दिला.

"कधी?"

उद्विग्नपणे मान हलवत तिने आठवायचा प्रयत्न केला. "आज सकाळी सकाळीच," ती म्हणाली.

"आणखी कुणाला फोन केला होतास?"

सकाळपासून काय काय झाले, याची मनातल्या मनात उजळणी करून तिने सगळे काही आठवण्याचा प्रयत्न केला. पोलिसांपासून दूर जाईपर्यंत तिने कुणालाच

फोन केला नव्हता. त्यानंतर मात्र तिने तिच्या साहेबांना फोन केला होता आणि...

कॅथरीनकडे पाहत ती म्हणाली, ''नंतर तुम्हाला फोन केला.''

ताडकन उठून गॅब्रिएल त्याच्या आईजवळ गेला आणि म्हणाला, ''मला तुझा फोन दे.''

तिने खिशातून फोन काढून त्याच्याकडे दिला. त्याने तिला आलेल्या फोन्सची यादी पाहिली. लिव्हचा फोन कधी आला होता, ते पाहिले. फोन बंद करून टाकण्यासाठी बटण दाबून धरले आणि लिव्हकडे वळून म्हणाला, ''आपल्याला इथून बाहेर पडायला हवं. ते फक्त तुझ्या फोनचाच मागोवा घेत नव्हते, तर तुझ्या फोन कॉल्सवरदेखील त्यांचं लक्ष होतं असं दिसतंय. त्यामुळे ज्या कुणाशी तू बोलली असशील, त्याचा जीव धोक्यात आहे.''

लिव्हचे लक्ष पुन्हा एकदा टीव्हीकडे गेले, तर रॉल्सची आणखी एक छबी पडद्यावर दिसत होती. *दी इन्क्वायरर*च्या ऑफिससमोर उभ्या असलेल्या रॉल्सच्या चेहऱ्यावर रुंद हास्य पसरलेले होते; फक्त ती त्याच्याशी बोलली म्हणून तो आता मरण पावला आहे, यावर तिचा विश्वासच बसत नव्हता. आपण काय बोललो, तेदेखील तिला आठवत नव्हते. अस्वस्थपणे तिची नजर खाली वळली आणि स्वत:च्या तळहातावरच लिहिलेल्या एका फोन नंबरवर पडली. आणखी कुणाला आपण फोन केला होता, ते तिला तत्काळ आठवले.

११२

बॉनी वरच्या मजल्यावर तान्ह्या मुलांच्या खोलीत आपल्या जुळ्या मुलांना झोपवत असतानाच तिला पुढच्या दारावर झालेली टकटक ऐकू आली. कोण आहे म्हणून जाऊन बघण्यासाठी ती जागेवरून हललीदेखील नाही. मायरन खालीच जेवणाची तयारी करत होता. तिला भेटायला कुणी आले असेल, तर त्याने तिला सांगितलेच असते.

मऊशार दुलई आणि सुती टोपड्यांमधून तिच्याकडे टुकुटुकू पाहणाऱ्या दोन सानुल्यांकडे पाहून ती प्रेमाने हसली, मग त्यांच्या जोडपाळण्याच्या बाजूला लावलेल्या एका प्लॅस्टिकच्या डबीवरचे बटण दाबले. पाळण्यावर लावलेले भिरभिरे फिरू लागले आणि त्यातले काळे-पांढरे आकार समुद्रपक्षी आणि लाटांच्या आवाजावर हेलकावे खात रिंगण धरू लागले. एका बाळाच्या चेहऱ्यावर गोडसे हसू फुलले आणि ते पाहताना अतीव आनंदाने बॉनीचा चेहरादेखील उजळला.

बाजूच्याच झोपायच्या खोलीतला तिचा मोबाइल जणू त्याच तालावर वाजायला लागला. एला – सहा पौंड चार औंस आणि तिच्या पाठोपाठ एका मिनिटाने जन्माला आलेला तिचा लहान भाऊ नाथन – वजनाने तिच्यापेक्षा दोन औंस जास्त. यांचे आगमन झाल्याची बातमी सगळ्या आप्तपरिचितांना कळवल्यापासून तो सतत वाजतच होता. आपल्या गोंडस बाळांकडे एक शेवटची नजर टाकून खोलीतले दिवे मंद करून ती दबक्या पावलांनी बाहेर पडली.

झोपायच्या खोलीत आल्यावर पलंगाजवळच्या स्टॅन्डवर चार्जिंगला ठेवलेल्या मोबाइलच्या दिशेने ती जरा सावकाशच चालत गेली. मुलांना जन्म देताना दीर्घ काळ सोसाव्या लागलेल्या कळा आणि नंतर मोठ्या कष्टाने झालेला त्यांचा जन्म, यांमुळे आलेला थकवा तिला अजूनही जाणवत होता. मोबाइल उचलून कोण फोन करतेय ते पाहिले. फोन करणाऱ्याची ओळख दाखवली जात नव्हती. फोन सरळ खाली ठेवावा आणि जे कोणी फोन करतेय त्याचे काय म्हणणे आहे, ते नोंदवले जाण्याची

सोय सुरू व्हावी, म्हणजे मग सवडीने पाहता येईल, असा विचार करत होती. इतक्यात तिला लिव्हचा याआधीचा निरोप आठवला. हा कदाचित तिच्याऐवजी त्यांची कहाणी पेपरात देण्यासाठी येणाऱ्या पत्रकाराचा फोन असेल. नेमके तसे असेल, तर आपलीच पंचाईत होईल. कारण आपली जुळी मुले वर्तमानपत्रात झळकणार आहेत, असे आतापर्यंत तिने ओळखीच्या सगळ्यांना सांगितले होते आणि या बाबतीत तिला अजिबातच खोटे पडायची इच्छा नव्हती. फोनवर बोलण्यासाठी बटण दाबून ती म्हणाली, "हॅलो?"

"बॉनी?" पलीकडून घाईघाईने आणि कडक आवाजात विचारणा झाली.

"कोण बोलतंय?"

"मी लिव्ह बोलते आहे – लिव्ह ॲडमसन. इन्क्वायररची पत्रकार. ऐक, ताबडतोब मायरन आणि मुलांना घेऊन जशी असशील तशी तिथून बाहेर पड. आत्ताच्या आत्ता."

"हे तू भलतंच काय सांगत्येयस मला, अं?" तिच्या व्यवसायामुळे तिच्या अंगी मुरलेली थंड डोक्याने विचार करण्याची सवय जागी झाली आणि तिने विचारले. एवढ्यात तिला खालच्या मजल्यावर कसला तरी आवाज ऐकू आला. काहीतरी नरम, पण जड वस्तू खालच्या मजल्यावरच्या जमिनीवर पडल्यासारखा आवाज होता तो. "एक सेकंद थांब हं," असे म्हणत ती हातातला फोन खाली ठेवायला लागली.

"नको!" लिव्ह जोरात किंचाळली. "तिकडे जाऊ नकोस. तुझ्याकडे रिव्हॉल्वर आहे का?"

हा प्रश्न इतका अनपेक्षित होता की, तो कानावर पडल्याबरोबर बॉनी थिजली. खालून आणखी काहीबाही आवाज येत होते. दार हलकेच लागल्याचा खट् असा झालेला आवाज खालच्या बैठकीच्या खोलीच्या फरशीवरून काहीतरी घसरत गेल्याचा सरसर आवाज; मात्र कोणाच्याही कसल्याही बोलण्याचा आवाज नाही. जेवणाची तयारी संपवण्यासाठी पुन्हा स्वयंपाकघराकडे जाणाऱ्या पावलांचा आवाज नाही. नंतर उरलेली अनाम शांतता कानांत घुमत असताना तिच्या मनावर भीतीच्या पाली सरपटू लागल्या.

मग आणखी एक आवाज झाला. हा अगदी जवळून आलेला आवाज होता, अगदी बैठकीच्या खोलीकडे जायच्या वाटेवरूनच आला होता तो. तार स्वरात सुरू झालेले बाळचे रडणे होते ते.

"मला जायलाच हवंय," शुष्क आवाजात बोलत तिने फोन खाली ठेवला.

बंद झालेल्या फोनची खरखर लिव्हच्या कानात वाजायला लागली, तशी ती पुन्हा फोन करण्यासाठी तत्काळ नंबर जोडला जाण्याचे बटण घाईगडबडीने शोधायला लागली. ते पटकन सापडत नाही म्हणून तिने आपला थरथरता हात दुसऱ्या हाताने धरला आणि त्यावर लिहिलेल्या नंबरशी पुन्हा संपर्क साधायचा प्रयत्न करू लागली.

"कृपया फोन खाली ठेवा." आवाज ओळखीचा होता, पण इथे, आत्ता अगदीच अनपेक्षित होता.

लिव्हने वर पाहिले. दारात उभा असलेला अर्कािडियन तिला दिसला. त्याच्या एका हातात त्याचा बिल्ला आणि दुसऱ्या हातात रिव्हॉल्वर होते आणि ते गॅब्रिएलवर रोखलेले होते.

तिने संपर्क साधायचा प्रयत्न करताना मोबाइलवर दाबलेल्या आकड्यांचा बीप-बीप आवाज मोबाइलमधून येत असलेले तिला ऐकू येत होते. "नाही." शेवटचे दोन आकडे दाबत ती निक्षून म्हणाली, "त्यासाठी तुम्हाला माझ्यावर गोळीच चालवावी लागेल."

फोन कानापाशी धरून पलीकडे वाजायला लागलेली रिंग ऐकत ती त्याच्याकडे निश्चलपणे पाहत राहिली.

११३

झोपायच्या खोलीत उभी राहून बॉनी कानोसा घेत होती.

खालच्या बैठकीच्या खोलीकडून तिच्या बाळाच्या रडण्याचा येत असलेला आवाज तिला अनावरपणे आपल्याकडे खेचत होता; पण त्याकडे कठोरपणे दुर्लक्ष करून घरात इतरत्र कसले आवाज होताहेत, ते लक्षपूर्वक ऐकण्याचा प्रयत्न ती निग्रहाने करत राहिली. स्तब्ध शांततेचादेखील तिने कानोसा घेतला. तिला काहीच ऐकू आले नाही, अगदी काहीही नाही.

सावकाश हालचाल करत ती कपड्यांच्या कपाटापाशी आली. पायांतल्या स्लिपर्स आणि फरशीवरच्या मलईच्या रंगाच्या जाडसर जाजमामुळे तिच्या पावलांचा आवाज झाला नाही. मग तिने काळजीपूर्वक दार उघडले. आत हँगरवर हारीने लावलेले कपडे दिसू लागले. इतक्यात तिला ते ऐकू आले. कधीच नीट बसवले न गेल्यामुळे नेहमीच उघडता-मिटताना होणारा स्वयंपाकघराच्या दाराचा आवाज होता तो. म्हणजे खाली कुणीतरी होते. कदाचित मायरन असावा, स्वयंपाकघरात परत येऊन जेवायची राहिलेली तयारी पूर्ण करायला लागलेला; पण मग तो रडणाऱ्या बाळाकडे दुर्लक्ष का करत होता?

कपाटातल्या कपड्यांकडे तिने पाहिले. हारीने लावलेल्या कपड्यांनी झालेल्या पडद्यामागे तिने हात सरकवला आणि कपाटाच्या मागच्या भिंतीकडल्या बाजूवर उंचावर लावलेल्या एका छोट्या तिजोरीकडे नेला. आपण गर्भार आहोत हे समजल्याबरोबर तिने मायरनला ही तिजोरी कपाटात बसवायला लावली होती. तिजोरीच्या स्टीलच्या छोट्या दाराकडे जात असताना तिचा हात तिच्याच गस्ती पोलिसाचा गणवेष घडी करून व्यवस्थित ठेवलेल्या प्लॅस्टिकच्या पिशवीवरून जाताना खसखस आवाज झाला. तिने सांकेतिक खुणा करायच्या जागेवर आपल्या जन्मतारखेचे आकडे दाबले आणि दार उघडले. तिजोरीत तिचा पोलीसचा बिल्ला, एक ९ एमएम आकाराच्या गोळ्यांची फैर, दोन पूर्ण सज्ज फैरी आणि तिचे कामावर असताना वापरायचे

रिव्हॉल्वर होते.

रिव्हॉल्वर आणि एक सज्ज फैर उचलून तिने हात कपाटातून बाहेर खेचला. दुसरीकडे बाळाचे रडणे आणि त्याहीपलीकडे कसलाही काही आवाज ऐकू येतोय का, ते सावधपणे ऐकत राहिली. इंग्रजी 'एल' आकाराच्या त्या रिव्हॉल्वरमध्ये ती सज्ज गोळ्यांची फैर तिने अडकवली. त्याचा खट् असा आवाज झाला. एखादे बारीकसे हाड मोडावे, तसा आवाज होता तो.

खालून बैठकीच्या खोलीकडून येणारा बाळाच्या रडण्याचा आवाज वाढला. त्या रडण्याने तिच्यातले मातृत्व जागे होऊन आपल्या बाळाला छातीशी धरण्यासाठी ती कासावीस झाली. आपला मोकळा हात चेहऱ्यासमोर आडवा धरून ती चोरपावलांनी दारापाशी पोहोचली. दबल्यासारखी दाराजवळ जाऊन खाली वाकली आणि फटीतून बैठकीच्या खोलीकडे जाणाऱ्या वाटेकडे पाहू लागली.

कोणीच नव्हते तिथे.

भुकेजलेल्या बाळाचे रडणे ऐकू येतच राहिले आणि पान्हा सुटून तिची ब्रा भिजायला लागली. तिची रिव्हॉल्वरवरची पकड थोडीशी सैल झाली. बाळंतपणामुळे बरेच मानसिक चढ-उतार होत असतात, त्यामुळे हे सगळे बहुधा तिच्या कल्पनेतच घडत असावे, असे तिला वाटले. ती एक तर थकलेली होतीच आणि एका सिंहिणीसारख्या असलेल्या तिच्या जाणिवा जरा जास्तच तल्लखपणे काम करत होत्या, असेही तिला वाटले. हृदयातली धडधड आणखी काही क्षण ऐकत ती उभी राहिली, तसतसे तिला आपण जास्तच मूर्खासारखे वागतो आहोत, असे वाटायला लागले, म्हणून ती उठणारच होती इतक्यात तिला तो आवाज ऐकू आला.

जिन्याच्या खालच्या बाजूने तिसऱ्या पायरीवर अगदी सावधपणे पडलेल्या पावलाचा आवाज होता तो.

मग आणखी एक पाचव्या पायरीवरचा आवाज.

या घरात कोणीही कुणाच्याही पाळतीवर राहूच शकणार नाही, असे मायरन नेहमीच गमतीने म्हणत असे.

मायरन!

देवा, हा मायरन होता तरी कुठे?

दाराच्या फटीला डोळा भिडवून तिने बाहेर पाहिले. जिन्यावरून कोण येतेय ते दिसतेय का, याचा अंदाज घेतला आणि बाळांच्या खोलीकडे मजेत चालत येत असलेला मायरनच दिसावा, अशी अपेक्षा केली; पण तिला ऐकू आला, तो दुसऱ्या जुळ्या बाळाच्या रडण्याचा आवाज आणि नाकाला जाणवला काहीतरी जळत असल्याचा हलकासा वास आणि मग तिच्या डोळ्यांसमोर मूर्तिमंत दैत्य उभा राहिला.

तो एक उंच माणूस होता. त्याने दाढी राखली होती. अंगात लाल रंगाचा विंडचीटर घातला होता आणि त्याच्या टोपीने आपला चेहरा जवळपास झाकून घेतला होता. त्याच्या हातात बंदूक होती आणि नळीवर बसवलेल्या सायलेन्सरमुळे ती भयावह अशी लांबट दिसत होती. त्याचे डोळे एकदा मुलांचे रडणे ऐकू येत होते त्या दिशेने आणि एकदा झोपायच्या खोलीच्या अर्धवट उघड्या दाराच्या दिशेने टकमक पाहत होते.

बॉनीने त्याच्याकडे पाहिले. बंदुकीची गोळी लागून भसाभसा रक्त वाहायला लागावे, तशी फुटलेल्या पान्ह्याने ओल्या झालेल्या आपल्याच छातीची तिला पुन्हा जाणीव झाली. हातातल्या रिव्हॉल्वरची थोटी नळी दाराच्या फटीला टेकवून तिने शक्य तितकी त्या माणसाच्या दिशेने रोखण्याचा प्रयत्न केला. अकादमीमध्ये तिने हत्यारे चालवण्याचे प्रशिक्षण घेतले होते. धोकादायक गोष्टींचा शोध घेण्यासाठी इमारतींची झाडाझडती घ्यायलादेखील ती शिकली होती. दोन आठवड्यांतून कमीतकमी एकदा तरी ती रिव्हॉल्वर चालवण्याचा सराव करून आपला नेम अचूक असल्याची खातरजमा करून घेत होती; पण तरीही या असल्या प्रसंगाला सामोरे जाण्यासाठी तिची तयारी झाली नव्हती. त्याच्यावर लक्ष ठेवता-ठेवता तिची रिव्हॉल्वरवरची पकड नकळत घट्ट झाली. तिच्यासारखाच तोदेखील बाळांच्या रडण्याव्यतिरिक्त दुसरा काही आवाज कानी येतोय का, याचा अंदाज घेत होता.

झोपायच्या खोलीतला फोन वाजला, त्याने बॉनी दचकली आणि तो दैत्य भयानक वेगाने अगदी तिच्याच दिशेने यायला लागला. दाराच्या फटीतून आत पाहण्यासाठी हातातली बंदूक सज्ज ठेवत त्याचे डोळे दाराजवळ येत असताना तिच्या नजरेसमोर सगळा लालच लाल रंग पसरला.

बॉनीने वर पाहिले. रिव्हॉल्वरची नळी आणखी वर केली. त्याचे डोके खाली वळल्याचे तिला दिसले. त्याचे डोळे तिच्या नजरेला भिडले.

तिने लागोपाठ तीन गोळ्या झाडल्या आणि दाराचे लाकूड फोडून गोळ्या पुढे जात असताना उडणाऱ्या लाकडाच्या चिरफळ्या डोळ्यांत घुसू नयेत, म्हणून डोळे मिटून घेतले.

काही क्षण गेल्यावर तिने डोळे उघडले. दाराबाहेरची जिन्याकडची बाजू मोकळी होती. तो कदाचित बाळांच्या खोलीत घुसला असेल, या भीतीने वेडीपिशी होत ती ताडकन उठली. त्या झटक्याने तिचे ओले टाके उसवले गेले, पण त्या वेदनांकडे तिचे लक्षही गेले नाही. मग ती दारामागून पुढे झाली. तीव्र संताप आणि भीतीचे अश्रू तिच्या गालांवरून वाहत होते. कानांत अजूनही बंदुकीच्या गोळ्यांचा आवाज घुमत होता. जिन्याकडे धावताना तिने उजवीकडे पाहिले. हातातले रिव्हॉल्वर गोळी झाडण्यासाठी सज्ज होते आणि मग तो दिसला. अगदी जवळून झाडल्या गेलेल्या

तिच्या गोळ्यांनी तो जिथे फेकला गेला होता, तिथेच जिन्याच्या तळाकडे पाठीवर उताणा पडलेला होता तो.

सावधपणे हातातले रिव्हॉल्वर सगळीकडे फिरवत समोरच्या सगळ्या परिस्थितीचा तिने अंदाज घेतला. तिचे हृदय प्रचंड वेगाने धडधडत होते आणि तिकडे तिची बाळे जोरजोरात किंचाळत होती.

जिन्याजवळची भिंत आणि पायऱ्यांवरच्या फिकट रंगाच्या जाजमावर रक्ताचे शिंतोडे उडाले होते आणि तो माणूस किती भयंकर रितीने जिन्यावरून खाली आला होता, त्याची कहाणी सांगत होते. जिन्याच्या मध्यावरच एका पायरीवर तुटलेल्या काळ्या क्रॉससारखी त्याची बंदूक लटकलेली दिसत होती. ती बंदूक हस्तगत करण्यासाठी बॉनी हलकेच दोन-चार पायऱ्या उतरून गेली; पण सर्व काळ हातातले रिव्हॉल्वर मात्र जिन्याखाली पसरलेल्या त्या लाल विंडचीटरमधल्या देहाकडेच रोखलेले होते. एक गोळी कुशीत आणि एक त्याच्या डोक्यातच शिरल्याने तिथे पडलेली छिद्रे तिला दिसली. त्याचे डोळे टक्क उघडे होते आणि निर्जीवपणे स्थिर झालेले होते. त्याच्या शरीराखालून येऊन एखाद्याला थेट नरकात घेऊन जाणाऱ्या भोकासारख्या जमा होत असलेल्या रक्ताच्या थारोळ्याव्यतिरिक्त तिथे दुसरी कसलीच हालचाल दिसत नव्हती. ती त्याच्या आणखी जवळ गेली. बंदूक उचलण्यासाठी खाली वाकली. तिथून थोड्याच अंतरावर बैठकीच्या खोलीकडच्या वाटेवर काहीतरी पडलेले तिच्या नजरेत भरले. तिथे फरशीवर अस्ताव्यस्त पडलेल्या कुणाच्या तरी पायांत अडकून राहिलेली एकच चप्पल होती ती.

तिने ती ओळखली आणि काय घडले आहे, याची तिला भयंकर तीव्रतेने जाणीव झाली. मग तिच्या भयकारी, दीर्घ, उद्ध्वस्त आक्रोशाच्या किंकाळीमध्ये तिच्या बापाविना पोरक्या झालेल्या मुलांचे रुदन बुडून गेले.

११४

गडद होत चाललेल्या रात्रीत काही इमारतींच्या अंतरावर पुढे उभ्या असलेल्या मालवाहू जहाजापासून जरा अलीकडेच एका शांत गोदामाशी येऊन ती व्हॅन थांबली. जोहानने व्हॅनचे इंजीन बंद केले. कोणतीही खूण नसलेल्या पोलिसांच्या कारकडे आणि त्याच्या पलीकडे असलेल्या हँगरकडे कॉर्नेलियसने व्हॅनच्या खिडकीतून पाहिले. हँगरचे दार अजूनही उघडेच होते आणि आत दिवे जळत होते. कटलर काहीच बोलला नाही. मान खाली करून तो हातातल्या उपकरणाच्या पडद्यावर पाहत होता. त्यावर एक बाण कॉर्नेलियसच्या मोबाइलचे स्थान दाखवत होता आणि दुसरा कॅथरीन मानच्या फोनकडून आलेल्या शेवटच्या संदेशानुसार निश्चित केलेले स्थान दाखवत होता आणि दोन्ही बाण जवळ जवळ एकरूप झालेले होते.

कॉर्नेलियसच्या खिशातल्या मोबाइलचा करकर आवाज झाला, म्हणून त्याने खिशातून फोन बाहेर काढला. एक संदेश आला होता. उघडून वाचल्यावर त्याच्या कपाळावर आठ्या चढल्या. त्याने तो संदेश जोहानला दाखवला. जोहानने तो वाचला आणि कॉर्नेलियसकडे पाहत मान डोलवली. आपल्या बाजूचे दार उघडून गाडीची किल्ली काढून घेत तो रात्रीच्या अंधारात मिसळून गेला. व्हॅनचे मागचे दार उघडले जाताना गाडी थोडी हलल्याचे कटलरला जाणवले आणि त्याला मागच्या बाजूला चाललेल्या सामानाच्या हलवाहलवीचा खसखस आवाजदेखील ऐकू आला. विमानतळापर्यंतच्या प्रवासादरम्यान मॉर्फिनचा प्रभाव ओसरू लागला होता आणि कटलरला पुन्हा एकदा त्याच्या वाट लागलेल्या पायातून उसळणाऱ्या असह्य कळा जाणवू लागल्या होत्या. जुन्या शहरातल्या फरसबंदी रस्त्यावरून चालताना त्याच्या जखमेतले बहुतेक टाके उसवले होते आणि त्या जखमेवर गुंडाळलेले बँडेज आणि त्यावर घातलेली पॅन्ट यानेच केवळ आपल्या पायाचे हाड-मांस एकत्र धरून ठेवलेले आहे, असे त्याला वाटत होते. आपले जाकीट मांडीवरच ठेवून त्याने जखम झाकण्याचा प्रयत्न केला होता; पण रक्ताचा वास तर येतच होता आणि

त्याच्या आसपासच्या हवेवर त्या वासाचा लेप चढतच होता.

मागचे दार बंद झाले, तशी व्हॅन पुन्हा हलली आणि काही सेकंदांतच त्या मालवाहू विमानाच्या दिशेने रमत-गमत निघाल्यासारखा जाणारा जोहान दिसायला लागला. आपला लाल विंडचीटर त्याने अंगाभोवती घट्ट ओढून घेतला होता आणि एक कॅनव्हासची बॅग त्याच्या खांद्याला लटकत होती. रात्रीच्या उदास प्रकाशात विमानतळावर काम करणाऱ्या कामगारांपैकी संध्याकाळच्या पाळीतली आपली नेमून दिलेली कामे करायला निघालेल्या कामगारासारखाच दिसत होता तो.

पलीकडे फोन उचलला गेला, तेव्हादेखील लिव्ह अर्काडियनकडे एकटक पाहतच होती. फोनवर बाळांच्या रडण्याचा आवाज ऐकू येत होता.

"बॉनी?" ती बोलली.

"त्यानं मायरनला ठार मारलं," बॉनी घोगऱ्या, भावनाशून्य व शुष्क आवाजात म्हणाली. "त्यानं त्याला गोळी घातली."

"कोणी गोळी घातली? आत्ता तो कुठे आहे?"

"बैठकीच्या खोलीकडे जायच्या वाटेवर पडलाय तो; पण आता तो माझ्या बाळांना कसलीच इजा करू शकणार नाहीये."

लिव्हने अर्काडियनकडे पाहिले. त्याची नजर तिच्यावरच होती आणि रिव्हॉल्वर अजूनही गॅब्रिएलवरच रोखलेले होते.

"मी काय सांगते आहे त्याकडे नीट लक्ष दे, बॉनी," ती म्हणाली. "तू तुझ्या मुलांना घेऊन ताबडतोब तिथून बाहेर पडायचं आहेस. ठीक आहे? मग तू पोलीस स्टेशनला फोन कर. तुझा ज्याच्यावर विश्वास आहे, अशाच कुणाला तरी फोन कर आणि तू आणि तुझ्या मुलांना कुठेतरी सुरक्षित जागी – जिथे कुणीही तुमच्यापर्यंत पोहोचू शकणार नाही, अशा जागी ठेवण्याची व्यवस्था करायला सांग. माझ्यासाठी एवढं करशील ना गं?"

"माझ्या बाळांना कुणीही काहीही करू शकणार नाही," चवताळलेल्या वाघिणीचा आवाज फोनवरून गरजला.

"ते बरोबरच आहे गं, बॉनी. म्हणूनच तू आत्ता, तत्काळ पोलीस स्टेशनला फोन कर. ठीक आहे?" बोलता बोलता तिने पुन्हा एकदा अर्काडियनकडे पाहिले. पोलीस स्टेशनला आपणच फोन करावा, असे तिला वाटत होते; पण आपले नशीब जास्त ताणण्यात अर्थ नाही, हेही कळत होते.

आईविना आकांत करणाऱ्या बाळांचा आवाज सातासमुद्रापारदेखील तिच्या कानावर आदळत राहिला. आपले बाबा कसे होते, ते कधीही न कळता वाढावे

लागणाऱ्या त्या मुलांचा विचार तिच्या मनात आला आणि हे सगळे कशामुळे भोगावे लागणार होते त्यांना, तर केवळ एका फोनमुळे – केवळ तिच्यामुळे. "मला क्षमा करा." ती फोनमध्ये पुटपुटली. मग त्या मुलांचा आक्रोश कानावर पडू नये, म्हणून फोन खाली ठेवला.

११५

पोलिसांच्या कारपाशी पोहोचणाऱ्या जोहानकडे कॉर्नेलियस पाहत होता. नुकत्याच मठाधिपतींकडून आलेल्या संदेशामुळे कामगिरीत बदल झाला होता. अर्ध्यात पोहोचलेल्या मोहिमेत मध्येच असे बदल होणे त्याला आवडत नव्हते. तसे झाले की, तो अस्वस्थ होत असे; पण एका परीने नव्याने मिळालेल्या सूचनांमुळे काम बरेच सोपे झाले होते. त्या मुलीला उचलायचे आणि शक्तिपीठात परत जायचे काम शक्यता असलेल्या प्रत्येक साक्षीदाराला कायमचे गप्प करण्यापेक्षा नक्कीच सोपे होते; पण इतक्या वर्षांच्या प्रशिक्षणामुळे आपल्या मूळच्या मोहिमेचे काम असेच मध्यात सोडून द्यायला तो नाखूश होता. कदाचित अजूनही दोन्ही गोष्टी साध्य करणे त्याला शक्य होते.

जोहान अर्धे अंतर चालून गेल्यावर त्याने दार उघडले आणि व्हॅनच्या बाहेर आला. ''इथेच थांब,'' असे कटलरला सांगून त्याने दार बंद केले.

व्हॅनपासून दूर जात इमारतींच्या मागच्या बाजूला असलेल्या कुंपणाकडे जाणाऱ्या कॉर्नेलियसकडे कटलर पाहत राहिला. गोदामाच्या मागच्या बाजूला पोहोचल्यावर जोहान गेला होता त्याच हँगरकडे जाण्यासाठी कोपऱ्यावर वळल्यानंतर तो दिसेनासा झाला. कटलरने हातातले उपकरण बाजूला सीटवर ठेवले आणि मांडीवर ठेवलेले जाकीट उचलले. रात्रीच्या आकाशातून येणाऱ्या अंधुकशा प्रकाशातदेखील त्याला मोठ्ठा काळा ओला डाग दिसला. काळ्या तेलात बुडवून काढल्यासारखा त्याचा पाय दिसत होता. पुरती वाट लागलेला पाय पाहून त्याच्या वेदना अधिकच तीव्र होत होत्या. जाकिटाच्या खिशात हात घालून त्याने त्याच्या वेदनांवरचा तत्काळ इलाज असलेली मॉर्फिनच्या कॅपसूल्सची डबी काढली. डबी बाहेर काढून दूरवर दिसणाऱ्या हँगरकडे नजर टाकली. उघड्या दारातून उबदार प्रकाश बाहेर सांडत होता. ती मुलगी तिथे होती. सुरक्षा रक्षकाने ते त्यांना सांगितले होतेच आणि ती मुलगी ताब्यात आल्याक्षणी किंवा मारली गेल्याबरोबर, ते त्यालादेखील मारणार, हे निश्चित

होते. कदाचित हे काम इथेच करून, ते इथे दुसरे जे कोणी असेल त्यांच्यातच सोडून देऊन निघून जाण्याची शक्यता होती.

त्याची नजर पुन्हा एकदा पोलीस कारपाशी पोहोचलेल्या जोहानकडे गेली. कारच्या खिडकीपाशी तो वाकल्याचे त्याला दिसले. पुढच्याच क्षणी बंदुकीच्या नळीतून लपापलेल्या ज्वालेने कारचे अंतरंग क्षणकाल उजळून गेल्याचे त्याला दिसले.

दूर अंतरावर विमानतळाची इमारत एखाद्या मृगजळासारखी लखलखताना दिसत होती. ती फारच लांब होती. पाठीमागे जाऊन सुरक्षा रक्षकाच्या चौकीत पोहोचणे, हेच त्याच्यासाठी उत्तम होते आणि शक्यही होते. तिथे कुठेतरी एखादी बंदूक असणार होती आणि मदत मागवण्यासाठी वॉकी-टॉकीदेखील असणार होता. हातातल्या वर्तमानपत्रातून नजर वर करून थेट जोहानने त्याच्यावर रोखलेल्या, सायलेन्सर लावलेल्या बंदुकीच्या नळीशीच भिडलेल्या त्याच्या नजरेतील भयाश्चर्याचे भाव त्याला आठवले. त्याने कशालाही हात घालायचा प्रयत्न केला नव्हता. सरळपणे कॉर्नेलियसच्या प्रश्नांना उत्तरे दिली होती. ती मुलगी आत होती आणि आणखीदेखील कुणीतरी होते, असे त्याने सांगितले होते. आदल्या रात्रीच कटलरची ज्या माणसाशी झटापट झाली होती, त्या माणसाचेच वर्णन वाटत होते ते. आपल्या चुलत भावाला, सर्कोला ज्याने ठार मारले आणि आपल्या पायात या जीवघेण्या वेदना ठासल्या, तोच माणूस होता तो.

पुन्हा एकदा जोहान आता काय करतोय, ते पाहण्यासाठी त्याने नजर वळवली, तर तो उघड्या हँगरच्या दिशेने कमरेत वाकून दबक्या पावलांनी शक्य तितके हँगरमधून बाहेर पडत असलेल्या प्रकाशाच्या तिरिपेपासून लांब राहत धावताना दिसला. तो दाराजवळ पोहोचला, तोपर्यंत इमारतीच्या पाठच्या बाजूच्या अंधारातून आणखी एक आकृती पुढे येऊन त्याला मिळाली. जणू दोन दैत्यच असलेले ते दोघे हँगरबाहेरच्या डांबरी धावपट्टीवर आपापली हत्यारे परजत खाली बसले आणि अचानक साक्षात्कार व्हावा, तसे हीच आपली एकमेव संधी असल्याचे कटलरला जाणवले. सीटवर सरकत सरकत तो ड्रायव्हरच्या बाजूला आला. प्रत्येक हालचाल त्याच्या पायातून एक असह्य कळ उमटवत होती. खिशातली कॅपसूलची डबी बाहेर काढतानादेखील त्याची नजर धावपट्टीवर बसलेल्या त्या दोघांवरच होती. मग डबी उघडून त्याने एक कॅपसूल तोंडात टाकली. वेदना विसरायला लावण्यासाठी पुरेशी होती ती; पण त्याची जगण्याची धारदार इच्छा बोथट करण्याइतकी नक्कीच नव्हती.

तिथे हँगरमध्ये असलेल्या माणसाचा विचार त्याच्या मनात आला, त्याने ज्याला गोळी मारली होती तो इथे बाहेरच बसलाय, हे त्याला माहीतही नव्हते आणि दोन माणसे त्याच्या दारापाशीच हातात बंदुका घेऊन त्याची वाट पाहत बसली

आहेत, हेदेखील त्याला अजिबात माहीत नव्हते. जे घडणार होते ते कटलरने तसेच घडू दिले असते, तर आणखी काही मिनिटांतच त्याच्यावर गोळी चालवणारा माणूस मरणार होता; पण मग ते मारेकरी त्याच्यासाठी मागे फिरणार होते आणि सर्कोच्या मृत्यूचा बदला घेण्याची त्याची इच्छा अनावर होती. तरी त्याला आणखी पुढेही जगायचे होते. मनातल्या मनात त्याने अंधाराकडेच माफी मागितली. सर्को जिथे कुठे असेल, तिथे त्याला ते ऐकू जाईल, अशी आशा केली. मग काहीतरी धक्कादायक, दिग्मूढ करणारी गोष्ट घडवून पुढच्या हल्ल्यासाठी सज्ज बसलेल्या कॉर्नेलियस आणि जोहानकडे पाहिले आणि तो वाट पाहत थांबला.

११६

"आपल्याला इथून बाहेर पडायलाच हवं आहे. उशीर करून चालणार नाही." लिव्हने फोन खाली ठेवल्याबरोबर गॅब्रिएल म्हणाला.

अर्कािडयन अजिबात हलला नाही आणि त्याच्या हातातले रिव्हॉल्वरदेखील स्थिर राहिले. "तू शवागारात काय करत होतास?" त्याने प्रश्न केला.

एक सुस्कारा टाकत गॅब्रिएलने मान हलवली. "ते सगळं सांगत बसायला माझ्याकडे वेळ नाही," तो म्हणाला. "पण तुम्हाला जर मला अटकच करायचं असेल, तर करा – पण या लोकांना जाऊ द्या आणि हे तुम्हाला आत्ताच करावं..."

अचानक वाजलेल्या गाडीच्या कर्कश हॉर्नमुळे त्याचे वाक्य अर्ध्यावरच तोडले गेले. प्रतिक्षिप्त क्रिया झाल्यासारखे त्याचे लक्ष आवाज ज्या दिशेने आला होता, त्या दिशेला गेले. हँगरच्या बाजूच्या उघड्या दारातून हातातली बंदूक त्यांच्याच दिशेने रोखत, कोणताही धोका पत्करण्यास सज्ज असलेली, आत येत असलेली एक मानवाकृती त्याला अगदी वेळेवर दिसली.

"खाली पडा!" स्वत:ला खाली झोकून देत आणि आपल्याबरोबर ऑस्कर आणि कॅथरीनलाही जमिनीवर लोळण घ्यायला लावत तो ओरडला. नंतर त्यांच्या आजूबाजूचे विश्व फुटून विदीर्ण होताना दिसू लागले.

अर्कािडयनलाही तो बंदूकधारी दिसला होता. त्याच्या जवळचीच खिडकी खळ्ळकन फुटून काचांचे बारीक-बारीक कण हवेत उधळले जात असतानाच त्याने आपले रिव्हॉल्वर तिकडे वळवले. जरा लांबच असलेल्या त्या आकृतीकडे त्याने दोन गोळ्या झाडल्या; पण नंतर आपल्या खांद्यावर धाडकन काहीतरी आदळल्याचे, आपल्या हातातले रिव्हॉल्वर खाली पडल्याचे आणि आपण स्वत:देखील गिरकी घेत खाली पडत असल्याचे त्याला स्वत:लाच दिसले.

ती स्त्री आणि त्या वृद्ध गृहस्थाजवळच दबून बसलेल्या आणि जमिनीवर पडलेल्या काळ्या बॅगेतून एक बंदूक काढत असलेल्या गॅब्रिएलकडे तो पाहत राहिला. त्याच्या पलीकडे, ऑफिसच्या पाठीमागच्या बाजूकडे असलेल्या एका फोटो कॉपी मशीनच्या आडोशाला बसलेली लिव्ह त्याला दिसली. तिच्या डोक्यावरच असलेला टीव्ही गोळी लागून फुटला, तेव्हा बातम्या तत्काळ बंद झाल्या आणि काचांच्या सड्यापासून आणि उडणाऱ्या ठिणग्यांपासून स्वत:चा बचाव करण्यासाठी लिव्हने हातांनी डोके झाकल्याचे त्याने पाहिले.

गॅब्रिएलने प्रत्युत्तरादाखल गोळ्या झाडायला सुरुवात केल्यावर सगळा आसमंत दणाणून गेला.

उघड्या दारापासून दूर जाण्यासाठी अर्काडियनने रांगत जायचा प्रयत्न केला आणि एक जबरदस्त कळ त्याच्या उजव्या दंडातून उठली. कळवळून त्याने जमिनीवर लोळण घेतली. मग दोन हातांनी त्याचे जाकीट घट्ट पकडले गेले आणि त्याला सुरक्षित जागी खेचण्यात आले. दोन्ही पाय झाडून आपले शरीर सावरायचा त्याने प्रयत्न केला आणि वर पाहिले, तर त्याची नजर त्या स्त्रीच्या चिंताग्रस्त नजरेला भिडली. दाराच्या चिरफळ्या उडून तुकडे इतस्तत: उडत असतानाच तो ठिणग्यांनी चमचमणाऱ्या फरशीवरून घसरत आडोशाला गेला.

त्या स्त्रीने त्याला सोडले आणि त्याच्या देहापलीकडे हात नेऊन तिथे पडलेले त्याचे रिव्हॉल्वर उचलले. मग त्याचा खटका वगैरे व्यवस्थित काम करताहेत ना ते तपासले. खाली पडले, तेव्हा त्यात काही बिघाड झाला नाही ना, ते पाहिले. एक गोळी सुटल्यावर दुसरी गोळी चेंबरमध्ये सरकून रिव्हॉल्वर सज्ज होण्याची क्रियादेखील बरोबर चालते आहे का, ते पाहिले.

मग अचानक सगळे शांत झाले.

कारचा हॉर्न वाजला, तेव्हा कॉर्नेलियसने जमिनीवर अंग झोकून देत एका खोक्याच्या मागे दबा धरला होता; पण जोहान मात्र अजून दरवाजातून आत येत होता. कॉंक्रीटच्या जमिनीवर तो धाडकन आपटला, तेव्हाच त्याला गोळी लागली आहे, हे कॉर्नेलियसला कळले होते. त्याने त्याला आडोशाला खेचले, उताणे केले आणि तपासून पाहिले.

त्याच्या बंदूक धरलेल्या हाताच्या वरच्या बाजूला मोठी जखम झालेली होती. त्यातून रक्त येत होते, पण उसळत नव्हते. मग त्याच्या मानेभोवती झालेल्या आणखी एका जखमेतून रक्ताचे बुडबुडे फुटत असल्याचे त्याला दिसले. आपल्याला काय झालेय, हे न कळणाऱ्या जोहानच्या डोळ्यांत गोंधळ दिसला. त्याने हात वर करत चाचपले, तर त्याच्या तळहातावर उसळणारे गरम रक्त पसरले. मानेवरच्या

वेड्यावाकड्या जखमेतून एका लयीत बाहेर पडत असलेल्या आणि आपल्या हातावर पसरत असलेल्या रक्ताकडे तो मुखस्तंभासारखे पाहत राहिला. कॉर्नेलियसने हात त्याच्या जखमेवर रक्त थांबावे म्हणून जोराने दाबून धरला; पण त्याचा काही उपयोग नव्हता, हे त्याच्या लक्षात आले. जोहानलाही ते कळले होते. मग तो त्याच्या जखमेवर दाबलेल्या हाताखालून बाजूला झाला. जवळच पडलेल्या आपल्याबरोबर आणलेल्या कॅनव्हासच्या बॅगेत हात घालून दोन लहानशा वस्तू त्याने बाहेर काढल्या. त्या दोन्ही गडद हिरव्या रंगाच्या गोल वस्तू एखाद्या स्टीलच्या फळासारख्या दिसत होत्या. ''जा,'' तो म्हणाला.

एकदा त्या ग्रेनेड्सकडे आणि एकदा जोहानच्या डोळ्यांत कॉर्नेलियसने पाहिले. त्याचे डोळे हळूहळू विझत होते. कर्कश वाजलेल्या हॉर्नमुळे अचानक चकित करत हल्ला करण्याच्या प्रयत्नावर पाणी पडले होते. एकट्याला व्हॅनमध्ये सोडण्याऐवजी कटलरला आधीच गोळी घालायला हवी होती, असे त्याला वाटून गेले. त्याच्या चुकीमुळे आता जोहानचा जीव जात होता. आता जेव्हा संधी मिळेल, तेव्हा कटलरला हाल हाल करून मारायचे त्याने ठरवून टाकले. पुढे होत बोटाने जोहानच्या कपाळावर पटकन ताऊचे चिन्ह रेखले. त्याचे बोट जिथे टेकून सरकले तिथे रक्ताची रेघ उमटली.

''त्यांना गुंतवून ठेव; पण त्या मुलीला इजा करू नकोस,'' मठाधिपतींचा संदेश आठवत तो म्हणाला. त्याने बंदुकीत अडकवलेली रिकामी फैर काढून टाकून नवी अडकवली. जोहानकडे एकदा शेवटचे पाहिले. एकदा मान तुकवली आणि मग खोक्याच्या वर बंदुकीची नळी रोखून गोळ्या झाडत झाडत कॉंक्रीटच्या जमिनीवरून पाठीमागे जात, सामानाच्या खोक्यांच्या रांगेपासून दूर होत उघड्या दाराकडे गेला.

११७

बंदुकांच्या दणक्याने अर्काडियनच्या कानांत दडे बसले होते आणि खांदा भयंकर दुखत होता; पण त्याचा मेंदू अद्यापही तल्लख होता. आपला हात खांद्याच्या जखमेवर दाबून त्याने चाचपून पाहिले. गोळी जिथून आत घुसली होती, तिथे पडलेले छिद्र ओलसर लागत होते. हात उचलून त्यावर लागलेले रक्त त्याने तपासले. तळहाताला लागलेले रक्त काळपट दिसत होते, ताजे चमकदार नव्हते. म्हणजे धमनीतून येणारे नव्हते. याचा अर्थ जोराचा रक्तस्राव होत नव्हता. त्याने पलीकडे बंदुकांच्या गोळ्यांनी उद्ध्वस्त झालेल्या खिडकीखालीच दबून बसून गोदामातल्या शांततेत कुठे काही हालचाल जाणवते आहे का, याचा सावध नजरेने अंदाज घेत असलेल्या गॅब्रिएलकडे पाहिले.

"तू ठीक आहेस ना?'' त्या स्त्रीचा आवाज आला. त्याने मागे वळून तिच्याकडे पाहिले. काडतुसांच्या उघड्या खोक्याजवळ ती खुरमांडी घालून वाकून बसली होती आणि तिचे हात सराईत हालचाली करून त्याच्या रिव्हॉल्वरमध्ये गोळ्यांची नवी फैर भरत असताना तिच्या चेहऱ्यापुढे काळ्याभोर केसांच्या रेशीमलडींची लाट हेलकावत होती.

"मी इतक्यात मरणार नाही हे नक्की!'' तो म्हणाला.

तिने वर पाहिले. मानेनेच कोपऱ्याच्या दिशेने इशारा केला आणि म्हणाली, "तू तिकडे जाऊन तिची काळजी घ्यायला हवी आहे. ही तुमची लढाई नाही आणि तिचीदेखील नाही.''

तिने इशारा केला होता तिकडे अजूनही फोटो कॉपीच्या मशीनच्या आडोशाला अंग चोरून बसलेल्या लिव्हकडे त्याने पाहिले. तो होता तिथून एका नव्याच कोनातून तिच्याकडे पाहत असताना त्याला आणखीन काहीतरी दिसले. पुरत्या फुटून गेलेल्या टीव्हीच्या खालच्या बाजूला भिंतीमध्ये एक दार बसवलेले होते आणि त्यावर ठळक हिरव्या अक्षरांमध्ये 'आग लागल्यास बाहेर पडण्याचा मार्ग' असे

लिहिलेले होते.

"मी चुकूनही तसं करणार नाही." जणू काही त्याच्या मनातले विचारच वाचावे, तसा तो वृद्ध गृहस्थ म्हणाला. "इथून बाहेर पडायला मागच्या बाजूने मार्ग आहे, हे त्यांना माहीत असेलच. त्यामुळे त्या दारातून बाहेर पडणारा सरळ सरळ मृत्यूच्या जबड्यातच पाय टाकेल."

कॅथरीनने रिव्हॉल्वरला जोडलेल्या डबीत शेवटची गोळी सरकवली आणि अर्कािडियनच्या रिव्हॉल्वरच्या खाचेत ढकलून घट्ट बसवली. "त्या दाराकडे लक्ष ठेव आणि डोकं खालीच ठेव. त्यांच्या नजरेच्या टप्प्यात येऊ देऊ नकोस," असे म्हणत रिव्हॉल्वर नळीच्या बाजूने धरून तिने त्याच्यापुढे केले. "तुझ्याकडे मोबाइल आहे का?" होकार देण्यासाठी अर्कािडियनने मान हलवली, पण तेवढ्याशा हालचालीनेदेखील खांद्यातून उठलेल्या जीवघेण्या वेदनेमुळे त्याला जीव नकोसा झाला. "मग आणखी कुमक मागव. पोलीस अधिकारीच अडचणीत आहे म्हटल्यावर ते जास्त वेगाने हालचाल करतील."

दोन क्षण तिच्याकडे पाहून त्याने आपला धड असलेला हात पुढे केला आणि रिव्हॉल्वर हातात घेतले. मग खटक्यावरची सुरक्षेची अटकळ नीट आहे का ते चाचपून पाहिले, तर ती उघडलेलीच होती आणि रिव्हॉल्वर गोळी झाडण्यासाठी सज्ज केलेल्या स्थितीतच त्याच्या हातात आले होते.

ऑफिसच्या भिंतींमुळे फेकलेल्या ग्रेनेडच्या स्फोटाचा दणका काहीसा कमी होईल, हे जोहानला माहीत होते. त्यामुळे एक तर आणखी जवळ जायचे, नाहीतर त्या ऑफिसातली माणसे बाहेर पडतील, त्याची वाट पाहत थांबायचे, एवढेच त्याला करायचे होते. ती मुलगी ऑफिसातच राहील, असा त्याने अंदाज केला. स्फोटाच्या दणक्याने भयचकित होऊन ती बधिरपणे बसली असेल किंवा स्फोटामुळे तिला थोडीफार दुखापत झाली असेल; पण ती काही मरणार नाही. आपले पाय आणि बोटांकडून एक अंग बधिर करणारा थंडपणा सगळीकडे पसरायला लागलाय, असे त्याला जाणवायला लागले.

गोदामाच्या दुसऱ्या टोकाकडे फुटलेल्या काचा खाली पडल्याचा आणि सावधपणे टाकलेल्या पावलांखाली काहीतरी चुरडले गेल्याचा आवाज त्याला ऐकू येत होता. रंगवलेल्या काँक्रीटच्या जमिनीवर जवळच पडलेल्या आपल्या बंदुकीकडे त्याची नजर गेली. हात लांब करून त्याने ती उचलून घेतली. आता ती फारच जड वाटत होती. हे लक्षण काही ठीक नव्हते. बंदुकीचे वजन कमी करण्यासाठी सावकाशपणे फिरवून त्याने सायलेन्सर काढून टाकला. मग ती आपल्या बाजूलाच जमिनीवर

ठेवली, तेव्हा एकीकडे त्याच्या शरीरातली ऊब गळ्याजवळून बाहेर पडणाऱ्या रक्ताबरोबर वाहून जात असताना, दुसरीकडे ते थंड बधिरपण गुडघ्यांपर्यंत पोहोचले असल्याचे त्याला जाणवले.

आता वेळ नव्हता. त्याने दोनांपैकी एक ग्रेनेड उचलला.

११८

गॅब्रिएलने डोके थोडे वर करून फुटलेल्या खिडकीच्या खालच्या बाजूच्या वेड्यावाकड्या बाजूवरून गोदामात सगळीकडे नजर फिरवली. शेवटचा गोळीबार झाला त्यानंतर फारशी काही हालचाल होताना दिसत नव्हती. म्हणजे दोन गोष्टी घडल्या असण्याची शक्यता होती. एक म्हणजे तो हल्लेखोर परत मागे गेला असावा. म्हणजेच तो अगदी निश्चितपणे आणखी माणसे आणि आणखी दारूगोळा घेऊन परतणार होता किंवा तो अजूनही गोदामातच कुठेतरी दबा धरून योग्य वेळेची वाट पाहत असावा. काहीही असले, तरी ते सगळे जण काहीतरी चांगले घडेल, अशी आशा करत नुसतेच बसून राहणे चुकीचे होते. जे काही व्हायचे, ते घडून येण्यासाठी त्यांनाच पुढाकार घ्यायला हवा होता.

कसलातरी आवाज झाला म्हणून त्याने तिकडे पाहिले, तर काचांचा खच पडलेल्या जमिनीवरून अवघडल्या शरीराने सरपटत तो इन्स्पेक्टर फोटो कॉपीच्या मशीनमागे लपलेल्या लिव्हच्या दिशेने चाललेला त्याला दिसला. आपल्या दातांमध्ये त्याने मोबाइल फोन धरला होता आणि आपला जखमी उजवा हात छातीवर घडी घातल्यासारखा ठेवला होता आणि दुसऱ्या हातात रिव्हॉल्वर होते. तो मदत मागवेल आणि ती फौज येईल, असे म्हणत वाट पाहत बसण्याची गॅब्रिएलची अजिबात इच्छा नव्हती. तो त्या शवागारात गेला होता, त्यामुळे त्याला ते अटक करणार हे निश्चितच होते आणि पुढचे काही दिवस तरी तो कोठडीमध्ये बंदिवान झालेला असणे, कुणाच्याच फायद्याचे ठरणार नव्हते. इन्स्पेक्टर लिव्हपाशी पोहोचला आणि तिच्याशी कुजबुजल्या स्वरात काहीतरी बोलला. तिने गॅब्रिएलकडे पाहिले आणि हसली. त्यानेही हसून प्रतिसाद दिला; पण आपल्या पाठीमागेच काचा चुरडल्याचा आवाज झाल्याने पुढच्याच क्षणी नजर वळवली. कॅथरीन आणि ऑस्कर दारापाशी मोक्याच्या जागी दबा धरून बसत होते. हातातल्या बंदुकीवरची पकड घट्ट करत ती गॅब्रिएलने उंचावली आणि गोदामातल्या नि:स्तब्ध शांततेत कुठे काही

हालचाल दिसतेय का, याचा सामानाच्या खोक्यांमधल्या फटींकडे विशेष लक्ष देऊन वेध घेत राहिला.

फक्त लांबटलेल्या सावल्या आणि वाहणारी हवा. बाकी काहीही नाही.

उघड्या दाराच्या आतल्या बाजूला भिंतीशी टेकून दाराकडे लक्ष देत पुढे बसलेल्या आईकडे आणि तिच्या मागे बसलेल्या आपल्या आजोबांकडे त्याने पाहिले. बंद पडलेल्या खाणीत पाणी भरल्यामुळे झालेल्या तलावाच्या तळाशी चिरनिद्रा घेत असलेल्या माणसाच्या हातातून काढून घेतलेले ग्लॉक प्रकारचे पिस्तूल तिच्या हातात होते. खांद्यावरून नजर टाकत तिने त्याच्याकडे पाहिले. तिच्या चेहऱ्यावर एकाग्रतेच्या कठोर रेषा उमटलेल्या होत्या. आपला डावा हात तिला दिसेल अशा पद्धतीने त्याने वर केला. मग एक खोलवर श्वास घेत खाली केला.

डावा हात खाली येत असतानाच त्याचा उजवा हात बंदुकीसकट हळूहळू वर आला. फुटलेल्या खिडकीच्या खालच्या बाजूच्या वेड्यावाकड्या कडेवर बंदुकीची नळी आली. नळी खिडकीच्या खालच्या बाजूच्या पुरेशी वर आल्याबरोबर त्याने तो हल्लेखोर शेवटचा जिथे पडताना पाहिले होते, त्या दिशेने एका विशिष्ट मर्यादित जागी गोळीबार करायला सुरुवात केली. त्याने आठ गोळ्या झाडल्या. जे कुणी वर उठायचा प्रयत्न करत असेल, त्याला खालीच ठेवण्यासाठी तीन लागोपाठ झाडलेल्या आणि त्याने तिथेच राहावे म्हणून थोड्या थोड्या अंतराने झाडलेल्या पाच गोळ्या.

गोळीबार थांबवून गोळीबाराने उठलेल्या निळ्या धुराच्या ढगातून आरपार पाहत त्याने पुन्हा एकदा गोदामात नजर फिरवली. त्याच्या नजरेत काहीही आले नाही. फुटलेल्या खिडकीच्या काठावरून त्याने खाली वाकून पाहिले. कॅथरीन आता ऑफिसच्या बाहेरच्या गोदामात होती. रचून ठेवलेल्या सामानाच्या खोक्यांना तिची पाठ चिकटल्यासारखी होती आणि ती कोणत्याही क्षणी पुढची हालचाल करण्यासाठी जय्यत तयारीत बसलेली होती.

डोक्यावरची हवा चिरत पाठीमागच्या स्टीलच्या दारावर थडकून इतस्ततः परावर्तित होणाऱ्या गोळ्यांचा आवाज जोहानच्या कानांत गुंजला. एक फैर तर तो ज्या खोक्याखाली टेकून बसला होता, त्याच्या वरच्या बाजूवरच आदळली आणि त्या धडाक्याने उडालेल्या लाकडाच्या आणि ॲल्युमिनियमच्या तुकड्यांनी त्याच्या अंगावर सडा घातल्यावर ती गोळी उजवीकडे सूंऽ सूंऽ करत गेली. हा सगळा वेळ त्याने आपला हात गळ्यावरच्या जखमेवर घट्ट दाबून धरला होता आणि आपल्याला आणखी थोडा वेळ मिळावा म्हणून रक्तस्राव शक्य तितका थांबवण्याचा तो प्रयत्न

करत होता. त्याने झाडल्या गेलेल्या गोळ्या मोजल्या आणि त्या झाडल्या जाण्याची पद्धत ओळखली – तीन लागोपाठ, पाच सावकाश – म्हणजे स्वत:ला हालचाल करायला वेळ मिळावा म्हणून करायची ठरावीक पद्धतच होती ती. याचा अर्थ ते त्याचा शोध घ्यायला पुढे येत होते. तो मनोमन हसला आणि त्याच्या मोकळ्या हाताची पकड मांडीवर ठेवलेल्या दोन्ही ग्रेनेड्सवर घट्ट झाली. आता त्याला थंडी वाजत होती आणि गुंगीदेखील यायला लागली होती.

'जास्त वेळ नाहीये आता,' त्याच्या मनात विचार आला.

सावधपणे पहारा करताना करायचा, ती प्रार्थना त्याने मनातल्या मनात म्हणायला सुरुवात केली.

देवाचे काम करताना त्याला मरण येत होते आणि देव आपल्या माणसांना नेहमीच जवळ घेतो.

ऑफिसच्या उघड्या दारापाशी पोहोचल्यावर गॅब्रिएलने त्याच्या आईने नुकतीच सोडलेली जागा घेतली. लागोपाठ झाडल्या गेलेल्या तीन गोळ्यांचा आवाज तिथली शांतता चिरत आल्याबरोबर गर्रकन वळत तो दूर झाला आणि पुढे सावकाश झाडल्या जाणाऱ्या गोळ्यांपैकी पहिली गोळी तिथवर यायच्या आतच उघड्या दारातून बाहेर पडला.

झटपट झाडलेल्या तीन गोळ्या मोजल्यावर जोहानने हालचाल केली. त्याच्या रक्ताळलेल्या हाताचे ठसे कॉंक्रीटच्या थंडगार जमिनीवर उमटले.

प्रत्येक हालचाल करायला अतिशय कष्ट पडत होते; पण आता जास्त वेळ थांबणे अशक्य होते.

चार.

सावकाश झाडल्या जाणाऱ्या गोळ्यांपैकी पहिल्या गोळीचा आवाज झाला, त्याबरोबर पहिल्या ग्रेनेडवरची त्याची पकड जास्त घट्ट झाली.

पाच.

त्याने ग्रेनेडची पिन खेचली, हात मागे नेला आणि सामानाच्या खोक्यावरून पलीकडे गोदामाच्या पाठीमागच्या बाजूला असलेल्या ऑफिसच्या दिशेने फेकला.

सहा.

जमिनीवर सांडलेल्या स्वत:च्याच चिकट रक्तावरून लोळत तो बाजूला झाला. दुसऱ्या ग्रेनेडची पिन खेचली आणि दुसऱ्या बाजूला सामानाच्या उतरंडीमधल्या

जागेत फेकून दिला.

सात.

जमिनीवर ठेवलेली आपली बंदूक उचलली आणि ताकद एकवटून उभा राहिला.

आठ.

सामानाच्या खोक्याच्या वर डोके काढले. बंदूकही वर घेतली आणि गोळीबार करायला सुरुवात केली.

ती लाल आकृती उभी राहत असताना, त्याच्याबरोबरच त्याच्या हातातली बंदूकही वर येत असताना आणि त्याची आई उभी होती त्याच ठिकाणी नेम साधताना गॅब्रिएलने पाहिले. बंदुकीच्या नळीतून भक्कन निघालेला जाळ दिसला आणि त्यापाठोपाठ अर्ध्या अंतरावरच्या एका खोक्याच्या बाहेरच्या वेष्टणाचा एक तुकडा चिरफळून उडताना दिसला. पहिल्या गोळीचा आवाज गोदामात सगळीकडे घुमला. झाडल्या गेलेल्या गोळीच्या उलट्या फटक्याने बंदूक वेडीवाकडी होताना दिसली आणि मग बंदुकीची नळी आपल्या लक्ष्यावर आणखी जवळून नेम साधताना दिसली.

दुसरी गोळी झाडली गेली. ही गॅब्रिएलच्या बंदुकीतून झाडली गेली होती.

बंदूकधाऱ्याचे डोके जोरदार प्रहार केल्यासारखे मागे फेकल्यासारखे होत असताना, त्यामागे लाल रंगाच्या भुरकट धुक्याचा ढग उडाल्यासारखे दिसले. मग तो खाली कोसळायला लागला.

एखाद्या गुहेसारख्या असलेल्या हँगरच्या अंतर्भागात बंदुकीच्या गोळीच्या आवाजाचा प्रतिध्वनी उमटत असतानाच तो बंदूकधारी मुरगळल्यासारखा खाली कोसळत असलेला गॅब्रिएलने पाहिले. तो प्रतिध्वनी शमल्यानंतरच त्याला तिथल्या कॉंक्रीटच्या जमिनीवरून काहीतरी लोखंडासारखे घरंगळत त्यांच्याच दिशेने येत असल्याचा आवाज ऐकू आला. हातातल्या बंदुकीची नळी या नव्या धोक्याच्या दिशेने वळवत सामानाच्या खोक्यांच्या रांगांमधल्या जागेतून काय घरंगळत आले असावे, हे पाहण्याचा त्याने प्रयत्न केला; परंतु ती काय वस्तू असावी, याचा स्पष्ट अंदाज, त्याला ती वस्तू त्याची आई जिथे दबा धरून बसली होती, तिथे नेमकी पोहोचून प्रत्यक्ष दिसायला लागण्यापूर्वीच आला.

कॅथरीनचेदेखील आवाजाकडे लक्ष गेले; पण तिने तिकडे वळून पाहण्यापूर्वीच त्याचे चपळ शरीर जलद गतीने हालचाल करायला लागले होते आणि आई उठून उभी राहीपर्यंत कॉंक्रीटच्या जमिनीवर पावलांनी जोर लावत एखाद्या आक्रमक रग्बी

खेळाडूसारखी त्याने तिच्या दिशेने झेपदेखील घेतली. रग्बी खेळाडूसारखीच जोरदार धडक मारून आपल्या आईसकट स्वत:लादेखील ग्रेनेडपासून त्याचा स्फोट होण्याच्या आत शक्य तितके दूर नेण्याचा त्याने प्रयत्न केला.

त्याची जोरदार धडक तिला लागली आणि तिच्या खांद्यावरून त्याच्या नजरेसमोर पलीकडची बाजू आली. आपण दोघेही आता नेमके जिथे जाऊन पडणार आहोत, तिथेच सामानांच्या खोक्यांच्या पाठीमागून घरंगळत आलेला दुसरा ग्रेनेड त्याला दिसला.

११९

सामानाच्या खोक्यांच्या उतरंडीच्या रांगांमधून तयार झालेल्या बोळातले इथपासून तिथपर्यंतचे सगळे काही ऑफिसच्या दाराआडून पाहणाऱ्या ऑस्करना स्पष्ट दिसत होते. गोदामाच्या जमिनीवरून आपल्याच दिशेने गडगडत येणारा तो ग्रेनेड अर्ध्या अंतरावर आल्यावरच त्यांना दिसला होता. त्यावरची त्यांची प्रतिक्रिया अगदी प्रतिक्षिप्त क्रियाच होती. ते दारामागून बाहेर आले, हात उंचावत त्यांनी धोक्याचा इशारा केला आणि गॅब्रिएल आणि कॅथरीनकडे मान वळवत पाहिले. ते दोघे एकच वस्तू असावी, तसे एकत्र झाले आहेत आणि आकाशातून पडणाऱ्या उल्केसारखे वाटेत थांबण्याची सुतराम शक्यता नसल्यासारखे आपल्याच दिशेने पडत आहेत, असे त्यांना दिसले. त्या दृश्याच्या लख्ख प्रकाशात पुढचे सगळेच स्पष्ट झाल्याचा अनुभव त्यांना आला आणि मग सगळे काही मंद गतीने जवळपास स्तब्ध झाले.

त्यांचे डोळे हवेतून सावकाश येत असलेल्या, जमिनीपासून फक्त काही इंचांवरच असलेल्या ग्रेनेडवर खिळले. दगडावर आपटणाऱ्या हातोडीसारखा तो जमिनीवर आपटल्याचा आवाज झाला आणि त्यानंतरही तो त्यांच्या दिशेने घरंगळत राहिला. पायांतले बळ एकवटून त्यांनी आपले शरीर तोलून धरले.

नव्वद वर्षे... शरीर पुढची हालचाल अभावितपणे करत असताना त्यांच्या मनात विचार येत होते... शत्रूचे सगळे बाण आणि धारदार शस्त्रांचे वार मी नव्वद वर्षे यशस्वीपणे चुकवत आलो...

ग्रेनेड गरगरत आणखी जवळ आला, ऑफिसच्या भिंतीवर बाहेरच्या बाजूला आपटला, उलटला आणि थेट त्यांच्यासमोरच येऊन पडला.

लौकिकार्थाने मरण पावलेल्या माणसासाठी हे काही वाईट नव्हते.

त्यांनी आपले शरीर जमिनीवर झोकून दिले आणि ग्रेनेडच्या स्फोटाला आपल्या पोटात जागा दिली.

ऑस्कर खाली पडत असलेले गॅब्रिएलने पाहिले आणि ते काय करताहेत, याचा त्याला अंदाज आला. तो आणि त्याची आई अद्याप त्याच्या धडकेच्या वेगाने तिथवर येऊन पडतच होते, त्यादरम्यान हात लांब करून त्याने ऑस्करना पकडायचा प्रयत्न केला. ऑस्करच्या अंगावरच्या वैमानिकाच्या कपड्यांना त्याच्या बोटांचा स्पर्श झाला. त्या जाडसर सुती कापडावर त्याच्या बोटांनी घट्ट पकड घ्यायला सुरुवात केली.

इतक्यात त्याच्या पाठीमागे तो पहिला ग्रेनेड फुटला.

स्फोटामुळे निर्माण झालेल्या हवेच्या प्रचंड दाबामुळे त्याच्या पकडीत आलेले वैमानिकाचे कपडे फाटले, तो वर उचलला जाऊन पुढे ऑस्करच्या अंगावरच फेकला गेला आणि आणखी पुढे जाऊन पलीकडच्या गोदामाच्या भिंतीवर आदळला. पाठीमागच्या स्फोटाच्या जबरदस्त आघाताने फेकला गेल्यावर आधी त्याचे डोके भिंतीवर आदळले आणि मग तो एका खोक्याच्या उतरंडीमागे जडशीळ होत घसरला. जमिनीवर पडत असताना डोक्यात घणाचे घाव बसून आपली शुद्ध हरपते आहे, असे त्याला जाणवले. मानेला झटके देत शुद्ध हरपू नये म्हणून त्याने निकराचा प्रयत्न केला. खच्चून ओरडून स्वत:ला जागे ठेवण्याचा प्रयत्न केला. इतक्यात कॅथरीन धाडकन त्याच्या अंगावर पडली. त्यामुळे त्याचे डोके काँक्रीटच्या जमिनीवर जोरात आपटले आणि जे काम त्याच्या डोक्यावर भिंतीने करायला घेतले होते, ते काँक्रीटच्या जमिनीने पूर्ण केले.

आपल्या अंगाखालची जमीन हादरते आहे आणि फुटलेल्या दुसऱ्या ग्रेनेडच्या स्फोटाचा एक दबका आवाज झाला आहे, हीच शुद्ध हरपण्यापूर्वी गॅब्रिएलच्या मेंदूत नोंदली गेलेली शेवटची गोष्ट होती.

१२०

अर्कांडियन नुकताच थोडासा बसता झाला होता आणि हातातला मोबाइल थोडा वर धरून संपर्क साधला जातोय का, ते पाहत होता, इतक्यात पहिल्या स्फोटाचा दणका एखाद्या प्रचंड लाटेसारखा त्या ऑफिसच्या जागेला हादरवून गेला. त्या दणक्याने तो आग लागल्यावर बाहेर पडायच्या दाराला आतून आडव्या लावलेल्या अडसरावर आदळला, दार धाडकन उघडले आणि तो दारातून बाहेर रात्रीच्या अंधारात फेकला गेला. बाहेरच्या खडीवर नेमका जखमी खांद्यावरच पडला, तेव्हा पुन्हा एकदा त्याच्या खांद्यात वेदनेचा स्फोट झाला आणि त्याच्या हातातला फोन आणि रिव्हॉल्वर उडून कुठेतरी पडले. दात-ओठ करकचून आवळत त्याने अतीव वेदनेमुळे उठणारी किंकाळी दाबण्याचा प्रयत्न केला. एका कुशीवर सरकत वेदनेला शक्य तितके दूर ठेवण्याचा प्रयत्न केला. पुढच्या धोक्याचा अंदाज घेण्यासाठी खोलवर श्वास घेत आजूबाजूला सावधपणे पाहू लागला.

गोदामाच्या उघड्या दाराच्या उंबरठ्यावर धड आत ना धड बाहेर अशी अस्ताव्यस्त पडलेली लिव्ह त्याला दिसली. त्याचा मोबाइल त्या दोघांच्या मध्ये आपला थंड निळा प्रकाश वर आकाशातल्या रात्रीवर फेकत पडला होता. दुसऱ्या स्फोटाच्या दणक्याने त्याच्या अंगाखालची जमीन हादरत असतानाच त्याने फोनसाठी हात पुढे केला. फोन पटकन हस्तगत केल्यावर आपले रिव्हॉल्वर कुठे आहे, ते शोधायला लागला. इतक्यात त्याला हालचाल दिसली. वर नजर करून पाहिले, तर आगीच्या प्रसंगी बाहेर पडण्याच्या वाटेचे दार सावकाशपणे बंद होत होते आणि मग त्या दारामागे उभा असलेला तो माणूस त्याला दिसला.

लिव्हला दुसऱ्या स्फोटाचा आवाज ऐकू येण्यापेक्षा जास्त जाणवला. जमिनीखालून एखादे वादळ घोंगावत जावे आणि त्याने जमीन गदागदा हलावी, तशा काहीशा

प्रकारामुळे ती तिच्या भयचकित सुन्न अवस्थेतून बाहेर आली. तिने वर पाहिले, तेव्हा तिला अर्कांडियन दाराबाहेर जमिनीवर पडलेला दिसला. हात लांब करून त्याने फोन ताब्यात घेतला. मग त्याच्या डोळ्यांसमोर तिच्या पाठीमागे घडत असलेल्या गोष्टीचे दृश्य साकार होताना आणि जे दिसले, त्याने भयभीत झाल्यामुळे त्याचे डोळे पांढरेफटक पडताना तिला दिसले.

त्याच्या शर्टावर पुढच्या बाजूला दोन छिद्रे दिसायला लागली, तोपर्यंत तो कुणीतरी जोराचा धक्का मारल्यासारखा तिरमिरत मागे जाऊन खडीवर पडला आणि काही क्षणांपूर्वीच तो जिथे बसला होता, तिथे त्याच्या हातातले रिव्हॉल्वर विसावले.

जमिनीवर बोटे रोवत ते हस्तगत करण्याचा लिव्हने प्रयत्न केला. तिच्या पाठीमागचे दार बंद होत असताना आतून येणारा प्रकाशाचा चौकोनी तुकडा लहान होत गेला. तिने मागे वळून पाहायचा प्रयत्नदेखील केला नाही. फक्त ते रिव्हॉल्वर मिळवण्यावर लक्ष केंद्रित केले. त्याची मूठ तिच्याच बाजूला होती आणि खटक्यावरची सुरक्षेची अटकळ उघडलेलीच होती.

तिचा हात रिव्हॉल्वरवर पोहोचला, जमिनीवरून खसपटत पुढे नेऊन तिने खटक्यावर आपले बोट घट्ट केले. आता मागे काय संकट आहे ते पाहून त्याचा सामना करावा, म्हणून ती मागे वळली; पण त्याआधीच तिच्या डोक्यावर पाठीमागे कसल्यातरी जड वस्तूचा जोरात आघात झाला, डोळ्यांसमोर काजवे चमकले आणि डोक्यात वेदनेचा महापूर उसळला आणि मग सर्वत्र अंधार पसरला. त्यानंतर काहीच उरले नाही.

१२१

गाडीच्या काळ्या टपाचा आधार घेत लंगडत लंगडत सुरक्षा रक्षकाच्या चौकीकडे चालताना कटलरला डोळ्यांत ओघळणारा घाम झोंबत होता. घामट अंगावरून सरकणारी थंड हवेची झुळूक कटलरला जाणवत होती; पण त्याच्या काळजात खदखदणारा अंगार काही थंड होणार नव्हता. त्याची जखम चिघळली होती, हे तर त्याला स्पष्टच कळले होते. भरपूर रक्त गेल्यामुळे त्याचे सगळे अवसानदेखील गळाले होते. आता त्याला मदतीची गरज होती आणि ती वेळेवर मिळाली नाही, तर त्याचे मरण निश्चित होते आणि हे तर तो कुठल्याही परिस्थितीत होऊ देणार नव्हता. आत्ता तरी नाहीच. जोरात हॉर्न वाजवून शेवटी एकदाचे त्या व्हॅनपासून दूर झाल्याला कित्येक तास झाले असावेत, असे त्याला वाटत होते; पण खरे तर त्याला काही मिनिटेच झाली होती.

एकीकडे स्वत:चे हृदय थाड थाड आवाज करत असतानाच त्याला गोदामाकडे झालेल्या गोळीबाराचे दबलेले आवाज, मग त्यानंतर काही काळ पसरलेली शांतता आणि त्यानंतरचे ते दोन स्फोटांचे आवाजदेखील ऐकू आले होते. या सगळ्या भानगडीत कदाचित सगळेच जण मेले असतील. अगदी ज्याने सर्कोला मारले, तोदेखील मेला असेल. त्यामुळे आता कोणीही साक्षीदारच उरलेला नसल्याने आपण या सगळ्यातून अक्कलहुशारीने बाहेर पडू शकू; पण त्यासाठी आत्ता या चौकीमध्ये पोहोचल्यावर फोन करून मदत मागवणे सगळ्यात महत्त्वाचे होते.

चौकीपासून साधारण तीसएक फुटांवर असतानाच पाठीमागून आलेल्या गाडीच्या हेडलाइट्सच्या प्रकाशात त्याची देहाकृती झळाळताना दिसली. हृदयाच्या प्रत्येक ठोक्यागणिक डोक्यात उसळणाऱ्या रक्ताच्या ठणक्याचा आवाज इतका मोठा होता की, त्याला गाडीच्या इंजिनाचा आवाज ऐकूच आला नव्हता. आत्यंतिक भयाने त्याचे प्राण कंठाशी आले. त्याने पळायचा प्रयत्न केला. धडपडून पुढे पडला. जखमेचे उरलेसुरले टाके तटातट तुटून जखमेचे तोंड भक्कन पायातच फुटल्यासारखे

उघडले गेलेय, असे त्याला वाटले.

प्रकाश जास्त प्रखर झाला आणि त्यात वीसएक फुटांवर असलेल्या चौकीची एक बाजू प्रकाशमान झालेली दिसली. मागच्या भिंतीवर लाल रंगाचा हलकासा सपकारा उमटलेला त्याला दिसला. सुरक्षा रक्षकाने आपल्या बंदुकीला हात घातलेला दिसत नव्हता; पण त्याच्या जवळच कुठेतरी ती असणार, हे निश्चितच होते. ती मिळवता आली, तर जगण्याची संधी होती.

हृदयाच्या धडधडाटातूनदेखील आता त्या इंजिनाचा आवाज त्याला ऐकू येत होता. चौकीचे अंतर आणखी कमी झाले. आता फक्त पंधरा फूट.

प्रचंड वेदनांनी भरलेली आणखी दहा पावले.

... आणखी आठ...

... सात.

कटलर तिथे नसावाच आणि आपण मोकळ्या रस्त्यावरून जात असावे, तशी बेदरकारपणे चालवत कॉर्नेलियसने गाडी कटलरच्या अंगावर घातली. जबरदस्त धडकेमुळे त्याच्या दोन्ही पायांचा पार भुगा झाला आणि वर फेकला जाऊन त्याचे डोके त्या पोलिसांच्या गाडीच्या पुढच्या काचेवर आदळल्याने तिथे कोळ्याच्या जाळ्यासारखी नक्षी तयार झाली.

गाडीच्या पाठीमागचा भाग दिसणाऱ्या आरशात त्याने पाहिले. गाडीच्या टपावरून खाली पडणारा तो देह कॉंक्रीटच्या रस्त्यावर वेडेवाकडे हातवारे केल्यासारखा आणि तंगड्या विचित्र कोनात अडकल्यासारखा डोक्यावरच आपटताना त्याला दिसला. तत्काळ ब्रेक मारून त्याने गाडी थांबवली. झटपट रिव्हर्स गियर टाकला. कटलरच्या बाबतीत त्याला कुठलीही गोष्ट गृहीत धरायची इच्छा नव्हती आणि कुणालाही सहज दिसू शकेल, अशा जागी ते प्रेत ठेवायचीदेखील इच्छा नव्हती.

जोरात ॲक्सिलरेटर दाबल्याने इंजिनाने निषेधाची जोरदार किंचाळी ठोकली आणि पाठीमागे बघायच्या आरशात दिसत असलेला तो लोळागोळा देह मोठा होताना दिसू लागला. एक मीटरभर अंतरावर येऊन तो थांबला, डिकी उघडली आणि स्टिअरिंगपासून बाजूला होत हातातली बंदूक पुढे रोखल्यासारखी धरत गाडीतून बाहेर आला. कटलर अजूनही जिवंत असावा, अशी अपेक्षा करत-करत तो गाडीला वळसा घालून मागे आला. तसे असेल, तर कटलरला पुढचे सारे आयुष्य पंगू होऊन, फक्त द्रव पदार्थ, तेही स्ट्रॉने पीत पीत आणि डायपर्समध्येच हागत-मुतत काढावे लागेल, या नुसत्या कल्पनेनेच त्याला फार आनंद वाटला; मात्र गाडीला वळसा घालत जवळ आल्यावर त्याची भेट तारवटलेल्या, स्थिर,

थिजलेल्या निष्प्राण डोळ्यांशी झाली आणि त्याचा दारुण अपेक्षाभंग झाला.

पटकन खाली वाकून त्याने ते शरीर जमिनीवरून उचलले. कटलरच्या सुजून भप्प झालेल्या पायांच्या मांसल भागात आत पूर्ण मोडतोड झालेल्या हाडांचे करकचणे त्याला जाणवले. मग त्याने घाईघाईने ते शरीर डिकीत अगोदरच टाकलेल्या ड्रायव्हरच्या शरीरावरच्या उरलेल्या जागेत ढकलले. डिकीचे झाकण बंद करायला आपल्या संपूर्ण शरीराचा भार त्याला त्यावर टाकावा लागला. खट आवाज होत ते बंद झाल्यावर विमानतळाच्या खुल्या भागाकडे सावध नजर फिरवत तो ड्रायव्हरच्या सीटकडे आला. कुठेही काहीही हालचाल दिसली नाही. त्यांच्या दिशेने येण्याची शक्यता वाटत असलेल्या पोलिसांच्या गाड्यांच्या सायरनचे आवाज दूरवरूनदेखील येत असल्याचे ऐकू आले नाही. पुन्हा गोदामात जाऊन सगळीकडे एकदा झाडाझडती घेऊन आपला मागमूस नष्ट करावेसे त्याला फार वाटत होते, पण त्याला दिलेल्या विशिष्ट आज्ञांचे पालन करणे भाग होते आणि तसेही त्याचे प्रथम उद्दिष्ट तर साध्य झालेलेच होते.

स्टिअरिंग व्हीलच्या मागे बसल्यावर त्याने मागे वळून त्या बेशुद्ध पडलेल्या मुलीकडे पाहिले. गाडीच्या तळाला घट्ट बसवलेल्या इंग्रजी 'डी' अक्षराच्या आकाराच्या कड्यामध्ये अडकवलेल्या हातकड्यांमध्ये तिचे हात अडकवून टाकलेले होते.

तिचा श्वासोच्छ्वास चालला असल्याची त्याने एकदा खात्री केली आणि तिच्या डोक्यावर मारलेल्या फटक्याची जागा तपासून पाहून आपल्याला जिथे पोहोचायचे आहे, तिथपर्यंत ती शुद्धीवर येणार नाही, याचीदेखील खातरजमा केली. मग कसलीच जोखीम नको म्हणून दारे बंद करून सगळी कुलुपबंद केली. कारचा गियर बदलला आणि विमानतळापासून दूर घेऊन जाणाऱ्या सर्व्हिस रोडवर घेत गाडी रुइन शहराच्या दिशेने पळवायला सुरुवात केली.

सहा

माझ्या बांधवांनो, मी तुम्हाला कळकळीची विनंती करतो, आपल्या या पृथ्वीशी प्रामाणिक राहा आणि जे कोणी पारलौकिकाच्या आशा दाखवतात, त्यांच्या बोलण्यावर विश्वास ठेवू नका!

ऑल्सो स्प्राच झरतुष्ट्र
फ्रेडरिक निएत्शे

१२२

"आम्हाला एकांत हवाय!" मठाधिपती म्हणाले.

आपल्या मालकाऐवजी दुसऱ्याच कुणाच्यातरी तोंडून अशी आज्ञा कानी पडल्यामुळे आश्चर्यचकित झालेला अख्खा वैद्यकीय परिचारक ताफा चमकून वर पाहू लागला. गोंधळल्या स्थितीत ते हातातले काम खाली ठेवून उभे झाले; पण त्यांचे सगळे लक्ष एकदा प्रमुख पुरोहितांवर, त्यांचे अवघ्या आयुष्याचे नियंत्रण करत असलेल्या जीवनदात्या यंत्रांवर आणि दारामध्ये उभ्या राहिलेल्या धिप्पाड मठाधिपतींकडे असे भिरभिरत होते.

अंगभर पसरलेल्या शुभ्र चादरीच्या असंख्य लाटांमधून प्रमुख पुरोहितांचा शुष्क, खरखरता आवाज ऐकू येऊ लागला, "मला तुम्हाला सांगावंसं वाटतं की, अजूनही मी इथला प्रमुख आहे. म्हणजे तुम्हाला याची आठवण असावी म्हणून सांगतो."

"क्षमा करा, फादर," मठाधिपती म्हणाले. "परंतु मी एक तातडीची आणि महत्त्वाची बातमी घेऊन आलो आहे... आपल्या पवित्र संस्करण – विधानाबद्दल आहे ती."

परिचारकांचे पथक तिथेच घुटमळत पुढची आज्ञा मिळण्याची वाट पाहत होते. "असं असेल तर तुम्ही बाहेर जाऊ शकता," प्रमुख पुरोहित म्हणाले. प्रत्येकाने आपल्यावर जबाबदारी असलेली यंत्रे नीट काम करताहेत ना ते तपासून पाहिले आणि आपल्यामागे दार बंद करून घेत बाहेर गेले.

"माझ्या जवळ या," पुरोहितांनी अंधारालाच जवळ बोलावत म्हटले. "मला तुमचं तोंड पाहायचं आहे."

मठाधिपती पलंगाकडे सरकले आणि त्या परिचारक भुतांनी नुकत्याच दैवावर विसंबून सोडलेल्या यंत्रांपाशी येऊन थांबले. "पूर्वसूचना न देता आल्याबद्दल मला खेद होतो," जीवनदात्या यंत्रांचा आवाज कमी करत ते म्हणाले. "पण पवित्र

संस्करण-विधानाबाबत काही घडामोडी घडत आहेत. काहीतरी विलक्षण घडतं आहे.'' बोलता-बोलता ते पुरोहितांच्या पलंगाच्या बाजूला आले आणि त्यांचे काळेभोर भेदक डोळे आपल्या मनाचा खोलवर ठाव घेत आहेत, याची त्यांना तत्काळ जाणीव झाली.

''आणि याचा रक्तकर्मी गटातल्या त्या तीन नाहीशा झालेल्या, या पर्वतागारात कुठेही ठावठिकाणा सापडत नसलेल्या संन्याशांशी काही संबंध आहे?''

मठाधिपती हसतच म्हणाले, ''हा, तेही आहेच.''

''हो, त्याबद्दलच विचारतोय मी!'' मनात खदखदणाऱ्या संतापाने अचानक त्यांच्या आवाजाला धार चढली.

''त्याबद्दलच तर मला तुमच्याशी जरा बोलायचं आहे,'' असे म्हणत मठाधिपतींनी त्या पुराण पुरुषाकडे पाहिले. शेवटचे पाहिले होते, त्यानंतरच्या काही तासांतच ते अतिशय वृद्ध झाल्यासारखे दिसत होते. त्यांची जीवनऊर्जा संपुष्टात आल्यासारखी दिसत होती आणि पुनर्जीवित करण्याची त्यांची सगळी क्षमतादेखील खर्ची पडल्यासारखी दिसत होती. ''मला नुकतंच असं कळलं आहे की, त्यांना बंधू सॅम्युएलच्या बहिणीचा शोध लागला आहे,'' पुरोहितांची काय प्रतिक्रिया होते, यावर लक्ष ठेवत ते म्हणाले. ''तिला इथे घेऊन यायला मी त्यांना सांगितलं आहे. इथे शक्तिपीठ पर्वतागारात – माझ्यासमोर.''

थोड्याशा का होईना; पण गरम झालेल्या रक्तामुळे त्या वृद्धाच्या पांढऱ्या फटक चेहऱ्यावर लाल रंग चढला. ''अशा प्रकारचा निर्णय घेऊन कृती करण्यापूर्वी आपण पुरोहित पद अधिकृतपणे ग्रहण केलं असणं इथल्या प्रथेप्रमाणे आवश्यक आहे, मठाधिपती.''

''क्षमा करा, पण कधीकधी नेता होण्यासाठी नेत्यासारखेच निर्णय घेऊन कृती करणं आवश्यक असतं.'' जणू काही पुरोहितांच्या डोळ्यांवर येणारे लांबसडक केस हलक्या हाताने बाजूला करावे, त्याप्रमाणे आपले हात पुढे करत मठाधिपती म्हणाले.

झपाट्याने तिथली उशी उचलून त्यांनी ती पुरोहितांच्या तोंडावर टाकत आपल्या भल्या मोठ्या पंजाने त्यांच्या नाकावर दाबून धरली आणि त्यांनी नखांनी खरवडूनदेखील कसलाही इशारा करू नये, म्हणून दुसऱ्या हाताने त्यांची मनगटे करकचून दाबून धरली. त्या वृद्ध मानवाची जीवधारणा टिकवून ठेवणाऱ्या यंत्रांपैकी कोणत्या तरी यंत्राने त्या वृद्धाच्या अवस्थेत गंभीर बदल झाला असल्याची सूचना देणारी हलक्या आवाजातली घंटा त्यांच्या कानी पडली. आता कुणीतरी धावत तिथे येईल, म्हणून मठाधिपतींनी पावलांचा कानोसा घेत सावधपणे दाराकडे पाहिले; पण काहीच चाहूल लागली नाही. अस्थिपंजर झालेल्या पुरोहितांच्या देहातली सगळी जीवनऊर्जा विझून

जाईपर्यंत त्यांनी पुरोहितांना तसेच घट्ट दाबून ठेवले आणि खात्री झाल्यावर उशी बाजूला केली. पुरोहितांचे टक्क उघडे डोळे छताकडच्या अंधाराकडे पाहत होते आणि ओठ चंबूच्या तोंडासारखे गोलाकार होऊन राहिले होते. मग मठाधिपती त्या जीवरक्षक यंत्रांकडे वळले, धोक्याचा इशारा देणाऱ्या यंत्रणेचा आवाज वाढवला आणि अखेरचा आकांत करत फोडलेल्या टाहोला आवाजाचे परिमाण दिले.

''धावा! लवकर या!'' ते ओरडले आणि पलंगाकडे झेपावले.

दाराबाहेरच्या दगडी जमिनीवर घाईघाईने दाखल झालेल्यांच्या पावलांचे आवाज उमटले. दार जोरात उघडले आणि परिचारकांचा ताफा आपल्याबरोबर आत घेऊन आले. एक जण यंत्रांपाशी गेला, तर दुसरा प्रमुख पुरोहितांजवळ आला. ''त्यांचा श्वास अडकला,'' दोन पावले मागे सरकत मठाधिपती म्हणाले. ''ते ठीक आहेत ना?''

धोक्याचा इशारा देणाऱ्या घंटेचा आवाज अजूनही घणघणतच होता आणि परिचारक वृद्धाच्या छातीवर दाब देत कृत्रिम श्वसनपद्धतीने त्यांचा श्वास पुन्हा सुरू करण्याचा प्रयत्न करत होते आणि आणखी काही जण श्वसनमार्गात तयार होणारे तंतुमय पदार्थ बाहेर काढणारे यंत्र त्यांच्या जवळ आणत होते.

''तुम्हाला शक्य आहे ते सर्व काही करा,'' मठाधिपती म्हणाले. ''तोपर्यंत मी आणखी मदत घेऊन येतो.''

हलकेच दारातून बाहेर पडल्यावर मात्र मदत मिळवायला जाण्याऐवजी ते तडक पर्वताच्या खालच्या भागातल्या गुहांकडे निघाले. या प्रकाराची कसलीही चौकशी होणार नव्हती. कारण मठाधिपतीच आता प्रभारी प्रमुख पुरोहित होते आणि ते स्वतःच अशी चौकशी सुरू करणार नव्हते. शिवाय पुढे घडणार असलेल्या घटनांमुळे त्यांचा दुःखद मृत्यू झाकोळून जाणार होता.

मठाधिपतींनी आपल्या मार्गातला शेवटचा अडसर तर आता दूर केला होता. आता ते त्यांच्या नशिबातच जे लिहिले होते, त्याचा उपभोग घेणार होते.

१२३

हळूहळू गॅब्रिएल शुद्धीवर आला.

सुरुवातीला तर त्याचे डोळे उघडायलाच तयार नव्हते. होता तिथेच तो होता तसाच काही काळ पडून स्फोटकांचा आणि जळक्या लाकडाचा वास आणि आणखी एक वास श्वासागणिक अनुभवत राहिला. यापूर्वी सैन्याला मदत पुरवणाऱ्या ट्रकवर सुदानमध्ये गुरिल्ला हल्लेखोरांनी चढवलेल्या हल्ल्यादरम्यान असा वास त्याला शेवटचा अनुभवायला मिळाला होता. सरकारी सैन्याच्या तुकडीबरोबर हल्ल्याच्या जागेचा तपास करायला गेला असताना गॅब्रिएलला तिथल्या हवेत असाच चिकट धुराच्या ढगाचा वास अनुभवाला आला होता. गाडीच्या स्टिअरिंग व्हीलला वेल्डिंग केल्यासारख्या चिकटून काळ्या ठिक्कर पडलेल्या ड्रायव्हरच्या शरीराकडे लक्ष गेले, तेव्हा कुठे हा कसला वास होता, ते त्याच्या ध्यानी आले होते. या आठवणी जाग्या होताक्षणी त्याचे डोळे खाडकन उघडले आणि आत्ता इथे काही काळापूर्वी काय घडले होते, तेही त्याला सगळेच आठवले.

त्याने आजूबाजूला नजर फिरवली. तो गोदामाच्या भिंतीला खेटून जमिनीवर पडलेला होता आणि त्याची आई त्याच्या अंगावर निश्चेष्ट पडलेली होती. त्याने तिच्या गालांवर दोन-चार थपडा मारून पाहिल्या. मग शंका येऊन तिच्या मानेच्या बाजूला हृदयाचे ठोके जाणवून देणारी नाडी हाताने चाचपून पाहिली. हृदयाचे ठोके तर जोमाने आणि नियमितपणे पडत होते.

तिच्या खांद्यांना धरून त्याने तिला आपल्या अंगावरून हलकेच बाजूला केले आणि एका कुशीवर वळवले. पडलेल्या स्थितीतून उठताना आणि आईला शुद्धीवर आणण्याचे प्रयत्न करत असताना त्याचे डोके प्रचंड ठणकत होते. त्या ठणक्यांच्या आवाजापलीकडे इमारतीत इतरत्र काही हालचाल जाणवते आहे का, याचा कानोसा घेत तो काही क्षण थांबला. कसलाही आवाज ऐकू आला नाही.

त्याच्या हातातून उडाल्यावर पडलेल्या जागीच त्याची बंदूक पडलेली होती.

बंदूक उचलून त्यात काही बिघाड झालेला नसून सर्व काही व्यवस्थित चालते आहे ना, याची त्याने खात्री करून घेतली आणि मग तो सामानाच्या खोक्यांमागून पुढे सरकला. त्याने ऑफिसकडे पाहिलेदेखील नाही. जे त्याला स्पष्टपणे माहीत होते, ते पाहण्याची त्याची अजिबात इच्छा नव्हती. निदान ती सगळी जागा आता धोका नसलेली झाली असल्याचे पाहिल्याशिवाय आणि ज्या नराधमाने हे कृत्य केले, तो ठार मारला गेला असल्याची खात्री केल्याआधी तर नक्कीच नव्हती.

तो सामानाच्या खोक्यांच्या रांगांमधील बोळवजा जागेत शिरून गोदामाच्या पुढच्या भागाकडे जितके खाली झुकून नजरेआड राहून जाता येईल, तितके दबकत, पण झटपट गेला. आपण किती वेळ बेशुद्ध होतो, याचा त्याला काहीच अंदाज नव्हता आणि तो एक प्रश्नच होता. गोळीबार सुरू झाला, तेव्हा तो इन्स्पेक्टर मदतीसाठी आणखी पोलीस मागवत होता. विमानतळावरचे सुरक्षा रक्षकदेखील दर वीस मिनिटांनी गस्त घालत येत आणि तो जर आत्ता सुरक्षा व्यवस्थेच्या कसल्याही प्रकारच्या कचाट्यात सापडला, तर स्वतंत्रपणे फिरण्यावर मर्यादा येणार होत्या आणि तसे झाले, तर ते शक्तिपीठाच्या फायद्याचेच होते. डोक्याच्या मागच्या बाजूला हात फिरवून पाहिला, तर डोक्याचा जो भाग भिंतीवर आपटला होता, तिथे एक टेंगूळ आले असल्याचे त्याला जाणवले. कवटीच्या हाडाला जरा खोलवर झालेल्या आणि आता काहीशा सुजलेल्या जखमेतून आलेल्या रक्ताने तिथले केस ओले झाले होते. बोटांवर आलेल्या रक्ताकडे त्याने निरखून पाहिले. ते चमकदार लाल होते, गडद किंवा चिकट नव्हते. याचा अर्थ रक्त थिजून घट्ट व्हायला लागले नव्हते. म्हणजेच तो फार काळ बेशुद्ध पडलेला नव्हता. एका अर्थी ते चांगलेच होते; पण तरीही त्याला त्वरित हालचाल करणे आवश्यक होते.

बोळवजा रस्त्याच्या टोकाला पोहोचल्यावर तो जमिनीवर पावलांवरच बसला. बंदूक आपल्या पुढे शक्य तितकी खाली आणि अंगाजवळ धरून सामानाच्या खोक्यामागून झपकन आत-बाहेर डोके काढत त्याने नजर फिरवली. त्याची नजर जिकडे फिरली त्याबरहुकूम त्याच्या हातातली बंदूकदेखील कोणत्याही क्षणी गोळी झाडण्याच्या सज्ज अवस्थेतच फिरली. हँगरचा उघडा दरवाजा आणि सामानाच्या खोक्यांच्या पहिल्या उतरंडीदरम्यान एक माणूस अस्ताव्यस्त पडलेला दिसत होता. त्याचे डोळे सताड उघडे होते आणि डोक्याचा मागचा भाग नाहीसा झालेला होता. गॅब्रिएल सावधपणे त्याच्या जवळून पुढे सरकला, गोदामाच्या उघड्या दाराकडे जाताना त्याची सावध नजर कसलीही आणि कोणतीही हालचाल झाल्यास तिचा वेध घेण्यासाठी भिरभिरत होती.

बाहेर, सारे काही शांत शांत होते. पोलिसांची गाडीही नव्हती आणि विमानतळ सुरक्षा व्यवस्थेचाही मागमूस नव्हता. जवळच्याच गोदामापाशी एक पांढरी व्हॅन उभी

केलेली होती. आपण जिचा पाठलाग केला होता, ती हीच व्हॅन होती, याची त्याला खात्री होती. तेव्हा या व्हॅनमध्ये तीन माणसे होती. आत्तापर्यंत त्याला एक सापडला होता. दाराचा कोपरा पकडून ढकलत त्याने ते बंद केले आणि ते बंदच राहावे, म्हणून त्यावर एक जाड लोखंडी अडसर आडवा बसवला. आपल्या पाठीमागची बाजू सुरक्षित झाल्यावर तो पुन्हा त्या मृतदेहापाशी आला.

ज्या गोळीने तो मेला, ती त्याच्या कपाळावर काढलेल्या ताऊच्या चिन्हातली आडवी आणि उभी रेघ जिथे मिळते, तिथेच अचूकपणे घुसली होती. जखमेभोवती काहीच रक्त नव्हते. म्हणजे मृत्यू तत्काळ आला होता. अरेरे! इतका वेळ त्याच्या गळ्यात आवंढा रुतवणाऱ्या आणि डोळ्यांना झोंबणाऱ्या भावनेला वाट करून देण्यासाठी त्याने एक दीर्घ सुस्कारा सोडला; पण त्याला मन एकाग्र करायलाच हवे होते. दोन माणसांचा अजूनही हिशेब लागलेला नव्हता आणि पोलीस इथे पोहोचायला काही फार वेळ लागणार नव्हता.

खाली बसत गॅब्रिएलने त्या मेलेल्या माणसाचे खिसे तपासले. त्याच्या लाल विंडचीटरवरून हात फिरत असताना खसखस आवाज होत होता, मानेजवळच्या जखमेमुळे लगद्यासारख्या झालेल्या भागावर आणि रक्तावर आपला हात पडू नये, याची काळजी घेत चाचपून पाहिले. निदान याला तरी मरण्यापूर्वी यातना भोगाव्या लागल्या होत्या.

त्याला व्हॅनच्या किल्ल्या आणि एक क्रेडिट कार्डाच्या आकाराचा कोरा प्लॅस्टिकचा तुकडा सापडला. जुन्या टाऊन हॉलच्या बाजूच्या गल्लीमध्ये ही व्हॅन कशाची तरी वाट पाहत उभी असल्याचे पाहिलेले त्याला आठवले. व्हॅनच्या ड्रायव्हरने एक कार्ड दाराजवळच्या खाचेतून फिरवले होते. व्हॅनच्या किल्ल्यांबरोबर ते कार्डदेखील त्याने खिशात ठेवले आणि त्या मयत इसमाची बंदूक उचलली. एका कॅनव्हासच्या बॅगेजवळ एक सायलेन्सर पडलेला होता. खेकड्यासारखे जमिनीसरपट सरकत गॅब्रिएलने ती काळी लोखंडी नळी उचलली आणि बॅगेचे कव्हर वर उचलायला वापरली.

बॅगेत ९ एमएमच्या चार पूर्ण भरलेल्या गोळ्यांच्या फैरी होत्या, दोन ग्रेनेड्स होते आणि हातघाईच्या लढाईच्या प्रसंगी सैनिक आपल्याबरोबर बाळगतात, तसलाच अगोदरच सज्ज करून ठेवलेल्या इंजेक्शनच्या सिरींजेस ठेवलेला एक प्लॅस्टिकचा डबा होता. याशिवाय बेगमी म्हणून ठेवलेल्या दोन-चार पाण्यासारख्या द्रवाने भरलेल्या शिश्यादेखील होत्या. त्याने त्यावरचे लेबल वाचले – केटामाइन. म्हणजे सर्वसामान्यपणे घोड्यांना बेशुद्ध करण्यासाठी प्राण्यांचे डॉक्टर जे जबर ताकदीचे औषध वापरतात, ते त्यात होते. ती ग्लॉक प्रकारची बंदूक आणि सायलेन्सर त्याने बॅगेत टाकला, बॅग खांद्यावर टाकली आणि गोदामाच्या पाठीमागे असलेल्या

ऑफिसच्या दिशेने जाणाऱ्या खोक्यांच्या उतरंडीमधल्या वाटेत शिरला.

बोळवजा वाटेच्या टोकाकडे पोहोचत असताना त्याला स्फोटानंतरच्या कडवट धुराचा वास जाणवायला लागला आणि ऑफिसची चिरफळ्या उडालेली बाहेरची भिंत दिसली. भिंतीच्या बाहेरच्या बाजूला जमिनीवर तयार झालेल्या काळ्याशार बारीक कणांच्या वर्तुळाने स्फोट नेमका कुठे झाला, ते समजत होते. जमिनीच्या मजबूत काँक्रीटमुळे स्फोटातला बराचसा भाग वर उधळला होता आणि नि:संशयपणे त्याचा जीव वाचवला होता, हे अगदी स्पष्ट होते. वाटेच्या शेवटापाशी पोहोचल्यावर क्षणभर थांबून मनात उसळणारा संताप थोडा शांत करण्यासाठी त्याने एक खोलवर श्वास घेतला आणि पुढचे पाऊल टाकले.

ऑस्करच्या देहाचे जे काही उरले होते, ते ऑफिसच्या दाराजवळच पडले होते. युद्धभूमीवरच्या जखमींना गॅब्रिएलने यापूर्वीदेखील पाहिले होते. आधुनिक शस्त्रास्त्रांच्या दात आणि नख्यांनी ओरबाडून चिंध्या केलेली शरीरे पाहिली होती; पण आपल्या नात्यातल्याच कुणाचे तरी असे होताना पाहिले नव्हते. गळ्यातला हुंदका दाबून धरत तो आपल्या आजोबांकडे गेला. त्यांच्या शरीराच्या स्फोटामुळे झालेल्या लाल रक्तामांसाच्या चिखलाकडे जाणीवपूर्वक न पाहता, एवढ्या स्फोटानंतरही अस्पर्श राहिलेल्या त्यांच्या चेहऱ्यावर लक्ष केंद्रित केले. ऑस्कर पोटावर पडले होते. त्यांचे तोंड एका बाजूला वळलेले होते आणि जणू विश्रांती घेत असावेत, तसे त्यांचे डोळे मिटलेले दिसत होते. त्यांच्या चेहऱ्यावर शांत भाव होते. शिसवी लाकडासारखी कांती असलेल्या त्यांच्या गालावर रक्ताचा एक चमकदार ओघळ दिसत होता. खाली वाकून गॅब्रिएलने तो अगदी हळुवारपणे आपल्या अंगठ्याने निपटून काढला. त्यांच्या शरीरात अजूनही ऊब जाणवत होती. पुन्हा खाली वाकून त्याने त्यांच्या कपाळाचे चुंबन घेतले. मग उसळणाऱ्या भावनांनी आपल्याला गलितगात्र करण्यापूर्वीच त्यांना नीटपणे झाकण्यासाठी जवळपास काही मिळतेय का, ते पाहण्यासाठी सरळ उभा राहिला. आपल्या आसपास सगळे काही सुरक्षित असल्याची त्याने अद्याप खातरजमा केलेली नव्हती आणि त्याला लिव्ह कुठे आहे, हेदेखील कळलेले नव्हते. एका खोक्याजवळची ताडपत्री ओढून त्याने ती ऑस्करच्या देहावर पसरली. मग कमरेत वाकत दारातून पुढे होत ऑफिसात प्रवेश केला.

१२४

खोलीच्या पाठीमागच्या बाजूला असलेले आगीच्या प्रसंगी बाहेर पडण्याच्या वाटेचे सताड उघडेच पडलेले दार पाहिल्याबरोबर गॅब्रिएलच्या मनात संशयाची पाल चुकचुकली. हातातली बंदूक सज्ज करत तो त्या दाराकडे सरकला आणि दाराबाहेर डोकावून पाहिले. इन्स्पेक्टर जमिनीवर पडलेला होता. लिव्ह नाहीशी झालेली होती.

गोदामांच्या बाहेरील परिघाजवळून गस्तीची गाडी जात-येत नाही ना, याची खात्री करत बाहेर येऊन त्याने इन्स्पेक्टरच्या खांद्याखाली हात घालत त्याला मागे खेचत ऑफिसात आणण्याचा प्रयत्न केला आणि त्याच्या घशातून उमटलेल्या घुसमटल्या आवाजातल्या कण्हण्याच्या आवाजाने दचकून जात जवळपास धपकन सोडूनच दिले.

मग नीट आतमध्ये खेचून घेत दार बंद करून घेतले आणि त्याच्या गळ्याजवळ नाडी लागतेय का, याचा अंदाज घेतला. नाडी लागली; पण शर्टावर पुढच्या बाजूला पडलेल्या दोन छिद्रांमुळे त्याच्या कपाळावर आठ्या पडल्या. अगदी जवळजवळ आणि वेड्यावाकड्या प्रकारे पडलेली होती ती छिद्रे. त्यातल्या एका छिद्रात त्याने बोट घालून पाहिले, तेव्हा त्याला गरम धातूचा स्पर्श जाणवला. आपले बोट दुसऱ्या छिद्राच्या दिशेने खेचत त्याने शर्टाचा तेवढा भाग फाडला, तेव्हा शर्टाच्या आत जिथे हृदय असायला हवे होते, नेमके तिथेच आपटलेल्या दोन गोळ्यांच्या खुणांखाली असलेले चिलखत त्याला दिसले. बंदुकीच्या गोळ्यांचा दणका त्याला बेशुद्ध पाडायला पुरेसा होता, पण त्याने तो मरणार मात्र नव्हता.

"ए," त्याच्या गालांवर जोरात थपडा मारत गॅब्रिएल म्हणाला, "चल, ऊठ लवकर."

तरीही शुद्धीवर येत नाही, असे पाहून जरा जास्तच जोरात थपडा मारायला लागल्यावर शेवटी अर्काडियनने तोंड त्या मारापासून दूर वळवले आणि कष्टपूर्वक डोळे उघडले. त्याची नजर गॅब्रिएलवर पडली. स्थिर झाली. मग त्याने उठायचा

प्रयत्न केला.

"घाई करू नकोस." त्या दोन गोळ्या त्याच्या छातीवर ज्या ठिकाणी आदळल्या होत्या, तिथे एका हाताने दाबून धरत गॅब्रिएल म्हणाला. "तुझ्यावर गोळीबार झाला होता. असा झटक्यानं उठायचा प्रयत्न केलास, तर कदाचित तुझी पुन्हा शुद्ध हरपेल आणि डोकं आपटेल. मला हे सांग की, तुम्ही कुठल्या कारमधून इथे आला होतात?"

"पोलीस खात्याची कसलीही निशाणी नसलेली कार." कोरड पडलेल्या घशातून अर्काडियनला स्वत:लाच अनोळखी असलेल्या आवाजात शब्द बाहेर पडले.

"ती नाहीये आता इथे." असे बोलत त्याने खिशात हात घालून त्याचा मोबाइल फोन काढला. "ज्याने कुणी ती नेली, त्यानेच बहुधा तुझ्यावर गोळ्या झाडल्या आणि तू मेला आहेस, असं समजून तुला इथेच सोडून दिलं. ती कार चोरीला गेली आहे, असं तू तुमच्या खात्यात कळवावंस, असं मला वाटतं. इथून शक्तिपीठादरम्यान कुठेतरी रस्त्यावरच ती असेल; पण जे कुणी तिथे जातील, त्यांना सावधगिरी बाळगायला सांग. त्यांच्याबरोबर ती मुलगीदेखील त्या कारमध्ये आहे."

फोनकडे पाहता-पाहता अर्काडियनला आपल्याबरोबर गाडी चालवत आलेला आणि तो गोदामाकडे येत असताना कारमध्येच बसून राहायला सांगितलेला अधिकारी आठवला. "आणि कारचा ड्रायव्हर?" त्याने विचारले.

थंड, निर्विकार नजरेने त्याच्याकडे पाहत गॅब्रिएल म्हणाला, "तोदेखील त्या गाडीतच असेल."

अर्काडियनने सगळे कळल्यासारखी मान हलवली. त्याच्या चेहऱ्यावर चिंतेचे जाळे पसरले. जखमी नसलेल्या हाताने त्याने मोबाइल घेतला. सेंट्रल डिस्पॅच खात्याच्या फोन नंबरचे पहिले तीन आकडे त्याने दाबले होते; पण तेवढेच. कारण तेवढ्यात त्यांना बाहेर गोदामाच्या भागात काहीतरी हालचाल झाल्याचा आवाज ऐकू आल्यामुळे ते दोघेही जागच्या जागी गोठल्यासारखे झाले.

शक्य तितके जमिनीशी समांतर होत, खाली वाकून आपले डोके खिडक्यांच्या खाली ठेवत गॅब्रिएल झपाट्याने पुढे झाला. तो आवाज पुन्हा ऐकू आला. स्थितीज विद्युत भाराच्या कणांचा किंवा जाडसर प्लॅस्टिकचा होतो, तसा तो तडतडण्याचा आवाज होता. दाराजवळ पोहोचण्यापूर्वी आणि तो महाभयंकर आवाज हवेचा पडदा टराटरा फाडत, एखाद्या तीव्र वेदनेच्या आणि आक्रोशाच्या किंकाळीसारखा, कानावर कोसळण्यापूर्वीच्या अर्ध्या क्षणातच ते काय होते, याचा त्याला अंदाज आला.

दाराजवळच बाहेरच्या बाजूला हातात ताडपत्री धरून त्याची आई आपल्या वडिलांच्या शेष अवशेषांकडे भग्न नजरेने पाहत उभी होती.

१२५

वर उंचच उंच चढत गेलेल्या पर्वतशिखरांच्या रांगांमधून रहदारीच्या नियमानुसार लागू असलेल्या वेगमर्यादेपेक्षा थोडा कमी वेग राखून गाडी चालवत कॉर्नेलियस मार्ग काढत होता, गाडीची पुढच्या बाजूची फुटलेली काच आणि डिकीमध्ये असलेल्या दोन प्रेतांची काळजी त्याच्या डोक्यात भुणभुणत होती. दिवसाच्या ऐन भरातल्या रहदारीचा जोर आता शेवटाकडे निघून शहराबाहेर ओघळत होता. कॉर्नेलियस चालला होता त्या दिशेने फारच कमी वाहने जात होती. आपली कार चोरीला गेली असल्याचे अर्काडियनने पोलीस मुख्यालयात कळवेपर्यंत दक्षिण हमरस्त्यावर बरीच लांबवर मजल मारून तो शहरभागातल्या रिंग रोडवर पोहोचलादेखील होता आणि मुख्यालयात बसलेल्या माणसाने रेडिओ यंत्रणेद्वारे चोरीला गेलेल्या कारची माहिती सांगून जागोजागी असलेल्या पोलिसांच्या गस्ती गाड्यांना चोरलेल्या गाडीचा शोध घ्यायला सांगायच्या आधीच तो एका बाजूच्या गल्लीत घुसून शहरातल्या अम्ब्रेशियन भागात पोहोचला होता. दिवसाभराच्या उद्योगधंद्यांनंतर बस, मालगाड्या, कार्स इत्यादी वाहने शहराच्या जुन्या भागातून बाहेर पडल्यानंतर शहराचे दरवाजे बंद झाले होते, त्यामुळे हा भाग आता खरे तर अगदी निर्मनुष्य झाला होता. कॉर्नेलियसने गाडी एका गल्लीत वळवली आणि एका स्टीलच्या दारासमोर उभी केली. मोबाइल काढून आपण कुठे आहोत आणि कारमध्ये आपल्याबरोबर कोण आहे, हे सांगणारी माहिती त्यावर टाइप केली आणि पाठवली.

मग तो वाट पाहत थांबला.

एक अख्खे मिनिट गेल्यावर स्टीलच्या दाराच्या आतल्या बाजूला खोलवरून आलेला ढम्म असा आवाज ऐकू आला आणि ते दार हळूहळू वर उचलले जाऊ लागले, तसतसा दारापलीकडचा काळोख भरलेला बोगदा दिसू लागला. त्याने कार पुढे नेली, तसा त्याच्या हेडलाइट्सच्या उजेडात पुढचा गुळगुळीत काँक्रीटचा रस्ता आणि त्याच्या बाजूने पसरलेल्या खडबडीत दगडी भिंती, बोगद्यातला रस्ता जसजसा

उजवीकडे वळू लागला, तसतशा एक एक करून दिसू लागल्या. इकडे, पाठीमागे तो स्टीलचा दरवाजा सरकत खाली येत बंद झाला. चढ-उताराच्या रस्त्यावर टायर घासले जात असतानाचा आवाज कॉर्नेलियसला सुखावत होता. त्याला अचानकच असे जाणवले की, ही त्याची एखादी कार चालवण्याची किंवा शक्तिपीठाबाहेर पाऊल टाकण्याची बहुधा शेवटचीच वेळ असणार होती. या विचारानेदेखील त्याला बरे वाटले. आधुनिक जगाबद्दल किंवा त्यात राहणाऱ्या माणसांबद्दल त्याला काडीचेही प्रेम नव्हते. सैन्यात असताना या पृथ्वीवरच असलेला नरक त्याने अगदी पुरेपूर पाहिला होता. या सगळ्यापासूनची मुक्ती तर आता पुढे होती. त्या जगापासून दूर, इथे उंच पर्वतात – ईश्वराच्या सान्निध्यात होती.

एका लहानशा खड्ड्यातून जाताना कारच्या स्प्रिंग्जमुळे कार उड्या मारल्यासारखी पुढे गेली आणि मग थोड्याशा चढाच्या रस्त्यावरून बोगद्याच्या टोकाशी असलेल्या गुहेकडे गेली. गुहेच्या तळाकडच्या भागात कारच्या दिव्यांचा उजेड पडला, तेव्हा तिथे मध्यभागी भुतासारख्या उभ्या असलेल्या दोन आकृती प्रकाशमान झाल्या. पटकन उजवीकडे वळवून त्या आकृतींपासून बाजूला घेत कॉर्नेलियसने कार उभी केली. धुळीचा आणि कारमधून फेकल्या गेलेल्या धुराचा लोट उसळला. त्याने इंजीन बंद केले, पण हेडलाइट्स चालूच ठेवले. धुळीच्या ढगातून त्याच्याच दिशेने येत असलेल्या दोन आकृती त्या प्रकाशात त्याला दिसत राहिल्या. दोघांनीही मुक्तक गटातील संन्याशांच्या गडद हिरव्या रंगाच्या कफन्या घातल्या होत्या. दार उघडून कॉर्नेलियस बाहेर आला आणि दुसऱ्याच क्षणी आपण घट्ट मिठीत चिरडले जात असल्याचा त्याला अनुभव आला.

मिठी सैल करून त्याला थोडे दूर करत, त्याचे खांदे हाताने धरून ठेवत आणि एखाद्या बापाने बरीच वर्षे काही ठावठिकाणा नसलेल्या मुलाला अचानक समोर पाहावे, तसे अतीव प्रेमाने त्याच्याकडे पाहत मठाधिपती म्हणाले, "इथे पुन्हा एकदा तुझे स्वागत करतो." मग काही क्षण गेल्यावर त्यांनी विचारले, "कुठे काही दुखापत वगैरे नाही ना झालेली तुला?" कॉर्नेलियसने मान हलवून नकार दिला. "तर मग ताबडतोब कपडे बदल आणि आमच्याबरोबर चल." असे म्हणून मठाधिपतींनी कॉर्नेलियसच्या खांद्यावर हात टाकला आणि गुहेच्या पाठच्या बाजूच्या दाराकडे आपल्याबरोबर घेऊन गेले. दारातून बाजूच्याच जोडगुहेत पाऊल टाकल्यावर तिथे जमिनीवर काहीतरी असल्याचे त्यांना दिसले. मठाधिपतींनी हसतच त्याकडे बोट दाखवले. पूर्ण दीक्षा मिळालेल्या मुक्तकाच्या गडद हिरव्या कफनीवर पडलेला लाकडी क्रक्स उचलण्यासाठी कॉर्नेलियस वाकला, तेव्हा त्याच्या डोळ्यांत अश्रू गोळा झाले होते.

१२६

अर्कांडियनने कानाशी लावलेला फोन बंद पडला. त्याने फोनच्या पडद्याकडे पाहिले. सिग्नल दिसत नव्हता. एक तर फोन बंद पडल्यामुळे वैताग आला होता आणि दुसरे पोलीस मुख्यालयातल्या माणसाने जे सांगितले होते, त्यामुळे त्याच्या कपाळाला आठ्या पडल्या. लाल चोथ्यासारख्या झालेल्या आपल्या खांद्याकडे त्याने नजर टाकली. हॉस्पिटलमध्ये पोहोचणे आता अतिशय गरजेचे होते आणि दुसऱ्या-तिसऱ्या कुणाकडून तरी भलतेच काहीतरी ऐकायला मिळण्यापेक्षा, आपण स्वतःच आपल्या बायकोला इथे जे काही घडले, ते फोन करून सांगणेदेखील त्याला आवश्यक वाटत होते; पण प्रत्यक्षात मात्र फक्त आपली कार चोरीला गेली आहे, हे कळवण्याचे एकच काम त्याला करता आले होते. महत्प्रयासाने अंग उचलत तो उभा राहिला आणि सिग्नल मिळतोय का, ते पाहण्यासाठी हातातला फोन जरासा उंच धरला. गोदामातल्या कोंदट जागेत आणखी कुणाच्या तरी कण्हण्याचा प्रतिध्वनी उमटला. त्यामुळे हॉस्पिटलमध्ये जाण्याची गरज असलेले आपण एकटेच इथे नाही, याची जाणीवही त्याला झाली. काचांचा सडा पडलेल्या जमिनीवरून वाट काढत चिरफळ्या उडालेल्या ऑफिसच्या दारापाशी गेल्यावर त्याने बाहेर डोकावून पाहिले.

मध्ययुगीन काळातल्या पुनरुज्जीवन पर्वामधील चित्रांमधील बायबलमध्ये वर्णन केलेल्या चिरंतन दुःखाच्या चित्राबरहुकूम दिसत असलेल्या दाराबाहेरच्या दृश्याने त्याचे स्वागत केले. त्या वृद्धाचे विदीर्ण शरीर डोक्यावरच्या दिव्यांच्या मंद प्रकाशात, चमकदार रेशमाच्या चादरीसारख्या दिसणाऱ्या जाडसर प्लॅस्टिकच्या कापडात गुरफटलेले दिसत होते. गॅब्रिएल त्यांच्या जवळच बसला होता आणि तो आपल्या शोकाकुल आईचे सांत्वन करत असताना तिचे डोके त्याच्या छातीवर विसावले होते. हमसून-हमसून रडता-रडता शोकावेग न आवरून ती त्याच्या जाकिटाला गच्च धरून बसली होती, तेव्हा ते चुरगाळून गेले होते. गॅब्रिएलने वर पाहिले.

"कारचं काय झालं?" दु:खावेगाने चिरक्या झालेल्या आवाजात त्याने विचारले.

"कार कुठे आहे ते त्यांना माहीत आहे," अर्कांडियन म्हणाला. "पोलिसांच्या सगळ्याच गाड्यांवर एक ट्रान्सपाँडर बसवलेला असतो, त्यामुळे रेडिओ यंत्रणा कमजोर झाली की, लगेच त्यांचा ठावठिकाणा लागू शकतो. आमच्या नियंत्रण कक्षातली महिला म्हणाली की, आपल्या या कारमधला ट्रान्सपाँडर कदाचित बिघडला असावा, कारण कारचं ठिकाण अचूकपणे दाखवणारा पडद्यावरचा ठिपका वाटेत येणाऱ्या जुन्या शहरभागातल्या इमारती आणि रस्ते यांना सरळ छेद देत गेला आणि थेट शक्तिपीठ पर्वताच्या मध्यभागापर्यंत उंच गेला आणि थांबला.

गॅब्रिएलने उद्विग्नपणे डोळे मिटले. म्हणाला, "याचा अर्थ आपल्याला आता फार उशीर झालेला आहे."

"नाही," घोगरा, पण कणखर आवाज ऐकू आला. डोके उचलून कॅथरीन थेट अर्कांडियनकडे पाहत बोलत होती. "त्या संन्याशानं गिळलेल्या त्या बिया आहेत ना! त्या बिया सुरक्षित आहेत, याची तुम्ही अगोदर खात्री करून घ्या," ती म्हणाली. अर्कांडियन विचारात पडला. बियांबद्दल कुणालाच काहीही माहिती असायला नको होते. "त्या बिया म्हणजेच ते संस्करण-विधान असावं, असं आम्हाला वाटतंय," त्याचा गोंधळ उडालेला पाहून जरा जास्त स्पष्टीकरण दिल्यासारखे कॅथरीन म्हणाली.

डोके हलवत नकार देत अर्कांडियन म्हणाला, "पण त्या तर साध्या सफरचंदाच्या बिया आहेत. आम्ही त्या तपासून पाहिल्या आहेत."

त्याने उच्चारलेल्या शब्दांच्या वजनाने एक जडशीळ शांतता वातावरणात भरून उरली. सगळेच जण अविचलपणे स्तब्ध बसून राहिले. या नव्या माहितीचा त्यांना अगोदरच माहीत असलेल्या गोष्टींशी ताळा करत बसलेल्या गॅब्रिएल आणि कॅथरीनकडे अर्कांडियन पाहत राहिला. मग गॅब्रिएल पुढे झुकला. आपल्या आईच्या कपाळाचे चुंबन घेतले आणि उठून उभा राहिला.

"जर त्या बियांना काहीच अर्थ नसेल, तर त्या मुलीच्या असण्यालाच काहीतरी अर्थ असेल. म्हणजे तीच या सगळ्या प्रकरणातला महत्त्वाचा भाग आहे. सुरुवातीपासूनच ती तशी होती आणि म्हणूनच मी तिला आता परत आणणार आहे." अर्कांडियनला ओलांडून ऑफिसात जाता-जाता गॅब्रिएल म्हणाला. जमिनीला समांतर वाकून चालत जात त्याने काळी कॅनव्हासची बॅग उचलली आणि जवळच्याच टेबलावर ठेवली.

"हे माझं काम आहे." पुन्हा एकदा सिग्नल दाखवू लागलेल्या फोनकडे पाहत अर्कांडियन म्हणाला. सेंट्रल डिस्पॅच विभागात फोन करण्यासाठी त्याने शेवटचा नंबर पुन्हा झटपट डायल करायचे बटण दाबले. "जर तिचं अपहरण करून तिला शक्तिपीठात पळवून नेलं असेल, तर ते त्यांना नाकारता येणार नाही. आपण

पोलीस कमिशनरसाहेबांना यात लक्ष घालायला सांगू, राजकीय दबाव आणू. या प्रकरणाच्या चौकशीमध्ये आपल्याशी सहकार्य करायला त्यांना भाग पाडू."

"ते असं काही घडलं आहे, हे मान्यच करणार नाहीत." बॅग उघडून आत हात घालत गॅब्रिएल म्हणाला. "शिवाय या पद्धतीनं वेळदेखील खूपच लागेल. कोणीही राजकीय पुढारी यात लक्ष घालायला लागेपर्यंत ती मुलगी मेलेली असेल. सेंट्रल डिस्पॅच विभागातल्या महिलेशी तुम्ही बोललात, तेव्हादेखील ती कार पुढे कुठेतरी चाललीच होती, असं तुम्ही म्हणालात. याचा अर्थ ती फक्त वीस मिनिटांनी आपल्या पुढे आहे. तिथे लवकरात लवकर पोहोचून तिला तिथून बाहेर काढणं आपल्यासाठी अतिशय महत्त्वाचं आहे."

"आणि आपण हे कसं काय करू शकणार आहोत, असं म्हणतोयस तू?"

गॅब्रिएलने अत्यंत जलद गतीने केलेली हालचाल अर्कांडियनला नुसतीच एक धूसर रेषा इकडून तिकडे सरकल्यासारखी दिसली आणि अर्कांडियनला खांद्यावर पडलेली थाप जाणवली. "आपण नाही!" गॅब्रिएलचे शब्द ऐकू आले.

अर्कांडियनने खांद्याकडे पाहिले. गॅब्रिएलने जिथे थाप मारली, असे वाटले होते, तिथे एक सिरींज रुतून लटकलेली दिसत होती. हात वर करून ती सिरींज काढून टाकण्याचा प्रयत्न करताना धक्का बसल्यासारखा तो मागे धडपडला. त्याचा सगळा हात आत्ताच जड व्हायला लागला होता. मागे जात तो भिंतीवर धडकला आणि त्याच्या पायांतले त्राण जाऊ लागले. पुढे होत गॅब्रिएलने त्याला धरले आणि तो धाडकन जमिनीवर आदळू नये, याची काळजी घेतली. अर्कांडियनने काहीतरी बोलायचा प्रयत्न केला, पण त्याची जीभदेखील आता वळेनाशी झाली होती.

"मला क्षमा कर," गॅब्रिएलचा आवाज कुठूनतरी दूरवरून आणि खोलातून आल्यासारखा वाटत होता.

त्याच्या खांद्यात लागलेल्या गोळीची जखम आता फारशी दुखत नसल्याची जाणीव, ही त्याच्या मनात रेंगाळलेली शेवटची जाणीव होती.

१२७

पर्वताच्या या भागात कॉर्नेलियस यापूर्वी कधीच आला नव्हता. हळूहळू वर वर चढत गेलेल्या दगडी पायऱ्यांचा जिना अतिप्राचीन तर होताच आणि अरुंदही होता, शिवाय वापरात नसल्यामुळे धुळीने भरला होता. रक्षक वाट दाखवत पुढे चालत होता. त्याच्या हातातल्या दिवटीचा लालसर पिवळा प्रकाश बाजूच्या खडबडीत भिंतींवर आणि त्याने खांद्यावर घेतलेल्या त्या मुलीवर पडत होता. तिचे दोन्ही हात खाटकाने कापून लटकावून ठेवलेल्या हरणाच्या तंगड्यांसारखे खाली लोंबकळत होते. कॉर्नेलियसला कुणाच्याही बोलण्याचा किंवा वस्तू हलवल्याचा किंवा दूरवर आत कुठेतरी काहीतरी होत असल्याची खूण म्हणावा असा, कसलाही आवाज ऐकू येत नव्हता. ऐकू येत होता फक्त पर्वताच्या गाभ्यामध्ये अडकून पडलेला पर्वताचाच नैसर्गिक हुंकार. काहीतरी चुकतेय, असे वाटायला लावणारा आवाज, त्यांच्या स्वत:च्याच जोरजोरात चाललेल्या श्वासांचा आणि सावकाश ठरावीक गतीने पडत त्या अंत दिसत नसलेल्या जिन्याच्या पायऱ्या चढणाऱ्या त्यांचाच पावलांचा होता.

वरच्या टोकाला पोहोचायला त्यांना तब्बल वीस मिनिटे लागली आणि तिथे पोहोचून एका बंदिस्त गुहेमध्ये त्यांची ही पायपीट संपेपर्यंत कॉर्नेलियस त्याच्या नव्या गडद हिरव्या कफनीखाली घामाने पूर्ण डबडबला होता. भिंतीमध्ये जागोजागी लावलेल्या मेणबत्त्यांचा प्रकाश त्या गुहेशी जोडलेले वेगवेगळ्या दिशांना जाणारे बोगदे दिसायला पुरेसा होता. प्रत्येक बोगदा अरुंद होता आणि अगदी ओबडधोबडपणे बांधून काढलेला होता. मध्यवर्ती बोगद्याच्या टोकाशी एक मंद प्रकाश थरथरत होता आणि पुढे चाललेला मुक्तक वेषातील रक्षक तिकडेच निघालेला दिसत होता. त्या पर्वताच्या जवळपास सगळ्यात वरच्या भागात त्या मुलीला खांद्यावर उचलून आणल्यानंतरदेखील त्याची पावले तशीच दमदारपणे पडताना दिसत होती. मठाधिपती त्याच्या मागेच चालत होते आणि बोगद्यात शिरताना त्यांना वाकावेच लागले, कारण ज्या कुणी लोकांनी हे सगळे हजारो वर्षांपूर्वी बांधून काढले होते, ते लोक

उंचीने या पर्वताच्या सभोवतालच्या प्रदेशात एकमेकांत कुजबुजत वाढणाऱ्या जंगली गवतापेक्षा जास्त कधी वाढलेच नव्हते. आता पुढे जे घडण्याची अपेक्षा निश्चितपणे करता येत होती, त्याबद्दलचा आदरभावच जणू व्यक्त करत असावे, तसे मान खाली घालून ते पुढे चालत राहिले. पुढे 'कपाली दिओस स्पेशालिस' किंवा 'चॅपेल ऑफ गॉड्स होली सीक्रेट' – म्हणजेच ते संस्करण-विधान जिथे ठेवले होते, ते पवित्र स्थळ होते.

जसजसे ते त्याच्या जवळ पोहोचू लागले, तसतसा बोगद्याच्या टोकाकडचा प्रकाश वाढू लागला. बाजूच्या भिंती आणि छत अधिक प्रकाशमान होऊ लागले. त्या प्रकाशाने एक गोष्ट स्पष्ट केली; कॉर्नेलियसला आधी वाटले होते, तशी ती जागा ओबडधोबडपणे खोदून कोरून बनवलेली नव्हती, तर त्याउलट तिथे शेकडो नीटसपणे कोरलेली चिन्हे दिसत होती. बाजूने चालता चालता कॉर्नेलियसला एक-एक चिन्ह स्पष्ट होताना दिसत होते – एका भरपूर फळे लगडलेल्या झाडाभोवती वेटोळे घातलेला साप; आणखी एक झाड, त्याचा आकार ताऊसारखा होता आणि त्याच्या पसरलेल्या फांद्यांच्या सावलीत उभा असलेला एक माणूस, असे एक-एक. तिथे असलेल्या आणखीही काही वेड्यावाकड्या रेखाटलेल्या चित्रांमध्ये वेगवेगळी दुःखे भोगत असलेल्या स्त्रिया दिसत होत्या – खोड्यात घालून हाडे मोडली जात असलेली एक; तर आगीत होरपळत असलेली दुसरी, तर आणखी एखादी पुरुषांकडून तलवारी आणि कुऱ्हाडींनी उभी चिरली जात असलेली – अशी चित्रे होती त्यात. त्याने जन्मभर ज्या बुरख्यातल्या स्त्रीची कल्पना केली होती, तिच्यासारख्याच या प्रत्येक चित्रातल्या स्त्रिया दिसत होत्या आणि त्या मरणप्राय यातना भोगत असल्याचे पाहून त्याचे मन समाधान पावले. चित्रे पाहता-पाहता, त्याची अख्खी पलटण नाहीशी झाली होती, त्या पूर्वीच्या दिवसांत काबुलच्या मुख्य रस्त्यापासून जरा बाजूला असलेल्या वाळवंटी भागात अचानक सामोरे आलेले एक मंदिर त्याला आठवले. त्या देवळाच्या पडझडीला आलेल्या भिंतींवरदेखील अशाच प्रकारची सांकेतिक चित्रे चितारलेली होती. जाता काळ आणि हवामानाचा वर्षानुवर्षे परिणाम झालेली निव्वळ साधी रेखाचित्रे होती ती आणि त्यात काळाच्या उदरात गडप झालेल्या प्राचीन आणि क्रूर गोष्टी धूळ खात पडलेल्या होत्या.

तो बोगद्यातून पुढे चालत राहिला, तसतशी भिंतींवरची चिन्हे पुसट होत गेली. अतिप्राचीन काळातील आठवणी कालौघामध्ये जशा पुसट होत जाव्यात, तसेच वाटत होते ते आणि पुसट होत होत शेवटी ती तिथल्या काळ्याकभिन्न दगडातच विलीन झाल्यावर तो मार्ग थोडा रुंद झाला आणि एका जराशा मोठ्या खोलीमध्ये उघडला. आत प्रवेश केल्यावर कॉर्नेलियस सरळ उभा राहिला. समोरच्या भिंतीत कोरलेल्या एका छोट्याशा भट्टीतून बाहेर पडणाऱ्या गरम आणि लाल प्रकाशाच्या प्रखरपणामुळे त्याचे डोळे दिपले. त्याच्या समोरच लाकडी चौकटीत बसवलेले

हत्यारांना धार लावायच्या दगडाचे चार गोल तुकडे एका रांगेत रचून ठेवलेले हॅलोविनच्या प्रकाशात दिसत होते आणि त्यांच्या पाठीमागची भिंत व्यापून टाकणारा आणखी एक मोठा गोल दगड भिंतीवर लावलेला दिसत होता. त्याचा आकार पूर्ण वाढ झालेल्या माणसापेक्षा थोडासाच कमी होता आणि एखाद्या जुन्या जात्याच्या दगडासारख्या दिसणाऱ्या त्या दगडावर ठरावीक अंतरावर वर डोके काढून उभ्या राहिल्यासारख्या दिसणाऱ्या चार लाकडी खुंट्या दिसत होत्या. मध्यभागी ताऊचे चिन्ह कोरलेले होते. कॉर्नेलियसने जेव्हा ते पाहिले, तेव्हा हा विचित्र दगड म्हणजेच ते संस्करण-विधान आहे, असे वाटून त्याचा काय अर्थ असेल, याचा त्याला अचंबा वाटत राहिला. त्या दगडावर आणि खाली खोलवर कोरलेल्या रेषा आणि त्या चिन्हापाठीमागे असलेल्या भिंतीचा गुळगुळीतपणा जरा वेळाने त्याच्या ध्यानी आला. म्हणजे ते एक दार होते.

आणि म्हणजेच खरे संस्करण-विधान त्या दारापलीकडे असणार होते.

पर्वताच्या खालच्या भागातल्या अंधाऱ्या बोगद्यांमध्ये-गुहांमध्ये असलेल्या ग्रंथालयामध्ये परतणाऱ्या विद्वानांच्या प्रकाशवलयांनी तो भाग प्रदीप्त होऊ लागला. त्यातले एक वलय अथानासियसचे होते. सगळ्या ग्रंथालयाची पूर्ण तपासणी आणि झडती घ्यायला सुरक्षा रक्षकांना जवळ जवळ एक तास लागला होता, त्यानंतरच त्यांनी वाजलेली धोक्याची घंटा चुकून वाजली असल्याचे जाहीर करून ग्रंथालय पुन्हा एकदा सर्वांसाठी खुले केले होते.

प्रवेश कक्षात एकमेकांशी बोलत काय घडले असावे, याची चर्चा-अंदाज करत जमलेल्या सगळ्या संन्याशांच्या एकत्रित प्रकाशवलयांमुळे पुन्हा तिथे प्रवेश करणाऱ्या अथानासियसला तो कक्ष नेहमीपेक्षा भलताच प्रकाशित झालेला वाटला. नियंत्रण कक्षातून बाहेर पडणारे फादर थॉमस आणि यंत्रणेने चुकीची सूचना कशी काय दिली असावी, याची त्यांच्या चेहऱ्यावरची काळजी त्याला स्पष्टच दिसली. त्यांच्या पाठोपाठ मालक काळजीत म्हणून आपणही काळजीत असल्यासारखे दाखवणाऱ्या नोकरासारखे धावत आलेले फादर मलाशीदेखील त्याला दिसले. न जाणो चुकून आपली नजरानजर होईल आणि केवळ त्या दोघांनाच माहीत असलेल्या गोष्टीचे रहस्य त्यांच्या डोळ्यांतून सांडेल, या भीतीने त्यांनी पटकन आपली नजर दुसरीकडे वळवली आणि त्यांच्याकडे न बघता आपल्या हातातली फाइल छातीशी आणखी घट्ट धरून कमानीपलीकडे दिसणाऱ्या आणि त्यांना मुख्य ग्रंथालय आणि त्यात त्यांनी लपवून ठेवलेल्या प्रतिबंधित ज्ञानाकडे घेऊन जाणाऱ्या अंधाराकडे निश्चयपूर्वक नजर स्थिर करून पाहत राहिले.

१२८

पेट्रोल भरलेला शेवटचा स्टीलचा कॅन कॅथरीन त्या पाठीमागची दारे उघडी करून उभ्या करून ठेवलेल्या पांढऱ्या व्हॅनजवळ खेचत आणत असताना त्याचा आवाज गोदामात प्रतिध्वनित होत होता. घाईघाईने करायला लागलेल्या कामामुळे ती घामाघूम झाली होती आणि तणावपूर्ण वातावरणात जोरजोरात जड कॅन खेचावे लागल्यामुळे तिचे हात आणि पाय चांगलेच दुखायला लागले होते; पण तरीही त्याचे तिला बरेच वाटत होते, कारण मनाला जाळणाऱ्या दुःखाचा विसर पाडण्यासाठी या तीव्र वेदनांचा उपयोगच होत होता.

गॅब्रिएल व्हॅनमधून उडी मारून खाली उतरला. तो पेट्रोलचा कॅन उचलून गोदामात फिरून शोधून काढून गाडीत रचलेल्या इतर कॅन्सबरोबर लावून ठेवला. त्याबरोबरच साखरेची पोती, गुंडाळी केलेली ब्लँकेट्स, पॉलीप्रॉपेलीनच्या पाण्याच्या पाइपांची भेंडोळीच्या भेंडोळी आणि प्लॅस्टिकचे मोठमोठे तुकडे, असे जे-जे म्हणून स्फोटक किंवा ज्वालाग्राही असेल आणि जे जळताना भरपूर धूर होईल, अशा सगळ्या वस्तू आणल्या आणि या सगळ्या वस्तू मध्यभागी पांढऱ्या नायलॉनच्या 'KNO_3' असे लिहिलेल्या बॅगांभोवती व्यवस्थित रचून ठेवल्या. पांढऱ्या बॅगांमध्ये पोटॅशियम नायट्रेट हे सुदानसाठीचे नत्रयुक्त रासायनिक खत होते. सुदानमध्ये ज्या उद्देशासाठी ते वापरले जाणार होते, त्याच उद्देशासाठी आता ते इथे वापरले जाणार होते.

शेवटचा पेट्रोल कॅन व्यवस्थित रचून ठेवल्यावर व्हॅनच्या उघड्या दारातून मागे उदासपणे उभ्या असलेल्या आपल्या आईकडे त्याने वळून पाहिले. त्याचे वडील मारले गेल्यावर तिच्या चेहऱ्यावर असलेले संताप, दुःख आणि भीतीचे संमिश्र भाव आत्तादेखील तिच्या चेहऱ्यावर दिसत होते.

"तुला असं करायची काहीच गरज नाही, आई." तो म्हणाला.

चटकन नजर वर करत ती म्हणाली, "तशी ती तुलादेखील नाहीये."

त्याने पुन्हा एकदा तिच्याकडे लक्षपूर्वक पाहिले आणि केवळ आत्तापर्यंत जे

काही घडून गेले आहे, त्याच्याच दुःखाने नाही, तर अजूनही जे काही घडू शकते, त्याच्या काळजीने आणि दुःखाने भरलेले तिचे डोळे त्याला दिसले. तो उडी मारून गाडीतून खाली आला. आईजवळ येत म्हणाला, "आपण तिला असंच वाऱ्यावर सोडू शकत नाही. जर ते भाकीत बरोबर असेल आणि तीच जर खरा क्रॉस असेल, तर तिच्यामुळे सगळं काही बदलू शकतं; पण आपण काहीच केलं नाही, तर काहीच बदलणार नाही आणि इथे आत्तापर्यंत जे काही घडलं आहे, त्यालाही काहीच अर्थ राहणार नाही आणि त्याहीपुढचं सांगायचं, तर ते तिचा अमानुष छळ करतील आणि आपण उरलेलं आयुष्य नुसतंच त्याच्या आठवणींनी फक्त आपलेच खांदे भिजवत राहू. ते तिचा अमानुष छळही करतील. ती कुणाकुणाशी बोलली-भेटली ते शोधून काढतील, मग ते तिला ठार मारतील आणि आपला शोध घेत येतील. मला उरलेलं आयुष्य दिवाभीतासारखं लपतछपत जगायचं नाही. हे सगळं आपल्यालाच आता संपवलं पाहिजे."

पाणावलेल्या डोळ्यांनी त्याच्याकडे पाहत ती म्हणाली, "आधी त्यांनी तुझ्या वडिलांना नेलं. आता ते माझ्या वडिलांना घेऊन गेले आहेत..." एवढे म्हणून तिने त्याच्या गालावर प्रेमाने हात ठेवत म्हटले, "आता त्यांनी तुलाही नेलं, तर मला ते सहन करता येणार नाही."

हाताच्या अंगठ्याने तिच्या डोळ्यांतून ओघळलेला अश्रू पुसत तो म्हणाला, "ते तसं करू शकणारच नाहीत. ही काही आत्मघातकी मोहीम नाही. बाबा गेल्यावर त्यांच्याशी वेगळ्या पद्धतीनं लढता यावं, म्हणून तर मी सैनिक झालो. तात्त्विक वादविवादानं काहीही बदलत नाही आणि प्रार्थनाघरांच्या बाहेर निदर्शनं केल्यामुळे त्यांच्या भिंती हादरत नाहीत." मग गाडीत भरलेल्या सामानाकडे नजर टाकत तो पुढे म्हणाला, "पण आपण त्या हादरवण्याचं काम करू."

कॅथरीन त्याच्याकडे पाहत राहिली. तिला त्याचे वडीलच तिथे उभे असलेले दिसले. आजोबादेखील दिसले. इतकेच काय, तिला स्वतःलाही तिने तिथे उभे असलेले पाहिले. त्याच्याशी वाद घालण्यात काही अर्थ नाही, हे तिला माहीतच होते. शिवाय आता तितका वेळदेखील नव्हता.

"ठीक आहे," शेवटी ती म्हणाली. "एकदाचं होऊनच जाऊ दे जे व्हायचं ते."

पुन्हा एकदा पुढे वाकून त्याने तिच्या कपाळावर हलकेच ओठ टेकले. बराच वेळ टेकले असावेत, असे वाटायला लावणारे; पण तरीही शेवटच्या निरोपादाखल टेकले असावेत इतपत दीर्घ काळ न वाटणारे, असे ते चुंबन होते. मग मागे वळत व्हॅनच्या पाठच्या भागात ठेवलेल्या काळ्या कॅनव्हासच्या बॅगेला हात घालत तो म्हणाला, "तर आता तू काय करायचं आहेस, ते सांगतो."

१२९

त्या मुक्तक गटातील रक्षकाने आपल्या खांद्यावरच्या मुलीला भट्टीच्या जवळच अलगद उतरवून ठेवले आणि मग जवळच भिंतीवर एका हुकात अडकवलेली एक पातळशी धातूची सळई काढून घेतली. ती सळई भट्टीच्या आगीत खुपसल्यावर भट्टीतली आग वाढवायला सुरुवात केली, तशी फडफडत उठणाऱ्या ज्वालांच्या लयबद्ध आवाजाने खोलीतली जागा व्यापली. भट्टी चांगलीच पेटली. फडफडत उठणाऱ्या जाळाचा पिवळा प्रकाश भट्टीसमोरच्या धार लावायच्या दगडांवर पडू लागला. मठाधिपती जवळच्याच एका दगडापाशी सरकले आणि खांदे हलवून उतरवलेली आपल्या अंगावरची कफनी तिथेच जमिनीवर पडू दिली. त्यांच्या शरीरावरच्या जखमांच्या खुणांच्या जाळ्याकडे कॉर्नेलियस पाहतच राहिला.

"संस्करण-विधानाचं ज्ञान धारण करण्यास तू सिद्ध झाला आहेस का?" मठाधिपतींनी विचारले. कॉर्नेलियसने मान हलवत होकार दिला. "तर मग मी सांगतो तसं कर."

मठाधिपतींनी आपल्या लाकडी क्रक्समध्ये बसवलेला खास पवित्र विधीच्या वेळी वापरावयाचा खंजीर बाहेर काढला आणि पायाने चालवायच्या चाकाने धार लावायच्या दगडाच्या चाकाला गती दिली, तेव्हा ते वेगात फिरू लागले. मग खंजिराची धार लावायची बाजू पुढे-मागे करत धार लावायला सुरुवात केली. त्यांची नजर धार लावली जात असलेल्या खंजिरावर जणू खिळली होती. कॉर्नेलियसनेदेखील आपल्या अंगावरची वस्त्रे उतरवली, तेव्हा त्याला भट्टीची धग जाणवायला लागली. मग आपल्या क्रक्समध्ये बसवलेला खंजीर काढून आपले धार लावायच्या दगडाचे चाक फिरवायला सुरुवात केली.

भट्टीत सरसरत उठणाऱ्या ज्वाला आणि गतिमान झालेल्या धार लावायच्या दगडांच्या आवाजात काहीशा दबलेल्या आवाजात मठाधिपती म्हणाले, "प्रार्थनागृहात प्रवेश करण्यापूर्वी तुला आपल्या पंथाची पवित्र चिन्हं असलेल्या खुणा स्वत:च्या

शरीरावर करून घेतल्याच पाहिजेत. या खुणा आपल्या पूर्वजांनी ईश्वराला दिलेल्या वचनाचं पालन करण्यात आपल्याला येणाऱ्या अपयशाची सतत जाणीव करून देत राहतात.'' असे म्हणून त्यांनी धार लावायच्या दगडावर धरलेले आपल्या खंजिराचे पाते वर उचलले आणि उजेडाकडे धरले. ''आज तुझ्या अतुलनीय कामगिरीमुळे त्या वचनाची पूर्तता करण्याचा क्षण लाभला आहे.''

एवढे बोलून ते कॉर्नेलियसकडे वळले आणि हातातल्या खंजिराचे टोक आपल्या शरीराच्या मधोमध वरून खाली जाणाऱ्या एका जखमेच्या व्रणाच्या वरच्या टोकाजवळ टेकवले. मग ते टोक आपल्या मांसात रुतवून खाली पोटाच्या दिशेने ओढत म्हणाले, ''त्यातली ही पहिली जखम. यातून येणाऱ्या रक्तामुळे आपण पवित्र संस्करण-विधानाशी वेदनेच्या नात्याने बद्ध होतो. सगळ्या वेदना संपून जात नाहीत, तोपर्यंत ते जशा वेदना भोगतंय, तशाच वेदना आपणही भोगल्या पाहिजेत.''

पूर्वीच्या जखमेच्या व्रणालाच चिरत खंजिराचे पाते खाली-खाली सरकताना आणि मठाधिपतींच्या शरीरातून हळूहळू वाहायला लागलेल्या रक्ताचे थेंब खाली दगडी फरशीवर पडत असताना कॉर्नेलियस लक्षपूर्वक पाहत होता. मग त्याने आपला खंजीर वर केला. स्वतःच्या मांसात रुतवला. खंजिराच्या टोकाने जखम झाल्याची खात्री करून घेत ते खालच्या दिशेने खेचले. वेदनांकडे प्रयत्नपूर्वक दुर्लक्ष केले आणि स्वतःच्याच दुखावलेल्या शरीरातून रक्ताचा गरम ओघळ वाहायला लागेपर्यंत आपल्या हाताला आपल्या मनाचा आदेश निर्धारपूर्वक पाळायला लावला. तोपर्यंत मठाधिपतींनी पुन्हा आपला खंजीर वर केला आणि आपल्या डाव्या खांद्याच्या टोकापाशी दुसरी जखम केली. कॉर्नेलियसनेदेखील तसेच केले आणि त्यानंतर मठाधिपतींनी आपल्या शरीरावर जशा आणि जिथे जिथे जखमा केल्या, त्याचे आरशातले प्रतिबिंबच म्हणावे, अशा जखमा त्यानेही केल्या. आता तोदेखील ज्यांचा एक घटक झालेला होता, त्या त्यांच्या पंथाच्या बंधुवर्गाची ओळखच म्हणावी, अशा खुणा स्वतःच्या शरीरावर करत होता.

शेवटची जखम करून झाल्यावर मठाधिपतींनी आपल्या खंजिराचे रक्ताळलेले टोक आपल्या कपाळावर टेकवले, लागलेले रक्त कपाळावरच पुसण्यासाठी वरच्या दिशेने सरकवले, फिरवले आणि मग आडवे सरकवले, तेव्हा कपाळावर मधोमध ताऊचे रक्ताने माखलेले चिन्ह तयार झाले. कॉर्नेलियसनेदेखील तसेच केले. तसे करताना त्याला जोहानची आठवण झाली आणि त्याच्या फिकट, खडबडीत गालांवरून अश्रू ओघळले. त्यांची मोहीम यशस्वी व्हावी, म्हणून जोहानने हौतात्म्य पत्करले होते. त्याच्या या अपूर्व त्यागामुळेच आज या पवित्र संस्करण-विधानाचे ज्ञान प्राप्त होण्याचे वरदान त्याला मिळत होते. मठाधिपतींनी आपल्या खंजिराचे पाते पुन्हा लाकडी क्रक्सच्या म्यानात सरकवले आणि ते

भट्टीजवळ गेले आहेत, हे त्याने पाहिले. त्यांनी भट्टीतल्या जाळातून ती सळई उचलली आणि कॉर्नेलियसकडे आले.

"बंधू, कसलीही काळजी करू नकोस. तुझ्या सगळ्या जखमा लवकरच भरून येतील.'' त्याच्या डोळ्यांतून ओघळणाऱ्या अश्रूंचा चुकीचा अर्थ लावत मठाधिपती म्हणाले.

लोखंडाच्या सळईचे लालभडक टोक वर करून त्यांनी खांद्याजवळ आणले, तशी कॉर्नेलियसच्या दंडाला त्याची कोरडीठाक आच जाणवू लागली. नजर दुसरीकडे वळवत पूर्वी एकदा एका स्फोटाच्या आगीने त्याला कसे भाजून काढले होते, त्याची त्याने आठवण केली. ज्या क्षणी ते लालभडक टोक त्याच्या कातडीवर चिन्ह उमटवण्यासाठी टेकले, त्या क्षणी त्याला पुन्हा त्याच जळत्या वेदनेची जाणीव झाली. दातांनी ओठ करकचून चावत घशातून उठणारी किंकाळी दाबली आणि स्वत:च्याच जळत्या मांसाचा वास पसरून दूषित होत असलेल्या हवेचा अनुभव घेत, वेदना सहन करण्याचा तो प्रयत्न करू लागला.

टेकलेली सळई उचलली गेली होती; पण वेदना तशीच चिकटून राहिली होती. मग आता खरोखरच काम पूर्ण झाले आहे ना, याची खात्री करण्यासाठी मनाचा हिय्या करून कॉर्नेलियसने जखमेकडे पाहिले. आपल्याच दंडाच्या मांसल भागावर त्याला खास ईश्वराच्या विशिष्ट सेवेकऱ्यांमध्ये सामावले असल्याचे चिन्ह असलेल्या, ती सळई टेकवली होती, तिथल्या जळून काळ्या पडलेल्या आणि भाजल्यानंतरच्या फुटलेल्या फोडासारख्या दिसणाऱ्या खुणेकडे तो धपापल्या उराने पाहत राहिला. एवढ्यात तिथला मांसल भाग घट्ट होतोय, एकत्र जोडला जातोय आणि जखम त्वरेने भरून येतेय, असे त्याला दिसायला लागले.

फडफडत्या अंधारात अचानक काहीतरी घासले जात असल्यासारखा घरघर आवाज ऐकू आला आणि त्याचे लक्ष तिकडे वेधले गेले. तो रक्षक त्या प्रचंड गोलाकार दगडाच्या लाकडी चौकटीवर ताकद एकवटून जोराने दाब देत ते दार युगानुयुगांच्या वापराने गुळगुळीत झालेल्या चरांवरून मागे सरकवून उघडत असताना हळूहळू त्या दारापलीकडची खोली दिसायला लागली. सुरुवातीला ती रिकामीच आहे असे वाटले; पण अंधाराला सरावल्यावर आत एक मेणबत्ती जळत असल्याचे कॉर्नेलियसला दिसले.

त्याच्या दंडाला धरून आपल्याबरोबर पुढे खेचत मठाधिपती म्हणाले, "आता तू आमच्यातलाच एक आहेस. तेव्हा स्वत:च्या डोळ्यांनीच पाहा.''

१३०

तत्त्वज्ञान दालनातल्या भिरभिरणाऱ्या अंधारात आपल्या मर्यादित प्रकाश-वलयापलीकडे आणखी कोणाचे वलय दिसतेय का, याचा अंदाज घेत, अथानासियसने सावधपणे नजर फिरवली.

कुठलेही वलय दिसत नव्हते.

तो खोलीच्या अर्ध्यावरच्या पुस्तकांच्या शेल्फकडे घाईघाईने गेला आणि किर्कगार्डच्या समग्र ग्रंथसंपदेपलीकडे हात घातल्यावर त्याच्या बोटांनी निएत्शेच्या ग्रंथावरची आपली पकड घट्ट केली. पटकन ते फारसे जाडजूड नसलेले, चपट्या बांधणीचे पुस्तक बाहेर काढून त्याने आपल्या बाहीमध्ये लपवले. मध्यवर्ती भागातल्या बोळवजा वाटेने खोलीच्या एका बाजूला असलेल्या शांत आणि खासगी वाचनकक्षामधील टेबलांकडे घाईघाईने जाताना चुकूनदेखील त्याकडे नजर टाकण्याचे धाडस त्याला झाले नाही. शांतपणे वाचण्यासाठी ग्रंथ घेऊन बसायला एक अगदी भिंतीकडचे, फारशी मागणी नसलेल्या ग्रंथांच्या विभागात दडपून गेलेले टेबल त्याला सापडले. तरीदेखील आसपासचा अंधार त्याने नीट तपासून पाहिला आणि मगच ते पुस्तक टेबलावर ठेवले.

एखाद्या उंदीर पकडायच्या सापळ्याकडे पाहावे, तसा त्या पुस्तकाकडे काही क्षण पाहत राहिला. रिकाम्या टेबलावर ते एकच पुस्तक असणे संशयास्पद वाटत होते, म्हणून बाजूच्याच शेल्फमधली आणखी दोन-चार पुस्तके घेऊन त्याने ती टेबलावर कोणत्यातरी पानावर उघडून ठेवली. अभ्यासात गढून गेल्याचा पुरेसा देखावा निर्माण झाला असल्याचे समाधान झाल्यावर तो खाली बसला. पुन्हा एकदा आजूबाजूचा अंधार निरखून पाहिला आणि मग ते घडी करून ठेवलेले कागद जिथे ठेवले होते, तिथे ते पुस्तक उघडले. पहिला कागद काढून घडी उलगडून त्याने तो टेबलावर नीट पसरला.

कागद पूर्णपणे कोरा होता.

त्याने कफनीच्या खिशात हात घालून काही वेळापूर्वी मठाधिपतींच्या शेकोटीतून काढून खिशात ठेवलेली कोळशाची एक लहानशी कांडी काढली. त्या कांडीचा आधी भुगा आणि मग अगदी वस्त्रगाळ काळीशार पूड होईपर्यंत टेबलावर जोरजोरात दाबून रेमटली आणि मग हलकेच आपल्या बोटाचे टोक त्यात बुडवून त्या कागदाच्या चिकट पृष्ठभागावर घासायला सुरुवात केली. कागदावरच्या मेणाच्या थरातल्या खाचांमध्ये ती पूड अडकायला लागली, तसतशी मेणचट पृष्ठभागावर छोटी-छोटी चिन्हे उमटताना दिसू लागली आणि होता होता दाटीवाटीने लिहिलेल्या मजकुराचे दोन रकाने कागदावर दिसू लागले.

कोळशाची पूड कशाचा साक्षात्कार घडवते आहे, याकडे अथानासियस उत्कंठेने पाहू लागला. एकाच दस्तऐवजात निषिद्ध मालान भाषेतला इतका जास्त एकत्रित मजकूर त्याने यापूर्वी कधीही पाहिला नव्हता. जणू आपल्या उच्छ्वासाच्या धक्क्यानेदेखील तो मजकूर उडून जाऊन दिसेनासा होईल, अशा काळजीने श्वास रोखून धरत तो पुढे झुकला आणि मालान भाषेत लिहिलेल्या त्या मजकुराचे मनातल्या मनात भाषांतर करत वाचायला सुरुवात केली.

सुरुवातीला जग होतं,
आणि जग देव होतं आणि जग चांगलं होतं
आणि हे जग सूर्याची पत्नी होतं
आणि सगळ्याची निर्माती होतं.
सुरुवातीला जग असंस्कृत होतं,
एक जीवनरसाने परिपूर्ण असं नंदनवन होतं.
मग तेथे एक जीव अवतरला, तो तर मूर्तिमंत पृथ्वीच होता,
नंदनवनाची रीतसर व्यवस्था लावून देणारा एक जीव
आणि या एका जिवाची पावलं जिथे पडली, ती भूमी बहरली
आणि वैराण जमिनीवरही झाडं वाढली
आणि सजीवही नांदले, उन्नतीस पावले
आणि त्या प्रत्येकाला या एका जिवानं एक एक नाव दिलं
आणि या सगळ्यांना जे आणि जेवढं लागेल, तेवढंच या पृथ्वीकडून घेतलं, अधिक काही नाही
आणि जेव्हा त्यांचं आयुष्य सरलं, तेव्हा या प्रत्येकाने पृथ्वीकडून घेतलेलं परत दिलं
आणि हे असंच घडत राहिलं महावनस्पतींच्या युगकाळामधून
आणि महाकाय सरपटणाऱ्या प्राण्यांच्या युगांमधून

तसेच पहिल्या हिमयुगाच्या उदयकालापर्यंत.

मग एके दिवशी मानव अवतरला – सर्व प्राणिमात्रांमध्ये सर्वश्रेष्ठ.

जवळ जवळ ईश्वरासमानच होता तो –

पण त्याच्यासाठी तरी तो त्याच्या पुरेसा जवळचा नव्हता

आणि मग त्यानं स्वत:जवळच असलेल्या महान वरदानांकडे पाहिलंच नाही.

पाहिलं आपल्याकडे काय नाही याच्याकडे.

मग जे त्याचं नव्हतंच, त्याचा तो हव्यास धरू लागला

आणि यामुळे त्याच्यात एक रितेपण जागं झालं

आणि त्याच्याकडे जे नव्हतं, त्याची तो जितकी जास्त हाव करू लागला

तितकं त्याचं रितेपण वाढायला लागलं.

हे रितेपण त्याला हस्तगत करता येतील त्या सगळ्या गोष्टींनी भरण्याचा तो प्रयत्न करू लागला –

स्थावर, जंगम मालमत्ता, प्राणिमात्रांवर सत्ता, इतर कुणावरही सत्ता, असं काहीही.

आपल्यासारख्याच दुसऱ्या मानवाला पाहून आपल्या वाट्यापेक्षा जास्तीचा वाटा मिळण्याची इच्छा केली,

आता त्याला जास्त अन्न, जास्त पाणी, जास्त निवारा हवा होता;

परंतु या सगळ्या गोष्टीदेखील रितेपण भरून यायला पुरेशा ठरल्या नाहीत

आणि या सगळ्यावर कडी म्हणजे आता त्याला दीर्घ आयुष्यदेखील हवं होतं.

आपलं आयुष्य, सूर्याच्या उदयास्तावर मोजलं जाणं आता त्याला नको होतं,

तर पर्वतांच्या उभे राहण्याद्वारे आणि भुईसपाट होण्याद्वारे मोजलं जायला हवं होतं.

त्याला त्याचं आयुष्य अनादि आणि अनंत व्हायला हवं होतं.

त्याला अमर्त्य व्हायचं होतं

आणि त्याला तो एक जीव दिसला. पृथ्वीवर पावलं टाकत चाललेला.

वयातीत. अक्षय

आणि त्याचा मत्सर जागा झाला.

१३१

मालवाहू विमानाच्या कॉकपिटमध्ये चढल्यावर गॅब्रिएलने समोरच्या काचेतून बाहेर पाहिले. सुरक्षा रक्षकाच्या चौकीजवळून वळून पुढच्या रस्त्याकडे निघताना त्या व्हॅनचे ब्रेक लागल्याने प्रखर झालेले लाल दिवे त्याला दूर अंतरावर दिसले. शक्तिपीठापर्यंत पोहोचून आपल्या ठरवलेल्या जागी पोहोचायला आपल्या आईला साधारण तीस मिनिटे लागतील, असा त्याने अंदाज बांधला आणि हवेत उड्डाण घेतले की, त्याला फक्त दहा मिनिटे लागणार होती.

डाव्या बाजूच्या वैमानिकाच्या सीटवर बसून त्याने विमानाचे नियंत्रण आणि स्थिती दर्शवणाऱ्या सर्व गोष्टी तपासून पाहिल्या. सहवैमानिक म्हणून त्याने बऱ्याच विमान-फेऱ्या केल्या होत्या; पण त्यालादेखील बराच काळ झाला होता आणि एकट्यानेच विमान उडवायचा प्रयत्न तर केलाच नव्हता. ते सी-१२३ जातीचे विमान खरे तर एका माणसाने उडवण्यासारखे नव्हतेच. माल पूर्ण भरलेला असताना त्याचे वजन साठ हजार पौंड भरत असे आणि खासकरून हवेच्या परस्परविरोधी झोतांमध्ये ते हवेत वर उचलण्यासाठी विमान वर उचलायची स्टिक दोन माणसांना ताकद लावून खेचावी लागत असे; पण निदान आत्ता तरी ही समस्या त्याच्यासमोर नव्हती.

उड्डाण करण्यापूर्वीच्या सर्व तपासण्यांची त्याने पटापट उजळणी केली. सैनिकी प्रशिक्षणाच्या काळात त्याला सांगण्यात आलेल्या सूचना त्याच्या कानांत त्या वेळी घुमत होत्या. मग त्याने पंखांच्या झडपा उचलल्या आणि रडारकडे पाहत त्यांच्या वजनाचा अंदाज घेतला. त्याला वाटले होते, त्यापेक्षा जरा जडच होत्या त्या. मग ब्रेक लावून धरत पेट्रोल इंजिनामध्ये सोडल्यावर त्याने विमान चालू करायचे बटण दाबले. विमानाचे स्टारबोर्ड बाजूचे डबल वास्प प्रकारचे इंजीन थडथडून जागे झाले आणि कानठळ्या बसणाऱ्या आवाजात जोरात गुरगुरायला लागले, तशी त्याच्या हातातली विमान चालवायची स्टिकदेखील थरथली. पोर्ट बाजूचे इंजीनदेखील जागे

झाले आणि काळा धूर ओकू लागले, तशी त्यातून निर्माण झालेली ताकद त्याच्या हातातल्या स्टिकवर धडका देऊ लागली आणि विमानाला जोशात पुढे घेऊन जाण्यासाठी उतावीळ झाली. इंजिनांची गती थोडी कमी करून त्याने कानांवर हेडसेट चढवला. विमानतळाशी संपर्क साधण्याचे बटण दाबले आणि नियंत्रण कक्षाला हाक दिली. आपली ओळख सांगणारे चिन्ह सांगून लगेच उड्डाण करण्यास परवानगी देण्याची विनंती केली.

मग वाट पाहत थांबला.

विमानतळावर फक्त दोनच धावपट्ट्या होत्या. नशीब असे की, हँगरच्या लगतच असलेल्या दोन नंबरच्या धावपट्टीवरूनच बहुतांश मालवाहू विमानांची उड्डाणे होत होती; पण जर वाऱ्याची दिशा योग्य नसेल, तर मात्र लांबचा वळसा घेऊन त्याला दुसऱ्या धावपट्टीकडे विमान घेऊन जाणे भाग पडणार होते. सेकंदामागून सेकंद जात होते.

इतक्यात त्याला काहीतरी हालचाल जाणवली, त्याच्या उजवीकडे वर-खाली उड्या मारल्यासारख्या पडणाऱ्या हेडलाइट्सच्या प्रकाशझोतांच्या वरच्या बाजूला दोन निळ्या रंगाच्या दिव्यांच्या जोड्या आळसावल्यासारख्या हलताना दिसत होत्या. ती गस्ती पथकाची गाडी होती. परिघावरच्या कुंपणाला समांतर चाललेली. आजूबाजूच्या परिसरावर नजर टाकत निघालेल्या त्या गाडीचा रोख सुरक्षा चौकीच्या दिशेने होता. तिची गती कमी होत असल्याचे गॅब्रिएलला दिसले.

आता इथून निघायलाच हवे होते.

थ्रोटलच्या जुळ्या लिव्हर्स पुढे ढकलून ब्रेकदेखील सोडला, त्यासरशी झेप घेतल्यासारखे पुढे होत इंजिनांच्या पंख्यांनी रात्रीच्या थंडगार हवेचा कब्जा घेतला आणि त्याच्यासकट विमानाला धावपट्टीवरून पुढे खेचले. डाव्या बाजूच्या मुख्य धावपट्टीवर एक प्रवासी विमान टोकापाशी उड्डाणाची सूचना मिळण्याची वाट पाहत उभे होते आणि ते त्याच्या विमानाचे तोंड होते, त्याच दिशेने तोंड करून उभे होते. म्हणजेच वारा त्याच्या पुढे होता, त्यामुळे रीतसर परवानगी मिळण्यापूर्वीच उड्डाण करावे लागले, तरी ज्या दिशेने इतर विमाने उडणार होती, त्याच दिशेने त्याचेही विमान झेपावणार होते, ही त्यातल्या त्यात चांगली गोष्ट होती.

दोन नंबरच्या धावपट्टीकडे वेग वाढवत जाताना त्या सी-१२३ जातीच्या विमानाने जमिनीवर हलक्याशा उड्या मारल्या. गस्तीची गाडी आता थांबली होती आणि एक गणवेष घातलेली व्यक्ती ड्रायव्हरच्या सीटवरून बाहेर पडत होती.

कानांवर अचानक पडलेल्या खरखरणाऱ्या आवाजाने तो दचकून भानावर आला. "रोमिओ – नाइनर – एट – वन – झीरो – क्वेबेक," खरखर आवाज आणि इंजिनाच्या आवाजावर मात करत झालेला पुकारा त्याला ऐकू आला.

“उड्डाणासाठी तुम्हाला परवानगी देण्यात येत आहे. धावपट्टी नंबर दोन. धावपट्टीच्या टोकाशी येऊन उड्डाणासाठी सज्ज राहा. ओव्हर.”

स्टिअरिंग स्टिकवरचे हात ताण हलका झाल्याने सैलावले असल्याचे गॅब्रिएलला जाणवले. विमानतळाकडून आलेल्या सूचनेला योग्य प्रतिसाद देत त्याने थ्रोटल पूर्ण मागे खेचला, तसे ते विमान पाठीमागे उलगडत असलेल्या नाट्यापासून झपाट्याने दूर जाऊ लागले.

डाव्या बाजूला ते प्रवासी विमानदेखील मुख्य धावपट्टीवरून गतिमान होत असल्याचे त्याला दिसले. म्हणजे त्यानंतरचा नंबर त्याचा होता. पोलिसाचा बिल्ला छातीवरच उघडा ठेवून त्याने त्या इन्स्पेक्टरला गोदामाच्या आतल्या भागात सोडले होते. त्यामुळे पोलिसांना तो लगेचच सापडला असता आणि त्यांनी तत्काळ वैद्यकीय मदत मागवली असती. त्याला आपण केटामाइनचा कितपत डोस टोचला, याची त्याला काहीच कल्पना नव्हती. कदाचित जरा जास्तच असावा; पण त्या इन्स्पेक्टरच्या मृत्यूचे पाप आपल्या माथी घेऊन फिरण्याची त्याला अजिबातच इच्छा नव्हती.

पुन्हा एकदा तो यांत्रिक स्वर मोठ्याने सूचना देऊ लागला, “रोमिओ – नाइनर – एट – वन – झीरो – क्वेबेक,” आणि हे कानांवर पडत असताना दुसरीकडे ते प्रवासी विमान हवेत झेपावले आणि त्याची चाके पोटात ओढून घेतली जाताना दिसली. “तुम्हाला तत्काळ उड्डाणाची परवानगी देण्यात येत आहे. ओव्हर.”

“हो, मी तयार आहे. रॉजर.” गॅब्रिएलने उत्तर दिले. ब्रेक सैल करून हातातला थ्रोटल त्याने पूर्णपणे पुढे दाबला. झटक्यात मिळालेल्या गतीने तो खुर्चीतच मागे फेकल्यासारखा झाला. मग विमानाचे नाक उचलले गेले आणि चाकांनी ढम्म आवाज करत उसळी घेत धावपट्टी सोडली. विमान उतरवताना वापरायच्या गियरकडे त्याचे हात वळले; पण नंतर काहीसा विचार करून त्याने विमानाची चाके खालीच ठेवली. आता हवेतून जात असल्याने तो आईपेक्षा जास्त लवकर शक्तिपीठापाशी पोहोचणार होता आणि समोरून येणाऱ्या हवेच्या जोरामुळे त्याची हवेतली गती कमी राखली जाणार होती.

परिघावरचे कुंपण पार केल्यावर गॅब्रिएलने विमानाचा पोर्ट बाजूकडचा पंख खाली वळवला. दूरवर टॉरस पर्वतरांगा खालच्या पठारभागातून वर डोके काढत असलेल्या त्याला दिसल्या. त्या रांगांदरम्यान खालच्या बाजूला ढगांच्या दाटीतून चमकणाऱ्या प्रकाशामुळे रुइन कुठे आहे, ते त्याला कळत होते. तो तसाच वर जात राहिला. एक सफाईदार वळण घेऊन पर्वतरांगांच्याही वर येत त्या प्राचीन शहराकडे उत्तरेकडून यायला सुरुवात केली. पर्वतांमधून वर उसळणाऱ्या वाऱ्याच्या प्रवाहांवर नियंत्रण करत विमान ठरावीक उंचीवर स्थिर केले. मग त्या पर्वतांनी वेढलेल्या

मधल्या खळग्यात वसलेले ते प्राचीन शहर, थेट शहराच्या मध्यभागी असलेल्या एका काळ्या ठिपक्याकडे निर्देश करत असलेल्या, उत्तर बाजूच्या हमरस्त्याच्या रेषेसह त्याला स्पष्ट दिसू लागले. विमानाच्या स्वयंचलन यंत्रणेला आपल्याला अचूकपणे कुठे जायचे आहे, त्याची – म्हणजेच थेट त्या शक्तिपीठाच्या डोक्यावरच जायचे असल्याची आणि त्यापलीकडचा समुद्रकिनाऱ्याचा प्रदेश समोर यायला हवा असल्याची माहिती पुरवली. विमानात साधारण पंचेचाळीस मिनिटे उड्डाणाला पुरेल इतके किंवा खाली उतरण्यापूर्वी त्या पलीकडच्या समुद्रकिनाऱ्यावर पोहोचेपर्यंत पुरेल, इतके पेट्रोल होते.

आपण यंत्रणेला दिलेली सूचना योग्य असल्याची एकदा खात्री करून घेत त्याने स्वयंचलन यंत्रणा सुरू केली. स्टिअरिंग स्टिकवरचे हात काढून घेतले, तेव्हा अदृश्य हातांनी त्या विमानाचा ताबा घेतला. पंखांच्या झडपा, थ्रोटल आणि रडारचे कार्य आपल्या ताब्यात घेऊन विमान नेमून दिलेल्या दिशेने न्यायला सुरुवात केली. स्वयंचलन यंत्रणेला काही काळ विमान उडवू देण्याबरोबरच समोर दिसणारा तो काळा ठिपका विमानाच्या नाकाखाली दिसेनासा होईपर्यंत वाट पाहिली. स्वयंचलन यंत्रणा योग्य प्रकारे काम करत असल्याची आणि विमान योग्य दिशेने जात असल्याची खात्री झाल्यावर त्याने सीट बेल्ट सोडवला आणि वैमानिकाच्या खुर्चीवरून उठून पुढच्या तयारीसाठी विमानाच्या मागच्या भागाकडे निघाला.

१३२

त्या दगडी दारातून पाऊल पुढे टाकून कॉर्नेलियसने संस्करण-विधानाच्या प्रार्थनाघरात प्रवेश केला.

भट्टीच्या भडाडलेल्या प्रखर प्रकाशानंतर इथे जे काही गहन रहस्य दडवून ठेवले होते, त्याला घट्ट कवटाळून बसलेला अगदी कृत्रिम काळोखी फासून काळाकुट्ट केलेला अंधार अंगावरच येतो आहे, असे त्याला वाटले. ज्या शेल्फवर लावून ठेवल्या होत्या, तेवढ्या शेल्फपुरताच प्रकाश मेणबत्त्या टाकत होत्या आणि तो मुक्तक श्रेणीतला रक्षक त्यांच्या जवळून अंधारातच चालत खोलीच्या दुसऱ्या टोकाकडे गेला, तेव्हा त्यांच्या ज्योती चांगल्याच फडफडल्या. अंधारात डोळे फाडफाडून कॉर्नेलियसने पाहिले, तेव्हा प्रार्थनाघरातल्या जमिनीवर मध्यभागी काहीतरी पडलेले आहे, असे त्याला दिसले. त्या ठिकाणी पोहोचता पोहोचता रक्षकाची चाल मंदावली आणि त्याने खांद्यावरच्या मुलीला सावकाश खाली उतरवून मध्यभागी जे काही होते, त्याच्या बाजूला ठेवले. ते बंधू सॅम्युएलचे शव होते. शवाचे पाय खोलीतल्या अंधाऱ्या बाजूकडे केलेले होते आणि हात दोन्ही बाजूला फैलावलेल्या अवस्थेत ताऊच्या चिन्हाप्रमाणे ठेवलेले होते.

आपले लक्ष पुन्हा त्या मुलीकडे वळवण्यापूर्वी रक्षक खाली वाकला. सॅम्युएलचे हात घट्ट पकडून त्याला तसेच फरफटत खोलीच्या दुसऱ्या बाजूच्या भिंतीकडे नेले आणि कसलेही सोपस्कार न करता टाकून दिले. मग तिचे पाय धरून खेचत प्रार्थनाघरातल्या दूरच्या बाजूच्या अंधाराच्या दिशेने आणि तिचे हात आत्ता काही क्षणांपूर्वीच तिच्या भावाच्या शवाचे हात ज्या स्थितीत होते, त्याच स्थितीत आणून ठेवले.

"आभारी आहे, सेप्टस," मठाधिपती म्हणाले. "आता तू गेलास तरी चालेल; पण जास्त दूर जाऊ नकोस. जवळपासच राहा."

होकारासाठी संन्याशाने फक्त मान हलवली आणि प्रार्थनाघरातून बाहेर जाता-

जाता पुन्हा एकदा त्या मेणबत्त्यांच्या ज्योतींना फडफडायला लावले.

मठाधिपती आपल्या दंडाला धरून पुढे खेचत असल्याचे कॉर्नेलियसला जाणवले. ''जरा जवळ ये,'' ते म्हणाले.

कॉर्नेलियस स्वप्नच पाहत असल्यासारखा तरंगत पुढे सरकला, त्याचे डोळे अंधुकशा प्रकाशात दिसत असलेल्या त्या मुलीच्या आकृतीपलीकडच्या अंधाराच्या तयार होत असलेल्या एका नव्या आकारावर खिळले होते. आणखी एक पाऊल पुढे टाकत असताना आपल्या जखमा थोड्या चरचरताहेत, जणू जखमांच्या कापल्या कातडीवरून मुंग्याच चालताहेत, असे त्याला वाटले. त्याने जखमांकडे पाहिले, तर गरम मेण थंड व्हायला लागल्यावर एकत्र होत थिजते, तशी जखमांची तोंडे बंद होऊन त्या भरून यायला लागल्या होत्या. मग त्याने पुन्हा नजर वर केली. खोलीच्या दुसऱ्या टोकाला जे काही अंधारात होते, त्याचा प्रार्थनावेदीपासून वर उठत असलेला, ओळखीचा वाटणारा; पण त्याच वेळी विचित्रदेखील वाटणारा आकार त्याने पुढे टाकलेल्या प्रत्येक पावलागणिक घनाकार धारण करू लागला आणि त्यानंतर त्याला आणखी काहीतरी दिसले. ते इतके अनपेक्षितपणे सामोरे आले होते की, त्या धक्क्याने त्याची पावले प्रतिक्षिप्त क्रिया झाल्यासारखी मागे खेचली जाऊन तो धडपडला.

मठाधिपतींनी त्याच्या हाताचे कोपर घट्ट धरून ठेवून त्याला सावरले. त्याच्या कानात कुजबुजल्यासारखे बोलत ते म्हणाले, ''होय. आता तू पाहतोच आहेस – संस्करण-विधान. आपल्या पंथाचं सर्वांत महान गुपित, सर्वांत लाजिरवाणी गोष्ट आणि आजच्या रात्री होणाऱ्या याच्या अंताला तू साक्षी असशील.''

१३३

कॅथरीनची गाडी त्या गल्लीमध्ये वळली, तेव्हा गाडीच्या हेडलाइट्सचे प्रखर प्रकाशझोत त्या कार पार्किंगची सोय असलेल्या बहुमजली इमारतीच्या, काँक्रीटच्या राखाडी भिंतीवरून सरसर सरकत गेले. गल्लीच्या दुसऱ्या टोकाला ती मध्ययुगीन काळातली जुन्या शहराची सीमारेषा दाखवणारी, आधुनिक इमारतींपेक्षाही उंच असलेली भिंत तिला दिसत होती.

त्या स्टीलच्या वर सरकणाऱ्या दारापाशी तिने गाडी थांबवली आणि गाडीच्या उघड्या खिडकीतून हात बाहेर काढून गॅब्रिएलने मेलेल्या संन्याशाच्या खिशातून काढून घेतलेले इलेक्ट्रॉनिकचे कार्ड दार उघडले जाण्यासाठी दाराबाजूच्या खाचेतून फिरवले. मग व्हॅनच्या इंजिनाची त्या अरुंदशा गल्लीतल्या रात्रीसारख्या काळोख्या भिंतींवरून प्रतिध्वनित होत असलेली हलकीशी गुरगुर ऐकत वाट पाहत थांबली. काहीच घडले नाही.

तिने कार पार्कच्या बहुमजली इमारतींमधून दिसणाऱ्या आभाळाच्या चौकोनी तुकड्याकडे पाहिले. तिचा मुलगा तिथे वर हवेत कुठेतरी होता, याच दिशेने येत होता. ऑस्करचे वेडेविद्रूप, ध्वस्त शरीर झपकन तिच्या नजरेसमोर तरळले आणि ते निकराने दूर करण्यासाठी तिला डोळे मिटावे लागले. दुःख करत बसायची ही वेळच नव्हती. आपल्याला प्रचंड मानसिक धक्का बसलेला आहे, हे तिला कळत होते आणि सगळे एकदा कधीतरी आपल्यावर कोसळणार आहे, याचीदेखील तिला कल्पना होती; पण ते आत्ताच होईल, असे तिला वाटले नव्हते. आता तिला आपल्या मुलासाठी तरी कणखरपणे उभे राहणे भागच होते. ती जे काही करणार होती, त्याने त्याला जिवंत राहण्यास मदत होणार होती आणि त्याने जगणे आवश्यक होते. आता तिला त्यालाही गमवायचे नव्हते.

स्टीलच्या दाराच्या आतल्या बाजूला ढम्म असा मोठा आवाज झाल्यामुळे ती दचकून भानावर आली, तोपर्यंत ते दार एखाद्या मोठ्या कबरीचे तोंड आ वासून

उघडत जावे, तसे सावकाश वर उचलले जाऊ लागले. वरच्या टोकाला पोहोचल्यावर खटक्याचा आवाज होत ते थांबले. इंजिनाच्या गुरगुराटावरून पलटत त्याचाही प्रतिध्वनी उमटला.

आभाळाच्या चौकोनी काळ्या तुकड्याकडे एकदा शेवटचे पाहून घेत तिने व्हॅनचा गियर बदलला आणि व्हॅनसह बोगद्यात शिरली.

१३४

विमानाच्या आतल्या भागातून गॅब्रिएल तळाकडचा भाग जिथे थोडासा वर उचलला गेला होता, त्या ठिकाणी पोहोचत असताना त्या सी-१२३ जातीच्या विमानातली सामानाची खोकी लादायची रिकामी जागा, अंग झाडत स्वत:चेच एकमेकांत गुंतलेले अवयव सोडवून टाकून द्यायचा प्रयत्न करत असल्यासारखी थडथडत होती. पाहिजे त्या ठिकाणी पोहोचल्यावर त्याने सामान इकडेतिकडे सरकू नये, यासाठी खबरदारी म्हणून लावायच्या जाळीमध्ये आपला उजवा हात आणि पाय अडकवला. हवेच्या झोतामुळे खेचले जाणे सोसण्यासाठी मनाची तयारी केली आणि विमानातून सामान बाहेर काढण्यासाठीचा उतार उघडण्याचे बटण दाबले.

विमानाच्या इंजिनाचा वादळवाऱ्यासारखा घोंगावणारा आवाज जरा बाजूला सारत एक मोठा आवाज झाला आणि विमानाच्या पाठच्या बाजूला एक बारीकशी आडवी फट दिसू लागली. त्यातून खाली उघडत चाललेल्या उताराकडून हवा जोरात आत खेचली जाऊ लागली. खटक असा आणखी एक मोठा आवाज होऊन उतार पूर्णपणे उघडला गेला असल्याचे कळेपर्यंत हवाई उडीसाठी अंगात घातलेल्या सुटात शिरून त्याला खेचत असलेल्या हवेच्या ताकदीचा अनुभव घेत गॅब्रिएल वाट पाहत थांबला. विमानाच्या शेपटाच्या बाजूला खाली शहरावरून परावर्तित होत असलेला प्रकाश त्याला दिसत होता. मग त्याने हवाई उडीच्या वेळी घालायचे गॉगल्स डोळ्यांवर चढवले आणि उघड्या दाराकडे सरकू लागला. काठापाशी पोहोचल्यावर त्याने बाहेरच्या ध्रुव प्रदेशातल्यासारख्या अतिथंड वाऱ्यामध्ये डोकावून पाहिले. खालच्या बाजूला, जवळपास दोन मैल अंतरावर रुइनचे शहर दिसत होते आणि शहराच्या काळ्याकुट्ट केंद्रस्थानी चारही दिशांनी एकत्र येणाऱ्या चार हमरस्त्यांच्या सरळ रेषादेखील दिसत होत्या.

यापूर्वीदेखील त्याने विमानातून खाली उड्या मारल्या होत्या; पण रात्रीच्या वेळी आणि इतक्या उंचीवरून कधीच मारली नव्हती. पृथ्वीतलावरच्या सामान्य माणसांना

तातडीची गरज असताना शासकीय यंत्रणा मात्र लाल फितीच्या बडग्याखाली त्यांचे पाय खेचत असताना, लाल फितीला बगल देऊन मदतीचे काम करण्याचा हा एक उपयुक्त मार्ग होता.

जाळीत अडकवलेला पाय सोडवून घेत तो उताराच्या मध्यापर्यंत पोहोचला, तेव्हा त्याचे पाय बाहेर गरजणाऱ्या रात्रीच्या दिशेने होते. उडी टाकण्यापूर्वी आपल्या अंगावर मागे-पुढे बांधलेल्या सगळ्या वस्तू तपासून पाहिल्यावर थोडा मागे सरकत उताराच्या टोकाशी आला, तेव्हा त्याने सामानावर लावायच्या जाळीला हातांनी घट्ट पकडले होते आणि हवेने बाहेर खेचले जाण्यापासून स्वतःला सावरून धरले होते.

शेवटी त्याचे पाय उताराच्या टोकाशी पोहोचले, तेव्हा हळूहळू आणखी खाली सरकत त्याने गोठवणाऱ्या थंडगार हवेत सोडले. मग हळूहळू जाळी धरून ठेवलेले हात सोडले, तर बाकीचे सगळे शरीरच हवेत मोकळे सोडले. आता तो विमानाच्या मागच्या बाजूला पूर्णपणे हवेत आडवा झालेला आणि खालून वर उसळणाऱ्या रात्रीने तसाच तोलून धरलेला, असा दिसत होता. जाळी तशीच घट्ट पकडून ठेवून खालचा अंधार वर वर जवळ येत असताना तो त्याकडे पाहत राहिला. रायफलच्या नळीच्या टोकावर नेम साधण्यासाठी बसवलेल्या माशीच्या छिद्रातून पाहावे, तसा उजवा डोळा मिटून डाव्या डोळ्याने तो या दृश्याकडे पाहत होता.

आणि मग त्याने जाळी सोडून दिली.

तो विमानाच्या पंख्यांनी घुसळून मागे टाकलेल्या बर्फगार हवेत पडला, तेव्हा विमानाचा वेग ताशी ऐंशी मैलांपेक्षा थोडा जास्तच होता. घुसळल्यामुळे गरगरणाऱ्या हवेतून बाहेर पडल्यावर त्याने आपले पाय आणि हात फैलावले. त्यासरशी त्याच्या दोन पायांमधले आणि हात आणि धडामधले पडदे ताणून उघडले गेले. त्यात हवा भरली गेली. हवेचा वेग आणि त्याच्या अंगावरच्या हवाई उडीसाठी वापरावयाच्या कपड्यांचा आकार यांचा एकत्रित परिणाम होऊन तो हवेत वर उचलला गेला आणि त्याला आपण वर खेचले जात असल्याची जाणीव झाली. मग एकदा या कुशीवर, एकदा त्या कुशीवर वळत त्याने आपल्या हातांची स्थिती आपल्याला खाली नेण्यास योग्य ठरेल, अशा प्रकारे वाऱ्याच्या झोताशी जुळवून घेतली. खाली-खाली जात असताना त्याचा उघडा डोळा जमिनीवरच्या आपल्या गडद रंगातल्या लक्ष्यावरून एक क्षणदेखील हटला नाही.

हवाई उडीसाठी पॅराशूटऐवजी वापरावयाचा असला खास प्रकारचा विंग-सूट घालून उडी मारण्याचे घेतलेले प्रशिक्षण, हे लष्करातून बाहेर पडण्यापूर्वी त्याने घेतलेले शेवटचे प्रशिक्षण होते. 'हॅलो जम्प्स' – म्हणजेच 'हाय अल्टिट्यूड लो ओपनिंग ड्रॉप्स'चे – हे हवाई उडीचे तंत्र, छुप्या पद्धतीने शत्रूच्या प्रदेशात आपले सैनिक पेरण्याचे नव्यानेच विकसित झालेले मूलगामी तंत्र होते. या तंत्रामागचे तत्त्व

असे होते की, हवेतल्या अतिउंच जागेवरून उडी घेतल्यामुळे जमिनीवरून विमानावर मारा होऊ शकणाऱ्या प्रक्षेपणास्त्रांच्या कक्षेच्या बरेच बाहेर राहता येत असे आणि जमिनीच्या अगदी जवळ, अत्यंत कमी उंचीवर आल्यानंतर पॅराशूट उघडण्यामुळे जमिनीवरच्या शत्रुसैन्याच्या शोधक नजरा अशा सैनिकांवर पडण्याचा धोकादेखील खूपच कमी होत असे. पॅराशूटशिवाय नुसताच खाली पडत असलेला माणूस आकाराने इतका लहान असतो की, रडारवर तो दिसतच नाही. अत्यंत कठोर आणि उच्च प्रतीचे प्रशिक्षण घेतलेले सैन्य जलद गतीने आणि छुप्या रितीने शत्रूच्या प्रदेशात उतरवण्याची ही अत्यंत प्रभावी पद्धत होती आणि ज्याची निसर्गदत्त संरक्षण व्यवस्था भेदून अद्यापपर्यंत कोणालाही प्रवेश करता आला नव्हता, अशा एका पर्वतातल्या बेलाग किल्ल्यात प्रवेश करण्यासाठीदेखील ती तितकीच प्रभावी होती.

आपण हवेत किती उंचीवर आहोत, ते दाखवणाऱ्या मनगटावरच्या यंत्राकडे गॅब्रिएलने पाहिले. आता तो चार हजार फुटांपेक्षाही खाली आलेला होता आणि दर सेकंदाला ऐंशी फुटांच्या गतीने खाली जात होता. हा अंदाज घेतल्यावर तो एका कुशीवर वळला आणि हवा आणि शरीराचा एकत्रित परिणाम साधत स्वत:भोवती गिरक्या घेत खाली जायला सुरुवात केली. त्याच वेळी खालून वेगाने वाढत वर येत असलेल्या अंधाराच्या मधोमध असलेली, त्याला चांगलीच माहीत असलेली बाग कुठे दिसते आहे का, ते शोधत राहिला.

१३५

बोगद्यात समोरच्या बाजूला प्रकाशाचा ठिपका दिसल्याबरोबर सावध होत कॅथरीनचे स्टिअरिंग व्हीलवरचे हात घट्ट झाले. तिने पटकन बाजूच्या सीटवर पडलेल्या काळ्या कॅनव्हासच्या बॅगेत हात घालून त्यातली बंदूक बाहेर काढली.

स्टीलच्या दारापाशी दार उघडले जाण्यासाठी कार्ड खाचेतून फिरवल्यानंतर दार वर उचलले जात उघडायला लागलेला थोडा अपेक्षेपेक्षा जास्तच वेळ तिला आठवला. म्हणजे कदाचित ती इथे येण्याची ते वाटच पाहत असतील. कदाचित ती आता थेट हल्ल्याच्या धुमश्चक्रीतच सापडणार असेल. तसेच असेल, तर आता थांबण्यात काहीच अर्थ नव्हता. बोगदा अतिशय अरुंद होता. त्यामुळे गाडी वळवणे शक्य नव्हते आणि रिव्हर्स गियरमध्ये मागे जाणेदेखील फारच अवघड होते. शिवाय आपल्या पळून जाण्याने गॅब्रिएलला काहीच मदत होणार नव्हती. असा विचार करत तिने ॲक्सिलरेटरवर दाबलेला पाय दाबूनच ठेवला आणि त्या प्रकाशाच्या ठिपक्यावर लक्ष ठेवून पुढे जात राहिली, तसतसा तो प्रकाशाचा ठिपका तिच्या गाडीच्या हेडलाइट्सच्या प्रकाशापेक्षाही प्रखर होऊ लागला. पुढचा थोडा चढाचा रस्ता पार करत तिची व्हॅन पुढचा रस्ता दिसेल, अशा टप्प्यावर पोहोचली, तोपर्यंत बंदुकीची नळी तिने व्हॅनच्या डॅशबोर्डच्या वर काढली होती. पुढचा अंधार कापत हेडलाइट्सचा प्रकाश एका गुहेसारख्या जागेवर आणि तिथे असलेल्या एका कारवर स्थिरावला. कारचे दिवे लागलेलेच होते. आत कुणीच नव्हते. ड्रायव्हरच्या आणि मागच्या सीटच्या बाजूची दारे उघडीच होती.

अचानक समोर दिसलेल्या त्या पोलिसांच्या उभ्या करून ठेवलेल्या कारला मागून धडक बसायचे टाळण्यासाठी शर्थीने प्रयत्न करून तिने गाडी वळवली. पुढच्याच क्षणी जोरात ब्रेक दाबत करकचत आवाज करत व्हॅन थांबवली. हातातली बंदूक सावधपणे समोर धरत गुहेच्या जागेत कुठे काही हालचाल होतेय का, ते पाहण्यासाठी नजर फिरवली. आपल्या समोरच्याच बाजूला असलेले स्टीलचे एक

बंद दार तिला दिसले, पण त्याव्यतिरिक्त तिथे काहीच नव्हते.

हात पुढे करून तिने व्हॅनचे इंजीन बंद केले; पण हेडलाइट्स चालूच ठेवले. एकदम निर्माण झालेली शांतता मनावर दडपण आणत होती. बाजूच्या सीटवरची काळी बॅग उचलून तिने व्हॅनचे दार उघडले. लांबच्या बाजूने कारला वळसा घालून पाठीमागे कोणी लपलेले नाही ना, याची खात्री केली. अद्याप ही काहीच घडले नव्हते. मग व्हॅनच्या पाठीमागच्या बाजूला जाऊन तिने त्या बाजूची दारे उघडली.

एवढ्या प्रवासादरम्यान सामानाने थोडीशी जागा सोडली होती; पण खताच्या पोत्यांचा ढीग, साखर आणि धूर निर्माण करणारे जळाऊ पदार्थ जवळपास जसेच्या तसे होते.

एक प्रचंड मोठा धुराचा बॉम्बगोळा, गॅब्रिएल म्हणाला होता. *त्या पर्वताच्या खालच्या भागातले प्रत्येक दार धडाक्यासरशी उडून जाण्यासाठी पुरेशी स्फोटक शक्ती असलेला एक बॉम्बगोळा.*

व्हॅनच्या मागच्या भागातल्या धातूच्या तळभागावर मागच्या चाकावरच्या गोलाकार कमानीसारख्या भागाशी खेटून ठेवलेल्या, एका पुठ्ठ्याच्या खोक्याजवळ तिने ती काळी कॅनव्हासची बॅग काळजीपूर्वक ठेवली. खोक्यामध्ये वादळवाऱ्यातही जळत राहणारा एक दिवा आणि जरा जास्त उष्ण हवामानाच्या प्रदेशात असताना ते झोपायला वापरत असत, तसल्या नुसत्याच पसरायच्या दोन चटयांसारख्या पट्ट्या होत्या. तिने तो दिवा उचलला. तळभागावर ठेवला. त्या कापडी पट्ट्यांची एकमेकींना गाठ मारून एक लांब पांढरा दोर तयार केला. त्याचे एक टोक खोक्यात टाकले आणि दुसरे दाराखालून बाहेर काढत पेट्रोलच्या टाकीच्या झाकणाकडे नेले.

व्हॅनला वळसा घालून येत असताना काळ्या भिंतीत वर उंचावर लावलेला आणि भिंगाजवळ स्थिरपणे पेटत असलेला एक लाल दिवा असलेला कॅमेरा तिच्या लक्षात आला. पेट्रोलच्या टाकीच्या झाकणाला किल्ली लावताना तिचा हात थरथरला. एकदाची किल्ली लागून झाकण निघाले. मग दोराचे तिथवर आणलेले टोक पेट्रोलच्या टाकीत काळजीपूर्वक सोडताना, दोराचा मधला भाग दाराखालीच वेटोळे करून ठेवताना आणि व्हॅनच्या तळभागावर तसाच सोडलेला ठेवताना कटाक्षाने आपली पाठ कॅमेऱ्याकडे ठेवली. खाली वाकून चालत ती व्हॅनच्या पाठीमागे आली. वादळवाऱ्यातही तग धरणाऱ्या त्या दिव्यातला रॉकेलचा राखीव साठा असलेल्या बाजूचे झाकण उघडले. ते कापडी दोरावर दोर भिजेपर्यंत शिंपडले आणि गुहेतल्या जमिनीवर वेटोळे घालून ठेवलेल्या भागावर तर थारोळे होईपर्यंत शिंपडले.

ही तुझ्या बॉम्बची वात आहे, गॅब्रिएलने समजावले होते.

उरलेले रॉकेल तिने व्हॅनच्या पाठीमागच्या भागात ठेवलेल्या खोक्यात टाकले आणि बॅगेत हात घालून दोन ग्रेनेड्स काढले. त्यांचे गडद हिरव्या रंगाचे पृष्ठभाग

आता वेगवेगळ्या रंगांच्या रबरांमध्ये गडप झाले होते. गोदामातल्या ऑफिसात जितकी रबरे सापडली होती, ती सगळीच्या सगळी तिने या कामासाठी वापरली होती. ते ग्रेनेड्स मग तिने त्या रॉकेलने भिजलेल्या खोक्यात बरोब्बर मधोमध अतिशय काळजीपूर्वकपणे ठेवले.

आणि हे तुझे स्फोट घडवून आणणारे घटक आहेत, गॅब्रिएलने सांगितले होते. *अगदी शेवटचे मिनिट येईपर्यंत हे कार्यान्वित करू नकोस.*

दोनांपैकी एक ग्रेनेड हातात घेऊन तिने तो कार्यान्वित करण्यासाठीच्या पिनमध्ये बोट अडकवले; पण लगेचच काहीतरी आठवल्याने थांबली. आपण फार उतावीळ झालो आहोत, हे तिला जाणवले. मग तो ग्रेनेड खाली ठेवून गॅब्रिएलने तिला इकडे रवाना करण्यापूर्वी व्हॅनमध्ये ठेवलेली शेवटची गोष्ट काढण्यासाठी ती पुढे झाली.

व्हॅनच्या पाठच्या भागात ठेवलेली रानवाटांनी भटकण्यासाठी वापरली जाणारी ती हलकी मोटारसायकल हाताने ओढल्याबरोबर खाली आली आणि दगडी फरशीवर आपटून एक उडी मारत उभी झाली. हेल्मेट हॅन्डललाच अडकवलेले होते; पण ते तिने तिथेच राहू दिले. हा सगळा वेळ तिच्या डोक्यात एकीकडे तो सुरक्षा व्यवस्थेतला कॅमेरा आणि दुसरीकडे घड्याळाचा सरकत असलेला काटा घोळत होता.

व्हॅनच्या पाठच्या दाराजवळ ती टेकवून ठेवत तिने पुन्हा एकदा तो ग्रेनेड हातात घेतला. ग्रेनेडची पिन खेचली, तेव्हा बारीकसा पिक असा आवाज झाला. मग तिने तो ग्रेनेड रॉकेलने भिजलेल्या खोक्याच्या तळाशी अलगद ठेवला.

''तू ही पिन खेचल्यानंतर जर या स्पून स्प्रिंग्ज उघडल्या गेल्या, तर तुझ्याकडे तिथून दूर पळण्यासाठी फक्त सहा सेकंद आहेत, हे लक्षात ठेव.'' गॅब्रिएलने तिला सांगितले होते.

ग्रेनेडची प्रक्रिया चालू करणारा धातूच्या चमच्यासारख्या भागावर, तो भाग मनाचा हिय्या करून सोडून देत असताना तिची नजर खिळली होती.

प्रक्रिया चालू करणारी ती चमच्यासारखी गोष्ट हलली नाही. म्हणजे वर गुंडाळलेल्या रबरांमुळे ती व्यवस्थित दाबून ठेवली गेली होती.

सुटकेचा एक मोठा नि:श्वास टाकत तिने दुसरा ग्रेनेड उचलला आणि गोळा करून आणलेले अवसान गळून जाण्यापूर्वीच त्याचीही पिन खेचली. मग पहिल्याजवळच हा दुसरादेखील ठेवून ते अख्खे खोकेच तिने ढकलत ढकलत मागे ठेवलेल्या पेट्रोलच्या कॅन्सजवळ आणि खतांच्या पोत्यांजवळ नेऊन टेकवले. मग काळ्या कॅनव्हासच्या बॅगेतून एक भली मोठी काडेपेटी काढली – हा त्या भल्या मोठ्या बॉम्बचा अखेरचा दुवा होता.

मग टांग टाकून मोटारसायकलवर बसत कॅथरीनने खिशातून दार उघडण्यासाठी वापरायचे कार्ड काढले आणि दातात घट्ट पकडले. काडेपेटीतली काडी पेटवली,

काडेपेटीत घुसवली आणि अख्खी काडेपेटी पेटून उठत असतानाच ती रॉकेलच्या थारोळ्यावर टाकली. भप्प असा आवाज होत रॉकेलने पेट घेतला आणि प्रखर पिवळ्या ज्वाळांच्या जिभा लपापत वर उठून त्यांनी त्या रॉकेलमध्ये भिजलेल्या दोराला लपेटले आणि त्यांचा एका बाजूने व्हॅनच्या पेट्रोलच्या टाकीकडे आणि दुसऱ्या बाजूने त्या ग्रेनेड्सच्या दिशेचा प्रवास सुरू झाला.

''वात पेटवल्यानंतर बाहेर पडण्यासाठी तुझ्याकडे फक्त एक मिनिट असेल,'' गॅब्रिएल म्हणाला होता. *कदाचित त्यापेक्षा कमीदेखील.*

मोटारसायकलचे पुढचे चाक बोगद्याच्या अंधाऱ्या बाजूकडे करत कॅथरीनने ॲक्सिलरेटर जोरात फिरवला आणि गाडी चालू करण्यासाठी जोरात किक मारली.

पण काहीच झाले नाही.

मोटारसायकलच्या इंजिनात पेट्रोल जळायला लागून ती सुरू करण्याचा कॅथरीन प्रयत्न करत असताना पसरत चाललेल्या ज्वाळांचा पिवळा प्रकाश तिच्यासभोवती वाढत चालला होता. तिने दुसऱ्यांदा जोरात किक मारली.

तरीही काही झाले नाही.

इंजीनमध्ये पेट्रोल भरमसाट प्रमाणात जाऊ नये, म्हणून तिने ॲक्सिलरेटर सैल केला आणि जोरजोराने पायानेच ढकलत स्वत:ला आणि मोटारसायकलला त्या ज्वाळांपासून दूर आणि त्या बोगद्याच्या अंधाऱ्या तोंडाकडे न्यायला लागली. अचानक पुढच्या खड्ड्यात मोटारसायकल शिरताना तिथे अडकलेली हवा तिच्या कानांशी कुजबुजत निघून गेली. हेडलाईट चालू केल्यावर तिला आपल्या पुढेच दहा फूट खोलावर असलेला तळ दिसला. ही शेवटची संधी आहे, हे तिला स्पष्टच समजले.

खळग्याचा तळाकडचा भाग जवळ येत असतानाच क्लच दाबून धरत पाय मारायच्या पॅडलवर दोनदा जोरात पाय चालवत तिने मोटारसायकलचा दुसरा गियर टाकला. झटकन क्लच सोडून दिल्याबरोबर मोटारसायकलने एक जोरदार गचका खाल्ला. उतारावर मिळालेल्या गतीने आणि एकदम क्लच सोडला गेल्याने मिळालेल्या झटक्याने इंजीन सुरू झाले. सुरुवातीला नुसतीच घरघर करणारे इंजीन काही क्षणांतच जोमदारपणे गर्जना करू लागले. आता इंजीन बंद पडू नये, म्हणून तिने ॲक्सिलरेटर पिळला आणि दुसऱ्या हाताने क्लच पकडून ठेवला. इंजिनाला पेट्रोल पुरवणाऱ्या नळ्या साफ होऊन इंजीन चालू राहावे, म्हणून तिने जोरात पिळलेल्या ॲक्सिलरेटरमुळे जोरात चालणाऱ्या करवतीसारखा होणारा इंजिनाचा आवाज त्या बोगद्याच्या बंदिस्त जागेत घुमायला लागला. मग तिने क्लच सोडून दिल्याबरोबर गियर पकडला जाऊन मोटारसायकल पुढे उडी मारल्यासारखी उसळली आणि बोगद्यातल्या खडबडीत रस्त्यावरून, त्या जळणाऱ्या व्हॅनपासून दूर घेऊन जायला लागली, तसे तिला हायसे वाटले.

१३६

गॅब्रिएलच्या डोळ्यांसमोरचा अंधार वाढतच राहिला, शक्तिपीठाच्या दिशेने खाली येत असताना शहराच्या चमचमणाऱ्या दिव्यांच्या चादरीवर भला मोठा शाईचा डाग पसरत जावा, तसा पसरत राहिला.

जुन्या शहराच्या एका बाजूच्या भागातल्या निर्मनुष्य रस्त्यांवरचे बंद दुकानांपुढची जागा प्रकाशमान करणारे एकटेदुकटे दिवे, भेटवस्तूंची बंद दारांची दुकाने, उतरत्या छपरांच्या खाली लटकत हलणाऱ्या जाहिराती आता त्याला दिसत होत्या. जसजसा आणखी खाली जात तो शक्तिपीठाजवळ पोहोचायला लागला, तसतसे आतापर्यंत काळ्या रंगातच बुडालेल्या पर्वतातूनदेखील आता काही आकार वर डोके काढत असलेले त्याला दिसायला लागले. सॅम्युएल ज्या सर्वोच्च शिखरावरून पडला होता, ते एका बाजूने सरळ उभा कडा आणि दुसऱ्या बाजूला तीव्र उतार असलेले शिखर त्याला आता दिसू लागले. एका कपारीजवळ ते सपाट झाले आणि पर्वताच्या खालच्या भागाकडे वाढत गेलेले दिसले आणि त्याच्या मध्यभागी असलेल्या गडद रंगाच्या अभेद्य जागेभोवती एक फास तयार झाल्यासारखे दिसले; पण अजूनही त्याला ती बाग दिसली नव्हती.

उपग्रहाने काढलेल्या फोटोमध्ये अंधाराच्या मध्यापाशी पाहिलेल्या बागेच्या दिशेने तो गिरक्या घेत-घेत खाली जात राहिला. ते दृश्य प्रत्यक्ष नजरेसमोर आल्याबरोबर त्याने पॅराशूट उघडायची दोरी जोरात खाली खेचली. खाली जाण्याचा मार्ग निश्चित करण्यासाठी वापरायचे अंगावर बांधलेले पॅराशूट वरच्या दिशेने उघडले जाताना त्याला एक हिसका जाणवला आणि मग मुख्य पॅराशूट उघडले गेले त्याचाही हिसका जाणवला. पॅराशूटची दिशा नियंत्रित करण्याच्या दोरांवर लावलेल्या हॅन्डल्समध्ये हात घालून खालच्या अंधारातून आपल्याला हवे त्या दिशेने जायचा तो प्रयत्न करायला लागला, तोवर एखाद्या हवाई गादीसारखे ते पॅराशूट त्याच्या डोक्याच्या वरच्या बाजूला कमानीसारखे उघडले.

खाली येण्याची गती कमी झाल्यामुळे वाऱ्याचा घोंगावणारा आवाज बंद झाला होता, त्यामुळे शहराकडून येणारे वेगवेगळे आवाज त्याच्या कानी पडायला लागले – त्यात वर्तुळाकार रस्त्यावरच्या रहदारीचा आवाज होता, परीघभिंतीच्या दक्षिण बाजूपलीकडे असलेल्या बार्समधून हसण्या-बोलण्याचे, संगीताचे एकमेकांत मिसळलेले आवाज ऐकू येत होते. मग तो त्या पर्वताच्या उंचवट्याच्याही खाली, पर्वताच्या अगदी गाभ्यातच असलेल्या ज्वालामुखीच्या मुखासारख्या गडद अंधाऱ्या खड्ड्यामध्ये पोहोचला, तेव्हा हे सगळे आवाज अचानक बंद झाले.

प्रकाश दिसायचा बंद होताक्षणी गॅब्रिएलने डोळ्यांची स्थिती बदलली. डावा डोळा मिटून उजवा डोळा उघडला आणि त्या क्षणापासून उजव्या बाजूला काळ्याकभिन्न अंधारातही समोरचे दाखवण्याची गॉगलमधली राखून ठेवलेली क्षमता कार्यान्वित झाली आणि त्याला अंधाराचा अर्थ समजू लागला. पर्वताच्या ताशीव भिंतीसारख्या भागातही असलेल्या कपारी आणि खालच्या बाजूला असलेल्या पर्वताच्या आकारातून काहीसे गोलाकार, फुगल्यासारखे दिसणारे, पर्वताच्या इतर भागांपेक्षा थोडे फिकट रंगाचे आकारदेखील त्याला दिसू लागले. हीच ती बाग होती. त्याला वाटले होते त्यापेक्षा खूपच जवळ आलेली दिसत होती आणि झपाट्याने आणखी जवळ येत होती.

त्याने पॅराशूटला दिशा देणाऱ्या दोऱ्या जोरात खाली खेचल्या. एक उसळी मारल्यासारखे होऊन आपण वर उचलले जात असल्याचे जाणवून, त्याच्या पोटात एक हलकासा खड्डा पडला. खालच्या अंधारातून वर डोके काढत असलेल्या झाडाच्या शेंड्यापासून स्वत:ला दूर राखण्यासाठी त्याने आपले पाय उचलून घेतले. तरीही शेंड्याकडच्या फांद्यांना त्याचे बूट घसटून जाताना जोरदार आवाज झालाच. झाडापासून दूर जाण्यासाठी त्याने उजव्या हातातला दोर जोरात खेचला. आपला पाय एका जाडसर फांदीमुळे अडकत आहे, असे त्याला वाटले. पाय झाडत त्याने तो सोडवला आणि वर पाहिले, तर आणखी एक झाड अंधारातून पुढे होत त्याच्याच दिशेने सरसावत होते.

संन्याशाने कान देऊन लक्षपूर्वक ऐकत शेकोटीवरची आपली नजर वर वळवली.

तो उठून उभा राहिला आणि दाराकडे गेला. प्रमुख पुरोहितांच्या खासगी कक्षातल्या खालच्या बाजूच्या दालनातल्या एकाच रंगाच्या सजावटीमध्ये त्याच्या कफनीचा लालभडक रंग, हाच काय तो रंग म्हणावा असा होता. बागेत उघडणाऱ्या दाराला कान लावून त्याने कानोसा घेतला, तेव्हा त्याला पुन्हा एकदा काहीतरी ऐकू आले – या वेळी जरा जास्त अस्पष्टसे होते ते. एखादा मोठा पक्षी झाडांमधून इकडून

तिकडे जात असावा किंवा कुणीतरी झुडपांमधून जबरदस्तीने मार्ग काढत येत असावे, तसा तो आवाज होता. त्याच्या कपाळाला आठ्या पडल्या. अंधार पडल्यानंतर बागेत जायला कोणालाच परवानगी नव्हती. कफनीच्या बाहीमध्ये लपवलेल्या बेरेटा जातीच्या पिस्तुलाकडे त्याचा हात गेला. मग झपाट्याने त्याने दिवे बंद केले आणि दार उघडले.

चंद्र उगवायला अजून बरेच तास बाकी होते आणि संन्याशाच्या नजरेला बागेतल्या गडद अंधारातले काहीही दिसत नव्हते. मग त्याने दाराबाहेर सावधपणे पाऊल टाकले, पाठीमागे दार बंद करून घेतले आणि घुबडासारखी मान फिरवत अंधारात डोळे फाडून पाहत, कुठे काही हालचाल दिसतेय का, ऐकू येतेय का, याचा अंदाज घेत उभा राहिला.

एका तीक्ष्ण आवाजाने शांततेला तडा गेला, त्यासरशी त्याचे लक्ष आवाजाच्या दिशेने वेधले गेले. तो आणखी लक्षपूर्वक ऐकू लागला. एखादी फांदी घासली जावी, तसा कुजबुजल्या सुरातला आवाज आला आणि मग सगळे पुन्हा एकदा शांत झाले. आवाज फळबागेकडून आले होते. दगडी पायऱ्या चोरट्या पावलांनी उतरून खाली येत अगदी मांजराच्या पावलांनी बारीक खडीच्या वाटेवरून चालत, तो त्यापुढच्या हिरवळीवर आला. हातातले पिस्तूल सज्ज करून फळझाडांच्या दिशेने तो घाईघाईने चालायला लागला, तेव्हा त्याच्या पावलांचा अस्पष्टसा खसखसणारा आवाज होत राहिला आणि डोळे रात्रीच्या अंधाराला सरावत गेले, तसतसे समोरच्या अंधाराला वेगवेगळे आकार प्राप्त होऊ लागले.

आता त्याला झाडे दिसायला लागली आणि फळबागेच्या मधल्या भागात आणखी काहीतरी, रात्रीच्या अंधारापेक्षा फिकट रंगाचे, अंधारात एखाद्या भुतासारखे हलणारे काहीतरी दिसले. हातातल्या पिस्तुलाने त्याने त्यावर नेम धरला आणि ते जे काही दिसत होते, त्याच्या आणि आपल्यादरम्यान झाडांचा आडोसा कायम ठेवत हळूहळू पुढे सरकला. तो आणखी जवळ गेला, तेव्हा त्याला त्या आकाराच्या बाजूने खाली लटकत असलेले दोर दिसले आणि त्या दोरांच्या एका टोकाला असलेली जमिनीवर लोळत असलेली रिकामी बैठकदेखील दिसली. ते सगळे काय आहे, याचा अर्थ क्षणार्धात स्पष्ट होऊन, लखख प्रकाश पाहिल्यागत त्याचे डोळे दिपले. नजर बाजूला वळली आणि पुन्हा एकदा पांढऱ्या फटक प्रकाशाबरोबर एक कानठळ्या बसवणारा आवाजदेखील आला. ज्याने कुणी त्याला पकडले होते, त्याच्या दिशेने वळून आपले पिस्तूल त्याच्यावर रोखायचा संन्याशाने प्रयत्न केला; परंतु त्याच्या मोडलेल्या मानेमुळे त्याचा मेंदू आणि शरीराच्या इतर भागांना जोडणारी संदेशवहन यंत्रणा त्याअगोदरच निकामी झाली होती. तो जमिनीवर कोसळला. त्याच्या जिभेवर तोंडात तोबऱ्यासारख्या भरल्या गेलेल्या गेल्या वर्षीच्या सडलेल्या पानांची, अंधारात

भिजलेल्या, धुक्याने दमट झालेल्या मातीच्या चवीत मिसळली गेलेली चव उतरली. आपल्या कफनीवरचा दोराचा पट्टा आणि कफनीदेखील कुणीतरी काढून घेत असल्याचे त्याला जाणवले. नंतर त्याच्या पापण्या फडफडल्या आणि मग त्या अदम्य अंधाराने त्याला आपल्या कवेत लपेटून घेतले.

१३७

मोटारसायकलच्या हेडलाइटचा प्रकाश बोगद्याच्या खडबडीत भिंतींवरून सरकत वर जाऊन वळला आणि बोगद्याच्या प्रवेशाकडच्या बाजूला असलेल्या स्टीलच्या दाराकडे वळला.

प्रकाशाच्या तिरिपेत एकदम समोर ठाकल्यासारखे ते भक्कम स्टीलचे दार आल्यामुळे कॅथरीनने जोरात पायाने ब्रेक दाबला. त्याने चाके अचानक फिरायची थांबून कॉंक्रीटच्या जमिनीवरून घसरत गेली आणि शेवटी पुढचे चाक दारावर धडकल्यामुळे झालेल्या आवाजाचा प्रतिध्वनी कानांत दडे बसवत असतानाच अचानक धक्का मारल्यासारखी मोटारसायकल थांबली. दार उघडायचे दातात धरून ठेवलेले कार्ड हातात घेत, हातातली मोटारसायकल तिथेच टाकून देत ती दाराच्या बाजूच्या खाचेजवळ पोहोचली, तोवर मोटारसायकलचे इंजीन बंद झाले. आपल्या पाठीमागे बोगद्यातून भडकलेल्या आगीचा आवाज येतोय, असे तिला वाटले, म्हणून तिने मोटारसायकलजवळच जमिनीवर लोळण घेतली आणि ते स्टीलचे दार उघडताक्षणीच लोळतच बाहेर पडण्यासाठी सज्ज झाली.

पण काहीच घडले नाही.

तिने हातातल्या कार्डाकडे पाहिले. दातात धरून ठेवल्यामुळे ते थोडेसे वाकले होते. तेवढा भाग सरळ करून तिने ते पुन्हा एकदा खाचेतून फिरवले.

तरीही काहीच झाले नाही.

आजूबाजूला दुसरे एखादे कुलूप किंवा सुटकेचा मार्ग आहे का, ते पाहण्यासाठी तिने नजर फिरवली आणि तिला एक सुरक्षा व्यवस्थेतला एका कोपऱ्यात कावळ्यासारखा आणि कावळ्याचीच नजर ठेवून असलेला कॅमेरा, आपल्या काचेच्या डोळ्याने खाली पाहत असलेला दिसला. त्याच्या पुढच्या बाजूला असलेला लाल दिवा डोळे मिचकावल्यासारखा होत होता आणि ते पाहता पाहता आता हा दरवाजा उघडणारच नाही, याची तिला जाणीव झाली.

ती आता अडकली होती.

त्या वस्त्रे उतरवलेल्या संन्याशाचा देह पॅराशूटच्या कापडात गुंडाळून ओल्या गवतावरून खेचून नेत, कापून एका बाजूला ठेवलेल्या फांद्यांच्या ढिगाऱ्यात ठेवताना गॅब्रिएलच्या डाव्या दंडातून तीव्र वेदना उसळत होत्या. झाडांवर आपटला, तेव्हा त्याला चांगलाच फटका बसला होता आणि पॅराशूट न उघडताच वेगात खाली येण्याच्या नशेचा अंमल आता उतरू लागला होता, त्यामुळे वेदनांची जाणीव तीव्रतेने होत होती. त्याला बोटे हलवता येत होती, पण काहीही घट्ट धरता येणे शक्य नव्हते. हाड बहुधा मोडलेच असावे, असे वाटत होते.

मोडका हात अंगाजवळच दाबून धरत उजव्या हाताने त्या संन्याशाचे शरीर त्याने फांद्यांनी झाकले आणि पाठीवरची सॅक ज्या सफरचंदाच्या झाडाखाली ठेवली होती, त्या झाडाकडे निघाला. वरच्या बाजूने पानांच्या सळसळीचा आणि शहरातल्या हालचालींचा दूरवरून येणारा आवाज त्याला ऐकू येत होता; पण पर्वताच्या गाभाऱ्यातून खोलातून दबक्या सुरात उमटलेला स्फोटाचा आवाज ऐकू येत नव्हता. काहीतरी चुकले होते नक्कीच.

बॅगेत हात घालून त्याने पीडीए म्हणजे हव्या असलेल्या गोष्टीची सध्याची जागा दाखवणारे उपकरण काढले आणि चालू केले. गॉगलचा उजवा डोळा बंद करून रात्रीच्या अंधारात दिसण्याची क्षमता राखून ठेवल्यावर त्याने उपकरणाच्या झडपेजवळ डोळा नेला आणि आत डोकावून पाहायला लागला.

पडद्यावर एक लहान-मोठा होत असलेला पांढरा ठिपका पडद्याच्या अगदी वरच्या बाजूला दिसत होता. दुसरी कोणतीही माहिती दाखवली जात नव्हती. भौगोलिक प्रदेशातले रस्ते दाखवणाऱ्या रेषा दिसेनाशा झाल्या होत्या. म्हणजे तो नकाशाबाहेरच्या जागेवर होता. कोणतेही संदर्भस्थळ नसल्यामुळे त्या उपकरणाचा उपयोग आता फक्त सॅम्युएलच्या शरीरात बसवलेल्या यंत्राकडून मिळणाऱ्या सिग्नल्सच्या मदतीने त्याच्याकडे नेणारी दिशा कळण्यासाठी करता येणार होता. जिथे कुठे ते लोक त्याला घेऊन गेले होते, तिथेच ते लिव्हलादेखील घेऊन जातील, याची त्याला खात्री होती.

बॅग बंद करून ती तपकिरी रंगाची कफनी हात आणि डोक्यावरून अंगावर चढवताना दंडातून उठणाऱ्या वेदना दात-ओठ खात सहन करायचा त्याला प्रयत्न करावा लागला. झाडांमधून पलीकडे एका भिंतीमध्ये उंच जागी असलेल्या खिडकीतला प्रकाश त्याला दिसत होता. त्या खिडकीच्या प्रकाशात आतल्या हालचालीने काही बदल होताहेत का, याचे निरीक्षण करत तो थोडा वेळ थांबला. बंदूक आणि पीडीएचे

उपकरण हातात घेतले आणि स्फोटाच्या आवाजाची वाट पाहत थांबला. त्याच्या अंदाजाप्रमाणे खरे तर आतापर्यंत तो व्हायला हवा होता. स्फोट होईल आणि त्यापाठोपाठ मोठ्या प्रमाणात धूर होईल आणि त्यामुळे मोठ्या प्रमाणात जो गोंधळ माजेल, त्याचा फायदा घेऊन आपल्याला पर्वताच्या अंतरंगात सुरक्षितपणे प्रवेश करून दिसेनासे होता येईल, यावर तो भिस्त ठेवून होता; पण कधीतरी तो होईल म्हणून तोपर्यंत थांबणे त्याला शक्य नव्हते. त्याने नुकतेच मारून टाकलेल्या संन्याशाची अनुपस्थिती कोणाच्या तरी लक्षात येणे शक्य होते आणि मग ते त्याच्या शोधात आले असते किंवा त्यांनी सरळ धोक्याची घंटाच वाजवली असती आणि अख्ख्या पर्वतालाच सावध केले असते आणि असे त्याला कोणत्याही परिस्थितीत घडू द्यायचे नव्हते. लिव्हला जर जिवंत बाहेर काढायचे असेल, तर नव्हतेच नव्हते. आपल्या आईचे काय झाले असावे, याचे विचार त्याच्या मनात जोर करायला लागले; पण त्याने तातडीने तो कप्पाच बंद केला. काय झाले असेल, याचा तर्क करत बसण्याने काहीच साध्य होणार नव्हते.

डावा हात आणि बोटांची हालचाल करून बघत, तो कितपत काम करू शकेल, याचा अंदाज घेत तो काही क्षण थांबला. वेदना तर खूपच होत होत्या, पण त्याला काही इलाज नव्हता. पलीकडे कोणीतरी हालचाल केल्यामुळे खिडकीतला प्रकाश थोडासा हलला, तसा तो जमिनीवरून उठून उभा राहिला. कफनीच्या बाह्यांमध्ये आपले हात दडवले. चांगल्या हातात बंदूक आणि दुसऱ्या हातात पीडीएचे उपकरण जमेल तितके घट्ट धरले. हिरवळीवरून चालत त्यापुढच्या पायवाटेने जाऊन त्याला शक्तिपीठात प्रवेश मिळवून देणाऱ्या दारापाशी तो पोहोचला.

कर्कश शीळ घालत सुटणाऱ्या वाफेसारखा आपल्या मनात दाटलेल्या भीतीचा ताण वाढत चालल्याचे कॅथरीनला जाणवत होते.

व्हॅनचा स्फोट होण्यापूर्वी तिच्या हाती किती वेळ शिल्लक राहिला होता, याचा तिला काहीच अंदाज नव्हता. तिने जिवाच्या आकांताने बाहेर पडण्याचा दुसरा एखादा मार्ग आहे का, याचा शोध घेतला. तिचे मन मला अजून जगायचे आहे, असा प्रचंड आक्रोश मूकपणे करत होते.

नीट विचार कर! डोके चालव!

बोगद्यात वळण होते. म्हणजे स्फोटाच्या धडाक्यापासून ते वळण तिच्या बचावाला कारणीभूत ठरणे शक्य होते. स्फोटामुळे उसळलेली हवेची त्या अरुंद वाटेने येणारी लाट, तिला उचलून ऐरणीवर घण मारावा, तशी त्या स्टीलच्या भक्कम दारावर आदळण्याची शक्यता होती. तेव्हा तिला जमिनीलगत, शक्य

तितके भिंतीला घट्ट चिकटून राहून स्फोटाच्या दणक्याला फेकण्याचे काम करायला शक्य तितकी कमी संधी मिळेल, हे पाहणे आवश्यक होते. उडी मारून ती मोटारसायकलजवळ पोहोचली. हेल्मेट अजूनही हॅन्डलवर अडकलेले होते, ते पटकन काढून तिने डोक्यावर घट्ट बसवले आणि डावीकडे लोळण घेत स्फोटाचा दणका जिथून परावर्तित होण्याची शक्यता होती, त्या बोगद्यातल्या वळणाकडे गेली. बोगद्याच्या गुळगुळीत भिंतीवर थडकल्यावर भिंत आणि जमिनीच्या दरम्यानच्या एका खळग्यात अंग चोरून बसली. तिच्या डोक्यात याव्यतिरिक्त आणखी काय करता येईल, याचे विचार वेगाने दौडत होते आणि हेल्मेटच्या बंदिस्त जागेत स्वत:च्याच श्वासाच्या आवाजाने तिच्या कानाला दडे बसत होते.

तिने झटपट एक श्वास घेतला.

नाक दाबून धरले.

दाबून धरलेल्या हवेचा कान-नाक-घसा जोडणाऱ्या भागावर दाब पडून दडे सुटावेत, म्हणून जोरात प्रयत्न केला.

१३८

जमिनीच्या अंतर्भागातून एखादी प्रचंड मोठी वीज कडकडावी, तसा त्या स्फोटाचा आवाज पर्वताच्या अंतर्भागात दुमदुमला. अतिविशाल ग्रंथालयातल्या गहन अंधारात त्या दणक्याने शेल्फवरची पुस्तके गडगडत खाली आली आणि छताकडून भरपूर धूळ खाली उतरली. अथानासियस या सगळ्याकडे स्तंभित होऊन पाहत राहिला. आपल्या मागून आपल्या खांद्यावरून नजर टाकत या पर्वतानेच जणू आपण वाचत होतो तेच वाचले आणि त्यांचा अर्थ डोक्यात शिरल्यावर जणू त्याचे अंग भीतीने थरथरले असावे, असेच त्याला वाटायला लागले.

हात पुढे करून त्याने ते मेणचट कागद पुन्हा त्या निएत्शेच्या पुस्तकात घडी करून ठेवले आणि उठला. मृतवत झालेल्या भाषेतल्या त्या भुरकटलेल्या अक्षरांमध्ये जो काही अर्थ दडला होता, तो खरा होता का, याची त्याला शहानिशा करायची होती. त्याचे सगळे श्रद्धेय त्यावर अवलंबून होते. सगळ्यांचीच श्रद्धा त्यावर अवलंबून होती. हादऱ्यामुळे जमिनीवर पडलेली पुस्तके ओलांडून पावले टाकत मध्यवर्ती बोळवजा वाटेकडे आणि तिथून पुढे मुख्य प्रवेशदाराकडे जात असताना आजूबाजूला उडालेला गोंधळ आणि तिथे पसरलेल्या मरणकळेला छेद देणारे मोठमोठ्या आवाजातले बोलणे त्याच्या लक्षातदेखील आले नाही. आजूबाजूच्या कोलाहलापासून तो इतका अलिप्त झाला होता की, आपण शरीराची बंधने सोडून निघालेल्या एखाद्या मुक्तात्म्याप्रमाणेच चाललो आहोत, असे त्याला वाटत होते. प्रवेशकक्षामध्ये दाखल होऊन तसाच तरंगत निघाल्यासारखा तो दारापाशी असलेल्या हवेच्या झोताच्या दिशेने निघाला, तेव्हा आपण एवढ्या मेहनतीने उभ्या केलेल्या या अपार ग्रंथसंग्रहाची वाताहत झाल्याचे पाहून, उद्विग्नपणे आपलेच केस उपटत आक्रोश करणाऱ्या ग्रंथपालांचे विव्हळणे त्याच्या कानी फारसे पडलेच नाही.

हवेच्या झोतातून बाहेर बोळवजा मार्गिकेत आल्याबरोबर त्याच्या नाकात धुराचा वास भपकन शिरला. धूर कडवट, कोरडा, गंधक जळल्याचा असावा, तसा होता

आणि पर्वताच्या खालच्या भागात भीतीने उसळलेल्या प्रचंड गोंधळ-गलबल्यासह वर येत होता. तपकिरी कफन्या घातलेले दोन संन्यासी घाईघाईने त्याच्या पुढून पर्वताच्या खालच्या भागात कुठून धूर येतो आहे, ते शोधण्यासाठी जाताना त्याला दिसले. ते दोघे आता पर्वतगर्भातल्या खडकामधल्या कुठल्यातरी भेगेमधून – जिथे गंधकाचा दगड आणि आग असेल, त्या भेगेमधून धूर येत असेल, तिकडे जातील अशी कल्पना अथानासियसच्या डोळ्यांसमोर तरळून गेली.

मग तो वळला आणि विरुद्ध दिशेला, म्हणजे पर्वतात वरच्या बाजूला आपल्या स्वत:च्याच साक्षात्काराकडे चालायला लागला. हा मार्ग आपल्यासाठी निषिद्ध आहे आणि कदाचित तो आपल्याला आपल्या मृत्यूचीच भेट घडवेल, हे त्याला चांगलेच माहीत होते; पण आता त्याला त्याचीदेखील भीती वाटत नव्हती. त्याने आत्ताच वाचलेल्या शब्दांच्या काळीज गप्पगार करणाऱ्या थंड छायेखाली जगणे आता त्याला अशक्य होते. त्या शब्दांचा जो काही अर्थ आहे, तो खरा नाही, हे शोधता-शोधता त्याचा प्राण गेला, तरी ते खरे असण्याची शक्यता उराशी घेऊन जगण्यापेक्षा सुसह्य होते.

पर्वतातल्या खालच्या भागातल्या वरच्या दिशेने घेऊन जाणाऱ्या जिन्याच्या खळग्यामध्ये तो पटकन शिरला आणि पायऱ्या चढून जाऊ लागला. वर पोहोचल्यावर अनेक बाजूंना जाणाऱ्या वाटा असलेल्या एका अरुंदशा खोलीत तो आला. दुसऱ्या टोकाला एक रक्षक गटाची खूण असलेली लाल रंगाची कफनी घातलेला संन्यासी आणखी वर जाण्याच्या दारापाशी उभा होता. त्याला ओलांडून आपण कसे जाणार आहोत, याची त्याला काहीच कल्पना नव्हती; पण काहीतरी करून आपण ते साध्य करूच, अशी त्याला मनातून खात्रीच वाटत होती.

पाखंडी बायबलमधली चोरलेली पाने ठेवलेले ते पुस्तक अजूनही आपल्या हातात असल्याची त्याला जाणीव झाली आणि ते पुस्तक एखादा सर्व संकटांमध्ये तारणहार ठरणारा ताईत असावा, तसे आपल्या छातीजवळ घट्ट धरले. आणखी दोन पावले त्या रक्षकाच्या दिशेने टाकेपर्यंत तो रक्षकही त्याच्या दिशेने पाहू लागला. इतक्यात जिन्याच्या मधल्या टप्प्याजवळचे आणखी एक दार उघडले गेले. आणखी एक रक्षक संन्यासी त्या अरुंदशा खोलीत येऊन दाखल झाला. त्याने आपली डोक्यावरची टोपी चेहरा पूर्ण झाकला जाईल, इतकी खाली ओढलेली होती.

आणि मग सगळे दिवे बंद झाले आणि ती अरुंदशी खोली संपूर्णपणे अभेद्य काळोखात बुडून गेली.

१३९

विजा कडाडत आहेत, असे वाटत असतानाच लिव्ह भानावर आली.

तिने डोळे उघडले.

तरल अंधारामध्ये टाचणीएवढ्या प्रकाशाच्या शेकडो सुया आपल्या डोळ्यांसमोर थरथरत आहेत, असे तिला वाटत होते. लक्ष एकाग्र करण्याचा तिने प्रयत्न केला. आपल्या अंगाखालची थंडगार, कडक जमीन थरथरून पुन्हा स्थिर झाली असल्याचे तिला जाणवले. काळोख्या, दगडी भिंतीवरच्या एकमेकांची आरशातली प्रतिमाच असावी, तशा एकामागून एक दिसणाऱ्या पात्यांवर परावर्तित होणाऱ्या मेणबत्त्यांच्या ज्योतीदेखील थरथरून पुन्हा स्थिर झाल्याचे तिला दिसले आणि मग तिला आणखी काहीतरी, जमिनीवर पडलेले दिसले. एक शव कमरेपासून वर विवस्त्र. त्यावर अगदी ओळखीच्या, गर्विष्ठपणे वर आलेल्या आणि तिथल्या प्रकाशात चमकणाऱ्या कातडीवर विचित्रपणे उठून दिसणाऱ्या जखमांच्या खुणा दिसल्या.

हालचाल करताना डोक्यात उठणाऱ्या प्रचंड वेदनांकडे दुर्लक्ष करत तिने त्याला स्पर्श करायचा प्रयत्न केला. तिच्या लांब केलेल्या हाताने त्या पर्वतगर्भाइतक्याच थंडगार चेहऱ्याला स्पर्श केला आणि त्याला आपल्याकडे वळवले. मन पिळवटून गेल्याने तिच्या तोंडून कण्हल्याचा एक अस्पष्टसा हुंकार बाहेर पडला. इतका भयानक मृत्यू आला होता आणि त्यानंतरच्या क्रूर शवचिकित्सेला सामोरे जावे लागले असले, तरीदेखील सॅम्युएलची मुद्रा अतिशय शांत दिसत होती. जमिनीवरून सरकतच ती त्याच्याजवळ गेली. डबडबल्या डोळ्यांना अश्रू झोंबत असतानाच त्याचा पापा घेण्यासाठी तिने मान वर केली. त्याच्या थंडगार कातडीवर तिने ओठ टेकले, तेव्हा आपल्या आत काहीतरी कुठेतरी हलल्याचा तिला भास झाला आणि पुढच्याच क्षणी तिच्या भावापासून तिला झटक्यानेच दूर खेचले गेल्यामुळे तिच्या समोरचे सगळे दृश्य भयावह रितीने हलायला लागले.

दिवे जाण्यापूर्वी काही क्षणच गॅब्रिएलला तो रक्षक संन्यासी दिसला.

अचानक झालेल्या अंधारात त्याने जमिनीकडे लोळण घेतली; पण तसे करताना त्याचा दुखावलेला हात आपटला आणि प्राणांतिक वेदना त्याच्या मस्तकात उसळू लागल्या. त्यावर निर्धाराने काबू मिळवत, तो आवाज न करता त्या काळ्याकुट्ट बोळवजा मार्गिकेतून धडधाकट हाताने भिंतीचा अंदाज घेत, पण हातातली बंदूक भिंतीवर आपटून आवाज होणार नाही, याची काळजी घेत, समोरच्या भिंतीच्या दिशेने सरकू लागला. त्याने डावा हात बाहीमध्ये खुपसलेलाच होता आणि त्या दुखऱ्या हातातच त्याने पीडीएचे उपकरण धरून ठेवले होते. बोळासारख्या मार्गिकेत येण्यापूर्वी त्याने त्या उपकरणाच्या पडद्याकडे धावती नजर टाकली होती. मार्गिकेच्या पलीकडच्या बाजूला तो रक्षक ज्या वाटेवर उभा होता, त्याच दिशेने कुठूनतरी कोणत्यातरी दारामागून सॅम्युएलच्या शरीरात बसवलेल्या यंत्राकडून संदेश येत होता.

भिंतीवर चाचपडणाऱ्या हाताला थंडगार, दगडी भिंतीचा स्पर्श जाणवला. त्यासरशी तो आणखी खाली वाकला आणि तो रक्षक संन्यासी जिथे उभा असलेला त्याने दिवे बंद होण्यापूर्वी शेवटचे पाहिले होते, त्या दिशेने हातातल्या बंदुकीचा नेम धरला. पाठीमागे शक्तिपीठाच्या खालच्या भागातून तिकडे उडालेल्या गोंधळाचे प्रतिध्वनी वर येत होते – कुणी दिव्यांसाठी हाकारत होते, कुणी मदतीसाठी, तर आणखी कुणी लागलेल्या आगीवर मारा करण्यासाठी पाण्याचे पाइप मागत होते. तिकडची प्रचंड घबराट त्यालाही जाणवत होती. दुसरी कुठलीही गोष्ट माणसांना धुराइतकी घाबरवू शकत नाही, हे त्याला माहीत होते.

हातातली बंदूक स्थिर करत दुसऱ्या हातातले पीडीएचे उपकरण त्याने मार्गिकेच्या मधोमध काहीसे आपल्या समोर धरले. उपकरणाच्या पडद्यावर दृश्य दिसावे, म्हणून अंगठ्याने बटण दाबायचा प्रयत्न करताना त्याच्या हातातून प्रचंड कळ उठली. बटण सापडले. दाबले. उठलेल्या कळीमुळे त्याच्या हातातून ते पीडीएचे उपकरण खाली गळून पडताना पडदा सजीव झाला आणि त्याच्या प्रकाशाने मार्गिकेतले दृश्य दिसायला लागले. त्या दारापाशी तो रक्षक संन्यासी नव्हता. तो डावीकडे दबा धरून बसला होता आणि त्याची बंदूक मार्गिकेकडेच वळलेली होती. त्याने पीडीएच्या प्रकाशाच्या थोडे वर, थेट डोक्यावर जाईल, अशा बेताने नेम धरून दोन गोळ्या झाडल्या. त्यांचा दणाणणारा आवाज त्या दगडी बंदिस्त मार्गिकेमध्ये कानठळ्या बसवणारे प्रतिध्वनी उमटवत गेला.

सायलेन्सर लावलेल्या आपल्या बंदुकीतून गॅब्रिएलने गोळी झाडली. एक झटका बसल्यासारखा तो रक्षक संन्यासी मागच्या दारावर धडकून खाली घसरला

आणि त्यांच्या हातातली बंदूक खाली पडली, त्याचा आवाजही ऐकू आला. पीडीएच्या पडद्यातून मिळणाऱ्या प्रकाशाचा उपयोग करून घेत तो उसळी मारूनच पुढे गेला आणि त्या रक्षकाची खाली पडलेली बंदूक लाथेनेच दूर उडवून दिली. धडशा हाताने त्याच्या गळ्यावर स्पंदने जाणवताहेत का, ते चाचपून पाहिले; पण जर तो जिवंत असलाच, तर खबरदारी म्हणून हातातली बंदूकही सज्ज ठेवली. त्याला स्पंदने जाणवली नाहीत. मग त्याच्या अंगावरच्या खरबरीत कफनीवरून हात फिरवत छातीवरच्या गरम रक्ताने भिजलेल्या जखमेच्या बाजूने नेत, त्याला जे अपेक्षित होते, ते सापडल्यावर थांबला.

मग त्याने हात मागे घेतला. पीडीएचे उपकरण पुन्हा हातात घेतले आणि त्याचा प्रकाश त्या प्रचंड जडावाच्या दारावर पडेल, अशा प्रकारे डाव्या हाताच्या पकडीत अडकवले. किल्ली अडकवयाचे छिद्र दाराच्या मध्यभागी होते. रक्षकाच्या कफनीतून काढून घेतलेली किल्ली गॅब्रिएलने तिथे सरकवली, फिरवली आणि खांद्याने जोर देत दार उघडले, तेव्हा त्याला वर पर्वताच्या वरच्या भागातल्या अंधाराकडे निघालेल्या पायऱ्या दिसल्या.

१४०

एका झटक्यातच खेचली जाऊन जबरदस्तीने पायांवर उभे करून गर्रकन दुसऱ्या दिशेने वळवली गेल्यामुळे सॅम्युएलचे शरीर लिव्हच्या नजरेसमोरून नाहीसे झाले आणि तिथल्या अंधारात तिच्या अगदी जवळच उभी असलेली एक विचित्र भयावह आकृती तिच्या नजरेसमोर आली. ती आकृतीदेखील भरपूर दाढीमिश्यांतून चकाकणाऱ्या करड्या डोळ्यांनी तिच्याकडेच एकटक पाहत होती. त्या आकृतीच्या कमरेपासून वरच्या शरीरावरदेखील ताज्या; पण अगदी ओळखीच्या वाटणाऱ्या जखमांमधून ताजे काळपट रक्त वाहताना चकाकत होते. ''आमच्या समर्पित भावनेची चिन्हं आहेत ही,'' तिची नजर आपल्या शरीरावरच्या जखमांच्या खुणांकडे आहे, असे पाहून मठाधिपती म्हणाले. ''तुझ्या भावानेसुद्धा ती धारण केली होती – पण त्याला आमचं रहस्य हृदयात जपून ठेवता आलं नाही.''

त्यांनी गुहेतल्या अंधाऱ्या बाजूकडे डोके झुकवून इशारा केला, त्यासरशी लिव्हलादेखील जोराने झटका देत त्या अंधाऱ्या दिशेने वळवण्यात आले. आपल्या भावाला पुन्हा एकदा पाहायला मिळावे, म्हणून तिने उजवीकडे मान वळवण्याचा प्रयत्न केला; पण एक हात पुढे आला आणि तिचे केस घट्ट पकडून त्याने तिला पुन्हा समोर पाहायला भाग पाडले. ''शोध घे त्या अंधाराचा,'' मठाधिपतींनी कडक शब्दांत आज्ञा केली. ''आपल्या डोळ्यांनीच पाहा ते.''

तिने डोळ्यांना ताण देऊन पाहिले.

सावलीखेरीज तिला काहीच दिसले नाही. त्या उदासवाण्या अंधूक प्रकाशात काहीतरी आकार धारण करू लागले, तसे तिला आपल्या अंगातून वारेच सरसरून जातेय, असे वाटायला लागले.

तो ताऊचा आकार होता. कमीतकमी तिच्याच उंचीएवढा आणि तिच्याइतकाच सघन आकाराचा होता. डोळे सरावून अंधाराचा अर्थ स्पष्ट होऊ लागला, तसतसा वाऱ्याचा जोर वाढला आणि आपल्याबरोबर एक कुजबुजणारा, झाडा-पानांमधून

सरसरत जाणारा स्वर घेऊन आला आणि तो वारा आपल्या शरीरात शिरून पुढे वाहत जाताना अलगदपणे आपल्या वेदनादेखील घेऊन जात आहे, याची तिला स्पष्ट जाणीव होऊ लागली.

"हेच आहे आमच्या पंथाचं रहस्य," पाठीमागून आवाज आला. "अवघ्या मनुष्यमात्रांचं वाटोळं करणारं."

त्या हातांनी तिला आणखी पुढे ढकलल्यावर समोरचे दृश्य जरा जास्त स्पष्ट झाले. ताऊच्या चिन्हातला उभा स्तंभ, रुंदीला एका लहानसर वृक्षाएवढा होता; पण त्याचा पृष्ठभाग बराच सपाट आणि लाकडापेक्षा जरा जास्त काळपट रंगाच्या वस्तूचा बनलेला होता. त्याच्या तळाकडे एक खरबरीत जाळी होती आणि त्या जाळीतून त्याखाली असलेल्या दगडी जमिनीत खोदलेल्या चरांमध्ये काहीतरी ओघळत सांडत होते. ते दृश्य पाहताना नेवार्कमध्ये हॉस्पिटलच्या बाहेरच्या बागेत मरणपंथाला लागलेल्या वृक्षामधून ओघळणाऱ्या जीवनरसाची तिला आठवण झाली. इथे हा चिकट पदार्थ जिकडे वाहत होता, तिथे कशा कोण जाणे, बारीकशा नाजूक वेलींनी मुळे रुजवली होती आणि त्यांची नाजूक टोके त्या ताऊच्या विचित्र, खडबडीत पृष्ठभागावरून आधार घेत वर चढत होती. वर चढणाऱ्या वेलींचा मागोवा घेत तिची नजर वर सरकली, तेव्हा तिला मध्यवर्ती खांब तयार करण्यासाठी ओबडधोबडपणे एकमेकांवर ठोकून बसवलेल्या लोखंडाच्या पट्ट्यांचे वेल्डिंग करून केलेले जोड दिसले. वारा आता जोर धरू लागला होता आणि आपल्याबरोबर उन्हात करपलेल्या गवताचा मनाला आराम देणारा गंध घेऊन येत होता. मग ती मध्यवर्ती उभ्या खांबासारख्या आकाराची भेट जिथे हातांसारख्या आडव्या बसवलेल्या पट्टीशी होत होती, तिथे पोहोचली – आणि मग तिला आणखी काहीतरी – त्या पूर्ण आकाराच्या आत असलेले काहीतरी – दिसले. ते पाहून बसलेल्या धक्क्याने तिचा श्वास गळ्यातच अडकला.

"नीट पाहा," तिला जे काही दिसले, त्याने तिला बसलेल्या धक्क्याची जाणीव ठेवून मठाधिपती कुजबुजल्या सुरात म्हणाले. ताऊच्या आकाराच्या धातूच्या पृष्ठभागावर कापलेल्या एका अगदी बारीक, पातळ चिरेकडे आणि तिच्याकडेच पाहत असलेल्या फिकट हिरव्या डोळ्यांकडे लिव्ह एकटक पाहत राहिली. "आमच्या पंथाचं रहस्य. संपूर्ण मानवजातीचा सर्वांत मोठा गुन्हेगार; मानवाविरुद्ध केलेल्या गुन्ह्यांसाठी देहान्ताची शिक्षा झालेला – पण तरीही मारला जाणं शक्य नाही असा, म्हणजे आजपर्यंत तरी." असे म्हणत ते तिच्या नजरेच्या कक्षेत आले आणि जमिनीवर लोळागोळा होऊन फेकून दिल्यासारख्या पडलेल्या सॅम्युएलच्या शरीराकडे बोट दाखवत पुढे म्हणाले, "क्रॉस खाली पडेल." मग आपले बोट लिव्हकडे वळवत म्हणाले, "क्रॉस पुन्हा उभा राहील." मग त्यांचा हात ताऊकडे वळला,

"संस्करण-विधान खुलं करण्यासाठी आणि एक नवं युग आणण्यासाठी, आपल्या दयार्द्र मृत्यूनं." क्रॉसच्या एका बाजूला असलेला एक चिमटा त्यांनी सोडवला, तेव्हा एक तीक्ष्णसा खट असा झालेला आवाज त्या प्रार्थनाघरात प्रतिध्वनित झाला. "जिनं मानवाचं दैवत्व एकदा छिनून घेतलं, तीच आता ते त्याला परत देईल." आणखी बरेच तीक्ष्ण खट खट आवाज तिथल्या हवेत उमटल्यावर त्या समोरच्या ताऊच्या आकारातला पुढचा भाग सरकत सावकाशपणे एका बाजूला होत उघडला आणि उघडताना आपल्याबरोबर आतमध्ये असलेल्या स्त्रीची घुसमटलेली विद्ध स्वरातली किंकाळी घेऊन आला.

तो ताऊचा आकार म्हणजे क्रॉस नव्हताच. मगाशी तिला त्या हॉस्पिटलबाहेरच्या झाडातून वाहणाऱ्या चिकट पदार्थाची आठवण झाली होती, तशाच चिकट, ओलसर द्रवाने माखलेल्या असंख्य सुया आतल्या बाजूला जडवलेली ती एक धातूची शवपेटी होती. आता तिला ते विदारक सत्य पूर्णपणे दिसले. तो चिकट द्रव नव्हता, ते तर त्या आतमध्ये पूर्ण नग्न अवस्थेत कोंडलेल्या शरीराला एकसारख्या अंतरावर टोचल्या जाणाऱ्या शेकडो सुयांनी झालेल्या जखमांमधून वाहणारे रक्त होते. ती तरुण होती. स्त्री म्हणण्यापेक्षा मुलगीच म्हणावी अशी होती. तरी पण तिचे लांबसडक केस तिथल्या अंधारातही पांढरे पडलेले दिसत होते. सुयांच्या जखमांबरोबरच धार्मिक विधिवत केलेल्या आणि तिच्या अगदी ओळखीच्याच झालेल्या भयकारी जखमांमधून वाहणाऱ्या रक्ताने माखलेल्या शरीरावर ते दाट केस वळणा-वळणांनी चिकटले होते.

"या जखमांच्या खुणा, म्हणजे या जगाला दुष्ट प्रवृत्तींपासून मुक्ती देण्यामध्ये आम्हाला आलेल्या अपयशाची आम्हाला सतत आठवण देणाऱ्या खुणा आहेत," एखादा प्रार्थनामंत्र म्हणावा, तसे मठाधिपती बोलत होते. "आम्ही जे विधी करतो, त्यामुळे अंतिम निवाडा होईपर्यंत त्या रक्तहीन आणि अशक्तच राहतात."

लिव्हने त्या स्त्रीच्या डोळ्यांत पाहिले. तलावाच्या पाण्याप्रमाणे हिरवे आणि लहान मुलाप्रमाणे विस्फारलेले; पण तरीही खोल डोहासारखे आणि अपार वेदनेने भरलेले डोळे होते ते. इतक्या विचित्र परिस्थितीमध्ये सापडलेले असूनदेखील लिव्हच्या मनात त्या स्त्रीबद्दल तीव्र आपुलकीची भावना उचंबळून आली. जणू ते प्रार्थनाघर म्हणजे एखादी साधीशी खोली असावी आणि ती बालवयातच हरवलेल्या आपल्या जिवलग मैत्रिणीला पुन्हा भेटत असावी, तसे काहीसे तिच्या मनात जागे झाले. तिच्याकडे पाहताना आपण कदाचित आपल्या स्वत:कडेच तर पाहत नाही ना, असेही वाटत राहिले. जणू कसलीही कल्पना नसताना एखाद्या खोल विहिरीत डोकावल्याबरोबर आपलेच प्रतिबिंब आपल्याकडे डोळे वटारून पाहत असावे, तसे वाटले. इतका वेळ तिच्या शरीरात खेळत असलेला वारा आता आपल्याबरोबर तो

करपलेल्या गवताचा गंध घेऊन तिच्याकडे जात आहे आणि त्यांच्यातले नाते जास्त घट्ट करत आहे, असे वाटले. ते हिरवे डोळे तिच्या डोळ्यांत खोलवर पाहत राहिले आणि त्या डोळ्यांना आपले सगळे काही अंतर्बाह्य, जसे आहे, तसे समजले आहे आणि त्यांनी त्याचा स्वीकारही केला आहे, असे जाणवले – म्हणजे खोलवर पाहिले; पण त्यावर कसलीही टीका-टिप्पणी केली नाही असे आणि एखादी उघडी खिडकी असावी, तसे त्या डोळ्यांनीही लिव्हला खोलवर पाहू दिले आणि मग तिच्यामध्ये जे सर्व काही होते, ते तिला तिच्यात दिसले आणि तिच्यात जे सर्व काही होते, ते सगळ्यात. आई होण्याची अतीव इच्छा असलेल्या, पण कधीच होऊ न शकलेल्या स्त्रीच्या मनाची ती मूर्तिमंत उद्विग्नता होती. ती तर सरळ सरळ आपले जीवन आपल्या दोन मुलांना अर्पण करताना अनंत वेदना सहन करणारी तिची स्वतःची आईच होती. ती होती आतापर्यंत अनेकवार उद्ध्वस्त झालेल्या हृदयांचे स्पंदन आणि होती आतापर्यंत ढाळल्या गेलेल्या सगळ्या अश्रूंचा एकवटलेला एक थेंब. ती होती आदिम स्त्री आणि आदिम स्त्री तीच होती. जगातल्या सर्व स्त्रियांचे दुःख, तिचे दुःख होते आणि तिचे दुःख कल्पनातीत होते आणि लिव्हला हे सगळे केवळ नजरभेटीतून समजले आणि म्हणून तिला थोडा तरी दिलासा वाटावा इतपत स्पर्श करण्यासाठी, ती कासावीस झाली. जणू ती आई होती आणि त्या भयानक क्रॉसच्या आत कोंडलेली ती बालिका कुठल्यातरी अनंत काळच्या दुःस्वप्नाच्या फेऱ्यात हरवलेली तिची स्वतःचीच मुलगी होती; परंतु तिला कैदेत ठेवणाऱ्याने तिला घट्ट धरून ठेवले होते आणि तिचा हात तिच्या इच्छेप्रमाणे हालचाल करू शकत नव्हता, म्हणून मग तिने जुळवता येतील तितके शब्द जुळवून शब्दांनीच तिला स्पर्श करायचा प्रयत्न केला.

"सगळं समजलं मला," डोळ्यांतून निसटलेले अश्रू पापण्यांची उघड-मीट करून झटकण्याचा प्रयत्न करत ती म्हणाली. "सगळं, सगळं समजलंय. तू आधी शांत हो पाहू."

काही क्षण आदिस्त्रीचे हिरवे डोळे एकटक तिच्याकडे पाहतच राहिले. मग तिच्या तोंडावर अगदी फिकटसे स्मित फुलले आणि तिने सुटका झाल्यासारखा निःश्वास टाकला. एवढ्यात लिव्हला आपल्या हातात काहीतरी जबरदस्तीने दिले जात आहे, अशी जाणीव झाली, म्हणून तिने खाली वाकून हाताकडे पाहिले, तेव्हा आपल्या हातापासून पुढे निमुळते होत गेलेले खंजिराचे एक धारदार पातळसे पाते तिला दिसले.

"आता तुझा जन्म सार्थकी लाव," मठाधिपतींनी तिचा हात आपल्या हातात घट्ट धरून ठेवत आज्ञा केली. "मानवाच्या सगळ्यात मोठ्या विश्वासघातकी व्यक्तीपासून मानवाला मुक्ती दे."

हातातल्या खंजिराच्या धारदार पातळशा पात्याकडे लिव्ह पाहत राहिली आणि आपल्याला इथे का आणले गेले आहे, याचा स्पष्ट, सरळ आणि भीषण अर्थ त्या पात्याच्या थंडगार टोकावर अचूकपणे लिहिला गेलाय, असेच तिला वाटायला लागले. या असल्या कामासाठी आणि तेदेखील आपण वापरायचे आहे, हे स्पष्ट झाल्यामुळे, तिने तो खंजीर हातातून गळाल्यासारखा खाली टाकायचा प्रयत्न केला. त्या स्त्रीपासून ते पाते दूर करण्याचा प्रयत्न केला; पण तिचा हात ज्या हातांनी धरून ठेवला होता, ते हात फार बळकट होते. सॅम्युएलचे शब्द तिच्या मनात पिंगा घालायला लागले. त्यासरशी तिला धरून ठेवणाऱ्यांच्या हातातून निसटण्याचा ती निकराचा प्रयत्न करू लागली.

जर इतरांचा जीव तुम्हाखातर जात असेल, तर परमेश्वराने नक्कीच तुम्हाला काही विशिष्ट कामासाठी जिवंत ठेवले असेल.

आपल्या आयुष्याचे नक्की काय प्रयोजन असेल, असा प्रश्न तिला नेहमीच पडत असे; पण तरीही हे ते प्रयोजन असणे शक्य नाही, हेदेखील तिला माहीत होते. ही सगळ्यात उत्तम, पण विद्ध स्त्री मरायला नको होती. निदान तिच्या हातून तरी नकोच. तिने पुन्हा एकदा तिच्या फिकट पांढुरक्या पडलेल्या चेहऱ्याकडे पाहिले. पुन्हा एकदा वाऱ्याचा झोत शरीरातून वाहत आहे असे वाटले. करपलेल्या गवताचा गंध जास्त स्पष्टपणे जाणवू लागला आणि तो गंध बरोबर घेऊन येणाऱ्या वाऱ्याच्या झोताचा आवाज एखाद्या द्रव पदार्थाकडून किंवा किनाऱ्यावर येणाऱ्या लाटांवरून खळाळण्याचा आवाज बरोबर घेऊन येतोय, तिला अंतर्बाह्य निर्मल करतोय, तिला अतीव समाधान वाटत आहे आणि तिच्या मनात असंख्य स्मृती जाग्या होत आहेत, असेही वाटले.

शेवटी तिच्या मन:पटलावर एक चित्र साकार झाले. त्यात बालवयातली ती सॅम्युएलबरोबर उन्हाने करपलेल्या गवतात बसून आपल्या नॉर्डिक पूर्वजांच्या आजी सांगत असलेल्या गोष्टी ऐकत असलेली तिला दिसली.

हा संदेश कुणाही एकासाठी म्हणून लिहिलेलाच नाहीये, त्या सफरचंदाच्या बियांवर कोरलेल्या अक्षरांविषयी अर्काडियन म्हणाला होता.

तो फक्त तुमच्यासाठी होता.

स्मृतिशेषातून वर आलेल्या गंधस्मृती आणि त्यांच्याशी जोडल्या गेलेल्या आठवणी समोर उभ्या राहण्याबरोबर सगळे काही भय-विस्मयकारकरीत्या स्पष्ट झाले. संदेशातला **Ask** हा शब्द म्हणजे काही सूचना नव्हती. त्या शब्दाने **Ask** (आस्क) आणि **Embla** (एम्ब्ला) यांचा, म्हणजे या पृथ्वीतलावरच्या आदिपुरुष आणि आदिस्त्रीच्या दंतकथेचा संदर्भ सांगितलेला होता आणि सॅम्युएलने पाठवलेला संदेश असा होता :

A s k ?
M a l a T

ताऊचे चिन्ह आणि प्रश्नचिन्ह हे दोन्हीही अधोरेखित केले होते, कारण त्या दोन्हीचा अर्थ एकच होता. तो माला क्रॉस – म्हणजेच ते ताऊचे चिन्ह – म्हणजेच एम्ब्ला, आदिस्त्री, आदिशक्ती होती. याचा अर्थ पवित्र संस्करण-विधान वगैरे सगळ्याचा अर्थ आदिशक्ती हाच होता.

१४१

कॉर्नेलियसने जेव्हा त्या ताऊवरच्या चिरेतून त्याच्याकडेच पाहत असलेल्या त्या हिरव्या डोळ्यांकडे पाहिले होते, त्या धक्कादायक क्षणी ते डोळे त्याच्या ध्यानीमनी सतत घोटाळणाऱ्या त्या बुरख्यातल्या स्त्रीचेच डोळे, काहीतरी चमत्कार घडून इथे दिसायला लागले आहेत, असे त्याला वाटले होते; मात्र मठाधिपतींनी तिची खरी ओळख स्पष्ट करून सांगितल्यानंतरच त्या ताऊच्या अस्तित्वाचा अनुपम अर्थ त्याच्या लक्षात आला होता. ती स्त्री म्हणजे केवळ एक बुरखा घातलेली स्त्री नव्हती किंवा जन्मल्याबरोबर त्याला टाकून देणारी त्याची आईदेखील नव्हती – ती तर अख्ख्या स्त्रीजातीच्या विश्वासघातकी वृत्तीचे उगमस्थानच होती.

अशा या आदिस्त्रीला ईव्हला, तिने अखिल मानवजातीविरुद्ध आणि प्रत्यक्ष देवाविरुद्ध केलेल्या गुन्ह्यांसाठी मरणे क्रमप्राप्त होते. अख्ख्या जगाला तिच्या विषापासून मुक्त करण्याचा तोच, फक्त तोच मार्ग होता आणि त्याच्या मजबूत पकडीमध्ये वळवळणारी मुलगी या कामात कशी कोण जाणे, पण फार महत्त्वाची होती. ती सुटकेचा प्रयत्न करते आहे, असे त्याला जाणवत होते. तिने हातातल्या खंजिराचे पाते त्याच्या मनात आयुष्यभर खदखदत असलेल्या द्वेषाच्या, त्या क्रॉसच्या आत अडकलेल्या मूर्तिमंत प्रतीकापासून दूर करण्याचा प्रयत्न चालवला असल्याचेही त्याला दिसले. त्याबरोबर त्याने तिला सर्व शक्तीनिशी त्या ईव्हच्या अंगावरच ढकलले.

अचानक ढकलले गेल्यामुळे धडक झाल्यावर लिव्हचा श्वास अडखळला; पण लगेचच पुढचा श्वास नीटपणे घेता घेता तिला एका अतिप्राचीन तरीही अतिपरिचित अशा सुगंधाची, मृद्गंधाची आणि त्याबरोबरच सृजनाचे आश्वासन घेऊन येणाऱ्या पाऊसगंधाची जाणीव झाली आणि हा गंध ईव्हचा, आदिशक्तीचा होता आणि त्या गंधाने तिला अतिशय छान वाटत होते. तिच्या हातातला खंजीर दोघींच्या शरीरांमध्ये

दाबला गेल्यामुळे अडकल्यासारखा आणि ज्या कामासाठी तिच्या हातात तो दिला गेला होता, त्या कामासाठी तात्पुरता तरी कुचकामाचा ठरला होता; पण तिला आता तीव्र वेदनाही जाणवत होत्या. ढकलले गेल्यामुळे त्या दोघी जणी ताऊच्या आतल्या भागातल्या असंख्य टोकदार सुयांवर आदळल्या होत्या आणि त्यातल्या काही सुया तिच्या गळ्यावर आणि उजव्या खांद्यावर जिथे जिथे टोचल्या गेल्या होत्या, तिथे असह्य वेदना होत होत्या.

आपल्या पाठीमागे कुणीतरी रागारागाने दिलेल्या सूचना तिला ऐकू आल्या आणि पुढच्याच क्षणी आपण जितक्या जोराने पुढे ढकलले गेलो होतो, तितक्याच झटपट पुन्हा मागे खेचले जात आहोत, असे तिला जाणवले. त्या झटक्याने तिच्या शरीरात भोसकल्या गेलेल्या सुया बाहेर आल्या आणि तिथल्या जखमांमधून बाहेर आलेले उष्ण रक्त तिच्या मानेवरून खाली छातीवर पसरायला लागले. मग तिच्या पायांतले त्राण गेले आणि ती घसरल्यासारखी जमिनीवर पडली.

ती अशी घसरून खाली पडत असताना मठाधिपतींनी पाहिले आणि तिच्या त्या पडण्याबरोबरच आपली स्वप्नांची उतरंडही गडगडून कोसळते आहे, असेच त्यांना वाटले.

अत्यंत खुनशी नजरेने कॉर्नेलियसकडे पाहता पाहता त्यांचा हात कमरेपाशी अडकवलेल्या क्रक्समधील खंजिराकडे गेला आणि त्याच वेळी झालेल्या कसल्याशा आवाजाने ते पुढची कृती करण्याऐवजी एकदम स्तब्ध झाले.

समुद्रकिनाऱ्यावरच्या शंखशिंपल्यांवरून सरसरत जाणाऱ्या लाटेच्या पाण्यासारखा अगदी हलकासा आवाज होता तो आणि तो ईव्हकडून आला होता. ते तिच्या दिशेने वळले. ती हुंदके देत होती. तिचे अथांग हिरवे डोळे जमिनीवर पडलेल्या मुलीकडे वळलेले होते आणि हुंदक्यांनी तिचे शरीर गदगदत होते. तिथल्या दाट अंधारातूनदेखील वाट काढत तिच्या डोळ्यांतून टपकलेला अश्रूचा एक थेंब खाली जमिनीवर जमा झालेल्या त्या मुलीच्या रक्ताच्या थारोळ्यात पडून नाहीसा होताना त्यांना दिसला.

मग आणखी एक आवाज त्या प्रार्थनाघरातल्या घनदाट अंधाराला टराटरा फाडत गेला. ती इतकी कर्णकर्कश किंकाळी होती की, आपल्या कानांचे पडदे फाटू नयेत, म्हणून मठाधिपती आणि कॉर्नेलियसने दोन्ही हात कानांवर घट्ट दाबून धरले.

एखादा प्रचंड वृक्ष प्रचंड ताकदीने एका क्षणात उभा चिरफाळला जात असताना किंवा एखादा हिमकडा अखंड हिमपर्वतापासून तुटत कोसळायला लागताना व्हावा, तसा आभाळ फाडून टाकणारा आवाज होता तो; पण खरे तर ते एक भयसूचक हंसगान होते आणि ते अतीव दुःख आणि संतापाने ओतप्रोत भरलेले होते.

इतक्या कर्णकर्कश किंकाळीनेदेखील विचलित न होता मठाधिपती ईव्हकडे तिच्या संतापाची पर्वा न करता एकटक पाहत होते. त्या महाभयंकर किंकाळीचा भर ओसरू लागल्याबरोबर तिच्या जखमांमधून ताजे रक्त वाहायला लागले असल्याचे त्यांना दिसले. सुरुवातीला थेंब थेंब येणाऱ्या रक्ताचा जोर लवकरच वाढला. तिच्या कातडीवर सुयांनी झालेल्या असंख्य जखमांमधून बाहेर पडत रक्त वाहू लागले आणि त्याचबरोबर ते धार्मिक विधीदरम्यान केलेल्या विशिष्ट पद्धतीच्या जखमांमधूनदेखील वाहायला लागले. आत्तापर्यंत कधीच पाहिले नव्हते, इतक्या सहजपणे आणि जोरात बाहेर पडणाऱ्या आणि लिव्हचे रक्त दगडी जमिनीतल्या ज्या चरांकडे वाहत होते, त्याच चरांकडे वाहणाऱ्या तिच्या शरीरातील रक्ताकडे ते एखादे नवल पाहावे, तसे पाहत राहिले.

ती मरते आहे – आपण विजयी होत असल्याची वार्ता तिच्या ताज्या रक्ताच्या गंधाने त्यांना सांगितली.

आणि मग नुसती हवाच असावी, त्यामागे कसल्याच अस्तित्वाचे बळ नसावे, अशा आवाजात ईव्हचे बोलणे ऐकू आले.

जमिनीवर पडलेल्या रक्तबंबाळ मुलीकडे पाहत जखमेवर हळुवार फुंकर घालावी, तशा आवाजात ती आदिशक्ती, ईव्ह म्हणाली, ''कुशीकाम, कुशीकाम.''

एखाद्या बाळाने आपल्या आईकडे पाहावे, तसे जमिनीवर पडलेल्या मुलीने तिच्याकडे पाहिले. मग ती मंद हसली आणि जेव्हा तिने डोळे मिटले, तेव्हा ईव्हचेदेखील मिटले.

१४२

ती भयानक किंकाळी अंधार भेदत गेली, तेव्हा गॅब्रिएल जेमतेम दगडी पायऱ्यांच्या वरच्या टोकाला पोहोचला होता. किंकाळी कानांवर पडायला लागल्याबरोबर आपल्या धावण्याच्या आवाजाला त्या किंकाळीच्याच आवाजाचा आडोसा करत त्याने धावायला सुरुवात केली होती. ज्या अंधुकशा प्रकाशाच्या बोगद्यातून तो आवाज आला होता, त्या बोगद्यासारख्या भागात आपली बंदूक सरसावत झपकन शिरल्यावर कुठे काही हालचाल दिसते आहे का, याचा अंदाज घेत, धीर एकवटून शक्य तितक्या चपळाईने पुढे सरकला. दंडातून उठणाऱ्या कळा आता असह्य होत होत्या आणि बरेच रक्त गेल्यामुळे त्याला आता अस्वस्थ, मळमळल्यासारखे वाटत होते.

बोगद्याच्या शेवटापाशी पोहोचला आणि त्याच वेळी ती किंकाळी अचानक थांबली. सावध होत तो भिंतीला चिकटून राहिला. बोगद्याच्या टोकाजवळून हळूच डोके पुढे काढून पाहिले. ती धगधगणारी भट्टी त्याला दुसऱ्या टोकाकडे दिसली. भट्टीसमोरच असलेली धार लावायच्या दगडांची चाके दिसली आणि त्यापाठीमागच्या भिंतीवर मध्यभागी ताऊचे चिन्ह कोरलेला तो जात्याच्या दगडासारखा गोलाकार दगडदेखील दिसला. ज्या दारापलीकडून किंकाळीचा आवाज आला असावा, असा गॅब्रिएलने अंदाज केला होता, त्या दिशेच्या अंधाराकडे डोळे फाडून पाहत एक संन्यासी तिथे उभा होता. लिव्ह तिथेच होती आणि ते संस्करण-विधान का काय, तेदेखील तिथेच होते. त्याने खोलीत पाऊल टाकले.

तो संन्यासी वळला. त्याने गॅब्रिएलला पाहिले. आपली बंदूक त्याच्यावर रोखण्यासाठी कफनीतून हात बाहेर काढायला लागला; पण ते तो करू शकलाच नाही. त्याच्या छातीत घुसलेल्या दोन गोळ्यांनी त्याला मागच्या भव्य दगडी दारावर धडकवले. प्रतिक्षिप्त क्रिया होत हातातल्या बंदुकीच्या खटक्यावरचे त्याचे बोट आवळले गेले; पण सुटलेली गोळी फक्त दगडाचाच वेध घेत गेली.

जमिनीवर आपटण्यापूर्वीच त्याचा जीव गेला होता.

अचानक झालेल्या बंदुकीची गोळी सुटल्याच्या आवाजाने मठाधिपती आणि कॉर्नेलियस चमकून मागे वळले. अगदी जवळच झाला होता तो आवाज. म्हणजे अगदी दाराबाहेरच.

"जा, बघ काय भानगड आहे ते." असे कॉर्नेलियसला सांगून मठाधिपती पुन्हा ईव्हकडे वळले. आता सगळा जीवनरस, सगळी जीवनऊर्जा तिला सोडून जात असल्यासारखी पांढरीफटक पडत चालली होती. ती जितकी गलितगात्र होत होती, तितके त्यांना आपल्या शरीरात शक्तिसंचार होत आहे, असे वाटत होते. म्हणजे ते विधान आता खरे ठरणार होते. आता ते अमर होणार होते. एका देवाला मारून आता ते स्वतःच देव होणार होते; पण या अतीव आनंददायी विचाराने त्यांचा आत्मा गर्वाने फुगत असतानाच आपल्या शरीरात वेगवेगळ्या भागांमध्ये एक विचित्र, मुंग्या चालत असाव्यात, असे काहीतरी व्हायला लागल्याची जाणीवदेखील त्यांना व्हायला लागली. आपल्या डाव्या खांद्याभोवती विधिवत केलेल्या गोलाकार जखमेकडे त्यांनी पाहिले, तेव्हा नुकत्याच जुळून आलेल्या जखमेचे तोंड, तिथल्या मांसपेशी पुन्हा फाटून उघडत असल्याचे त्यांना दिसले. दुसऱ्या हाताने त्यांनी जखमेवर दाबून धरले; पण हाताखालूनदेखील वर येत त्यांच्या बोटांमधून मार्ग काढत वाहायला लागलेले रक्त त्यांना स्पष्टपणे जाणवले. मग त्यांची नजर इतर जखमांच्या खुणांकडे गेली आणि प्रत्येक जखम याच पद्धतीने पुन्हा उघडत असल्याचे त्यांना दिसले. काही क्षण हे दृश्य ते दुसऱ्या कुणाच्यातरी शरीराबाबत काहीतरी अघोरी घडत असल्यासारखे बघत राहिले आणि मग त्यांना आपली सर्व शक्ती गळून जात असल्याची, जणू नुकत्याच अनुभवलेल्या विजयी क्षणाने अंगात निर्माण झालेली ऊर्जा आणि आनंद आता जमिनीवर टपटपत असलेल्या रक्ताच्या प्रत्येक थेंबाबरोबर मातीला मिळत असल्याची जाणीव झाली. स्वतःला सावरण्यासाठी त्यांनी आधार घ्यायचा प्रयत्न केला, तेव्हा त्यांचा हात ताऊच्या एका बाजूवर पडला आणि त्या पवित्र संस्करण-विधानाच्या सान्निध्यात असताना आयुष्यात प्रथमच त्यांना भीती वाटली.

रक्षक संन्याशाच्या बंदुकीतून उडालेल्या गोळीच्या प्रखर प्रकाशझोतामुळे दिपलेले डोळे पुन्हा अंधाराला सरावण्यासाठी डोळ्यांची उघड-झाप करत गॅब्रिएल दारापाशी पोहोचला. गोलाकार दगडाला पाठ भिडवून तो दाराच्या कोपऱ्यापर्यंत सरकला. आतमध्ये जे कोणी असेल, ते बंदुकीच्या आवाजाने सावध झाले असणारच होते, त्यामुळे त्याला जे काही करायचे होते, ते झटपट करायला हवे होते आणि त्यात

कोणतीही चूक न होता करायचे होते. पुढे जे काही असणार होते, त्यासाठी मनाला तयार करत त्याने एक खोलवर श्वास घेतला आणि त्याच वेळी त्याला आपल्या जखमी दंडाच्या कातडीखाली काहीतरी विचित्र संवेदना जाणवायला लागल्या. बोटे कितपत वळताहेत, हे पाहण्यासाठी मूठ आवळून पाहत आता पुन्हा एकदा वेदनांचा डोंब उसळेल, म्हणून त्याने मनाची तयारी केली; पण त्याऐवजी आत खोलवर हाडात कुठेतरी थोडेसे दुखल्यासारखे झाले आणि आतापर्यंत निकामी असलेल्या त्याच्या हाताची मूठ सहजपणे वळली गेली. हात अजूनही दुखत होता आणि मूठ वळली गेली असली, तरी घट्ट पकड घेता येण्यासाठी उपयोगाची नव्हती; पण आता हात मोडल्यासारखे वाटत नव्हते. अचंबित करणाऱ्या या गोष्टीकडे त्याचे इतके लक्ष वेधले गेले होते की, अंधारात लपापत आलेले पाते त्याच्या छातीवर डावीकडे आपटेपर्यंत आणि बरगडी खरवडत आत घुसायच्या क्षणापर्यंत त्याचे त्याकडे लक्षच गेले नाही. अंतर्मनाने सूचना दिल्यासारखा तो बाजूला वळला. हाडावरचा वार कातडीवरच राहावा, असा प्रयत्न केला आणि डावा हात वर करत ते पाते दूर उडवायचा प्रयत्न केला; पण तोच त्याचा दुखावलेला हात असल्यामुळे एक ताजी रसरशीत वेदना हातातून उठली आणि त्याचबरोबर त्याच्या घशातून त्या वेदनेचा हुंकार बाहेर पडला. मग कमरेपासून वर निर्वस्त्र असलेला आणि रक्ताने माखलेला आपला हल्लेखोर त्याला दिसला. आगीच्या उजेडात त्याच्या तोंडावरच्या जुन्या जखमांच्या लोंबणाऱ्या कातडीचे मेणचट चकाकणारे तुकडे दिसल्याबरोबर गॅब्रिएलला आपल्यासमोर कोण क्रूरात्मा उभा आहे, याची जाणीव झाली. त्याला इथे खेचून आणले होते ती किंकाळी, गोदामात फरशीवर पडलेले त्याच्या आजोबांचे छिन्नविछिन्न शरीर, हे सगळे त्याला क्षणात आठवले. गॅब्रिएलने दुखावलेला हात ज्या प्रकारे अंगाजवळ दाबून धरलेला होता, त्याकडे लक्षपूर्वक पाहताना, आपले सावज कशात कमजोर आहे, याचा अंदाज घेणाऱ्या हिंस्र श्वापदाच्या नजरेत असते, तशी चमक त्याला त्या दैत्याच्या डोळ्यांत उठलेली दिसली.

कॉर्नेलियसने आणखी जवळ येत पुन्हा वार करायचा आणि या वेळी गॅब्रिएलच्या चांगल्या हातावर वार करायचा प्रयत्न केला, तेव्हा त्याच्या हातातली सुरी पुन्हा अंधारात लकाकली. गॅब्रिएल धडपडत मागे गेला. बंदूकही वर केली; पण ते दु:स्वप्न तसेच चालू राहिले. पुढे येत पुन्हा एकदा वार झाला आणि या वेळी त्या पात्याखाली अंधाराव्यतिरिक्त आणखीही काहीतरी सापडले. एखादा जोरदार बुक्का मारला जावा, तसे ते पाते आपल्या मनगटावर आदळल्याचे गॅब्रिएलला जाणवले; पण वेदना जाणवली नाही. मग हातातल्या बंदुकीची नळी वर करत नेम धरायच्या माशीसमोर त्या दैत्याचे डोळे दिसायला लागल्याबरोबर खटका दाबला.

पण काहीच घडले नाही. मग आपल्या मनगटातून वाहणारा जाडसर रक्ताचा

ओहोळ त्याला दिसला आणि तुंबळ युद्ध चालू असतानादेखील समोरचे दृश्य मंद गतीने अधिक स्पष्ट होत जावे, तसे नक्की काय घडले होते, हे त्याला अगदी स्पष्टपणे कळले. पुन्हा एकदा वार करण्यासाठी तो दैत्य पुढे सरसावत असतानाच त्याने खाली लोळण घेतली आणि त्याच्या वारापासून वाचण्याचा प्रयत्न केला. दगडी जमिनीवर पडल्यावर त्याने लोळण घेतली आणि शक्तिहीन हातातली बंदूक अंगाशी दाबून धरली. हातातल्या ज्या स्नायूंनी बोटांची हालचाल केली जाते, ते स्नायूच त्या पात्याने कापले गेले असावेत. म्हणजे आता हा हातदेखील दुसऱ्या हातासारखाच निकामी झाला होता आणि आता तो स्वत:चेदेखील संरक्षण करू शकणार नव्हता.

पुन्हा लोळण घेत शक्य तितके जमिनीजवळ राहत त्या दैत्यापासून दूर जाण्याचा प्रयत्न करत तो त्या भट्टीजवळ पोहोचला. नजर वर करून पाहिले, तर कॉर्नेलियस तिथेच अगदी त्याच्या छाताडावर उभा असल्यासारखा उभा होता. त्याच्या हातात धातूची एक जाडसर डाग देऊन खूण करण्यासाठी वापरतात, तसली सळई होती. खाली वाकून गॅब्रिएलच्या दोन्ही हातांत नुसतीच अडकून पडलेली बंदूक पाहून तो हसला. इतक्यात त्याचे लक्ष दुसऱ्या कशामुळे तरी विचलित झाले. फार नाही, पण फक्त काही क्षण तो आपल्या शरीरातून उसळत वर येऊन नुकत्याच विधिवत केलेल्या जखमांच्या रेखीव खाचांमधून बाहेर पडत असलेल्या रक्ताकडे पाहत राहिला. तेवढी संधी साधून पायांनीच त्या खडबडीत जमिनीवरून आपले शरीर डोक्याच्या दिशेने शक्य तितक्या जोराने ढकलत गॅब्रिएलने त्या दोघांमध्ये प्राणमोलाचे ठरणारे अंतर काही यार्डांनी वाढवले आणि त्याच वेळी आपल्या मोडक्या हाताचे बोट बंदुकीच्या खटक्यावर नेले.

हालचालीमुळे कॉर्नेलियस सावध झाला आणि हातातली सळई त्याने डोक्यापेक्षाही वर उगारली आणि वेडसरपणे हसत आपल्या असाहाय्य सावजावर झडप घालण्यासाठी पुढे सरसावला. बंदुकीवरचा हात गॅब्रिएलने जिवाच्या आकांताने आवळला. अचानक सर्व वेदना नाहीशा झाल्या होत्या आणि सगळी ताकद परत आली होती. बंदूक वर करत त्याने कॉर्नेलियसवर रोखली आणि लागोपाठ तीन गोळ्या झाडल्या.

जे काही होत होते, त्याच्या धक्क्याने अवाक होत कॉर्नेलियस थिजल्यासारखा झाला आणि मग आपल्या शरीराला पडलेल्या छिद्रांकडे त्याने पाहिले. त्या छिद्रांतून बाहेर ओसंडायला लागलेले रक्त पाहिले आणि ते अगोदरच वाहायला लागलेल्या त्याच्याच शरीरातल्या रक्ताच्या जोरदार प्रवाहात मिसळतानादेखील पाहिले. मग नजर वर करत त्याने गॅब्रिएलकडे पाहिले. एक शेवटचा वार करण्यासाठी पुढे झाला आणि प्रेत बनून खाली कोसळला.

१४३

उबदार आणि दाटीवाटीने डोळ्यांसमोर येणाऱ्या आठवणींच्या खोल समुद्रात आपण बुडत आहोत आणि आयुष्यातील घटनांच्या प्रतिमा पाण्यातून क्षणकाल चमकून दिसत नाहीशा होणाऱ्या माशांसारख्या जवळून जात आहेत, असे लिव्हला वाटत राहिले. शरीरातून वाहणारा हवेचा झोत आता जास्तच प्रवाही झाला होता आणि आपल्याबरोबर विस्मृतीत गेलेले कुणाचेतरी आवाज आणि आठवणीत दडलेल्या घटनांचे अर्धे-मुर्धे तुकडे घेऊन येत होता. ती आणखी खोल बुडाली, तेव्हा त्या प्रतिमा विरघळत गेल्या आणि तिच्या खालच्या बाजूने वर सरकत गेलेल्या एका प्रखर प्रकाशझोताबरोबर वर, तिच्यापासून दूर गेल्या.

हाच आहे मृत्यू, अंधारातून पुढे होत तिलाच भेटायला येत असलेल्या आकाराकडे पाहताना तिला वाटले. प्रकाशाने तिचा कब्जा घेतला आणि तिच्या पापण्यांच्या पडद्यावर नव्या प्रतिमा दाटी करू लागल्या.

तिथे एक बाग होती. हिरवागार, मखमली गालिचा अंथरलेली आणि त्या हिरवळीतून एक माणूस चालत होता आणि वरून सूर्य किंवा सूर्यासारखेच काहीतरी त्यावर झळाळणारा प्रकाश टाकत होते. मग एकदम एका झाडाची सावली वाढायला लागली आणि तिने प्रकाशाचा रस्ता अडवत अंधार केला. आता ती एका गुहेत होती आणि जन्मोजन्मीचा कडवट द्वेष भरलेल्या नजरांचे पुरुष तिच्या सभोवती उभे होते.

आणि होती एक वेदना.

तिचे शरीर चिरले जात असल्याची, धारदार पात्यांनी जागोजागी कापाकाप केली जात असल्याची, आगीत होरपळण्याची आणि उकळत्या तेलाने भाजले जाण्याची अंधकारी, चिरदाहकारी वेदना.

आणि होता रक्तगंध.

आणि याबरोबरच होती सूर्य पाहण्याची, आपल्या कातडीवर त्याच्या किरणांची

उबदार चव अनुभवण्याची आणि शांत-शीतल धरेवर हळुवार पावले टाकत चालण्याची अनिवार इच्छा.

पण वेदना मात्र अंधारातून झळाळून उठत सगळीकडे पसरत होती. आपल्या घट्ट पकडीमध्ये तिला कैद करून जखडून टाकत होती, अगदी कायमचे.

मग तिला एक चेहरा दिसला आणि त्यातल्या डोळ्यांमध्ये ओतप्रोत भरलेले दुःख आणि सहवेदना दिसली.

सॅम्युएलचा चेहरा.

इतर प्रतिमांप्रमाणे ही प्रतिमादेखील डोळ्यांसमोरून निसटून जाऊ नये, म्हणून त्या प्रतिमेमध्येच आणखी काही प्रतिमांची गर्दी होईपर्यंत तिने नजर त्या प्रतिमेवर स्थिर केली.

मग त्याचे शरीर, कमरेपासून वर निर्वस्त्र असलेले, खोलवर केलेल्या जखमांमधून वाहत असलेल्या रक्तासकट दिसले. मग एक गुहा, गुहेतली धारदार पात्यांनी आपल्या डाव्या खांद्याभोवती वर्तुळाकार जखमा करून रक्तरेषा लिहिणारी इतर माणसांची गर्दी दिसली आणि एक आवाज ऐकू आला. कुठल्यातरी अतिप्राचीन, पण कसे कोणजाणे तिला आत्ता कळत असलेल्या भाषेमध्ये म्हटल्या जात असलेल्या मंत्रांचा सगळीकडून प्रतिध्वनित होत असलेला उद्घोष तिला ऐकू आला.

ते सगळे जण पुन्हा पुन्हा उद्घोष करत होते, "आदिम, आदिम, आदिम."

इतक्यात मांस चिरले जाण्याच्या आवाजाबरोबरच तिच्या डाव्या कुशीमध्ये आजूबाजूच्या अंधारातून कुठूनतरी उसळल्यासारखा वेदनेचा आगडोंब उसळला आणि एक अपार दुःख आणि वेदनेने भरलेला नवा आवाज ऐकू आला.

"पण देव कुठे आहे या सगळ्यात?" सॅम्युएल कळवळून आक्रोश करत विचारत होता. "कुठे आहे देव या सगळ्यात?"

आणि मग त्या सगळ्या प्रतिमा अचानक विरून गेल्या. काही क्षण सगळे काही शांत होते आणि सगळीकडे अंधार भरला होता.

मग आपण उठत आहोत, असे तिला जाणवले.

१४४

किलकिले होत लिव्हचे डोळे उघडले.

आता ती पुन्हा प्रार्थनाघरात, जिथे शुद्ध हरपून पडली होती, तिथेच पडलेली होती. लक्षपूर्वक पाहण्याचा प्रयत्न केल्यावर तिला कोवळ्या उन्हासारखे उबदार हसणारा गॅब्रिएल दिसला. आपण अजूनही स्वप्नातच आहोत, असे वाटत असताना तिनेही हसून प्रतिसाद दिला; पण मग त्याने हात पुढे करून तिच्या गालावर हळुवारपणे ठेवला. त्याच्या हाताची ऊब जाणवली, तेव्हा कुठे हे स्वप्न नसून वास्तवच असल्याचे तिला जाणवले.

तिने ताऊकडे नजर वळवली. ईव्हला तिथे जखडून कैदेत ठेवल्याची त्या आकाराच्या अंतर्भागात असलेल्या अणकुचीदार सुयांवर लडबडलेले रक्त, एवढीच काय ती खूण आता शिल्लक होती. तिथून ओघळून वाहिलेल्या रक्ताचा मागोवा घेत घेत लिव्हची नजर जमिनीकडे आणि जिथे ते रक्त तिच्या रक्तात मिसळत होते, त्या जमिनीतल्या चरांकडे वळली. तेवढ्यात त्या लोखंडी क्रॉसच्या मागून एक मानवाकृती उठून उभी राहताना दिसली. तिथल्या अंधूक प्रकाशात वाहणाऱ्या रक्ताने माखलेली ती आकृती पाहताना एखादा राक्षसच उभा राहतोय, असे तिला वाटले. हातातली जळती मशाल त्याने वर उगारली, तेव्हा अतिद्वेषाने विद्रूप झालेल्या त्याच्या तोंडावर मशालीचा उजेड भुताचे खेळ दाखवल्यासारखा नाचू लागला. पाठीमागे हालचाल होत आहे, याची गॅब्रिएलला जाणीव झाली आणि तो मागे वळायला लागला; पण तोपर्यंत ती मशाल त्याच्या डोक्याच्या दिशेने भडकणाऱ्या जाळासह वेगात खाली आलेली होती. विजेच्या कडकडाटासारख्या आवाजाने ती खोली हादरली. तो राक्षस धडक बसल्यासारखा उडाला आणि पाठीमागे प्रार्थनावेदीजवळ कोसळला.

ज्या बाजूने हा धडाक्याचा आवाज आला होता, तिकडे – प्रवेशद्वाराकडे लिव्हने नजर वळवली. दरवाजात एक कृश अंगयष्टीचा संन्यासी उभा होता. त्याच्या

हातात बंदूक होती आणि ती पडली होती तिथून पाहताना, मेणबत्त्यांच्या प्रकाशात त्याचे गुळगुळीत टक्कल चमकत होते.

नुकताच शोध लागलेल्या त्या कत्तलखान्यासारख्या दृश्याकडे पाहत अथानासियस उभा राहिला. बंदुकीच्या धडाक्याने मठाधिपतींना त्याच्यापासून दूर, थेट त्या रिकाम्या दगडी शवपेटीतल्या भयंकार सुयांकडे उडवले होते. एक पाऊल पुढे टाकून तो खोलीत आला. त्याची बंदूक अजूनही त्याच्या पूर्वीच्या मालकावर रोखलेली होती. मठाधिपती काहीच हालचाल करत नव्हते.

मग त्याने खोलीतल्या दुसऱ्या दोघांकडे – एक पुरुष आणि एक स्त्री, यांच्याकडे पाहिले. ते दोघेही चिंताग्रस्त नजरेने त्याच्याकडेच पाहत होते. बंदूक खाली वळवत तो त्यांच्या जवळ गेला. त्या पुरुषाने कफनी घातली होती; पण तो अथानासियसच्या ओळखीचा नव्हता. कफनीच्या फाटलेल्या भागाच्या आसपास पडलेल्या रक्ताच्या डागांवरून अंदाज केला, तर त्याच्या एका कुशीत आणि दंडावर वार झालेला दिसत होता.

त्या मुलीची अवस्था खूपच वाईट होती. तिच्या गळ्यावर खोलवर आडवी चिरल्यासारखी जखम दिसत होती आणि जखमेतून अजूनही वाहणारे रक्त जमिनीवर आणि तिथून जमिनीत खोदलेल्या चरांमध्ये जात होते. जरा नीट पाहावे, म्हणून तो खाली वाकला आणि पुढच्याच क्षणी स्तब्ध झाला. कारण जखमेने कापले गेलेले मांस पुन्हा जुळून येताना दिसायला लागले आणि हा चमत्कार तो शांतपणे पाहत उभा राहिला. काही क्षणांतच मुक्तपणे वाहणाऱ्या रक्ताच्या ओहोळाचे रूपांतर थेंबाथेंबाने बाहेर येण्यात झाले आणि मग तर ते पूर्णपणे थांबले. त्याने त्या मुलीकडे पाहिले. तिच्या डोळ्यांमध्ये त्याला कालातीत असे काहीतरी दिसले आणि ते पाहताना त्याला पाखंडी बायबलमधील त्याने वाचलेल्या ओळी आठवल्या.

देवदत्त प्रकाश, अंधारात मोहोरबंद केला.

तिच्या गालाला स्पर्श करण्यासाठी त्याने हात पुढे केला; पण तेवढ्यात प्रार्थनावेदीकडे झालेल्या आवाजामुळे ते सगळे जण गर्रकन माना वळवून तिकडे पाहू लागले.

मठाधिपतींनी हालचाल केली होती. त्यांचे खांद्यावरून लटकून जडशीळपणे डावीकडून उजवीकडे आणि पुन्हा डावीकडे हलणारे मस्तक वर उचलले जाऊन त्यांचे डोळे थेट अथानासियसकडे रोखले जाताना ते तिघेही पाहत राहिले. त्यांनी फेकलेली मशाल त्यांच्याच उतरवून ठेवलेल्या कफनीवर पडून धुमसत होती आणि त्या धुराने ते स्वत: लपेटले जात होते. "का?" प्रश्न करताना त्यांच्या तोंडावर

त्यांच्या मनातला गोंधळ आणि निराशा स्पष्ट दिसत होती. "तू मला का धोका दिलास? तुझ्या देवाचा विश्वासघात का केलास?"

अथानासियसने ताऊच्या वासलेल्या कराल जबड्याकडे आणि त्याच्या आडव्या पट्टीवर मनगटे अडकवून टाकण्याच्या बेड्यांकडे पाहिले.

हा काही पावित्र्याची अधिकृती दिलेला पर्वत नव्हताच मुळी, हा तर चक्क शापित कैदखाना होता.

त्याने त्या मुलीकडे पुन्हा एकदा पाहिले. तिच्या नाजुकशा गळ्यावरची जखम आता पूर्णपणे जुळून आली होती आणि तिचे अथांग हिरवे डोळे आता जीवनेच्छेने प्रज्वलित झाले होते.

"मी माझ्या दैवताचा विश्वासघात केलाच नाहीये, मी तर माझ्या देवतेला वाचवलंय." त्या साक्षात चमत्कारच असलेल्या स्त्रीकडे हसून पाहत तो उद्गारला.

सात

आणि त्याला तो एक जीव दिसला. पृथ्वीवर पावलं टाकत चाललेला.
वयातीत. अक्षय

आणि याचा मत्सर जागा झाला.

तो जीव, म्हणजे ती – सृजना, तिच्याकडे असलेल्या निसर्गशक्तींची
अभिलाषा करू लागला आणि

त्या मिळवण्याची त्याला हाव सुटली.

त्या अखंड सृजनेला आपण कैद करून ठेवलं,

तर तिच्याकडून तिच्या अमरत्वाचं रहस्य समजून घेता येईल आणि

साध्यही करून घेता येईल, असं त्याला वाटलं

आणि म्हणून त्याने तिच्याविरुद्ध कहाणी सांगायला सुरुवात केली.

त्यासाठी तिला एक नाव दिलं ''ईव्ह''.

यच्चयावत पुरुषमात्रांना तिच्या विरुद्ध चिथावण्यासाठी उभा केला एक
धादांत खोटा इतिहास

आणि त्या कहाणीत या विश्वाच्या उत्पत्तीच्या वेळी केवळ एक पुरुषच
कसा होता

आणि तो तिच्याइतकाच – किंबहुना तिच्यापेक्षा जास्तच सृजनशील कसा
होता

आणि त्याचं नाव 'ॲडम' होतं, हे सांगण्यात आलं.

पृथ्वीच्या या बागेमध्ये ॲडमची देवासारखी पावलं पडली

आणि त्या पावलांच्या स्पर्शानं नंदनवन अवतरलं आणि ईव्हदेखील

आणि मग ईव्हला त्याचा कसा मत्सर वाटू लागला, ते त्या कहाणीत
सांगण्यात आलं.

त्याच्या ओबडधोबड शरीराची आणि त्यावरल्या केसांची तिला घृणा वाटू लागली

आणि दैवी असण्यापेक्षा तो एक जनावरच कसा होता, याचा तिला विश्वास वाटू लागला.

म्हणून तिनं एक विचित्रसं झाड वाढवलं

आणि त्याचं फळ चाखायला त्याला भाग पाडलं

आणि ते खाल्ल्यानं त्याला एक महान आणि समर्थ ज्ञान प्राप्त होईल, असं आश्वासन दिलं;

परंतु ते फळ तर विषारी होतं आणि त्याने तो अशक्त झाला,

त्याच्या सर्व दैवी शक्ती हिरावल्या गेल्या

आणि त्याच्या मस्तकात उरला फक्त संताप आणि भीती

आणि शेवटी सर्व मत्सरी पुरुष ही ईव्ह आपला शत्रू आहे

आणि तिच्या मृत्यूनेच आपलं दैवत्व आपल्याला पुन्हा मिळेल, असं मानायला लागेपर्यंत

ही कहाणी पुन्हा पुन्हा सांगितली गेली.

एकदा ते पुरुष राहत असलेल्या गुहेपाशी ईव्ह आली.

तिला एका प्राण्याचा वेदनेने कण्हण्याचा आवाज आतून ऐकू आला.

त्या आवाजाचा शोध घेत ती पर्वताच्या खोल गाभाऱ्यात शिरली

आणि तिला एक जंगली कुत्रा जमिनीशी बांधून ठेवलेला दिसला – जखमा झालेला आणि रक्ताळलेला आणि वेदनांनी कळवळून केकाटणारा.

ईव्ह त्याच्या जवळ गेली, तेव्हा ती पुरुष जमात अंधारातून पुढे झाली.

त्यांनी तिला दंडुक्यांनी मारलं, धारदार पात्यांनी कापलं;

पण ती मेली नाही.

उलट पृथ्वीमातेनं तिला संजीवनी दिली,

तिच्या जखमा बऱ्या केल्या आणि तिला सशक्त केलं.

हे काय घडतंय म्हणून घाबरलेल्या पुरुषांनी जाळ पेटवला आणि ईव्हला त्यात ढकललं;

परंतु तिच्या जखमांमधून वाहणाऱ्या रक्तानं ती आगच विझली

आणि तिचं शरीर पुन्हा एकसंध झालं.

काही पुरुष बाहेर पडले

जगातली वेगवेगळी विषं घेऊन आले

आणि तिला प्राशन करायला लावली;

परंतु तरीही ती मेली नाही.

मग त्यांनी तिला अशक्त करून ठेवलं.
देवदत्त प्रकाश, अंधारात मोहोरबंद केला.
कारण तिला मुक्त केलं, तर काय होईल, याची त्यांना भीती वाटत होती
आणि तरीही ते तिला ठार मारू शकत नव्हते,
कसं, ते त्यांना माहीतच नव्हतं
आणि जसजसा काळ पुढे सरकला, तसतसे आपल्याच अपराधी भावनेशी
पुरुष जखडले गेले
आणि त्यांचं घर, म्हणजे एक किल्ला बनला,
ज्यामध्ये फक्त त्यांनी केलेल्या कृत्याचीच माहिती दडली होती,
पावित्र्याची अधिकृती असलेला पर्वत नव्हे, तो तर चक्क शापित कैदखाना
होता.
तिथे ईव्ह एक कैदी होती –
एक पवित्र रहस्य – एक संस्करण-विधान-चिन्ह म्हणून.
तिचे हे दुःखभोग कधी संपतील, याचं भाकीत काळानंच करेपर्यंत
एक जो खरा क्रॉस आहे तो पृथ्वीवर अवतरेल,
एकाच क्षणी सगळे जण तो पाहतील – सगळे आश्चर्यचकित होतील.
तो क्रॉस खाली पडेल,
क्रॉस पुन्हा उभा राहील
संस्करण-विधान खुलं करण्यासाठी
आणि एक नवं युग आणण्यासाठी
आपल्या दयार्द्र मृत्यूनं.

संस्कृतीप्रारंभाचा नवा अध्याय
पाखंडी बायबल
अनुवाद : बंधू मार्कस अथानासियस

१४५

पिंजलेला कापूस भरून ठेवल्यासारख्या अर्कांडियनच्या बथ्थड डोक्यात दूरवरून येणारे तातडीने काहीतरी करायला सांगणारे दबक्या सुरातले ओरडणे, कठीण जमिनीवरून सरकणाऱ्या बुटांच्या रबरी तळांचे 'कुंइचक' असे होणारे आवाज घुसायला लागले. प्रयत्न करूनही त्याला डोळे उघडायला जमले नाही. पापण्या फार जड झाल्या होत्या, म्हणून तो तसाच पडून कान देऊन ऐकत राहिला आणि छातीतली आणि खांद्यातली बोथट कळ आणि पुन्हा धारदार होत असताना पुरते सावधपण येण्याची वाट पाहत थांबला.

एक खोलवर श्वास घेत त्याने आपली सगळी शक्ती पापण्या उघडण्यामागे लावली. क्षणभरासाठी त्या उघडल्यादेखील, पण लगेच त्याने त्या घट्ट बंद करून घेतल्या.

फारच प्रखर प्रकाश होता तो – डोळे दुखतील इतका प्रखर. तेवढ्या एका क्षणामध्ये जे काही दिसले होते, त्याची फोटोच्या निगेटिव्हसारखी प्रतिमा त्याच्या मिटल्या डोळ्यांच्या पडद्यावर साकार झाली – एक चौकटी-चौकटीचे छद्मछत; एका आडव्या नळीवरून लटकत असलेला एक पडदा. आपण रुग्णालयात आहोत हे त्याच्या लक्षात आले.

मग आपण इथे का आलो, तेही आठवले.

पुढे होत त्याने उठून बसायचा प्रयत्न केला; पण एका कणखर हाताने त्याला जागीच दाबून ठेवले. एक पुरुषी आवाज म्हणाला, "अरे अरे... तुम्ही ठीक आहात. मी फक्त तुमची जखम तपासतोय. काय झालं मला सांगू शकाल का?"

अर्कांडियनने आठवण्याचा आटोकाट प्रयत्न केला. कोरड्या पडलेल्या ओठांवरून जीभ फिरवत शेवटी तो एवढेच बोलला, "घुसवलं काहीतरी."

"ते तर दिसतंच आहे."

"नाही, नाही." असे म्हणत अर्कांडियनने मान हलवली; पण दुसऱ्याच क्षणी

तसे केल्याचा त्याला पश्चात्ताप झाला. अंगाखाली हलणारा पलंग थांबेपर्यंत त्याने दोन-चार खोल श्वास घेतले. ‘‘माझ्या अंगात कुणीतरी काहीतरी घुसवलं... काय ते सांगता येत नाही...’’

‘‘ठीक आहे, त्यासाठी आपण काही रक्त तपासण्या करू या; पण पुढचे उपचार करण्यापूर्वी पुन्हा एकदा तुम्हाला झोपेचं औषध द्यावं लागणार आहे.’’

‘‘नाही!’’ पुन्हा मान हलवत अर्कांडियन म्हणाला. आता गरगरल्यासारखे वाटणे मगाचच्यापेक्षा कमी झाले होते. ‘‘मला फोन करायलाच हवाय,’’ महत्प्रयत्नाने डोळे उघडत अतिदक्षता विभागातल्या प्रखर प्रकाशाकडे डोळे किलकिले करून पाहत तो म्हणाला. ‘‘मला त्यांना सावध केलंच पाहिजे.’’

खसखस आवाज होत पडदा उघडला आणि पांढरा कोट घातलेली एक सुबक ठेंगणी स्त्री ताड-ताड पावले टाकत पुढे आली आणि ट्रॉलीच्या एका बाजूला लटकावलेले पॅड उचलून त्यावर लिहिलेले वाचायला लागली. ‘‘झोपी गेलेला जागा झालाय वाटतं!’’ ती म्हणाली. पॅडवरचे वाचण्यासाठी मान खाली केल्यामुळे तिचे राखाडी चमचमणारे केस तिचा चेहरा झाकायला लागले. तिच्या खिशाला अडकवलेल्या बिल्ल्यावरून तिची ओळख डॉ. कुलिन अशी सांगितली जात होती. मान वर करून तिने त्याच्या जखमेकडे पाहिले. ‘‘काय परिस्थिती आहे जखमेची?’’ तिने नर्सला विचारले.

‘‘झकास!’’ नर्सने सांगितले. ‘‘ओली आहे अजून; पण कुठल्याही महत्त्वाच्या अवयवाला इजा झालेली नाही. गोळी आरपार निघून गेली आहे.’’

‘‘ते बरंच आहे.’’ असे म्हणत त्यांनी पॅड पुन्हा ट्रॉलीवर अडकवले. ‘‘जखम दाबून ठेवण्याच्या पद्धतीचे ड्रेसिंग करा आणि यांना बाहेर न्या. आपल्याला कोणत्याही क्षणी या जागेची पुन्हा गरज लागणार आहे.’’

‘‘का?’’ अर्कांडियनने विचारले.

ती गोंधळली. म्हणाली, ‘‘दाबाच्या पट्ट्यांचं ड्रेसिंग का करायचं? अहो, तुम्हाला गोळी लागली आहे आणि अजूनही त्यातून रक्त वाहत आहे म्हणून.’’

‘‘ते नाही हो, या जागेची तुम्हाला का गरज आहे?’’

परिचारकांनी अर्कांडियनच्या पट्ट्यामध्ये अडकवून ठेवलेल्या बिल्ल्याकडे डॉ. कुलिननी नजर टाकली. रुग्णालयातली नेहमीची पद्धतच होती तशी. कोणत्याही हिंसक घटनेत घायाळ झालेले लोक दोन्ही बाजूंनी एकाच रुग्णालयात दाखल होत, तेव्हा चांगल्या अवस्थेतल्या लोकांना प्रथम पाहिले जात असे.

‘‘एक स्फोट झाला आहे आणि बरेच जखमी लोक इथे दाखल होत आहेत आणि त्यांच्या आत्तापर्यंत कानांवर आलेल्या बातम्यांवरून मला असं वाटतं इन्स्पेक्टरसाहेब की, त्यांच्या दुखापती तुमच्या या बंदुकीच्या गोळीच्या दुखापतीला

हसत हसत मागे टाकतील.''

"कुठे झालाय स्फोट?'' अर्कांडियनने प्रश्न विचारला; पण उत्तर त्याला माहीतच होते.

बाहेर कसलीतरी गडबड झाल्याच्या आवाजाने डॉक्टर तिकडे बघू लागल्या. "जुन्या टाऊन हॉलजवळ,'' पडदा पुन्हा नीटनेटका करत त्या म्हणाल्या. "शक्तिपीठापासून जवळच.''

ती ट्रॉली त्याच्या जवळून घाईघाईने नेली जात असताना अर्कांडियनला चुटपुटते दृश्य दिसले. ट्रॉलीवर रक्ताने भिजलेला आणि दोन दिवसांपूर्वीच त्याने शवचिकित्सा केलेल्या माणसासारखाच वेष परिधान केलेला एक माणूस होता.

डोळे मिटून अर्कांडियनने खोलवर श्वास घेतला, तेव्हा त्याला रक्ताबरोबरच रुग्णालयातल्या जंतुनाशकांचादेखील वास आला. आजवर कधी वाटला नव्हता, इतका थकवा त्याला आता जाणवू लागला. जे घडू नये, यासाठी त्याने प्रयत्न केला होता, ते घडून गेले होते. इथे आजूबाजूला जो गोंधळ चालला होता, तो ऐकण्यापेक्षा आपल्या बायकोला फोन करून तिचा गोड आवाज ऐकायला मिळाला, तर फार बरे होईल, असे त्याला वाटले. आपण तिच्यावर प्रेम करतो, असे तिला सांगावे आणि तिनेही तसेच बोललेले आपण ऐकावे, असे मनापासून वाटले. आपण ठीक आहोत, तिने काळजी करू नये आणि आपण लवकरच घरी परतणार आहोत, असे तिला सांगावे, असे वाटले. मग त्याला लिव्ह ॲडमसन, गॅब्रिएल आणि ती गोदामात भेटलेली स्त्री आठवली आणि त्यांच्यापैकी कुणी अद्याप जिवंत तरी असेल का – असाही विचार त्याच्या मनात डोकावला.

१४६

डॉ. कुलिन पहिल्या ट्रॉलीपाठोपाठ तपासणी करण्याच्या जागेत आल्या आणि जागच्या जागीच थबकल्या. आणीबाणीच्या अत्यवस्थ परिस्थितीत दाखल झालेल्या रुग्णांवर त्या गेल्या दहा वर्षांपेक्षा जास्त काळ उपचार करत होत्या; पण त्यांनी इतक्या वाईट अवस्थेतला दुखापतग्रस्त माणूस कधीही पाहिला नव्हता. त्या माणसाचा छाती-पोटाचा भाग सरळ सरळ, जाणीवपूर्वक केलेल्या कापल्याच्या जखमांनी भरला होता, त्यातून वाहणारे रक्त त्याच्या अंगावरून घाईघाईने फाडून काढलेल्या कफनीच्या हिरव्या कापडात मुरत होते आणि ते इतके जास्त होते की, त्याला रक्तात बुडवून काढलाय की काय, असे वाटत होते.

त्याला ट्रॉलीवरून आत आणणाऱ्या परिचारकाला त्यांनी विचारले, "मला तर वाटलं होतं की, तिकडे स्फोट झाला आहे?"

"तो तर झालाच आहे आणि त्यानं पर्वताच्या पायथ्याशी मोठं भगदाड पाडलं आहे. हा माणूस शक्तिपीठातून बाहेर पडला आहे."

"काय सांगतोस?"

"मी स्वत: त्याला ओढून बाहेर काढलंय."

थोडेसे धास्तावूनच खाली वाकत त्यांनी त्या संन्याशाच्या डोळ्यांत बॅटरीचा उजेड पाडला. "हे पाहा, माझा आवाज ऐकू येतोय का?" त्याचे डोके गडगडल्यासारखे एका बाजूकडून दुसऱ्या बाजूकडे गेले. तसे होताना त्याच्या गळ्याजवळची खोल जखम, जणू त्यातूनच श्वास घेतला जात असावा, तशी एखाद्या कराल जबड्यासारखी उघडून बंद झाली. "तुम्ही मला तुमचं नाव सांगू शकाल का?"

ते काहीतरी पुटपुटले; पण त्यांना ते काहीही समजले नाही. त्या पुढे वाकल्या आणि त्यांच्या तोंडाजवळ कान नेला. त्यांचा श्वास कानावर जाणवत राहिला. मग ते पुन्हा *महामुक्तक*... असे काहीतरी पुटपुटले. हा बिचारा काहीतरीच बरळतोय, असे त्यांना वाटले.

"हे वाहणारं रक्त थांबवण्यासाठी तुम्ही काही केलंत का?" सरळ होता होता त्यांनी विचारले.

"यांनाही दाबाच्या पट्ट्यांचं बँडेज आणि शिरेतून प्लाझ्मा द्यायला सुरू करा. त्याचं रक्त थांबत नाहीये."

"रक्तदाब किती आहे?"

"चाळीस वर बासष्ट आणि तो कमी होतोय."

"अगदी धोकादायक नाही; पण त्या पातळीच्या खूपच जवळ."

नर्सने त्यांच्या छातीवर इलेक्ट्रोड्स चिकटवले, तसा हृदयाची अवस्था दाखवणारा दर्शक बीप आवाज करू लागला. त्याचाही आवाज अस्पष्टच होता. डॉक्टर कुलिननी पुन्हा एकदा जखमा तपासल्या. रक्त साकळल्याची कोणतीही खूण दिसत नव्हती. कदाचित रक्तस्राव न थांबण्याचा आजार असावा त्यांना. नव्याने दाखल होत असलेल्या दुखापतग्रस्त लोकांमुळे त्यांना झटपट निर्णय घ्यावाच लागला. "प्रोथ्रॉम्बिनचा ५०० आययुचा डोस आणि के जीवनसत्त्वाचा वीस मिलीचा डोस चालू करा. शिवाय रक्तगट ताबडतोब बघा, म्हणजे योग्य ते रक्त देता येईल. आपण जर हे ताबडतोब केलं नाही, तर रक्तस्रावानंच ते मरतील."

एवढे सांगून त्या पडद्यामधून पलीकडे रुग्णालयातल्या मुख्य मार्गिकेकडे गेल्या. आणखी तीन संन्याशांना घाईघाईने वॉर्डाच्या दुसऱ्या टोकाकडे नेण्यात येत होते आणि त्यांनी आत्ताच पाहिल्या होत्या तशाच जखमांमधून त्यांच्याही शरीरातून मोठ्या प्रमाणात रक्त वाहत होते.

"यांची कुठे व्यवस्था करू म्हणता?" परिचारकाच्या आवाजाने त्या भानावर आल्या. त्यांनी खाली पाहिले आणि हादेखील आणखी एक संन्यासी नसल्याचे पाहून त्यांना हायसे वाटले. "इकडे घ्या," तपासणी-कक्ष भराभर नव्या दुखापतग्रस्तांनी भरत चालले होते आणि हा समोरचा तितकासा रक्तस्राव होत असलेला वाटत नव्हता, म्हणून मार्गिकेच्या बाजूलाच असलेल्या एका जागेकडे बोट दाखवत त्या म्हणाल्या. परिचारकाने ट्रॉली एका बाजूला घेतली आणि पायाने ट्रॉलीचा ब्रेक दाबला.

"याची काय कथा आहे?" तडकलेली, काळी पडलेली, मोटारसायकल चालवताना घालायच्या हेल्मेटची काच उघडत आणि त्या स्त्रीच्या उजव्या डोळ्यांत प्रकाशाचा झोत टाकत डॉ. कुलिननी विचारले.

"ही त्या बोगद्यात सापडली," परिचारक म्हणाला. "महत्त्वाच्या गोष्टी सशक्तपणे काम करताहेत; पण आम्हाला सापडली तेव्हापासून इथे पोहोचेपर्यंत बेशुद्धच आहे."

डॉ. कुलिननी प्रकाशझोत डाव्या डोळ्याकडे वळवला. तो उजव्यापेक्षा जरा

जास्त प्रसरण पावला. त्या तडक नर्सकडे वळल्या. "सरळ क्ष-किरण तपासणीसाठी घेऊन जा. कदाचित कवटीच्या हाडाला तडा गेला असण्याची शक्यता आहे. आत नक्की काय झालंय आणि आपल्याला काय करायला हवं आहे, याचा अंदाज येईपर्यंत हेल्मेट काढू नका." त्या म्हणाल्या.

नर्सने एका माणसाला मदतीला घेऊन ट्रॉली घेऊन जायला सुरुवात केली होती. तेवढ्यात रुग्णालयाचे प्रवेशद्वार धाडकन उघडले गेले आणि आणखी दोन रक्ताने भिजलेले संन्यासी ट्रॉल्यांवरून आत आणले गेले – तशाच जखमा, तसाच भळाळणारा रक्तप्रवाह असलेले.

हे काय चाललंय तरी काय?

त्यातल्या पहिल्या एकाला त्यांनी एका कक्षात आणवले. झटपट जखमा तपासल्या आणि रक्त गोठवून प्रवाह थांबण्याचे औषध चालू करायला सांगितले. खोलीच्या दुसऱ्या टोकाकडून आणखी एक डॉक्टर पाच लिटर ओ पॉझिटिव्ह गटाच्या रक्ताचा पुकारा करत असल्याचे त्यांना ऐकू आले. मनाच्या बधिर अवस्थेतच त्या पुढच्या कक्षात धसमुसळ्यासारखे पडदा बाजूला ढकलत शिरल्या. तिथे आणखी एक आश्चर्य त्यांना पाहाव लागले. आणखी एक संन्यासीच होता, पण त्याच्या अंगातून रक्त वाहत नव्हते. तो ट्रॉलीजवळ उभा राहून नर्सबरोबर हुज्जत घालत होता आणि एका तरुण स्त्रीला त्याने आपल्या मिठीत धरून ठेवले होते.

"मी तिला सोडून कुठेही जाणार नाही." तो म्हणत होता.

त्याच्याही अंगावरच्या कफनीवर भरपूर रक्त होते; पण ते आत्तापर्यंत दाखल झालेल्या संन्याशांइतके नव्हते. ट्रॉलीवर जी मुलगी होती, ती रक्तात भिजलेली होती आणि ज्या प्रकारे भिजली होती, त्यावरून तिचा गळा चिरला गेल्याचे दिसत होते. डॉ. कुलिन पुढे झाल्या आणि त्यांनी त्या मुलीच्या टी-शर्टचा गळा खाली ओढला. कातडी काळपट लाल रंगाची दिसत होती, पण तिथे कुठेही कापल्याची खूण नव्हती. "ज्या अवस्थेत सापडली त्याचा तपशील?" इतक्या प्रमाणात रक्त कुठून आले असावे, ते तपासत त्यांनी विचारले.

"महत्त्वाच्या गोष्टी कमजोरपणे, पण स्थिरपणे काम करत आहेत." नर्स म्हणाली. "रक्तदाब पन्नास वर ऐंशी आहे."

डॉ. कुलिनच्या कपाळावर आठ्या जमा झाल्या. हा रक्तदाब तर मोठ्या प्रमाणात रक्तस्राव झाल्याचे सुचवत होता; पण तो कुठून झाला असावा, ते सापडत नव्हते. कदाचित ते दुसऱ्या कुणाचे तरी रक्त असावे. "हिला सलाइन लावा आणि रक्तदाबावर लक्ष ठेवा." प्रथमच त्या मुलीकडे नीट पाहताना त्या मंदसे हसल्या आणि म्हणाल्या, "बाकी सगळं ठीक दिसतंय तुझ्या बाबतीत."

त्यांच्याकडे एकटक पाहणाऱ्या त्या हिरव्या डोळ्यांमधली चमक पाहून क्षणकाल

त्यांची नजरबंदीच झाली; पण मग लगेच स्वत:ला सावरून त्या संन्याशाकडे वळल्या.

आपला हात बाजूला नेत तो म्हणाला, "मला काही झालेलं नाही, खरंच..."

"नाही ना झालेलं, मग मी एकदा तपासून पाहायला तुमची काहीच हरकत नसावी." त्याच्या अंगावरची रक्ताळलेली, चिंध्या झालेली कफनी बाजूला करून त्या त्याच्या रक्त माखलेल्या मांसल शरीराची पाहाणी करू लागल्या. रक्त कुठून येत होते, ते ताबडतोबच कळले. त्याच्या मनगटावर जी कापल्याची खूण होती, ती नक्कीच खूप खोलवर झालेल्या जखमेची होती; पण ती ज्या प्रकारे भरून आलेली दिसत होती, त्यावरून ती काही दिवसांपूर्वीची असावी, असे वाटत होते आणि तरीही रक्त मात्र ताजे होते. "नक्की काय झालं?" डॉ. कुलिननी विचारले.

"ती जखम इकडेतिकडे जरा जास्तच आपटली," तो म्हणाला. "मी काही मरत नाही एवढ्याशानं; पण कृपा करून मला सांगा, इथे एका साधारण चाळिशीच्या दिसणाऱ्या, काळे केस, पाच फूट सहा इंच उंची असलेल्या स्त्रीला दाखल करण्यात आलं आहे का?"

मोटारसायकल चालवताना घालावयाचे हेल्मेट डोक्यावर असलेली स्त्री डॉ. कुलिनना आठवली. "तिला क्ष-किरण तपासणीसाठी नेलं आहे." हृदयक्रियेची स्थिती दाखवणाऱ्या यंत्रणेतली धोक्याची घंटा मागे कुठेतरी वाजली. "तीदेखील इकडेतिकडे जरा आपटली आहे; पण काळजी करू नका, मला वाटतं ती ठीक आहे."

१४७

डॉक्टर आणि नर्स जात असताना इतर कोलाहलातदेखील लिव्हला बुटांचा जमिनीवर घासताना झालेला 'कुंइचक' आवाज ऐकू आला. आणखी हजारो आवाज तिला ऐकू यायला लागले.

गॅब्रिएलने तिला उचलून शक्तिपीठातून बाहेर आणले होते, तेव्हापासून सामोरा येणारा प्रत्येक रंग, प्रत्येक आवाज आणि प्रत्येक गंध जणू काही आयुष्यात पहिल्यांदाच ती प्रत्येकाचा अनुभव घेत असावी तसा, एखाद्या सजीव वस्तूसारखा तिला साद घालत होता.

अंतच नसावा असे वाटणाऱ्या, धुराने भरलेल्या त्या बोगद्यातून बाहेर रात्रीच्या चांदण्यात ते येऊन ठेपले आणि गॅब्रिएलने तिला अलगद स्ट्रेचरवर ठेवले, तेव्हा तिने वर आकाशात पाहिले आणि तिला तिथे आकाशदिव्यासारखा लटकणारा नवा चंद्र दिसला. त्या अनुपमेय, पण नाजूक आणि तरीसुद्धा मुक्त चंद्राकडे पाहून तिला रडू कोसळले होते आणि तरीदेखील या स्वातंत्र्याच्या अतीव आनंदाच्या अश्रूंमध्ये जे कायमचे गमवावे लागले, त्याच्या दुःखाचेही अश्रू मिसळले होते. तिने तिच्या भावाचा शोध घेतला होता आणि त्या पर्वतगर्भातल्या गुहेमध्ये जे काही घडले होते, ते आठवणीतून निसटत होते, तरी ते सगळे संपले आहे, हे तिला कळले होते आणि सॅम्युएल आता कायमचा दुरावला आहे, हेदेखील स्पष्टपणे कळले होते.

आता ती या प्रकाशात न्हायलेल्या आणि गडबड-गोंगाटाने भरलेल्या, अगदी ओळखीच्या, पण त्याच वेळी अपरिचित वाटणाऱ्या जागेत होती. तिच्या आजूबाजूच्या लोकांच्या वेड्यावाकड्या चाललेल्या श्वासांमधून आणि त्यांच्या वाहत्या रक्तामधून मृत्यूचा उठत असलेला हुंकार तिला ऐकू येत होता.

तिच्या मनातली खळबळ समजून आपल्याला आश्वस्त करण्यासाठी पडणारा गॅब्रिएलच्या हातांचा विळखा तिला जाणवला आणि त्यासरशी त्या अतिदक्षता विभागातल्या औषधे-जंतुनाशकांच्या आणि रक्ताच्या भीतिदायक वासाला दूर लोटत

त्याच्या लिंबासारख्या ताज्या देहगंधाने तिला लपेटून घेतले. डोळे मिटून घेत तिने त्या गंधामध्ये स्वत:ला झोकून दिले. फक्त त्याच्यावर आणि त्याच्या छातीत धाड धाड करत वेगाने चाललेल्या स्पंदनांवर लक्ष केंद्रित केले. आजूबाजूच्या इतर आवाजांचे विचित्र धागे गुंफलेले जाजम गुंडाळले जाऊन बाजूला पडेपर्यंत आणि फक्त त्याच्या आश्वासक स्पंदनांचाच आवाज तिच्या हृदयात उतरेपर्यंत ती ऐकत राहिली. या हृदयाची स्पंदने फक्त तिची, तिच्यासाठी होती आणि हे नुकत्याच पाहिलेल्या त्या चंद्राइतकेच अनुपमेय आणि सुंदर होते. मग तिच्या डोळ्यांत पुन्हा अश्रू दाटून आले.

मग आणखी एक हलकासा, पण पाठलाग करणारा आवाज त्या बंदिस्त वातावरणात शिरला. तिच्या जागृत मनाच्या परिघावर रेंगाळू लागला.

तिने डोळे उघडले.

बाजूच्या अरुंदशा शेल्फवर या पलंगावर असलेल्या आधीच्या रुग्णासाठी आणलेल्या आणि तिथेच थर्मामीटर आणि विजेच्या प्लगच्या गर्दीत विसरून राहिलेल्या जांभळ्या फुलांकडे... न्यू जर्सी राज्याचे राजमान्य फूल असलेल्या जांभळ्या फुलांच्या अजूनही प्लॅस्टिकच्या कागदात लपेटून पडलेल्या गुच्छाकडे तिचे लक्ष गेले. लिव्हला आपल्या घराची आठवण झाली. गेले काही दिवस आपण कसल्या प्रकारचे आयुष्य जगत होतो आणि आता ते आपल्यालाच किती विचित्र वाटतेय, याची जाणीव झाली. तो आवाज पुन्हा ऐकू आला आणि फुलांच्या पाकळ्यांमध्ये तिला हालचाल दिसली. एका कळीच्या मखमली पाकळ्यांमधून एक मधमाशी बाहेर आली, थोडीशी इकडेतिकडे फिरली आणि दुसऱ्या कळीत शिरली.

"काय झालं तिथे आत?" गॅब्रिएलने विचारले. त्याचे अंग तिच्या शरीराला जिथे स्पर्श करत होते, तिथे उमटलेल्या थरथरीतून तिला ते शब्द समजले.

"मला माहीत नाही." आपल्याच आवाजाचे आश्चर्य वाटत असताना तिचे शब्द बाहेर पडले. त्याचा प्रश्न तिने लक्षात ठेवला, त्यावर लक्ष केंद्रित केले, तेव्हा आणखी एक आठवण तुकड्या-तुकड्यांनी आणि अपुरीशी डोळ्यांपुढे तरळून गेली. तिथल्या अंधारात आपल्याला वाटलेली भीती, तो टोकदार खंजीर आणि ज्या हेतूने तो तिच्या हाती दिला गेला होता, त्या हेतूने आलेली शिसारी तिला आठवली. तिच्या आत्म्याचा खोलवर ठाव घेणारे ते हिरवे डोळे आठवले आणि तिच्या अस्तित्वाचा दैवी हेतूदेखील आठवला आणि ही आठवण डोळ्यांपुढून जात असताना, तिला मिठीत घेणाऱ्या पुरुषाच्या रक्तातून वर येत तिच्या काना-मनावर शांतवन करणारी फुंकर घातल्यासारखा एक आवाज, त्याच्या मजबूत बाहूंची मिठी जशी तिला आश्वस्त करत होती, तसाच आश्वस्त करत तिच्या कानांत गुंजला.

कु... शी... काम...

तो कुजबुजणारा स्वर तिच्या सर्वांगात पसरला आणि त्याने गॅब्रिएलच्या हृदयस्पंदनांबरोबर तादात्म्य होत जन्म घेणाऱ्या काही अन्य प्राचीन शब्दांना आकार दिला.

कुशीकाम ..

क्लाविस...

नमझाक्...

????/...

ह???

कुशीकाम...

क्लाविस...

नमझाक्...

आणि हे शब्द कुठल्या भाषेतले होते, हे तिला सांगता येत नसले, तरीदेखील त्या सगळ्याचा अर्थ जणू जन्माबरोबरच घेऊन आल्यासारखा, अगदी तिच्या स्वत:च्या व्यक्तित्वाचाच एक मूलभूत भाग असल्यासारखा तिला कळत होता.

ते शब्द तिला भारून टाकत असताना तिने गॅब्रिएलला त्याच्या हृदयाचे स्पंदनदेखील वेगळे ऐकू येणार नाही, इतके घट्ट मिठीत घेतले. ते तसेच मिठीत पडून राहिले असतानाच तिच्या मन:पटलावर एक प्रतिमा साकार होऊ लागली आणि लिव्ह कोण आहे, हे तिचे तिलाच त्या प्रतिमेने शेवटी स्पष्ट केले.

"कुशीकाम..." संस्करण-विधानाने तिला साद घातली होती.

कुशीकाम...

सृजना ...

◆

एन्जल्स ॲण्ड डेमन्स

डॅन ब्राऊन

अनुवाद

बाळ भागवत

प्राचीन गुप्त आणि रहस्यमय संघटना –
कधी ऐकले नाही असे अस्त्र, कल्पनाच करता येणार नाही असे लक्ष्य.
एका मृत फिजिसिस्टच्या छातीवर उमटवल्या गेलेल्या प्रतीकाचा अर्थ कळून घेण्यासाठी, रॉबर्ट लँग्डन या हार्वर्ड विद्यापीठातील नामवंत चिन्हशास्त्र तज्ज्ञाला स्वित्झर्लंडमधल्या सुप्रसिद्ध 'सर्न' या संशोधन संस्थेकडून बोलावले गेले.
व्हिट्टोरिया वेत्रा या शास्त्रज्ञाबरोबर रॉबर्ट लँग्डन, व्हॅटिकनला उद्ध्वस्त करू शकणाऱ्या या अस्त्राचा शोध घेऊ लागला.
कॅथलिक चर्चचा भीषण सूड उगवण्यासाठी शेकडो वर्षे टपलेल्या, 'इल्युमिनाटी' या पंथाचे गुप्त ठिकाण शोधण्यासाठी धोकादायक भुयारे, दफनभूमी, एकाकी कथीड्रल्स, यांच्यामधून शोध घेत ते धावू लागले.
अपहृत कार्डिनल्सच्या भीषण आणि क्रूर हत्यांचे साक्षीदारही बनले. भयानक कटकारस्थानाच्या मुळाशी पोहोचताना व्हॅटिकनचा बचाव करण्यासाठी जिवावर उदार होऊन केलेल्या अतुलनीय साहसाचा खरा अर्थसुद्धा किती विलक्षण धक्कादायक ठरावा?

www.ingramcontent.com/pod-product-compliance
Lightning Source LLC
LaVergne TN
LVHW032332220825
819400LV00041B/1330
* 9 7 8 9 3 5 3 1 7 2 5 6 5 *